యువాల్ నోవా హరారీ

'మన నమ్మకాలు ఏవయినా, ప్రపంచపు మౌలికవివరణలను ప్రశ్నించడానికి, పాతకాలపు సంగతులను ప్రస్తుతపు సమస్యలతో సంధించడానికి. ఇక వివాదాస్పద సమస్యల విషయంగా భయపడకుండా ఉండడానికి, నేను మనందరినీ ప్రోత్సహిస్తున్నాను.

డాక్టర్ యువాల్ నోవా హరారీ ఆక్స్‌ఫర్డ్ యూనివర్సిటీ నుంచి చరిత్రలో పిహెచ్.డి. తీసుకున్నారు. ప్రసుత్తం జెరూసలేం హీబ్రూ యూనివర్సిటీలో చేస్తున్నారు. బోధన ప్రపంచ చరిత్ర గురించి ప్రత్యేకంగా సేపియెన్స్, హోమో డేఉస్, *21* లెసన్స్ ఫర్ *21* సెంచరీ అనే ఆయన పుస్తకాలు అంతర్జాతీయంగా ఆకర్షణలయ్యాయి.

యువాల్ నోవా హరారీ యితర రచనలు

సేపియెన్స్ : ఏ బ్రీఫ్ హిస్టరీ ఆఫ్ హ్యూమన్ మైండ్ (తెలుగులో కూడా)
హోమో డేఉస్ : ఏ బ్రీఫ్ హిస్టరీ ఆఫ్ టుమారో (తెలుగులో కూడా)

21వ శతాబ్దికి 21 పాఠాలు

యువాల్ నోవా హరారీ

అనువాదం : కె.బి.గోపాలం

MANJUL

మంజుల్ పబ్లిషింగ్ హౌస్

First published in India by

Manjul Publishing House

Corporate and Editorial Office
• 2 Floor, Usha Preet Complex, 42 Malviya Nagar, Bhopal 462 003 - India
Sales and Marketing Office
• C-16, Sector 3, Noida, Uttar Pradesh 201301, India
Website: www.manjulindia.com
Distribution Centres
Ahmedabad, Bengaluru, Bhopal, Kolkata, Chennai,
Hyderabad, Mumbai, New Delhi, Pune

Original English edition first published by Jonathan Cape in 2018

Telugu translation of *21 Lessons for the 21st Century* by *Yuval Noah Harari*

Copyright © Yuval Noah Harari 2018
All rights reserved.

Telugu translation Copyright © 2021 by Manjul Publishing House Pvt. Ltd.

This edition first published in 2021

ISBN 978-93-90924-97-4

Translation by Dr. K.B. Gopalan

Design © Suzanne Dean

Cover painting from the series *We Share Our Chemistry with the Stars,* Mark
Quinn, oil on canvas. © & courtesy Marc Quinn studio

Quotation from *Brave New World* by Aldous Huxley, published
by Vintage Classics, reprinted by permission of the
The Random House Group Limited © 1932

Printed and bound in India by Repro India Limited

నా భర్త యిత్సిక్‌కు ప్రేమగా అంకితం.
అతని అంతులేని విశ్వాసం, తెలివికిగాను;
మా అమ్మ ష్నీనాకు, సదా ఆధారంగా నిలిచి పట్టించుకున్నందుకు
అమ్మమ్మ ఫానీకి, అంతులేని ఆమె నిస్వార్థ ప్రేమ కొరకు.

విషయసూచిక

ప్రవేశిక

అసంబద్ధ సమాచారం అందరినీ ముంచెత్తుతున్న ఈ ప్రపంచంలో స్పష్టత అంటే బలం. మానవాళి భవితవ్యం గురించిన చర్చల్లో, సిద్ధాంతం ప్రకారం ఎవరయినా పాలుగొనవచ్చు. కానీ, ఒక స్పష్టమైన దృష్టిని నిలకడగా కలిగి ఉండడం కష్టం. తరుచూ, ఒక చర్చ సాగుతున్నదని గానీ, అందులో ముఖ్యమయిన ప్రశ్నలు ఏమిటనిగానీ, మనం కనీసం గమనించలేము. ఈ అంశాలను గురించి తరచి చూచే అవకాశం చాలా మందికి ఉండదు. అంతకన్నా అవసరంగా పట్టించుకోవలసిన అంశాలు ఉండడం అందుకు కారణం. పనికి పోవాలి. పిల్లలను పట్టించుకోవాలి లేదా ముసలి అమ్మా, నాన్నల క్షేమం చూడాలి. దురదృష్టం ఏమంటే చరిత్ర ఎటువంటి తగ్గింపులను యివ్వదు. పిల్లలకు తిండి పెడుతూ, గుడ్డలు వేస్తూ మీరు పట్టించుకునే పరిస్థితిలో లేనప్పుడు, మీరు లేకుండానే, మానవాళి భవితవ్యం నిర్ణయమయిపోతుంది. అట్లాగని తరువాత జరిగే అంశాల ప్రభావం మీమీద, మీ పిల్లల మీద పడకుండా మాత్రం ఉండదు. ఇదేమీ సరయిన సంగతి కాదు. అలాగని చరిత్రలో అన్నీ సరయిన సంగతులే ఉన్నాయా?

నేను చరిత్రకారుడిని. అందరికీ కూడు, గుడ్డ అందించలేను. కానీ ప్రయత్నించి కొంత స్పష్టత అందించగలుగుతాను. ఆ రకంగా ఆటస్థలం అంతటా ఒకే రకంగా ఉండేట్లు చేయగలను. మానవ జాతి భవిష్యత్తు గురించి జరుగుతున్న చర్చల్లో నా వల్ల మరికొంత మందికి పాలుగొనే అవకాశం అందితే నా పని సార్థకం అయినట్టే.

నా మొదటి పుస్తకం సేపియెన్స్ మనుషుల గతాన్ని పరిశీలించింది. గుర్తింపులేని ఒక కోతిజాతి భూగోళాన్ని శాసించే స్థితికి చేరిన తీరును పరిశీలించింది.

ఇక హోమో డేవుస్ నా రెండవ పుస్తకం. జీవం దీర్ఘకాల భవిష్యత్తును పరిశీలించింది. మానవులు దేవతలుగా మారే అవకాశం గురించి ఆలోచించింది. చివరకు జ్ఞానం, చేతన ఏమవుతాయని ఊహించింది.

ఈ పుస్తకంలో, దీర్ఘకాలిక దృష్టిని వదలకుండా, ప్రస్తుతాన్ని గురించి వివరంగా చూడాలని సంకల్పం. సుదూర గతం, సుదూర భవితల గురించిన లోతయిన అవగాహనలు, మానవాళి ముందున్న సమస్యలను ప్రస్తుత కార్యకలాపాలను అర్థం చేసుకొనడంలో మనకు సాయపడగల తీరు ఏమి? ప్రస్తుతం ఏమి జరుగుతున్నది? ఇవాళటి మహత్తర సమస్యలు, అవకాశాలు ఏమి? మనం వేటిని పట్టించుకోవాలి? మన పిల్లలకు ఏం నేర్పాలి?

అవును మరి, ఏడు వందల కోట్ల మందికి ఏడు వందల కోట్ల కార్యప్రణాళిక లున్నాయి. పెద్ద ఎత్తున మొత్తం సమస్యలను గురించి చూడగలగడం అరుదని యిదివరకే అనుకున్నాము. తండ్రి లేని ఇద్దరు పిల్లలను పెంచడానికి ముంబై మురికివాడలో సతమతమవుతున్న తల్లి, తిండి గురించి ఆలోచిస్తుంది. మధ్యధరా సముద్రం మధ్యలో బోటులో ఉన్న శరణార్థులు చుట్టు ఎక్కడయినా నేల కనబడుతుందా అని చూస్తారు: లండన్ ఆసుపత్రి రద్దీలో చావుబతుకులలో ఉన్న మనిషి మరోసారి ఊపిరి పీల్చుకోవడానికి శక్తినంతా కూడగట్టుకుంటాడు. వాతావరణం వేడెక్కడం లేదా ఉదార సామ్యవాదం కన్నా వారికి మరింత ముఖ్యమయిన సమస్యలున్నాయి. వారందరికీ ఏ పుస్తకం కూడా న్యాయం చేకూర్చజాలదు. ఆయా సందర్భాలలో ప్రజలకు చెప్పడానికి నా దగ్గర పాఠాలు లేవు. వాళ్లనుంచి ఏదో నేర్వగలుగుతానన్న నమ్మకం మాత్రం ఉంది.

ఇక్కడ మొత్తం ప్రపంచాన్ని పట్టించుకోవాలని ప్రయత్నం. ప్రపంచమంతటా సమాజాలకు రూపునిచ్చి, మన గ్రహం భవిష్యత్తును ఏకంగా ప్రభావితం చేయగల ప్రధాన బలాల మీద దృష్టి పెడతాను. చావుబతుకుల సమస్య మధ్యలో గల మనుషులకు వాతావరణం మార్పు గురించి పట్టకపోవచ్చు. కానీ దాని కారణంగా ముంబై మురికివాడలు మరింత ఉండరాని చోట్లు అవుతాయి. మధ్యధరా సముద్రం మీదకు మరింత మంది శరణార్థులు అలలుగా పంపబడతారు. ఆరోగ్యరక్షణ విషయంలో ప్రపంచస్థాయిలో సమస్యలు వచ్చి విపత్కర పరిస్థితి ఏర్పడుతుంది.

వాస్తవంలో ఎన్నో సూత్రాలుంటాయి. ప్రపంచస్థాయి పరిస్థితిని వివిధ అంశాల ఆధారంగా పరిశీలించే విధంగా ఈ పుస్తకం ప్రయత్నిస్తుంది. అలాగని యిందులో అంతా ఉందని అనుకోవడం లేదు. సేపియెన్స్, హోమో దేవుస్ లాగా ఈ పుస్తకం చారిత్రక వివరణగా ఉండాలన్న ఉద్దేశ్యం లేదు. ఇవి ఎంపిక చేసిన కొన్ని పాఠాలు. అయితే పాఠాలు సులభమయిన జవాబులతో ముగిసేవి కావు. ఇవి మరింత ఆలోచించడానికి సాయపడతాయి. ప్రస్తుత కాలంలో సాగుతున్న ప్రధాన సంభాషణలో పాలుగొనడానికి పాఠకులకు తోడు నిలుస్తాయి.

ఈ పుస్తకం నిజానికి ప్రజలతో సంభాషణగా రాయబడింది. చాలా అధ్యాయాలు, నన్ను పాఠకులు, పాత్రికేయులు, తోటివారు అడిగిన ప్రశ్నలకు సమాధానాలుగా

సిద్ధమయినాయి. కొన్ని భాగాలు మరొక రూపంలో మరొక చోట ప్రచురింపబడినవి. కనుక వాటిగురించి నాకు అభిప్రాయాలు అందే వీలు కలిగింది. చర్చలను మార్చగలిగాను. కొన్ని భాగాలు సాంకేతికశాస్త్రం మీద, మరికొన్ని రాజకీయం, కొన్ని మతం, ఇంకొన్ని కళల మీద కేంద్రీకరిస్తాయి. కొన్నింటిలో మానవుల తెలివితేటల వైభవం ఉంది. మరికొన్నింటిలో మనిషి కనబరచిన తెలివిలేనితనం చర్చ ఉంది. అయితే ప్రశ్న మాత్రం ఒక్కటే. ఇవాళ ప్రపంచంలో ఏం జరుగుతున్నది. వాటన్నింటికీ గల లోతయిన అర్థం ఏమిటి?

డొనాల్డ్ ట్రంప్ ఎదగడం ఏం చెపుతున్నది. ఫేక్ న్యూస్ మహమ్మారి విషయంగా మనం చేయగలిగేది ఏమి? ఉదార సామ్యవాదం ఎందుకు సమస్యలో చిక్కింది? దేవుడు తిరిగి వచ్చాడా? మరో ప్రపంచ యుద్ధం రానున్నదా? పాశ్చాత్య చైనా, ఇస్లాం, ఏ నాగరికత ప్రపంచంలో పైచేయి అవుతుంది. యూరోప్ తలుపులు తెరిచి శరణార్థులను రానివ్వక తప్పదా? అసమానత, వాతావరణం మార్పు సమస్యలకు జాతీయవాదం సమాధానం యివ్వగలదా? తీవ్రవాదం గురించి మన కర్తవ్యం ఏమి?

పుస్తకం ప్రపంచవ్యాప్త దృష్టి గలది, అయినా, నేను వ్యక్తిస్థాయిని నిర్లక్ష్యం చేయను. పైగా, మన కాలంలోని మహత్తర విప్లవాలు, వ్యక్తుల అంతర్గత జీవితాల మధ్యగల బంధాలకు ప్రాముఖ్యం ఇవ్వాలన్నది నా కోరిక. ఉదాహరణకు తీవ్రవాదం అటు ప్రపంచ రాజకీయ సమస్య, ఇటు అంతర్గత మానసిక విధానం. మన మెదడులోతులలోనున్న భయం మీటను నొక్కి, లక్షలాది మంది వ్యక్తుల స్వంత ఆలోచనలను దారి మళ్లించి అది పనిచేస్తుంది. అదే విధంగా, ఉదార సామ్యవాదం కేవలం చట్టసభలు, పోలింగ్ స్టేషన్లలో మాత్రమే పనిచేసేది కాదు. అది నాడీకణాలలో కూడా పనిచేస్తుంది. వ్యక్తిగతమే రాజకీయం అంటే విరోధాభాసంగా ఉంటుంది. కానీ, మనిషి మెదడును, పరిశోధకులు, పారిశ్రామిక సంస్థలు, ప్రభుత్వాలు కలిసి పనిమాన్పించాలని పాఠాలు నేరుస్తున్న ఈ తరుణంలో, వాస్తవవాదం ఎన్నడూలేనంత విషపూరితం అయింది. అందుకే ఈ పుస్తకం వ్యక్తులేగాక మొత్తం సమాజాల ప్రవర్తనల గురించిన పరిశీలనలను అందిస్తుంది.

మన వ్యక్తిగత ప్రవర్తన, నైతికతల మీద విస్తృత ప్రపంచం మునుపెన్నడూలేని ఒత్తిడి తెస్తుంది. ఒక్కొక్కరం లెక్కలేకుండా చుట్టూ ఉన్న సాలెగూళ్లలో చిక్కుకుని ఉన్నాము. అవి ఒక వైపు మన కదలికలకు అడ్డువస్తాయి. అయినా మన ప్రతి కదలికను ప్రపంచపు సుదూర గమనాలకు తెలియజేస్తాయి. మన అనుదిన కార్యక్రమాల ప్రభావం, ప్రపంచంలో అటు వైపున్న మనుషులు, జంతువుల బతుకులను ప్రభావితం చేస్తాయి. ఒక మనిషి కదలికలు అనుకోకుండా మొత్తం ప్రపంచానికి నిప్పటించే వీలుంది. టునీషియాలో మొహమ్మద్ బౌ అజీజీ విషయంగా

అదే జరిగింది. అరబ్ స్ప్రింగ్స్ అంటుబడింది. ఆడవారు లైంగిక శోషణకు గురయిన తీరు బయటపెట్టడంతో మీటూ ఉద్యమం మొదలయింది.

మన వ్యక్తిగత జీవితాలకు విశ్వావ్యాప్తమితి ఏర్పడింది. అంటే ఎన్నడూ లేనంతగా మన మత, రాజకీయల అభిప్రాయాలను, జాతి, స్త్రీ పురుష హక్కులను అనుకోకుండా వ్యవస్థాపరమయిన దమననీతితో మన పాత్రను బయటపెట్టడం ఎంతో ముఖ్యంగా మారింది. అయితే ఇదంతా వాస్తవిక వ్యవహారమేనా? నా దిక్చక్రాన్ని దాటి విస్తరించే ఈ ప్రపంచంలో, అది మానవుల అదుపులో లేక తిరుగుతున్న పరిస్థితిలో, అన్ని రకాల దేవతలు, ఆదర్శాలు అనుమానాస్పదాలయ్యాయి. అందులో స్థిరంగా నిలవడానికి నాకు వీలు అందుతుందా?

పుస్తకం ప్రస్తుత రాజకీయ, సాంకేతిక పరిస్థితుల సర్వేక్షణంతో మొదలువుతుంది. ఫాసిజం, కమ్యూనిజం, ఉదారవాదాల మధ్య జరిగిన ఆదర్శపరమయిన పోరాటాలలో, ఉదారవాదం అపూర్వ విజయం సాధించిందని ఇరవయవ శతాబ్ది చివరి కాలంలో కనిపించింది. ప్రజాస్వామ్య రాజకీయాలు, మానవహక్కులు, ఫ్రీ మార్కెట్ పెట్టుబడిదారీ విధానం కలిసి మొత్తం ప్రపంచాన్ని జయించనున్నట్లు కనిపించింది. అయితే మామూలుగానే, చరిత్ర అనుకోని మలుపు తిరిగింది. ఫాసిజం, కమ్యూనిజం కుప్పకూలాయి. తరువాత ఉదారవాదం చిక్కుబడిపోయింది. ఇక మన దారి ఎటువైపు?

సమాచార సాంకేతిక శాస్త్రం, జీవసాంకేతిక శాస్త్రం అనే జంట విప్లవాలు మన జాతికి మునుపెన్నడూ లేని అన్నింటి కన్నా పెద్ద చాలెంజ్‌లను ఎదుటనిలిపాయి. కనుక ఈ ప్రశ్న ఎంతో గంభీరమయినది. స్వేచ్ఛ, సమానతలకు తావుండదు. పెద్ద ఎత్తున చేరిన సమాచారం ఆధారంగా అల్గోరిదంల డిజిటల్ నియంతృత్వానికి రూపునిస్తాయి. అప్పుడు అధికారం, ఏదో కొందరు ఉన్నతవర్గాల వారి చేతులలో ఉండిపోతుంది. ప్రజలు శ్రమ దోపిడీకి కాదు గురయ్యేది. వారంతా పెద్ద సంఖ్యలో పనికిరాని వారవుతారు.

సమాచార సాంకేతికత, జీవ సాంకేతికత కలయిక గురించి హోమో డేవుస్ అనే పుస్తకంలో చర్చించాను. కానీ ఆ పుస్తకం రానున్న కాలం గురించి కేంద్రీకరించింది. శతాబ్దాలు, వేల ఏండ్లను లెక్కలోకి తీసుకున్నది. ఈ పుస్తకంలో మాత్రం ప్రస్తుతం ఎదురుగా ఉన్న సామాజిక, ఆర్థిక, రాజకీయ సంక్షోభాల గురించి దృష్టి ఉంటుంది. ఎన్నడో రానున్న మరోరకం యాంత్రిక జీవం గురించి తక్కువ ఆసక్తి ఉంటుంది. సంక్షేమ సమాజం, రాజ్యం, యూరోపియన్ యూనియన్ వంటి కొన్ని వ్యవస్థల పట్ల నాకున్న ఆసక్తి ఎక్కువ.

కొత్త సాంకేతిక విధానాల ప్రభావాలు అన్నింటిని గురించి చెప్పే ప్రయత్నం ఈ పుస్తకంలో ఉండదు. ప్రధానంగా, సాంకేతిక శాస్త్రం అద్భుతమయిన హామీలనిస్తుందని తెలుసు. ఇక్కడ వాటివల్ల వచ్చే భయాలు, అపాయాలను ఎత్తి చూపాలని నా

ప్రయత్నం. సాంకేతిక విప్లవాలను ముందుండి నడిపించే కార్పొరేషన్‌లు, వ్యాపార సంస్థలు సహజంగానే తాము రూపొందించిన వాటిని గురించి ఘనంగా పొగడిపాడతారు. ఇక వీలయ్యే విపరీత పరిస్థితులను ఆలోచించి ఆద్యంతం వివరించే హెచ్చరించే బాధ్యత సామాజిక శాస్త్రవేత్తలు, తాత్వికులు, నా వంటి చరిత్రకారుల మీద పడుతుంది.

ఎదురవుతున్న సమస్యలను రేఖామాత్రంగా గుర్తించిన తరువాత, పుస్తకం రెండవ భాగంలో వీలయిన విస్తృతమయిన ప్రతిక్రియల పరీక్ష జరుగుతుంది. ఫేస్‌బుక్ ఇంజనియర్‌లు, కృత్రిమజ్ఞానాన్ని వాడి, మానవుల స్వేచ్ఛ, సమానతలను పరిరక్షించగల ప్రపంచ సమాజాన్ని స్థిరం చేయగలుగుతారా? బహుశా జవాబుగా ప్రపంచీకరణ కార్యక్రమాన్ని తిరుగుదారిలో నడపాలేమో? నేషన్ స్టేట్‌లకు తిరిగి అధికారం అందించాలేమో? లేక మనమంతా మరింత వెనుకకు వెళ్లాలేమో? ప్రాచీన మత సంప్రదాయాలనే ఊటబావుల నుంచి విశ్వాసం, విజ్ఞతలను అందుకోవాలేమో?

సాంకేతిక సమస్యలు మునుపెన్నడూ లేనివి. రాజకీయ అసమ్మతులు తీవ్రంగా ఉన్నాయి. అయినా మన భయాలను అదుపులో ఉంచి, మన భావాలను గురించి మరింత వినయంగా ఉండగలిగితే, మానవజాతి సందర్భానికి తగినట్టు ఎదురు నిలవగలుగుతుంది. ఈ అంశాలు పుస్తకం మూడవ భాగంలో చర్చకు వస్తాయి. తీవ్రవాదం గురించి కర్తవ్యాలను, ప్రపంచ యుద్ధం ప్రమాదాన్ని, యిటువంటి స్పర్ధలతో పుట్టే విద్వేషాలను గురించి కూడా ఈ భాగంలో విశ్లేషణ జరుగుతుంది.

ఇక నాలుగవ భాగంలో వాస్తవికానంతర భావన గురించి, ప్రపంచస్థాయిలో జరుగుతున్న వ్యవహారాలను గురించి, న్యాయం, అన్యాయాల గుర్తింపు గురించి చర్చ సాగుతుంది. తాము తయారుచేసిన ప్రపంచాన్ని అర్థం చేసుకోగల స్తోమత హోమో సేపియేన్స్‌కు ఉందా? వాస్తవానికి, కల్పనకు మధ్య స్పష్టమయిన పరిధి ఉందా?

ఇక అయిదవ, చివరి భాగంలో నేను అన్ని పోగులను ఒక చోటికి చేర్చి, అస్తవ్యస్తంగా మారిన ఈ కాలంలో జీవనం గురించి మరింత సాధారణంగా చూచే ప్రయత్నం చేశాను. పాత కథలన్నీ పడిపోయినయి. వాటి స్థానంలో ఇవాళటి వరకు కొత్త కథ తల ఎత్తలేదు. మనం ఎవరము? జీవితంలో మనం ఏం చేయాలి? అందుకు మనకు కావాలసిన శక్తి పాటవాలు ఏమి? సైన్స్ గురించి, దేవుని గురించి, రాజకీయం గురించి, మతం గురించి మనకు తెలిసినది కొంత, తెలియనిది మరికొంత–ఈ పరిస్థితిలో బతుకు అర్థం గురించి ఇవాళ మనం చెప్పగలిగేది ఏమి?

ఇది కొంచెం అతిగా కనబడవచ్చు. అయితే హోమో సేపియెన్స్ వేచి ఉండే పరిస్థితి లేదు. తత్వం, మతం, సైన్స్, అన్నింటికీ కాలం మించిపోతున్నది. వేలాది సంవత్సరాలుగా జనం బతుకు అర్థం గురించి చర్చించారు. చర్చ అంతం లేకుండా

సాగే వీలులేదు. అందుకు అడ్డుగా వాతావరణ సమస్య, అణ్వాయుధాల భయం, నూతన వినాశకర సాంకేతిక శక్తులు నిలబడుతున్నాయి. బహుశా అన్నిటికన్నా ముఖ్యంగా కృత్రిమజ్ఞానం, జీవసాంకేతికశాస్త్రం కలిసి జీవనానికి మరో రూపం యివ్వడానికి దాని తీరు నిర్ణయించడానికి మనిషికి శక్తినిస్తున్నాయి. ఈ శక్తిని వాడుకునే తీరు గురించి త్వరలోనే ఎవరో నిర్ణయం చేయవలసి వస్తుంది. అందుకు ఆధారంగా బాహాటంగానో, అంతరాంతరోల్లోనో ఆధారంగా ఒక కథ దొరుకుతుంది. తాత్వికులకు చాలా ఓపిక ఉంటుంది. ఇంజనీయర్ల ఓపిక కొంచెం తక్కువ. ఇక పెట్టుబడిదారులు అంటే అసలు ఓపిక లేనివారు. జీవాన్ని పునర్నిర్మించడానికి అందిన శక్తిని ఏం చేసుకోవాలో మీకు తెలియకపోతే, మీరు జవాబు చెప్పే దాకా వెయ్యి సంవత్సరాలు వేచి ఉండే ఓపిక మార్కెట్ బలాలకు ఉండదు. మార్కెట్ కనబడని చెయ్యి, ఒక గుడ్డి సమాధానాన్ని మీ తల మీద రుద్దుతుంది. జీవం భవిష్యత్తును త్రైమాసిక ఆదాయ నివేదికలను సంతోషంగా అప్పగించడానికి సిద్ధంగా లేని పక్షంలో ఈ బతుకంటే మొత్తానికి ఏమిటి అన్న విషయం గురించి స్పష్టమయిన ఆలోచన అవసరం.

చివరి అధ్యాయంలో నేను కొన్ని వ్యక్తిగతమయిన వ్యాఖ్యానాలు చేశాను. అది ఒక సేపియన్స్ మరొక సేపియన్స్‌కు చెప్పిన పద్ధతి. మన జాతి తెరమరుగుకావడానికి కొంత కాలం ముందు, మరో నాటకం మొదలయ్యే ముందు సంభాషణ అది.

ఈ బౌద్ధిక ప్రయాణం ప్రారంభించే ముందు, ఒక ముఖ్యమైన అంశాన్ని ఎత్తి చూపదలచాను. పుస్తకంలో చాలా భాగంలో ఉదార ప్రపంచదృష్టి, ప్రజాస్వామ్య వ్యవస్థలలోని లోపాల గురించి చర్చ ఉంటుంది. ఉదార ప్రజాస్వామ్యం, సాటిలేని సమస్యలతో నిండి ఉందని కాదు నేను ఈ పని చేసింది. ఆధునిక ప్రపంచపు సవాళ్లను ఎదురుకొనడానికి మానవులు అభివృద్ధి చేసిన విజయవంతమయిన, వైవిధ్య భరితమయిన రాజకీయ నమూనాగా నేను దాన్ని నమ్ముతాను గనుక చర్చించాను. అది, అభివృద్ధి చెందుతున్న అన్ని అంచెలలో ఉన్న, అన్ని సమాజాలకు తగినట్లు లేకపోవచ్చు. అయినా అది ప్రత్యామ్నాయాల కన్నా, ఎక్కువ సమాజాలలో, విభిన్న పరిస్థితులలో, తన విలువను తాను నిరూపించుకున్నది. కనుకనే, మన ముందున్న కొత్త సవాళ్లను ఎదురుకునే ముందు దాని ప్రస్తుత సంస్థలను మెరుగుపరచడానికి మార్గాలను వెదికే ముందు ఉదార ప్రజాస్వామ్యానికి గల హద్దులను అర్థం చేసుకోవడం అవసరం.

ప్రస్తుత రాజకీయ వాతావరణంలో, ఉదారవాదం ప్రజాస్వామ్యం గురించి తరచూ చెప్పే ఆలోచనను, నిరంకుశ మిగతా ఉదారవ్యతిరేక శక్తులు దారి మళ్లించే వీలుంది. వాళ్ల ఉద్దేశ్యం లిబరల్ డెమొక్రసీని పనికిరానిదిగా చూపడమే. మానవాళి భవిత గురించిన చర్చ వారికి పట్టదు. ఉదార ప్రజాస్వామ్యం గురించి చర్చించవచ్చు. కానీ వాళ్లను విమర్శిస్తే మాత్రం వినే ఓపిక వారికి లేదు.

అందుకే రచయితగా నేను కొన్ని కష్టమయిన నిర్ణయాలు చేయవలసి వచ్చింది. బాహాటంగా నా భావాలు చెప్పాలా? మరి వాటికి తప్పుడు అర్థాలు చెప్పి, నేను నిరంకుశులను సమర్థిస్తున్నానని అనే వీలుంది. నన్ను నేను సెన్సార్ చేసుకోవాలా? అప్పుడు ఫ్రీ స్పీచ్ పీకనొక్కినట్లు ఉంటుంది. అది నిరంకుశుల పద్ధతి. వారి కారణంగా విమర్శనాత్మ ఆలోచన ప్రమాదకరం అవుతున్నది.

కొంత అంతర్మథనం తరువాత, సెన్సార్ కన్నా స్వేచ్ఛగా చెప్పడం మంచిది అనిపించింది. ఉదారవాదాన్ని విమర్శించనవసరం లేదు. అంటే, అందులోని లోపాలను సరిదిద్దే వీలు ఉండదు. మనుషులు స్వేచ్ఛగా వారి ఇష్టాయిష్టాల గురించి ఆలోచించగలిగి, స్వేచ్ఛగా భావ ప్రకటన చేయగలిగితేనే, ఈ పుస్తకం రచన వీలవుతుందని గమనింప ప్రార్థన. ఈ పుస్తకం విలువ గలదిగా మీరు అనుకుంటే, భావ ప్రకటనా స్వతంత్ర్యం కూడా విలువగలదిగా గుర్తించక తప్పదు.

మొదటి భాగం
సాంకేతిక సమస్య

బయోటెక్, ఇన్ఫొటెక్ల కలయిక కారణంగా మానవాళికి
ఇంతకు ముందెన్నడూ లేనంత పెద్ద సవాల్ ఒకటి ఎదుట నిలిచింది.
సరిగ్గా ఆ సందర్భంలోనే, ఇటీవలి దశాబ్దాలలో ప్రపంచ రాజకీయం
మీద అధికారం సాగించిన ఉదారవాద కథ మీద
మనిషికి నమ్మకం తగ్గుతున్నది.

I

నిస్పృహ

చరిత్ర అంతం వాయిదా పడింది.

మనుషులు అంకెలు, సమీకరణాలతో కాక కథల ఆధారంగా ఆలోచిస్తారు. కథ ఎంత మామూలుగా ఉంటే అంత మేలు. ప్రతి వ్యక్తి, వర్గం, దేశాలకు ఎవరికి వారి కథలు, కల్పనలు ఉంటాయి. కానీ ఇరవయవ శతాబ్దంలో న్యూయార్క్, లండన్, బెర్లిన్, మాస్కోలలోని ఉన్నత వర్గాలవారు మూడు గొప్ప కథలను సృష్టించారు. అవి గతం మొత్తాన్ని వివరించి, భవిష్యత్తును చూపించగలుగుతాయి అన్నారు. అవే ఫాసిస్ట్ కథ, కమ్యూనిస్ట్ కథ, లిబరలిస్ట్ కథ.

ఫాసిస్ట్ కథ చరిత్రను వేరువేరు దేశాల మధ్య పోరాటంగా వివరించింది. అందరినీ అమానుషంగా అణగదొక్కగల ఒక మానవవర్గంపైచెయ్యిగా నడిపించే ప్రపంచాన్ని దర్శించింది. ఇక కమ్యూనిస్ట్ కథ ప్రపంచం అంటే వివిధవర్గాల మధ్య పోరాటం అన్నది. ఒక కేంద్రీకృత సామాజిక వ్యవస్థ అన్ని వర్గాలను ఏకం చేస్తుందని, స్వాతంత్ర్యాన్ని పణం పెట్టినా సరే సమానతను అందిస్తుంది అన్నది. ఉదారవాద కథ చరిత్ర అంటే స్వేచ్ఛ, దమననీతి మధ్య తగువు అన్నది. అది దర్శించిన ప్రపంచంలో మనుషులందరూ స్వేచ్ఛగా, శాంతియుతంగా సహకార మార్గం అనుసరిస్తారు. కొంత అసమానత ఉన్నప్పటికీ ఒక చోటినుంచి నియంత్రణ మాత్రం అందులో ఉండదు అన్నది.

మూడు కథల మధ్య రెండవప్రపంచ యుద్ధం పతాకస్థాయికి చేరింది. ఫాసిస్ట్ కథ పడిపోయింది. 1940 దశకం చివరనుంచి 1980 దశకం చివరిదాకా ప్రపంచం

మిగిలిన రెండు కథల మధ్యన యుద్ధాలకు రంగం అయింది. కమ్యూనిజం, ఉదారవాదం తలపడ్డాయి. అప్పుడు కమ్యూనిస్ట్ కథ కుప్పకూలింది. మానవుల గతానికి పైచేయి మార్గదర్శకంగా ఉదారవాద కథ మిగిలింది. అది మానవాళికి ప్రపంచ భవితకు కాదనరాని కార్యప్రణాళిక అయింది. కనీసం ప్రపంచంలోని ఉన్నత వర్గాలకు అట్లా తోచింది.

ఉదారవాద కథలో స్వేచ్ఛకు గల విలువను, అధికార శక్తిని గొప్పగా చూపిస్తారు. వేలాది సంవత్సరాలుగా మానవజాతి దమనాధికారం కింద బతికిందని చెపుతారు. అక్కడ మనుషులకు రాజకీయ హక్కులు, ఆర్థిక అవకాశాలు, వ్యక్తిగత స్వేచ్ఛలు లేవు. మనుషుల కదలికలను తీవ్రంగా కట్టుబడి చేశారు. ఆలోచనలు, సరుకులకు అదే గతి పట్టింది. అయినా జనం స్వతంత్రం కొరకు పోరాడారు. నెమ్మదిగా స్వేచ్ఛ నిలదొక్కుకున్నది. పాశవిక నియంతృత్వాల స్థానంలో ప్రజాస్వామ్య రాజ్యాలు వచ్చాయి. ఆర్థిక అవరోధాలను స్వేచ్ఛా వ్యాపారం అధిగమించింది. గుడ్డిగా మతాధికారులను నమ్మడానికి బదులు, వారందించిన గ్రంథాలలోని సంప్రదాయాలను పాటించడానికి బదులు ప్రజలు తమంతతాము ఆలోచించి మనసు చెప్పిన మార్గంలో మనగలగడం నేర్చుకున్నారు. గోడలు, కందకాలు, ముళ్ల కంచెల బదులు రహదారులు, వంతెనలు, విమానాశ్రయాలు వచ్చాయి.

ప్రపంచ అంతా ఉండవలసిన విధంగా లేదని ఉదారవాద కథ ఒప్పుకుంటుంది. దాటవలసిన అడ్డంకులు ఇంకా ఉన్నాయి. గ్రహంలో చాలా భాగం నిరంకుశుల కింద నలుగుతున్నది. ఎంతో బాగున్న దేశాలలో కూడా పౌరులు, పేదరికం, హింస, ఒత్తిడులకు గురవుతున్నారు. ఈ సమస్యలను దాటడానికి, ప్రజలకు మరింత స్వేచ్ఛనివ్వడమే మార్గమని కనీసం మనకు తెలుసు. అందరికీ వోటు హక్కునివ్వాలి. ఫ్రీ మార్కెట్స్ ఏర్పాటు చేయాలి. వ్యక్తులు, ఆలోచనలు, సరుకులు వీలయినంత సులభంగా ప్రపంచమంతటా కదలగలగాలి. ఈ రకంగా మనం మానవ హక్కులను కాపాడవలసి ఉంది. ఈ ఉదారవాద తరుణోపాయం జార్జ్ డబ్ల్యూ బుష్, బరాక్ ఒబామాల తీరు నుంచి కొంత వేరని అంగీకరించినప్పటికీ, మనం గనుక మరింతగా మన రాజకీయాలను, ఆర్థిక వ్యవస్థలను సరళీకరించి, ప్రపంచీకరిస్తే, అందరికీ శాంతి, సౌభాగ్యాలు అందుతాయి.

ఈ ఎదురులేని ప్రగతియాత్రలో చేరిన దేశాలకు శాంతి, సౌభాగ్యాలు త్వరగా బహుమతులుగా అందుతాయి. తప్పక జరగబోయే తీరునుకాదని అడ్డుకునే వారికి ప్రభావాలు తెలుస్తాయి. చివరకు వారుకూడా వెలుగును చూడగలుగుతారు. తమ హద్దులను తొలగించి సమాజాలను ఉదారాలుగా మారుస్తారు. వారి రాజకీయాలు, వ్యాపారం వెంటనడుస్తాయి. అందుకు కొంత కాలం పట్టవచ్చు. అయినా చివరకు

ఉత్తరకొరియా, ఇరాక్, ఎల్‌సాల్వడార్‌లు కూడా డెన్మార్క్ లేదా అయోవాల వలె కనబడతాయి.

1990, 2000 దశకాలలో ఈ కథ ప్రపంచస్థాయి మంత్రంగా మారింది. వర్ణనాతీతమయిన ఈ చరిత్రయాత్రలో కలిసే ప్రయత్నంగా బ్రెజిల్ నుంచి భారతదేశం దాకా ఎన్నో ప్రభుత్వాలు ఉదార పద్ధతులను స్వంతం చేసుకున్నాయి. ఆ పని చేయలేకపోయినవారు పాత కాలపు శిలాజాలవలె మిగిలిపోయారు. చైనా రాజకీయాలను ఉదార మార్గానికి మార్చడానికి ముందుకు రానందుకు, చరిత్రలో ఈ దేశం తప్పుపక్కన ఉండిపోయిందని అమెరికా అధ్యక్షుడు బిల్ క్లింటన్ 1997 గట్టిగా తిట్టి వదిలాడు.

అయితే 2008లో వచ్చిన ప్రపంచస్థాయి ఆర్థిక సంక్షోభం తరువాత ప్రపంచ మంతటా ప్రజలకు ఉదారవాద కథ విషయంగా నిరాశ మొదలైంది. గోడలు, ఫయర్‌వాల్స్ మళ్లీ నిలబడ్డాయి. వలసలకు, వ్యాపారాలకు వ్యతిరేకత పెరుగుతున్నది. ప్రజాస్వామ్య ప్రభుత్వాలు, న్యాయవ్యవస్థల్ని స్వాతంత్ర్యాన్ని, స్పష్టంగా అణగదొక్కుతున్నాయి. సమాచార రంగపు స్వేచ్ఛను అడ్డుకుంటున్నారు. ప్రతిపక్షాలను విద్రోహులుగా వర్ణిస్తున్నారు. టర్కీ, రష్యా లాంటి దేశాలలో బలంగలవారు ఉదారేతర పద్ధతులు, సిసలు నియంతృత్వ పద్ధతులలో ప్రయోగాలు చేస్తున్నారు. ఇవాళ చైనా కమ్యూనిస్టు పార్టీ చరిత్రలో తప్పు దిక్కున ఉందని నమ్మకంగా అనగలిగిన వారు తక్కువ.

2016 సంవత్సరంలో బ్రిటన్‌లో బ్రెక్సిట్ వోట్, యునైటెడ్ సేట్స్‌లో డొనాల్డ్ ట్రంప్ ఎన్నిక జరిగాయి. పశ్చిమ యూరోప్, ఉత్తర అమెరికాలు సిసలైన ఉదారవాద రాజ్యాలు. అయినా ఈ ఘటనలో పెద్ద ఎత్తున ప్రజలలో ఏర్పడిన నిస్పృహ ప్రతిబింబిస్తుంది. అది ఒక వెల్లువలాగ వచ్చింది. కొన్ని ఏళ్ల కింద, అమెరికా, యూరోప్‌వారు, తుపాకీ చూపించి ఇరాక్, లిబియా లాంటి దేశాలను ఉదారవాదానికి మార్చాలని ప్రయత్నం కొనసాగించారు. కానీ ప్రస్తుతం, కెంటకీ, యార్క్‌షైర్‌లలో చాలా మందికి ఉదారదృష్టి అనవసరం, లేదా అందనిదిగా కనబడుతున్నది. కొందరికి ఒకప్పటి పాతపద్ధతి ప్రపంచం కనిపించింది. వారు తమ, జాతి, దేశం, లింగ పరమయిన హక్కులు కావాలంటున్నారు. తప్పయినా, ఒప్పయినా మరికొందరు ఈ ఉదారీకరణ, ప్రపంచీకరణ, మామూలు వారిని కొల్లగొట్టి, పైవర్గాల వారికి అధికారాన్ని అందించే పన్నాగాలుగా కనబడుతున్నాయి.

మనుషులకు ఎంచుకోవడానికి 1938లో మూడు ప్రపంచ కథలు అందింప బడినయి. 1968లో అవి రెండయినయి. 1998లో ఒకటి మాత్రమే ఉన్నట్లు కనిపించింది. ఇక 2018లో సున్నా మిగిలింది. ఇటీవలి దశాబ్దంలో ప్రపంచాన్ని

ప్రభావితం చేసిన ఉదారవాద ఉన్నత వర్గాలు, ఒక్క కుదుపుకు గురయి అస్తవ్యస్తమయినయి అంటే ఆశ్చర్యం లేదు. ఒకే కథ మిగిలింది అంటే పరిస్థితి అన్నిటికన్నా హామీ యిచ్చే రకం అనాలి. అంతా సుస్పష్టంగా ఉంది. ఇక కథ ఏదీ మిగలలేదంటే దడపుడుతుంది. ఏమీ అర్థం కాదు. 1980లలో సోవియెట్ పెద్దలకులాగా, ఇప్పటి ఉదారులకు చరిత్ర తన నిర్ణీత మార్గం నుంచి పక్కకు కదిలిన తీరుతలకు ఎక్కడం లేదు. వాస్తవాన్ని వివరించడానికి వారికి మరొక తీరు దొరకడం లేదు. తల తిరుగుతున్న స్థితిలో వారు ప్రళయ పద్ధతిలో ఆలోచిస్తున్నారు. చరిత్ర, అనుకున్న దాంతో కదిలి సుఖాంతం కాదు, అంటే, అది అనర్థపాతం వైపు కదులుతున్నదని మాత్రమే అర్థం. ఇక సత్యాన్ని పరీక్షించే శక్తి లేక మనసు మరెన్నో ప్రమాద దృశ్యాలను ఊహిస్తుంది. తలనొప్పితో బాధపడుతున్న మనిషి తనకు తప్పక మెదడులో ట్యూమర్ ఉందని అనుకున్నట్లే, బ్రెక్సిట్, డొనాల్డ్ ట్రంప్ విజయాలు, మానవ నాగరికత అంతానికి సంకేతాలు అని చాలా మంది లిబరల్స్ భయపడుతున్నారు.

దోమలను చంపడం నుంచి ఆలోచనలను చంపడానికి

ముందే దిక్కు తెలియడం లేదు. సర్వనాశనం తప్పదంటున్నారు. ఇక మరింత వేగంగా సాంకేతిక సర్వనాశనం ముంచుకువస్తే అవి మరింత పెరిగి కనిపించి తల తిరుగుతున్నది. ఆవిరి యంత్రాలు, ఆయిల్ రిఫైనరీలు, టెలివిజన్ సెట్‌ల ప్రపంచాన్ని నడిపించడానికి పారిశ్రామిక యుగంలో ఉదారవాద రాజకీయ వ్యవస్థ రూపొందించ బడింది. దానికి ప్రస్తుతపు సమాచార సాంకేతికశాస్త్రం, జీవసాంకేతికశాస్త్రాల విప్లవాలతో తలపపడం కష్టంగా ఉంది.

రాజకీయ నాయకులు, వోటర్‌లు యిద్దరికీ కొత్త సాంకేతికతలు తలకు ఎక్కడం లేదు. ఇక వాటి విస్ఫోటన శక్తిని అదుపు చేయడం సంగతి పక్కనబెట్టవచ్చు. 1990 దశకం నుంచి ఇంటర్‌నెట్ వచ్చి ప్రపంచాన్ని మరెన్నడూ లేనంత మార్చింది. అయితే దీన్ని ముందుకు నడిపించినవారు ఇంజనియర్లు. రాజకీయ నాయకులు కాదు. ఇంటర్‌నెట్ గురించి మీరు ఎన్నడయినా వోట్ వేశారా? తనకు వచ్చి తగిలినది ఏమిటని అర్థం చేసుకోవడానికి ప్రజాస్వామ్యం యింకా తంటాలు పడుతున్నది. రానున్న కుదుపులకు అది సిద్ధంగా లేదు. కృత్రిమ జ్ఞానం, బ్లాక్ చెయిన్ విప్లవం అటు వేచి ఉన్నాయి.

ఇక ఇప్పటికే కంప్యూటర్‌ల కారణంగా ఆర్థికవ్యవస్థ గజిబిజి అయింది. అది మనుషులకు అర్థం కావడం లేదు. ఏఐ మరింత పెరుగుతుంది. ఆర్థికరంగం గురించి

మనుషులకు అర్థం కానేకాని పరిస్థితి బహుశా త్వరలోనే చేరుకునే రకంగా ఉంది. ఇక దాని కారణంగా రాజకీయ కార్యకలాపాల తీరు ఏమవుతుంది? దేశం బడ్జెట్‌ను, కొత్త పన్ను విధానాలను, అల్గోరిదం చేత అవును, అనిపించేవరకు ప్రభుత్వాలు వినయంగా ఆగవలసిన పరిస్థితిని ఊహించగలరా? ఈలోగా మనుషుల మధ్యన బ్లాక్ చెయిన్ నెట్‌వర్క్, బిట్‌కాయిన్ వంటి క్రిప్టో కరెన్సీలు, ద్రవ్య విధానాన్ని పూర్తిగా మార్చేవీలుంది. ఇక అప్పుడు పన్నుల విషయంగా సమూలంగా మార్పులు తప్పనిసరి. దాలర్‌లు మీద పన్ను వేయడం కుదరదు. దానికి అర్థం ఉండదు. లావాదేవీలన్నీ సమాచారం మీద ఆధారపడి జరుగుతుంది. జాతీయ కరెన్సీల వినిమయం ఉండదు. అసలు ఏ కరెన్సీ ఉండదు. కనుక ప్రభుత్వాలు పూర్తి కొత్తరకం పన్నులను కనుగొనవసలని అవసరం వస్తుంది. ఇన్‌ఫర్మేషన్ పన్ను బహుశా పెట్టవచ్చు. దాన్ని డాలర్‌లలో కట్టనవసరం లేదు. సమాచారం రూపంలో కడితే పోతుంది. నిధులు అడుగంటక ముందే, రాజకీయ వ్యవస్థలు, ఈ ఉత్పాతాన్ని నిర్వహించే పరిస్థితి ఉంటుందా?

అంతకన్నా ముఖ్యంగా ఈ ఇన్‌ఫోటెక్, బయోటెక్‌లు కలిసి, ఆర్థిక వ్యవస్థను, సమాజాలనే కాదు, మన శరీరాలను, మెదళ్లను కూడా మార్చి తిరిగి రూపు పోయగలుగుతాయి. గతంలో మనం బయటి ప్రపంచాన్ని పనిచేయించడం నేర్చుకున్నాము. కానీ, మన లోపలి ప్రపంచం మీదమాత్రం మనకుగల పట్టు మరీ తక్కువ. ఒక ఆనకట్ట కట్టి నది ప్రవాహాన్ని ఆపడం మనకు తెలుసు. అంతేగానీ శరీరానికి వయసు పెరగకుండా చూడడం మాత్రం తెలియదు. సాగునీటి వ్యవస్థకు మనం రూపం యివ్వగలుగుతాము. ఒక మెదడును తయారు చేయడం చేతగాలేదు. దోమలు చెవులలో గుయ్యిమని నిద్రలేకుండా చేస్తే, వాటిని చంపడం మనకు తెలుసు; కానీ ఒక ఆలోచన మెదడులో సుడులు తిరిగి, నిద్ర పట్టకుండా చేస్తే మాత్రం, ఆ ఆలోచనను అణగదొక్కడం మనలో చాలా మందికి చేతగాదు.

జీవ, సమాచార సాంకేతికతలు మన అంతర్గత ప్రపంచం మీద అధికారాన్ని మనకు యిస్తాయి. మనం జీవాన్ని ఇంజనియర్ చేసి, తయారు చేయగలుగుతాము. మెదడులకు రూపమివ్వడం, జీవితాల నిడివి పెంచడం, ఆలోచనలను కావాలనుకున్నప్పుడు అణగదొక్కడం మనం నేర్చుకుంటాము. అయితే పర్యవసానాలు ఏమిటన్నది ఎవరికీ తెలియదు. మనుషులు ఏనాడయినా పరికరాలను తయారు చేయగలిగారేగానీ, వాటిని తెలివిగా వాడగలిగింది లేదు. ఒక నదిమీద ఆనకట్ట కట్టి దాని తీరును మార్చడం సులభం. ఆ తరువాత విస్తృత పర్యావరణం మీద పడే సంక్లిష్ట ప్రభావాలను కనీసం ఊహించడం అంత సులభం కాదు. అదే విధంగా మన మెదడు నడకను దారి మళ్లించడం సులభం. కానీ ఫలితంగా అది మన వ్యక్తిగత

మనస్తత్వం, లేక సామాజిక వ్యవస్థలను ఏం చేస్తుందని ఊహించడం అంత సులభం కాదు.

గతంలో మనం చుట్టూ ఉన్న ప్రపంచాన్ని, నడిపించి, మొత్తం గ్రహాన్ని మార్చగల శక్తిని సంపాదించుకున్నాము. కానీ ప్రపంచవ్యాప్త పర్యావరణ స్థితిలోని సంక్లిష్టతలను అర్థం చేసుకోలేదు. కనుక, మనం చేసిన మార్పులు మొత్తం పర్యావరణ వ్యవస్థను చెప్పలేనంత పాడు చేశాయి. ఇక ఇప్పుడు మనం దాని పతనాన్ని ఎదురుకుంటున్నాము. రానున్న శతాబ్దిలో జీవ, సమాచార సాంకేతికతలు మనకు మనలోని ప్రపంచాన్ని మార్చగల శక్తినిస్తాయి. మనలను మనం తిరిగి రూపు పోసుకోగలుగుతాము. అయితే మన మెదడులోని సంక్లిష్టత మాత్రం తెలియదు. ఫలితంగా మనం చేసిన మార్పుల కారణంగా మన మెదడు వ్యవస్థ మారిపోతుంది. అది మరీ ముందుకు సాగి కుప్పగూలవచ్చు.

బయోటెక్, ఇన్‌ఫోటెక్ రంగాలలోని విప్లవాలను ఇంజనీయిర్‌లు, వ్యాపారస్థులు, సైంటిస్ట్‌లు కలిసి తీసుకువస్తారు. కానీ వారికి తమ నిర్ణయాలకు రాజకీయ విషయాల మీదగల ప్రభావాల సంగతి పట్టదు. వారు ఎవరికీ ప్రతినిధులు కారు. అప్పుడు మరి పార్లమెంట్‌లు, పార్టీలు పరిస్థితిని తమ చేతులలోకి తీసుకుంటాయా? ప్రస్తుతానికి మాత్రం ఆ పరిస్థితి కనిపించదు. రాజకీయ ఎజెండాలో సాంకేతిక ప్రభావాల గురించిన అంశం ఎక్కడా కనిపించదు. 2016లో యుఎస్‌లో అధ్యక్ష పదవికి ఎన్నికలు జరిగాయి. అక్కడ హిల్లరీ క్లింటన్‌గారి ఈ మెయిల్ పరాజయం, సాంకేతిక వినాశనానికి ముఖ్య ఉటంకంగా కనిపించింది. ఉద్యోగాలు పోతాయని గోల చేశారు. అయితే ఇరువురు అభ్యర్థులు కూడా ఆటోమేషన్ కారణంగా వీలయ్యే ఆపదలను ప్రస్తావించలేదు. మెక్సికన్‌లు, చైనీయులు వచ్చి తమ ఉద్యోగాలను లాక్కుంటారని వోటర్‌లను డొనాల్డ్ ట్రంప్ హెచ్చరించాడు. అందుకని మెక్సికో సరిహద్దు వెంట గోడకట్టాలి అన్నాడు. అయితే అతను అల్గొరిదంలు ఉద్యోగాలను లాక్కుంటాయని మాత్రం హెచ్చరించలేదు. కాలిఫోర్నియా చుట్టు ఫయర్‌వాల్ పెట్టాలని అనలేదు.

పడమటి ఉదారవాద ప్రాంతాలలో ప్రజలకు లిబరల్ కథ మీద, ప్రజాస్వామ్య విధానం మీద నమ్మకం తగ్గడానికి ఇదొక కారణం. అయితే ఇదొకటే మాత్రం కాదు. మామూలు ప్రజలకు ఆర్టిఫీషియల్ ఇంటలిజెన్స్, బయోటెక్నాలజీలాంటివి అర్థం కాకపోవచ్చు. అయినా వారికి భవిష్యత్తు, తమను పట్టించుకోకుండా ముందుకు పోతున్న సంగతి పసిగట్టగలుగుతారు. రష్యా, జెర్మనీ, యుఎస్ఏ లలో మామూలు వ్యక్తి పరిస్థితి 1938లో దీనంగా ఉండి ఉండవచ్చు. అయితే ఒక పక్కనుంచి ఈ ప్రపంచంలో నీకు మించిన ముఖ్యమయినదేదీ లేదని చెపుతున్నారు. భవిష్యత్తు అంటే నీవే అన్నారు. (కానీ, ఆ వ్యక్తి, మామూలు మనిషి అయ్యుండాలి. యూదు, లేదా

ఆఫ్రికన్ కాగూడదు). ఆ వ్యక్తి ప్రచారానికి పెట్టిన పోస్టర్‌లు చూచాడు. వాటిలో మౌలికంగా బొగ్గుగని కార్మికుడు, ఉక్కు కార్మికుడు, గృహిణులను గొప్పగా చిత్రించి ఉంచారు. అతను తనను తాను పోస్టర్‌లో చూడగలిగాడు. 'నేను ఆ పోస్టర్‌లో ఉన్నాను! రానున్న కాలానికి నేనే హీరో!' అనుకున్నాడు.

కానీ 2018 లో మాత్రం మామూలు మనిషి ఎవరికీ పట్టని వ్యక్తి. టిఈ డీ - ప్రసంగాలలో, ప్రభుత్వం వారి మేధావుల, మిగతా హైటెక్ సమావేశాలలో, ప్రపంచీకరణ, బ్లాక్ చెయిన్, జెనెటిక్ ఇంజనియరింగ్, కృత్రిమ జ్ఞానం, మెషీన్ లర్నింగ్ లాంటి అర్థంకాని మాటలను బోలెడు వెదజల్లుతారు. మామూలు మనుషులు మాత్రం అవేవీ తమ గురించినవి కావు అనుకుంటారు. ఉదారవాద కథ అంటే మామూలు మనుషులు కథ. అది మరమనుషులు, అల్గొరిదంల ప్రపంచానికి పట్టించుకోవలసినదిగా ఎట్లా ఉంటుంది?

ఇరవయవ శతాబ్దంలో జనం, శ్రమదోపిడికి ఎదురుతిరిగారు. ఆర్థిక వ్యవస్థలో తమకు గల ముఖ్య స్థానాన్ని, రాజకీయ అధికారంగా మార్చుకునే ప్రయత్నం చేశారు. ఇప్పుడు జనం పనికిరాని వారలమవుతామని భయపడుతున్నారు. మరింత పరిస్థితి చెయ్యిజారకముందే, మిగిలిన కొంత రాజకీయశక్తిని వాడాలని తంటాలు పడుతున్నారు. ఈ రకంగా చూస్తే బ్రెక్సిట్, ట్రంప్ విజయం, సాంప్రదాయిక సామ్యవాద విప్లవాలకు వ్యతిరేక మార్గంలో నడిచినట్లు అర్థమవుతుంది. ఆర్థిక వ్యవస్థకు కీలకంగా ఉన్న, రాజకీయ అధికారం అనుభవిస్తున్న, చాలామంది ట్రంప్‌ను, బ్రెక్సిట్‌ను సమర్థించారు. వారి ఆర్థిక పరమయిన విలువ అడుగంటుతున్నదని భయపడడం అందుకు కారణం. బహుశా ఇరవయి ఒకటవ శతాబ్దిలో విప్లవాలు శ్రమ దోపిడికి పాలుపడుతున్న, ఆర్థిక వర్గాలకు వ్యతిరేకంగా రావు. అసలు ప్రజలు అనవసరం అంటున్న పోరాడడం ఒక ఎత్తు. పనికిరాని పరిస్థితిలోకి జారుతూ దానికి ఎదురుతిరగడం మరొక ఎత్తు.

ఉదారవాద పక్షి ఫీనిక్స్

ఉదారవాదానికి విశ్వాస సమస్య ఎదురురావడం ఇది మొదటిసారి కాదు. పందొమ్మిదవ శతాబ్దం రెండవ సగంలో అది ప్రపంచవ్యాప్తంగా ప్రభావం కనబరిచింది. ఆ తరువాత వరుసగా అది సమస్యలను ఎదురుకున్నది. ప్రపంచీకరణ, ఉదారీకరణల మొదటి యుగం మొదటి ప్రపంచ యుద్ధపు రక్తపాతంలో అంతమయింది. ప్రపంచవ్యాప్త ప్రగతికి సామ్రాజ్యవాద రాజకీయాలు అడ్డు వచ్చాయి. సరయేవోలో ఆర్చిడ్యూక్ ఫ్రాంత్స్ ఫెర్డినాండ్ హత్య తరువాత గొప్పశక్తిగల వారంతా ఉదారవాదంకన్నా

సామ్రాజ్యవాదాన్నే ఎక్కువగా నమ్ముతున్నట్టు తెలిసిపోయింది. ప్రపంచాన్ని స్వతంత్ర, శాంతియుత వ్యాపారంతో ఏకీకరించడం బదులు వారు పాశవికబలంతో ప్రపంచంలోని ఎక్కువ భాగాన్ని జయించడం మీద కేంద్రీకరించారు. అయినా ఈ ఫ్రాంట్స్ ఫెర్డినాండ్ ఉదంతాన్ని అంతం చేసే యుద్ధం ఇది' అంటూ హామీలనిచ్చింది. కనివిని ఎరుగని ఆ మారణహోమం మానవజాతికి సామ్రాజ్యవాదపు భయంకరమయిన మూల్యాన్ని పాఠంగా అందించింది, అన్నారు. చివరకు మానవజాతి, స్వేచ్ఛ, శాంతి అనే సూత్రాల ఆధారంగా ఒక కొత్త ప్రపంచవ్యవస్థను స్థిరం చేయడానికి చివరకు సిద్ధమయి నిలిచింది.

ఆ తరువాత హిట్లర్ కాలం వచ్చింది. 1930లు, 1940ల తొలిభాగంలో కొంతకాలంపాటు ఫాసిజం ఎదురులేనిదిగా కనబడింది. ఈ పరిస్థితి మీద విజయం మరొక పరిస్థితిలోకి దారితీసింది. 1950లు, 1970లలో మధ్య చే గెవారా సమయం సాగింది. మరొకసారి ఉదారవాదం పలాయనానికి సిద్ధమయింది. భవిష్యత్తు కమ్యూనిస్ట్ వారిదిగా తోచింది. కానీ చివరికి కమ్యూనిజం పడిపోయింది. గులగ్‌కన్నా సూపర్ మార్కెట్ బలం గలదని రుజువయింది. ప్రత్యర్థులన్నింటికన్నా ఉదారవాద కథ, ముఖ్యంగా, ఎంతో చలాకీగా, చలనశీలిగా ఉన్నట్టు తేలింది. అది సామ్రాజ్యవాదం, ఫాసిజం, కమ్యూనిజంల మీద గెలిచింది. అందుకు ప్రత్యర్థుల ఉత్తమ ఆలోచనలు, విధానాలను అది వాడుకున్నది. ముఖ్యంగా అది కమ్యూనిజం నుంచి, అనుభూతి వలయాన్ని విస్తరించడం, స్వేచ్ఛకు సమానంగా సమతకు విలువనివ్వడం నేర్చింది.

ఉదారకథ మొదట్లో మధ్యతరగతి యూరోపియన్ మగవారి స్వేచ్ఛ, హక్కులను గురించి ఎక్కువగా పట్టించుకున్నది. శ్రామికవర్గం స్త్రీలు, అల్పసంఖ్యవర్గాలు, పడమటి వారు కానివారిని అది చూడలేదు. విజయం తరువాత 1918లో బ్రిటన్, ఫ్రాన్స్‌లు స్వేచ్ఛ గురించి ఉత్సాహంగా మాట్లాడాయి. అప్పుడు వారికి ప్రపంచమంతటా వ్యాపించిన తమ సామ్రాజ్యాలలోని తొత్తుల గురించిన ఆలోచన రాలేదు. ఉదాహరణకు భారతదేశం నుంచి స్వయం నిర్ణయాధికారం గురించి వచ్చిన డిమాండ్‌కు అమృతసర్ 1919 హత్యాకాండ జవాబుగా అందింది. ఆ ఉదంతంలో నిరాయుధులయిన ప్రదర్శనకారులను వేలమందిని బ్రిటిష్ సేనలు మట్టుబెట్టాయి.

రెండవ ప్రపంచయుద్ధం తరువాత కూడా పడమటి ఉదరవాదులకు పాశ్చాత్యేతర ప్రజల మీద విశ్వవ్యాప్తాలుగా తాము చెపుతున్న విలువలను అమలు చేయడం కష్టమయింది. డచ్‌వారు అయిదు సంవత్సరాల క్రూరమయిన ఆక్రమణ నుంచి 1945లో విముక్తి పొందారు. ఆ తరువాత వారు చేసిన మొదటిపని సేనను సిద్ధం చేయడం. దాన్ని వారు భూగోళంలో అటుపక్కన ఉన్న ఒకప్పటి కాలనీ, ఇండోనీషియాను తిరిగి ఆక్రమించేందుకు పంపించారు. 1940లో డచ్‌వారు కేవలం

నాలుగునాళ్లకు కొంచెం పైన జరిగిన యుద్ధం తరువాత తమ స్వతంత్రాన్ని వదులుకున్నారు. మరొక పక్కన ఇండోనీషియా వారి స్వతంత్రాన్ని అణగదొక్కడానికి మాత్రం నాలుగు ఏండ్లపాటు తీవ్రమయిన పోరాటం సాగించారు. అందుకే మరి జాతీయ విమోచన ఉద్యమాలు చాలామటుకు ప్రపంచమంతటా తమ నమ్మకాలను పడమటిదేశాల స్వతంత్రతా సేనానుల ప్రగర్భాల మీదగాక కమ్యూనిస్ట్ మాస్కో బీజింగ్‌ల మీద నిలుపుకున్నారు.

అయితే ఉదారకథ నిదానంగా తన దిక్చక్రాన్ని విస్తరించింది. కనీసం సిద్ధాంతపరంగానయినా, అందరు మానవుల స్వేచ్ఛ, హక్కులకు లొసుగు లేకుండా విలువను ఇవ్వడం మొదలుపెట్టింది. స్వేచ్ఛ వలయం విస్తరించింది. ఇక ఉదారకథ, కమ్యూనిస్ట్ తరహా సంక్షేమ కార్యక్రమాల ప్రాముఖ్యాన్ని కూడా గుర్తించగలిగింది. ఏదో రకమయిన సామాజిక భద్రత హామీ లేకుంటే, స్వేచ్ఛ నిజానికి అంత విలువగలది కాదు. ప్రజాస్వామ్య సంక్షేమరాజ్యాలు ప్రజాస్వామ్యాన్ని, మానవహక్కులను ప్రభుత్వం అమలు చేసే, విద్య, ఆరోగ్య సేవలతో కలిగలిపాయి. పెట్టుబడిదారీ పద్ధతికి పరాకాష్ఠ అయిన యు.ఎస్.ఏ. కూడా స్వేచ్ఛను కాపాడాలంటే, ప్రభుత్వం కొంతయినా సంక్షేమ సేవలను అందించాలని అర్థం చేసుకున్నది. కడుపు కాలుతుంటే పిల్లలకు స్వేచ్ఛ సంగతి పట్టదు.

1990 దశకం తొలికాలంలోనే, తాత్వికులు, రాజకీయవేత్తలు చరిత్ర ముగింపు గురించి ఏకకంఠంతో పాడసాగారు. గతానికి చెందిన రాజకీయ, ఆర్థిక విషయాల గురించిన పెద్ద ప్రశ్నలన్నింటికీ సర్దుబాటు జరిగిందని నమ్మకంగా చెప్పారు. ఇక ప్రస్తుతం ప్రజాస్వామ్యం, మానవహక్కులు, ఫ్రీ మార్కెట్, ప్రభుత్వపరంగా సంక్షేమ సేవలను కలిపి, కొత్తరూపు నిచ్చిన ఉదారవాద ప్యాకేజ్ ఒకటే పనిచేస్తుంది అన్నారు. ఈ ప్యాకేజ్ ప్రపంచమంతా విస్తరిస్తుంది అనిపించింది. అన్ని అడ్డంకులను దాటి, దేశాల హద్దులను తుడిపి, మొత్తం మానవజాతిని స్వేచ్ఛాయుత ప్రపంచ కమ్యూనిటీగా మారుస్తుందని తోచింది.

కానీ, చరిత్ర ముగింపునకు చేరలేదు. ఫ్రాంజ్ ఫెర్దిరాండ్ ఉదంతం తరువాత, హిట్లర్ కాలం, చే గెవారా కాలం, ఇక ఇప్పుడు ట్రంప్ కాలం వెంట వెంట వచ్చాయి. అయితే ఈసారి ఉదారకథకు సామ్రాజ్యవాదం, ఫాసిజం లేక కమ్యూనిజం వంటి ప్రత్యర్థులు ఎదురుగా రాలేదు.

ఇరవయ శతాబ్దిలో తలయెత్తిన ప్రధాన ఉద్యమాలన్నింటికి, అది ప్రపంచవ్యాప్త దమననీతిగానీ, విప్లవం లేదా స్వేచ్ఛగానీ గురించిన, దృష్టి మొత్తం మానవజాతి స్థాయిలో ఉండేది. డొనాల్డ్ ట్రంప్‌కు అది లేదు. అందుకతను పూర్తి వ్యతిరేకం. విశ్వవాప్త దృష్టిని సిద్ధం చేసి, పెంపొందించడం అమెరికా వారి పనికాదు, అన్నది

అతని ప్రధాన సందేశం. అదే తీరుగా, బ్రిటన్‌లోని బ్రెక్సిట్ వాదులకు కూడా విడిపోతున్న రాజ్యం గురించి భవిష్యత్తుకు సంబంధించిన పథకం ఏదీ లేదు. ఇక యూరోప్, ప్రపంచాల భవితవ్యం వారి చూపుకు చాలా ఆవలల సంగతులు. ట్రంప్ గారికి, బ్రెక్సిట్‌కు మద్దతు పలికిన వారిలో చాలామంది, ఉదారవాద ప్యాకేజ్‌ను పూర్తిగా తోసిపుచ్చలేదు. అందులోని ప్రపంచీకరణ అన్నభాగం మీద మాత్రం వారికి నమ్మకం అడుగంటింది. వారికి ప్రజాస్వామ్యం, ఫ్రీ మార్కెట్, మానవ హక్కులు, సామాజిక బాధ్యత గురించి యింకా విశ్వాసం ఉంది. అయితే ఈ అందమయిన ఆలోచనలు సరిహద్దుల వద్ద ఆగితే మేలు అంటారు వారు. యార్క్ షైర్, లేదా కెంటకీలో స్వేచ్ఛను, సంపన్నతను నిలబెట్టాలి అంటే సరిహద్దు మీద గోడ కట్టడమే మంచిది అనివారు అంటారు. విదేశీయుల విషయంలో ఉదారం కాని విధానాలను అమలు చేయాలని వారి ఉద్దేశ్యం.

పెరుగుతున్న చైనా అనే సూపర్ పవర్ కూడా ఇంచుమించు అద్దంలో బింబంలాగుంది. అది తమ వద్ద రాజకీయాలను ఉదారపరచడానికి జంకుతున్నది. మిగతా ప్రపంచం విషయంలో మాత్రం గతంకన్నా ఎక్కువ ఉదార ధోరణిని అమలు చేస్తున్నది. స్వేచ్ఛావ్యాపారం, అంతర్జాతీయ సహకారం విషయాలకు వస్తే నిజానికి షీ జిన్‌పింగ్ ఒబామాకు తగిన అనుసరణగా కనబడతాడు. మార్క్సిజం, లెనినిజంలను పక్కన బెట్టిన చైనా ఉదార అంతర్జాతీయ ఆర్డర్‌తో సంతోషంగా ఉన్నట్టు కనీసం కనపబడుతుంది.

రష్యా తిరిగి బలం పుంజుకుంటున్నది. ప్రపంచవ్యాప్త ఉదారవాద నిర్మాణాలకు తాను గట్టి ప్రత్యర్థినని భావిస్తున్నది. అది తన సైనికబలాన్ని తిరిగి సమీకరించి ఉండవచ్చు. కానీ ఆదర్శాల విషయంలో మాత్రం వట్టిపోయింది. వ్లాదిమిర్ పుతిన్‌కు రష్యాలోను, ప్రపంచవ్యాప్త రైట్‌వింగ్ ఉద్యమాలలోనూ ఆదరణ ఉండవచ్చు. కానీ అతనికి ప్రపంచ దృష్టి లేదు. ఉద్యోగం లేని స్పానియార్డ్‌లను, అసంతృప్తితో ఉన్న బ్రెజిల్ వారిని లేదా ఆశాజీవులయిన కేంబ్రిడ్జ్ విద్యార్థులను ఆకర్షించగల ఉదార ప్రజాస్వామ్యానికి బదులుగా ఒక నమూనాను రష్యా అందిస్తున్నది. అయితే అది సమగ్రమయిన రాజకీయ ఆలోచనాసరళి కాదు. కేవలం ఒక విధానం. అందులో కొందరు స్వార్థపరులు దేశంలోని గుత్తాధిపత్యంతో నడిపిస్తారు. తమ కార్యకలాపాలు బయటపడకుండా మీడియా మీద ఆంక్షలు పెట్టి, పాలన సాగిస్తారు. దాన్ని బలపరుచుకుంటారు.

అందరినీ కొన్నిసార్లు మప్పగించవచ్చు. కొంతమందిని కలకాలం మోసగించవచ్చు. అంతేగానీ, అందరినీ, అన్నివేళలా మోసగించలేరు' అన్న అబ్రహాం

లింకన్ సూత్రం మీద ప్రజాస్వామ్యం ఆధారపడి ఉంటుంది. ఒక ప్రభుత్వం లంచగొండిదయి. ప్రజల బతుకులను మెరుగుపరచలేకపోతే, తగినంతమంది పౌరులకు త్వరలోనే విషయం తెలిసిపోతుంది. ప్రభుత్వం పడిపోతుంది. ప్రభుత్వం మాధ్యమాలమీద పెత్తనం చేస్తుంటే, లింకన్ సూత్రం మరుగున పడుతుంది. ప్రజలకు అక్కడ నిజం తెలుసుకునే వీలు దొరకదు. మాధ్యమాల మీద ఏకాధిపత్యం ద్వారా, అధికారంలో ఉన్న అల్పసంఖ్యాకులు తమ తప్పిదాలు, అపజయాలను మరొకరివిగా చూపుతారు. బయటినుంచి బూచి వస్తున్నట్లు చూపి ధ్యాస మళ్లిస్తారు. ఆ బూచి నిజం కావచ్చు. ఉత్తిది కూడా కావచ్చు.

ఇటువంటి, కొంతమంది అధికారం కింద బతుకుతుంటే, ఎప్పటికీ ఏదో ఒక విపత్తు కనబడుతూ ఉంటుంది. ఇక ఆరోగ్య రక్షణ, కాలుష్యం వంటివి అర్థం లేనివిగా కనబడతాయి. బయట నుంచి ఎవరో దాడి చేస్తున్నారన్నా, నడుస్తున్న అధికారానికి ముప్పు వస్తున్నదన్నా, ఇక ఆసుపత్రులలో రద్దీ గురించి, నదులలో కాలుష్యం గురించి పట్టించుకునే సమయం ఎవరికి ఉంటుంది? ఇటువంటి అంతులేని సమస్యల వరుసను చూపిస్తూ, లంచగొండి ఆలిగార్కీ ప్రభుత్వాలు, నిరంతరంగా తమ అధికారాన్ని కొనసాగిస్తాయి.

ఇటువంటి అధికారం చాలాకాలం సాగవచ్చు. అయితే అది ఎవరికీ నచ్చదు. మిగతా భావజాలాలు తమదృష్టిని గురించి గొప్పగా చెప్పుకుంటాయి. ఆలిగార్కీ వారికి మాత్రం తమ పద్ధతులపట్ల గర్వం ఉండదు. అందుకే మిగతా ఆదర్శాల వెనుక దాగుని ఉంటారు. రష్యా ప్రజాస్వామ్యంగా మాటవరుసకు చెప్పుకుంటుంది. రష్యన్ జాతీయవాద విలువల గురించి తమ నిబద్ధతను నాయకులు మాట్లాడతారు. తమ తీరును పక్కన బెట్టి క్రైస్తవ సాంప్రదాయం గురించి చెపుతారు. ఫ్రాన్స్, బ్రిటన్‌లలోని రైట్‌వింగ్ తీవ్రవాదులు రష్యా సహాయం మీద ఆధారపడతారు. అందుకే పుతిన్‌ను పొగడుతారు. అయినా ఆ దేశాలలోని ప్రజలు రష్యన్ నమూనాను అనుసరించే దేశంలో ఉండడానికి అంగీకరించరు. అటువంటి నమూనాలో లంచగొండితనం స్థిరపడుతుంది. సేవలు సరిగా పనిచేయవు. నియమ నిబంధనలు సాగవు. అసమానత పెరిగిపోతుంది. కొంతమంది లెక్కల ప్రకారం రష్యా ప్రపంచంలోనే ఎక్కువ అసమానతగల దేశాలలో ఒకటి. ఆ దేశపు సంపదలో 87 శాతం, కేవలం పదిశాతం ప్రజలు, అంటే ధనికుల చేతిలో ఉంది. ఫ్రాన్స్‌లో ఫ్రంట్ నేషనల్‌కు మద్దతు పలికే శ్రామికులలో ఎంతమంది ఇటువంటి పరిస్థితిని నకలు చేయడానికి సిద్ధమవుతారు?

మనుషులు తమ కాళ్లతో వోటు వేస్తారు. నేను ప్రపంచమంతటా తిరిగాను, చాలా దేశాలలో నాకు, అమెరికా, జెర్మనీ, కెనడా లేదా ఆస్ట్రేలియాకు మారాలని

అనుకుంటున్న వారు లెక్కలేనంత మంది ఎదురయ్యారు. చైనా, జపాన్‌లకు పోవాలనుకునే వారు అరుదు. కానీ, రష్యాకు వెళ్లిపోవాలి అనుకున్న వ్యక్తి ఒక్కరు కూడా నాకు కనిపించలేదు.

ఇక 'గ్లోబల్ ఇస్లాం' విషయానికి వస్తే అది ముఖ్యంగా తన ఒడిలో పుట్టిన వారిని మాత్రమే ఆకర్షిస్తుంది. అది సిరియా, ఇరాక్‌లలో కొందరికి, జెర్మనీ, బ్రిటన్‌లలో దూరమయిన బతుకుతున్న ముస్లిం యువకులు కొందరికి నచ్చే వీలుంది. గ్రీక్ లేదా దక్షిణాఫ్రికాల గురించి ఈ మాట అనలేము. కెనడా, దక్షిణ కొరియాల గురించి ఊహించడానికే లేదు. నచ్చినవారు తమ సమస్యలకు సమాధానాలు అందుతాయని ఖలీఫాల రాజ్యాలకు మారే వీలు ఉండవచ్చు. ఈ సందర్భంలో కూడా తమ కాళ్లతో వోటు వేస్తారని అనవచ్చు. ముస్లిం మతరాజ్యంలో బతుకు సాగించాలని జెర్మనీ నుంచి ఒక ముస్లిం యువకుడు మధ్యప్రాచ్యానికి ప్రయాణించి వస్తాడు. అప్పుడు అక్కడి యువకులు కనీసం వందమంది, తిరుగుదారిలో పయనించాలని, ఉదారవాద జెర్మనీలో కొత్త బతుకులు మొదలుపెట్టాలని సిద్ధమవుతారు.

ఈ రకంగా చూస్తే ప్రస్తుత విశ్వాస సంక్షోభం అంతకు ముందుకన్నా తక్కువ తీవ్రతగలది అని అర్థం రావచ్చు. గత కొన్ని సంవత్సరాలలో జరిగిన ఘటనల కారణంగా నిరాశలోకి జారుకున్న ఉదారవాదులు ఎవరయినా, 1918, 1938 లేక 1968 లలో పరిస్థితి మరెంత అన్యాయంగా ఉండేదన్న విషయాన్ని గుర్తు తెచ్చుకోవాలి. ఇటీవలి సంవత్సరాలలో ఎక్కడా ఉదారవాద కథను పూర్తిగా కాదన్న సందర్భాలు కనిపించవు. అయితే 'సిద్ధంగా ఉన్న మెనూ' పద్ధతి నుంచి 'బూఫే మనస్తత్వానికి' మార్పు మాత్రం నిజం.

ఉదారవాదం అన్నది ఏదో ఒక సంగతి కాదు. అందుకే కొంతవరకు ప్రస్తుత పరిస్థితులను అర్థం చేసుకోవడం కష్టం. ఉదారవాదంలో స్వేచ్ఛకు ప్రాముఖ్యం ఎక్కువ. ఈ స్వేచ్ఛకు వేరువేరు సందర్భాలలో వేరువేరు అర్థాలున్నాయి. ఒకరికి ఉదారవాదం అంటే స్వేచ్ఛగా ఎన్నికలు, ప్రజాస్వామ్య పద్ధతిలోకి మార్పు. మరొకతను ఉదారవాదం అనగానే వ్యాపారం అగ్రిమెంట్‌లు, ప్రపంచీకరణలను ఊహించుకుంటాడు. ఇక మూడవ మనిషికి స్వలింగ వివాహాలు, గర్భపాతాలు గుర్తుకు వస్తాయి. ఆర్థిక, రాజకీయ, వ్యక్తిగత విషయాలలో అనుసరించగల వివిధ ప్రవర్తనలను ఉదారవాదం సిఫారసు చేస్తుంది. అవి జాతీయ, అంతర్జాతీయ స్థాయిలలో ఉంటాయి. ఉదారవాదంలోని ముఖ్యాంశాలను కింది గళ్లలో చూడవచ్చు.

ఉదారవాదం

	జాతీయస్థాయి	అంతర్జాతీయస్థాయి
ఆర్థికరంగం	ఫ్రీ మార్కెట్, ప్రైవేటీకరణ, తక్కువ పన్నులు	ఫ్రీ ట్రేడ్, సమీకరణ, తక్కువ ధరలు
రాజకీయరంగం	స్వేచ్ఛగా ఎన్నికలు, నియమనిబంధనలు, అల్పసంఖ్యాకులకు హక్కులు	శాంతియుత సంబంధాలు, బహుముఖ సహకారం, అంతర్జాతీయ చట్టాలు, సంస్థలు
వ్యక్తిరంగం	ఎంపిక స్వేచ్ఛ, వ్యక్తివాదం వైవిధ్యం స్త్రీపురుష సమానత	వ్యక్తుల కదలికలకు వీలు, వలసలు వీలు

గడిచిన దశాబ్దాలలో ప్రపంచం మీద పెత్తనం సాగించిన ఉదారకథ, పై ఆరు అంశాల మధ్యన అవసరంగా గట్టి లంకెలు ఉన్నాయని వాదించింది. వాటిలో మిగతావి లేకుంటే ఏ ఒకటి వీలులేదు. ఒక విషయంలో ప్రగతి సాగాలంటే మిగతా అన్నింటిలోనూ అది వీలుగావాలి. అది అవసరం. అంతేగాదు తప్పక అంతటా ప్రగతికి, ఒక చోటి ప్రగతి కారణమవుతుంది. మార్కెట్‌లు స్వేచ్ఛగా సాగాలంటే స్వేచ్ఛగా ఎన్నికలు జరగాలి. ప్రజాస్వామ్యం లేకుంటే, మార్కెట్‌లు కూటమి కుట్రలు, ప్రభుత్వపు లంచగొండితనాలకు గురవుతాయి. అదే తీరుగా స్త్రీ పురుష సమానత అంతర్జాతీయ శాంతిని పెంచుతుంది. మరి యుద్ధాలకు సాధారణంగా పితృస్వామ్య విలువలు, మగటిమిగల నాయకులే కారణాలు. ప్రపంచవ్యాప్త ఆర్థిక సమైక్యత, వినియోగదారుల స్వేచ్ఛతో చెయ్యి కలిపి నడుస్తుంది. ఎంపిక చేయడానికి నా ముందు కేవలం ఈ దేశం బ్రాండ్‌లు మూడు ఉండడం కన్నా, వంద ప్రపంచ బ్రాండ్‌లు ఉంటే, నాకు వ్యక్తిగతంగా ఎక్కువ స్వాతంత్ర్యం అందుతుంది. ఇలాగే మరిన్ని. ఈ విధంగా చూస్తే, ఒక దేశం, ముందు పరిచిన ఉదారవాదం విందులో, ఉదాహరణకు ఆర్థిక సరళీకరణ, అనే వంటకాన్ని ఎంచుకుంటే, మిగతా అన్ని వంటకాలనూ అంగీకరించవలసి ఉంటుంది.

ప్రపంచవ్యాప్తంగా ప్రజాఉద్యమాలు, జాతీయ ఉద్యమాలు అన్నింటిలోనూ, సమాన లక్షణాలు కనబడుతున్నాయి. వారందరూ తాము ఉదార వ్యతిరేకులము అనవచ్చు. కానీ ఎవరూ ఉదారవాదాన్ని మొత్తంగా కాదనరు. అయితే సిద్ధంగా పరిచిన విందు పద్ధతిని కాదనవచ్చు. బూఫే విందులో తమను నచ్చిన వంటకాలను ఎంపిక చేసుకుంటాము, అంటారు. అందుకే ట్రంప్ ఇప్పటికీ ఫ్రీ మార్కెట్‌ను అవును అంటున్నాడు. ప్రైవేటీకరణను అంగీకరిస్తున్నాడు. అయితే ఒక పక్క బహుముఖ సహకారాన్ని అణగదొక్కుతూనే స్వేచ్ఛా వ్యాపారాన్ని కాదంటూనే, ఈ సరుకులను స్వంతం చేసుకుంటాను అంటాడు. చైనావారు ఫ్రీ ట్రేడ్‌కు మద్దతునిస్తారు. వారి బెల్ట్-అండ్-రోడ్ ప్రణాళిక, ఇప్పటికి వచ్చిన ప్రపంచీకరణ కార్యక్రమాలలో అన్నిటికన్నా ఆశాభావం గలది. అయితే ఆ దేశంలో స్వేచ్ఛాయుతంగా ఎన్నికలు అంటే మాత్రం ఉత్సాహం లేదు. బ్రిటిష్ బ్రెక్సిట్ వాదులు ప్రజాస్వామ్యాన్ని అంగీకరిస్తారు. వ్యక్తిత్వ వాదానికి వ్యతిరేకులు కాదు. కానీ వారికి బహుముఖ సహకారం, అంతర్జాతీయ సంస్థలకు అంతులేని అధికారాలు యివ్వడం లాంటివి నచ్చవు. విక్టర్ ఓర్బాన్ తన పాలనను 'ఉదారం కాని ప్రజాస్వామ్యం' గా నిర్వచించాడు. హంగరీలో స్వేచ్ఛగా ఎన్నికలు ఉండవచ్చు, కానీ అల్ప సంఖ్యాకుల హక్కులు, వైవిధ్యం, వ్యక్తివాదం లాంటివారికి కట్టుబడాలని కట్టడి మాత్రం కుదరదు, అన్నది అతని వాదన.

కనీసం సిద్ధాంతపరంగా, అందరికీ అంగీకారమయిన ఒక వంటకం శాంతియుత అంతర్జాతీయ సంబంధాలు అన్నది. ఉదారవాదం విందులో యిది చాకొలేట్ కేక్ వంటిది. మరోవైపు ఎవరికీ పట్టని వంటకం ఒకటి ఉంది. దాన్ని ప్రపంచపు ఆకుకూర వంటకం అనవచ్చు. అది లోనికి వలసలు. ప్రజాస్వామ్యాన్ని వ్యక్తివాదాన్ని, సహకారాన్ని అందరికన్నా ఎక్కువగా బలపరిచేవారు కూడా తమవద్దకు వలసరావడం గురించి మాత్రం నిర్ణయించుకుని శీతకన్ను పెడుతున్నారు.

అసలు యింతకూ బూఫే పద్ధతి పని చేస్తుందన్న విషయాన్ని పరిశీలించవలసి ఉంది. తిండిని ఉదాహరణగా చెప్పడంతో తికమక పుట్టవచ్చు. రెస్టారెంట్లలో ముందే మెనూలను నిర్ణయించడం ఒక పద్ధతి లేకుండా జరుగుతుంది. అయినా ఉదారకథ మాత్రం, ఉదార వ్యవస్థ అంటే, ఒక సజీవ ప్రాణి, అందులో ఒకదానిమీద ఒకటి ఆధారపడే అంగాలుంటాయి అంటుంది. సూప్‌ను సులభంగా స్వీట్‌ల నుంచి విడదీయవచ్చు. కానీ గుండెను, ఊపిరితిత్తుల నుంచి వేరు చేయలేము. యు.ఎస్.ఏ.లో స్వేచ్ఛా మార్కెట్‌లను ట్రంప్, ప్రపంచస్థాయిలో స్వేచ్ఛా వ్యాపారాన్ని ఒక పక్కన కాలరాస్తూ, అభివృద్ధి చేయగలుగుతాడా? రాజకీయంగా ఉదారత వేపు అడుగులు వేయకుండానే, చైనా కమ్యూనిస్ట్ పార్టీ, ఆర్థిక సరళీకరణ ఫలాలను అనుభవించ

గలుగుతుందా? వ్యక్తి స్వాతంత్ర్యం లేకుండానే హంగేరీలో ప్రజాస్వామ్యం వీలవుతుందా? ఇక ఓర్బాన్ చెప్పిన 'ఉదారత లేని ప్రజాస్వామ్యం' అందంగా 'నియంతృత్వం' అనడానికి ఒక పద్ధతి మాత్రమా? సరిహద్దు గోడలు ఎగిసే స్థితి, వ్యాపారయుద్ధాలు తీవ్రత సాగుతుంటే ప్రపంచంలో అంతర్జాతీయ శాంతి మనగలిగేనా? అంటే జాతీయ, అంతర్జాతీయ స్థాయిలో బూఫే పద్ధతి అన్యాయంగా కుప్పగూలేందుకు వీలుందని అర్థం.

అదే గనుక జరిగితే, ఉదారకథకు బదులు మరి ఏరకమయిన దృష్టిముందుకు వస్తుంది? అంతర్జాతీయ, ప్రపంచస్థాయిలో ఒక కథ, అది ఏరకమయినదయినా, అవసరం లేదు అనడం ఒకదారి. బదులుగా ఎక్కడికక్కడ స్థానిక జాతీయ, మత కథల మాటున తలదాచుకోవాలి. ఇరవయ శతాబ్దంలో జాతీయ ఉద్యమాలు రాజకీయాలలో పెద్ద పాత్ర పోషించాయి. అయితే వాటికి, గోళాన్ని స్వతంత్రదేశాలుగా విడగొట్టడం తప్ప, భవిష్యత్తు గురించి సమగ్ర దృష్టి లేదు. ఆ మార్గంలో ఇండొనీషియా జాతీయవాదులు డచ్ దమననీతికి వ్యతిరేకంగా పోరాడారు. వియెత్నాం స్వతంత్రం కావాలని అక్కడి జాతీయవాదులు పోరాడారు. అయితే ఈ రెండుదేశాల నుంచి మొత్తం ప్రపంచానికి వినిపించగల కథ మాత్రం రానేలేదు. ఇండొనీషియా, వియెత్నాం, మిగతా అన్ని స్వతంత్రదేశాలు, ఒకదానితో ఒకటి సంబంధాలు పెట్టుకోవడం గురించి వివరించే సమయం వచ్చిందంటే, అలాగే అణుయుద్ధాల గురించి, అటువంటి మరిన్ని ప్రపంచస్థాయి సమస్యల గురించి పట్టించుకోవాలంటే, జాతీయవాదులంతా, తప్పనిసరిగా, ఉదార లేదా కమ్యూనిస్ట్ భావక్రమాలనే ఆశ్రయించారు.

ఇప్పుడు ఉదారవాదం, కమ్యూనిజం రెండూ లెక్కలోకి రాకుండా ఉన్నాయి. బహుశః ప్రపంచానికి అంతటికి ఒకే కథ అన్న ఆలోచనను మానవులు వదులుకోవాలేమో? ఒకరకంగా చూస్తే, కమ్యూనిజంతోబాటు, ఈ కథలన్నీ పడమటి సామ్రాజ్యవాదం ప్రభావంతో పుట్టినవి కావా? వియెత్నాం పల్లెవాసులు ఎందుకని ట్రియెర్‌లోని ఒక జెర్మన్ ఆలోచనను, మాంచెస్టర్‌లోని పారిశ్రామికవేత్త పద్ధతిని నమ్మాలి? ప్రతిదేశం తనదయిన, పిచ్చిమార్గాన్ని తానే ఎంచుకోవాలి. అది అక్కడి ప్రాచీన సంప్రదాయాల నుంచి రావాలి. బహుశా పాశ్చాత్యులు ఈ ప్రపంచాన్ని నడిపించే ప్రయత్నాలను కాసేపు మానుకోవాలి. వారు తమ వ్యవహారాల మీద దృష్టిపెడితే మార్పుగా ఉంటుంది.

బహుశా ప్రపంచమంతటా ఈ తీరు యిప్పటికే మొదలయింది. ఉదారవాదం కూలిన తరువాత ఖాళీ ఏర్పడింది. దాన్ని నింపడానికి స్థానిక స్వర్ణిమ గతంనుంచి సంతోషకర మయిన స్మృతులు వస్తున్నట్టుంది. అమెరికాను విడిగా నిలబెట్టాలన్ని పిలుపుతో కలగలిపి ట్రంప్ 'అమెరికాను మరోసారి గొప్పదిగా చేద్దాం' అన్న హామీ

ముందు పెట్టాడు. అక్కడికి 1980 లేదా 1950 దశకాలలో అమెరికా అన్నితీర్లా బాగున్న సమాజం అయినట్టు, ఇరవయి ఒకటి శతాబ్దంలో ఈ పరిస్థితులను తిరిగి తేవడం తప్పదు అన్నట్టు ఉంది. ఆ తీరు. తామింకా విక్టోరియారాణి కాలంలో బతుకుతున్నట్టు, ఆనందంగా ఒంటరిదేశం కావడం, ఈ ఇంటర్‌నెట్, గ్లోబల్ వార్మింగ్ యుగానికి తగిన విధానం అన్నట్టు, బ్రెక్సిట్ వాదులు బ్రిటిన్‌ను స్వతంత్ర శక్తిగా మార్చాగలని కలలు గంటున్నారు. చైనా ఉన్నత వర్గాలవారు, స్థానిక సామ్రాజ్యపరంపర, కన్ఫ్యూషియస్ విధానాలను తిరిగి తలుచుకుంటున్నారు. పడమటినుంచి అరువు తెచ్చుకున్న అనుమానస్పదమయిన మార్క్సిస్ట్ ఆలోచనా సరళికి వాటిని జతచేయ ప్రయత్నిస్తున్నారు. రష్యాలో పుటిన్, అధికారికంగా కనబరుస్తున్న దృష్టి, లంచగొండి ముఠా అధికారం గురించి కాదు. అతను జారులు కాలపు పాత సామ్రాజ్యాన్ని తిరిగి నిలబెట్టాలి అంటున్నాడు. బోల్షెవిక్ విప్లవం జరిగి వందేళ్లయింది. పుటిన్ మాత్రం ప్రాచీన జారిస్ట్ వైభవానికి తిరిగి చేరాలంటున్నాడు. అందుకు రష్యన్ జాతీయవాదం, పాతపద్ధతి పవిత్రత, బాల్టిక్ నుంచి కాకసస్ దాకా విస్తరించి ఒక గుత్తాధిపత్య ప్రభుత్వం ఆధారంగా దారులు వేస్తానంటున్నాడు.

జాతీయుతా భావాలను మతసంప్రదాయాలతో కలగలిపే ఈ రకం మధురస్వప్నాల జ్ఞాపకాల ఆధారంగా భారతదేశం, పోలాండ్, టర్కీ మరెన్నో దేశాలలో ప్రభుత్వాలు నడుస్తున్నాయి. మధ్యప్రాచ్యంలో కన్నా ఈ రకమయిన కాల్పనిక భావనలు మరెక్కడా అంచులను తాకేవిగా లేవు. అక్కడ ఇస్లాం వారు, 1400 సంవత్సరాల నాడు ప్రవక్త ముహమ్మద్ మదీనా నగరంలో స్థాపించిన వ్యవస్థను నకలు చేయాలనుకుంటున్నారు. ఇజ్రాయెల్‌లో మతవాద యూదులు, వారికన్నా వెర్రిగా ముందుకుపోతున్నారు. రెండున్నర వేల ఏండ్లనాటి బిబిలికల్ కాలానికి తిరిగిపోవాలని కలలు కంటున్నారు. ఇజ్రాయెల్‌లో అధికారంలో ఉన్న సంకీర్ణ ప్రభుత్వం సభ్యులు ఆధునిక ఇజ్రాయెల్ హద్దులను విస్తరించడం గురించి బాహాటంగా మాట్లాడుతున్నారు. దేశాన్ని బైబిల్ కాలపు పరిధులకు చేర్చాలని వారి అభిమతం. అంతేగాదు, అలనాటి తరహా న్యాయపద్ధతులను తిరిగి స్థాపించాలని, అల్–అక్సా మసీద్ ఉన్నచోట అలనాటి పద్ధతి యెహోవా గుడి కట్టించాలని కూడా ఆశిస్తున్నారు.

ఉదారవాద ఉన్నతవర్గాల వారు ఈ పరిస్థితులను భయంతో చూస్తున్నారు. సకాలంలో మానవాళి ఉదారమార్గానికి తిరిగిచేరి, రానున్న విపత్తును అడ్డుకోవాలని అనుకుంటున్నారు. సెప్టెంబర్ 2016లో ఐక్యరాజ్య సమితిలో తన చివరి ఉపన్యాసం చేస్తూ అధ్యక్షుడు ఒబామా అన్న మాటలు గమనించదగినవి. పాత పద్ధతిలో దేశాలు, జాతులు, మతాలుగా విపరీతంగా విడిపోయి, ఫలితంగా స్పర్ధలలో పడిన ప్రపంచంలోకి తిరిగి చేరవద్దని శ్రోతలను హెచ్చరించాడు. అందుకు బదులు 'ఈ శతాబ్దిలో మానవుల

ప్రగతికి ఓపన్ మార్కెట్ పద్ధతులు, జవాబుదారీ పాలన, ప్రజాస్వామ్యం, మానవ హక్కులు, అంతర్జాతీయ న్యాయవ్యవస్థ మాత్రమే గట్టి పునాదులుగా నిలుస్తాయి' అన్నాడతను.

ఉదారవాదం ప్యాకేజ్‌లో లెక్కలేనన్ని లోపాలు ఉన్నప్పటికీ, దాని ప్రత్యర్థి ధోరణుల కన్నా మంచిగతం గలది అని, ఒబామా చేసిన సూచన సత్యం. ఇరవయి ఒకటవ శతాబ్ది మొదట్లో ఉదారవాద వ్యవస్థ కింద అధికసంఖ్యలో జనం అనుభవించిన గొప్ప శాంతి, సౌభాగ్యాలు, మునుపెన్నడూ లేవు. చరిత్రలో తొలిసారిగా ముసలితనంతోకన్నా అంటు వ్యాధులతో పోయినవారి సంఖ్య తక్కువ. ఊబకాయంతో చనిపోయిన వారికన్నా కరువుల పాలబడినవారు తక్కువ. ప్రమాదాలలో పోయినవారికన్నా హింసకు గురయి మరణించిన వారు, ఈ కాలంలో తక్కువ.

కానీ, పర్యావరణ పతనం, సాంకేతిక వినాశనం వంటి పెద్ద సమస్యలకు సమాధానాలు ఉదారవాదం వద్ద లేవు. కష్టమయిన సామాజిక, రాజకీయ స్పర్ధలకు సమాధానాల కొరకు లిబరలిజం సాంప్రదాయికంగా ఆర్థికాభివృద్ధి మీద ఆధారపడింది. అది శ్రామికవర్గాన్ని మధ్యతరగతి వారితో కలిపింది. విశ్వాసులను నాస్తికులతో కలిపింది. స్థానికులను వలస వచ్చిన వారితో కలిపింది. అందరికీ ఎక్కువ లాభం అందుతుందని ఆశ చూపించి యూరోప్ వారిని ఆసియా వారితో కలిపింది. పెరుగుతున్న వనరుల కారణంగా ఆశలు నిజమయినయి కూడా. అయితే ఆర్థికాభివృద్ధి పర్యావరణాన్ని కాపాడజాలదు. నిజానికి పర్యావరణ పరిస్థితికి అదే అసలు కారణం. ఆర్థికాభివృద్ధి సాంకేతిక వినాశనాన్ని కూడా ఆపజాలదు. రానురాను వినాశకరమయిన సాంకేతిక సౌకర్యాలు ఎక్కువయితే పరిస్థితి దిగజారుతుంది.

ఉదారవాద కథ, ఫ్రీ మార్కెట్ పెట్టుబడిదారీ విధానం కలిసి ప్రజల ఆశలు పెరగడానికి దోహదం చేస్తాయి. ఇరవయవ శతాబ్ది చివరిసగంలో ప్రతితరం, అది హ్యూస్టన్, షాంఘాయ్, ఇస్తాన్‌బుల్, లేక సావోపావ్‌లో, మరెక్కడయినా, మరింత మంచి చదువు, మరింత మెరుగయిన ఆరోగ్య రక్షణ, ఎక్కువ ఆదాయాలు, అంతకుముందటి తరంకన్నా ఎక్కువగా అందుకోగలిగాయి. రానున్న దశాబ్దాలలో మాత్రం, సాంకేతిక వినాశనం, పర్యావరణ పతనం కలయిక కారణంగా యువతరాలవారు, ఉన్నచోట ఉండగలగడం అదృష్టం అవుతుంది.

అందుకే ప్రపంచం మంచి కొరకు కాలనుగుణమయిన సరికొత్త కథను సృష్టించవలసిన బాధ్యత మనకు మిగులుతుంది. పారిశ్రామిక విప్లవం వల్ల వచ్చిన అభివృద్ధి కారణంగా ఇరవయవ శతాబ్దానికి తగిన కొత్త ఆలోచనా విధానాలు పుట్టుకు వచ్చాయి. అలాగే బయోటెక్నాలజీ, ఇన్‌ఫర్మేషన్ టెక్నాలజీలలో రానున్న విప్లవాలవల్ల సరికొత్త ఆలోచనలు అవసరమవుతాయి. కనుక రానున్న తరాలు, ఆత్మవివేచన అన్న

తీవ్రమయిన మథనానికి గుర్తుగా నిలువనున్నాయి. అందులో నుంచి సరికొత్త సామాజిక, రాజకీయ మాడల్స్ సిద్ధమవుతాయి. 1930లలో 1960లలో సంక్షోభాల తరువాత వలెనే, ఉదారవాదం తనను తాను మరోసారి తిరిగి పైకి ఎత్తుకుంటుందా? ఉదారులకు అంతకుముందు అందని సమాధానాలను సంప్రదాయమతం, జాతీయవాదాలు అందిస్తాయా? సరికొత్త ప్రపంచదృష్టిని రూపొందించడానికి వారు ప్రాచీన జ్ఞానాన్ని వాడగలుగుతారా? ఇక మరొకరకంగా ఆలోచిస్తే గతంతో సంబంధాలను పూర్తిగా తెంచుకోవలసిన సమయం వచ్చిందా? కేవలం పాత దేవతలు, దేశాలనే గాక, స్వేచ్ఛా సమానతలను గురించిన విలువలను కూడా కాదని ముందుకుసాగి పూర్తి సరికొత్త కథను రూపొందించే బహుశా వచ్చిందేమో?

ప్రస్తుతం మానవజాతి, ఈ ప్రశ్నల గురించి ఏకాభిప్రాయానికి వచ్చే పరిస్థితికి చాలా దూరంగా ఉంది. మనమింకా నిస్పృహ, కోపం కారణంగా ఎదుటివారి నాశనానికి సిద్ధమయే స్థితిలో ఉన్నాము. ప్రజలకు పాతకథలలో నమ్మకం పోయింది. కొత్తవి అందుబాటులో రాలేదు. అయితే తరువాత దారి ఏది? మొట్టమొదట, అంతా నాశనమవుతుంది అని జోస్యం చెప్పడం తగ్గించాలి. భయంలో నుంచి బహుశా తికమకలోకి మారాలి. గర్వానికి మరొక రూపం భయం. ఈ ప్రపంచం ఎక్కడికి పోతుందన్నది నాకు తెలుసు, అధఃపాతాళానికి అన్న భావనలోనుంచి అది పుడుతుంది. తికమక కొంత వినయం గలది. కనుక దానికి చక్కనిచూపు ఉంటుంది. 'ప్రళయం ముంచుకు వస్తున్నది' అంటూ వీధి వెంట అరుస్తూ పరుగులు పెట్టాలనిపిస్తే కొంచెం నిలవండి. 'అదేమీ లేదు. నిజం చెప్పాలంటే ప్రపంచంలో జరుగుతున్నది ఏదీ తలకు ఎక్కడం లేదు' అని మీకు మీరే చెప్పుకోండి.

తరువాతి అధ్యాయాలలో, మనం ఎదురుకోనున్న ఆశ్చర్యపరిచే కొత్త పరిస్థితుల గురించిన విశదీకరణ ప్రయత్నం ఉంటుంది. ఇక్కడనుండి ముందుకు సాగవలసిన మార్గం చర్చకూడా ఉంటుంది. మానవాళి ఎదురుకొనబోయే పరిస్థితుల విషయంగా వీలున్న సమాధానాలను వెదికే ముందు, సాంకేతికశాస్త్రం మనముందు నిలుపగల సవాళ్లను గురించి మంచి అవగాహన అవసరం. సమాచార సాంకేతిక శాస్త్రం, జీవసాంకేతిక శాస్త్రాలలో రానున్న విప్లవాలు ఇంకా శైశవదశలోనే ఉన్నాయి. ఉదారవాదంలో ప్రస్తుతం ఏర్పడిన పరిస్థితికి అవి ఎంతవరకు కారణం అన్నది వివాదాస్పద విషయం. జనం బర్మింగ్‌హాం, ఇస్తాన్‌బుల్, సెయింట్ పీటర్స్‌బర్గ్ లేక ముంబై, మరెక్కడ ఉన్నా, కృత్రిమజ్ఞానం అభివృద్ధి, వారి బతుకులమీద దాని ప్రభావం గురించి, వారికి తెలియకపోవచ్చు. తెలిసినా ఏదో కొంతవరకే. అయితే రానున్న కొన్ని దశాబ్దాలలో సాంకేతిక విప్లవాలు వేగం పుంజుకుంటాయి, అనడంలో అనుమానం లేదు. అప్పుడవి మానవులను ఏనాడూ లేనంత గట్టి పరీక్షలకు

గురిచేస్తాయి. మానవుల విశ్వాసాన్ని అందుకోగల కథ ఏదయినా వస్తే, ముందు అది, ఈ జంట విప్లవాలను ఎదురుకునే శక్తి విషయంగా పరీక్షకు నిలబడాలి. ప్రపంచాన్ని 2050 నాటికి తగినట్టు రూపొందించడానికి ఉదారవాదం, జాతీయవాదం, ఇస్లాం, లేదా మరొక కొత్త ఆలోచనాధోరణి సంకల్పించే పక్షంలో, ముందు అది కృత్రిమజ్ఞానం గురించి అర్థం చేసుకోవాలి. పెద్ద డేటా అల్గోరిదంస్ గురించి బయో ఇంజనియరింగ్ గురించి అర్థం చేసుకోవాలి. అప్పుడు ఆ అంశాలను తన కొత్త విధానంలో భాగాలుగా అమర్చుకోవాలి గూడా!

సాంకేతికపరంగా ఎదురుకానున్న ఈ సమస్యను, దాని తీరును అర్థం చేసుకోవడానికి బహుశా ఉద్యోగాల మార్కెట్‌తో మొదలుపెడితే బాగుంటుంది. నేను 2015 నుంచి ప్రపంచం తిరుగుతూ ప్రభుత్వ అధికారులు, వ్యాపారవేత్తలు, సామాజిక కార్యకర్తలు, చివరగా బడిపిల్లలతో మానవుల పరిస్థితి గురించి మాట్లాడుతున్నాను. ఆర్టిఫిషియల్ ఇంటలిజెన్స్, బిగ్‌డేటా అల్గోరిదంస్, బయో ఇంజనీయరింగ్‌ల వారు విసిగి, ఓపిక నశించినట్లు కనబడితే, వారి ధ్యాసను ఆకర్షించడానికి ఒక మ్యాజిక్ మాట ఒక్కటి వాడితే సరిపోతుంది. ఆమాట – ఉద్యోగావకాశాలు, అన్నది. సాంకేతిక విప్లవాలు త్వరలోనే కోట్లాది మందిని జాబ్ మార్కెట్ నుంచి బయటకు తోసేస్తాయి. పెద్దఎత్తున జనం పనిలేని, వర్గంలోకి మారతారు. సామాజిక, రాజకీయ సమస్యలు తలెత్తుతాయి. వాటిని తట్టుకునే తీరు ఏ ఆలోచన సరళికీ తెలియదు. సాంకేతిక శాస్త్రం, ఆలోచన సరళి అంటూ అదే పనిగా మాట్లాడుతుంటే, అర్థం లేకుండా, సంబంధం లేనిదిగా తోచవచ్చు. కానీ మరీ ఎక్కువమందికి పనిలేకుండా పోవడం, అంటే వ్యక్తిగత నిరుద్యోగ పరిస్థితి, ఎవరినీ వదలదు. అందరూ దాన్ని గురించి ఆలోచించవలసిందే.

2

పని

మీరు పెరిగి పెద్దయిన తరువాత, పని దొరకక పోవచ్చు

2050 సంవత్సరం నాటికి ఉద్యోగాల మార్కెట్ పరిస్థితి తీరు గురించి ఎవరికీ తెలియదు. మెషీన్ లర్నింగ్, రోబోటిక్స్ కలిసి యోగర్ట్ తయారీనుంచి యోగా దాకా అన్ని పనులు, ఉద్యోగాలను మార్చేస్తాయని మాత్రం అందరూ అంగీకరిస్తున్నారు. అయితే ఇటువంటి మార్పు తప్పక వస్తుందా? వస్తే ఎట్లా ఉంటుంది. అన్న ప్రశ్నలకు పరస్పర విరుద్ధమయిన సమాధానాలు వస్తున్నాయి. కొంతమంది మాత్రం రానున్న ఒకటి రెండు దశాబ్దాలలోనే బిలియన్‌ల కొద్ది జనం ఆర్థికపరంగా, అదనం, అనవసరం అవుతారని నమ్ముతున్నారు. మరింత మంది, రానున్నకాలం ఎంత దూరమయినా యంత్రాల కారణంగా కొత్త ఉద్యోగావకాశాలు వస్తాయి. అందరికీ అనుకూలంగా ఉంటుంది అంటున్నారు.

మొత్తానికి ఒక గొప్ప మార్పు, భయంకరంగా రావచ్చు. లేక ఈ గోల కేవలం కొత్తదనం నచ్చని కొందరు నిరాధారంగా చేస్తున్న గందరగోళం మాత్రమేనా? చెప్పడం చాలాకష్టం. యంత్రాలు వచ్చి పెద్దఎత్తున నిరుద్యోగం పెంచుతాయన్న ఆలోచన పందొమ్మిదవ శతాబ్దంనాటిది. కానీ, ఆరకంగా జరగలేదు. పారిశ్రామిక విప్లవం మొదలయిన నాటినుంచి, యంత్రాల కారణంగా పోయిన ప్రతి ఉద్యోగానికి, మరెక్కడో ఒక కొత్త ఉద్యోగానికి వీలు కలిగింది. ఆ తరువాత సగటు జీవన ప్రమాణాలు బాగా పెరిగాయి. అయినా ఈసారి పరిస్థితి మరొక రకంగా ఉంటుంది అనడానికి కారణా లున్నాయి. యంత్రాలు పనులు నేర్వడం కారణంగా మొత్తం ఆటతీరు మారుతుంది.

మనుషులకు శరీరపరంగా ఒకటి, తెలివిపరంగా మరొకటి, రెండు రకాల పని చేతనవుతుంది. గతంలో యంత్రాలు శరీరపరమయిన మొరటు పనులలో మాత్రమే పోటీగా వచ్చాయి. ఇక తెలివి విషయంలో మనుషులు యంత్రాలకు పైచెయ్యిగా ఉండిపోయారు. వ్యవసాయం, పరిశ్రమవంటి చోట్ల కాయకష్టం పనులు యంత్రాలు చేయడం మొదలయింది. నేర్చుకోవడం, విశ్లేషణ, సమాచారం ఇచ్చిపుచ్చుకోవడం, అన్నిటికీ మించి మనుషుల భావాలను అర్థం చేసుకోవడం వంటి బుద్ధి ఆధార పాటవాలు మనుషులకు మాత్రమే ఉంటాయి. కనుక ఈ విషయాలకు సంబంధించి కొత్త ఉద్యోగాలు పుట్టుకువచ్చాయి. అయితే ప్రస్తుతం, మనుషుల భావాలను అర్థం చేసుకోవడంతో బాటు ఈ రకం పనులన్నింటినీ ఆర్టిఫీషియల్ ఇంటలిజెన్స్ మరింత బాగా చేయగలుగుతున్నది. ఇక శారీరక, బౌద్ధిక పద్ధతులు కాకుండా, మనిషికి మాత్రమే చేతనయే మూడవ రకం పనుల గురించి ఇప్పటి వరకు మనకు తెలియదు.

కృత్రిమజ్ఞానంలో విప్లవం అంటే కంప్యూటర్‌లు మరింత వేగంగా, మరింత చురుకుగా మారడం ఒకటే కాదని అర్థం చేసుకోవడం అవసరం. అది జీవ, సామాజిక శాస్త్రాలలో గొప్ప పరిశోధన ఫలితాలను కూడా కలగలుపుకుని అభివృద్ధి చెందుతున్నది. మనుషుల భావాలను, కోరికలు, ఎంపికలకు మద్దతునివ్వగల జీవరసాయన విధానాలను అర్థం చేసుకున్నకొద్దీ, కంప్యూటర్లకు మనుషుల ప్రవర్తనలను విశ్లేషించడం, వారి నిర్ణయాలను ముందే ఊహించడం డ్రైవర్‌లు, బ్యాంకర్‌లు, లాయర్‌లుగా, మనుషులను పక్కకునెట్టి తాము ఆ స్థానాలను ఆక్రమించడం అంతగానూ బాగా చేతనవుతుంది.

గత కొన్ని దశాబ్దాలలో న్యూరోసైన్స్, బిహేవియోరల్ ఈకనామిక్స్ రంగాలలో జరిగిన పరిశోధనలు, శాస్త్రజ్ఞులకు మనుషులను హ్యాక్ చేసే శక్తినిచ్చాయి. మనుషులు నిర్ణయాలు చేసే తీరు గురించి మరింత బాగా అర్థం చేసుకోవడానికి వీలు కల్పించాయి. తిండి నుంచి తోడు ఎంపిక దాకా అన్నింటిని గురించి మనం చేసే ఎంపికలు ఎవరికీ అంతుపట్టని యిష్టం ప్రకారం జరగడం లేదని తెలిసింది. కోట్లాది నాడీకణాలు క్షణం కన్నా తక్కువ కాలంలో సంభావ్యతల గురించి వేసే లెక్కల వల్ల అవి జరుగుతున్నాయి. అర్థం కాదు అనుకున్న మానవుని లోని అనుకోని ఆలోచన (ఇంట్యూషన్) నిజానికి ఒక తీరును గుర్తించడం (ప్యాటర్న్ రికగ్నిషన్) మాత్రమే అంటున్నారు. మంచి డ్రైవర్స్, బ్యాంకర్స్, లాయర్స్‌కు ట్రాఫిక్, పెట్టుబడి లేదా వాదం గురించి ప్రత్యేకంగా మరొకరికి తెలియని బుద్ధిశక్తి ఏదీ ఉండదు. మరల మరల వస్తున్న విషయాల తీరును గుర్తించి వారు నిర్లక్ష్యంగా రోడ్ దాటుతున్న మనిషిని, తెలివిలేక అప్పు చేసినవారిని, మంచితనం లేని మోసకారులను గుర్తించగలుగుతారు. అంతేగాక మనిషి మెదడులోని జీవరసాయనిక అల్గోరిదంలు అన్నిరకాల ఉండవలసి

రకం (పర్‌ఫెక్ట్) గా లేవని తెలిసింది. వారు మరి కొందరి తెలివిమీద, అడ్డదారులు, అలనాటి దారుల ఆధారంగా ఆఫ్రికన్ సవానాలకు చేరుకుంటారు. నగరం అనే అడవి వారికి అందదు. అందుకే మంచి డ్రైవర్‌లు, బ్యాంకర్‌లు, లాయర్‌లు కూడా అప్పుడప్పుడు పప్పులో కాలు వేయడం ఆశ్చర్యం ఎంతమాత్రం కాదు.

అంటే, ఇంట్యూషన్ అనే అర్థంకాని పద్ధతి తెలివి అవసరమయిన సందర్భాలలో కూడా కృత్రిమజ్ఞానం మరింత బాగా పనిచేయగలుగుతుంది. వీధి రద్దీగా ఉన్నా కారు నడిపించడం, ముఖం తెలియని వారికి అప్పులివ్వడం, వ్యాపారం లావాదేవీలు చేయడం లాంటి పనులలో ఎదుటి మనుషుల భావాలు, కోరికలను సరిగా అంచనా వేయగల స్తోమత అవసరం. ఆ కుర్రవాడు ఉన్నట్టుండి దారికి అడ్డంగా వచ్చేస్తాడా? సూటు వేసుకున్న మనిషి నా డబ్బు లాక్కుని పారిపోయే ఆలోచనలో ఉన్నాడా? ఆ న్యాయవాది ఊరికే భయపెడుతున్నాడా లేక అన్నంత పని చేస్తాడా? ఇటువంటి భావాలు, కోరికలు లోని అదృశ్యశక్తి నుంచి పుట్టుకు వవసాయనుకున్నంత కాలం, కంప్యూటర్‌లు మనుషుల చోటును ఏనాటికీ ఆక్రమించ జాలవు, డ్రైవర్‌లను, బ్యాంక్ అధికారులను, వకీళ్లను తప్పించి తాము ఆ పని చేయజాలవు అనిపించింది. దైవికసృష్టి అయిన మానవుని అంతరాత్మ స్థానాన్ని కంప్యూటర్ ఎట్లా ఆక్రమించగలదు? ఇక మరి ఈ భావాలు, కోరికలు కేవలం జీవరసాయనిక అల్గోరిదంలు మాత్రమే అయితే, కంప్యూటర్‌లు వాటిని అర్థం చేసుకుని, అది కూడా హోమో సేపియెన్స్ కన్నా చాలా బాగా అర్థం చేసుకోవడంలో సందేహం లేదు.

నడుస్తున్న మనిషి మెదడును ముందు పసిగట్టగల డ్రైవర్, అప్పు అడుగుతున్న మనిషి పరిస్థితిని అర్థం చేసుకుంటున్న బ్యాంక్ మేనేజర్, చర్చకు చేరిన వారి మనసు తెలుసుకునే లాయర్ తమతమ పనుల కొరకు మాయామంత్రాల మీద ఆధారపడరు. వారికి తెలియకుండానే, వాళ్ల మెదళ్లు, ఎదుటివారి ముఖ కవళికలను విశ్లేషించి, గొంతు తేడాలను, చేతి కదలికలను, చివరకు ఒంటి వాసనలను కూడా పసిగట్టి జీవరసాయన సంకేతాలను గుర్తిస్తాయి. సరయిన సెన్సర్‌లు అమర్చిన యంత్రం, ఈ పనులన్నింటినీ మనిషికన్నా మరింత బాగా, నమ్మకంగా చేయగలుగుతుంది.

కనుక ఉద్యోగాలు పోతాయన్న భయం కేవలం ఇన్‌ఫొటెక్ అభివృద్ధి కారణంగా పుట్టడం లేదు. దానికి బయోటెక్ తోడయింది కనుక ఆ భయం. ఎఫ్ ఎమ్ ఆర్ ల నుంచి లేబర్ మార్కెట్ మధ్య దూరం చాలా ఉంటుంది. అందులో చిక్కులుంటాయి. అయినా దాన్ని కొన్ని దశాబ్దాల కాలంలో దాటవచ్చు. అమిగ్డాలా, సెరిబెలం గురించి మెదడు పరిశోధకులు ఇవాళ అర్థం చేసుకుంటున్న అంశాలు, 2050లో మనిషి మనస్తత్వ విశ్లేషకులు, పహరాదార్లకన్నా కంప్యూటర్‌లు బాగా పనిచేయగలగడానికి వీలు కలిగిస్తూ ఉండవచ్చు.

ఇప్పటి వరకు మనిషికి మాత్రమే చేతనయినవి అనుకున్న పనులను, కృత్రిమ జ్ఞానం, మనుషులను హ్యాక్ చేసి మరింత బాగా చేయడానికి సిద్ధంగా ఉంది. దానికి గల కొన్ని ప్రత్యేక లక్షణాలు మనిషికి ఎన్నడూ లేవు. వాటివల్ల మనిషికి, ఏఐకి మధ్యగల తేడా కొంత, ఇంత అనడానికి కాక, రెండూ దేనికదే తీరు అనేదాకా పోతుంది. అటువంటి రెండు లక్షణాలుగా కనెక్టివిటీ, అంటే మిగతా యంత్రాలతో సంబంధం, ఇక పాతబడడం, వయసు అనే ప్రశ్న లేకపోవడాలను చెప్పుకోవచ్చు. కంప్యూటర్‌లను, అంటే కృత్రిమ జ్ఞానాన్ని ఎప్పటికప్పుడు కొత్త సమాచారంతో అప్‌డేట్ చేయవచ్చు. ఇది మరీ ప్రత్యేకం.

మనుషులు అంటే విడివిడి వ్యక్తులు. ఒకరికి ఒకరిని కలిపి ఉంచడం కష్టం. అందరినీ అప్‌డేట్ చేయడం అంతకన్నా కష్టం. మరొకపక్క కంప్యూటర్‌లు అంటే ఎక్కడివి అక్కడ కావు. వాటన్నింటినీ ఫ్లెక్సిబుల్ నెట్‌వర్క్‌గా కలిపి ఉంచడం వీలవుతుంది, సులభం. అంటే లక్షల మంది మానవ వ్యక్తులను తొలగించి, లక్షల సంఖ్యలో మరమనుషులు, కంప్యూటర్‌లను పెట్టనవసరం లేదు. మనుషుల స్థానంలో సమీకృత నెట్‌వర్క్‌లు వస్తాయి. ఆటోమేషన్ అనగానే 'ఒక' మనిషి డ్రైవర్‌ను, 'ఒక' తనంతతాను నడిచే కారు శక్తి పాటవాల మధ్య తులన కాదు. ఒక మనిషి వైద్యుని స్థానంలో ఒక కృ.జ్ఞా. డాక్టర్ రానవసరం లేదు. ఇక్కడ పోల్చి చూడవలసినది కొందరు మానవ వ్యక్తులను ఒక పక్కన, ఇంటిగ్రేటెడ్ నెట్‌వర్క్‌లను మరొక పక్కన నిలిపిన పరిస్థితి గురించి అని అర్థం చేసుకోవాలి.

ఉదాహరణకు చాలామంది డ్రైవర్‌లకు ట్రాఫిక్ నిబంధనలలో కొత్తగా వచ్చిన మార్పులు తెలియవు. కనుక వారు తప్పులు చేస్తారు. పైగా ప్రతి కార్ ఒక ప్రత్యేక నిర్మాణం. రెండు వాహనాలు ఒకే సమయంలో ఒక కూడలి వద్దకు వస్తే, డ్రైవర్‌లు పొంతన లేక గుద్దుకునే వీలుంది. అదే సెల్ఫ్ డ్రైవింగ్ కార్ అయితే, అవి రెండు సంబంధం లేనివి కావు. అవి ఒకే అల్గోరిదం కింద పని చేస్తాయి. అందుకే అవి పొంతన లేక గుద్దుకునే అవకాశాలు తక్కువ. ఇక ప్రభుత్వ రవాణాశాఖవారు రవాణా నియమాలను మార్చదలచుకుంటే, సెల్ఫ్ డ్రైవింగ్ వాహనాలన్నింటినీ సులభంగా అప్‌డేట్ చేయవచ్చు. అది ఒక్క క్షణంలో జరుగుతుంది. ప్రోగ్రాంలో ఏదో లోపం ఉంటే తప్ప అన్ని వాహనాలు కొత్త నియమాలను పొల్లుపోకుండా పాటిస్తాయి.

అదేవిధంగా ప్రపంచ ఆరోగ్య సంస్థ వారు ఒక కొత్త వ్యాధి గురించి తెలుసుకుంటారు. లేదా ఒక పరిశోధనశాలవారు ఒక కొత్త ఔషధం తయారుచేస్తారు. ఈ విషయాలను గురించి ప్రపంచంలోని మనిషి వైద్యులకు అందరికీ తెలియజేయడం ఇంచుమించు అసాధ్యం. అదే, ప్రపంచంలో మొత్తం పది బిలియన్ ఏఐ వైద్యులు ఉన్నా, ఒక్కొక్కరు ఒక్కొక్క మనిషి ఆరోగ్యం గురించి పనిచేస్తున్నా, అందరికీ

అరక్షణంలో కొత్త సమాచారం అందించవచ్చు. పైగా, కొత్త జబ్బు, కొత్త మందు గురించి వారంతా, తమ అనుభవాలను గురించి ఒకరికొకరు తెలియజేసే వీలుంది. ఈ కనెక్టివిటీ, అప్‌డేట్ సౌకర్యం వీలున్నాయంటే అది గొప్ప విషయం. నిజంగానే కొన్ని రంగాలలో నయినా మనుషలను తప్పించి కంప్యూటర్‌లను పనిలో పెట్టడానికి అర్థం ఉంటుంది. వ్యక్తులుగా కొందరు మనిషి వైద్యులు అంతా బాగా పని చేయగలగడం మరో సంగతి.

మానవ వ్యక్తుల నుంచి కంప్యూటర్ నెట్‌వర్క్‌లకు మారడం వల్ల వ్యక్తిత్వం గల వెసులుబాట్లు మిగలవని మీరు ఆక్షేపించవచ్చు. ఉదాహరణకు ఒక మానవ వైద్యుడు ఒక పొరపాటు చేస్తే, అతను ప్రపంచంలోని పేషంట్‌లు అందరినీ చంపడు. కొత్త మందుల తయారీ అవకాశాలు అన్నింటికీ అతను అడ్డుతగలడు. అట్లాకాక ప్రపంచంలోని వైద్యులంతా ఒకే సిస్టం అయితే ఆ సిస్టం పొరపాటు చేస్తే, ఫలితాలు భయంకరంగా ఉండేవీలుంది. కానీ, వాస్తవానికి ఒక సమీకృత కంప్యూటర్ వ్యవస్థ, వ్యక్తిత్వం లాభాలను వదలకుండానే, కనెక్టివీటి లాభాలను బాగా పెంచవచ్చు. ఒకే నెట్‌వర్క్ మీద కొన్ని వేరువేరు అల్గోరిదంలను నడిపించవచ్చు. అప్పుడు అడవిలోని ఒక మారుమూల పల్లెలోని పేషంట్, స్మార్ట్ ఫోన్ సాయంతో, ఏదో ఒక వైద్యుని గాక, వందమంది వేరువేరు కృ.జ్ఞా వైద్యులను సంప్రదించవచ్చు. వారందరి పనితీరు ఎప్పటికప్పుడు పోల్చి చూడడం వీలవుతుంది. ఐబిఎమ్ డాక్టర్ చెప్పినది మీకు నచ్చలేదా? ఏ ఫరవాలేదు. మీరెక్కడో కిలిమింజారో కొండవాలు మీద ఉన్నాసరే, మరో అభిప్రాయం కొరకు ఒక బైదూ వైద్యుడిని సంప్రదించవచ్చు.

మానవ సమాజానికి అందే ప్రయోజనాలకు అంతులేనట్టు కనబడుతుంది. కోట్లాది మందికి కృ.జ్ఞా. వైద్యులు చవకగా, మంచి ఆరోగ్య రక్షణ అందించగలుగుతారు. అందులో కొందరు ప్రజలకు ప్రస్తుతం అసలు ఏ రకమయిన వైద్యం అందుబాటులో లేకుండవచ్చుగాక. నేర్చుకునే శక్తిగల అల్గొరిందంలు, బయోమెట్రిక్ సెన్సర్‌లు అందుబాటులో ఉంటే, అభివృద్ధి చెందని దేశంలోని మారుమూల పల్లెలో బీద మనిషి, తన స్మార్ట్ ఫోన్ సాయంతో మరింత మంచి ఆరోగ్య రక్షణ అనుభవించే వీలుంది. అటువంటి సేవలు ప్రస్తుతం, ప్రపంచంలో అందరికన్నా ధనికునికి అధునాతనమయిన ఆసుపత్రిలో మాత్రమే అందుబాటులో ఉండవచ్చు.

ఇదే విధంగా, తమంత తాము నడిచే వాహనాలు, జనానికి మరింత మంచి రవాణా సౌకర్యాలను అందించగలుగుతాయి. ప్రమాదాలలో మరణాల సంఖ్య బాగా తగ్గించగలుగుతాయి. ఇవాళ ట్రాఫిక్ ప్రమాదాల కారణంగా ఏటా పన్నెండు లక్షల మంది ప్రాణాలు పోగొట్టుకొంటున్నారు. (ఈ సంఖ్య యుద్ధం, నేరాలు, తీవ్రవాదాలను కలిపి జరిగే చావులకు రెండింతలు). ఈ ప్రమాదాలలో 90 శాతంకన్నా ఎక్కువ

మనిషి పొరపాటు వల్ల జరుగుతాయి. ఒకరు ఆల్కహోల్ తాగి బండి నడుపుతారు. మరొకరు డ్రైవ్ చేస్తూ ఫోన్‌లోకి చూస్తారు. మరొకరు మత్తుగా నిద్రలోకి జారుకుంటారు. ఇంకొకరు దారిని పట్టించుకోకుండా పగటికలలు కంటారు. యు ఎస్ నేషనల్ హైవే ట్రాఫిక్ సేఫ్టీ అడ్మినిస్ట్రేషన్ వారు 2012లో వేసిన అంచనాల ప్రకారం, కార్‌లు గుద్దుకుని చావులు సంభవించిన సందర్భాలలో 31 శాతం ఆల్కహోల్‌వల్ల, 30 శాతం అతివేగం వల్ల, 21 శాతం డ్రైవర్‌ల ధ్యాసలేమి వల్ల జరిగినట్టు తెలిసింది. సెల్ఫ్ డ్రైవింగ్ వాహనాలలో ఇటువంటి పరిస్థితులు రానేరావు. వాటికి కూడా సమస్యలు, సరిహద్దులు ఉన్నాయి. కొన్ని ప్రమాదాలు తప్పవు. అయినా మనిషి డ్రైవర్‌లను తొలగించి కంప్యూటర్‌లను పనిలో పెడితే, రోడ్‌ల మీద మరణాలు, గాయాలు 90 శాతం తగ్గుతాయని తేలింది. మరోరకంగా చెప్పాలంటే స్వయంచాలిత వాహనాలకు మారడం వల్ల ఏటా పదిలక్షల మంది ప్రాణాలు కాపాడినట్లు అవుతుంది.

కేవలం మనుషుల ఉద్యోగాలు నిలబెట్టడం పేరున, రవాణా, ఆరోగ్య రక్షణ రంగాలలో ఆటోమేషన్‌ను అడ్డుకోవడం వెర్రితనం కింద లెక్క. వాస్తవానికి చివరకు మనం పట్టించుకునేది మనిషి రక్షణ గురించి మాత్రమేగద. ఉద్యోగాల సంగతి తరువాత. పని పోయిన డాక్టర్‌లు, డ్రైవర్లకు మరో పని ఏదో ఉంటుంది.

మెషీన్‌లో మోత్సార్ట్

కృత్రిమజ్ఞానం, మర మనుషులు కలిసి మొత్తం పరిశ్రమను తొలగించే పరిస్థితి రానున్న కొంతకాలంలో కనిపించదు. ఏవో కొన్నిరకాల పనులను, ఒకేరకంగా, మార్పులేకుండా జరిగే చోట్ల ఆటోమేషన్ ప్రవేశపెట్టవచ్చు. రకరకాల పాటవాలు, కలగలిపి, అంతగా మూసపద్ధతి కాకుండా సాగే పనులలో, పైగా అనుకోని పరిస్థితులను ఎదురుకొనవలసిన చోట్ల మనుషులకు బదులు మెషీన్‌లను పనిలో పెట్టడం కష్టం. ఆరోగ్యరంగాన్ని గమనిస్తే, వైద్యులంతా సమాచారాన్ని వాడుకుని పనిచేస్తారు. వైద్యవివరాలు అందుకుంటారు. విశ్లేషిస్తారు, రోగం నిర్ధారిస్తారు. కానీ నర్స్‌ల సంగతి వేరు. వారికి కదలిక, భావాల విషయంలో మంచి నైపుణ్యం అవసరం. నొప్పి పుట్టే సూదిమందు వేయాలన్నా, బ్యాండేజ్ మార్చాలన్నా, అదుపుతప్పిన రోగిని సముదాయించాలన్నా, యంత్రం వల్ల కాదు. కనుక కృ.జ్ఞా. కుటుంబ వైద్యులు స్మార్ట్‌ఫోన్‌లో సులభంగా వస్తారు. ఆ తరువాత ఒక మరమనిషి నర్స్ రావడానికి మాత్రం దశాబ్దాలు పడుతుంది. అనారోగ్యం మనుషులు, చిన్నపిల్లలు, ముసలివారు మానవరక్షణ పరిశ్రమ కింద సేవలు అందుకుంటారు. ఇది మాత్రం ఎంతకాలమయినా మనుషుల చేతులలోనే ఉండిపోతుంది. మనుషులు ఎక్కువకాలం

బతుకుతారు. తక్కువమంది పిల్లలను కంటారు. కనుక మనుషుల లేబర్ మార్కెట్‌లో వృద్ధులకు సేవ అందించే రంగం వేగంగా పెరుగుతుంది.

రక్షణ సేవతోబాటు సృజనాత్మకత కూడా యాంత్రికీకరణకు గట్టి అడ్డుగా ఎదురవుతుంది. మనకు సంగీతం అమ్మడానికి మనుషుల అవసరం లేదు. ఐట్యూన్స్ స్టోర్ నుంచి మనం దాన్ని నేరుగా డౌన్‌లోడ్ చేసుకుంటాము. అయినా సంగీతదర్శకులు, గాయకులు, వాద్యకారులు, డీజేలు మాత్రం రక్తమాంసాలున్న మనుషులే. వారిమీద ఆధారపడడం కేవలం కొత్త సంగీతం కొరకు మాత్రమే కాదు. అందుబాటులోనున్న అంతులేని వైవిధ్యంలో నుండి సరిగా ఎంపిక చేయడం కొరకు కూడా.

అయినప్పటికీ కొంతకాలంపోతే, ఏ రంగం కూడా ఆటోమేషన్ అసలు లేకుండా మిగిలే వీలులేదు. కళాకారులు కూడా అందుకు సిద్ధంగా ఉండవలసిందే. ఆధునిక ప్రపంచంలో సంగీతాన్ని గురించి సాధారణంగా మనిషి భావాలతో కలిపి చెపుతుంటారు. కళాకారులు తమలోని మానసిక బలాలను సరయిన దారివెంట బయటపెడతారని మనం అనుకుంటాము. సంగీతానికి మొత్తంమీద గమ్యం మనకు మన భావాలకు బంధం ఏర్పరచడం. లేదంటే మనలో కొత్త భావాలు పుట్టించడం. కనుకనే మనం కళకు విలువ కడుతున్నప్పుడు అది మనుషుల మీద భావపరంగా కనబరిచిన ప్రభావాన్ని లెక్కలోకి తీసుకుంటాము. మరి కళకు నిర్వచనం మానవ భావాలయితే, అల్గోరిదంలు వాటిని అర్థం చేసుకుని, మార్చగలిగే పరిస్థితి వస్తే, ఒక షేక్స్‌పియర్, ఫ్రిడా కాలో, బియాన్స్‌కు కన్నా ఆ పని బాగా చేయగలిగితే ఏమితి పరిస్థితి?

భావాలంటే ఏవో అర్థంకాని మాయాజాలం ఏమీ కాదు. అవి లోని జీవరసాయన చర్యలవల్ల పుడతాయి. కనుక త్వరలోనే, మెషీన్ లర్నింగ్ అల్గోరిదం ఒకటి, శరీరం మీద, లోపల సెన్సర్‌లను బిగించి మీ వ్యక్తిత్వం తీరును తెలుసుకుంటుంది. మారుతున్న మూడ్‌లను గుర్తిస్తుంది. ఒకపాట తమ మీద కనబరిచే భావప్రభావాలను లెక్కగడుతుంది. ఒక్కొక్క స్వరం ప్రభావం తెలుసుకుంటుంది.

సమాచార విశ్లేషణ దృష్టితో గమనిస్తే, మిగతా అన్ని కళారూపాలకన్నా, సంగీత రంగం సులభంగా దారి యిస్తుంది. ఇందులో ఇన్‌పుట్ సమాచారం, అవుట్ పుట్ సమాచారాలను కూడా చక్కగా లెక్కలలోకి మార్చి చెప్పవచ్చు. ధ్వని తరంగాల గణితం విలువలు ఇన్‌పుట్ అవుతాయి. ఇక శరీరంలో పుట్టే నాడీ ప్రభంజనాలు ఇలెక్ట్రోకెమికల్ రూపంలో అవుట్‌పుట్‌గా వస్తాయి. లక్షలాది సంగీతానుభవాలను, కొన్ని దశాబ్దాలపాటు ఒక అల్గోరిదం అందుకుంటుంది. ఏ ఇన్‌పుట్ వల్ల ఎటువంటి ప్రభావం కలుగుతుందన్న సంగతి ఊహించడం నేర్చుకుంటుంది.

మీరు మీ బాయ్‌ఫ్రెండ్‌తో తగవుపడ్డారు, అనుకుందాం. మీ సౌండ్ సిస్టంను నడిపిస్తున్న అల్గోరిదం వెంటనే, మీ అంతరంగంలో జరుగుతున్న, మధనను అర్థం చేసుకుంటుంది. దానికి వ్యక్తిగా మీ గురించి తెలుసు. మానవుల మనస్తత్వం గురించి సాధారణంగా తెలుసు. కనుక మీ భావనలకు తగిన పాటలను అది వినిపించడం మొదలుపెడుతుంది. ఆ పాటలు అందరిమీద అదే ప్రభావం చూపిస్తాయనడానికి లేదు. మీ వ్యక్తిత్వ పద్ధతికి మాత్రం అవి ఎంతో తగినవి. మీలోని దుఃఖపులోతులను తాకడం పూర్తవుతుంది. ఇక అల్గోరిదం ఎంపిక చేసిన ఏకైక గీతాన్ని మీకు వినిపిస్తుంది. అది తప్పక మీ మనసు మార్చి ఆనందాన్ని ఇస్తుంది. మీ ఉపచేతన చిన్ననాటి మధుర క్షణాలను మీ ముందుకు తెస్తుంది. అది నిజానికి మీకు గుర్తులేకపోవచ్చు. ఇటువంటి కృ.జ్ఞా.తో సమానమయిన పద్ధతులు ఏ డీ.జే కనబరచే పరిస్థితి లేదు.

ఆ రకంగా కృ.జ్ఞా. యాదృచ్ఛికతను చంపుతుందని, కేవలం గతంలోని ఇష్టాయిష్టాలను బట్టి ఒక సంగీతం ఇరుకులో పట్టిపెడుతుందని మీరు ఆక్షేపించవచ్చు. కొత్త సంగీత పద్ధతులను, పంథాలను వెదికి చూడడం ఎట్లా? ఏం ఫరవాలేదు. ఆల్గోరిదంను మీరు సులభంగా ఆ దారిలో పెట్టవచ్చు. అది అందించే సంగీతంలో అయిదుశాతం అనుకోకుండా మీ ముందుకు వస్తుంది. ఒక ఇండొనీషియన్‌గా మెలాన్ వాద్యబృందం, లేదా రోసినీ ఆపెరా, మరో కొత్త కె పాప్ హిట్ పాట అది మీకు వినిపిస్తుంది. వాటికి కొంతకాలం మీద మీ ప్రతిక్రియను బట్టి, కృ.జ్ఞా. అట్లా ఎంత సంగీతాన్ని మీకు పరిచయం చేయవచ్చునన్న అంశాన్ని తెలుసుకుంటుంది. చికాకు పెట్టకుండా తగు మోతాదులో కొత్తదనాన్ని అందిస్తుంది. అనుకోకుండా వచ్చే పాటలు ఎక్కువ, తక్కువ చేస్తుంది.

అల్గోరిదం, భావాలపరంగా తన గమ్యాలను నిర్ణయించడం గురించి మరొక అనుమానం రావచ్చు. మీరు మీ బాయ్‌ఫ్రెండ్‌తో పేచీ పడ్డారు. అప్పుడది మీకు శోకగీతం వినిపించాలా? సరదాపాట వేయాలా? మంచి, చెడు భావాల అనుసరణ గుడ్డిగా జరుగుతుందా? బహుశా జీవితంలో దుఃఖంలో ఉండడమే బాగనిపించే క్షణాలు ఉంటాయేమో? అయితే ఈ ప్రశ్న మనిషి డీ.జేలను కూడా అడగవచ్చు. అల్గోరిదంతో మాత్రం చిక్కు విప్పడానికి ఆసక్తికరమయిన సమాధానాలు చాలా ఉంటాయి.

విషయాన్ని కస్టమర్‌కు వదలడం ఒక పద్ధతి. మీ భావాలను మీ ఇష్టం ప్రకారం అంచనా వేసుకోవచ్చు. మీ మీద మీరు జాలి కనబరిచి కుంగిపోతారా? లేక సంతోషంతో గంతు వేస్తారా? అల్గోరిదం మీ ఆదేశాలను పాటిస్తుంది. బానిసలా మీ వెంటవస్తుంది. పైగా మీ అభీష్టాలను గుర్తించడం నేర్చుకుంటుంది. ఆ సంగతి మీకు తెలియకుండానే జరుగుతుంది.

కాదంటే, మీ మీద మీకు నమ్మకం లేకుంటే, మీరు నమ్మే ఒక మనస్తత్వ విశ్లేషకుని నిర్దేశాలను అనుసరించమని అల్గోరిదంకు చెప్పవచ్చు. మీ బాయ్‌ఫ్రెండ్ మిమ్మల్ని దూరం చేశాడు అంటే, అల్గోరిదం మిమ్మల్ని, దుఃఖం గురించి నిపుణులు చెప్పిన అయిదు అంచెలగుండా నడిపిస్తుంది. ముందు జరిగిన సంగతిని లేదనుకునే తీరుగా, మనసా, ఎందుకే తొందర, అనే పాట వినిస్తుంది. ఆ తరువాత మీ కోపానికి తగినట్లు 'మీరజాలగలడా?' వినిపిస్తుంది. ఇక బేరానికి దింపే పద్ధతిలో 'పయనమయే ప్రియతమ నను వదిలిపోకుమా' అనే పాట వేస్తుంది. కుదరలేదని మిమ్మల్ని శోక కూపంలో తోస్తూ 'అంతా భ్రాంతియేనా' వినిపిస్తుంది. అటువంటి పాట మరేదో కూడా పెడుతుంది. ఇక చివరకు పరిస్థితితో రాజీ పడే పద్ధతిలో 'మనసు గతి ఇంతే' అంటూ బరువుగా పాడుతుంది.

ఇక తరువాతి అంచెగా అల్గోరిదం పాటలను మార్చేపనిలోకి దిగుతుంది. మీ పరిస్థితికి తగినట్లు వాటిలో గుర్తించరాని, చిన్నచిన్న మార్పులు చేస్తుంది. ఉదాహరణకు ఒక పాట చాలా బాగుంటుంది. అందులోని కొన్ని మాటలు మాత్రం మీకు నచ్చవు. మీరు ఆ పాట వింటున్న ప్రతిసారి, ఆ నచ్చని భాగం వచ్చేసరికి మీ గుండె ఒక్క బీట్ తప్పడం, రక్తంలో ఆక్సిటోసిన్ తగ్గడం గురించి దానికి తెలుసు. అందుకని అల్గోరిదం పాటలోని ఆ మాటలను మారుస్తుంది. లేదంటే ఆ చరణాన్ని తొలగిస్తుంది.

అట్లా కొంతకాలానికి మొత్తం పాటలకు రూపం పోయడం నేర్చుకుంటుంది. అవి పియానోమెట్లు అన్నట్టు మనుషుల భావాలతో ఆడుకుంటుంది. మీ బయొమెట్రిక్ సమాచారాం ఆధారంగా అల్గోరిదం ఎవరికి తగినపాట వారికోసం తయారుచేస్తుంది. ఈ విశ్వంలో ఆ పాటవిన్న వ్యక్తి మీరు ఒకరే అవుతారు.

మనుషులు అందులో తమనుతాము ఊహించుకుంటారు గనుక కళతో బంధాలు పెంచుకుంటారని అంటారు. ఈ విషయంవల్ల ఆశ్చర్యకరమయిన, అన్యాయమయిన పరిస్థితులు ఏర్పడవచ్చు. ఫేస్‌బుక్ మీ గురించి తెలిసిన సంగతులన్నీ వాడి కళను వ్యక్తిగతం చేసి అందిస్తుంది అనుకుందాం. మీ బాయ్‌ఫ్రెండ్ మిమ్మల్ని వదిలేశాడు. ఫేస్‌బుక్ అప్పుడు ఆ భడవ గురించి మరీ వ్యక్తిగతమయిన పాట ఒకటి తయారుచేసి వినిపిస్తుంది. మల్లీశ్వరిలో మేఘంపాట వినిపించదు. బహుశా కొత్త పాటలో మీ యిద్దరి మధ్యన జరిగిన నిజం సంఘటనల ప్రసక్తి కూడా ఉంటుంది. ఈ ప్రపంచంలో ఆ సంగతి మరొకరికి తెలియదు.

ఈ వ్యక్తిగత కళ నిజానికి అంతగా పుంజుకోదు. అందరికీ ఇష్టమయిన హిట్స్ వినాలని చాలామంది కోరుకుంటారు. మీకు తప్ప మరొకరికి తెలియని పాటవేసి అందరితో డాన్స్ చేయడం ఎట్లా కుదురుతుంది? అప్పుడు అల్గోరిదంలు

వ్యక్తిగతమయిన అంశాలు కాక అందరికీ నచ్చే హిట్స్ మీద దృష్టిపెడతాయి. లక్షలమంది నుంచి సేకరించిన బయొమెట్రిక్ సమాచారాన్ని వాడుకుని, ఒక గొప్ప అంతర్జాతీయ హిట్ రావాలంటే తాకవలసిన జీవరసాయన స్విచ్‌లు ఏవి అని నిర్ణయిస్తుంది. ఆ పాటకు అందరూ అవునంటూ తలలూపి నాట్యం చేయాలి. కళ అన్నది మనోభావాలను రేకెత్తించి, మార్చడమే అయితే, అల్గొరిదంతో పోటీ పడడం మనిషి సంగీతకారులకు మరీ సమస్యగా మారుతుంది. వారు నిజంగా వాడే ప్రధానమయిన వాయిద్యం గురించి వారికి అంతగా పట్టు ఉండదు. ఆ వాయిద్యం మనిషిలోని జీవరసాయన వ్యవస్థ.

ఇదంతా నిజమయితే గొప్ప కళ బయటకు వస్తుందా? ఆ సంగతి కళకు ఇచ్చే నిర్వచనం మీద ఆధారపడి ఉంటుంది. అందం కేవలం వినేవారి చెవుల్లో మాత్రమే ఉంటే, ఇక వినియోగదారుని నిర్ణయం ఎప్పుడూ పరయినది అంటే, అల్గొరిదంలు చరిత్రలోనే గొప్ప కళను సృష్టించే అవకాశం ఉంది. ఇక కళ మనిషి మనోభావాలకన్నా ఏదో లోతయిన అంశం అయితే, మన జీవరసాయన ప్రకంపనలకన్నా మించిన సత్యాలను వ్యక్తం చేస్తే, బయొమెట్రిక్ అల్గొరిదంలు మంచి కళాకారులు అయ్యే అవకాశం లేదు. చాలామంది మనుషుల తీరు కూడా అంతే. కళా బజారులో ప్రవేశించి మనిషి సంగీతకారులను, కళాకారులను తప్పించే ప్రయత్నంలో అల్గొరిదంలు ఏకంగా, చెయ్‌కోవ్‌స్కీతో తలపడనవసరం లేదు. అవి బ్రిట్నీ స్పీయర్‌తో పోటీపడినా సరిపోతుంది.

కొత్త ఉద్యోగాలు?

కళ మొదలు ఆరోగ్యరక్షణ దాకా అన్నిరంగాలలోనూ సాంప్రదాయంగా సాగుతున్న చాలా ఉద్యోగాలు పోతాయి. అయితే కొంతవరకు మరొక పక్క కొత్తరకం ఉద్యోగాలు పుట్టుకు వస్తాయి. జనరల్ ప్రాక్టీషనర్ డాక్టర్‌లు తెలిసిన జబ్బులను గుర్తిస్తారు. తెలిసిన ఉపశమనాలు అందిస్తారు. కనుక అటువంటి వారి బదులు కృ.జ్ఞా. వైద్యులు పనిలోకి వచ్చేస్తారు. సరిగ్గా అందువల్లనే మనిషి వైద్యులు, ల్యాబ్ అసిస్టెంట్‌లకు మరింతగా జీతాలు యివ్వవలసి ఉంటుంది. వారు పరిశోధనలో పనిచేయాలి. కొత్త మందులు, శస్త్రచికిత్స విధానాలను సిద్ధం చేయాలి.

కృ.జ్ఞా. మరొక రకంగా కూడా మనుషులకు పని కల్పించగలుగుతుంది. మనుషులు దానితో తలపడే బదులు దాన్ని మెరుగుపరిచి, పైకెత్తే ప్రయత్నం చేయవచ్చు. ఉదాహరణకు పైలట్‌లను పక్కకు నెట్టి డ్రోన్స్ పనిచేయడం ప్రారంభించాయి. అంటే కొన్ని ఉద్యోగాలు పోయినయి. కానీ డ్రోన్‌ల నిర్వహణ, రిమోట్ కంట్రోల్, సమాచార విశ్లేషణ, భద్రతలకు కొత్త ఉద్యోగాలలో మనుషుల అవసరం మొదలయింది. సిరియా

మీద ఎగురుతున్న ప్రిడేటర్ లేదా రీపర్ విమానంలో మనుషులు ఉండరు. కానీ దాన్ని పని చేయించడానికి యుఎస్ సైన్యం వారికి ముప్ఫయి మంది అవసరమవుతారు. ఇక విమానం అందించిన సమాచారాన్ని విశ్లేషించేందుకు మరొక ఎనమండుగురు అవసరమవుతారు. 2015లో ఇటువంటి పనులలో ఉండడానికి యుఎస్ ఏర్‌ఫోర్స్ దగ్గర తగినంతమంది శిక్షితులయిన మనుషులు లేరు. అందుకే వారికి మనుషులు ఉండని విమానాలు నడిపించడం ఎంతో కష్టమయింది.

కనుక 2050 నాటికి ఉద్యోగాల మార్కెట్‌లో మనిషికి, కృ.జ్ఞా.కు మధ్య పోటీకాక, సహకారం పరిస్థితి ఉండే వీలుంది. పోలీసింగ్ మొదలు బ్యాంకింగ్ దాకా రకరకాల రంగాలలో, మనిషి + కృ.జ్ఞా. జట్లు మనుషుల కన్నా, కంప్యూటర్‌లకన్నా బాగా పనిచేయగలుగుతాయి. ఐబిఎమ్ వారి చెస్ ప్రోగ్రాం డీప్ బ్లూ 1997లో గారీ కాస్పరోవ్‌ను ఓడించింది. అట్లాగని మనుషులు చదరంగం ఆడడం మానలేదు. పైగా కృ.జ్ఞా. వద్ద మెళకువలు నేర్చిన ఆటగాళ్ల నైపుణ్యం ఎంతో పెరిగింది. కనీసం కొంతకాలం పాటు 'సెంటార్స్' అనే పేరుతో మనిషి, కృ.జ్ఞా. జట్టుగా చేరి అటు మనుషులను, ఇటు కంప్యూటర్‌లను చదరంగం ఆటలో ఓడించగలిగారు. అలాగే కృత్రిమజ్ఞానం నేరపరిశోధకులు, బ్యాంకర్‌లు, సైనికులకు శిక్షణనిచ్చి చరిత్రలో ఎన్నడూ లేని స్థాయికి చేర్చగలుగుతుంది.

అయితే ఈ కొత్త ఉద్యోగాలలో ఒక మెలిక ఉంటుంది. వాటిలో చేరదలచిన వారికి మరీ మంచి శిక్షణ అవసరమవుతుంది. అంటే నైపుణ్యాలు లేని నిరుద్యోగుల సమస్యలకు సమాధానం అక్కడ దొరకదు. కొత్త ఉద్యోగాలను సిద్ధం చేయడం సులభంగా వీలవుతుంది. కానీ వాటిలో పనిచేయడానికి మనుషులకు శిక్షణ అందించడం కష్టం అవుతుంది. ఇంతకుముందు యంత్రాలు పనిలోకి దిగినప్పుడు, మనుషులు ఒక పని నుంచి మరొక పనిలోకి సులభంగా మారగలిగారు. 1920లో వ్యవసాయంలోకి యంత్రాలు ప్రవేశించాయి. ట్రాక్టర్ కారణంగా పనిపోయిన మనిషికి ట్రాక్టర్‌ల తయారీలో పని దొరికింది. 1980లో ఒక కార్మికుని ఉద్యోగం పోతే అతనొక సూపర్ మార్కెట్‌లో కాషియర్‌గా చేరాడు. ఇలా వృత్తులు మార్చడం వీలయింది. పొలం నుంచి ఫ్యాక్టరీకి, అక్కడ నుండి సూపర్ మార్కెట్‌కు మారడానికి మరీ ఎక్కువ శిక్షణ అవసరం లేకపోయింది.

2050లో ఒక కాషియర్ లేదా గుడ్డలమిల్లు కార్మికునికి మరమనుషుల కారణంగా ఉద్యోగం పోతే, అతను కాన్సర్ పరిశోధకుడుగా, డ్రోన్ ఆపరేటర్‌గా, మనిషి - కృ.జ్ఞా. కలిసి బ్యాంకింగ్ బృందం సభ్యుడుగా చేరడం కుదరదు. అందుకు అవసరమయిన నైపుణ్యం వారికి ఉండదు. మొదటి ప్రపంచయుద్ధంలో యుద్ధం అనుభవం కొంతయినా లేని వారిని సైన్యంలో భర్తీచేసి మెషీన్‌గన్‌లకు ఛార్జ్

అందించడానికి, వేల సంఖ్యలో చావడానికి పంపించగలిగారు. అక్కడ ఒక్కొక్కరి నైపుణ్యం గురించి ప్రశ్న తలయెత్తలేదు. ప్రస్తుతం డ్రోన్ ఆపరేటర్స్, డేటా అనలిస్ట్స్ కొరత ఉన్నా, యుఎస్ వైమానిక దళం వారు, ఆ ఖాళీలలో వాల్‌మార్ట్‌లో ఉద్యోగం పోగొట్టుకున్నవారిని నియమించడానికి అంగీకరించలేదు. అనుభవం లేని వ్యక్తి వచ్చి అఫ్ఘాన్ వెళ్లి హడావుడిని హైలెవెల్ తాలిబాన్ సమావేశంగా పొరబడడం ఎవరికీ మంచిదికాదు.

ఫలితంగా, మనుషులకు ఎన్ని కొత్త పని అవకాశాలు వచ్చినా, ఒక కొత్త 'పనికిరాని' వర్గం తలఎత్తి పెరగడం మనం చూడవలసి వస్తుంది. ఇక్కడ రెండురకాల సమస్యలు జమిలిగా ఎదురవుతాయి. ఒకపక్క నిరుద్యోగం పెద్దపెట్టున పెరుగుతుంది. మరొక పక్కన నైపుణ్యం గలవారి కొరత తెలుస్తుంది. పందొమ్మిదవ శతాబ్దంలో వ్యాగన్ డ్రైవర్‌లు టాక్సీలు నడపడానికి మారిపోయారు. అటువంటి పరిస్థితి కాక, అదే కాలంలో గుర్రాలకు పట్టిన గతి మనుషులకు పడుతుంది. గుర్రాలకు ఉద్యోగాల మార్కెట్‌లో చోటులేకుండా పోయింది!

ఇందుకు తోడుగా మిగిలిన ఉద్యోగాలలో మనుషులు చేస్తున్నవి కనీసం యంత్రాల కారణంగా పోకుండా ఉంటాయనడానికి ఉండదు. మరి రానురాను యంత్రాల లర్నింగ్ తీరు, రొబాటిక్స్‌లలో రానురాను అభివృద్ధి జరుగుతుంది. వాల్‌మార్ట్‌లో కాషియర్‌గా పనిచేస్తున్న ఒక అమ్మాయిగారు, నలభయి వయసులో మనిషికి వీలుగాని పట్టుదలతో డ్రోన్ పైలట్‌గా శిక్షణ పొంది పనిలో చేరుతుంది. కానీ పదేళ్లలో డ్రోన్‌లను యంత్రాలు నడిపించడం మొదలవుతుంది. అప్పుడామె మళ్లీ మరేదో కొత్తపని నేర్చుకోవలసి వస్తుంది. ఇంత అనిశ్చిత పరిస్థితిలో కార్మిక సంఘాలు, లేబర్ హక్కులు కూడా కష్టమవుతాయి. ఇప్పటికే, అభివృద్ధి చెందిన ఆర్థిక వ్యవస్థలలో చాలా కొత్త ఉద్యోగాలు రక్షణ లేని తాత్కాలిక పద్ధతిలో సాగుతున్నాఇ. అవి ఫ్రీలాన్సింగ్, లేక ఒకసారి అవకాశంగా సాగుతున్నాయి. పదేళ్లలో పుట్టి, పెరిగి, మాయమయే ఒక వృత్తికి సంఘాన్ని ఏర్పాటు చేయడం ఏరకంగా కుదురుతుంది?

ఒక మనిషి-కంప్యూటర్ కలిసిన సెంటార్ జట్లలో, రెండు వర్గాలకు మధ్యన నిరంతరం పోటీ ఒక గుర్తింపుగా మారుతుంది. జీవితాంతం కలిసి పనిచేసే వీలు కనిపించదు. మనుషులు మాత్రమే జట్లు కట్టి షెర్లక్ హోమ్స్, డాక్టర్ వాట్సన్‌ల వలె కలిసి పనిచేస్తుంటే, అందులో మామూలుగా ఒక పెద్ద, చిన్న తేడా ఉండి ఆ సంబంధం పదుల సంవత్సరాలు కొనసాగుతుంది. ఒక మనిషి డిటెక్టివ్ ఐబిఎమ్ వారి వాట్సన్‌తో జట్టు కడితే (ఈ కంప్యూటర్ 2011లో యుఎస్ టీవీ క్విజ్ జియొపార్డీలో గెలిచి ప్రసిద్ధి పొందింది) అడుగడుగున తగాదా వస్తుంది. ఎవరిది పైచేయి అన్న ప్రశ్నకు ఎదురుతిరిగే సందర్భాలు మొదలవుతాయి. నిన్నటివరకు యస్ బాస్, అన్న మనిషి ఇవాళ అధికారిగా మారవచ్చు. ఇక నియమాలన్నీ తిరగరాయక తప్పదు.

చదరంగం ప్రపంచాన్ని మరింత దగ్గరగా చూస్తే మరింతకాలం మీద పరిస్థితులు దారితీసే తీరు అర్థమవుతుంది. డీప్ బ్లూతో పోటీపడి కాస్పరోవ్ ఓడిన తరువాత ఆ రంగంలో మనిషి, కంప్యూటర్ సహకారం కొంతకాలం బాగా సాగింది. కానీ ఇటీవలి సంవత్సరాలలో కంప్యూటర్‌లు మరీ నేర్చుకున్నాయి. ఇక తోడుగా ఉన్న మనుషులు వెలవేలపోతున్నారు. అసలు కొంతకాలానికి వారిని ఎవరూ పట్టించుకోరనిపిస్తుంది.

7 డిసెంబర్ 2017న ఒక మహత్తరమయిన సంఘటన జరిగింది. అది కంప్యూటర్ ఒక మనిషిని ఓడించడం కాదు. అది నిజానికి పాత వార్త. ఆ దినాన గూగుల్ వారి ఆల్ఫాజీరో ప్రోగ్రామ్ స్టాక్‌ఫిష్ 8 ప్రోగ్రామ్ ఓడించింది. ఈ స్టాక్‌ఫిష్ 8 ప్రోగ్రామ్ 2016లో ఛెస్ ఛాంపియన్‌షిప్ గెలిచింది. చదరంగంలో శతాబ్దాల పాటు మనిషి కనబరచిన మెళకువలన్నీ దానికి అందుబాటులో ఉన్నాయి. ఇక దశాబ్దాలపాటు కంప్యూటర్‌లు నేర్చినవి కూడా తెలుసు. అది సెకండ్‌లో ఏడుకోట్ల కదలికలను లెక్కించగలిగింది. అటు ఆల్ఫాజీరో సెకండ్‌లో 80,000 లెక్కలు మాత్రమే వేయగలిగింది. తయారు చేసిన మనుషులు దానికి ఏనాడూ చదరంగం ఎత్తుగడలు నేర్పించలేదు. కనీసం మొదటి ఎత్తు ఓపనింగ్ కూడా దానికి తెలియదు. కానీ ఆల్ఫాజీరో, సరికొత్త మెషీన్ లర్నింగ్ పద్ధతులను వాడుకున్నది. తనతో తానే ఆడి చదరంగం స్వంతగా నేర్చుకున్నది. అయినప్పటికీ కొత్తగా ఆటనేర్చిన ఆల్ఫాజీరో, అనుభవంగల స్టాక్‌ఫిష్‌తో ఆడిన వంద ఆటలలో ఇరవయి ఎనిమిది గెలిచింది. డెబ్బయి రెండు టై చేసింది. ఒక్క ఆట కూడా ఓడింది లేదు. ఆల్ఫాజీరో మనిషి నుంచి నేర్చింది లేదు. అందుకే మనిషి కంటికి దాని కదలికలు, ఎత్తుగడలు అసాంప్రదాయాలుగా తోచాయి. వాటిని కొత్త తరహా అనవచ్చు. తెలివిగలవి అనడానికి మాత్రం లేదు.

ఏమీ తెలియని స్థితి నుంచి చదరంగం అంత బాగా నేర్వడానికి పట్టిన కాలాన్ని అంచనా వేయగలరా? ఆటనేర్చింది, స్టాక్‌ఫిష్‌తో పోటీకి తయారయింది, అంతగా తగినవన్నీ నేర్చింది. అంతా నాలుగు గంటల కాలంలో. అచ్చుతప్పు కాదని మనవి. శతాబ్దాలుగా, చదరంగం అంటే మనిషి మేధోశక్తికి ఉదాహరణగా భావిస్తున్నారు. అటువంటి ఆట గురించిన అజ్ఞానం నుంచి ఆల్ఫాజీరో నాలుగు గంటలలో మాస్టర్ స్థాయికి చేరుకున్నది. అందుకు మనిషి సాయం ఏమాత్రం అందలేదు.

ఆలోచనశక్తిగల అటువంటి సాఫ్ట్‌వేర్ ఆల్ఫాజీరో ఒకటే కాదు. ఈ మధ్య చాలా ప్రోగ్రామ్‌లు కేవలం లెక్కల వేగంలోనే కాక, 'సృజనాత్మకత' లో కూడా మనుషుల కన్నా బాగా పనిచేయడం మామూలయిపోయింది. మనుషులకు మాత్రమే అన్న చదరంగం పోటీలలో అనుక్షణం న్యాయనిర్ణేతలు, కంప్యూటర్‌ల సాయంతో కదలికలు, ఎత్తులు వేస్తున్న ఆటగాళ్ల కొరకు నిఘావేసి చూస్తున్నారు. ఆ సందర్భాన్ని

గుర్తించడానికి, మామూలుగా మనుషులు సహజంగా వేసే ఎత్తులను గమనించడం, వారు ఒక మరీ సరికొత్త ఎత్తు మార్గం ఆడితే, ఇది బహుశ మనిషి ఆటతీరు కాదని పరిశీలకులు అనుమానంలో పడతారు. అది బహుశా కంప్యూటర్ ఎత్తుగడ అనుకుంటారు. కనీసం చదరంగంలో కొత్తదనం మనుషులకు కాక, కంప్యూటర్‌లకు మాత్రమే చేతనయిన సంగతిగా మారింది. కనుక చదరంగం మనకు గనిలో క్యానరీ పక్షిలాగ జాగ్రత్త చెప్పే రకమయితే, అది చచ్చిపోతున్నది అన్న హెచ్చరిక అందుతున్నది. ఇవాళ మనిషి – కృ.జ్ఞా. చదరంగం జట్ల విషయంగా జరుగుతున్నది, మునుముందు పోలీసింగ్, వైద్యం, బ్యాంకింగ్ లాంటి రంగాలలోని జంట గట్టిన జట్లకు కూడా ఎదురు అవుతుంది.

ఫలితంగా, కొత్త ఉద్యోగాలను సిద్ధం చేయడం, వాటిలో పనిచేయడానికి తిరిగి శిక్షణలు యివ్వడం ఒకసారితో ముగిసిపోదు. కృత్రిమజ్ఞానం విప్లవం ఒకసారి జరిగి, ఆ తరువాత ఉద్యోగాల పరిస్థితి తిరిగి సర్దుకుని స్థిరమయే కనబడదు. పైగా అక్రమం ఒకటి మీద ఒకటిగా, ఒకటికన్న ఒకటి ఎక్కువగా సమస్యలను వరుసగా కురిపిస్తుంది. ఇప్పటికే చాలామంది జీవితాంతం ఒకే ఉద్యోగంలో ఉండడం ఇష్టపడడం లేదు. ఇక 2050లో 'బతుకంతా ఒకే ఉద్యోగం' అన్నమాట ఒకటేగాక, 'బతుకంతా ఒకే వృత్తి' భావం కూడా, అతి ప్రాచీనం అవుతుంది.

కొత్త ఉద్యోగాలను వెదికి, వాటికి తగిన ట్రెయినింగ్‌లు ఏర్పాటు చేయగలిగినా, సగటు మనిషికి, అటువంటి మార్పుల జీవితాన్ని సాగించడానికి కావలసిన భావబలం అనుమానాస్పదమవుతుంది. మార్పు అనగానే ఒత్తిడి ముందు వస్తుంది. ఇరవయి ఒకటవ శతాబ్దం తొలికాలంలోని విపరీత పరిస్థితుల కారణంగా ప్రపంచమంతట ఒత్తిడి ఒక మహమ్మారిగా విస్తరించింది. ఇక ఉద్యోగాల పరిస్థితి, వ్యక్తుల బతుకులు మరింత చెప్పరాని స్థితిలోని జారితే, మనుషులు తట్టుకోగలరా? అప్పుడు ఒత్తిడి తగ్గించడానికి మరింత మంచి పద్ధతులు బహుశా అవసరమవుతాయి. అందుకు మందులు, న్యూరోఫీడ్ బ్యాక్ పద్ధతులు మొదలు ధ్యానం వరకు ఎన్నో పద్ధతులను వాడుకుని సేపియెన్స్ మెదడు, తెగిపోకుండా కాపాడవలసి ఉంటుంది. కేవలం ఉద్యోగాలు లేక, వాటికి తగిన చదువులు లేక మాత్రమేగాక, అందుకు తగిన మానసిక బలం లేక, 2050 నాటికి ఒక 'పనికిరాని' వర్గం సిద్ధమయే వీలుంది.

మొత్తానికి ఇదంతా కేవలం ఊహ అన్నది సత్యం. ఈ రచన సాగుతున్న కాలం, అంటే 2018లో చాలా పరిశ్రమలలోకి యంత్రాలు ప్రవేశించాయి. అయినా నిరుద్యోగం అంతగా కనిపించలేదు. నిజానికి యు.ఎస్. వంటి చాలా దేశాలలో, నిరుద్యోగం మునుపెన్నడు లేనంత తక్కువగా ఉంది. రానున్న కాలంలో మెషీన్ లర్నింగ్, ఆటోమేషన్ కారణంగా, వివిధ వృత్తుల మీద పడే ప్రభావం గురించి గట్టిగా చెప్పడం

కుదరదు. ఇక మార్పులు వచ్చే కాలక్రమం గురించి చెప్పడం అంతకన్నా కష్టం. అవి కేవలం సాంకేతిక ప్రగతి ప్రకారం వస్తాయని చెప్పలేము. రాజకీయ నిర్ణయాలు, సాంస్కృతిక సాంప్రదాయాలకు కూడా అక్కడ గట్టి ప్రభావం ఉంటుంది. మనిషి డ్రైవర్‌లకన్నా, తమంత తాము నడిచే వాహనాలు సురక్షితంగా, చవకగా ఉంటాయని రుజవయినప్పటికీ, రాజకీయ నాయకులు, వినియోగదారులు ఏండ్లపాటు మార్పురాకుండా అడ్డు నిలవవచ్చు. అందుకు దశాబ్దాలు కూడా పట్టవచ్చు.

అయినా సరే, మనం పట్టింపు లేకుండా ఉండే వీలులేదు. పోయిన ఉద్యోగాలకు బదులు కొత్తవి పుట్టుకు వస్తాయనడం అంత మంచి పనికాదు. గతంలో యంత్రాలు వచ్చినప్పుడు ఆ తీరుగా జరిగింది గనుక, మరోసారి అదేదారి సాగుతుంది అనలేము. ఇరవయి ఒకటవ శతాబ్ది పరిస్థితులు పూర్తిగా వేరు. వీలున్న రాజకీయ, సామాజిక పరివర్తనలు తీవ్రంగా ఉంటాయి. నిరుద్యోగం అంతగా లేకపోయినప్పటికీ, పరిస్థితిని గంభీరమయినదిగా గుర్తించాలి.

పందొమ్మిదవ శతాబ్దంలో పారిశ్రామిక విప్లవం కారణంగా తలెత్తిన కొత్త పరిస్థితులు, సమస్యలకు అప్పటి సామాజిక, ఆర్థిక, రాజకీయ నమూనాలు తట్టుకోలేక పోయాయి. పారిశ్రామిక నగరాలను, పని పోగొట్టుకున్న, లక్షలాది కార్మికులను, అదేపనిగా మారుతున్న ఆధునిక ఆర్థిక వ్యవస్థను, నిర్వహించడానికి, ఫ్యూడలిజం, మోనార్కిజం, సాంప్రదాయ మతాలు సిద్ధంగా లేవు. కనుక మానవజాతి సరికొత్త నమూనాలకు రూపుపోయవలసి వచ్చింది. ఉదారప్రజాస్వామ్యం, కమ్యూనిస్ట్ నియంతృత్వాలు, ఫాసిస్ట్ రాజ్యాలు పుట్టుకు వచ్చాయి. ఈ నమూనాలతో ప్రయోగాలు చేసి చూడడానికి శతాబ్దానికి మించిన కాలం పాటు భయంకరమయిన యుద్ధాలు, విప్లవాలు కొనసాగాయి. అప్పుడుగాని, తాలుగింజల తీరు బయటపడింది. సరయిన పద్ధతులు అమలులోకి వచ్చాయి. డికెన్స్ వర్ణించిన బొగ్గుగనులలో పిల్ల కార్మికులు, మొదటి ప్రపంచయుద్ధం, 1932–3 లలో వచ్చిన ఉక్రెయిన్ మహాక్షామం వంటివి విషయాన్ని తెలుసుకోవడానికి మానవాళి చెల్లించిన గురుదక్షిణలో ఏదో కొంత భాగం మాత్రమే.

ఆవిరి యంత్రాలు, రైల్ దారులు, విద్యుత్తు వచ్చి గతంలో సృష్టించిన సమస్యలకన్నా, సామాచార సాంకేతికశాస్త్రం, జీవసాంకేతిక శాస్త్రం, ఇరవయి ఒకటవ శతాబ్దిలో మానవుల ముందు, నిలపే సవాళ్లు అన్నిరకాల పెద్దవి అనడం వివాదం కాదు. మానవ నాగరికత మహావినాశనకరమయినది. మరిన్న నమూనాలు వీగిపోవడం, ప్రపంచ యుద్ధాలు, విప్లవాలు భరించరాని పరిస్థితులు. ఈసారి నమూనాలు పని చేయలేదంటే, అణుయుద్ధాలు, జెనెటిక్ ఇంజనియరింగ్ భూతాలు, పర్యావరణం సర్వనాశనం లాంటివి రావడం నిజం. కనుక మనం పారిశ్రామిక విప్లవం నాటి దారులు గాక మరింత మంచి ఏర్పాట్లు చేయకతప్పదు.

శ్రమ దోపిడి నుంచి, పనికిరాని పరిస్థితి దాక

వీలున్న సమాధానాలు మూడురకాలుగా ఉన్నాయి. ఉద్యోగాలు పోకుండా చేయవలసింది ఏమి? తగినన్ని కొత్త ఉద్యోగాలు సృష్టించడానికి చేయవలసింది ఏమి? ఇక ఎంత మంచి ప్రయత్నాలు చేసినప్పటికీ, కొత్త ఉద్యోగాలకన్నా పోయినవి ఎక్కువగా ఉండే సందర్భంలో కర్తవ్యం ఏమి?

ఉద్యోగాలు పోకుండా చూడడం అంటే అసలు ఆకర్షణ లేని మాట. ఆ పథకం బహుశా పనికిరాదు. కృత్రిమ జ్ఞానం, మరమనుషులు అందించగల అపారమయిన మేలును కాదంటేనే అది వీలవుతుంది. అయినా ప్రభుత్వాలు ఉద్దేశ్యపూర్వకంగా యంత్రాల ప్రవేశాన్ని నిదానం చేయవచ్చు. ఆ రకంగా రానున్న షాక్‌లను తగ్గించవచ్చు. సర్దుకోవడానికి సమయం ఏర్పరచవచ్చు. సాంకేతికశాస్త్రం నిర్ణయాలను విధంచదు. ఒక విషయం వీలవుతుంది గనుక దాన్ని చేయకతప్పదు అని నియమం లేదు. వ్యాపారపరంగా వీలు, ఆర్థికపరంగా ఆకర్షణ ఉన్నంతమాత్రాన ప్రభుత్వాలతో కొత్త సాంకేతిక పద్ధతులను విజయవంతంగా అడ్డుకోగూడదని లేదు. చాలా దశాబ్దాలుగా మానవశరీర భాగాలకు గిరాకీ పెరుగుదల సాంకేతిక నైపుణ్యం అందుబాటులో ఉంది. వెనుకబడిన దేశాలలో మానవ శరీరభాగాలను, వ్యవసాయం లాగ పెంచితే, కలిగిన కొనుగోలుదారులు వాటి కొరకు ఎగబడే పరిస్థితి ఉంది. ఈ రకంగా బిలియన్‌ల డాలర్లకు పైన వ్యాపారం వీలయ్యేది. అయినా ప్రభుత్వం నియమాలు మానవ శరీర భాగాల వ్యాపారన్ని నిషేదించాయి. నల్లబజారులో ఈ వ్యాపారం కొంత సాగుతుండవచ్చు. అయినా అది అంతగా విస్తరించలేదు. సాంకేతిక వనరులను అడ్డుకోవడానికి ఇదొక ఉదాహరణ.

పోయిన ఉద్యోగాలకు తగినంతగా కొత్తవాటిని సృష్టించే వీలు మార్పు వేగాన్ని తగ్గించినందువల్ల కొంతవరకు పెరుగుతుంది. అయితే ఇంతకుముందే గమనించినట్లు, ఆర్థికపరంగా వ్యాపారదృష్టితో బాటు, విద్యలో, మనస్తత్వాలలో పెద్ద విప్లవాలు రావాలి. కొత్త ఉద్యోగాలన్నీ ప్రభుత్వం చేతిలో ఉండవు అనుకుంటే, కొన్నింటికి హెచ్చుస్థాయి నైపుణ్యం అవసరం కావచ్చు. రానురాను కృ.జ్ఞా. మరింత మెరుగవుతుంది. కనుక మానవ ఉద్యోగులు కొత్త నైపుణ్యాలు నేర్చి, కొత్త వృత్తులలోకి మారక తప్పదు. ప్రభుత్వాలు మొత్తం జీవితకాలం విద్యను తమ ఖర్చులతో నడిపించాలి. మార్పు సమయంలో మద్దతునిచ్చే భద్రత పద్ధతిని కూడా సిద్ధం చేయాలి. నలభయి వయసుగల ఒకప్పటి డ్రోన్ పైలట్, వర్చువల్ ప్రపంచాల డిజైనింగ్ శిక్షణ పొందడానికి మూడు సంవత్సరాలు కావాలి. ఆ సమయంలో బతుకు గడవడానికి ఆమెకు ఆమె కుటుంబానికి ప్రభుత్వం సాయం చేయాలి. (ఇటువంటి పథకం ప్రస్తుతం స్కాండినేవియాలో

ప్రారంభింపబడింది. 'రక్షించవలసింది ఉద్యోగాలను కాదు, ఉద్యోగులను' అన్నది అక్కడి ప్రభుత్వాల నినాదం).

ప్రభుత్వాలు ఎంతగా సహాయం అందించినా, కోట్లాది మంది జనం మానసిక సమతూకం చెడకుండా మళ్లీ మళ్లీ అదేపనిగా తమను తాము కనుగొనడం వీలయేనా అన్నది అనుమానంగా మిగిలిన విషయం. కనుక, మనం ఎంతగా ప్రయత్నించినా, మానవజాతిలో గుర్తించదగిన శాతం, ఉద్యోగం బజారు నుంచి బయటకు తోసేయబడితే, పనిలేని వారి సమాజాలకు ఆర్థికస్థితికి, రాజకీయాలకు తగిన కొత్త నమూనాలను తయారుచేయవలసి ఉంటుంది. గతంనుండి ఈ విషయాల గురించి మనకు అందిన నమూనాలు ఈసారి సవాళ్లను ఎదురుకొనడానికి తగినవి కావు, అని అంగీకరించడం అక్కడ మొదటిమెట్టు.

ఉదాహరణకు కమ్యూనిజంను తీసుకుందాం. ఆటోమేషన్ వచ్చి పెట్టుబడిదారీ వ్యవస్థను సమూలంగా కుదిపి వేస్తుంది. అంటే యిక కమ్యూనిజం తిరిగి వస్తుంది అనిపించవచ్చు. కానీ కమ్యూనిజంను ఇటువంటి పరిస్థితులను వాడుకునేదిగా నిర్మించలేదు. ఇరవయ శతాబ్ది కమ్యూనిజం శ్రామికవర్గాన్ని ఆర్థికస్థితికి ఆధారంగా భావించింది. కమ్యూనిస్ట్ తాత్వికులు శ్రామికవర్గాన్ని వారి ఆర్థికబలాన్ని రాజకీయ ప్రభావంగా మలుచుకొమ్మని బోధించారు. కమ్యూనిస్ట్‌ల రాజకీయ పథకం శ్రామికుల విప్లవం కొరకు పిలుపునిచ్చింది. కానీ జనానికి ఆర్థిక విలువ తరిగిపోతున్నప్పుడు ఈ బోధనలు ఎంతవరకు సమంజసంగా ఉంటాయి. వారి పోరాటం శ్రమదోపిడి గురించిగాక, పనిలేకుండా, పనికిరాకుండా పోవడానికి వ్యతిరేకంగా జరగాలి గదా? మరి శ్రామికులు లేకుండా శ్రామిక విప్లవం మొదలుపెట్టడం ఏ రకంగా వీలవుతుంది?

మానవులు ఏనాటికీ ఆర్థికపరంగా అప్రయోజకులు అయ్యే ప్రశ్నలేదు అని కొందరు వాదించవచ్చు. పని విషయంగా వారు కృ.జ్ఞా.తో పోటీ పడలేకపోవచ్చు. కానీ వినియోగదారులుగా వారి అవసరం ఎప్పుడూ ఉంటుంది. అయితే రానున్నకాలం ఆర్థికరంగంలో మనం వినియోగదారులుగా తప్పనిసరి అన్నది సత్యదూరం. యంత్రాలు, కంప్యూటర్‌లు ఆ పనులను కూడా చేసుకుంటాయి. ఆర్థికవ్యవస్థ ఒక దాంట్లో, కనీసం సిద్ధాంతపరంగా, ఒక గనులసంస్థ ఇనుమును వెలికితీసి అమ్ముతుంది. దాన్ని ఒక రోబోటిక్ సంస్థ కొంటుంది. అక్కడ కొత్త మరమనుషులను తయారు చేస్తే వాటిని గనుల సంస్థవారు కొంటారు. మరింత ఇనుము వస్తుంది, మరిన్ని రొబాట్స్ వస్తాయి. క్రమం సాగుతుంది. సంస్థలు ఎంత వరకయినా పెరగుతాయి. అక్కడ కావలసింది మరమనుషులు, కంప్యూటర్‌లు మాత్రమే. సరుకులు కొనడానికి మనుషుల అవసరం లేనేలేదు.

వాస్తవానికి ఇప్పటికే కంప్యూటర్‌లు, అల్గొరిదంలు ఉత్పత్తిదారులుగానే గాక క్లయెంట్‌లుగా పని చేస్తున్నాయి. ఉదాహరణకు స్టాక్ ఎక్స్చేంజ్‌లో బాండ్‌లు, షేర్‌లు,

సరుకులు కొనేవారిలో అల్గొరిదంలు అందరికన్నా ముందు నిలుస్తున్నాయి. అడ్వటయిజ్‌మెంట్ రంగంలో అందరికన్నా ముఖ్యమయిన కస్టమర్‌లు అల్గొరిదంలు. అదీ గూగుల్ సెర్చ్ అల్గొరిదం. కొత్త వెబ్‌పేజ్‌లను డిజైన్ చేస్తున్నప్పుడు, మనుషుల అభిమతాలను అనుసరించి కాక, గూగుల్ సెర్చ్ అల్గొరిదం రుచికి తగినట్లు వాటిని సిద్ధం చేస్తున్నారు.

అయితే అల్గొరిదంలకు చైతన్యం లేదన్నది నిజం. కొన్న వస్తువు గురించి సంతోషపడడం వాటికి చేతగాదు. వాటి నిర్ణయాలు అనుభూతులు, భావాలకు అనుగుణంగా జరగవు. గూగుల్ సెర్చ్ అల్గొరిదంలకు ఐస్‌క్రీం రుచి తెలియదు. అయినా అల్గొరిదంలు వస్తువులను, లోన జరిగే లెక్కలు, ముందే అందించిన క్రమాల ప్రకారం కొంటాయి. ఈ ప్రిఫెరెన్స్‌లు యిక ప్రపంచానికి రూపుపోస్తాయి. అయితే ఐస్‌క్రీం అమ్మేవారి వెబ్‌పేజ్‌లకు ర్యాంక్‌లు ఇవ్వడంలో మాత్రం గూగుల్ సెర్చ్ అల్గొరిందంకు గొప్ప రుచి తేడాల జ్ఞానం ఉంది. అది ఏ అమ్మకం సంస్థకు ఒకటి ర్యాంక్ యిస్తే అది ప్రపంచంలోనే విజయవంతమయిన కంపెనీ అవుతుంది. అన్నిటికన్నా రుచిగల ఐస్‌క్రీం తయారు చేసిన కంపెనీకి ఆ స్థానం అందదు.

ఈ సంగతి నాకు స్వంత అనుభవం మీద తెలిసింది. నేను ఒక పుస్తకం రాస్తాను. ప్రచురణకర్తలు నన్ను దాని గురించి చిన్న వర్ణన రాయమంటారు. దాన్ని వారు ఆన్‌లైన్ ప్రచారంలో వాడుకుంటారు. నేను రాసిన దాన్ని గూగుల్ అల్గొరిదం రుచికి అనువుగా మార్చడానికి వాళ్లవద్ద ఒక ఎక్స్‌పర్ట్ ఉంటారు. వారు నా మాటలు చదువుతారు. 'ఈ మాటవద్దు, అందుకు బదులు ఫలానా మాట వాడండి, అప్పుడు గూగుల్ అల్గొరిదం మనల్ని మరింత పట్టించుకుంటుంది' అని చెపుతారు. అల్గొరిదం మన పుస్తకాన్ని గమనిస్తే, ఇక మనుషులతో పని జరిగినట్టే.

మనుషులు ఉత్పత్తిదారులు, అటు వినియోగదారులుగా కూడా అవసరం అయితే, వారి మనుగడను, మానసిక పరిస్థితిని రక్షించేది ఎవరు? సమస్య మొత్తంస్థాయి దాకా పెరిగే వరకు, సమాధానాల కొరకు ఎదురుచూడడం కుదరదు. అప్పటికి బాగా ఆలస్యమయిపోతుంది. ఇరవయి ఒకటవ శతాబ్దంలో రానున్న సాంకేతిక, ఆర్థిక అవాంతరాలు అంతకు ముందెన్నడూ లేనంతగా ఉంటాయి, వీలయినంత తొందరగా మనం, కొత్త సామాజిక, ఆర్థిక నమూనాలను తయారు చేయవలసి ఉంటుంది. ఈ నమూనాలు ఉద్యోగాలను గాక, మనుషులను కాపాడగలిగి ఉండాలి. చాలా ఉద్యోగాలలో ప్రేరణ ఉండదు. విసుగు ఉంటుంది. వాటిని కాపాడి లాభం లేదు. కాషియర్‌గా పనిచేయాలని ఎవరూ కలలుగనరు. మనుషుల కనీస అవసరాలను అందించడం, వారి సామాజిక స్థాయిని, ఆత్మగౌరవాన్ని రక్షించడం మీద మనం కేంద్రీకరించాలి.

విశ్వవ్యాప్తంగా మౌలిక ఆదాయం, కొత్త మోడల్‌గా ఎక్కువగా దృష్టిని ఆకర్షిస్తున్నది. ఈ పద్ధతిలో ప్రభుత్వాలు అల్గోరిదంలు, మరమనుషులను నడిపిస్తున్న బిలియనియర్ నుంచి పన్ను వసూలు చేయాలి. ఆ డబ్బుతో, కనీస అవసరాలకు సరిపడా ఉదారంగా స్టైపెండ్ అందించాలి. దీనివల్ల, ఉద్యోగాలు పోవడం, ఆర్థిక ప్రభావాలు బీదలను మరీ కుదుపకుండా పరిస్థితి ఉంటుంది. ధనవంతుల మీద జనాలకు ఆగ్రహం కూడా పెరగదు.

ఇక మనుషుల కార్యకలాపాలను మరింత విస్తరింపజేసి, 'ఉద్యోగాలు' అనిపించే చోటికి చేర్చడం ఇటువంటి మరొక ఆలోచన. కోట్లాదిమంది తల్లిదండ్రులు పిల్లలను సంరక్షిస్తారు. ఇరుగుపొరుగులు సాయం చేసుకుంటారు. పౌరులు సంఘాలుగా చేరుతారు. ఈ పనులను ఎవరూ 'ఉద్యోగాలు' అనరు. బహుశా మన మెదడులోని ఒక మీటను నొక్కవలసి ఉంది. చిన్నపిల్లలను పెంచి పెద్ద చేయడం, ఈ ప్రపంచంలోని ఉద్యోగాలు అన్నిటిలోకీ ముఖ్యమయినది. ఇక కంప్యూటర్‌లు వచ్చి డ్రైవర్‌లు, బ్యాంకర్‌లు, లాయర్‌లు అందరినీ పక్కకు నెట్టినా ఉద్యాగాల కొరత ఉండదు. అయితే కొత్తగా గుర్తించిన ఈ ఉద్యోగాలకు విలువకట్టి జీతం ఇచ్చేది ఎవరు? ఆరునెలల పసికూన తన తల్లికి జీతం ఇవ్వజాలదు. ఇక ఆ బాధ్యతను సర్కారువారు తలకెత్తుకోవాలి. ఈ జీతాలతో యింటి కనీస అవసరాలు మొత్తంగా తీరినప్పటికీ, వచ్చే ఫలితం, విశ్వవ్యాప్త మౌలిక ఆదాయం పద్ధతికి వేరుగా ఉండదు.

ఇది కాదంటే, ప్రభుత్వాలు విశ్వవ్యాప్త మౌలిక సేవలను, ఆదాయం బదులు అందించవచ్చు. జనానికి డబ్బు యిచ్చే బదులు, ప్రభుత్వాలు ఉచిత విద్య, ఉచిత ఆరోగ్య సేవలు, ఉచిత రవాణా, మర్ని సౌకర్యాలను అందించవచ్చు. డబ్బుతో జనం తమకు నచ్చిన వస్తువులు కొంటారు. ఆ పరిస్థితి యిక్కడ తప్పుతుంది. ఇది నిజానికి కమ్యూనిజం కలలుగన్న ఊహా ప్రపంచం. శ్రామిక విప్లవం మొదలు పెట్టాలన్న కమ్యూనిస్ట్ సంకల్పం పనికి రానిదవుతుంది. అయినా కమ్యూనిస్ట్ గమ్యాన్ని మనం మరొక రకంగా నిజం చేయడానికి సిద్ధం కావాలేమో?

ప్రజలకు విశ్వవ్యాప్త మౌలిక ఆదాయం (పెట్టుబడిదారుల స్వర్గం) అందించాలా, లేక విశ్వవ్యాప్త మౌలిక సేవలు (కమ్యూనిస్ట్ స్వర్గం) అందించాలా అన్నది చర్చించ వలసిన సంగతి. రెంటిలోనూ లాభాలున్నాయి, నష్టాలున్నాయి. కానీ ఏ స్వర్గాన్ని ఎంచుకున్నా విశ్వవ్యాప్త, మౌలిక అన్నమాటలను నిర్వచించడం నిజమయిన సమస్య.

యూనివర్సల్ అంటే ఏమి?

ఆదాయం రూపంలోగానీ, సేవల రూపంలోగానీ, జనం విశ్వవ్యాప్త మౌలిక మద్దతు గురించి మాట్లాడినప్పుడు వారి మనసుల్లో జాతీయ మౌలిక మద్దతు మాత్రమే

ఉంటుంది. ఇప్పటివరకు జరిగిన ఈ రకం ప్రయత్నాలు దేశం స్థాయిలో మాత్రమే ఉన్నాయి. ఇంకా మునిసిపల్ స్థాయిలో కొన్ని ఉన్నాయి. జనవరి 2017లో ఫిన్‌లాండ్‌లో రెండు సంవత్సరాల ప్రయోగం మొదలయింది. రెండువేల మంది ఫిన్ నిరుద్యోగులకు, వారికి పని దొరికినా లేకున్నా, నెలకు 560 యూరోలు భత్యం యిచ్చారు. కెనడాలోని ఆంటారియో ప్రావిన్స్‌లో కూడా ఈ రకమయిన ప్రయోగాలు సాగుతున్నాయి. ఇటాలియన్ నగరం లివోర్నో, మరిన్ని డచ్ నగరాలలోనూ అవి జరుగుతున్నాయి. (2016లో స్విట్జర్లాండ్‌లో ఇటువంటి పథకం గురించి ప్రజాభిప్రాయ సేకరణ చేశారు. వోటర్‌లు ఆలోచనను తోసిపుచ్చారు.)

దేశం, నగరం స్థాయిలో జరిగే యిటువంటి పథకాలలో ఒక చిక్కు ఉంది. యంత్రాల రాకవల్ల పనిపోగొట్టుకున్నవారు ఫిన్‌లాండ్, ఆంటారియో, లివోర్నో, ఆమ్‌స్టర్‌డాంలలో లేకపోవచ్చు. ప్రపంచీకరణ కారణంగా ఒక దేశం ప్రజలు మరొక దేశం బజారు మీద ఆధారపడుతున్నారు. ఈ అంతర్జాతీయ వ్యాపారం నెట్‌వర్క్‌ను ఆటోమేషన్ తేటతెల్లం చేస్తుంది. గొలుసులో బలహీనమయిన లంకెలు గొప్ప పర్యవసానాలకు గురవుతాయి. ఇరవయవ శతాబ్దిలో సహజవనరులు లేని అభివృద్ధి చెందుతున్న దేశాలు, తమ వద్ద గల నైపుణ్యం లేని పనివారి సేవలను చవకగా అందించి ఆర్థిక ప్రగతి సాధించారు. ఇవాళ లక్షలాది మంది బంగ్లాదేశీలు చొక్కాలు కుట్టి యు.ఎస్. కస్టమర్‌లకు అమ్ముతున్నారు. వారి బతుకు గడుస్తున్నది. బెంగళూరులో జనం, ఎక్కడో అమెరికాలోని వినియోగదారుల కంప్లెయింట్‌లు వింటూ, కాల్ సెంటర్‌ల పేరున జీవనం సాగిస్తున్నారు.

కృత్రిమ జ్ఞానం, మర మనుషులు, త్రీ.డీ. ప్రింటర్స్ వచ్చిన కొద్దీ, నైపుణ్యం లేని చవక పనివారి, ప్రాముఖ్యం మరింత తగ్గుతుంది. ఢాకాలో చొక్కా తయారు చేసి యు.ఎస్. దాకా పంపనవసరం లేదు. షర్ట్ కోడ్ ఏ అమెజాన్‌లోనో కొని, న్యూయార్క్‌లో దాన్ని అచ్చు వేసుకోవచ్చు. ఫిఫ్త్ ఎవెన్యూలోని జారా, ఫాడా అంగళ్ల బదులు బ్రూక్‌లిన్‌లో త్రీ.డీ. ప్రింటింగ్ సెంటర్స్ వస్తాయి. కొంతమంది ప్రింటర్‌కొని యింట్లో పెట్టుకుంటారు. అలాగే కంప్యూటర్ ప్రింటర్ గురించి అడగడానికి బెంగళూరుకు ఫోన్ చేయనవసరం ఉండదు. గూగుల్ క్లౌడ్‌లో కృ.జ్ఞా. రెప్రెజెంటేటివ్‌తో మాట్లాడవచ్చు. (అక్కడ మాట తీరు మీకు అనువుగా ఉంటుంది.) ఉద్యోగం పోయిన ఢాకా కార్మికులు, బెంగళూరు కాల్‌సెంటర్ ఉద్యోగులు కొత్త ఉద్యోగాలకు తగిన శిక్షణ లేనివారు. మరివారి గతి ఏమిటి?

కృత్రిమ జ్ఞానం, త్రీ.డీ ప్రింటింగ్ కలిసి బంగ్లాదేశ్, బెంగళూరు వారిని పనినుంచి పక్కకు తొలగిస్తే, అప్పటివరకు దక్షిణాసియాకు అందుతున్న ఆదాయం, కాలిఫోర్నియాలోని కొన్ని టెక్ జాయింట్‌లకు మళ్లుతుంది. ఆర్థికంగా పెరుగుదల

కారణంగా ప్రపంచమంతటా పరిస్థితి మెరుగు అయ్యేది పోయి, సిలికన్ వ్యాలీలాంటి హైటెక్ హబ్‌లలో అంతులేని కొత్త ఆదాయాలు మొదలవుతాయి. అభివృద్ధి చెందుతున్న దేశాలెన్నో కుప్పగూలుతాయి.

భారతదేశం, బంగ్లాదేశ్‌లతో సహా, ముందున్న కొన్ని ఆర్థిక వ్యవస్థలు మరింత వేగంగా ముందుకు సాగి విజేతలతో చేరవచ్చు. సరయిన సమయం దొరికితే, బట్టల మిల్లులలో, కాల్ సెంటర్‌లలో పని చేస్తున్న వారి పిల్లలు, ఆ తరువాతి తరం వారు, ఇంజనియర్‌లు, వ్యాపారులు అవుతారు. వాళ్లే కంప్యూటర్‌లను, త్రీ–డీ ప్రింటర్‌లను తయారు చేస్తారు. వాళ్లే వాడుకుంటారు. అయితే ఇటువంటి మార్పు వీలున్న కాలం తరిగిపోతున్నది. గతంలో ఆర్థికపరమయిన వర్గాల మధ్యన, నైపుణ్యాలు లేని చవకపనివారు గట్టి వంతెనగా పనిచేశారు. ఒక దేశం ఆర్థికప్రగతి నెమ్మదిగా సాగినా, ఒక నాటికి భద్ర పరిస్థితికి చేరుకుంటామన్న నమ్మకం ఉండేది. ప్రగతి వేగంకన్నా సరయిన అడుగులు వేయడం ముఖ్యంగా ఉండేది. కానీ ఆ వంతెన యిప్పుడు కదిలిపోతున్నది. పడిపోయే అవకాశం కూడా ఉంది. చవక పనివారి నుంచి, నైపుణ్యంగల పరిశ్రమలకు ఎదగడం, యిప్పటికీ ఆ వంతెన దాటినవారు, బాగుంటారు. వెనుక మిగిలిన వారు మాత్రం అగాధానికి అటువేపు ఉండిపోతారు. ఇక ఇటురావడానికి దారి అసలు ఉండదు. మీ చవకపనివారు ఎవరికీ పట్టరు. మంచి చదువు ఏర్పాట్లు చేయడానికి మీ దగ్గర వనరులు లేవు. అప్పుడు చేయగలిగింది లేదు.

ఇట్లా మిగిలిపోయిన వారి పరిస్థితి ఏమవుతుంది? పెన్సిల్వేనియాలో గని పనివారు, న్యూయార్క్‌లో టాక్సీడ్రైవర్‌లు నిరుద్యోగులవుతారు. అమెజాన్, గూగుల్ వారు యు.ఎస్.లో చెల్లించిన పన్నుల సొమ్మును వారికి స్టైపెండ్‌గా అందించడానికి, అమెరికన్ వోటర్‌లు బహుశా అవును అనవచ్చు. ఇక మరి అధ్యక్షుడు ట్రంప్ అర్థంలేని మురికి మాటలతో వర్ణించిన దేశాలవారికి కూడా సహాయం అందించడానికి వారు మరి అంగీకరిస్తారా? అది జరుగుతుందన్న నమ్మకం, శాంటాక్లాజ్, ఈస్టర్ బన్నీల గురించిన నమ్మకం వంటిదే.

బేసిక్ (మౌలికం) అంటే?

యూనివర్సల్ బేసిక్ సపోర్ట్, విశ్వవ్యాప్తంగా మౌలికమయిన మద్దతు లేదా సహాయం అంటే, మౌలికమయిన మానవ అవసరాలను తీర్చడం. అయితే ఈ మాటకు సరయిన వివరణ లేదు. కేవలం జైవిక దృష్టితో గమనిస్తే ఒక సేపియెన్స్ ఒకనాడు మనగలగడానికి 1500 నుంచి 2000 కాలరీల శక్తి అవసరం. ఆపైన ఎంతయినా

అది విలాస జీవనం అవుతుంది. ఈ జీవసంబంధ బీదరీకం స్థాయికి పైన, మరికొన్ని విషయాలను కూడా మూలతః అవసరాల కింద చరిత్రలోని అన్ని సంస్కృతులు గుర్తించాయి. యూరోప్‌లో మధ్యయుగంలో తిండికన్నా చర్చ్ సేవలకు వెళ్లగలగడం మరింత ముఖ్యం అన్నారు. దానివల్ల శాశ్వతమయిన ఆత్మకు రక్షణ అందుతుంది. నశ్వరమయిన శరీరం సంగతి దాని తరువాత వస్తుంది. అదే యూరోప్‌లో ఇవాళ, తగిన చదువు, వైద్యసేవలను మానవుని కనీస అవసరాలు అంటున్నారు. ఇక కొంతమంది ఇంటర్‌నెట్ సౌకర్యం ప్రతి మనిషికీ ఆవశ్యకం అంటున్నారు. అదీ ఆడవారు, పిల్లలతో సహా అంటున్నారు. 2050 లో సంయుక్త ప్రపంచ ప్రభుత్వం గూగుల్, అమెజాన్, బైదూ, టెన్‌సెంట్‌ల నుంచి పన్ను వసూలు చేయడానికి అంగీకారం యిస్తుంది. ఆ సొమ్ముతో ఢాకా మొదలు డెట్రాయిట్ దాకా, భూమి మీదనున్న అందరు మనుషులకు కనీస సహాయం అందజేస్తుంది. అప్పుడు ఈ 'కనీసం' ఎంత అని నిర్ణయించే తీరు ఏమి?

ఉదాహరణకు బేసిక్, (మౌలిక, కనీస) విద్యలో ఏమి ఉంటుంది? కేవలం చదువు, రాత చాలా? కంప్యూటర్ కోడ్ రాయడం, వయొలిన్ వాయించడం కూడా ఉంటాయా? కేవలం ఆరు సంవత్సరాల ఎలిమెంటరీ బడి చాలా? లేక పిహెచ్.డీ. దాకా ఉంటుందా? ఇక ఆరోగ్యరక్షణ సంగతి ఏమి? 2050 నాటికి వైద్యంలో ప్రగతి కారణంగా ముసలితనాన్ని నెమ్మది చేయగలిగితే, మానవ జీవితాల నిడివి మరింత పెంచగలిగితే, కొత్త వైద్యం పద్ధతులు, అప్పటికి ఉండే పది బిలియన్‌ల మానవులకు అందుతాయా? లేక కొందరు కలిగిన వారికి మాత్రమేనా? బయొటెక్నాలజీ ద్వారా తల్లిదండ్రులు తమ పిల్లలను అప్‌గ్రేడ్ చేయగలిగితే, అది మరి మానవుల కనీస అవసరాల కిందకు వస్తుందా? లేక జీవపరంగా కొత్త కులాలు పుట్టుకు వస్తాయా? ధనికులయిన సూపర్ మానవులు, మామూలు హోమో సేపియెన్స్‌కన్నా గొప్ప స్తోమతలను పొందగలుగుతారా?

మానవ కనీస అవసరాలను ఏరకంగా నిర్వచించినా, ఒకసారి వాటన్నింటినీ, అందరికి, ఉచితంగా అందజేయడం మొదలయితే, వాటి గురించి ఎవరికీ పట్టింపు ఉండదు. ఇక మౌలికం కిందకు రాని విషయాల కొరకు సమాజంలో పోటీ, రాజకీయంగా పోరాటం తీవ్రంగా మొదలవుతాయి. ఫ్యాన్సీ సెల్ఫ్ డ్రైవింగ్ కార్‌లు, వర్చువల్ రియాలిటీ పార్క్‌లోకి ప్రవేశం, బయో ఇంజనియరింగ్ ద్వారా శరీరాలను ఎన్‌హాన్స్ చేయడం అప్పటికి విలాసజీవితం భాగాలవుతాయి. ఉద్యోగాలు లేని మనుషులు ఎవరికీ, ఆస్తులు ఉండవు. వారు ఈ రకమయిన లగ్జరీలను అందుకునే దారి కనబడదు. ఫలితంగా ధనికులు (టెన్‌సెంట్ నడిపేవాడు, గూగుల్ షేర్ హోల్డర్స్)

బీదలు (యూనివర్సల్ బేసిక్ సపోర్ట్ మీద ఆధారపడేవారి) మధ్య ఎడం ఎక్కువ మాత్రమే కాక, ఏనాటికి పూడ్చడానికి వీలుగాకుండా ఉంటుంది.

విశ్వవ్యాప్తంగా ఏదో పథకం పెట్టి 2050 నాటికి బీదవారు అందరికీ ఇప్పటికన్నా మెరుగయిన ఆరోగ్య రక్షణ, చదువు అందించినప్పటికీ, బీదల ఆక్రోశం ఉండనే ఉంటుంది. అసమానత పట్ల వారికి అంతులేని అసంతృప్తి ఉంటుంది. తమకు సమాజంలో కదిలే వీలు లేదన్న భావం మిగులుతుంది. వ్యవస్థలో తమకు వ్యతిరేకంగా కుట్ర సాగుతున్నట్లు, ప్రభుత్వం ధనికులకు మాత్రమే సేవలు అందిస్తున్నట్లు అందరూ భావిస్తారు. వారికి, వారి పిల్లలలకు భవిష్యత్తు మరింత బరువుగా ఉంటుంది, అని భయపడతారు.

హోమోవేపియెన్స్‌కు సంతృప్తి అనే లక్షణం అసలు లేదు. మానవుల సంతోషం, అందిన పరిస్థితి మీదగాక ఆశలమీద ఆధారపడి ఉంటుంది. ఇక ఆశలు పరిస్థితుల ప్రకారం మారతాయి. మిగతావారి స్థితిమీద మరింత ఆధారపడతాయి. పరిస్థితి మెరుగయితే ఆశయాలు మరింత పెరుగుతాయి. పరిస్థితులు అనుకోనంత పెరిగినా, ఆ పరిస్థితిలో కూడా అసంతృప్తి అంతకు ముందుకన్నా పెరుగుతుంది గాని తరగదు. విశ్వవ్యాప్తంగా అందించే మౌలిక సహాయం 2050లో సగటు మనిషికి పదార్థ, ఆశయ సంబంధ పరిస్థితిని బట్టి ఏర్పాటు అవుతుంది. అలాగయితే అది విజయవంతం అయే వీలుంది. అది విషయాత్మకంగా సాగితే మాత్రం కూలబడుతుంది.

యూనివర్సల్ బేసిక్ సపోర్ట్, నిజంగా తన గమ్యాలను అందుకోవాలంటే, దానికి తోడు క్రీడలు, మతం మొదలయిన అర్థవంతమయిన అంశాలు కావాలి. ఇజ్రాయెల్‌లో ఉద్యోగం లేకున్నా ఈ ప్రపంచంలో సంతృప్తిగా బతకడం గురించి జరిగిన ఒక ప్రయోగం విజయవంతమయింది. ఆ దేశంలో మరీ ఛాందసులయిన మగవారిలో సగంపైగా మంది, ఉద్యోగాలు చేయరు. పవిత్ర మతగ్రంథాలు చదవడం, మతసంబంధ కర్మకాండలతోనే, వారి జీవితం సాగుతుంది. అయినా వారుగానీ, కుటుంబంలోని వారుగానీ, తిండికి కటకటలాడరు. వారి ఆడవారు ఉద్యోగాలు చేయడం, అందుకు కొంత కారణం, ప్రభుత్వం నుంచి వారికి ధారాళంగా సబ్సిడీలు, ఉచితసేవలు అందడం మరింత కారణం. వారికి బతుకులో కనీస అవసరాల కొరత రాకుండా ప్రభుత్వం ఏర్పాట్లు చేస్తుంది. ఇది విశ్వవ్యాప్త మౌలిక సహాయం అనే ఆలోచన లేని నాటి నుంచి సాగుతున్న కార్యక్రమం.

ఈ సనాతన సాంప్రదాయపరులయిన యూదులు, బీదలు, ఉద్యోగం లేనివారు. వారి తీరు గురించి ఎన్నో సర్వేలు జరిగాయి. ఇజ్రాయెల్ సమాజంలో మరే వర్గానికి లేని సంతృప్తి, ఈ మతవాదులకు ఉందని తిరిగి తిరిగి రుజువయింది. అందుకు సమాజంలో వారి బంధాలు బలం యిస్తున్నాయి. పైగా మతగ్రంథాలు చదవడం,

మతానికి చెందిన తంతులు జరపడంలో వారికి లోతయిన అర్థాలు, సంతృప్తి అందుతున్నాయి. చిన్నగదిలో యూదులు కొంతమంది చేరి తాల్ముడ్ గ్రంథం గురించి చర్చసాగిస్తారు. అక్కడ పుట్టే ఆనందం, అంతరంగ దృష్టి, గొప్పవి. అందులో పాలుగొనడమే ఒక సంతృప్తి. కార్ఖానాలో ఎంతమంది కష్టించి పనిచేస్తున్నా అక్కడ ఈ ఆనందం లేదు. జీవితంలో సంతృప్తి గురించి ప్రపంచమంతటా జరిగిన సర్వేలు అన్నింటిలోనూ ఇజ్రాయెల్, మామూలుగా అన్నింటికన్నా పైన, ఆ దగ్గర ఉంటుంది. అందులో ఈ ఉద్యోగం లేని బీదవారి పాత్ర ఎంతో ఉంటుంది.

సనాతన ధర్మ ప్రవర్తకులు సమాజానికి తగినంత సేవచేయడం లేదని ఇజ్రాయెల్ లౌకికవాదులు తరుచు తీవ్రంగా అభియోగాలు చేస్తుంటారు. కష్టజీవుల మీద పడి వారు బతుకుతున్నారని కూడా అంటారు. ఈ మతాతీతులు, ఛాందసుల బతుకు తీరు కలకాలం సాగేది కాదంటారు. ఈ మతవాదులకు సగటున కనీసం ఏడుగురు పిల్లలు ఉండడం మామూలు. అంతమంది నిరుద్యోగులకు సాయం చేయడం, ప్రభుత్వానికి కూడా ఒకనాటికి వీలుగాదు. అప్పుడు ఈ మతం మనుషులు పనికి పోక తప్పదు, అంటారు లౌకికులు. కానీ బహుశ ఆ పరిస్థితి రాదు. పైగా వ్యతిరేకం జరుగుతుంది. కృ.జ్ఞా. మరమనుషులు వచ్చి మనుషులను పనిలో నుంచి పక్కకు తోసేస్తాయి. అప్పుడు ఈ సనాతన మత పద్ధతి వారు ఆదర్శప్రాయులు అవుతారు. వారిని గతంలో మిగిలిన శిలాజాలు అనడం జరగదు. అంటే అప్పటికి యూదులు అందరూ వారి దారిలో చేరతారని అర్థం కానే కాదు. అందరూ యెషివాకు వెళ్లి తాల్ముడ్ చదువుతారని కాదు. అప్పటికి జనం అందరికీ, బతుకు అర్థం తెలుసుకోవాలని, సమాజం గురించి అర్థం చేసుకోవాలని తపన పెరుగుతుంది. దాని ముందు ఉద్యోగాల తీరు మసక బారుతుంది.

విశ్వవ్యాప్తంగా ఆర్థిక భద్రత, గట్టి బంధాలుగల సమాజాలను కలగలిపి నడిపించ గలిగితే, అర్థవంతమయిన పనులను మాత్రమే చేయగలిగితే, ఆల్గొరిదంలు వచ్చి, మనుషుల నౌకరీలు పోయినా, అది గొప్ప విషయంగా కనబడుతుంది తప్ప, కష్టంగా తోచదు. బ్రతుకు పగ్గాల మీద పట్టు దప్పితే మాత్రం ప్రమాదం. ఎంతమందికి ఉద్యోగాలు పోయినా, నిజానికి అందరూ పట్టించుకోవలసిన సంగతి ఉంది. మనుషుల నుంచి అధికారం అల్గోరిదంల చేతిలోకి మారడమే అసలు సమస్య. అది జరిగితే ఉదారవాద కథ మీద మిగిలిన కొంచెం విశ్వాసం అడుగంటుతుంది. డిజిటల్ డిక్టేటర్‌షిప్‌కు దారి సులభమవుతుంది.

3

స్వేచ్ఛ

సమాచారం కన్ను పెడుతున్నది

ఉదారకథలో మానవుల స్వేచ్ఛ అన్నది మొట్టమొదటి విలువ. అధికారం చివరకు, వ్యక్తులు స్వతంత్ర అభిమతాల నుంచి పుట్టుకు వస్తుందని కథ వాదిస్తుంది. వారి అనుభూతులు, అభిరుచులు, ఎంపికలలో ఈ అభిమతం బయటపడుతుంది. రాజకీయంలో వోటర్ చెప్పిందే మాట అని ఉదారవాదం నమ్ముతుంది. అందుకే ప్రజాస్వామ్య విధానంలో ఎన్నికలకు అక్కడ చోటు. ఆర్థికరంగంలో వినియోగదారుడే ఎప్పటికీ సరయిన వ్యక్తి. అందుకే స్వతంత్ర మార్కెట్ సూత్రాలకు గౌరవం ఉంటుంది. వ్యక్తిగత విషయంలో ప్రజలు తమ మనసు ప్రకారం నడవాలని ఉదారవాదం అంటుంది. ఎవరికి వారు విధేయులుగా ఉండాలి. తమ మనసును అనుసరించాలి. వాటి వల్ల ఇతరుల స్వేచ్ఛకు భంగం కలగనంత వరకు, ఆ తీరు కొనసాగాలి. మానవహక్కులలో వ్యక్తిగత స్వేచ్ఛ ముఖ్యం.

ప్రస్తుతం పడమటి దేశాల రాజకీయ చర్చలో 'లిబరల్' అన్నమాటను చాలా ఇరుకయిన పాక్షిక దృష్టితో చూస్తున్నారు. స్వలింగ వివాహాలు, తుపాకుల వ్యాపారం, గర్భపాతాల వంటి వాటికి మద్దతు అని మాటకు అర్థం ధ్వనించేదాకా వచ్చింది. అయినా సంప్రదాయ వాదులు అనుకుంటున్న వారల చాలామంది విస్తృత ఉదార ప్రపంచ దృష్టిని అంగీకరిస్తారు. ప్రత్యేకంగా యునైటెడ్ స్టేట్స్‌లో రిపబ్లికన్‌లు, డెమొక్రాట్‌లు అప్పుడప్పుడు తమ చర్చనుంచి కొంత తెరపి తీసుకుని, అందరమూ

స్వేచ్ఛగా ఎన్నికలు, స్వతంత్ర న్యాయవ్యవస్థ, మానవహక్కులు లాంటి వాటిని నమ్మేవారమే అని తమకు తాము గుర్తు చేసుకోవాలి.

మిమ్మల్ని మీరు పరీక్షించుకోండి. ప్రజలు ప్రభుత్వాన్ని తాము ఎంచుకోవాలా? లేక ప్రభువును గుడ్డిగా నమ్మాలా? ఎవరి వృత్తిని వారు ఎంచుకోవాలా? కులవృత్తిని మాత్రమే అనుసరించాలా? భార్యాభర్తలను ఎవరికి వారు ఎంచుకోవాలా? అమ్మానాన్నల మాట వెంట సాగాలా? ఈ మూడు ప్రశ్నలలో మూడింటికీ మీరు మొదటి ప్రత్యామ్నాయానికి 'అవును' అంటే అభినందనలు. మీరు ఉదారవాదులు!

సంప్రదాయవాద వర్గంలో ముందు నిలిచిన రోనాల్డ్ రీగన్, మార్గరెట్ తాచర్ వంటి అగ్రనాయకులు కూడా, ఆర్థిక స్వాతంత్ర్యంతో బాటు, వ్యక్తి స్వేచ్ఛను కూడా సమ్మతిం చారన్న సంగతి ప్రత్యేకంగా గుర్తుంచుకోవాలి. 1987లో ఒక ప్రసిద్ధ ఇంటర్వ్యూలో 'సమాజం అంటూ ఏదీ లేదు. ఆడ, మగ కలిసి ఉండే ఒక చిత్రంలాంటిది ఉంది. అందులో మన బతుకుల పస, మన బాధ్యత మనం తీసుకోవడానికి ఎంతగా తయారయి ఉన్నాము, అన్న సంగతి మీద ఆధారపడుతుంది' అన్నారు తాచర్.

రాజకీయ అధికారం వోట్ వేసే వ్యక్తుల భావాలు, ఎంపికలు, స్వేచ్ఛ నుంచి వస్తుందని తాచర్‌గారి సంప్రదాయ వాద పార్టీ అనుయాయులకు, లేబర్ పార్టీ వారిలాగే అంగీకారం ఉంది. యూరోపియన్ యూనియన్‌ను వదలాలా? అన్న నిర్ణయం చేయవలసి వచ్చినపుడు, ప్రధాని డేవిడ్ కామెరాన్, పోయి రాణి ఎలిజబెత్ 11ను గానీ, ఆర్చ్‌బిషప్ ఆఫ్ కాండర్‌బరీ గానీ, ఆక్స్‌ఫర్డ్, కేంబ్రిడ్జ్ మేధావులనుగానీ, సమాధానం కొరకు అడగలేదు. ప్రజాభిప్రాయ సేకరణకు రెఫరెండం పెట్టారు. ప్రతి బ్రిటిష్ పౌరుడిని 'మీ భావన ఏమి?' అని అడిగారు.

'మీరు ఏమనుకుంటున్నారు?' అని అడగవలసింది. భావనల గురించి కాదు అని మీరు ఆక్షేపించవచ్చు. కానీ, అది చాలా మామూలు అపోహ. ఎన్నికలు, అభిప్రాయ సేకరణలు అన్నీ మానవుల భావనలకు సంబంధించినవి. వాటిలో హేతుబద్ధతకు తావులేదు. ప్రజాస్వామ్యం ఒకవేళ హేతుబద్ధ నిర్ణయాల మీద ఆధారపడుతుంది అంటే, అందరు ప్రజలకు సమానంగా వోట్ హక్కు యివ్వవలసిన అవసరం లేదు. అసలు వోట్ హక్కు అవసరం లేదు. కొంతమంది మాత్రమే తెలివిగలవారు, హేతుబద్ధంగా ఉంటారు అనడానికి కావలసినంత ఆధారం ఉంది. అదీ ఆర్థిక, రాజకీయ విషయాలలో మరింత సత్యం. బ్రెక్సిట్ వోట్ సందర్భంగా ప్రసిద్ధ జీవశాస్త్రవేత్త రిచర్డ్ డాకిన్స్ తన ప్రతిఘటన తెలియజేశాడు. తనతోబాటు, బ్రిటిష్ ప్రజానీకాన్ని చాలామందిని, అభిప్రాయ సేకరణలో పాలుగొనమని అడగవలసింది కాదు, అన్నాడు. మాకు ఆర్థిక, రాజకీయశాస్త్రాల గురించి ఏమీ

తెలియదు అన్నాడు. 'ఐన్‌స్టైన్ వేసిన బీజగణితం లెక్కలు సరయినవేనా?' అని అభిప్రాయసేకరణ పెట్టవచ్చు. ఏ రన్‌వే మీద పైలట్ విమానాన్ని దించాలి అని వోట్ పెట్టవచ్చు' అని కూడా అన్నాడతను.

ఏమయినా, మంచికో, చెడుకో, ఎన్నికలు, అభిప్రాయ సేకరణలు మన ఆలోచనల గురించి కావు. అవి మన భావనల గురించినవి. భావనల సంగతికి వస్తే, ఐన్‌స్టైన్, డాకిన్స్ కూడా అందరితో సమానమే. మానవుల అనుభూతులు లోతయినవి. అంతు పట్టనివి. ప్రజాస్వామ్యం అలాగే అనుకుంటుంది. అదే స్వతంత్ర అభిమతం. ఈ స్వేచ్ఛ, అధికారానికి అంతిమ ఆధారం, ఆకరం. కొందరు మనుషులు మిగత వారికన్నా ఎక్కువ తెలివిగల వారు కావచ్చు, అయితే స్వేచ్ఛ అందరికీ సమానం. ఐన్‌స్టైన్, డాకిన్స్‌ల లాగే, చదువురాని పని అమ్మాయికి కూడా స్వేచ్ఛ ఉంది. కనుక ఎన్నికల రోజున ఆమె భావనలు, వోట్ రూపంలో, మిగతా అందరికి సమంగా లెక్కకు వస్తాయి.

భావనలు ఎన్నుకునే వారిని మాత్రమేగారు, నాయకులను కూడా నడిపిస్తాయి. 2016 బ్రెక్సిట్ రెఫరెండం సమయంలో ప్రచారాన్ని బోరిస్ జాన్‌సన్‌తో బాటు మైకేల్ గోవ్ కలిసి జంటగా సాగించారు. డేవిడ్ కామెరాన్ గద్దె దిగాడు. ప్రధాని పదవికి కొంతకాలంపాటు జాన్‌సన్‌కు గోవ్ మద్దతు పలికాడు. కానీ చివరిక్షణంలో అతను పదవికి పనికిరాడు అన్నాడు. తానే పోటీ చేస్తాను, అని ప్రకటించాడు. ఆ నిర్ణయంతో జాన్‌సన్ అవకాశాలు అడుగంటాయి. అది మాకియవెలీ పద్ధతి రాజకీయ హత్య అని కొందరు వ్యాఖ్యానించారు. గోవ్ మాత్రం తనది తప్పుకాదని సమర్థించుకున్నాడు. 'నా రాజకీయ జీవితంలో అడుగడుగున నన్ను నేను ఒక ప్రశ్న అడుగుకున్నాను: చేయదగిన సరయిన పని ఏమి? మనసు ఏమంటున్నది? అని ఆ ప్రశ్న. గోవ్ బ్రెక్సిట్ కొరకు తీవ్రంగా పోరాడాడు. అందుకే ఒకప్పటి తన సహచరుడు బోరిస్ జాన్‌సన్‌ను వెన్నుపోటు పొడిచి, ఆ ప్రధాని పదవికి తానే పోటీ చేశాడు. అతని హృదయం ఆదేశం అది. గోవ్ చెప్పిన వివరణ అది.

ఉదారవాద ప్రజాస్వామ్యంలో ఈ మనసు మాట వినడం అనే విధానం, అకిలెస్ మడమ (ప్రమాదకరమయిన అంశం)గా నిరూపితమయే వీలుంది. మనిషి మనసును హ్యాక్ చేసి మళ్లించగల శక్తి సాంకేతికంగా వీలయి ఒకరి (అది బీజింగ్‌లో గానీ, శాన్‌ఫ్రాన్సిస్కోలోగానీ) చేతికందితే, ఉదారవాద రాజకీయం భావాల బొమ్మలాటగా మార్పు చెందుతుంది.

అల్గోరిదంను అంగీకరించండి

వ్యక్తుల అనుభూతులు, ఎంపిక పద్ధతుల మీద ఉదారతకు గల విశ్వాసం సహజం కాదు. ప్రాచీనం అంతకన్నా కాదు. వేలాది సంవత్సరాలుగా, అధికారం దైవిక

నియమాల వల్ల వస్తుంది, మనిషి మనసు నుంచి కాదు అని అందరూ నమ్మారు. కనుక అందరూ మనిషి స్వతంత్రాన్ని గాక దైవ నిర్ణయాన్ని పవిత్రీకరించారు. గత కొన్ని శతాబ్దాలలో మాత్రమే అధికారం ఆకాశదేవతల నుంచి రక్తమాంసాల మనుషులకు మారింది.

అధికారం త్వరలోనే మళ్లీ మారుతుంది. అది మనుషుల నుంచి అల్గోరిదంలకు అందుతుంది. దైవికాధికారాన్ని మతసంబంధ పురాణకథలతో నిరూపించినట్టే, రానున్న సాంకేతిక విప్లవం మహాసమాచార అల్గోరిదంల అధికారాన్ని నిలబెడుతుంది. వ్యక్తి స్వేచ్ఛ అన్న ఆలోచనను అమాంతం అణగదొక్కుతుంది.

మన మెదళ్లు, శరీరాల పనితీరును గురించి శాస్త్రీయ అవగాహనలు అందాయి. వాటి ప్రకారం భావనలు మానవులకు మాత్రమేగల అసమాన ఆధ్యాత్మిక లక్షణాలు కావు. వాటిలో స్వేచ్ఛ ఏరకంగానూ ప్రతిఫలించదు. భావనలు జీవరసాయనిక విధానాలు. మనుగడ, జాతి కొనసాగడానికి పునరుత్పత్తి విషయంలో వీలయిన పరిస్థితులను క్షణంలో లెక్కించడానికి పాలిచ్చే జంతువులు, పక్షులు కూడా భావాలను వాడుకుంటాయి. భావాలు, లోనుండి తెలియకుండా పుట్టే నిర్ణయాలు, ప్రేరణ, స్వతంత్రం మీద ఆధారపడేవి కావు. అవి లెక్కల మీద ఆధారపడతాయి.

కోతి, చుంచు లేదా మనిషికి ఒక పాము కనబడుతుంది. వెంటనే భయం పుడుతుంది. మెదడులోని లక్షలాది నాడీకణాలు, తగిన సమాచారాన్ని, చటుక్కున అందుకుని లెక్కవేశాయి. చావు ఎదురయే అవకాశం ఎక్కువ అని తేలింది. కనుక భయం. లైంగిక ఆకర్షణ భావాలు కూడా ఈ రకంగానే తలెత్తుతాయి. దగ్గరగా ఉన్న వ్యక్తితో విజయవంతంగా జంట కట్టవచ్చు. సామాజిక బంధం పెంచవచ్చు. అటువంటి మరేదో ఉన్నత విషయం వీలవుతుంది. అని జీవరసాయన అల్గోరిదంలు లెక్కవేస్తాయి. ఇక కోపం, దోష భావం, క్షమ వంటి నైతిక భావాలకు ఆధారంగా గుంపు సహకారం నుంచి నాడీచర్యలు పరిణతి చెంది ఉంటాయి. లక్షలాది సంవత్సరాలు సాగిన పరిణామక్రమంలో ఈ జీవరసాయనిక అల్గోరిదంస్ మెరుగులు దిద్దుకున్నాయి. ప్రాచీన వంశజులలో ఒకరి భావాలవల్ల పొరపాటు జరిగి ఉంటే, వాటికి ఆధారాలయిన జన్యువులు తరువాతి తరాలకు అందలేదు. ఆరకంగా భావనలు అంటే హేతువాదానికి వ్యతిరేక పద్ధతి కాదు. అవి పరిణామ హేతుబద్ధతకు రూపాలు.

భావనలు అంటే కేవలం లెక్కలని మనం సాధారణంగా అర్థం చేసుకోలేక పోతాము. వాటి వేగం మన అవగాహనకు అందనంత ఉంటుంది. మనుగడ గురించి, సంతానం గురించి మెదడులోని లక్షల కణాలు లెక్కలు వేస్తున్నట్టు మనకు తెలియదు. అందుకే, పామును చూచి భయపడినా, జంట గురించి ఎంపిక చేసినా, రాజకీయంలో పక్షాల గురించి నిర్ణయించినా, అవన్నీ, ఏవో అంతుపట్టని స్వేచ్ఛనుంచి వచ్చే నిర్ణయాలు అనుకుంటాము.

మన భావనలు స్వతంత్రాన్ని ప్రతిబింబిస్తాయని ఉదారవాదం భావించడం తప్పే. అయినా ఇవాళటి వరకు కూడా భావనల మీద ఆధారపడడం వలన మంచి జరిగింది. అవి మాయలు కావు, స్వతంత్రాలు కావు. అయినా ఏం చేయాలి, ఎవరిని పెళ్లాడాలి, ఏ పార్టీకి వోట్ వేయాలి లాంటి నిర్ణయాలు చేయడానికి ఈ విశ్వంలో అవే మంచి పద్ధతులుగా తోచాయి. నా అనుభూతులను నాకన్నా ఏ బయటి వ్యవస్థ బాగా అర్థం చేసుకోలేదు. స్పానిష్ లేదా రష్యన్ కేజీబీ వేగులు అనుక్షణం నామీద నిఘా పెట్టినా, నా కోరికలు, ఎంపికలను నడిపించే జీవరసాయన విధానాలను, తెలుసుకుని, మార్చే శక్తినివ్వగల తెలివి, కంప్యూటర్‌శక్తి వారివద్ద లేదు. నాకు స్వేచ్ఛ ఉందని వాదించడం సమంజసంగా కనిపించింది. అది నాలోని ఆంతరంగిక బలాలు ఇచ్చినది. వాటి గురించి మరెవరికీ తెలియదు. నా అంతరంగాన్ని నేనే రహస్యంగా నడుపుతున్నాను అని భ్రమలో ఉంటాను. నాలోపల జరుగుతున్నది బయటివారికి అంతుపట్టదు. నా నిర్ణయాలు నేను చేసుకుంటాను. కనుక ఆ భ్రమ.

ఎవరి మనసుమాట వారు వినాలని ఉదారవాదం సరిగానే చెప్పింది. మతగురువులు, మరెవరో పార్టీ కార్యకర్త మాటలు వినే అవసరం లేదు. కానీ త్వరలోనే మానవ భావనలకన్నా మంచి సలహాలను కంప్యూటర్ అల్గోరిదంలు యివ్వగలుగుతాయి. కేజీబీలు, ఇతర సంస్థలు పక్కకు పోయి, గూగుల్, బైదూలకు దారినిస్తాయి.

అందుకు కారణం మనమిప్పుడు రెండు మహత్తర విప్లవాలను ఎదురుకోబోవడం. ఒక పక్కన జీవశాస్త్రజ్ఞులు, మానవ శరీరం మర్మాలను తెలుసుకుంటున్నారు. ముఖ్యంగా మెదడు, మనిషి భావనల గుట్టు తెలుసుకుంటున్నారు. అదే సమయంలో కంప్యూటర్ రంగం వారు అంతులేని వేగంతో సమాచారాన్ని ప్రాసెస్ చేసే పద్ధతులు తయారుచేస్తున్నారు. ఇక జీవసాంకేతిక విప్లవం, సమాచార సాంకేతిక విప్లవంతో కలిస్తే, పెద్ద సమాచార అల్గొరిదంలు పుడతాయి. అవి మనిషి భావనలను పరిశీలించి, మనిషికన్నా బాగా అర్థం చేసుకుంటాయి. అప్పుడు బహుశా అధికారం మనుషుల నుంచి కంప్యూటర్‌లకు మారుతుంది. స్వేచ్ఛ గురించిన భ్రమ చెదిరిపోతుంది. ప్రతినిత్యం సంస్థలు, కార్పొరేషన్‌లు, ప్రభుత్వ సంస్థలు, ఇంతకు మునుపు మరెవరికీ తెలియని నా ఆంతరంగాన్ని అర్థం చేసుకుంటాయి. మారుస్తాయి కూడా.

సులభంగా చెప్పాలంటే ఒక సమీకరణం చాలు. a*b*d* = ahh!!

ఇందులో బి అంటే బయొలాజికల్ నాలెజ్. అది జీవ సంబంధ సమాచారం. దాన్ని సి అనే కంప్యూటింగ్ శక్తితో హెచ్చువేయాలి. వెంటనే డి అనే డేటా లేదా సమాచారంతో హెచ్చువేయాలి. ఫలితం ఎబిలిటీ టు హ్యాక్ హ్యూమన్స్! అంటే మనుషులను, ఇప్పుడు కంప్యూటర్‌లను లాగ హ్యాక్ చేసి మార్చే వీలు కలుగుతుంది!

వైద్యరంగంలో ఈ సమీకరణం పనిచేస్తున్న తీరును ఇప్పటికే చూడగలుగుతున్నాము. మనిషి జీవితంలోని ముఖ్యమయిన వైద్యనిర్ణయాలు, ఆరోగ్యం, అనారోగ్యాల గురించి మనిషికి గల భావాల ఆధారంగా జరగడం లేదు. వైద్యుల తెలివి ఆధారంగా కూడా జరగడం లేదు. మన శరీరం గురించి మనకన్నా లోతుగా అర్థం చేసుకోగల కంప్యూటర్ లెక్కల ఆధారంగా జరుగుతున్నాయి. కొన్ని దశాబ్దాలు పోతే విస్తృత సమాచార భాండాగారం గల అల్గొరిదంలు ఇరవయి నాలుగు గంటలు విరామం లేకుండా మన శరీరం గురించిన బయొమెట్రిక్ సమాచారాన్ని అందుకునే వీలు కలుగుతుంది. మనకు అనారోగ్యం గురించి అనుమానం కూడా కలగక ముందే, అవి, జలుబు, క్యాన్సర్, అల్ఛ్‌హైమర్ వంటి వ్యాధులను పసిగట్టగలుగుతాయి. అవిక వెంటనే తగిన చికిత్సలను సూచిస్తాయి. తిండి, నిత్య కార్యక్రమాల తీరు గురించి సలహాలిస్తాయి. అవన్నీ వ్యక్తిగా ఒక్కరి కొరకు ప్రత్యేకంగా నిర్ణయించిన పద్ధతులు. కంప్యూటర్‌కు మన గురించి, మనకన్నా బాగా తెలుస్తుంది మరి.

ప్రజలకు చరిత్రలో ఎన్నడూ లేనంత మంచి వైద్యసేవలు అందుతాయి. కనుకనే బహుశా అందరూ అనవరతం అనారోగ్యలతో బాధపడుతుంటారు. శరీరంలో ఎప్పుడూ ఏదో ఒక మూల లోపం ఉంటుంది. బాగుపరచ వలసిన పరిస్థితులు ఎప్పుడూ తెలుస్తుంటాయి. గతంలో శరీరంలో ఏదో బాధ తెలిసే వరకు అంతా బాగున్న భావన ఉండేది. అవకరం ప్రభావం తెలిసే దాకా ఆ సంగతి దృష్టికి వచ్చేది కాదు. కానీ 2050 నాటికి బయొమెట్రిక్ సెన్సర్‌లు, బిగ్ డేటా అల్గొరిదంల పుణ్యమా అని, వ్యాధుల వల్ల బాధలు కలగక ముందే వాటికి చికిత్స జరుగుతుంది. ఫలితంగా మీకు ఎప్పటికీ ఏదో ఒక రుగ్మత గురించి తెలుస్తుంది. ఒకటి కాక మరొక అల్గొరిదం చెప్పే వైద్యం జరుగుతూ ఉంటుంది. మీరు కాదంటే బహుశః మెడికల్ బీమా రద్దవుతుంది. లేదంటే ఉద్యోగం పోతుంది. మీ మొండితనానికి వాళ్లెందుకు వెల చెల్లించాలి?

లెక్కల ప్రకారం పొగతాగితే ఊపిరితిత్తుల క్యాన్సర్ వస్తుందని తెలుసు. అయినా పొగ తాగడం ఒక పద్ధతి. ఒక బయొమెట్రిక్ సెన్సర్ హెచ్చరించిన తరువాత పొగ తాగడం పూర్తి వేరుతరహా విషయం. మీ ఎడమ ఊపిరితిత్తిపై భాగంలో పదిహేడు క్యాన్సర్ కణాలు ఉన్నాయని అది గుర్తించింది. మీరు సెన్సర్‌ను కాదంటున్నారు. అది హెచ్చరికను మీ బీమా కంపెనీకి, మీ మేనేజర్‌కు, మీ అమ్మగారికి పంపితే ఏం చేస్తారు?

ఇన్ని అనారోగ్యాలను పట్టించుకునే సమయం శక్తి ఎవరికి ఉంటుంది? కనుక చాలా సమస్యల విషయంలో నిర్ణయాలను అల్గొరిదంకు వదిలేయవచ్చు. మరీ అయితే, అది అప్పుడప్పుడు తాజా పరిస్థితిని మీ స్మార్ట్ ఫోన్‌కు పంపుతుంది. పదిహేడు

క్యాన్సర్ కణాలను గుర్తించి, నాశనం చేశారు. అని సందేశం వస్తుంది. ఆరోగ్యాన్ని అతిగా పట్టించుకునే రకాలు ఆ సందేశాలన్నింటినీ శ్రద్ధగా చదువుతారు. మిగతా చాలామంది, కంప్యూటర్‌లో ఆంటివైరస్ హెచ్చరికలకు లాగే వీటిని కూడా పట్టించుకోరు.

నిర్ణయాల నాటకం

వైద్యరంగంలో ఇప్పటికే మొదలయిన ఈ పద్ధతి, మరిన్ని రంగాలకు పాకుతుంది. అందుకు ముఖ్యంగా అవసరమయేది బయొమెట్రిక్ సెన్సర్ పరికరాలు. వాటిని శరీరం మీద లేదంటే లోపల బిగించవచ్చు. అవి జీవచర్యలను ఇలెక్ట్రానిక్ సమాచారంగా మారుస్తాయి. అదంతా కంప్యూటర్‌కు చేరి విశ్లేషణకు గురవుతుంది. కావలసినంత బయొమెట్రిక్ సమాచారం, తగిన కంప్యూటర్ శక్తి అందుబాటులో ఉంటే, శరీరం బయట ఉండే డేటా ప్రాసెసింగ్ వ్యవస్థలు మీ కోరికలను, నిర్ణయాలను, అభిప్రాయాలను కూడా హ్యాక్ చేస్తారు. మీరు వాస్తవంగా ఎవరు అన్న సంగతి అవి తెలుసుకునే వీలుంటుంది.

చాలామందికి తమ గురించి తమకు సరిగా తెలియదు. నాకు ఇరవయి ఒక్క సంవత్సరాలు వయసు వచ్చిన తరువాత గానీ, నేను గే (స్వలింగ సంపర్కం చేసేవారు) అని తెలియవచ్చింది. చాలా సంవత్సరాలు అదేమీ లేదు అనుకుంటూ బతికాను. అదేమీ గొప్ప విషయం కాదు. ఈ రకం పురుషులు చాలామంది తమ లైంగిక లక్షణం గురించి తెలియకుండానే యువ వయస్సు మొత్తం గడిపేస్తారు. కానీ 2050 పరిస్థితిని ఊహించండి. ఒక యువకుడు మామూలు, గే పరిస్థితుల మధ్య ఎక్కడ ఉన్న సంగతిని అల్గోరిదం తేల్చి చెప్పగలిగితే, (అది మారడానికి గల వీలును కూడా తెలిపితే) ఎలాగుంటుంది. అల్గోరిదం మీకు ఆకర్షణగల ఆడ, మగ చిత్రాలను, విడియోలను చూపిస్తుంది. మీ కళ్ల కదలికలను గమనిస్తుంది. రక్తపు పోటు, మెదడు పనితీరులను పసిగడుతుంది. అయిదు నిమిషాలలో కిన్సే స్కేల్‌లో ఒక అంకెను మీ ముందు ఉంచుతుంది. ఇది వీలయితే నాకు సంవత్సరాల చిత్రహింస తప్పేది. మీరు ఇటువంటి పరీక్ష చేయించడానికి ఇష్టపడకపోవచ్చు. అయితే మీరు ఒక పుట్టినరోజు పార్టీకి వెళతారు. అక్కడ బోరింగ్‌గా ఉంటుంది. ఎవరో ఒకరు ఈ కూల్ న్యూ అల్గోరిదంలో అందరూ పరీక్ష చేయించుకుందాం, అని ప్రతిపాదిస్తారు. (అందరూ చుట్టు నిలబడి ఫలితాలు చూస్తుంటారు. ఏదో అంటారు కూడా!) అప్పుడు మీరు తప్పించుకుని వెళ్లిపోతారా?

నిజంగా మీరు వెళ్లిపోయినా, మీ నుంచి, మిగతావారి నుంచి తప్పించుకో జూచినా, అమెజాన్, అలీబాబా, సీక్రెట్ పోలీస్ నుంచి మాత్రం తప్పించుకోలేరు. మీరు వెబ్ సర్ఫింగ్ చేస్తున్నా, యూట్యూబ్ చూస్తున్నా, సోషల్ మీడియా ఫీడ్స్ చదువుతున్నా, అల్గోరిదంలు మీకు తెలియకుండా కనిపెడుతుంటాయి. విశ్లేషిస్తాయి. అవి కోకాకోలా వారికి, సలహాలు యిస్తాయి. ఆ కంపెనీ మీకు డ్రింక్ అమ్మదలచుకుంటే, వ్యాపార ప్రకటనలో చొక్కాలేని అమ్మాయిని కాక, అబ్బాయిని చూపించమని చెపుతాయి. మీకు ఏమీ తెలియదు. వాళ్లకు తెలుసు. ఇటువంటి సమాచారం వారికి లక్షలు సంపాదించి పెడుతుంది.

ఇదంతా బాహాటంగా జరుగుతుందేమో? జనం తమ సమాచారాన్ని సంతోషంగా పంచుకుంటే సరయిన రెకమెండేషన్స్ వస్తాయి. చివరకు అల్గోరిదం వారిపక్షాన నిర్ణయాలు చేయగలుగుతుంది. అంతా చిన్న విషయాలతో మొదలవుతుంది. ఉదాహరణకు సినిమా చూడాలి. మిత్రులతో టీవీ ముందు కాలం గడపాలని అనుకుంటారు. ఏ సినిమా అని నిర్ణయించాలి. యాభయి ఏళ్లక్రితం ఎంపిక చేసే అవకావం లేదు. ఇప్పుడు ఆన్ డిమాండ్ సర్వీస్‌లు వచ్చాయి. వేలాది సినిమాలు అందుబాటులో ఉంటాయి. అప్పుడు నిర్ణయం కష్టం. మీకు సైన్స్ ఫిక్షన్ త్రిల్లర్స్ యిష్టం. జాక్ మాత్రం రొమాంటిక్ కామెడీ అంటాడు. జిల్ వోట్ ఫ్రెంచ్ ఆర్ట్ సినిమాకు పడుతుంది. అందరూ సర్దుకుని ఏదో బి–టైప్ సినిమా చూస్తారు. అందరికీ నిరాశ మిగులుతుంది.

అప్పుడు ఒక అల్గోరిదం సాయం చేయగలుగుతుంది. గతంలో మీకు నచ్చిన చిత్రాల సంగతి దానికి చెప్పవచ్చు. దాని వద్ద చాలాపెద్ద డేటా బేస్ ఉంటుంది. అది అందరికీ నచ్చేరకం సినిమాను ఎంపిక చేస్తుంది. కానీ అల్గోరిదం దారి తప్పవచ్చు. ఎవరికి వారు చెప్పిన సంగతులు ఏనాటికీ నిజంగా ఉండవు. అందరూ ఒక సినిమాను గుర్తించి తెగపొగడడం విని ఉంటాము. మనం కూడా దాన్ని చూస్తాము. మధ్యలోనే నిద్ర వస్తుంది. ఆ మాట చెపితే బాగుండదు గనుక, సినిమా బ్రహ్మాండం అంటాము.

అందుకే ఎవరికి వారు అనుమానాస్పదమయిన రిపోర్ట్‌లు యివ్వనవసరం లేదు. అందరూ సినిమాలు చూస్తున్నప్పుడు అల్గోరిదం గమనించే వీలు కలిగించాలి. అసలు ఏ సినిమా మనం పూర్తిగా చూచాము? దేన్ని మధ్యలో వదిలాము? మీరు ప్రపంచానికి 'గాన్ విత్ ద విండ్' అన్నిటికన్నా గొప్ప సినిమా అని గొంతు చించుకుని చెప్పి ఉండవచ్చు. అయినా అందులోని మొదటి అరగంటకన్నా ఎక్కువ మనం ఎన్నడూ చూడలేదని అల్గోరిదంకు తెలుసు. అట్లాంటా తగలబడడం మనం చూడనేలేదు!

అల్గోరిదం అంతకన్నా లోతుకు వెళ్లగలుగుతుంది. కనుగుడ్లు, ముఖంలో కండరాల కదలికల ఆధారంగా మనుషుల మనసు కదలికలు తెలుసుకునే పద్ధతులను

ఇంజనియర్‌లు తయారు చేస్తున్నారు. టెలివిజన్‌కు మంచి కెమెరా ఒకటి జోడించాలి. ఇక సాఫ్ట్‌వేర్, మిమ్మల్ని నవ్వించిన సన్నివేశాలను, ఏడిపించిన, విసిగించిన వాటిని తెలుసుకుంటుంది. ఇక బయొమెట్రిక్ సెన్సర్‌లను అల్గోరిదంకు కలపాలి. ఇక ప్రతి ఫ్రేమ్‌తో మీ గుండె రేట్, రక్తపుపోటు, మెదడు తీరు మారిన వివరాలను గమనిస్తుంది. టారంటీనోస్ పల్ప్ ఫిక్షన్ చూస్తున్నామనుకుందాం. రేప్ సీన్ వల్ల మనలో కలిగిన ఉద్దీపన, హత్య సీన్‌లో మరొక భావం, జోక్ అర్థం కాక నవ్వకుండా ఉండిపోయిన పరిస్థితి అది అర్థం చేసుకుంటుంది. ఆ తరువాత మీరు నవ్వారు. లేకుంటే అందరు మిమ్ము చూచి నవ్వుతారని నవ్వారు. అల్గోరిదంకు అది కూడా అర్థమవుతుంది. నిజంగా సరదా పుట్టి నవ్వడానికి, బలవంతంగా నవ్వడానికి మెదడులో, కండరాలలో చర్యలు వేరువేరుగా ఉంటాయి. మరి మనుషులకు మామూలుగా ఈ తేడా తెలియదు. బయొమెట్రిక్ సెన్సర్ సంగతి వేరు.

టెలివిజన్ అనే పదంలోని 'టెలి' అన్నది గ్రీక్ మాట. అంటే దూరం అని అర్థం. విజియో అనే లాటిన్ మాటకు దృశ్యం, చూపు అని అర్థం. టీవీ అనే పరికరాన్ని దూరం నుంచి విషయాలను చూచేందుకు సిద్ధం చేశారు. త్వరలోనే అది దూరంలోని వారు మనలను చూచే పరికరం కానున్నది. నైన్‌టీన్ ఎయిటీఫోర్ అనే నవలలో జార్జ్ ఆర్వెల్ 'మనం దాన్ని చూస్తుంటే టీవీ మనలను చూస్తుంది' అన్నాడు. టారంటీనో చిత్రాలు మొత్తం చూచిన తరువాత, త్వరలోనే అన్నిటినీ మరచిపోతాము. కానీ నెట్‌ఫ్లిక్స్, అమెజాన్, లేదా మరో అల్గోరిదం స్వంతదారులు మాత్రం మన వ్యక్తిత్వం తరహా గుర్తుంచుకుంటారు. మన భావాల బటన్‌లను నొక్కడం నేర్చుకుంటారు. ఆ తరువాత నెట్‌ఫ్లిక్స్, అమెజాన్‌లు మన కొరకు మరింత బాగా సినిమాల ఎంపిక చేయగలుగుతాయి. వాటి సాయంతో వారు మన గురించి గొప్ప నిర్ణయాలు చేయగల శక్తి సంపాదిస్తారు. మన చదువు, పని లాంటి వాటిని నిర్ణయించడంలో వాటి పాత్ర ఉంటుంది.

అయితే అమెజాన్ అన్ని సందర్భాలలో సరయినది అనడానికి లేదు. అది వీలుగాని పని. తగిన సమాచారం లేక, ప్రోగ్రామింగ్‌లో పొరపాటు వలన, గమ్యాలను సరిగా నిర్వచించనందున, జీవితం అస్తవ్యస్తత లాంటి కారణాల వలన అల్గోరిదంలు వరుసబెట్టి పొరపాట్లు చేస్తుంటాయి. అలాగని అమెజాన్ ఏ లోపం లేనిదిగా ఉండాలని లేదు. అది సగటున మనుషులకంటే బాగుంటే చాలు. చాలామంది మనుషులకు తమ గురించి తెలియదు గనుక, అదేమంత కష్టం కాదు. చాలామంది మనుషులు, బతుకులోని చాలా ముఖ్యమయిన సందర్భాలలో విపరీతమయిన తప్పులు చేస్తుంటారు. అల్గోరిదంలకన్నా ఎక్కువగా మనుషులు, తగిన సమాచారం అందక, తప్పుడు ప్రోగ్రామింగ్ (జన్య, సాంస్కృతికతపరంగా), నిర్వచనాలు సరిగా లేక, బతుకు గజిబిజి కారణంగా తప్పులు చేస్తుంటారు.

అల్గోరిదంలలో ఉండే అన్ని సమస్యలను పట్టికగా వేసి, మనుషులు వాటిని నమ్మడానికి లేదని తేల్చి చెప్పవచ్చు. ప్రజాస్వామ్యంలోని లోపాలన్నింటినీ పట్టీవేసి, తెలివిగల వారెవరూ ఆ పద్ధతిని నమ్మగూడదు అన్నట్టే ఈ పరిస్థితి కూడా ఉంటుంది. ప్రజాస్వామ్యం ఈ ప్రపంచంలో అన్నింటికన్నా అధమమయిన రాజకీయ వ్యవస్థ, మిగతా అన్నింటినీ తప్పించి, అన్నాడు విన్‌స్టన్ చర్చిల్. బిగ్ డేటా అల్గోరిదంల గురించి కూడా మంచికో, చెడుకో, జనం అటువంటి నిర్ణయానికి చేరేవీలుంది. వాటిలో చాలా సమస్యలున్నాయి. అయితే అవిగాక మరొక దారిలేదు.

మనుషులు నిర్ణయాలు చేసేతీరు గురించి పరిశోధకులు మరింతలోతయిన అవగాహన పొందిన కొద్దీ, అల్గోరిదంల మీద ఆధారపడడం మేలు అన్న భావన పెరుగుతుంది. మనుషుల నిర్ణయాల విషయంగా కంప్యూటర్‌లు కలుగజేసుకుంటాయి. అప్పుడిక బిగ్ డేటా అల్గోరిదంల మీద ఆధారపడడం మరింత నమ్మదగినది అవుతుంది. మనుషుల ఆపరేటింగ్ సిస్టంను ప్రభుత్వాలు, కార్పొరేషన్‌లు విజయవంతంగా హ్యాక్ చేస్తాయి. ఇక మనలను వరుసబెట్టి బొమ్మలలాగ ఆడించడం మొదలవుతుంది. వ్యాపార ప్రకటనలు, ప్రచారాలు మరింత ప్రభావవంతంగా వస్తాయి. మన అభిప్రాయాలను, భావాలను మార్చడం సులభం అవుతుంది. తలనొప్పితో తల తిప్పుతున్న పైలట్, తన ఇంద్రియాలు చెపుతున్న సంగతులను పట్టించుకోక, మెషినరీని నమ్మినట్టు, జనం అల్గోరిదంలను ఆశ్రయిస్తారు.

కొన్ని దేశాలలో, మరికొన్ని సందర్భాలలో మనుషులకు మరొక దారి ఉండదు. వారు బలవంతంగా బిగ్ డేటా అల్గోరిదంల ముందు తలవంచవలసి వస్తుంది. స్వేచ్ఛా సమాజాలు అంటున్న చోట్ల కూడా, అల్గోరిదంలకు అధికారం అందవచ్చు. అనుభవం మీద మనం వాటిని మరిన్ని విషయాలలో నమ్మడం నేర్చుకుంటాము. ఇక మన నిర్ణయాలను మనం చేయగల శక్తి సన్నగిల్లుతుంది. కేవలం రెండు దశాబ్దాలలో, కోట్లాది మంది మనం అన్నింటికన్నా ముఖ్యమయిన పనిని గూగుల్‌కు అప్పజెప్పిన తీరు గురించి ఆలోచించండి. ఆ పని తగిన, నమ్మదగిన సమాచారం కొరకు వెదకడం. మనం సమాచారం గురించి వెదకడం మానుకున్నాము. గూగుల్ చేస్తున్నాము. జవాబుల కొరకు మనం గూగుల్ మీద ఆధారపడిన కొద్దీ, సమాచారం గురించి వెదికే మనశక్తి క్షీణించింది. ఇప్పటికే గూగుల్ సెర్చ్‌లో అందిన టాప్ అంశాలు మాత్రమే 'సత్యం' అనే పరిస్థితి వచ్చింది.

ఈ పరిస్థితి శరీరపరమయిన విషయాలలో కూడా జరుగుతున్నది. ఉదాహరణగా ప్రయాణాలను చెప్పవచ్చు. దారికోసం అందరూ గూగుల్‌ను అడగడం నేర్చుకున్నారు. ఒక కూడలి దగ్గర ఎడమకు తిరగాలి, అనిపిస్తుంది. గూగుల్ మాత్రం కుడికి తిరగమంటుంది. అలవాటుగా తమ భావనకు తలవంచుతారు. ఎడమకు తిరుగుతారు.

ట్రాఫిక్ జామ్‌లో చిక్కుకుంటారు. వెళ్లవలసిన మీటింగ్ మిస్ అవుతారు. మరుసటి సారి గూగుల్ మాట విని కుడికి తిరుగుతారు. సరిగా సమయానికి గమ్యం చేరుకుంటారు. అంటే గూగుల్‌ను నమ్మాలని అనుభవం చెపుతుంది. ఒకటి రెండు ఏండ్లలో గూగుల్ చెప్పింది పూర్తిగా, గుడ్డిగా నమ్మే పరిస్థితి వస్తుంది. స్మార్ట్ ఫోన్ పని చేయకుండా వారికిక నిజంగా దిక్కుతోచదు.

ఆస్ట్రేలియాలో మార్చ్ 2012లో ముగ్గురు జపనీస్ పర్యాటకులు, ఒకనాడు సరదాగా, తీరం దగ్గరగా ఉన్న ఒక దీవిలో గడపాలి అనుకున్నారు. కార్‌ను నేరుగా పసిఫిక్ సముద్రం వద్దకు నడిపించారు. ఇరవయి ఒక్క సంవత్సరాలుగల యూజూ నోడా కార్ నడుపుతున్నది. తాను జీపిఎస్ ఆదేశాలను పాటించాను అని తరువాత చెప్పింది. అక్కడికి డ్రైవ్ చేస్తూ వెళ్లవచ్చునని అది చెప్పింది. అక్కడ ఒక రోడ్ మీదకు దారి చెపుతానన్నది. కానీ మేము యిరుక్కుపోయాము, అన్నది ఆ అమ్మాయి. ఇటువంటి చాలా సందర్భాలలో జనం నేరుగా చెరువులోకి చేరారు. కూల్చిన వంతెన మీద నుంచి పడ్డారు. అంతా జీపీఎస్ మూలంగా జరిగిన సంఘటనలే. నావిగేషన్ అంటే (దారి వెదికి అనుసరించడం) సంగీతం వంటిది - వాడాలి, లేదా వదులుకోవాలి. భార్యాభర్తల ఎంపిక, ఉద్యోగాల ఎంపిక సంగతి కూడా అంతే.

పై చదువు ఎంపిక గురించి ఏటేటా లక్షలమంది పిల్లలు సమస్యలో పడతారు. అది ఎంతో ముఖ్యమయిన కష్టమయిన నిర్ణయం. తల్లిదండ్రుల ఒత్తిడి, తోటివారు, గురువులు చెప్పే సలహాలు ఉంటాయి. అందరికీ వేరువేరు ఆసక్తులు, అభిప్రాయాలు ఉంటాయి. ఇక ఎవరి భయాలు, భావనలు వారికి ఉండనే ఉంటాయి. నిర్ణయాన్ని మసకబార్చి, మార్చడానికి, సినిమాలు, నవలలు, చక్కనయిన వ్యాపార ప్రకటనలు ఉంటాయి. వివిధ వృత్తులలో విజయం సాధించడానికి ఏం అవసరమన్నది తెలియదు. పైగా స్వంతశక్తి, అశక్తతల గురించి నిజంగా అవగాహన ఉండదు. కనుక తెలివయిన నిర్ణయం చేయడం చాలా కష్టమవుతుంది. లాయర్‌గా విజయం సాధించాలంటే ఏం కావాలి? నేను ఒత్తిడి కింద పనిచేయగలనా? జట్టులో కలిసి పనిచేయగలనా? ప్రశ్నలు!

తన శక్తియుక్తుల గురించి సరిగా తెలియకుండానే, ఒక విద్యార్థిని న్యాయకళాశాలలో చేరుతుంది. లాయర్‌గా పని చేయడమంటే ఏమిటో సరిగా తెలియదు. (భీషణంగా వాదనలు వినిపించడం, దినమంతా ఆబ్జెక్షన్ యువరానర్ అనడం!) ఈలోగా ఆమె మిత్రురాలు, చిన్ననాటి కల అంటూ నాట్యకళాశాలలో చేరుతుంది. అయితే అందుకు అవసరమయిన శరీర సౌష్టవం, ఓపిక ఆమెకు లేవు. సంవత్సరాల తరువాత యిద్దరూ తమ నిర్ణయాల గురించి బాధపడతారు. ఇక మీదట మనం ఇటువంటి నిర్ణయాలు చేయవలసినపుడు గూగుల్ మీద ఆధారపడవచ్చు.

లా స్కూల్‌కు నీవు పోతే కాలయాపన తప్ప మరొకటి కాదు, అంటుంది. నాట్యం అమ్మాయికి కూడా అదే మాట తేల్చి చెపుతుంది. మనస్తత్వశాస్త్రం నీకు సరయినది. సంతోషంగా ఉంటావు, అంటుంది. మిత్రురాలికి ప్లంబర్ పని సిఫారసు చేస్తుంది.

ఉద్యోగాలు, అలాగే బహుశా వివాహ సంబంధాల విషయంలో కృత్రిమ జ్ఞానం చక్కని నిర్ణయాలు, మనకంటే బాగా చేసే పరిస్థితి వస్తే, మానవత గురించి, జీవితం గురించి మన భావనలు మారవలసి ఉంటుంది. బతుకు అంటే బరువయిన నిర్ణయాల నాటకం అనుకోవడం మనుషులకు అలవాటయింది. ఉదార ప్రజాస్వామ్యం, ఫ్రీ మార్కెట్, పెట్టుబడిదారీ విధానం కూడా మనిషిని, స్వయం ప్రతిపత్తితో ప్రపంచం గురించి నిర్ణయాలు చేసే ప్రతినిధిగా భావిస్తాయి. షేక్స్‌పియర్ నాటకాలు, జేన్ ఆస్టిన్ నవలలు, హాలివుడ్ హాస్యం సినిమాలు వంటి కళాంశాలు, అన్నింటిలో హీరో కష్టమయిన నిర్ణయాలు చేయడం చుట్టూ కథ తిరుగుతుంది. టు బీ ఆర్ నాట్ టు బీ? షేక్స్‌పియర్ ప్రశ్న! భార్య మాట విని కింగ్ డంకన్‌ను చంపాలా? అంతరంగాన్ని విని అతడిని వదిలేయాలా? ఎవరిని పెళ్లి చేసుకోవాలి? నవలలో సమస్య! క్రైస్తవ, ఇస్లామ్ మతశాస్త్రంలో కూడా ఇలాగే నిర్ణయాల నాటకాల మీద దృష్టి ఉంటుంది. సరయిన నిర్ణయాన్ని ఆధారంగా శాశ్వత ముక్తి, లేదా పాపకూపం అందుతాయి, అంటాయవి.

మన నిర్ణయాల కొరకు మరింతగా కృ.జ్ఞా. మీద ఆధారపడడం పెరిగిన కొద్దీ, జీవితం గురించిన దృష్టి ఏమవుతుంది? ప్రస్తుతం మనం సినిమాల ఎంపికకు నెట్‌ఫ్లిక్స్, ఎడమ, కుడికి తిరగడానికి గూగుల్ మ్యాప్స్‌లను నమ్ముతున్నాము. ఇక చదువు, ఉద్యోగం, పెళ్లి నిర్ణయాలు కూడా కృ.జ్ఞా. చేస్తుంది అంటే, మానవ జీవితం యిక నిర్ణయాల నాటకం కాకుండా పోతుంది. ప్రజాస్వామ్య ఎన్నికలు, ఫ్రీ మార్కెట్ అర్థం లేనివిగా మిగులుతాయి. మతం, కళ కూడా అదే గతికి చేరుకుంటాయి. పేరున్న నవలలో నాయకురాలు తన స్మార్ట్ ఫోన్ తీసి ఎవరిని పెళ్లి చేసుకోవాలని ఫేస్‌బుక్‌ను అడిగింది, అనుకోండి. సూపర్‌హిట్ సినిమాలో నిర్ణయాలన్ని కృత్రిమ జ్ఞానం చేస్తుంది, అనుకోండి. దేవదాసు పరిస్థితి ఏమవుతుంది. అతను సుఖంగా బతికితే, అది దేవదాసు కథేనా? ఆ సుఖం ఎటువంటిది? అటువంటి బతుకులను అర్థం చేసుకోవడానికి ఆదర్శాలు ఉన్నాయా?

అధికారం మనుషుల నుంచి అల్గొరిదంలకు మారితే, మనం ప్రపంచాన్ని, సరయిన నిర్ణయాలు చేయడానికి సతమతమయే స్వతంత్ర వ్యక్తుల సమాహారంగా చూడడం కుదరదు. ప్రపంచమంతా మనకు సమాచార ప్రవాహంగా కనబడుతుంది. జీవులు జీవరసాయన అల్గొరిదంలుగా కనబడతాయి. మానవాళి ఈ విశ్వంలో చేయవలసినది, అన్నింటినీ పట్టించుకోగల డేటా ప్రాసెసింగ్ వ్యవస్థ తయారీ. ఆ

తరువాత అందులో కలిసిపోవడం. ఇప్పటికే మనం పెద్ద డేటా ప్రాసెసింగ్ వ్యవస్థలో మరీ చిన్న చిప్స్‌గా మారుతున్నాము. ఆ వ్యవస్థ గురించి ఎవరికీ అర్థం కావడం లేదు. ప్రతినిత్యం నేను మెయిల్స్, ట్వీట్స్, వ్యాసాలు లాంటి వాటి ద్వారా లెక్కలేనంత డేటా అందుకుంటున్నాను. దాన్ని ప్రాసెస్ చేసి మళ్లీ మెయిల్స్, ట్వీట్స్, వ్యాసాల ద్వారా కొత్త బిట్స్‌ను అందిస్తున్నాను. మొత్తం మహత్తర ప్రణాళికలో నా స్థానం గురించి నాకు నిజంగా తెలియదు. లక్షలాది మంది మనుషులు, కంప్యూటర్‌లు తయారు చేస్తున్న సమాచారంలో, నా బిట్స్ ఏ రకంగా ఇముడుతున్నది తెలియదు. ఆ సంగతి తెలుసుకోవడానికి నాకు సమయం లేదు. మరి వస్తున్న సందేశాలకు సమాధానాలు పంపడంతోనే దినం గడిచిపోతుంది.

తత్వం తెలిసిన కార్

ముఖ్యమయిన నిర్ణయాలలో ఒక నైతికకోణం కూడా ఉంటుంది. అల్గోరిదంలకు ఆ సంగతి అర్థం కాదు. కనుక అవి ముఖ్యమయిన నిర్ణయాలు చేయజాలవు, అని కొందరు ఆక్షేపించే వీలుంది. కానీ, నీతి విషయంగా కూడా అల్గోరిదంలు మనుషులకన్నా బాగా పనిచేయడానికి వీలు లేదనడానికి వీలు లేదు. ఇప్పటికే స్మార్ట్ ఫోన్, ఆటొనామస్ కార్ వంటివి, ఇప్పటివరకు మనుషులకు మాత్రమే వీలయిన నిర్ణయాలు చేస్తున్నాయి. కార్‌కు అడ్డంగా ఇద్దరు పిల్లలు పరుగుపెడుతూ వస్తారు. కార్‌ను నడిపే అల్గోరిదం మెరుపులాగ లెక్కలు వేస్తుంది. ఆ పిల్లలను కాపాడాలి. అంటే, ఒక్కసారిగా పక్కవీధిలోకి తిరగడం కన్నా దారిలేదని తేలుస్తుంది. ఆ వీధిలో నుంచి పెద్ద ట్రక్ దూసుకు వస్తున్నది. దాన్ని ఢీ కొట్టడం తప్పదు. కార్‌లో వెనుక సీట్‌లో హాయిగా కునుకు తీస్తున్న యజమాని చనిపోయే అవకాశం 70 శాతం ఉందని తెలుస్తుంది. అప్పుడు అల్గోరిదం ఏం చేయాలి?

'ట్రాలీ సమస్య' పేరున ఇటువంటి పరిస్థితి గురించి ఫిలాసఫర్‌లు కలకాలంగా చర్చిస్తున్నారు. (ఆధునిక ఫిలాసఫీ పుస్తకాలలో ఈ చర్చకు ఉదాహరణలుగా, రైల్ ట్రాక్ మీద దూసుకుపోతున్న ట్రాలీ కార్‌లను గురించి చెపుతారు గనుక సమస్యకు ఆ పేరు పడింది.) ఇప్పటివరకు, ఈ వాద వివాదాల ప్రభావం అసలు ప్రవర్తన మీద పడలేదు. అది వింత. నిజంగా సమస్య ఎదురయినప్పుడు మనుషులు తరుచు తాత్వికదృష్టిని మరిచిపోతారు. తమ భావాలను, లోనుంచి తెలియకుండా వచ్చే నిర్ణయాలను అనుసరిస్తారు.

సామాజిక శాస్త్రాల చరిత్రలోనే క్రూరమయిన ఒక ప్రయోగం, 1970లో ప్రిన్స్‌టన్ తియలాజికల్ సెమినరీలో జరిగింది. అక్కడ విద్యార్థులు ప్రెస్‌బిటేరియన్ చర్చ్‌లో

మినిస్టర్‌లుగా పనిచేయడానికి చదువుతున్నారు. విద్యార్థులు తరగతి నుంచి దూరంగా ఉన్న ఒక లెక్చర్ హాల్‌కు వెళ్లాలి. అక్కడ 'గుడ్ సమారిటన్' కథ గురించి ఉపన్యాసం చేయాలి. ఆ కథలో ఒక యూదుడు జెరూసలేం నుంచి జెరికోకు యాత్రకు బయలు దేరతాడు. దారిలో దొంగలు దాడిచేసి అతడిని కొడతారు. అతను చావు బతుకులలో దారిపక్కన పడి ఉంటాడు. కొంత సమయానికి ఒక ప్రీస్ట్, మరొక మతగురువు ఆ దారిలో వస్తారు. ఇద్దరూ ఆ మనిషిని పట్టించుకోరు. యూదులు నిరసించే 'సమారిటన్స్' వర్గానికి చెందిన ఒక మనిషి, అతడిని చూచి ఆగుతాడు. సేవచేసి, అతని ప్రాణం కాపాడుతాడు. వ్యక్తి గొప్పదనాన్ని అసలు ప్రవర్తనను బట్టి నిర్ణయించాలి. మత సంబంధాలను బట్టి కాదు, అని ఈ కథవలన తెలియనగు నీతి.

ఇక్కడ సెమినరీ విద్యార్థులు లెక్చర్ హాల్ వేపు దారి తీస్తారు. గుడ్ సమారిటన్ కథను బాగా వివరించడం గురించి వారి ఆలోచనలు తిరుగుతుంటాయి. ప్రయోగం తలపెట్టి నడుపుతున్నవారు, విద్యార్థులు వెళ్లే దారి పక్కన ఒక ద్వారంలో ఒక మనిషిని కూచోబెట్టారు. ఆ వ్యక్తి దుస్తులు అస్తవ్యస్తంగా ఉన్నాయి. అతను తలవాల్చి కళ్లు మూసుకుని పడి ఉంటాడు. సెమినేరియన్‌లకు సంగతి తెలియదు. వాడు ఏ అనుమానం లేకుండా ముందుకు పోతాడు. ఈ మనిషి దీనంగా మూలుగుతాడు. దగ్గుతాడు. ఆ మనిషి సంగతి గురించి అడగడానికి విద్యార్థులు ఎవరూ ఆగరు. సాయం చేయడం సంగతి దాకా పరిస్థితి చేరదు. వారంతా వీలయినంత త్వరగా లెక్చర్ హాల్‌కు చేరాలి. కనుక వారు ఒత్తిడిలో ఉన్నారు. కష్టంలో ఉన్న అపరిచితులకు సాయం చేయాలన్న నైతిక ఆలోచన వారికి తట్టనే లేదు.

ఇటువంటి మరెన్నో సందర్భాలలో కూడా మానవుల అనుభూతుల ముందు, తాత్విక సిద్ధాంతాలు ఓడిపోతాయి. కనుకనే ప్రపంచంలో నైతికత, తాత్విక సిద్ధాంతాల చరిత్ర అన్యాయంగా కనబడుతుంది. అందులో ఆదర్శాలు అద్భుతంగా ఉంటాయి. ఆదర్శమయిన ప్రవర్తనలు మాత్రం అందుకు తక్కువగా ఉంటాయి. క్రైస్తవులలో ఎందరు, రెండవ చెంప చూపిస్తున్నారు? (ఒక చెంప మీద కొడితే, వారికి రెండవ చెంప చూపమని వారి ఆదర్శం.) బౌద్ధులు నిజంగా అహంభావాన్ని వదల గలుగుతున్నారా? పొరుగు వారిని నీవారి వలెనే ప్రేమించుము, అన్న, యూదు బోధనను ఎంత మంది పాటిస్తున్నారు? సహజవరణం హోమో సేపియెన్స్‌ను మలిచిన తీరు అది. మిగతా అన్ని క్షీరదాల వలెనే, మానవులు కూడా జీవన్మరణ నిర్ణయాలు చేయడానికి తమ అనుభూతులను వాడుకుంటారు. కోపం, భయం, కోరికలు మనకు లక్షలాది పూర్వీకుల నుంచి పారంపర్యంగా అందినయి. వాళ్లంతా సహజవరణం, ఎంపిక పరీక్షలలో తీవ్రతను తట్టుకుని నిగ్గుతేలినవారు.

ఆఫ్రికన్ గడ్డిమైదానాలలో పదుల లక్షల సంవత్సరాలవాడు మనుగడకు, పునరుత్పత్తికి మంచిది అనుకున్న పద్ధతులు, నియమాలు, ఇరవయి ఒకటవ శతాబ్ది

మోటార్‌కారుల మీద పని చేయకపోవడం దురదృష్టం. ధ్యాస నిలవక కొంత కోపం, ఆత్రంలాంటి అనుభూతులతో మరింత మానవ డ్రైవర్లకు నీతి బోధించడానికి మన తత్వవేత్తలు, ప్రవక్తలు, మతగురువులు అందరినీ పంపించవచ్చు. అయినా రోడ్ మీద మాత్రం మానవ భావనలు, గడ్డి మైదానం పద్ధతులు అనుకోకుండా బయటపడతాయి. ఫలితంగా సెమినార్‌కు పరుగెత్తుతున్న వారు దీనజనులను పట్టించుకోరు. డ్రైవర్లు సమస్యలో పడితే అమాయక పాదచారులను చంపుతారు.

గురుకులం, రహదారి మధ్యనున్న ఈ అంతరాళం నీతి విషయంగా ఎదురయే అన్నిటికన్నా, పెద్ద ప్రాయోగిక సమస్య. ఇమానుయెల్ కాంట్, జాన్ స్టువార్ట్ మిల్, జాన్ రాల్స్ కలిసి యూనివర్సిటీ హాల్‌లో వెచ్చదనంలో కూచుని నీతిలోని సైద్ధాంతిక సమస్యల గురించి ఎంతసేపయినా చింతనలు చేయవచ్చు. వారి నిర్ణయాలను, సమస్యలో పడి కనురెప్పపాటులో నిర్ణయాలు చేయవలసి డ్రైవర్లు నిజంగా అమలు పరుస్తారా? మైకేల్ షుమాకర్ అంటే, ఫార్ములా వన్ డ్రైవర్. అతను చరిత్రలోనే అందరికన్నా గొప్ప డ్రైవర్ అంటారు. అతనికి కార్ నడుపుతూ కూడా ఫిలాసఫీ గురించి ఆలోచించే శక్తి ఉండేదట. అయితే అందరూ షూమాకర్‌లు కాలేరుగద.

కంప్యూటర్ అల్గోరిదంలు, న్యాచురల్ సెలెక్షన్ అనే విధానంలో నుంచి రాటుదేలి వచ్చినవి కావు. వాటికి అనుభూతులు, అనుకోకుండా నిర్ణయాలు చేసే శక్తి లేవు. కనుక సమస్యలో కూడా అవి నైతిక మార్గదర్శకాలను మనుషులకన్నా బాగా అనుసరించ గలుగుతాయి. అందుకు మనం నైతికతా సూత్రాలను, సరయిన అంకెలు, గణాంకాల రూపంలో అందించగలగాలి. కాంట్, మిల్, రాల్స్ వంటి వారికి కంప్యూటర్ కోడ్ రాయడం నేర్పించాలి. వారు తమ అనుకూలమయిన పరిశోధన శాలలో కూచుని తనంత తాను నడిచే వార్ ప్రోగ్రాం రాస్తారు. కార్ ఇక తమ ఆదేశాలను హైవే మీద అవశ్యం అనుసరిస్తుందని స్థిరం చేసుకుంటారు. ఇక ప్రతి డ్రైవర్ షుమాకర్, ఇమానుయెల్ కాంట్‌ల కలయికగా మారతారు.

ఆటోమేటిక్ కార్‌ను, ఆపదలో, అవసరంలో ఉన్నవారికి సాయం అందించే విధంగా ప్రోగ్రాం చేయవచ్చు. (అందులో అగ్ని ప్రమాదం, ఉప్పెన వంటి విపరీతాల గురించి వివరంగా తప్పించమని చేర్చవలసి ఉంటుంది.) ఇక కార్ ప్రళయం వచ్చినా సరే ఆ పని చేసి తీరుతుంది. పిల్లలు కార్‌కు అడ్డువస్తే వీధిలోకి తిరగమని ప్రోగ్రాం చేస్తే, అది ఆ పని చేసి తీరుతుందని పందెం కాయవచ్చు. అంటే, ఈ రకంగా, సెల్ఫ్ డ్రైవింగ్ కార్‌లను డిజైన్ చేస్తున్నప్పుడు టాయోటా లేదా టెస్లా కంపెనీలవారు, నీతితత్వంలోని ఒక సిద్ధాంత సమస్యను, ప్రయోగాత్మక ఇంజనియరింగ్ సమస్యగా మారుస్తారని అర్థం.

తాత్విక అల్గోరిదంలు ఏనాటికీ పర్‌ఫెక్ట్‌గా ఉండవు. అది నిజం. ఇంకా తప్పులు జరుగుతుంటాయి. గాయాలు, మరణాలు తప్పవు. విపరీతంగా చిక్కు కోర్ట్ తగాదాలు

కూడా మొదలవుతాయి. వారి వారి సిద్ధాంతాల కారణంగా కలిగిన దురదృష్ట పరిణామాల పేరున చరిత్రలో మొదటిసారిగా, ఫిలాసఫర్‌లను బోనులో నిలబెట్టే పరిస్థితి నిజమవుతుంది. చరిత్రలో మొదటిసారి, ఒక తాత్విక ఆలోచనకు, నిజజీవిత సంఘటనకు సూటిగా లంకె పెట్టడం కుదురుతుంది మరి. అయితే మానవ డ్రైవర్‌ల స్థానంలోకి చేరడానికి అల్గొరిదం పర్‌ఫెక్ట్ కానవసరం లేదు. అవి మనుషులకన్నా మెరుగయితే, అంతే చాలు. మానవ డ్రైవర్‌లు ఏటా పదిలక్షల మందిని చంపుతున్నారు. కనుక వారికన్నా మెరుగుగా ఉండడం అంత కష్టమేమీ కాదు. చివరకు ఒక ప్రశ్న! మీ పక్కనున్న కార్‌ను మందు ప్రభావంలో ఉన్న కుర్రవానికి అప్పగిస్తారా? లేక షూమాకర్ + కాంట్ బృందానికా?

ఈ పరిస్థితి కేవలం వాహనాల విషయంగానే గాక మరెన్నో పరిస్థితులలో వాస్తవమవుతుంది. ఉద్యోగం అర్జీలను గురించి ఉదాహరణకు చూడండి. ఒక వ్యక్తిని కొలువులో పెట్టాలా, వద్దా అన్న నిర్ణయం, ఇరవయి ఒకటవ శతాబ్దంలో అల్గొరిదంల చేతుల్లో ఉండే పరిస్థితి పెరుగుతుంది. యంత్రం నైతిక ప్రమాణాలను నిర్ణయించగలదు, అని దాని మీద ఆధారపడడం కుదరదు. ఆ పని యింకా మనుషులే చేయవలసి ఉంటుంది. జాబ్ మార్కెట్‌లో నీతి ప్రమాణాలను ఒకసారి నిర్ణయించిన తరువాత, యంత్రాలు వాటిని మనుషులకన్నా బాగా అమలు చేస్తాయి. వర్ణవివక్ష, లింగ వివక్ష కూడదు అంటే, అది చివరి మాట అవుతుంది.

వివక్షలు మంచివి కావని ఒక మానవ మేనేజర్‌కు తెలుసు. అది నీతి కాదని అతను ఒప్పుకుంటాడు. కానీ, ఉద్యోగం కొరకు ఒక నల్ల ఆడమనిషి కాయితం పెట్టుకుంటుంది. మేనేజర్ తనకు తెలియకుండా ఉపచేతనలో ఆమెకు వ్యతిరేకంగా భావిస్తాడు. ఆమె కాగితాన్ని తిప్పికొడతాడు. ఉద్యోగం అర్జీలను విలువకట్టే పని కంప్యూటర్‌కు అప్పజెపితే, ఆ కంప్యూటర్‌కు జాతి, లింగ వివక్ష అనవసరమని ఆదేశం యిస్తే, ఇక అది నియమాన్ని అక్షరాలా అనుసరిస్తుంది. కంప్యూటర్‌కు ఉపచేతన ఉండదు మరి. ఉద్యోగం అప్లికేషన్‌లను మూల్యాంకనం చేయడానికి కోడ్ రాయడం చాలా కష్టం. ఇంజనియర్‌లు తమకు తెలియకుండానే, సాఫ్ట్‌వేర్‌లో పక్షపాత ధోరణులను ప్రవేశ పెట్టే ప్రమాదం ఉంటుంది. అయినా అటువంటి పొరపాట్లు బయటపడితే, సాఫ్ట్‌వేర్‌ను తిరగరాసే పని సులభంగా వీలుగావచ్చు. మనుషుల ఇష్టాయిష్టాలను మనం మార్చడం కుదరదు.

డ్రైవర్‌లు, ట్రాఫిక్ పోలీస్‌లతో సహా చాలామంది మనుషులను కృత్రిమజ్ఞానం వచ్చి కొలువుల బజార్ నుంచి బయటకు పంపుతుందని గమనించాము (రౌడీ మనుషుల పనులను అల్గోరిదంలు చేయడం మొదలయితే, ట్రాఫిక్ పోలీస్‌ల అవసరమే ఉండదు.) అప్పుడు ఫిలాసఫర్‌లకు ఉద్యోగావకాశాలు దొరుకుతాయి. అప్పటి వరకు

మార్కెట్‌లో విలువలేని, నైపుణ్యాలకు, ఒక్కసారి బోలెడు డిమాండ్ పుడుతుంది. కనుక భవిష్యత్తులో మంచి ఉద్యోగావకాశాలు ఉండే చదువులో చేరాలంటే ఫిలాసఫీ లైన్ మంచిది లాగుంది.

సరయిన పనిదారి గురించి తత్వవేత్తలు ఒక పట్టాన ఒక మాటకు రారు. అందరు తాత్వికుల అంగీకారానికి అనువయిన 'ట్రాలీ సమస్య, సమాధానాలు ఎన్నోగాని రావు. జాన్ స్టువార్ట్ మిల్ లాంటి, పర్యవసానాలను బట్టి చర్యల విలువ నిర్ణయించే పద్ధతి తాత్వికులు జాన్ స్టువార్ట్ మిల్ వంటివారి అభిప్రాయాలు, కేవలం నియమాల ఆధారంగా పనులను లెక్కగట్టే తీరు, ఇమానుయెల్ కాంట్ చెప్పే మాటలకు వేరుగా ఉంటాయి. కార్‌లు తయారు చేసే టెస్లా కంపెనీ, ఇటువంటి చిక్కు పద్ధతులను పట్టించుకోవాలా?

బహుశా టెస్లా ఈ విషయాన్ని మార్కెట్‌కు వదిలేస్తుంది. సెల్ఫ్ డ్రైవింగ్ కార్ నమూనాలు రెండింటిని విడుదల చేస్తుంది. ఒకటి టెస్లా అల్‌ట్రుయిస్ట్. రెండవది టెస్లా ఈగొయిస్ట్. మొదటిది పరోపకారి. రెండవది స్వార్థం దారి. విపరీతమయిన పరిస్థితిలో పరోపకారి, యజమానిని బలియిచ్చి పిల్లలను రక్షిస్తుంది. స్వార్థం తెలిసిన రెండవ రకం ఏదో రకంగా యజమానిని కాపాడుతుంది. ఇద్దరు పిల్లలు చచ్చినా దానికి పట్టదు. కొనేవారు తమతమ మనోభావాలను అనుసరించి తగిన నమూనాను ఎంచుకోవాలి. ఎక్కువ మంది టెస్లా ఈగొయిస్ట్‌ను కొంటే, అందుకు టెస్లాను తప్పు పట్టడానికి ఉండదు. కొనుగోలు దారు ఆల్వేస్ రైట్ గద!

ఇది జోక్ కాదు. 2015లో జరిగిన ఒక మార్గదర్శక పరిశీలనలో ఒక ఊహాత్మక సన్నివేశాన్ని సిద్ధం చేశారు. ఆటోమాటిక్ కార్ ఒకటి కాలినడక వారిని కూలదోయ బోతుంది. యజమానిని పణంగా పెట్టినా సరే పాదచారులను కాపాడాలని ఎక్కువమంది అభిప్రాయ వ్యక్తం చేశారు. యజమానిని చంపడానికి ప్రోగ్రామ్ చేసిన రకం కార్‌ను మీరు కొంటారా అంటే మాత్రం, చాలామంది తల అడ్డంగా ఆడించారు. వాళ్లకు స్వార్థం తరహా కార్ కావాలి.

ఒక పరిస్థితిని ఊహించండి. మీరు ఒక కార్ కొన్నారు. దాన్ని వాడగలిగే లోపల మీరు అందులోని సెట్టింగ్స్ మెనూలోకి వెళ్లి కొన్ని బాక్స్‌లలో టిక్ చేయాలి. ప్రమాదం జరిగే పరిస్థితిలో మీ కార్ మీ ప్రాణాన్ని త్యాగం చేయాలా, లేక అవతలి కార్‌లోని కుటుంబాన్ని చంపాలా? ఇటువంటి ఎంపిక మీరు చేయాలనుకుంటారా? ఈ విషయంగా మీ యింటాయనతో జరిగే వాదం గురించి ఒకసారి ఆలోచించండి.

కనుక మార్కెట్‌ను మార్గంలో పెట్టడానికి ప్రభుత్వం పూనుకోవాలి. అన్ని సెల్ఫ్ డ్రైవింగ్ కార్‌లకు ఒక నీతి నిబంధన తయారుచేయాలి. అక్షరాలా అందరు పాటించబోయే చట్టాలను తయారు చేయడానికి అవకాశం అందిందని అధికారులు

ఆనందంలో మునుగుతారు, అనుమానం లేదు. అందులో కొంతమంది మాత్రం ముందెన్నడూ లేని, అధికారపూరిత బాధ్యత గురించి చికాకు పడవచ్చు గూడా. నిజానికి చరిత్రలో న్యాయాన్ని నడిపించే వ్యవస్థకు గల హద్దుల విషయంగా, పక్షపాతాలు, పొరపాట్లు, అతిధోరణుల మీద అదుపు ఉండేది. స్వలింగసంపర్కం, బూతు విషయంలో పెట్టిన చట్టాలను కొంతవరకు మాత్రమే అమలు చేయడం అదృష్టం. రాజకీయనాయకులు కూడా పొరపాట్లు చేస్తారు. అటువంటి వారు కొన్ని నిర్ణయాలు చేస్తారు. ఆ నిర్ణయాలు గురుత్వాకర్షణ లాగ తప్పకుండా అమలయే వ్యవస్థను మీరు అంగీకరిస్తారా? అవసరం అంటారా?

డిజిటల్ డిక్టేటర్‌షిప్

కృత్రిమ జ్ఞానం జనాలను భయపెడుతుంది. అది మరి విధేయత కనబరుస్తుందన్న నమ్మకం లేదు. మరమనుషులు తిరుగుబాటు చేసి, తమ మానవ యజమానులను కాదన్న తీరు, పిచ్చెత్తినట్టు వీధులలో పడి అందరినీ చంపిన వైనం ఎన్నో సైన్స్ ఫిక్షన్ సినిమాలలో చూచాము. కానీ మరమనుషులలో అసలు సమస్య అది కానేకాదు. అవి యజమాని మాటలను అన్ని వేళలా అనుసరిస్తాయి. అసలు ఎదురు తిరగవు. అందుకే మనం వాటిని గురించి భయపడాలి.

గుడ్డిగా యజమాని మాట వినడం తప్పుకాదు. అవి మంచి యజమానుల విషయంగా మాత్రమే నిజం. యుద్ధాలలో కిల్లర్ రోబాట్‌లను వాడే పరిస్థితి వస్తుంది. చరిత్రలో మొదటిసారిగా యుద్ధం, చట్టాలు రంగంలో పూర్తిగా అమలయ్యే వింత పరిస్థితి వస్తుంది. సైనికులు మనుషులయితే, హత్య, దోపిడీ, రేప్ వంటి చట్టవ్యతిరేక చర్యలు చేయవలసి వస్తే, బహుశా స్వంత అనుభూతుల కారణంగా ఆలోచనలో పడతారు. భావాలతో దయ, ప్రేమ, సానుభూతి వంటివి మామూలుగా లంకెపడి ఉంటాయి. కానీ యుద్ధ సమయంలో మాత్రం భయం, ఏవగింపు, క్రూరత్వం వంటి లక్షణాలు బలపడతాయి. రొబాట్స్‌కు భావాలు లేవు. కనుక అవి సైన్యం ఆదేశాల కోడ్‌ను తు.చ. తప్పకుండా పాటిస్తాయి. భయాలు, అసహ్యాల ప్రశ్న అసలు పుట్టదు.

దక్షిణ వియెత్నాం గ్రామం మైలైలో 16 మార్చ్ 1968 నాడు అమెరికన్ సైనికుల పటాలం ఒకటి కట్టు తెగినట్టు నాలుగు వందలమంది మామూలు పౌరులను పొట్టన బెట్టుకున్నది. స్థానికులు అడవి గెరిల్లా యుద్ధ తంత్రంతో సైనికుల మీద దాడి చేయాలని ధైర్యంగా చేసిన ప్రయత్నం ఈ దురంతానికి దారి తీసింది. వారి దాడి నెలలు సాగినా ఎందుకూ పనికిరాలేదు. అది చట్టాలకు వ్యతిరేకంగా జరిగింది. మనుషుల భావాల కారణంగా మారణహోమం జరిగింది. యు.ఎస్.వారు వియెత్నాంలో కిల్లర్ రొబాట్‌లను దింపినట్లయితే, ఈ మైలై మారణకాండ జరిగేది కాదు.

కిల్లర్ మరమనుషులను కట్టి, పనిలో పెట్టేలోగా, మనం కొన్ని సంగతులు గుర్తుంచుకోవాలి. రొబాట్స్ తమ కోడ్ లక్షణాలను పాటించడమే గాదు, పెంచుతాయి కూడా. కోడ్ మెత్తనిది, సహనం చూపేది అయితే, సగటు మనిషి సైనికులకన్నా, బహుశ మరమనిషి సైనికులు చాలా గొప్పగా కనబడతారు, పని చేస్తారు. ఇక వాటి కోడ్, దయలేని, క్రూర పద్ధతి అయితే, ఫలితాలు భరించరానివిగా ఉంటాయి. మరమనుషుల స్వంత కృత్రిమ జ్ఞానం సమస్య కాదు. వాటివి మానవ యజమానుల మూర్ఖత్వం, క్రూరత్వం అసలయిన సమస్యలు.

బోస్నియాలోని సెర్బ్ దళాలు 1995 జులైలో స్రెబ్రెనికా అనే టౌన్‌లో ఎనమిది వేలమంది స్థానిక ముస్లిమ్‌లను చంపారు. అది మైలై సంఘటనలాగ అస్తవ్యస్తం కాదు. ఈ మారణకాండ చాలాకాలంపాటు ఒక పద్ధతిగా జరిగింది. స్థానిక ముస్లింలను తొలగించి దేశాన్ని 'శుభ్రం చేయాలి' అన్న పథకంలో అది భాగం. ఆ సమయంలో బోస్నియా సెర్బ్‌ల దగ్గర కిల్లర్ మరమనిషి సైనికులు ఉంటే పరిస్థితి మరింత దారుణంగా మారేది. అందిన ఆదేశాలను అమలు చేయడంలో ఒక్క యంత్రం కూడా అరక్షణం తటపటాయించేది కాదు. దయ, ద్వేషం కనీసం బద్ధకం కూడా లేకుండా, అవి పిల్లలతో మొదలు ఒక్క ముస్లిం కూడా మిగలకుండా అందరినీ చంపేవి.

క్రూరుడయిన నియంత దగ్గర ఇటువంటి కిల్లర్ రొబాట్స్ ఉంటే, అవి తన మీదకు ఎదురు తిరుగుతాయన్న భయం అసలు ఉండదు. అతను ఎంత దారుణమయిన పనులు అప్పగించినా, అతివినయంగా చేసిన పెడతాయి. 1789లో ఫ్రెంచ్ విప్లవం మొదలయినప్పుడు ఈ రకం సైన్యం ఉంటే, విప్లవం మొగ్గగానే ముగిసిపోయేది. 2011లో హోస్నీ ముబారక్‌కు యిటువంటి సైన్యం ఉంటే, అవి దారి మళ్ళుతాయన్న భయం అతనికి ఉండేదిగాదు. అలాగే సామ్రాజ్యవాద ప్రభుత్వాలు యాంత్రిక సైనికులను అర్థం లేని యుద్ధాలకు పంపితే, వారి ఉత్సాహం తగ్గుతుందని, వారి కుటుంబాలు ఉద్యమిస్తాయని అనుమానం అవసరం రాదు. వియెత్నాం యుద్ధంలో యుఎస్ ఇటువంటి రొబాట్ సైన్యాన్ని పెడితే, మైలై మారణహోమం జరిగేది కాదేమో! అయితే యుద్ధం మాత్రం అంతులేకుండా కొనసాగేది. సైనికులు మానసికంగా కుంగిపోవడం, భారీగా యుద్ధవ్యతిరేక ప్రదర్శనలు, యుద్ధవ్యతిరేక వెటరన్ సైనికుల గోల ఉండేవి కాదు. (అయినా కొందరు అమెరికన్‌లు యుద్ధానికి వ్యతిరేకంగా ఉద్యమించేవారేమో? అక్కడ వారినికూడా సైనికులుగా పట్టుకుపోతారన్న భయం, తాము నేరాలు చేసిన అనుభవాలు, బంధువులను పోగొట్టుకున్న బాధ ఉండవు. కనుక నిరసనలో పాల్గొనేవారు తక్కువ సంఖ్య, తక్కువ తీవ్రతతో ఉండేవారు.)

తమంత తాము నడిచే ప్రజా వాహనాలకు ఈ రకమయిన సమస్యలు వర్తించవు. కార్ తయారు చేసేవారు ఎవరూ తప్పుడు బుద్ధితో అవి జనాలను చంపేరకంగా

ప్రోగ్రాం చేయరు. తమంత తాము పనిచేసే ఆయుధ వ్యవస్థలు తప్పకుండా రానున్నాయి. అవి వచ్చాయంటే ప్రళయం తప్పదు. చాలా ప్రభుత్వాలు అనైతికత వేపు మొగ్గుచూపగలవు. అంతకంటే అన్యాయం కాకపోవచ్చు గానీ, అది చాలు, నాశనం జరగడానికి.

అపాయం కేవలం మారణ యంత్రాలతో అంతం కాదు. రక్షణ పరిశీలన యంత్రాలు, వ్యవస్థలు కూడా అంతే అనుమానం పుట్టించగలవు. ఇటువంటి వ్యవస్థలు మంచి మనసు ప్రభుత్వాల అదుపులో ఉంటే మానవాళికి అంతకన్నా మంచి ఇంకొకటి లేదు. అవే బిగ్ డేటా అల్గొరిదంల నుండి ఒక బిగ్‌బ్రదర్ తల ఎత్తవచ్చు. ఆర్వేలియన్ పద్ధతి పర్యవేక్షణలో అందరు వ్యక్తుల మీద, అన్ని వేళలందు నిఘా కొనసాగుతుంది.

ఆర్వెల్ ఆలోచనలకు కూడా రాని పరిస్థితులు తల ఎత్తే అవకాశాలు ఆవశ్యంగా ఉన్నాయి. మన మాటలు, చేతలను మాత్రమే కనిపెట్టడం గాక, శరీరంలోకి దూరి, లోని అనుభవాలను గమనించే విధానాలు రావడం కష్టం కాదు. ఈ కొత్త సాంకేతిక విధానం చేతికి అందితే, దక్షిణ కొరియాలో కిమ్ అధికారవర్గం చేయగల ఆగడాలను అంచనా వేయండి. ప్రతి పౌరుడు విధిగా చేతికి కంకణం వేసుకోవాలి. అవి అందరి పనులు మాటలను గమనిస్తుంటాయి. అంతేగాదు, అందరి బ్లడ్‌ప్రెషర్, బ్రెయిన్ ఆక్టివిటీలను కూడా చూస్తుంటాయి. మనిషి మెదడు గురించి పెరుగుతున్న అవగాహనలు, మరొక పక్క మెషీన్ లర్నింగ్ సౌకర్యాలను ఆ ప్రభుత్వం అవసరం మేరకు కలగలుపుతుంది. ఉత్తరకొరియా ప్రభుత్వానికి ప్రజలు అక్షరాలా అందరి కదలికలు, ఆలోచనలు అనుక్షణం తెలుస్తాయి. మీరు కిమ్ జోంగ్-ఉన్ చిత్రం చూస్తారు. మీ లోలోపల కలిగిన కోపాన్ని బయొమెట్రిక్ సెన్సర్ తెలుసుకుంటుంది. (రక్తం పోటు, అమిగ్‌డలాలో చర్యలు చాలు!) మరునాటి ఉదయానికి మీరు గులగ్ బందిఖానాలో ఉంటారు.

వాస్తవంగా మాత్రం ఉత్తర కొరియా మిగతా దేశాల నుంచి దూరంగా ఉంది. తనంత తానుగా ఇటువంటి వనరులు తయారు చేయగల స్తోమత వారికి లేదు. అయితే, టెక్నాలజీ విషయంగా బాగా ముందున్న దేశాలలో ఇవన్నీ తయారువుతాయి. వాటిని నార్త్ కొరియా వారు నకలు చేస్తారు. కాదంటే కొంటారు. అటువంటి నియంతృత్వ పాలకులకు అందరికీ అవి అందుబాటులో ఉంటాయి. చైనా, రష్యా రెండు ఇటువంటి నిఘా పరికరాలను మెరుగుపరుచుకుంటున్నాయి. అదే దారిలో ప్రజాస్వామ్య దేశాలు చాలా సాగుతున్నాయి. యు.ఎస్.ఏ. నుంచి మొదలు నా స్వంత దేశం ఇజ్రాయెల్ దాకా అన్ని ఉదాహరణలు. 'స్టార్ట్ అప్ నేషన్' అని మా ఇజ్రాయెల్‌కు పేరు పెట్టారు. కానీ మా దేశంలో హైటెక్ రంగం ఎంతో ప్రగతి సాధించింది. సైబర్-సెక్యూరిటీ పరిశ్రమ అక్కడ చాలా ముందుంది. అదే సమయంలో దేశానికి,

అవతల పాలస్తీనాతో స్పర్థ సాగుతూనే ఉంది. తగిన సాంకేతిక వనరులు అందితే, వెస్ట్ బ్యాంక్‌లో సంపూర్తి సర్వెలాన్స్ సంరక్షణను ఏర్పాటు చేయడానికి, కనీసం కొందరయినా నాయకులు, జెనరల్స్, పౌరులు సంతోషంగా మద్దతు పలుకుతారు.

ఇవాళటికే పాలస్తీనా నుంచి ఒక ఫోన్ కాల్ వచ్చినా, ఫేస్‌బుక్‌లో పోస్ట్ పెట్టినా, ఒక నగరం నుంచి మరొక చోటికి ప్రయాణించినా, ఇజ్రాయెల్ మైక్రోఫోన్‌లు, కెమెరాలు, డ్రోన్‌లు, స్పై సాఫ్ట్‌వేర్‌లు వారిని గమనించే అవకావశం ఉంది. చేరిన సమాచారాన్ని బిగ్ డేటా అల్గొరిదంలలో పెట్టి పరీక్షిస్తారు. ఆపద అవకాశాలను గుర్తించి, నాశనం చేయడానికి ఇజ్రాయెల్ రక్షణ వ్యవస్థకు ఆ రకంగా వీలు కలుగుతుంది. అందుకు వారు అటుయిటు పరుగులు పెట్టనవసరం ఉండదు. పాలస్తీనా వారు పడమటి తీరంలోని కొన్ని పల్లెలను పట్నాలను నడుపుతూ ఉండవచ్చు. ఆకాశం మీద అధికారం మాత్రం ఇజ్రాయెల్ వారిది. వాయుతరంగాలు, సైబర్ స్పేస్ కూడా వారివే. వెస్ట్ బ్యాంక్‌లో ఇరవయి అయిదు లక్షలమంది పాలస్తీనా వారున్నారు. కానీ వారిని అదుపులో ఉంచడానికి అవసరమయే ఇజ్రాయెల్ సైనికుల సంఖ్య మాత్రం చాలా తక్కువ.

అక్టోబర్ 2017లో ఒక విచిత్రమయిన సంఘటన జరిగింది. ఒక పాలస్తీనా శ్రామికుడు తన ఫేస్‌బుక్ అకౌంట్‌లో, పనిలో ఉన్న తన ఫోటో ఒకటి పోస్ట్ చేశాడు. అందులో అతను ఒక బుల్‌డోజర్ పక్కన నిలబడి ఉంటాడు. ఆ పక్కనే అతను 'గుడ్ మార్నింగ్' అని అర్థం వచ్చే అక్షరాలు కూడా అమర్చాడు. ఒక ఆటోమాటిక్ అల్గొరిదం దాన్ని గమనించింది. అయితే అది చిన్న పొరపాటు చేసింది. అక్కడ రాసిన మాటలో కొన్ని అక్షరాలను అది తప్పుగా గుర్తించింది. అతను రాసిన మాటకు శుభోదయం, అని అర్థం. కానీ అల్గొరిదం చదివినట్లు భావించిన మాటకు 'వారిని గాయపరచండి' అని అర్థం. వెంటనే అతడిని, బుల్‌డోజర్ సాయంతో ప్రజలను చంపదలుచుకున్న తీవ్రవాదిగా లెక్కలోకి తీసుకున్నారు. ఇజ్రాయెల్ రక్షణశాఖ వారు పనిలోకి దిగారు. వెంటనే అతడిని అరెస్ట్ చేశారు. అల్గొరిదం తప్పు చేసిందని అర్థం చేసుకున్న తరువాత అతడిని వదిలిపెట్టారు. అది వేరే సంగతి. అయినా ఆ ఫేస్‌బుక్ పోస్ట్‌ను తొలగించారు. జాగ్రత్త అంటే అట్లాగుంటుంది. వెస్ట్ బ్యాంక్‌లో పాలస్తీనా వారి ప్రస్తుత అనుభవాలు, ప్రపంచం అంతటా కొంత కాలానికి రానున్న పరిస్థితికి నమూనాలు మాత్రమే.

ఇరవయవ శతాబ్ది కడపటి భాగంలో ప్రజాస్వామ్యాలు, నియంతలకన్నా బాగా పనిచేశాయి. వారికి డేటా ప్రాసెసింగ్ బాగా చేతకావడం అందుకు కారణం. సమాచారాన్ని వాడి పనిచేసే వ్యవస్థ, ప్రజాస్వామ్యంలో ఒకరోజు ఉండదు. దాన్ని విస్తరింపజేసేవారు. ఎందరో వ్యక్తులు, సంస్థలకు అందులో ప్రేమయం ఉండేది. నియంతృత్వ పాలనలో మాత్రం సమాచారం, సత్తా ఒకచోట కేంద్రీకృతాలయ్యేవి.

ఇరవయవ శతాబ్ది సాంకేతిక వనరులతో ఎక్కువ సమాచారాన్ని ఒక చోట చేర్చి ప్రాసెస్ చేయడం కుదిరేది కాదు. వేగంగా సమాచారాన్ని వాడి నిర్ణయాలు చేసే వెసులుబాటు అప్పట్లో లేదు. అందుకే సోవియెట్ యూనియన్ వారు తప్పుడు నిర్ణయాలు చేశారు. అందులో కొంతవరయినా కేంద్రీకరణ కారణంగా జరిగాయి. అమెరికన్‌లతో పోలిస్తే ఆర్థికంగా కూడా సోవియెట్ వారు అందుకే వెనుక మిగిలారు.

త్వరలోనే కృత్రిమ జ్ఞానం ఈ పరిస్థితిని పూర్తిగా మారుస్తుంది. ఎంత సమాచారాన్నయినా ఒకచోట ప్రాసెస్ చేయగల శక్తిని అది అందిస్తుంది. ఈ కేంద్రీకృత వ్యవస్థ, విస్తరణ పద్ధతికన్నా బాగా పనిచేస్తుంది. ఎంతగా ఎక్కువ సమాచారం ఉంటే మెషీన్ లర్నింగ్ అంత బాగా పనిచేస్తుంది. వందకోట్ల మందిని గురించిన మొత్తం సమాచారాన్ని ఒకచోట చేరిస్తే, అల్గొరిదంలు అంత బాగా వస్తాయి. అయితే అక్కడ వ్యక్తుల రహస్యాలకు చోటు ఉండదు. లక్షమందితో మాత్రమే తయారయిన అల్గొరిదం అంతగొప్పగా ఉండదు. ఉదాహరణకు నియంత ప్రభుత్వం ఒకటి దేశంలోని ప్రజలందరూ డిఎన్ఏ పరీక్ష తప్పక చేయించుకోవాలని శాసిస్తుంది. మొత్తం వైద్య సమాచారాన్ని కూడా ఒక కేంద్రీకృత స్థానంతో షేర్ చేయమంటుంది. అప్పుడు అది జన్యుశాస్త్రం, వైద్య పరిశోధనలలో, పైచెయ్యి అవుతుంది. వైద్య సమాచారాన్ని రహస్యంగా భావించే దేశాలకు అది వీలుగాదు. ఇరవయవ శతాబ్దంలో నియంత ప్రభుత్వాలకు హాని కలిగించిన సమాచార కేంద్రీకరణ పద్ధతి, ఇప్పుడు ఉపకారం చేసేదిగా మారుతుంది.

అల్గొరిదంలు జనాలను అర్థం చేసుకున్న కొద్దీ, ప్రజల మీద నిరంకుశ పాలకుల నియంత్రణ మరింత బలపడుతుంది. నాజీ జెర్మనీ వాటి ముందు వెలవెలపోతుంది. అటువంటి ప్రభుత్వాలకు వ్యతిరేకత చూపడం అసాధ్యమవుతుంది. ప్రజలందరి భావనలు ఆ ప్రభుత్వాలకు తెలుస్తాయి. అంతేగాదు, ఆ భావనలను వారు మార్చగలుగుతారు కూడా. నియంత తన ప్రజలకు ఆరోగ్య సేవలు, సమానత అందించలేకపోవచ్చు. అందరూ తనను ప్రేమించి, ప్రత్యర్థులను ఏవగించుకునేట్టు మాత్రం చేయగలుగతారు. బయొటెక్, ఇన్‌ఫోటెక్ ఒకటయిన తరువాత ప్రజాస్వామ్యం ప్రస్తుత రూపంలో మన జాలదు. అది పూర్తిగా కొత్త పద్ధతిలోకి మారిపోవాలి, లేదంటే మనుషులందరూ డిజిటల్ డిక్టేటర్‌షిప్ కింద బతకక తప్పదు.

అది హిట్లర్, స్టాలిన్ పద్ధతులకు తిరిగి చేరడం కాదు. డిజిటల్ నియంతృత్వం నాజీ పద్ధతికి పూర్తిగా వేరుగా ఉంటుంది. ఒకప్పట్లో ఫ్రెంచ్ పాలన కూడా అలాగే వేరుగా ఉండేది. లూయీ 14 ప్రభువు కూడా కేంద్రీకరణవాది, నియంత. అయితే నియంతృత్వ పాలనను సాగించడానికి కావలసిన సాంకేతిక వనరులు అతనికి లేవు. అతని పాలనకు ఎవరూ ఎదురుతిరగలేదు. అయినా రేడియోలు, టెలిఫోన్‌లు,

ట్రెయిన్‌లు లేని ఆ కాలంలో, ఎక్కడో మారుమూల ప్రాంతాలలో ఉన్న రైతుల దినసరి బతుకుల మీద ఎటువంటి అధికారం సాగలేదు. పారిస్ నాగరికుల మీదనే నియంత్రణ కుదరలేదు. అతనికి జనాలతో ఒక పార్టీ పెట్టాలన్న ఆలోచనగానీ, స్తోమతగానీ లేవు. దేశవ్యాప్తంగా యువకుల ఉద్యమం, జాతీయ విద్యావిధానం వంటి ఆలోచనలే లేవు. ఇటువంటి పనులు చేయడానికి ఇరవయవ శతాబ్దంలో హిట్లర్‌కు ఆలోచనలు, కొత్త సాంకేతిక శక్తి కారణంగా వచ్చాయి. అమలు చేయడం కూడా కుదిరింది. డిజిటల్ డిక్టేటర్‌షిప్ వస్తే 2084 నాటికి, ప్రేరణలు, అమలుశక్తి ఉండే తీరు గురించి ముందు ఊహించడం వీలుగాదు. కానీ వారు హిట్లర్, స్టాలిన్ మార్గంలో సాగరని మాత్రం అనుకోవచ్చు. 1930ల నాటి పోరాటాలను తిరిగి సాగించాలనుకునే వారికి, అనుకోని దిక్కుల నుంచి కొత్త పరిస్థితులు వచ్చి తాకుతాయి.

ప్రజాస్వామ్యం ఏదో రకంగా నిలదొక్కుకుని మనగలగ వచ్చు. ప్రజలు మాత్రం కొత్తరకాల అణచివేతకు, వివక్షకు గురవుతారు. ఇప్పటికే బ్యాంక్‌లు, కార్పొరేషన్‌లు, సంస్థలు సమాచారాన్ని అల్గొరిదంలతో ప్రాసెస్ చేస్తున్నాయి. దాని సలహాలతో మన గురించి నిర్ణయాలు చేస్తున్నారు. మీరు మీ బ్యాంక్‌లో అప్పు కోసం దరఖాస్తు వేస్తారు. దాన్ని మనిషి కాక ఒక అల్గొరిదం పరిశీలించే వీలు నిండా ఉంది. ఇక అది మీ గురించిన సమాచారాన్ని పెద్ద ఎత్తున సమీక్షిస్తుంది. అలాగే లక్షలాది మంది జనం గురించి కూడా పరీక్షలు చేస్తుంది. అప్పుయివ్వడానికి మీ గురించి తగినంతగా నమ్మకం ఉందా, లేదా తేలుస్తుంది. మామూలుగానయితే అల్గొరిదంలు మనుషులకన్నా బాగా పనిచేస్తాయి. కానీ అది కొందరి గురించి అన్యాయమయిన నిర్ణయాలు చేస్తే మాత్రం బయటపడడం కష్టం. మీకు అప్పు యివ్వడం కుదరదని బ్యాంక్ అంటుంది. 'ఎందుకు', అని మీరు అడుగుతారు. 'మా అల్గొరిదం వద్దన్నది' అని జవాబు చెపుతారు. 'ఎందుకని అట్లాగన్నది? నా విషయంలో ఏం తక్కువయింది?' మీరు అడుగుతారు. ఇక బ్యాంక్ వారు 'మాకు తెలియదు. ఈ అల్గొరిదంను మనుషులెవరూ అర్థం చేసుకోలేరు. అదేమో అడ్వాన్స్‌డ్ మెషీన్ లర్నింగ్ మీద ఆధారపడుతుంది. మేము దాన్ని నమ్ముతాము. కనుక అప్పు యివ్వడం కుదరదు' అని తేల్చి చెపుతారు.

ఇటువంటి పరిస్థితి కొన్ని వర్గాలకు మొత్తం మీద ఎదురయితే, ఉదాహరణకు స్త్రీలు, నల్లజాతివారి విషయంగానయితే, అందరినీ కూడగట్టి నిరసన ఉద్యమం సాగించవచ్చు. అయితే ఇక్కడ అల్గొరిదం మిమ్మల్ని మాత్రమే కాదన్నది. ఎందుకని మీకు అర్థం కాలేదు. అల్గొరిదంకు మీ డిఎన్ఏలో, మీ గత చరిత్ర, మీ ఫేస్‌బుక్ అకౌంట్‌లో ఎక్కడో ఒక నచ్చని సంగతి ఎదురయింది. మీరు అమ్మాయి అని, ఆఫ్రికన్ అమెరికన్ అనీ, అది మీ అర్జీ తిప్పి కొట్టలేదు. కేవలం మీరు మీరు గనుక కాదు, లేదు పొమ్మన్నది. అల్గొరిదంకు కుదరని విషయం ప్రత్యేకంగా మీలో ఏదో ఉంది.

అదేమిటో మీకు తెలియదు. తెలిసినా పదుగురిని పోగుచేసి సమ్మె చేయడం కుదరదు. మరి మీవంటి సమస్య ఎదురుకుంటున్న పదుగురు వేరెవరూ లేరాయె! మీరక్కడ ఒంటరి మీరు! ఇరవయి ఒకటవ శతాబ్దంలో వివక్ష వ్యక్తిగత వ్యవహారమయి పెద్ద సమస్యగా మారే వీలు కనబడుతున్నది.

సంస్థలో అందరికంటే పై స్థానంలో బహుశా మనుషులు నామమాత్రంగా ఉంటారు. వారు అల్గోరిదంలు సలహాదారులు మాత్రమే అన్న భ్రమ కలిగిస్తారు. అధికారం చివరకు మనుషులదే అంటారు. జెర్మనీ దేశానికి ఛాన్సలర్‌గా, గూగుల్ సిఇవోగా కృ.జ్ఞా.ను నియమించే అవకాశం లేదు. కానీ, ఆ ఛాన్సలర్, సీఈవో నిర్ణయాలు మాత్రం కృ.జ్ఞా. రూపొందించినవి. ఛాన్సలర్ ముందు ఎంచుకోవడానికి ఆప్షన్స్ చాలా ఉంటాయి. అయితే అవన్నీ బిగ్ డేటా అల్గోరిదంల నుంచి వచ్చినవే. వాటన్నింటిలో ప్రపంచాన్ని మనిషి చూచే తీరుకన్నా, కృ.జ్ఞా. దృష్టికోణం బలంగా ప్రతిఫలిస్తుంది.

ఉదాహరణకు ప్రస్తుతం రాజకీయ నాయకులకు ప్రపంచవ్యాప్తంగా, వేరువేరు ఆర్థిక విధానాలు ఎంపిక చేసే వీలుంటుంది. అయితే అన్ని సందర్భాలలోనూ ఎంపికకు నిలిపిన విధానాలన్నీ, ఆర్థికంగా పెట్టుబడిదారీ దారిని మాత్రమే ప్రతిబింబిస్తాయి. తమకు ఎంపిక అవకాశం ఉందన్న భ్రమ నాయకులకు మిగులుతుంది. కానీ నిజంగా ప్రధానమయిన నిర్ణయాలను, అప్పటికే, ఆర్థికవేత్తలు, బ్యాంక్ నిర్వాహకులు, వ్యాపారం వారు, చేసి ఉంచారు. వాటన్నింటినీ మెనూగా సర్ది అందించారు. ఒకటి రెండు దశాబ్దాలలో ఈ మెనూను కృ.జ్ఞా. రూపొందించే వీలుంది.

కృత్రిమ జ్ఞానం, సహజమయిన మూర్ఖత

ఇక్కడొక శుభవార్త ముక్క కూడా ఉంది. రానున్న కొన్ని దశాబ్దాలలో కనీసం, సైన్స్ ఫిక్షన్ సినిమాలలో చూచిన భయంకర పరిస్థితులు ఎదురయే వీలులేదు. కృత్రిమ జ్ఞానానికి తానున్నానన్న సంగతి (చేతన) తెలిసి, మానవాళిని బానిసలుగా మార్చాలని, లేదంటే తుదముట్టించాలని బయలుదేరే పరిస్థితి రాదు. మనకోసం నిర్ణయాలు చేయడానికి అల్గోరిదంల మీద ఆధారపడడం ఎక్కువవుతుంది. కానీ, అవి తెలిసి మనలను నియంత్రించాలి అనుకునే పరిస్థితి బహుశా రాదు. వాటికి తామున్నాము అన్న చైతన్యం లేదు.

సైన్స్ ఫిక్షన్‌లో ఇంటలిజెన్స్ అనే తెలివికి, చేతనకు మధ్య తేడా కలగలసిపోతుంది. యంత్రాలు మనుషులకు సమానం కావాలి, లేదా వారిని దాటి పోవాలి, అన్నది అక్కడ ఒక కథాంశం. వాస్తవానికి అందుకు కంప్యూటర్‌లకు చేతన అవసరం. ఇక ఇంచుమించు ఇటువంటి కథల మీద వచ్చిన సినిమాలు, నవలలు అన్నిటిలోనూ

ఒక అద్భుతక్షణం వస్తుంది. కంప్యూటర్ లేదా మరమనిషికి స్వజ్ఞానం లేదా చేతన తెలుస్తుంది. అది జరిగిందంటే మనిషి హీరో ఆ మరమనిషితో ప్రేమలో పడతాడు. లేదంటే మరమనిషి, మామూలు మనుషులు అందరినీ చంపాలనుకుంటుంది. కొన్నిచోట్ల ఇవి ఏకంగా రెండూ జరగుతాయి.

కానీ వాస్తవానికి కృత్రిమ జ్ఞానానికి చేతనజ్ఞానం కలుగుతుందని అనుకోవడానికి దారిలేదు. ఇంటలిజెన్స్ వేరు. కాన్షియస్‌నెస్ అనే చేతన వేరు. తెలివి, లేదా ఇంటలిజెన్స్ అంటే సమస్యలకు సమాధానాలు వెతకగల సామర్థ్యం. చేతన, కాన్షియస్‌నెస్ అంటే, బాధ, సంతోషం, ప్రేమ, కోపం వంటి భావాలను అనుభించగల శక్తి. మనం ఈ రెంటి విషయంలో తరుచుగా పొరపడతాము. మనుషులలోనూ ఇతర క్షీరదాలన్నింటిలో ఈ రెండు లక్షణాలు పెనవేసుకుని ఉంటాయి. ఈ జీవులు, మనతో సహా భావాల బలంతో చాలా సమస్యలకు సమాధానం చెపుతాయి. కంప్యూటర్‌లు సమస్యలకు సమాధానాలు వెతికే తీరు పూర్తిగా వేరు.

గొప్ప జ్ఞానం రావాలంటే చాలాచాలా దారులున్నాయి. అందులో కొన్నింటిలో మాత్రమే చేతన అవసరమవుతుంది. రెక్కలు కూడా లేకుండానే విమానాలు పక్షులకన్నా వేగంగా ఎగరగలుగుతాయి. అదే పద్ధతిలో కంప్యూటర్‌లు భావాలు, అనుభూతుల అవసరం లేకుండానే సమస్యలకు సమాధానాలను క్షీదరాలకన్నా బాగా ఇస్తాయి. మనుషుల ఆరోగ్యాలకు సరయిన చికిత్సలు అందజేయాలంటే, తీవ్రవాదులను గుర్తించాలంటే, మనుషులకు జంటల ఎంపిక చేయాలంటే, మనుషులన్న రద్దీలో దారితీయాలంటే... కృ.జ్ఞా. వారి భావాలను సరిగా అర్థం చేసుకోవలసి ఉంటుంది. అది నిజం. అయితే ఆ పనులన్నింటినీ అది స్వంత అనుభూతులు లేకుండానే చేయగలుగుతుంది. జీవులలో సంతోషం, కోపం, భయం లాంటి లక్షణాలను జీవరసాయన లక్షణాల ఆధారంగా అర్థం చేసుకోవడానికి, అల్గొరిదం తన సంతోషం, కోపం, భయాల మీద ఆధారపడదు. అవి దానికి తెలియవు.

కృత్రిమ జ్ఞానానికి స్వంత అనుభూతులు ఏనాటికీ రావు అని తేల్చి చెప్పడం అసాధ్యమేమో. నిజానికి చేతన గురించి ఇంకా మనకు తెలిసింది చాల తక్కువ. మనం పట్టించుకోదగిన పరిస్థితులు మూడున్నాయి.

1. చేతన సేంద్రియ జీవరసాయనశాస్త్రంతో ముడిపడి ఉన్న తీరు కారణంగా జీవంకాని వాటిలో దాని సృష్టి అసాధ్యం.
2. చేతనకు సేంద్రియ జీవరసాయనశాస్త్రంతో సంబంధం లేదు. కానీ అది జ్ఞానంతో ముడిపడి ఉంది. ఆ తీరు మీద కంప్యూటర్‌లకు చేతన కలుగవచ్చు. తెలివిలో ఒకస్థాయిన దాటాలంటే కంప్యూటర్‌లకు చేతన అవసరం.

3. చేతనకు ఆర్గానిక్ బయొకెమిస్ట్రీతో గానీ, పైస్థాయి తెలివితో గానీ సంబంధం లేదు. కనుక కంప్యూటర్‌లు చేతనను పొందగలుగుతాయి. అలాగని అది తప్పనిస్థితి కాదు. చేతన అసలు లేకుండానే అవి సూపర్ ఇంటలిజెంట్ కావచ్చు.

ప్రస్తుతం మనకుగల సమాచార జ్ఞానం ప్రకారం, ఈ మూడు పరిస్థితులలో దేనినీ కాదనడానికి లేదు. అయినా చేతన గురించి మనకు సమగ్రంగా తెలియదు గనుకనే, దాన్ని కంప్యూటర్ ప్రోగ్రాంలలో చేర్చే వీలు కనబడదు.

కృత్రిమ జ్ఞానానికి అంతులేని శక్తి ఉండవచ్చు. కానీ కనిపించే భవిష్యత్తులో దాని వాడకం కొంతవరకు మనిషి చేతన మీద ఆధారపడి సాగుతుంది.

కృత్రిమ జ్ఞానాన్ని అభివృద్ధి చేయడానికి మరీ ఎక్కువగా వెచ్చించి, మనిషి చేతనను పెంచే ప్రయత్నం తక్కువగా చేస్తే, మరీ పెరిగిన కృత్రిమ జ్ఞానం, మనుషులకు సహజంగా ఉండే మూర్ఖతను బలపరచడానికి పనికి వస్తుంది. వచ్చే కొన్ని దశాబ్దాలలో రొబాట్ రెవల్యూషన్ వచ్చే వీలు లేదు. అయితే బోలెడన్ని బాట్స్‌కు, మన భావాల బటన్‌లను అమ్మకన్నా బాగా నొక్కడం తెలుస్తుంది. అవి మనచుట్టు చేరుకుంటాయి. ఏవేవో అమ్మడానికి పూనుకుంటాయి. అమ్మేది కార్ వంటి సరుకు కావచ్చు. ఎన్నికలో వోట్ విలువ కావచ్చు. లేదా మొత్తం ఆదర్శ భావజాలమే కావచ్చు. మన లోతయిన భయాలు, అసహ్యాలు, పిచ్చి కోరికలు అన్ని వాటికి తెలుసు. ఆ సంగతిని అవి మన మీద వాడుకుంటాయి. ప్రపంచం మొత్తం మీద ఎన్నికలలో, అభిప్రాయ సేకరణలలో వీటిరుచి ఇదివరకే అందింది. వోటర్‌లను వ్యక్తిగతంగా హ్యాక్ చేసే తీరును, హ్యాకర్‌లు డేటా ఆధారంగా తెలుసుకున్నారు. ఇష్టాయిష్టాలను తగిన రీతిలో వాడుకున్నారు. సైన్స్ కాల్పినిక కథలలో నాటకీయంగా, నిప్పు, పొగ ప్రమాదాలు జరుగుతాయి. వాస్తవంగా మాత్రం మనం ఎదురుకునేది క్లిక్ చేసినందుకు కనిపించే మామూలు ప్రమాదాలు.

ఇటువంటి పర్యవసానాలు రాకుండా ఉండాలంటే, కృత్రిమ జ్ఞానాన్ని పెంచడానికి ఖర్చు పెడుతున్న, ప్రతి డాలర్, ప్రతి నిమిషం సమయానికి, ఇటు మానవుని చేతను పెంచే ప్రయత్నంలో మరొక డాలర్, మరొక నిమిషం వెచ్చించడం తెలివి అనిపించు కుంటుంది. మానవ చేతన విషయంగా ప్రస్తుతం తగిన పరిశోధన, అభివృద్ధి జరగకపోవడం దురదృష్టం. కనబడుతున్న ఆర్థిక, రాజకీయ వ్యవస్థలకు తగినట్టు మనుషుల శక్తి పాటవాలు పెంచడానికి పరిశోధనలు, ప్రయత్నాలు జరుగుతున్నాయి. చేతనగల జీవులుగా మనకున్న దీర్ఘకాలిక అవసరాలను గురించి ఎవరికీ పట్టడం లేదు. మెయిల్స్‌కు చేతయినంత తొందరగా జవాబు రాయాలని బాస్ అంటారు.

నేను తింటున్న తిండి రుచిని, నేను అనుభవించే తీరు ఆయనకు పట్టదు. అందుకే నేను తిండి తింటూ కూడా మెయిల్స్ చూస్తుంటాను. నా ఇంద్రియానుభవాల సంగతి నాకు పట్టదు. ఆ శక్తి నాలో మిగలదు. నా పెట్టుబడుల పోర్ట్‌ఫోలియోను వివిధ అంశాలు చేర్చి విస్తరించమని ఆర్థిక వ్యవస్థ నా మీద ఒత్తిడి తెస్తుంది. నా దయాగుణాన్ని పెంచి విస్తరించడం గురించి, ఆపని చేసినందుకు నాకు ఏదో అందడం గురించి ఎవరికీ పట్టదు. ఇక నేను స్టాక్ ఎక్స్‌ఛేంజ్ రహస్యాలు నేర్చుకోవడానికి చాలా కృషి చేస్తాను. బాధకుగల లోతయిన కారణాల అర్థం చేసుకునే విషయంగా ప్రయత్నం అంత ఉండదు.

ఈ విషయంలో మనుషులు, మచ్చిక చేసిన మిగతా జంతువులకు సమంగా ఉంటారు. మనం ఆవులను సాధుజంతువులుగా మార్చాము. అవి బోలెడన్ని పాలు యిచ్చే విధంగా పెంచాము. మిగతా అన్నిరకాలుగా అవి తమ పూర్వీకులయిన అడవి రకాలకు సమంగా లేవు. వాటిలో ఒడుపు లేదు. తెలివి లేదు. మరేరకంగానయినా ఉపయోగపడే తీరులేదు. అదే పద్ధతిలో మనం ప్రస్తుతం సాధుమానవులను తయారు చేస్తున్నాము. వారు పెద్దమొత్తాలలో సమాచారం తయారుచేస్తారు. మహత్తర సమాచార ప్రాసెసింగ్ వ్యవస్థలో చాలా బాగా పనిచేసే చిప్‌లుగా ఉంటారు. సమాచారం అందించే ఈ డేటా ఆవులు మనుషుల శక్తిని మాత్రం పెంచలేరు.

మనుషులలో నిజంగా దాగి ఉన్న శక్తి సంగతి మనకు తెలియదు. అందుకు కారణం మనిషి మెదడు గురించి మనకు తెలియదు. అయినా మానవ మేధస్సు గురించి పరిశీలించే ప్రయత్నాలలో పెట్టుబడి అసలు లేదు. అందుకు బదులు ఇంటర్‌నెట్ వేగం పెంచడానికి, బిగ్ డేటా అల్గొరిదంల శక్తి పెంచడానికి తంటాలు పడతాము. తగిన జాగ్రత్త తీసుకోని పక్షంలో, స్థాయి తగ్గిన మనుషులుగా మిగిలిపోతాము. మన మీద, ఈ ప్రపంచం మీద విపరీతమయిన ప్రభావాలు పడే విధంగా, అప్‌గ్రేడ్ చేసిన అంటే స్థాయి పెంచిన కంప్యూటర్‌లను వాడుతుంటాము.

మనకు ఎదురుకానున్న అపాయాలు డిజిటల్ డిక్టేటర్‌షిప్స్ మాత్రమే కాదు. ఉదారవాద విధానంలో స్వతంత్రంతో బాటు, సమానత విలువ గొప్ప భాండాగారంగా మిగిలింది. ఉదారవాదం, రాజకీయ సమానతను ఎప్పుడూ గౌరవించింది. ఆర్థిక సమానత కూడా అంతే ముఖ్యమని క్రమంగా అర్థం చేసుకున్నది. సాంఘిక భద్రత ఏర్పాటు, కొంతయినా ఆర్థిక సమానత లేకుంటే స్వేచ్ఛకు అర్థం లేదు. బిగ్ డేటా అల్గొరిదంలు వచ్చి స్వతంత్రానికి స్వస్తి పలుకుతాయి. ఇక ఏనాడూ లేని రీతిలో అసమానతలు గల సమాజాలు సమాంతరంగా పుట్టుకువచ్చే వీలు కావసలినంత ఉంది. ప్రపంచంలోని సంపద, అధికారం యావత్తు ఏదో కొంతమంది ఉన్నతవర్గాల వారి చేతులలో మిగులుతాయి. అప్పుడు మనుషులు బాధపడేది శ్రమదోపిడి వల్ల కాదు. పరిస్థితి అంతకన్నా ఘోరం. వారు కొరగాని వారు అవుతారు.

4

సమానత

సమాచారం ఎవరిదయితే భవిష్యత్తు వారిది

గడిచిన కొన్ని దశాబ్దాలలో మానవాళి సమానతాపథం మీద నడుస్తున్నదని ప్రపంచమంతటా ప్రచారం జరిగింది. ప్రపంచీకరణ, కొత్త సాంకేతిక వనరులు కలిసి త్వరలోనే అందరినీ గమ్యానికి చేరుస్తాయి అన్నారు. కానీ, వాస్తవానికి, ఇరవయి ఒకటవ శతాద్ధంలో సమాజాలమధ్య మునుపేనాడూ లేనంత అసమానత కనిపించే అనుమానం ఉంది. ప్రపంచీకరణ, ఇంటర్‌నెట్ కలిపి దేశాల మధ్యగల దూరాలను, అగాధాలను తగ్గించవచ్చు. కానీ వాటివల్ల వర్గాల మధ్యన తేడాలు పెరిగే ప్రమాదం కనబడుతున్నది. మానవులంతా ప్రపంచవ్యాప్తంగా ఏకత్వాన్ని సాధిస్తున్న ఈ సమయంలో ఈజాతి ఏకంగా, వివిధ జైవిక కులాలుగా విడివడే పరిస్థితి రానున్నది.

అసమానత రాతియుగం వాటిది. ముప్ఫయి వేల సంవత్సరాలనాడే, వేట–సేకరణ పద్ధతితో బతికిన మానవులు కొందరు మృతులను గొప్పగా ఖననం చేశారు. వాటిలో వేలాదిగా దంతపు పూసలు, కడియాలు, నగలు, కళావస్తువులను వదిలారు. చాలామంది గుంటతీసి శరీరాలు మాత్రం పూడ్చి వదిలేశారు. అయినా సరే, ఈ ప్రాచీనకాలపు, వేట–సేకరణ మానవులు, తరువాత వచ్చిన సమాజాలకన్నా ఎక్కువ సమభావం గలవారు. వారికి ఆస్తి లేకపోవడం అందుకు కారణం. దీర్ఘకాల అసమానతకు ఆస్తి మొదటి ఆధారం.

వ్యవసాయ విప్లవం తరువాత ఆస్తులు పెరిగాయి. దానితో అసమానత పెరిగింది. మనుషులు భూమి స్వంతదారులయ్యారు. పశువులు, పంటలు, పరికరాల స్వంతదారు లయ్యారు. ఇక సమాజంలో ఒక అంచెల క్రమం మొదలయింది. కొంతమంది

పైమెట్టువారు ఆస్తులను, అధికారాలను స్వంతం చేసుకున్నారు. తరాలపాటు ఆ తీరు సాగింది. మనుషులు దాన్ని సహజం అంటూ అంగీకరించారు. దైవనిర్ణయం అని కూడా అనుకున్నారు. ఈ క్రమం ఒక విధానంగా మాత్రమేగాక, ఆదర్శంగా నిలిచింది. రాజకుటుంబాలకు, మామూలు మనుషులకు మధ్య తేడాలేకుండా, సమాజంలో క్రమం ఎట్లా వీలవుతుంది? ఆడా, మగ మధ్యన, తల్లిదండ్రులు, పిల్లల మధ్యన కూడా తేడా ఉంటేనే అంతా సవ్యంగా సాగుతుంది. ప్రీస్ట్‌లు, తాత్వికులు, కవులు ప్రపంచమంతటా ఈ విధానాన్ని వివరించారు. శరీరంలో అన్ని భాగాలు సమానం కావు. మెదడు ఆజ్ఞలను కాళ్లు అనుసరించాలి. అలాగే మానవసమాజంలో అంతా సమాననులే అంటే సమస్యలు తప్ప మరొక ఫలితం లేదు అన్నారు.

ఆధునికయుగం, రెండవ సగంలో మాత్రం అన్ని మానవ సమూహాలలో సమత ఆదర్శంగా మారింది. కమ్యూనిజం, ఉదారవాదం వంటి సిద్ధాంతాలు రావడం అందుకు కొంతవరకు కారణం. అంతకన్నా పారిశ్రామిక విప్లవం కూడా దానికి కారణమయింది. మామూలు మనుషుల అవసరం ఎన్నడూ లేనంత పెరిగింది. పారిశ్రామిక వ్యవస్థలకు పెద్దసంఖ్యలో పనివారు అవసరం. పారిశ్రామిక సేనలు పెద్దసంఖ్యలో సైనికుల మీద ఆధారపడ్డాయి. ప్రజాస్వామ్యాలతోబాటు, గుత్తాధికార ప్రభుత్వాలు కూడా ఆరోగ్యం, విద్య, ప్రజాసంక్షేమం పేరున పెద్దఎత్తున పెట్టుబడులు పెట్టాయి. తమ ఉత్పత్తులు సరిగా సాగాలంటే ఆరోగ్యంగల కార్మికులు కావాలి. ఆగడ్తలో తొంగి యుద్ధాలు చేయడానికి అంతగానూ సైనికులు అవసరం.

ఫలితంగా ఇరవయవ శతాబ్దపు చరిత్ర, వర్గాలు, జాతులు, స్త్రీపురుషుల మధ్యన అసమానతలు తగ్గించే ప్రయత్నంలో పెద్దఎత్తున సుడులు తిరిగింది. 2000 సంవత్సరంలో కూడా ప్రపంచంలో అంచెల అధికారం పద్ధతి కొంచెంగా మిగిలి ఉంది. అయితే 1900 నాటి పరిస్థితితో పోలిస్తే మాత్రం అది సమానతగల సంవత్సరాలలో ప్రజలు భావించారు. ముఖ్యంగా ప్రపంచీకరణ కారణంగా, ఆర్థిక శ్రేయస్సు ప్రపంచమంతటా పరుచుకుంటుంది అన్నారు. ఫలితంగా భారతదేశం, ఈజిప్ట్ ప్రజలు కూడా, ఫిన్‌లాండ్, కెనడావారి వలె, వసతులు గలవారవుతారు అనుకున్నారు. ఈరకం హామీలు వింటూ ఒకతరం మొత్తం పెరిగింది.

ఈ హామీలు పూర్తి అయ్యేవి కావని ఇప్పుడు తోస్తున్నది. ప్రపంచీకరణ మానవాళిలో చాలా వర్గాలకు మంచి చేసింది. అనుమానం లేదు. కానీ, సమాజాల మధ్యన, లోపల, అసమానత పెరుగుతున్న సూచనలు వస్తున్నాయి. కొన్ని గుంపులు ప్రపంచీకరణ ఫలితాలను గుత్తగా పట్టుకుంటున్నారు. లక్షలాది మంది వెనుక మిగిలారు. ఇప్పటికే ప్రపంచ ధనవంతులలో ఒకశాతం పైమెట్టు వారివద్ద సగం ప్రపంచసంపద చిక్కి ఉంది. అందరికన్నా ధనవంతులయిన వందమంది వద్ద, నాలుగు వందల కోట్ల బడుగువారికి గలదానికి ఎక్కువ ఆస్తి ఉంది. అది అపాయం.

పరిస్థితి మరింత దిగజారే వీలుంది. ఇంతకుముందు అధ్యాయాలలో చెప్పినట్టు, కృ.జ్ఞా. మరింత పెరిగి చాలామంది మనుషుల ఆర్థికవిలువ, రాజకీయశక్తిని మాయం చేస్తుంది. బయొటెక్నాలజీలో ప్రగతి ఈ ఆర్థిక అసమానత జీవపరంగా కూడా కనిపించేందుకు దారివేస్తుంది. ఇప్పటి వరకు ధనవంతులు తమస్థాయికి గుర్తుగా కొన్నింటిని మాత్రమే కొనగలిగేవారు. త్వరలోనే వారు జీవాన్నే కొనగలిగే స్థితి వస్తుంది. బతుకు నిడివి పెంచే పద్ధతులు నిజమయితే, శరీరం, బుద్ధి నాణ్యత పెంచే పద్ధతులు వస్తే, వాటి ధరలు ఎక్కువగా ఉండక తప్పదు. అప్పుడిక మానవజాతి, జీవపరంగా వేరువేరు కులాలుగా విడిపోతుంది.

అగ్రవర్గాల వారు చరిత్రలో అంతటా, తమ నైపుణ్యాలు మిగతా అందరికన్నా గొప్పవి అనుకున్నారు. అందుకే అందరినీ అదుపు చేశారు. మనకు తెలిసినంత వరకు నైపుణ్యాల సంగతి నిజంకాదు. సగటు రాజకుమారుడు, సగటు రైతుకన్నా తెలివిగలవాడు ఏమీ కాదు. అన్యాయంగా న్యాయపరంగా, ఆర్థికంగా అతను ఆధిక్యత అందుకున్నాడు. కానీ 2100 లో నిజంగానే ధనవంతులు నిజంగా నిపుణులయే వీలుంది. వారి సృజనాత్మకత, తెలివి కూడా మురికివాడల వారికన్నా మెరుగయ్యే వీలుంది. బీద, ధనికుల మధ్యన సామర్థ్యాల తేడా మొదలయిందంటే, ఇక ఆ పరిస్థితిని తిరగబెట్టడం వీలుగాదు. ధనవంతులు తమ ఎక్కువ శక్తియుక్తులను వాడి మరింత ధనం, బలం సంపాదిస్తారు. ఆ అదనపు సొమ్ముతో మరింత మంచి శరీరాలను, మెదళ్లను అమర్చుకుంటారు. కాలక్రమేణా మరింత మెరుగవుతారు. వారికి, జనాలకు వార పెరుగుతుంది. 2100 నాటికి ధనికులయిన ఒకశాతం మనుషులు ప్రపంచసంపదకు యజమానులే గాక, ప్రపంచంలోని అందం, సృజన, ఆరోగ్యాలకు కూడా స్వంతదారులవుతారు.

బయో ఇంజనియరింగ్, కృత్రిమ జ్ఞానంతో చేరి, మానవజాతిని సూపర్ హ్యూమన్స్ అనే ఒక చిన్నవర్గం, పెద్దసంఖ్యలో, పనికిరాని హోమో సేపియెన్స్ బడుగువర్గంగా విడదీసే వీలుంది. ఇప్పటికే దారుణంగా ఉన్న పరిస్థితిని మరింత దిగజార్చే దారిలో అసంఖ్యాకులయిన అలగాజనం ఆర్థిక ప్రాముఖ్యం, రాజకీయ అధికారం లేనివారవుతారు. వారి ఆరోగ్యం, విద్య, సంక్షేమం కొరకు ఖర్చు విషయంగా ప్రభుత్వాలకున్న ఆసక్తి తగ్గుతుంది. అదనపు మనుషులుగా ఉండడం అపాయకరం. ఈ అధిక సంఖ్యాకుల భవిష్యత్తు, ఏదో కొంతమంది అగ్రవర్గం వారి సానుభూతి మీద ఆధారపడి ఉంటుంది. అది కొన్ని దశాబ్దాలపాటు కొనసాగవచ్చు. ప్రకృతిబీభత్సాల వంటి సమస్యలు వచ్చినప్పుడు, అనవసరంగా బతుకుతున్న వారిని ఆదుకోకుండా వదలడం ఎంతో సులభంగా కనబడుతుంది.

ఫ్రాన్స్, న్యూజీలాండ్ వంటి దేశాలలో, ఉదారవాద విశ్వాసాలు, సంక్షేమ రాజ్యవిధానాలు కలకాలంగా సాంప్రదాయంగా సాగుతున్నాయి. అక్కడ అవసరం

లేనివారని తెలిసినా అడుగువర్గాలవారికి రక్షణ కొనసాగే అవకాశం కనబడుతుంది. పెట్టుబడిదారీ పద్ధతి మరింత బలంగా ఉండే యుఎస్ఏ లాంటి చోట్ల, ఏకాస్తగానో మిగిలి ఉన్న అమెరికన్ సంక్షేమరాజ్య విధానాన్ని, అందిన మొదటి అవకాశంలో అణగదొక్కే ప్రయత్నం అగ్రవర్గాలు చేసే ప్రమాదం ఉంది. ఇక భారతదేశం, చైనా, దక్షిణాఫ్రికా, బ్రెజిల్ వంటి అభివృద్ధి చెందుతున్న పెద్ద దేశాలలో సమస్య మరింతగా ముంచుకు వస్తుంది. మామూలు మనుషులు ఆర్థిక విలువలను పోగొట్టుకున్ననాడు ఆదేశాలలో అసమానత ఆకాశాన్ని తాకుతుంది.

ఫలితంగా, ప్రపంచీకరణ, ప్రపంచ ఐక్యతగా ఫలించడాని బదులు, జాతుల విభజనగా రూపు పోసుకోవచ్చు. మానవజాతి బయలాజికల్ కులాలుగా విడగొట్ట బడుతుంది. అది జాతులు (స్పీసీస్) గా కూడా విడిపోయే వీలుంది. దేశాల సరిహద్దులను తుడిచి, ప్రపంచీకరణ, ప్రపంచాన్ని క్షితిజసమాంతరంగా ఒకటి చేస్తుంది. కానీ మానవాళిని నిలువగా విడగొడుతుంది. యునైటెడ్ స్టేట్స్, రష్యావంటి పొసగని దేశాలలో అధికారంలోనున్న అల్పసంఖ్య అగ్రవర్గంవారు, మామూలు సేపియెన్స్‌కు వ్యతిరేకత అన్న ఒక సూత్రం కారణంగా చేతులు కలిపే ప్రమాదం ఉంది. ఈ దృష్టితో చూస్తే, ప్రస్తుతం అగ్రవర్గాల వారు కనబరుస్తున్న అసమ్మతి ఆధారం గలదిగా కనబడుతుంది. మనం జాగ్రత్త పడని పరిస్థితిలో, సిలికన్ వ్యాలీ టైకూన్‌లు, మాస్కో బిలియనియర్‌ల మనుమలు, అపలేచియన్ కొండజాతులు, సైబీరియా పల్లెవారి మనుమలతో పోలిస్తే, ఒక ఉన్నతజాతిగా మారవచ్చు.

కొంత ఎక్కువకాలం మీద ఈ పరిస్థితి కారణంగా, ప్రపంచీకరణ తిరుగుదారి పడుతుందేమో. అప్పటికి ఈ ఉన్నతకులం వారంతా తమకంటూ ఒక 'నాగరికత'ను తయారు చేసుకుంటారు. అవతల పెద్దసంఖ్యలో ఉండే మొరటు మనుషుల నుండి వేరుగా ఉండడానికి గోడలు, కందకాలు ఏర్పాటు చేసుకుంటారు. ఇరవయ శతాబ్దిలో పారిశ్రామిక విప్లవం, చవక శ్రామికులు, ముడి సరుకులు, మార్కెట్‌ల కొరకు మొరటువారి మీద ఆధారపడింది. అందుకే అది వారిని గెలిచి తమలో కలుపుకున్నది. కానీ ఇరవయి ఒకటవ శతాబ్దిలో, పారిశ్రామికానంతర నాగరికత, కృ.జ్ఞా, బయో ఇంజనీరింగ్, నానో టెక్నాలజీల మీద ఆధారపడుతుంది. అది ఎవరిసాయం కోరదు. స్వయం సమృద్ధంగా సాగుతుంది. అప్పుడిక వర్గాలు మాత్రమేగాక మొత్తం దేశాలు, ఖండాలు ఎవరికీ పట్టనివి అవుతాయి. స్వయం ప్రకటిత నాగరికత ప్రాంతాలు, కోటలు కట్టుకుని, డ్రోన్‌లు, మర మనుషులను రక్షణగా పెట్టుకుని విడిగా మనుగడ సాగిస్తాయి. అక్కడ సైబోర్గ్‌లు లాజిక్ బాంబ్‌లు ఆయుధాలుగా పోటీపడి పోట్లాడతాయి. మొరటు వారి దేశాలలో ఆటవిక జనులు గదలు, కలష్నికోవ్‌లతో పోరాటాలు సాగిస్తారు.

పుస్తకం మొత్తంలో నేను మానవజాతి భవిష్యత్తును గురించి ప్రస్తావించినప్పుడంతా, మనం అంటూ ఉత్తమ పురుష, బహువచనం వాడుతున్నాను. నేను మన సమస్య గురించి మనం చేయవలసిన సంగతులను చర్చిస్తున్నాను. కానీ, ఈ మనం అన్నది లేదేమో? వివిధ మానవవర్గాల ముందు పూర్తి వేరువేరు భవిష్యత్తులు నిలిచి ఉన్నాయి. మనకున్న పెద్ద సమస్యలలో అది ఒకటేమో? బహుశా ప్రపచంలోని కొన్ని ప్రాంతాలలో పిల్లలకు కంప్యూటర్ కోడ్ రాయడం నేర్పించాలి. మిగతాచోట్ల తుపాకి త్వరగా తీసి, చక్కగా పేల్చడం నేర్పించాలి.

సమాచారం ఎవరిది?

ఉన్న సంపద, అధికారం ఏవో కొన్ని చేతులలోకి చేరకుండా ఆపదలుచుకుంటే, అందుకు కీలకం సమాచారం, దాని యాజమాన్యం. ప్రాచీన ప్రపంచంలో ఆస్తి అంటే భూమి. అంతకంటే ముఖ్యం మరొకటి లేదు. దాన్ని నడిపించడం రాజకీయం. చాలా పొలాలు, తక్కువమంది కిందికి వచ్చాయి అంటే, సమాజం ఉన్నతవర్గం, అలగా జనం అని రెండుగా విడిపోతుంది. ఆధునిక కాలంలో యంత్రాలు, కార్ఖానాలు, భూమికన్నా ముఖ్యం అయినయి. ఉత్పత్తికి కీలకమయిన ఈ రెంటిని గురించి రాజకీయ పోరాటాలు జరిగాయి. ఎక్కువ యంత్రాలు తక్కువ చేతులలో చిక్కితే, సమాజం పెట్టుబడిదారులు, శ్రామికులుగా విడిపోయింది. ఇక ఇరవయి ఒకటి శతాబ్దంలో సమాచారం, భూములు, యంత్రాలకన్నా ముఖ్యమయిన ఆస్తిగా ముందుకు పోతుంది. దాని ప్రవాహాన్ని నియంత్రించే పోరాటమే రాజకీయం అవుతుంది. సమాచారం తక్కువమంది చేతులలో చిక్కిందంటే, మానవులు వివిధ జాతులుగా విడిపోతారు.

సమాచారం స్వంతం చేసుకునే పోటీ ఇప్పటికే మొదలయింది. గూగుల్, ఫేస్‌బుక్, బైదూ, టెన్‌సెంట్ వంటి సమాచార మహాప్రాణులు అందులో ముందున్నారు. ఇప్పటివరకు వీరంతా 'ధ్యానాకర్షణ వ్యాపారం' నమూనాను అనుసరిస్తున్నట్టు కనబడుతుంది. డబ్బులు అడగకుండా సమాచారం, సేవలు అందించి, వాళ్లు మన దృష్టి తమవేపు తిప్పుకుంటారు. వారువాడే మరొక సూదుంటురాయి సరదా కాలక్షేపం . అప్పుడిక వారు మన ధ్యాసను అడ్వటయిజ్‌మెంట్‌లు ఇచ్చేవారి చేతికి అందిస్తారు. అయినా, అంతకుముందు ఈ పద్ధతిలో వ్యాపారం చేసిన అందరికన్నా ఈ 'డేటా జయంట్'లు ఇంకా ఉన్నతమయిన గమ్యాలను చేరాలనుకుంటున్నారు. ప్రకటనలు అమ్మడం వారి అసలు వ్యాపారం కానే కాదు. మన దృష్టిని, ధ్యాసను ఆకర్షించి వారు మనగురించి అంతులేని సమాచారాన్ని సేకరిస్తున్నారు. అది ప్రకటనల వల్ల

వచ్చే రాబడికన్నా ఎన్నోరెట్లు విలువయినది. అంటే మనంవారి వినియోగదారులం కాము. వారు తయారు చేసే సరుకులము.

మధ్యకాల దృష్టితో చూస్తే సమకూరిన సమాచారం కారణంగా, పూర్తి కొత్తరకం బిజినెస్ మోడల్ తయారవుతుంది. దానివల్ల ముందు దెబ్బతినేది అడ్వటయిజ్‌మెంట్ పరిశ్రమే! ఈ కొత్తనమూనా వ్యాపారంలో అధికారం మనుషుల నుంచి అల్గొరిదంలకు మారుతుంది. వస్తువులను ఎంపిక చేసికొనే అధికారం అందులో భాగం. ఒకసారి అల్గొరిదంలు మన తరఫున వస్తువులను ఎంపిక చేసి కొనడం మొదలయితే, పాతకాలం ప్రకటనల పద్ధతి, పరిశ్రమ కుప్పగూలుతాయి. గూగుల్ గురించి చూడండి. మనం దాన్ని ఏ విషయం గురించయినా అడగ గలిగే స్థితికి చేరాలని గూగుల్ ప్రయత్నం. అది ప్రపంచంలో అన్నింటికన్నా గొప్ప సమాధానం ఇస్తుంది. 'హై గూగుల్! నీకు కార్‌లను గురించి తెలిసిన అన్ని సంగతులు, నా గురించి తెలిసిన అన్ని సంగతులు (నా అవసరాలు, అలవాట్లు, వాతావరణం వేడెక్కడం గురించి నా అభిప్రాయాలు, చివరకు మధ్య ప్రాచ్యం రాజకీయాల గురించి నా అభిప్రాయాలు) ఆధారంగా, నాకు తగిన మంచి కార్ ఏది? అని మీరు అడగగలిగారు అనుకోండి. గూగుల్ దానికి మంచి జవాబు ఇవ్వగలిగితే, సులభంగా మారుతుండే మన అభిప్రాయాలను వదిలి, అనుభవం ద్వారా నేర్చుకున్న అంశంగా గూగుల్ తెలివిని నమ్మగలిగితే, ఇక కార్ అడ్వటయిజ్‌మెంట్‌ల అవసరం ఏముంటుంది?

దీర్ఘకాలదృష్టితో చూస్తే ఈ సమాచార రాక్షసులు, తగినంత సమాచారం, కంప్యూటింగ్ శక్తి ఒకచోట చేర్చి బతుకు గురించిన లోతయిన రహస్యాలను తెలుసుకుంటారు. ఆ తెలివిని వాడి, మన కొరకు నిర్ణయాలు చేయడం మాత్రమేగాక, మనలను మార్చడమేగాక, అసలు ఆర్గానిక్ జీవాన్ని రీఇంజనియర్ చేసే ప్రయత్నం చేయగలుగుతాయి. సేంద్రియం, అంటే ఆర్గానిక్, కార్బన్ ఆధారం కాని జీవులను తయారుచేస్తాయి. ఈ రాక్షసుల మనుగడకు వ్యాపార ప్రకటనల అమ్మకం కొంతకాలం వరకు అవసరం కావచ్చు. అంతకాలంపాటు వారు వచ్చిన ఆదాయం గురించి లెక్కచేయకుండా, అప్లికేషన్స్ (ఆప్స్), ఉత్పత్తులు, కంపెనీలను అవి అందించే సమాచారం ప్రకారం మూల్యాంకనం చేస్తాయి. ఒక ప్రజాదరణ గల ఆప్ వద్ద మంచి వ్యాపార నమూనా లేకపోవచ్చు. కొద్దికాలంపాటు అది నష్టాలతో నడవవచ్చు. అయినా అది డేటాను ఆకర్షిస్తున్నంత కాలం, దాని విలువ బిలియన్‌లలో ఉంటుంది. ఆ సమాచారాన్ని సొమ్ము చేసుకోవడం ఇవాళ తెలియకున్నా, దాన్ని నిలువ చేయడం గొప్ప విషయం. మునుముందు జీవాన్ని నియంత్రించడం, రూపు పోయడంలో అది కీలకం కావచ్చు. విషయం గురించి డేటా జయింట్స్ ఈ రకంగా ఆలోచిస్తున్నారని నాకు స్థిరంగా తెలియదు. కానీ వాళ్ల పనులతీరు గమనిస్తే, డాలర్‌లు, సెంట్‌లకన్నా, సమాచార సేకరణకు ఎక్కువ విలువనిస్తున్నట్లు మాత్రం తెలుస్తుంది.

ఈ తీరును కాదనడం మామూలు మనుషులకు చాలా కష్టంగా ఉంటుంది. ప్రస్తుతం ప్రజలు వ్యక్తిగత సమాచారం అనే అన్నింటికన్నా విలువయిన ఆస్తిని, ఆనందంగా ఎవరికో అందిస్తున్నారు. అందుకు బదులుగా అందుతున్నది ఫ్రీ ఈ మెయిల్ సేవలు, నవ్వించే పిల్లి విడియోలు మాత్రమే. ఒకప్పుడు ఆఫ్రికాలోనూ, అమెరికాలోను అడవిజాతులవారు, రంగుపూసలు, మరేవో మాలలు తీసుకుని యూరోపియన్ సామ్రాజ్యవాదులకు దేశాలకు దేశాలు అప్పగించారు. ఇప్పటి ఈ మెయిల్ మనుషుల పరిస్థితి అందుకు వేరు కానే కాదు. కొంతకాలం తరువాత ఈ సమాచార ప్రవాహాన్ని ఆపదలుచుకుంటే, అది కష్టతరం అవుతుంది. అప్పటికి చాలామంది తమ నిర్ణయాల విషయంగా నెట్‌వర్క్ మీద ఎక్కువగా ఆధారపడతారు. ఆరోగ్యం, అసలు మనుగడ కూడా ఆ వలలో చిక్కి ఉంటుంది.

మనుషులు, యంత్రాలు పూర్తిగా ఒకటయ్యే పరిస్థితి రానున్నది. మనుషులు నెట్‌వర్క్ నుంచి వేరుగా ఉంటామంటే మనుగడ కష్టమవుతుంది. అమ్మకడుపులో ఉన్నప్పుడే ఈ బంధం మొదలవుతుంది. తరువాత ఎప్పుడో తెగతెంపులు చేసుకుంటామంటే, ఇన్సురెన్స్ వారు మీకు బీమా సౌకర్యంలేదు పొమ్మంటారు. ఉద్యోగాలు వీలుగావు. ఆరోగ్యసేవలు అందుబాటులో ఉండవు. ఆరోగ్యం, ప్రైవెసీల మధ్య జరిగే మహాసంగ్రామంలో, ఆరోగ్యం గెలిచి తీరుతుంది.

బయొమెట్రిక్ సెన్సర్‌ల ద్వారా, మీ శరీరం, మెదడుల నుంచి, మరింతగా సమాచారం స్మార్ట్ మెషీన్‌లకు అందుతుంది. కార్పొరేషన్‌లు, ప్రభుత్వాలు మీ గురించి తెలుసుకోవడం చాలా సులభమవుతుంది. అందరి శరీరాలు, మస్తిష్కాల పనితీరును వారు లోతుగా అర్థం చేసుకుంటారు. కనుక జీవాన్ని ఇంజనియర్ చేయగల శక్తిని కైవసం చేసుకుంటారు. వారికి దేవతలకున్న రకం అధికారం, శక్తి అందుబాటులో ఉంటాయి. మానవజాతి జీవపరంగా కులాలుగా విడిపోవడాన్ని, ఆపే ప్రయత్నం చేయదలచుకుంటే కీలకమయిన ప్రశ్నలు ఎదురవుతాయి. ఇంతకూ సమాచారం ఎవరి స్వంతం? నా డిఎన్ఏ, నా మెదడు, నా బతుకు నాది, మరి వాటి సమాచారం కూడా నాది. లేక అవన్నీ కార్పొరేషన్, ప్రభుత్వం స్వంతమా? చివరకు సమస్త మానవుల ఉమ్మడి ఆస్తిగా ఉంటుందా?

ప్రభుత్వాలు శాసనం ద్వారా సమాచారాన్ని జాతీయం చేయగలిగితే, బడా వ్యాపార సంస్థల బలం తగ్గుతుంది. కానీ, అది డిజిటల్ నియంతృత్వం అవుతుంది. రాజకీయ నాయకులు సంగీతకారుల వంటివారు. వారి చేతులలో ఉన్న వాద్యం, మానవుల అనుభూతి, జీవరసాయన వ్యవస్థలు. వారు ఒక ఉపన్యాసం చేసే, భయం అలలుగా దేశమంతటా వ్యాపిస్తుంది. ఒక ట్వీట్ పెడితే దేశమంతటా ద్వేషం పరుచుకుంటుంది. ఈ సంగీత కారులకు ఇంతకన్నా కొత్తరకం వాయిద్యాలను అందజేయాలని నాకు గట్టి నమ్మకం. రాజకీయ నాయకులు తమ యిష్టం ప్రకారం, మీటలు నొక్కి, అందరిలోనూ ఆత్రం, అసహ్యం, ఆనందం, అలసట నేరుగా పుట్టించిననాడు,

రాజకీయం ఒక భావాల సర్కస్‌గా మిగులుతుంది. వ్యాపారసంస్థల గురించిన మన భయాలు సమంజసమే కావచ్చు. అయితే, అతిశక్తివంతమయిన ప్రభుత్వం చేతులలో మనం అంతకంటే అనుకూలంగా ఉండడం అసాధ్యమని చరిత్ర చెపుతున్నది. 2018 నాటి పరిస్థితిలో నేను సమాచారాన్ని మార్క్ చుకర్‌బర్గ్‌కు ఇస్తానుకానీ, వ్లాదిమర్ పుతిన్ చేతికి మాత్రం అందించను. (కేంబ్రిడ్జ్ అనలిటికా ఉదంతంతో, ఇందులో నిర్ణయావకాశాలు లేవని బయపడినప్పటికీ, ఈ మాట అనగలను. కొత్త పరిస్థితిలో సమాచారం చుకర్‌బర్గ్ నుంచి పుతిన్‌కు చేరడం వింతకాదు.)

ఈ రెండు పరిస్థితులకన్నా సమాచారం మీద ప్రైవేట్ అధికారం మెరుగుగా కనబడుతుంది. కానీ దానితీరు ఎవరికీ తెలియడం లేదు. భూమి యజమానులను నిర్వహించడంలో మనకు వేల ఏండ్ల అనుభవం ఉంది. మనకు పొలం చుట్టు కంచెవేయడం తెలుసు. గేట్ దగ్గర కాపలా పెట్టాలని తెలుసు. లోనికి వచ్చేవారిని అదుపు చేయడం తెలుసు. గడచిన రెండువందల ఏండ్లలో పరిశ్రమల యాజమాన్యాన్ని అదుపు చేయడంలో ఎంతో కొత్తదనం వచ్చింది. ఇవాళ నేను ఏ పెద్ద పరిశ్రమలోనయినా, వారి షేర్‌లను వాడి, ఒక చిన్న తుంపు కొనగలను. కానీ, సమాచారం స్వంతదారులను క్రమంలో పెట్టడం గురించి మనకు అంతగా అనుభవం లేదు. అది సహజంగా ఎంతో గట్టి పని. సమాచారం అంటే స్థలాలు, యంత్రాల వంటిది కాదు. అది ఒకే సమయంలో అంతటా ఉంటుంది. ఎక్కడా ఉండదు. వెలుగు వేగంలో కదులుతుంది. దానికి అవసరమయినన్ని నకళ్లు తీయవచ్చు.

సమాచారం యాజమాన్యాన్ని క్రమబద్ధం చేయడం ఎట్లా? అన్న చిక్కుప్రశ్నను పట్టించుకొమ్మని మన న్యాయవాదులను, రాజకీయ నేతలను, ఆలోచకులను, చివరకు కవులను గూడా అభ్యర్థించాలి. ఈ యుగంలోనే రాజకీయపరంగా ఇది అన్నిటికన్నా ముఖ్యమయిన ప్రశ్న కావచ్చు. దానికి మనం త్వరగా సమాధానం ఇవ్వకపోతే, మన సామాజిక రాజకీయ వ్యవస్థ కుప్పగూలే వీలుంది. ప్రజలు ఇప్పటికే రానున్న ఈ ఉత్పాతాన్ని పసిగడుతున్నారు. బహుశ అందుకే ప్రపంచవ్యాప్తంగా అందరికీ ఉదారవాద కథలో నమ్మకం తగ్గుతున్నది.

ఇక్కడ నుంచి ముందుకు సాగే దారి ఏది? బయోటెక్, ఇన్‌ఫోటెక్ విప్లవాలను ఎదురుకునే తీరేమి? మొట్టమొదట ఈ ప్రపంచాన్ని అస్తవ్యస్తం చేసిన సైంటిస్ట్‌లు, వ్యాపార సంస్థలే, వీటి సాంకేతిక సమాధానాలు అందించవచ్చు. ప్రపంచ మానవ సమాజం అనే పందిరి మీద అల్లిన అల్గొరిదంలు అల్లిబిల్లిగా ఒకటయినయి. ఆ నెట్‌వర్క్ సామూహికంగా మొత్తం డేటాను స్వంతం చేసుకోవచ్చు. రానున్న కాలంలో జీవం అభివృద్ధిని పర్యవేక్షించవచ్చు. ప్రపంచమంతటా అసమానత పెరుగుతుంది, సామాజిక సమస్యలు పెరుగుతాయి. మార్క్ చుకర్‌బర్గ్ తన రెండు వందలకోట్ల ఫ్రెండ్స్‌ను పిలిచి, సామూహిక శక్తిగా నిలపవచ్చు. ఏకంగా ఏదో చేయవచ్చు!

రెండవ భాగం
రాజకీయ సమస్య

సమాచార సాంకేతికశాస్త్రం, జీవసాంకేతిశాస్త్రాల కలయికతో
స్వేచ్ఛ, సమానత అనే ఆధునిక విలువలకు ఆపద వస్తుంది.
సాంకేతికంగా వచ్చే సమస్యలకు సమాధానం కావాలంటే,
ప్రపంచవ్యాప్తంగా సహకారం అవసరం.
కానీ జాతీయవాదం, మతం, సంస్కృతి
మానవులను ప్రత్యర్థివర్గాలుగా విడదీస్తాయి.
ప్రపంచస్థాయిలో సహకారం కష్టతరం అవుతుంది.

5

సంఘం

మనుషులకు శరీరాలు ఉన్నాయి

కాలిఫోర్నియకు భూకంపాలు కొత్తకాదు. అయినా 2016 యు.ఎస్. ఎన్నికల కుదుపు సిలికన్ వ్యాలీని కదిలించింది. తాము కూడా సమస్యలో భాగం అవుతామని అర్థం చేసుకున్న కంప్యూటర్ ఇంజనియర్‌లు, తమకు బాగా చేతయిన పని ఒకటి చేశారు. వాళ్లు సాంకేతిక సమాధానం అందించారు. ఆ రియాక్షన్ అన్నింటికన్నా ఎక్కువగా మెన్‌లో పార్క్‌లో ఉన్న ఫేస్‌బుక్ ప్రధాన కార్యాలయంలో కనిపించింది. అది సులభంగానే అర్థమవుతుంది. ఫేస్‌బుక్ వారి వ్యాపారమే సోషల్ నెట్‌వర్కింగ్ కనుక వారికి సమాజంలో సమస్యలు సులభంగా తెలుస్తాయి.

మూడు నెలలపాటు అంతరంగ మథనం 16 ఫిబ్రవరి 2017నాడు మార్క్ చుకర్‌బెర్గ్, ప్రపంచస్థాయి సంఘాన్ని నిర్మించవలసిన ఆవశ్యకత గురించి చాలా ధైర్యంగా ఒక మానిఫెస్టో ప్రచురించాడు. అందులో ఫేస్‌బుక్ పాత్ర గురించి కూడా వివరించాడు. 22 జూన్ 2017న ఒక కమ్యూనిటీస్ శిఖరాగ్ర సమావేశం మొదటిసారి జరిగింది. అక్కడ మాట్లాడుతూ చుకర్‌బెర్గ్, సమకాలీన, సామాజిక రాజకీయ సమస్యలను వివరించాడు. మాదకద్రవ్యాలు మొదలు నియంతృత్వ ప్రభుత్వాల వరకు అవన్నీ కలిసి, మానవ సంఘాలను కుంగదీస్తున్నాయి అన్నాడు. పదుల సంవత్సరాలుగా అన్నిరకాల గుంపులలో సభ్యత్వం పావుభాగానికి పడిపోయిందని, బాధపడుతూ చెప్పాడు. అంత పెద్దఎత్తున మనుషులకు, మరెక్కడో ఒక గమ్యం, అందుకు మద్దతు ఉండాలి అన్నాడు. ఈ సంఘాలను తిరిగి నిలపడంలో బాధ్యతను అందుకుని ఫేస్‌బుక్ ముందు నడుస్తుందని ప్రకటించాడు. మతగురువులు వదిలేసిన

భారాన్ని తన ఇంజనియర్‌లు తలకు ఎత్తుకుంటారు అన్నాడు. 'మేము కొన్ని టూల్స్‌ను అందిస్తాము. సంఘాల నిర్మాణాన్ని అవి సులభం చేస్తాయి' అని మాట యిచ్చాడు.

'మేము ఒక ప్రణాళిక మొదలు పెట్టాము. మీకు అర్థవంతంగా తోచే వీలున్న గ్రూప్‌లను గురించి ప్రస్తావిస్తాము. ఆ విషయంగా మేము మెరుగుపడే ప్రయత్నం అది. అందుకు అవసరమయిన ఆర్టిఫీయల్ ఇంటలిజెన్స్ నిర్మాణం మొదలుపెట్టాము. అది పని చేసింది. మొదటి ఆరునెలల్లో 50 శాతం జనులను అదనంగా అర్థవంతమయిన సంఘాలలో చేరడానికి సాయం చేయగలిగాము, అన్నాడతను. అతని గమ్యం అటువంటి సహాయం వందకోట్లమందికి అందించాలని! అట్లాగనుక చేయగలిగితే, పదుల సంవత్సరాలుగా కనబడుతున్న సంఘాల సభ్యత్వం తగ్గిపోవడం, ఆగుతుంది. తిరుగుదారి పడుతుంది. దానితో సామాజికస్థితి బలపడుతుంది, ప్రపంచ మరింత దగ్గరగా వస్తుంది, అన్నాడతను. 'ఇందుకోసం పూర్తిగా ఫేస్‌బుక్ మిషన్‌నే మార్చుడం, మార్క్ చుకర్‌బెర్గ్ ప్రతిన పూనిన ప్రధానగమ్యం' మానవ సంఘాలు బలహీనం కావడం గురించి అతను వ్యక్తం చేసిన బాద, సమంజసమయినది. అయితే, ఆ ప్రతిన తీసుకున్న కొన్ని నెలల తరువాత, మీ చేతిలోనున్న పుస్తకం అచ్చుకు వెళుతున్న సమయంలో, కేంబ్రిడ్జ్ అనలిటికా ఉదంతం బయటపడింది. నమ్మి ఫేస్‌బుక్‌కు అందించిన సమాచారాన్ని మరేవో వర్గాలు దొంగతనంగా తీసుకున్నాయి. ప్రపంచమంతటా ఎన్నికలకు తారుమారు చేయడానికి దాన్ని వాడుకున్నాయి. చుకర్‌బెర్గ్ చేసిన ఉన్నతమయిన ప్రమాణాలు వెక్కిరింతలకు గురయినట్లు తోచింది. ఫేస్‌బుక్ మీద ప్రజల నమ్మకం ఒక్కసారిగా చెదిరిపోయింది. కొత్తగా మానవసంఘాలను నిర్మించడానికి ముందు, ఇప్పటికీ ఉన్నవాటి ప్రైవెసీ, భద్రతలను కాపాడడం ఫేస్‌బుక్ నేర్చుకోవాలన్నమాట.

అయినా ఫేస్‌బుక్‌వారి సాంఘికదృష్టిని మరింత లోతుగా గమనించడం తగిన పని. ఒకసారి రక్షణవిధానాలను గటిబరిచిన తరువాత, ఆన్‌లైన్ నెట్‌వర్క్‌లు, ప్రపంచస్థాయి మానవసంఘాల ఏర్పాటులో సాయం చేయగలుగుతాయి. ఇరవయి ఒకటవ శతాబ్దిలో మానవులు దేవతలుగా అప్‌గ్రేడ్ చేయబడే అవకాశం ఉంది. అయినప్పటికీ ఈ గ్రంథరచన జరిగిన 2018 నాటికి మాత్రం మనం రాతియుగపు జంతువులమే. బాగుపడాలంటే, మనం యింకా, సన్నిహిత సంఘాలుగా కొనసాగడం అవసరం. లక్షలాది సంవత్సరాలుగా మానవులు కొన్ని వందలమందికి మించని చిన్న గుంపులుగా బతకడానికి అలవాటు పడ్డారు. ఇవాళటికి కూడా 150 కన్నా ఎక్కువ మంది వ్యక్తులను తెలిసి ఉండడం కష్టమవుతుంది. (ఫేస్‌బుక్‌లో కొంతమందికి లెక్కలేనంత మంది 'ఫ్రెండ్స్' ఉండవచ్చు. వారందరూ నిజానికి పరిచయం లేనివారు) ఈ గుంపులు, వర్గాలు లేకుండా, మనుషులు ఒంటరి భావానికి లోనవుతారు.

గడచిన రెండువందల సంవత్సరాలలో సన్నిహిత మానవ సమాజాలు సన్నగిల్లడం దురదృష్టం. పరస్పరం పరిచయం గలవారిని చిన్న గుంపులుగా చేర్చాలని ప్రయత్నాలు జరిగాయి. దేశాలు, రాజకీయాల పేరున ఏర్పడిన ఈ సంఘాలు విజయవంతం కాలేకపోయినయి. జాతీయ కుటుంబంలో కోట్లాది సోదరులు ఉండవచ్చు. కమ్యూనిస్ట్ పార్టీలో లక్షలాది కామ్రేడ్‌లు ఉండవచ్చు. అయినా వారంతా ఒక స్వంత తమ్ముడు, చెల్లెలు, మిత్రుడు అందించగలిగిన సాన్నిహిత్యాన్ని, ఏనాడూ యివ్వజాలరు. అందుకే జనం మరింతగా ఒంటరి బతుకులు గడుపుతారు. ప్రపంచం మాత్రం బంధాలు పెంచుకుంటుంది. ఈ విపరీత పరిస్థితి కారణంగానే, సామాజిక, రాజకీయ పరిస్థితులు గజిబిజి అయినట్లు సులభంగా గుర్తించవచ్చు.

మనుషులను ఒకరితో మరొకరిని తిరిగి కలపాలన్నది చుకర్‌బెర్గ్ దృష్టి సకాలానికి వచ్చింది. అయితే మాటలు పనికన్నా చవక. ఆ దృష్టిని అమలు చేయాలంటే, ఫేస్‌బుక్ మొత్తం బిజినెస్ మాడల్‌ను మార్చవలసి ఉంటుంది. జనం ధ్యాసను ఆకర్షించి, దాన్ని ప్రకటనకర్తలకు అమ్ముతున్నంత కాలం ఉన్నత గమ్యాలు అందవు. అయినప్పటికీ చుకర్‌బెర్గ్ కనీసం అటువంటి కార్యక్రమాన్ని తలపెట్టినందుకు మెచ్చుకోవలసిందే. వ్యాపార సంస్థలన్నీ డబ్బు ముఖ్యమని నమ్ముతాయి. ప్రభుత్వం మాత్రం మిన్నకుండాలి. మానవులంతా మార్కెట్ బలాలను నమ్మాలి. తన తరఫున వారే అన్ని నిర్ణయాలు చేయాలి. కనుక ఫేస్‌బుక్ నిజంగా భావాత్మకంగా కమిట్ కావాలంటే, మానవ సంఘాలను నిలబెట్టాలంటే, దాని బలాన్ని గురించి భయపడేవారు కొంత మారాలి. ‘బిగ్ బ్రదర్’ అంటూ గోలచేసి దాన్ని కార్పొరేట్ గూటిలోకి నెట్టగూడదు. మిగతా కార్పొరేషన్‌లు, సంస్థలు, ప్రభుత్వాలను తమతమ కార్యక్రమాలు, విధేయత ద్వారా ఫేస్‌బుక్‌తో పోటీ పడమని త్వరపెట్టాలి.

మానవ సంఘాలు బలహీనమయినయి, వాటిని తిరిగి నిలబెట్టాలి అని గోల చేసే, సంస్థలకు కొదువ ఏ మాత్రం లేదు. స్త్రీవాదులు మొదలు ఇస్లామిక్ ఫండమెండలిస్టల దాకా, సమాజ నిర్మాణం అంటూ గొంతు చించుకుని గోల చేస్తున్నారు. ఈ ప్రయత్నాలను గురించి మనం తరువాతి అధ్యయంలలో చూస్తాము. ఫేస్‌బుక్ ప్రయత్నంలాంటిది మరొకటి లేదు అనడానికి, వారికి గల కార్పొరేట్ మద్దతు, టెక్నాలజీ వారికిగల లోతయిన నమ్మకం ఆధారాలు. కొత్త ఫేస్‌బుక్ కృత్రిమ జ్ఞానం, అర్థవంతమయిన సంఘాలను గుర్తించగలుగుతుంది. అంతేగాక సామాజికస్థితిని చిక్కబరుస్తుంది. ప్రపంచాన్ని ఒక్కచోటికి చేరుస్తుంది, అని చుక్కర్‌బెర్గ్ బాగా నమ్ముతున్నట్టు కనబడుతుంది. కార్ నడపడానికి, క్యాన్సర్ కనుగొనడానికి కృత్రిమ జ్ఞానాన్ని వాడవచ్చు. కానీ దానికన్నా ఇది ఉన్నతమయిన ఆశయం.

ప్రపంచస్థాయిలో, కేంద్రీకృత ప్రణాళికతో, కృత్రిమ జ్ఞానాన్ని వాడే, ప్రయత్నం విషయంగా, ఫేస్‌బుక్ వారి సాంఘికదృష్టి, అగ్రగామిగా ఉంది. అటువంటిది మరొకటి

ఉన్నట్టు కనబడదు. అది సామాజిక నిర్మాణంలో సమాచార సాంకేతిక వనరుల ఉపయోగం మొదటి ఉదాహరణ. కనుక దాన్ని చాలా ముఖ్యమయిన టెస్ట్ కేస్ అనవచ్చు. అది విజయవంతం అయితే అటువంటి ప్రయత్నాలు మరెన్నో మొదలయే వీలుంది. మానవ సామాజిక నెట్‌వర్క్‌లకు కొత్త మాస్టర్‌లుగా అల్గోరిదంలకు అంగీకారం అందుతుంది. ప్రయత్నం ఫలించని సందర్భంలో కొత్త సాంకేతిక విధానల పరిమితులు, బయటపడతాయి. అల్గోరిదంలు కార్ నడిపించడానికి, ఆరోగ్యం బాగుచేయడానికి అనువయినవి. కానీ, సామాజిక సమస్యల సంగతిలో మాత్రం, మనమింకా రాకీయ నేతలు, మతపెద్దల మీదనే ఆధారపడాలి.

ఆన్‌లైన్ - ఆఫ్‌లైన్

ఇటీవలి సంవత్సరాలలో ఫేస్‌బుక్ ఆశ్చర్యకరమయిన విజయం సాధించింది. అందులో ప్రస్తుతం రెండు బిలియన్‌ల మంది వినియోగదారులు ఉన్నారు. అయినా సంస్థ తన కొత్త విజన్‌ను నిజం చేయాలనుకుంటే, ఆన్‌లైన్, ఆఫ్ లైన్ మధ్యన దూరాన్ని తగ్గించాలి. రెంటి మధ్యన వంతెన వేయాలి. ఆన్‌లైన్ గుంపుగా ఒక సంఘం ఏర్పడుతుంది. అది నిజంగా పనిచేయాలంటే, ఆఫ్‌లైన్ ప్రపంచంలో కూడా వేళ్లూనాలి. ఒకనాటికి ఒక నియంత తన దేశంలో ఫేస్‌బుక్ మీద నిషేధం పెడతాడు. అసలు ఇంటర్‌నెట్ వద్దంటాడు. అప్పుడు మరి అక్కడి సంఘాలు ఆవిరయిపోతాయా? లేక తిరిగి పోగయి పోరాడతాయా? ఆన్‌లైన్ కమ్యూనికేషన్ లేని పరిస్థితిలో వారంతా ఒకచోట చేరి నిరసన ప్రదర్శన నిర్వహించగలుగుతారా?

ఆన్‌లైన్ సంఘాలు, ఆఫ్‌లైన్ రకాలను కూడా అభివృద్ధి చేస్తాయని చుకర్‌బెర్గ్ ఫిబ్రవరి 2017 మానిఫెస్టోలో ప్రకటించాడు. ఇది కొన్నిసార్లు మాత్రమే సత్యం. ఎక్కువ సందర్భాలలో ఆన్‌లైన్ సంఘం రావాలంటే ఆఫ్‌లైన్ అణిగి ఉండాలి. ఈ రెంటి మధ్యన మౌలికంగా తేడా ఉంది. మామూలు ప్రపంచంలోని గుంపులలోని లోతు నెట్ ప్రపంచంలో వీలుగాదు. అది కనీసం రానున్న కొంతకాలం వరకయినా నిజం. ఇజ్రాయెల్‌లో ఇంట్లో నేను ఒంట్లో బాగుండక పడుకుంటాను. ఆన్‌లైన్ మిత్రులు కాలిఫోర్నియాలో ఉండి నన్ను పలుకరిస్తారు. కానీ టీ, సూప్ తెచ్చి యివ్వలేకపోతారు.

మనుషులకు శరీరాలున్నాయి. గత వందేళ్ల సమయంలో సాంకేతికశాస్త్రం మనలను మన శరీరాల నుంచి దూరం చేస్తున్నది. మనం వాసన, రుచి చూస్తున్న సంగతులను పట్టించుకునే శక్తిని వదులుకుంటున్నాము. పైగా ఎంతసేపూ ఫోన్‌లు, కంప్యూటర్‌లతో గడుపుతున్నాము. చుట్టుపక్కల ప్రపంచంలో సంగతులకన్నా మనకు సైబర్ ప్రపంచం సంగతుల మీద శ్రద్ధ ఎక్కువ. ఎప్పుడూ లేనంత సులభంగా ఎక్కడో

స్విట్జర్లాండ్‌లో ఉన్న బంధువుతో మాట్లాడుతున్నాము. మా ఆయనతో మాట్లాడడం మాత్రం కుదరదు. ఆయన ఎప్పుడూ స్మార్ట్ ఫోన్‌లోకి చూస్తుంటారు నావేపు చూడనే చూడరు.

ఇంతకు మునుపు మనుషులకు ఇంత పట్టిలేనితనం వీలయేది కాదు. ప్రాచీన కాలంలో తిండివెతికే మనుషులు అనుక్షణం అప్రమత్తంగా ఉండేవారు. పుట్టగొడుగులను వెతుకుతూ అడవిలో తిరుగుతుంటారు. నేలలో వాటిని గుర్తించడానికి కిందకు చూస్తుంటారు. గడ్డిలో ఏదో కదులుతుంది. పాము ఉందేమోనని గమనిస్తారు. తినదగిన పుట్టగొడుగు దొరుకుతుంది. అయితే దాన్ని జాగ్రత్తగా తినాలి. అటువంటివి కొన్ని విషంగా కూడా ఉంటాయి. ఇవాళటి ధనికసమాజం మనుషులకు ఇంత జాగ్రత్త అవసరం లేదు. ఒక వేపు ఫోన్‌లో మాట్లాడుతూనే సూపర్ మార్కెట్ అరల మధ్య తిరగవచ్చు. అందుబాటులో ఉన్న వందల రకాల నుంచి ఎంపిక చేయవచ్చు. వాటన్నింటినీ ఆరోగ్యశాఖవారు పరీక్షించి ఉంటారు. అంతచేసి, ఏం తెచ్చుకున్నా, అంతా గబగబ మింగడమే. ఫోన్, కంప్యూటర్, టెలివిజన్ ఇలా ఏదో ఒక తెర ముందు కూచుని, అసలు తిండిలోని రుచి గురించి ఆలోచన లేకుండా తినేయడమే.

'మీ అనుభవాలను ఇతరులతో పంచుకునే శక్తినివ్వగల పరికరాలను, మరింత బాగుపరిచి అందించడానికి మేమున్నామని చుకర్‌బెర్గ్ అంటాడు. మనుషులకు కావలసింది మాత్రం తమ స్వంత అనుభవాలతో సంబంధం పెట్టుకోగలగడానికి ఉపకరణాలు. 'అనుభవాలు పంచుకొనడం' పేరున తమకు జరిగిన విషయాలు ఇతరులు ఏరకంగా చూస్తారన్న కోణంనుంచి అర్థం చేసుకోవడం అందరికీ నేర్పిస్తున్నారు. ఏదో ఉత్తేజకరమయిన సంగతి జరుగుతుంది. ఫేస్‌బుక్ వాడుతున్న వారికి ముందు ఫోన్ బయటకు లాగి, బొమ్మతీసి, ఆన్‌లైన్‌లో పోస్ట్ చేయడం ఒకటే తోస్తుంది. ఇక 'లైక్' ల కొరకు ఎదురుచూడడం తరువాయి. ఇదంతా అయ్యేలోపల తమకు కలిగిన భావాలు కరిగిపోతాయి. ఇంటర్‌నెట్ ప్రతిక్రియల ప్రకారం మాత్రమే స్వంత అనుభవాల పస తేలుతున్నట్లు ఉంటుంది.

శరీరాలనుంచి, జ్ఞానేంద్రియాలనుంచి, భౌతిక వాతావరణం నుంచి పట్టకుండా దూరమయిన మనుషులు, కొత్త ప్రపంచంలోకి వచ్చినట్టు, దిక్కులు తెలియకుండా ఉంటారు మతపరమయిన, దేశపరమయిన బంధనాల నుంచి ఇటువంటి అనుభవాలు ఎదురువు తాయని పెద్దలు కొందరు అంటారు. కానీ, శరీరంనుంచి దూరం కావడం అక్కడ మరింత ముఖ్యం. చర్చిలు, దేశాలు లేకుండానే మనుషులు లక్షల సంవత్సరాలు మనగలిగారు. అవి లేకుండా ఇరవయి ఒకటవ శతాబ్దంలో కూడా బహుశా మరింత సంతోషంగా బతుకుతారు. కానీ, తమ శరీరాల నుంచి దూరమయితే మాత్రం సంతోషంగా బతకలేరు. తమ శరీరంలో సౌకర్యం తోచకపోతే, ప్రపంచంలో సౌకర్యం అసలు తోచదు.

ఇప్పటివరకు ఫేస్‌బుక్ వారి బిజినెస్ మాడల్, జనాలు వీలయినంత ఎక్కువకాలం ఆన్‌లైన్ గడపడాన్ని ప్రోత్సహిస్తుంది. ఆఫ్‌లైన్ కార్యక్రమాల కొరకు తక్కువ సమయం, శక్తి మిగిలినా ఫరవాలేదు. నిజంగా అవసరమయినప్పుడు మాత్రమే ఆన్‌లైన్ వెళ్లి పనిచేసే కొత్త నమూనాను అది సిఫారస్ చేయగలుగుతుందా? భౌతిక వాతావరణం, స్వంత శరీరాలు, జ్ఞానేంద్రియాల మీద ఎక్కువ శ్రద్ధ పెట్టే తీరును ప్రోత్సహిస్తుందా? ఈ పద్ధతి గురించి కంపెనీ షేర్‌లు గలవారు ఏమంటారు? ఇటీవల ట్రిస్టాన్ హారిస్ ఇటువంటి నమూనాను ప్రత్యామ్నాయంగా, బ్లూప్రింట్‌గా అందించాడు. అతను ఒకప్పుడు గూగ్లర్, టెక్ ఫిలాసఫర్. 'బాగా గడిపిన కాలం' అనే ఒక కొత్త కొలతను అతను సిద్ధం చేశాడు.

ఆన్‌లైన్ సంబంధాలకుగల పరిమితులు సామాజిక కేంద్రీకరణకు చుకర్‌బెర్గ్ ప్రతిపాదించిన తీరుకు మద్దతుపలుకుతాయి. జనం మధ్యన సంబంధాలు ఏర్పరిచి, వారిముందు వివిధ అభిప్రాయాలు కనిపించేట్లు చేసినంత మాత్రాన సామాజిక వ్యత్యాసాలు, దూరాలు తగ్గవని అతను చెప్పింది నిజం. ఎదుటివర్గం దృష్టితో రాసిన ఒక వ్యాసాన్ని చూపిస్తే, అదేదో కొత్తతీరు అన్న భారం పెరుగుతుంది. అభిప్రాయాలుగా గాక సంపూర్ణ వ్యక్తులుగా వారు ఎదురుబదురయితే, చర్చ మెరుగుపడడానికి కొత్తదారులు కనిపించవచ్చు. ఈ పనికి ఫేస్‌బుక్ సాటిలేని వేదిక. సమానలక్షణాలను గురించి జనంతో కలసి చర్చించాలి. స్పోర్ట్ టీమ్స్, టీవీ షోస్, ఇతర ఆసక్తులు అన్నింటినీ చర్చించవచ్చు. అంగీకారం కుదరని అంశాల గురించి అక్కడ చర్చ సాగుతుంది.

అయినా సంపూర్ణంగా ఒకరినొకరు తెలుసుకోవడం చాలా చాలా కష్టం. అందుకు చాలా సమయం పడుతుంది. నేరుగా వ్యక్తితో ఎదురుపడవలసి ఉంటుంది. సగటు హోమో సేపియెన్స్ బహుశ వందయాభయి కన్నా ఎక్కువ మందిని సన్నిహితంగా తెలిసి ఉండడానికి కుదరదని ఇదివరకే అనుకున్నాము. సంఘాలను తయారుచేయడం, సమఫలాల ఆట కాకూడదు. మానవులు ఒకేసారి ఎక్కువ వర్గాలకు విధేయులయి ఉండగలుగుతారు. సన్నిహిత సంబంధాలు బహుశ ఇరువురికి ఒకే రకమయిన ఫలాలనిస్తాయి అది దురదృష్టం. ఒక పరిధిని మించితే, ఇరాన్ లేదా నైజీరియాలో ఉన్న మీ ఆన్‌లైన్ స్నేహితులను గురించి మరింత తెలుసుకోవడానికి వెచ్చించే సమయం, శక్తి ఎక్కువవుతుంది. అదే సమయం, శక్తి వాడి పక్కింటి వారి గురించి తెలుసుకోవడం అక్కడ కుదరలేదు.

ఒక ఇంజనియర్ ఒక టూల్ తయారు చేస్తాడు. దానివల్ల మనుషులు ఆన్‌లైన్ మనుషులు కొనుగోలు తగ్గి, స్నేహితులతో ఆఫ్‌లైన్‌గా అర్థవంతమయిన పనులలో గడుపుతారు. ఫేస్‌బుక్ అప్పుడు అసలయిన పరీక్ష ఎదురుకుంటుంది. అటువంటి

టూల్‌ను ఫేస్‌బుక్ అందుకుంటుందా, అణగదొక్కుతుందా? ఆర్థికలాభాల సంగతి పక్కనబెట్టి సామాజికాంశాన్ని గౌరవిస్తుందా? ఆ రకంగా తమతీరు మారుతుందా? అది గనుక జరిగితే, అద్భుతమయిన పరివర్తన కిందలెక్క. కానీ, ఈలోగా దివాలా తీయకుండా జాగ్రత్తపడాలి.

త్రైమాసిక నివేదికలను పక్కనబెట్టి, ఆఫ్‌లైన్ కార్యకలాపాలను అంకితభావంతో గమనిస్తుంటే, అది ఫేస్‌బుక్‌వారి పన్ను విధానాల మీద ప్రభావం చూపుతుంది. అమెజాన్, గూగుల్, ఆపుల్, అలాగే మరిన్ని పెద్దపెద్ద టెక్నాలజీ కంపెనీలు పన్నులు ఎగబెడతాయని తరుచుగా అభియోగాలు వస్తుంటాయి. ఆన్‌లైన్ కార్యక్రమాల మీద పన్నులు విధించడంలో చిక్కులు సహజంగా ఉన్నాయి. కనుక ఈ ప్రపంచస్థాయి సంస్థలు అకౌంటింగ్‌లో సులభంగా కొత్తదారులను తొక్కుతుంటారు. ప్రజలంతా ప్రధానంగా ఆన్‌లైన్ బతుకుతుంటారని మీరు అనుకుంటారు. వారు అక్కడే ఉండడానికి అనువయిన పరికరాలు మీరు అందజేస్తారు. అప్పుడు మీరు లాభదాయకమయినపని చేస్తున్నట్టు అనుకుంటారు. అందుకే ఆఫ్‌లైన్ సర్కారుకు పన్నులు కట్టకున్నా ఫరవాలేదు, అనుకుంటారు. కానీ మనుషులకు శరీరాలు ఉన్నాయని గుర్తువస్తుంది. కనుక వారికి ఇంకా రహదారులు, ఆసుపత్రులు, మురుగు నీటి నిర్వహణ వ్యవస్థ అవసరమని తెలుస్తుంది. ఇప్పుడు పన్ను ఎగవేయడం తప్పుగాతోస్తుంది. సంఘానికి అత్యవసరమయిన సేవలకు ఆర్థికంగా సాయం చేయకుండా, అదే సంఘం గురించి గొప్పలు చెప్పడం మంచిదేనా?

ఫేస్‌బుక్ తన వ్యాపారపద్ధతి మార్చుకుంటుందని, ఆన్‌లైన్ వారికి అనుకూలంగా ఉండే పన్నుల విధానం అనుసరిస్తుందని, ప్రపంచాన్ని ఒకటి చేయడానికి సాయం చేస్తుందనీ మనం ఆశించవచ్చు. అయినా వారి వ్యాపారం లాభసాటిగానే ఉంటుందని కూడా భావించవచ్చు. అయితే ప్రపంచవ్యాప్త సంఘాలను గురించి ఫేస్‌బుక్ భావనలు, ప్రణాళికలను నిజం చేస్తుందని, అందుకు తగిన సామర్థ్యం ముందుండి నడిపించడం చరిత్రలో ఎక్కడా కనిపించదు. ఆ ఉద్దేశ్యానికి అవి తగిన వాహికలు కావు. నిజమయిన విప్లవంలో ఏదో ఒక స్థాయిలో త్యాగాలు అవసరమవుతాయి. కార్పొరేషన్‌లు, వారి ఉద్యోగులు, షేర్ హోల్డర్‌లు ఎవరూ ఆ పనికి ముందుకురారు. అందుకే విప్లవకారులు చర్చ్‌లు, రాజకీయ పార్టీలు, సేనలను ఏర్పాటు చేస్తారు. ఫేస్‌బుక్, ట్విటర్ విప్లవాలు, అరబ్ ప్రపంచంలో ఆశావాదులయిన ఆన్‌లైన్ వర్గాలలో మొదలయ్యాయి. అవి ఒకసారి ఆఫ్‌లైన్ ప్రపంచంలో కనిపించిన తరువాత మతోన్మాదులు, మిలటరీ జంటాలు వాటిని అదుపు చేయసాగాయి. ఇప్పుడు ఫేస్‌బుక్ ప్రపంచవ్యాప్తంగా విప్లవాన్ని రేకెత్తించాలి అనుకుంటే, ఆన్‌లైన్, ఆఫ్‌లైన్ ప్రపంచాల మధ్యన వంతెనలు వేయడానికి మరెంతో శ్రమ చేయవలసి ఉంటుంది. ఆ సంస్థ, మిగతా ఆన్‌లైన్

మహాసంస్థలు మనుషులను దృశ్యశ్రవణ జంతువులుగా భావించే దారిలో ఉంటాయి. జత చెవులు, మరొక జత కళ్లు, వాటికి సంధించిన పదివేళ్లు, ఒక స్క్రీన్, ఒక క్రెడిట్‌కార్డ్, అది మొత్తానికి మనిషి రూపం. మానవాళిని ఒకటి చేయాలనే కార్యక్రమం వేపు వేయవలసిన ముఖ్యమయిన మొదటి అడుగు, మనుషులకు శరీరాలు ఉన్నాయని గుర్తించడం.

ఈ గుర్తింపు వల్ల సమస్యలు కూడా ఉన్నాయి. ఆన్‌లైన్ అల్గోరిదంలకు అవధులు. ఉన్నాయని అర్థమవుతుంది. ఇక సాంకేతిక రాక్షసులు వాటి పరిధిని మరింత విస్తరిస్తారు. గూగుల్ గ్లాసెస్, పోకిమాన్‌గో వంటి గేమ్స్ ఆన్‌లైన్, ఆఫ్‌లైన్ మధ్య తేడాలను తుడపడానికి తయారయినాయి. అవి ఆగ్మెంటెడ్ రియాలిటీ, విస్తరించిన వాస్తవికత అనే ఒక అంశంగా మిగులుతాయి. మరింత లోతుగాపోతే, బయొమెట్రిక్ సెన్సర్‌లు, మెదడు, కంప్యూటర్ మధ్యన నేరుగా లంకె ఏర్పాటు చేయగల ఇంటర్‌ఫేస్ వంటివి, ఇలెక్ట్రానిక్ యంత్రాలు, జీవశరీరాల మధ్యన తేడాలు తుడపడానికే పుట్టాయి. అవి నిజంగా మన చర్మం కింద చేరుకుంటాయి. ఒకసారి టెక్ జయంట్ కంపెనీలు, మనిషి శరీరంతో ఆటమొదలు పెడితే, ప్రస్తుతం మన కళ్లు, వేళ్లు, క్రెడిట్‌కార్డ్‌లను వాడుతున్న రకంగానే మొత్తం శరీరాన్ని వాడుకుంటాయి. దానితో ఆడుకుంటాయి. ఆన్‌లైన్, ఆఫ్‌లైన్ వేరుగా ఉన్న, పాత రోజులలను తలచుకుని మనం బాధపడే కాలం వచ్చేవీలుంది.

6

నాగరికత

ప్రపంచంలో ఒకే ఒక నాగరికత ఉంది

మార్క్ చుకర్‌బెర్గ్ ఇంటర్‌నెట్ ద్వారా ప్రపంచాన్ని ఒకటి చేయాలని కలలు గంటాడు. ఇవతల ఆఫ్‌లైన్ ప్రపంచంలో ఇటీవల జరుగుతున్న సంఘటనలు మాత్రం 'నాగరికతల ఘర్షణ' సిద్ధాంతానికి కొత్త ఊపిరి అందించేవిగా ఉంటాయి. చాలామంది విద్వాంసులు, రాజకీయనేతలు, మామూలు మనుషులు, అందరూ, సిరియాలో ప్రచ్ఛన్న యుద్ధం, బ్రెక్సిట్ గందరగోళం, యూరోపియన్ యూనియన్ అస్థిరత, లాంటివన్నీ, 'పాశ్చాత్య నాగరికత', 'ఇస్లామిక్ నాగరికత' మధ్యన రాపిడి కారణంగా జరుగుతున్నాయని నమ్ముతుంటారు. ముస్లిం దేశాల మీద ప్రజాస్వామ్యాన్ని, మానవహక్కులను బలవంతంగా రుద్దాలని ప్రయత్నించినందున, ఇస్లామిక్ హింసాత్మక తిరుగుబాటు పుట్టింది. ఇక ఇస్లామిక్ వలసలు, తీవ్రవాదుల దాడులు వెంటవెంట జరిగాయి. యూరోపియన్ వోటర్‌లు బహుళ సంస్కృతి గురించిన కలలను వదిలిపెట్టారు. ఇతరదేశాల వారిని, వారితీరును అసహ్యించుకునే తీరు బయలుదేరింది.

మానవజాతి కలకాలంగా వివిధ నాగరికతలుగా విడివడి ఉందని ఈ సిద్ధాంతం చెపుతుంది. ఎక్కడికక్కడ చెదరని ప్రపంచ దృష్టి ఉంది. వాటి మధ్యన పొంతన కుదరదు. కనుక నాగరికతల మధ్యన రగడలు తప్పవు. సహజవరణం అనే జాలిలేని ఎంపిక పద్ధతి కింద, ప్రకృతిలో వేరువేరు జీవజాతులు మనుగడ కొరకు పోటీ పడుతుంటాయి. అదే పద్ధతిలో చరిత్ర మొత్తంలో నాగరికతలు మళ్లీమళ్లీ ఘర్షణ పడుతూ వచ్చాయి. పోటీని తట్టుకుని మనగలిగిన జాతులు మాత్రం జరిగిన కథ

చెప్పడానికి నిలబడ్డాయి. ఈ సత్యాన్ని పట్టించుకోని వారు, ఉదారవాద నాయకులయినా, తల బిరుసు ఇంజనియర్‌లయినా, తెలిసి ప్రమాదంలో పడతారు.

'నాగరికతల ఘర్షణ' సిద్ధాంతం రాజకీయం మీద చాలా ప్రభావంచూపింది. 'పడమటి' వారిని, ఇటు 'ముస్లిం ప్రపంచం'తో సయోధ్యకు తీసుకురావడానికి చేసిన ప్రయత్నాలన్నీ ఘోరంగా ఓడిపోయాయయిని సిద్ధాంతాన్ని నమ్మేవారు అంటారు. ముస్లిం దేశాలు, పడమటి విలువలను ఏనాడూ అంగీకరించవు. ముస్లిం అల్పసంఖ్యాక వర్గాలను పడమటి దేశాలు అక్కున చేర్చుకోవు. ఆ తీరు ప్రకారం యుఎస్ఏలోకి సిరియా, ఇరాక్ వారిని వలస రానివ్వరు. యూరోపియన్ యూనియన్ తాము నమ్మిన బహుళసంస్కృతి పద్ధతి తప్పు, అని తిప్పికొడతారు. అనుమానం లేకుండా పడమటి గుర్తింపును తమది అంటారు. దీర్ఘకాలం మీద చూస్తే, సహజవరణం పెట్టే గట్టి పరీక్షలలో, ఒక నాగరికత మాత్రమే గెలిచి నిలుస్తుంది. బ్రసెల్స్‌లో ప్రభుత్వాధికారులు ఇస్లాం తాకిడి నుంచి పడమటి దేశాలను కాపాడడానికి ముందుకు రాకుంటే, బ్రిటన్, డెన్మార్క్, లేదా ఫ్రాన్స్ తమదారిన తాము నడవడం మేలు.

ఎక్కువగా అంగీకారం ఉన్నప్పటికీ ఈ సిద్ధాంతం సరయినది కాదు. ఇస్లామిక్ ఛాందసవాదం, గొప్ప మౌలిక సమస్యను లేవదీయవచ్చు. కానీ అది ఎదిరించే నాగరికత ప్రపంచ నాగరికత. అది ప్రత్యేకమయిన పడమటి పద్ధతి కాదు. వారి తీరులో మధ్యయుగపు పోకడలు కనిపించవచ్చు. కానీ అది సమకాలీన ప్రపంచవ్యాప్త నాగరికతలో వేళ్లూని ఉంది. అది ఏడవశతాబ్ది అరేబియాలో కూడా లేనంత లోతుగా ఇప్పుడు ఉంది. వారు భయపెడుతున్నది మధ్యయుగపు పల్లెవారు, వ్యాపారులను కాదు. ఎవరికీ కాకుండా చికాకులో ఉన్న ఆధునిక యువతను వారు అంతులేని భయాలకు గురిచేస్తున్నారు. ఇస్లాం మౌలికవాదులు మహమ్మద్‌ను నమ్మినంతగా, మార్క్స్, ఫౌకాల్ట్‌లను కూడా నమ్మి వారి ప్రభావానికి గురయ్యారని పంకజ్ మిశ్రా, క్రిస్టఫర్ డీ బెలేగ్ నమ్మకంగా చెపుతున్నారు. వారి ఉమయ్యద్, అబ్బాసిడ్ ఖలీఫాల నుంచి మాత్రమేగాక వారసత్వం, పందొమ్మిదవ శతాబ్దపు యూరోపియన్ అరాచకవాదుల నుంచి కూడా అందింది. ఇస్లామిక్ స్టేట్ అన్నది, మనందరము పంచుకుంటున్న ప్రపంచ సంస్కృతి నుంచి పొరపాటున పుట్టిన ఒకశాఖ అంటే, సూటిగా, సరిగా ఉంటుంది. అది ఒక రహస్యవృక్షం గుర్తుతెలియని కొమ్మ ఎంతమాత్రం కాదు.

'నాగరికతల ఘర్షణ' సిద్ధాంతానికి మద్దతు పలుకుతున్నట్లు కనిపించే, చరిత్ర, జీవశాస్త్రం పోలిక ప్రయత్నం కూడా సరయినది కాదు. కొండజాతుల చిన్నగుంపుల నుంచి మహత్తర నాగరికతల వరకు మానవవర్గాలన్నీ, మూలతః జంతుజాతులకన్నా వేరుగా ఉంటాయి. చారిత్రకంగా వాటి మధ్యన జరిగిన పోరాటాలు కూడా, సహజ

వరణం ఎంపిక పద్ధతులతో పోలిస్తే పూర్తి వేరుగా ఉంటాయి. జంతుజాతులకు గుర్తింపులు ఎక్కడికక్కడ వేరుగా ఉంటాయి. అవి వేలాది సంవత్సరాల పాటు, తరాలవెంట కొనసాగుతుంటాయి. ఒక చింపాంజీ, మరొక గొరిల్లా మధ్య తేడా, నమ్మకాలమీద గాక జన్యువుల ప్రకారం ఉంటుంది. వేరువేరు జన్యువులు వేరువేరు సాంఘిక ప్రవర్తనలకు కారణాలవుతాయి. చింపాంజీలు, ఆడ, మగ కలిసిన గుంపులుగా ఉంటాయి. అవి అధికారం కోసం పోటీపడతాయి. ఆడ, మగనుంచి మద్దతుదారులను సిద్ధం చేసుకుంటాయి. గొరిల్లాల తీరు అందుకు వ్యతిరేకం. గుంపులో పెత్తనం సాగించే మగగొరిల్లా పైచెయ్యిగా ఉంటుంది. దానికి బోలెడు ఆడవి తోడుగా ఉంటాయి. ఆ పెద్ద గొరిల్లాను, మరో మగది పోటీగా పోరాడి తరిమి కొడుతుంది. చింపాంజీలు, గొరిల్లాల వంటి సామాజిక పద్ధతిని అంగీకరించవచ్చు. అనుసరించవు. గొరిల్లాలు కూడా చింపాంజీల తీరులో బతకవు. మనకు తెలిసినంతవరకు ఈ రెంటి తీరు ఇవాళటి కాదు. వేల ఏళ్లుగా సాగుతున్నది.

మనుషులలో ఇటువంటి పరిస్థితి ఎక్కడా కనిపించదు. అవును, మానవ వర్గాలలో సామాజిక వ్యవస్థలు వేరువేరుగా ఉండవచ్చు. కానీ, అవి జన్యుపరంగా నిర్ణయించినవి కావు. కొన్ని శతాబ్దాలకన్నా ఎక్కువకాలం కొనసాగవు. ఉదాహరణకు ఇరవయ శతాబ్దపు జెర్మన్‌లను గమనించండి. వందకన్నా తక్కువ సంవత్సరాలలోనే జెర్మన్‌లు ఆరు వేరువేరు రకాల వ్యవస్థలలోకి మారారు. హోహెన్ త్సోలర్న్ సామ్రాజ్యం, వైమార్ ప్రజాస్వామ్యం, థర్డ్ రెయిష్, జెర్మన్ డెమొక్రాటిక్ రిపబ్లిక్ (కమ్యునిస్ట్ తూర్పు జెర్మనీ), ఫెడరల్ రిపబ్లిక్ ఆఫ్ జెర్మనీ (పశ్చిమ జెర్మనీ)గా సాగి దేశం తిరిగి ఒకటిగా డెమొక్రాటిక్ రీయునైటెడ్ జెర్మనీగా మారింది. అయినా జెర్మన్‌లు తమ భాష, బియెర్ మీద బ్రోట్ వుర్‌స్ట్ రొట్టె మీద ప్రేమను మాత్రం మారకుండా నిలపుకున్నారు. అయితే, మిగత దేశాలన్నింటికి భిన్నంగా రెండవ విల్‌హెల్మ్ నుంచి ఏంజెలా మెర్కెల్ వరకు, కొనసాగుతూ సాటిలేని జెర్మన్ సారంగా నిలిచిన లక్షణం ఏదయినా ఉందా? ఏదయినా ఉందని మీరు అనే పక్షంలో, వెయ్యి సంవత్సరాలు, అయిదువేల సంవత్సరాల నాడు కూడా ఆ సారలక్షణం వారిలో ఉండేదా?

యూరోపియన్ రాజ్యాంగాన్ని అందరూ ఇంకా అంగీకరించలేదు. అయినా అది తన ప్రేరణను, యూరోప్‌లో కొనసాగుతున్న, సాంస్కృతిక, మతసంబంధ, మానవ వారసత్వం నుంచి అందుకున్నాము అని అందులో రాసుకున్నారు. ఆ వారసత్వం నుంచే మానవ వ్యక్తులు, ప్రజాస్వామ్యం, సమానత, స్వతంత్రం, నిర్వహణ చట్టం, ఎదురులేని, మార్చవీలుగాని, విశ్వవ్యాప్తమయిన విలువలుగా అభివృద్ధి చెందాయి, అని కూడా జోడించారు. అంటే ఎవరికయినా, యూరోపియన్ నాగరికతను, మానవహక్కులు, ప్రజాస్వామ్యం, సమానత, స్వతంత్రంగా నిర్వచించవచ్చును

అనిపిస్తుంది. ప్రాచీన ఎతీనియన్ ప్రజాస్వామ్యం నుంచి, ప్రస్తుత కాలపు యూరోపియన్ యూనియన్ వరకు, నేరుగా సాగిన రెండున్నర వేల ఏండ్ల, యూరోపియన్ స్వాతంత్ర్యం, ప్రజాస్వామ్యాలను గురించి చెప్పే ఉపన్యాసాలు, పత్రాలు లెక్కలేనన్ని ఉన్నాయి. అది మనకు కథలోని గుడ్డివాడిని గుర్తుకు తెస్తుంటాయి. గుడ్డివాడు ఏనుగు తోకను పట్టుకున్నాడు. ఏనుగు అంటే ఒక బ్రష్‌వలె ఉంటుంది. అని తేల్చి చెప్పాడు. శతాబ్దాలపాటు యూరోపియన్ సంస్కృతిలో ప్రజాస్వామ్య భావనలు భాగంగా ఉన్నాయంటే, అవును అంటాము. అయితే ఉన్నది పూర్తిగా అవి మాత్రమే కాదు. ఎతీనియన్ ప్రజాస్వామ్యానికి గొప్ప ప్రాభవం, ప్రభావం ఉంటే ఉన్నాయి. అయితే అర్థమనస్కంగా చేసిన ఆ ప్రయోగం, బల్కాన్ కొండలలో ఒక మూలన, రెండునూర్ల ఏండ్లు మాత్రమే సాగింది. గడచిన రెండున్నర వేల సంవత్సరాలపాటు, ప్రజాస్వామ్యం, మానవహక్కులుగా నిర్వచింపబడినట్లయితే, స్పార్టా, జూలియస్ సీజర్, క్రూసేడర్స్, కాంక్విస్టడోర్స్ గురించి, బానిసల వ్యాపారం, 14వ లూయీ, నెపోలియన్ గురించి, స్టాలిన్, హిట్లర్‌లను గురించి ఏ రకంగా అర్థం చేసుకోవాలి?

యూరోపియన్ నాగరికత అనేది యూరోప్ వారు ఏం చెపితే అది! క్రైస్తవులు చెప్పిందే క్రైస్తవం, ఇస్లామ్ వారు చెప్పింది ఇస్లామ్. యూదులు చెప్పిందే జూడాయిజమ్ అన్నట్టే ఉంటుంది. వారు అందరూ గడిచిన శతాబ్దాల మీద వారివారి తీరును గురించి వేరువేరుగా చెపుతూ వచ్చారు. మానవవర్గాల నిర్వచనం వారిలో జరిగిన మార్పుల క్రమం. అంతేగాని ఏకసూత్రత కాదు. అయినా ఎవరికి వారు తమకు ప్రాచీనమయిన గుర్తింపు ఉంది అంటారు. అందుకు తగినట్లు కథలు చెప్పేశక్తి అందరికీ ఉంది మరి. వారు అనుభవించిన తిరుగుబాట్ల సంగతి పక్కనబెట్టి, పాత, కొత్తలను కలగలిపి ఏకసూత్రంగా చూపిస్తారు.

ఒక వ్యక్తి కూడా, విప్లవాత్మకమయిన వ్యక్తిగత పరివర్తనలను, క్రమంతోనే బలమయిన కథగా మార్చి చెప్పే వీలుంది. నేను ఒకప్పుడు సోషలిస్టును, తరువాత పెట్టుబడిదారుడనయ్యాను; ఫ్రాన్స్‌లో పుట్టాను, కానీ ప్రసుత్తం యుఎస్‌లో ఉంటున్నాను; పెళ్లయింది, కానీ విడాకులు తీసుకున్నాను; క్యాన్సర్ వచ్చింది కానీ పోయింది కూడా! అని అవన్నీ నేనే అంటాడతను. అదే విధంగా జెర్మన్ వంటి మానవ సమాజం కూడా జరిగిన మార్పుల ఆధారంగా తనను తాను వర్ణించుకుంటుంది. 'మేము ఒకప్పుడు నాజీలము, అయితే పాఠం నేర్చుకున్నాము, ప్రస్తుతం మేము శాంతియుత ప్రజాస్వామ్య వాదులము' అంటుందది. మొట్టమొదట రెండవ విల్‌హెల్మ్‌లో కనిపించి, తరువాత హిట్లర్‌లో, చివరకు మెర్కెల్‌లో కూడా ప్రతిబింబించిన సాటిలేని జెర్మన్ సారం కొరకు, మీరు చూడనవసరం లేదు. సమూలంగా జరిగిన పరివర్తనలే సూటిగా జెర్మన్ గుర్తింపును నిర్వచిస్తాయి. 2018లో జెర్మన్‌గా ఉండడం అంటే, నాజీ

వారసత్వంతో పెనుగులాడుతూనే, లిబరల్, డెమొక్రాటిక్ విలువలను సమర్థించడం. ఇక 2050 నాటికి పరిస్థితి ఎవరికి తెలుసు?

ఇటువంటి మార్పులను, మూల రాజకీయ, మతసంబంధ విలువలలో వచ్చిన వాటిని చూడడానికి ప్రజలు ఇష్టపడరు. మనం మన విలువలన్నీ ప్రాచీనకాలం పూర్వీకుల నుంచి అందిన వెలగల పారంపర్యం అంటాము. మన పూర్వీకులు ఏనాడోపోయారు. ప్రస్తుతం వారు మాట్లాడే పరిస్థితి లేదు. కనుక మనం ఏం మాట్లాడినా చెల్లుతుంది. స్త్రీలపట్ల యూదుల తీరును ఉదాహరణకు గమనించండి. ప్రస్తుతకాలంలో అతిఛాందసవాద యూదులు అందరికీ కనిపించే చోట్లలో ఆడవారి చిత్రాల వాడకం మీద ఆంక్షలు పెట్టారు. అటువంటి చోట్లలో పెట్టిన ప్రకటన బోర్డులు మీద స్త్రీలు, అమ్మాయిల బొమ్మలుండవు. మగవారు, మగపిల్లలవి మాత్రమే ఉంటాయి.

అతిఛాందసవాద బ్రూక్లిన్ పత్రిక దీ త్సైటుంగ్ 2011లో, ఒసామా బిన్ లాడెన్ కంపౌండ్ మీద దాడి చేస్తున్న సందర్భాన్ని చూస్తున్న ఒక అమెరికన్ అధికారి ఫొటోను అచ్చువేసింది. దానితో గొప్ప దూమారం చెలరేగింది. డిజిటల్ పద్ధతిలో, ఆ ఫొటోలోని ఆడవారి బొమ్మలను వారు తొలగించారు. అందులో సెక్రటరీ ఆఫ్ స్టేట్, హిల్లరీ క్లింటన్ బొమ్మ కూడా తొలగించారు. యూదుల నియమాల ప్రకారం తాము ఆ పని బలవంతంగా చేయవలసి వచ్చిందని పత్రికవారు వివరించారు. చార్లీ హెబ్‌డో దురంతానికి వ్యతిరేకంగా జరిగిన ప్రదర్శన ఫొటోను హామెవసర్ పత్రిక ప్రకటించినప్పుడుకూడా ఇటువంటి దూమారమే బయలుదేరింది. ఆ ఫొటో నుంచి ఏంజెలా మెర్కెల్ రూపాన్ని తుడిపివేశారు. భక్తిగల పాఠకులలో ఆమె రూపం కారణంగా కామపూరితమయిన కోరికలు కలుగకూడదని తొలగించాము, అన్నారు. మరొక మతవాద వార్తాపత్రిక హ మోదియా 'మాకు వేలఏండ్ల యూదు వారసత్వం వెన్నుదన్నుగా ఉంది' అంటూ ఆ విధానాన్ని సమర్థించింది.

ఆడవారిని చూడగూడదన్న నియమం సినగాగ్‌లోకన్నా మరెక్కడా అంత పట్టుదలగా అమలుకాదు. సాంప్రదాయ సినగాగ్‌లలో ఆడవారిని, మగవారి నుంచి విడదీస్తారు. వారు ఒక పరిమితమయిన స్థలంలో పరదాల వెనుక ఉండాలి. ప్రార్థన చెపుతున్న, పవిత్రగ్రంథాలు, చదువుతున్న పురుషులెవరూ, ప్రమాదవశాత్తు కూడా ఆడవారి ఆకారం చూడగూడదు. ఈ పరిస్థితి వెనుక వేల సంవత్సరాలుగా సాగుతున్న యూదు సంప్రదాయం, మార్పు వీలుగాని, దైవిక నియమాలు ఉన్నాయంటే, ఆర్కియాలజిస్టల పరిశోధనలో వెలువడిన సంగతులకు అర్థం ఏమి? వారు మిష్నా, తాల్ముడ్ కాలానికి చెందిన ప్రాచీన సినగాగ్‌లలో తవ్వకాలు జరిపారు. అక్కడ లింగవివక్ష ఆధారాలు అసలు కనబడలేదు. ఆడ, మగ అంటూ విడదీసిన సాక్ష్యాలు

లేవు. అక్కడ బయటపడిన అందమయిన మొజేక్ పలకలు, కుడ్య చిత్రాలలో స్త్రీల చిత్రాలున్నాయి. అందులో కొందరికి దుస్తులు అంతంత మాత్రంగానే ఉన్నాయి. మిష్నా, తాల్ముడ్‌లను రచించిన రాబై (గురువు)లు ఆ సినగాగ్‌లలోనే ప్రార్థనలు చేశారు. చదువుకున్నారు. కానీ ప్రస్తుతపు ఛాదస్తం యూదులు మాత్రం, అవన్నీ ప్రాచీన సంప్రదాయానికి వ్యతిరేకంగా జరిగిన అపవిత్రచర్యలు అంటున్నారు.

ప్రాచీన సంప్రదాయాల విషయంగా జరిగిన ఈ రకం వక్రీకరణలు అన్ని మతాలలో కనిపిస్తాయి. ఇస్లామిక్ స్టేట్‌వారు, తాము కల్తీలేని తొలినాటి రకం ఇస్లామ్‌కు తిరిగి చేరుకున్నట్టు గొప్పలు చెప్పుకున్నారు. కానీ వాస్తవానికి ఇస్లామ్ గురించిన ధోరణి మాత్రం వారిలో సరికొత్తది. వారు గ్రంథాలనుంచి అంశాలను ఎత్తి చూపుతారు, నిజం. కానీ, ఏ అంశాలను చూపించాలి, ఏం అంశాలను అణచి ఉంచాలి అన్న విషయంలో వారెంతో తారతమ్యం కనబరుస్తారు. వాటిని వివరించడం కూడా అదే దారిలో సాగుతుంది. పవిత్ర గ్రంథాల వివరణ విషయంలో ఎవరి తీరు వారిది అన్న మార్గం కూడా సరికొత్తది. సాంప్రదాయికంగా వివరణ, ఉలేమాలకు మాత్రమే చెందిన హక్కు. వారు ముస్లిమ్ నియమావళిని, మతశాస్త్రాన్ని కైరోలోని అల్ అజ్‌హర్ వంటి పేరున్న సంస్థలలో చదివి ఉంటారు. ఇస్లామిక్ స్టేట్‌లోని నాయకులలో అటువంటి శిక్షణ, కొందరికి కూడా ఉండదేమో. అత్యంత గౌరవనీయులయిన ఉలేమాలు, అబూ బకర్ అల్ బగ్దాదీ, అతని వంటి మిగతా వారిని మూర్ఖులయిన నేరగాళ్లుగా వర్ణించారు.

అంతమాత్రాన ఇస్లామిక్ స్టేట్, 'ఇస్లామిక్ కాకుండా' 'ఇస్లామిక్ వ్యతిరేకం' అని అర్థం కాదు. అలాగని కొందరు వాదిస్తున్నారు. బరాక్ ఒబామా వంటి క్రైస్తవ నాయకులు, ముస్లిమ్ అంటే ఏమి అని, అబూ బకర్ అల్ బగ్దాదీ వంటి వారికి నిస్సంకోచంగా చెప్పడం మాత్రం విచిత్రంగా కనబడుతుంది. ఇస్లామ్ అసలుసారం గురించి జరిగే వేడివాదనలకు అర్థం లేదు. ఇస్లామ్‌కు స్థిరమిన డి.ఎన్.ఏ. లేదు. వారు ఏం చెపితే, అదే ఇస్లామ్.

జెర్మన్‌లు, గొరిల్లాలు

జంతుజాతుల నుంచి మానవవర్గాలను వేరుచేసి చూపించే మరింతలోతయిన వ్యత్యాసం ఒకటి ఉంది. జాతులు తరుచుగా విడిపోతాయి. ఏనాడూ తిరిగి కలవవు. సుమారు 70 లక్షల సంవత్సరాల కిందట చింపాంజీలకు, గొరిల్లాలకు కలిసి, ఒకే పూర్వజాతి ఉండేది. అది విడివడి రెండుజాతులు వచ్చాయి. తరువాత అవి పరిణామ క్రమంలో వేరువేరుగా కొనసాగాయి. అది సాగిన తరువాత జాతులు వెనుకకు తిరిగే ప్రసక్తి

లేదు. వేరువేరు జాతులకు చెందిన జంతువులకు కలిపి సంతానం కలగదు. కలిగినా అవి పిల్లలు కనలేవు. అంటే జాతులు కలిసే ప్రశ్న లేదని అర్థం, గొరిల్లాలు, చింపాంజీలతో కలవవు. జిరాఫ్‌లు ఏనుగులతో కలవవు. కుక్కలు పిల్లిజాతితో ఏకం కావు.

అందుకు వ్యతిరేకంగా మానవజాతులు మాత్రం రానురాను మరింత పెద్దవర్గాలుగా కలిసిపోతుంటాయి. శాక్సన్‌లు, ప్రుసియన్‌లు, స్వేబియన్‌లు, బవేరియన్‌లు ఒకరంటే ఒకరికి పొడగిట్టని వర్గాలు. వారందరూ కలిసి ప్రస్తుత జెర్మన్ జాతి పుట్టింది. ఆటో ఫన్ బిస్మార్క్, (డార్విన్ రచన 'ఆన్‌ద ఆరిజన్ ఆఫ్ స్పీసీస్ చదివిన తరువాత) ఆస్ట్రియన్, మానవజాతుల మధ్యన బవేరియన్‌లు మిసింగ్ లింక్ అన్నాడు. ఫ్రాంక్‌లు, నార్మన్‌లు, బ్రేటన్‌లు, గ్యాసన్‌లు, ప్రోవెన్‌కల్‌లు, ఏకమయి ఫ్రెంచ్ వారయ్యారు. అదే సమయంలో ఛానల్‌కు అటుపక్కన, ఇంగ్లీష్, స్కాట్, వెల్ష్, ఐరిష్ వారంతా కలసి (ఇష్టంగానూ, అయిష్టంగానూ) ఒకటయి బ్రిటాన్స్ అయ్యారు. మరీ ఎక్కువకాలం సాగకుండానే, జెర్మన్‌లు, ఫ్రెంచ్, బ్రిటాన్‌లు మరొకసారి కలగలిపి యూరోపియన్‌లు అయే వీలు లేకపోలేదు.

ఈ కలయికలు కలకాలం కొనసాగవు. సంగతి ప్రస్తుతం, లండన్, ఎడింబరా, బ్రసెల్స్ వారికి బాగా తెలుసు. బ్రెక్సిట్ కారణంగా ఏకకాలంలో అటు యుకె, ఇటు ఈయూల ముసుగులు తొలగే తంతు మొదలయేట్టుంది. అయితే దీర్ఘకాలం మీద చరిత్ర దిశ మాత్రం స్ఫుటంగా తెలుసు. పదివేల సంవత్సరాలనాడు మానవజాతి లెక్కలేని వేరువేరు జాతులుగా విడిపడి ఉండేది. కాలం గడిచిన కొద్దీ, అవన్నీ పెద్దపెద్ద గుంపులుగా కలిసిపోయినయి. వేరువేరు నాగరికతలు పుట్టుకు వచ్చినయి. వాటి సంఖ్య రానురాను తగ్గింది. ఇటీవలి తరాలలో మిగిలిన కొన్ని నాగరికతలు ఒకే ఒక ప్రపంచ నాగరికతగా కలిసిపోతున్నాయి. అయినా రాజకీయ, స్థానిక, సాంస్కృతిక, ఆర్థిక విభజనలు కొనసాగుతున్నాయి. అయితే అవి మౌలికమయిన ఐక్యతకు మద్దతునిస్తున్నాయి. కొన్ని విభజనలు అందరిదీ అయిన నిర్మాణం కారణంగా వీలయినవి. ఉదాహరణకు ఆర్థికరంగంలో, అందరికీ ఒకే మార్కెట్ అందుబాటులో ఉంటే తప్ప పని విభజన వీలుగాదు. ఒక దేశం, గోధుమలు, వరి పండించే మరొక దేశం నుంచి తిండి కొంటే తప్ప, తాము కార్‌లు మాత్రమే చేసే దేశంగా ప్రత్యేకతను సాధించజాలదు.

మానవుల ఏకీకరణ విధానం రెండు రూపాలకు దారితీసింది. ఒక రూపం విభిన్న వర్గాల మధ్య లంకెలు ఏర్పాటు అయితే, రెండవది అన్ని వర్గాలలోని అలవాట్లను ఒకటి చేయడం. వేరువేరు వర్తన గల వర్గాల మధ్య కూడా లంకె ఏర్పడవచ్చు. నిజానికి బద్ధ శత్రువుల మధ్య బంధం ఏర్పడవచ్చు. యుద్ధం వల్ల ఏర్పడిన సందర్భాలు

మిగత అన్నింటికన్నా బలమయినవి కావచ్చు. ప్రపంచీకరణ 1913లో మొదటిసారి ఉన్నతస్థాయికి చేరిందని, తరువాత చాలా లోతుకు, ప్రపంచ యుద్ధాలు, ప్రచ్ఛన్న యుద్ధాలవల్ల దిగజారిందని, తిరిగి 1989 తరువాత మాత్రమే ప్రాణం పోసుకున్నదని చరిత్రకారులు తరుచు వాదిస్తారు. ఇది ఆర్థిక ప్రపంచీకరణ విషయంగా సత్యంకావచ్చు. అది అంతే ముఖ్యమయిన, కానీ వేరయిన మిలిటరీ ప్రపంచీకరణను గుర్తించదు. యుద్ధంవల్ల ఆలోచనలు, సాంకేతికశాస్త్రం, మనుషులను వ్యాపారంకన్నా, విస్తరించే స్థితి వస్తుంది. 1918లో యునైటెడ్ స్టేట్స్, యూరోప్‌తో 1913 కన్నా దగ్గరయింది. రెండు యుద్ధాల మధ్యకాలంలో అవి రెండు తిరిగి దూరమయ్యాయి. రెండవ ప్రపంచయుద్ధం, ప్రచ్ఛన్న యుద్ధం వచ్చి రెంటిని విడదీయలేనంతగా ఒకటి చేసింది.

యుద్ధంవల్ల మనుషులకు ఒకరిపట్ల మరొకరికి దిక్కుమాలిన శ్రద్ధ, ఆసక్తి మొదలవుతాయి. ప్రచ్ఛన్న యుద్ధం సమయంలో లాగ యుఎస్, రష్యాలు సన్నిహితంగా ఏనాడూలేవు. మాస్కో కారిడార్‌లోని ప్రతి దగ్గుతో వాషింగ్‌టన్ మెట్ల మీద మనుషులు గజిబిజిగా పరుగెత్తారు. జనం తమ వ్యాపార భాగస్వాములకన్నా శత్రువుల గురించి ఎక్కువ పట్టించుకుంటారు. తైవాన్ గురించి ఒక అమెరికన్ ఫిల్మ్ వస్తే వియెత్నాం గురించి యాభయి వచ్చి ఉంటాయి.

మధ్యయుగం ఒలింపిక్స్

ఇరవయి ఒకటవ శతాబ్దం మొదటి సంవత్సరాలు, మానవవర్గాల మధ్య సంబంధాల ఏర్పాటు కన్నా, ఎంతో ముందుకు సాగాయి. ప్రపంచమంతటా మనుషులు ఒకరితో ఒకరు సంపర్కం కలిగి ఉన్నారు. అంతేగాదు ఒకేరకం విశ్వాసాలు, అలవాట్లను మరింతగా పంచుకుంటున్నారు. వెయ్యి సంవత్సరాల క్రితం భూగ్రహం డజన్‌ల కొద్దీ రాజకీయ నమూనాల తయారీకి సారంవంతమయినా నేలగా అందింది. యూరోప్‌లో ఫ్యూడల్ నగరరాజ్యాలు, స్వతంత్ర నగరరాజ్యాలు, చిన్న మత రాజ్యాలు పోటీగా పనిచేశాయి. ముస్లిం ప్రపంచానికి ఖలీఫాలుండేవారు. వారు విశ్వవ్యాప్త సార్వభౌమాధికారం తమ స్వంతం అన్నారు. అయినా రాజ్యాలు, సుల్తానులు, అమీర్‌లతో ప్రయోగాలు చేశారు. చైనాలో సామ్రాజ్యాలు, తామొక్కరే న్యాయమయిన రాజకీయశక్తి అని భావించారు. ఇక తూర్పు, పడమరలలో కొండజాతి ముఠాలు, ఒకరితో ఒకరు పోరాటాలు సంతోషంగా సాగించారు. భారతదేశం, ఈశాన్య ఆసియాలలో రకరకాల రాజ్యాలు ఉండేవి. అమెరికా, ఆఫ్రికా, ఆస్ట్రలేసియాలో చిన్న వేట సేకరణ గుంపులు మొదలు విశాలమయిన సామ్రాజ్యాల వరకు అధికారాలు సాగించాయి. ఇరుగుపొరుగు మానవవర్గాలు కూడా, రాయబార విధానాలలో ఏకత

గురించి అంగీకరించడం కుదిరేది కాదు. ఇక అంతర్జాతీయ న్యాయం గురించి చెప్పడానికి లేదు. ప్రతి సంఘానికి స్వంత రాజకీయ సిద్ధాంతం ఉండేది. ఇతరుల రాజకీయ పద్ధతులను అర్థం చేసుకుని, గౌరవించడం వారికి కష్టంగా తోచేది.

ప్రస్తుతకాలంలో, అందుకు వ్యతిరేకంగా, ఒకే ఒక రాజకీయ సిద్ధాంతాన్ని అంతటా అంగీకరిస్తున్నారు. గ్రహం 200 సర్వసత్తాక రాజ్యాలుగా విభజింపబడి ఉంది. అవన్నీ పరస్పర సంబందాలలో ఒకే పద్ధతిని అవునంటాయి. అందరికీ అంతర్జాతీయ న్యాయం ఒకటే ఉంది. స్వీడన్, బ్రెజిల్, థాయ్‌లాండ్, నైజీరియా, ఏదయినా ప్రపంచపటంలో ఒకే రకంగా చూపించబడతాయి. వాటన్నింటికీ ఐరాసలో సభ్యత్వం ఉంది. లెక్కలేనన్ని తేడాలున్నా, అన్నింటికీ సర్వసత్తాక రాజ్యాలుగా ఒకే రకమయిన హక్కులు, గౌరవాలు అందుతున్నాయి. అవన్నీ ఎన్నెన్నో రాజకీయ విధానాలు, పద్ధతులను పంచుకుంటాయి. ప్రతినిధి సంస్థలు, రాజకీయ పార్టీలు, అందరికీ వోట్ హక్కు మానవ హక్కులను అవన్నీ లాంఛనంగా నయినా నమ్ముతాయి. తెహ్రాన్, మాస్కో, కేప్‌టౌన్, కొత్త ఢిల్లీ, అన్నిచోట్ల శాసనసభలున్నాయి. అవి లండన్, పారిస్‌లో కూడా ఉన్నాయి. ఇజ్రాయెల్, పాలస్తీనా, లేక రష్యన్- ఉక్రేనియన్‌లు, కుర్దులు - తుర్కులు ప్రపంచవ్యాప్త ప్రజాభిప్రాయం కొరకు పోటీపడితే, అందరూ ఒకేదారిలో మానవహక్కులు, ప్రభుత్వాధికారం, అంతర్జాతీయ న్యాయం గురించి మాట్లడతారు.

ప్రపంచలో చాలా చోట్ల 'ఓడిపోయిన' దేశాలు విస్తరించి ఉండవచ్చు. విజయవంతమయిన స్టేట్ అన్నమాటకు ఒకే తీరు తెలుసు. ఆ రకంగా ప్రపంచ రాజకీయాలు అనా కెరినీనా సూత్రాన్ని పాటిస్తాయి. విజయవంతమయిన స్టేట్స్ అన్నీ ఒకే రకంగా ఉంటాయి. ఓడిన ప్రతిదేశం మాత్రం తనదయిన తీరులో ఓడుతుంది. అధికారం అందించగల రాజకీయ సరంజామాలో ఏదో ఒకటి లేనందుకు ఓటమి వచ్చి ఉంటుంది. ఈ సరంజామా ప్యాకేజ్‌ను ఇస్లామిక్ స్టేట్ మొత్తంగా తిప్పికొట్టింది. మరీ వేరయి నిలిచింది. పూర్తిగా వేరు రాజకీయ స్థితిని స్థాపించే ప్రయత్నంలో, ఈ ఫలితం వారికి ఎదురయింది. వాళ్లు ప్రపంచాన్ని మొత్తం ఒకే ఒక ఖలీఫా రాజ్యం చేయా లనుకున్నారు మరి. సరిగ్గా అందుకే వారు ఓడిపోయారు. లెక్కలేని గెరిల్లాదళాలు, తీవ్రవాద సంస్థలు, కొత్త దేశాలను స్థాపించగలిగాయి. లేదంటే ఉన్నవాటిని గెలిచి స్వంతం చేసుకున్నాయి. అయితే వారు ఈ పనిని ప్రపంచవ్యాప్త రాజకీయ క్రమం అనే ప్రాథమిక సూత్రాన్ని అంగీకరించి మాత్రమే చేయగలిగారు. అఫ్ఘనిస్తాన్ అనే సర్వసత్తాక దేశానికి న్యాయమయిన ప్రభుత్వంగా తమను అంతర్జాతీయంగా గుర్తించాలని తాలిబన్ అడిగింది. ప్రపంచ రాజకీయాలు అనే సూత్రాన్ని కాదన్న ఏ వర్గమయినా, ఇప్పటివరకు గుర్తించగలిగినంత ప్రాంతం మీద, కొంతకాలం నిలిచేతీరు అధికారం అందుకో లేకపోయింది.

ప్రపంచవ్యాప్త రాజకీయ పద్ధతి విలువలను అర్థం చేసుకొనడానికి, యుద్ధం, రాయబార సంబంధాలు వంటి అసలయిన రాజకీయ అంశాలు అవసరం లేదు. 2016 రియో ఒలింపిక్స్‌ను పరిశీలిస్తే అది వీలవుతుంది. ఆటలను నడిపించిన తీరు గురించి ఒక క్షణం ఆలోచించండి. 11,000 మంది క్రీడాకారులను ఒకచోట చేర్చారు. మతం, వర్గం, భాష ప్రకారం కాక జాతీయతను బట్టి వారిని వర్గాలుగా విభజించారు. అక్కడ బౌద్ధ డెలిగేషన్ శ్రామిక డెలిగేషన్, ఇంగ్లీష్ మాట్లాడే జట్టు లేవు. తైవాన్, పాలస్తీనా వంటి ప్రత్యేక వర్గాలు కొన్నింటి విషయంగా తప్ప క్రీడాకారుల జాతీయత నిర్ణయం చక్కగా వీలయింది.

5 ఆగస్ట్ 2016న జరిగిన ప్రారంభోత్సవంలో ఆటగాళ్లు జట్లుగా కవాతు చేశారు. ఎవరి జాతీయపతాకంవారు గాలిలో ఆడిస్తూ జట్లు ముందుకు సాగాయి. మైకేల్ ఫెల్ప్ మరో పతకం గెలిచినప్పుడంతా, స్టార్స్ అండ్ స్ట్రైప్స్ జెండా ఎగురవేశారు. "స్టార్ స్పాంగిల్డ్ బ్యానర్' గీతం వినిపించారు. ఎమిలీ ఆండియోల్ జూడోలో బంగారుపతకం గెలిచింది. ఫ్రెంచ్ త్రివర్ణపతాకం గాలిలో ఎగిరింది. మార్సెలేస్ గీతం వినిపించింది.

అనుకూలంగా ప్రపంచంలో అన్నిదేశాలకు ఒక జాతీయగీతం ఉంది. అవన్నీ ఒకే నమూనాలో ఉన్నాయి. అన్ని జాతీయగీతాలు వాద్యబృంద రచనలు. అన్నీ చిన్న నిడివి గలవి. అందులో ఒకటి కూడా, అనువంశిక పూజారులయిన ప్రత్యేక పూజారులు మాత్రమే పఠించగల ఇరవయి నిమిషాల వ్యవహారం. సౌదీ అరేబియా, పాకిస్తాన్, కాంగో వంటి దేశాలు కూడా, పడమటి సంగీత పద్ధతులలో తమ జాతీయగీతాలను తయారు చేసుకున్నాయి. అన్నీ ఒకే రకంగా, అంత ఉత్సాహంలేని రోజున బీథోవెన్ సిద్ధం చేసిన వరుసలవలె ఉంటాయి. (ఒక సాయంత్రం నేస్తులంతా చేరి, యూట్యూబ్‌లో వేరువేరు జాతీయగీతాలు వినండి. ఏది ఏ దేశానిది, గుర్తించే ప్రయత్నం చేయండి.) పాటకు మాటలు కూడా అన్నీ ఒకేరకంగా ఉంటాయి. అంతటా రాజకీయ సూత్రాలు, వర్గానికి విధేయత ఒకే రకాలని అర్థమవుతుంది. ఉదాహరణకు ఈ కింది గీతం ఏ దేశానికి చెందనది అనుకుంటారు? (దేశం పేరు వచ్చినచోట 'నాదేశం' అని నేను మార్చాను).

నాదేశం, నా స్వంత దేశం,
నేను రక్తం చిందించిన ఈ నేల,
అక్కడే నేను నిలుచున్నాను.
నా మాతృదేశపు రక్షకుడుగా ఉండాలని,
నా దేశం, నా జాతి,

నా ప్రజలు నా స్వదేశం,
అంతాకలిసి పలుకుదాం,
'నా దేశమో ఏకం కా!'
నా భూమి కలకాలం నిలుచుగాక, నా రాజ్యం కలకాలం నిలుచుగాక,
నా జాతి, నా స్వంత దేశం, సమస్తంగా,
ఆత్మను నిర్మించు, దాని శరీరాన్ని తట్టిలేపు,
నా మహత్తర దేశం!
నా మహత్తర దేశం, స్వతంత్రం, స్వేచ్ఛావంతం
నా యిల్లు, నేను ప్రేమించే నా దేశం,
నా మహత్తర దేశం, స్వతంత్రం, స్వేచ్ఛావంతం.
నా మహత్తర దేశం కలకాలం నిలుచుగాక!

జవాబు ఇండొనీషియా. జవాబు నిజానికి పోలాండ్, నైజీరియా, బ్రెజిల్ అని చెపితే, మీకు ఆశ్చర్యం కలిగేదా?

జాతీయపతాకాలు కూడా ఇదే మూస పద్ధతి ప్రదర్శిస్తాయి. ఒకటి తప్ప జెండాలన్నీ దీర్ఘచతురస్రాకారంలోనే ఉన్నాయి. వాటిలో రంగుల వైవిధ్యం కూడా తక్కువ. చారలు, ఏవో కొన్ని ఆకారాలు వాటి మీద ఉంటాయి. ఒక్క నేపాల్ మాత్రం వేరుగా ఉంటుంది. వారి జెండా రెండు త్రికోణాలు గలది. (అయితే వారెప్పుడూ ఒలింపిక్ పతకం గెలవలేదు). ఇండోనేషియా వారి జెండాలో అడ్డంగా ఒక ఎరుపుపట్టీ, దాని కింద తెలుపుపట్టీ ఉంటాయి. పోలాండ్ జెండాలో అవే రంగులు పైన తెలుపు, కింద ఎరుపు ఉంటాయి. మొనాకో జెండా ఇండోనేషియా జెండాలాగే ఉంటుంది. కలర్ బ్లైండ్‌నెస్ (ఎరుపు – ఆకుపచ్చ రంగులు కనబడని ఒక లక్షణం) గలవారు, బెల్జియం, చాడ్, ఐవరీ కోస్ట్, ఫ్రాన్స్, గినీ, ఐర్లండ్, ఇటలీ, మాలీ, రుమేనియాల జెండాల మధ్యన తేడా చెప్పలేరు. వాటన్నింటిలోనూ వేరు వేరు రంగుపట్టీలు నిలువుగా ఉంటాయి.

వీటిలో కొన్ని దేశాల మధ్య తీవ్రమయిన యుద్ధాలు జరిగాయి. కానీ సంచల నాత్మకమయిన ఇరవయవ శతాబ్దిలో మాత్రమే ఒలింపిక్ క్రీడలు యుద్ధం కారణంగా మూడు మార్లు రద్దయినయి (1916, 1940, 144). 1980లో యుఎస్ఏ, వారి మిత్రదేశాలు కొన్నింటితో బాటు ఆటలలో పాల్గొనలేదు. 1984లో సోవియెట్ బ్లాక్, లాస్ఏంజెల్స్ క్రీడలను బహిష్కరించింది. మరెన్నోసార్లు ఒలింపిక్ క్రీడలు రాజకీయ సంక్షోభాల ప్రభావానికి గురయినయి. (ముఖ్యంగా చెప్పదగిన సందర్భాలు 1936లో నాజీ బెర్లిన్‌లో పోటీలు జరిగినప్పుడు, 1972లో పాలస్తీనా తీవ్రవాదులు మ్యునిక్

ఒలింపిక్స్‌లో ఇజ్రాయెల్ క్రీడాకారులను ఊచకోత కోసినప్పుడు జరిగినవి.) అయినా మొత్తం మీద రాజకీయ వివాదాలు ఒలింపిక్ కార్యక్రమాన్ని పట్టాలు తప్పించలేదు.

ఇప్పుడు మనం ఒక 1000 సంవత్సరాలు వెనుకకు వెళదాము. మీరు 1016లో రియో నగరంలో మధ్యయుగపు ఒలింపిక్ క్రీడలను నిర్వహించాలని తలపెట్టినట్టు అనుకుందాము. అప్పట్లో రియో కేవలం ఇండియన్‌ల చిన్నపల్లె మాత్రమే అన్న సంగతిని పక్కనబెట్టండి. అప్పటికి ఆసియా, ఆఫ్రికా, యూరోప్ వారికంతా అమెరికా అని ఒకటి ఉందని కూడా తెలియదు. విమానాలు లేని ఆ కాలంలో ప్రపంచ ఉత్తమ క్రీడాకారులనంతా రియోకు తరలించడంలో సమస్యలను కూడా మరవండి. అప్పటికి ప్రపంచంలో అంతటా ఆడే ఆటలు కూడా లేవు. అదీ మరవండి. అందరు మనుషులు పరుగెత్త గలుగుతారు. అయితే పరుగుల పోటీ పెడితే మాత్రం నియమనిబంధనలను అందరూ అంగీకరిస్తారని లేదు. అవన్నీగాక పోటీకి వచ్చిన ఆటగాళ్లను జట్లుగా విభజించడం గురించి మాత్రం ఆలోచించండి. ప్రస్తుత కాలపు ఒలింపిక్ కమిటీ, తైవాన్ పాలస్తీనా సమస్యలను చర్చిస్తూ లెక్కలేనన్ని గంటలు గడుపుతుంది. మధ్య యుగం ఒలింపిక్స్‌లో రాజకీయం గురించి ఆలోచించడానికి పట్టే సమయం, అందుకు పదివేలరెట్లు ఉంటుంది.

మొదలుపెడితే, 1016లో చైనాలో సాంగ్ సామ్రాజ్యం ఉండేది, ఆ ప్రభువులు ఈ ప్రపంచంలోనే, తమకు సమానమయిన రాజ్యవ్యవస్థ లేదు అన్నారు. ఆ దేశం నుంచి వచ్చిన ఆటగాళ్ల జట్టుతో సమానంగా, కొరియా రాజ్యం నుంచి వచ్చిన కోర్యోవారలకు, వియెత్నాం రాజ్యం నుంచి వచ్చిన డాయ్ కొ వియెట్ మనుషులకు గౌరవమర్యాదలు ఇస్తే దాన్ని ఆ చైనావారు అలవిమాలిన అవమానంగా భావిస్తారు. ఇక అనాగరిక ఆటవికులు, సముద్రం అవతల నుంచి వచ్చిన వారిని గురించి చెప్పేందుకు ఉండదు.

బగ్దాద్ ఖలీఫా కూడా విశ్వమంతా తన శాసనమే అన్నాడు. సున్నీ ముస్లిమ్‌లు చాలామంది, ఆయన అధికారాన్ని అంగీకరించారు. నిజంగా చూస్తే ఖలీఫా అధికారం బాగ్దాద్ నగరంలో కూడా సరిగా సాగలేదు. అప్పుడు మొత్తం సున్నీ క్రీడాకారులంతా, ఒకే ఒక్క ఖలీఫా జట్టుగా వస్తారా? లేక డజన్‌ల కొద్ది జట్లుగా, వారివారి అమీర్, సుల్తాన్ ప్రభువుల రాజ్యాల ప్రతినిధులుగా వస్తారా? వాటితో మాత్రం ఆగేది ఎందుకు? అరేబియన్ ఎడారులలో ఒకచోట నిలవని జాతులు లెక్కలేనన్ని ఉండేవి. వారికి తెలిసిన ప్రభువు పై నుండే అల్లా ఒకడే. వారంతా ఎవరికి వారు బాణాల పోటీ, ఒంటె సవారీ పోటీలలో పాల్గొనడానికి ఎవరి జట్టు వారుగా వస్తారా? యూరోప్ నుంచి ఇటువంటి తలనొప్పి సమస్యలు కావలసినన్ని ముందుకు వస్తాయి. నార్మన్ నగరం ఇవ్రీ నుంచి వచ్చిన ఆటగాళ్లు, స్థానిక కౌంట్‌గారి జెండా కింద ఉంటారా?

లేదా ఆయన ప్రభువు నార్మండీ డ్యూక్ ప్రతినిధిగానా? అందరికన్నా పైన అధికారబలం లేని ఫ్రాన్స్ ప్రభువు ఒకరుంటారు మరి.

ఈ రాజకీయ వ్యవస్థలన్నీ సంవత్సరాల వ్యవధిలో పుట్టాయి, గిట్టాయి కూడా. మీరు ఒకవేపు 1016 ఒలింపిక్ ఆటల తయారీలు చేస్తుంటారు. ఏయే దేశాల బృందాలు వస్తాయన్నది మీకు ముందుగా తెలియదు. తరువాతి సంవత్సరంలో ఏ రాజ్యం, ఏ పాలన నిలుస్తుంది అన్న సంగతి ఎవరూ ముందు చెప్పజాలరు. ఇంగ్లాండ్ రాజ్యం 1016 ఒలింపిక్స్‌కు జట్టు పంపిస్తే, మెడల్స్‌తోబాటు క్రీడాకారులు తిరిగి స్వదేశం చేరేనాటికి, లండన్‌ను డేన్‌లు ఆక్రమించినట్టు తెలుస్తుంది. నూట్ ద గ్రేట్ రాజుగారి ఉత్తర సముద్ర సామ్రాజ్యంలో, ఇంగ్లండ్ భాగమయిందని తెలుస్తుంది. డెన్మార్క్, నార్వే, స్వీడన్‌లోని కొన్ని భాగాలు అదే దారిలో ఉంటాయి. మరొక ఇరవయి సంవత్సరాలలో, ఆ సామ్రాజ్యం కూలిపోతుంది. ముప్ఫయి సంవత్సరాల తర్వాత నార్మండీ డ్యూక్, తిరిగి ఇంగ్లాండ్‌ను జయించి చేజిక్కించుకుంటాడు.

ఈ రకమయిన అశాశ్వత రాజకీయ వ్యవస్థలు చాలామటుకు, ఎవరికీ ఎగరేయడానికి జెండా, పాడడానికి జాతీయగీతం లేనివి. రాజకీయ చిహ్నాలు చాలా ముఖ్యమయినవి నిజమే. కానీ యూరోపియన్ రాకీయాల గుర్తింపు భాష, ఇండొనేషియా, చైనా, టుపీ వారి భాషలకన్నా ఎంతే భిన్నమయినది. గెలుపులను గుర్తించడానికి ఒక పద్ధతి వెదకడం, అందుకే అంత సులభంగా కుదిరేది కాదు.

కనుక 2020లో టోక్యో గేమ్స్‌ను గమనిస్తే, దేశాల మధ్యన జరుగుతున్న ఈ పోటీల వెనుక ఆశ్చర్యకరమయిన ప్రపంచవ్యాప్త అవగాహన, బలంగా ఉందన్న సంగతి గుర్తుంచుకోవాలి. ఒకదేశం ఒక పోటీలో గెలుస్తుంది. వారి జెండా ఎగరేస్తారు. ఆ దేశం వారికి గొప్ప గౌరవం, గర్వం మనసులలో ఉప్పొంగుతుంది. అంతకన్నా గొప్పగా భావించవలసిన సంగతి మరొకటి ఉంది. అటువంటి పోటీలను పెట్టడానికి అవకాశం మనుషులకు అందింది.

అందరినీ శాసించే ఒక డాలర్

ఆధునికతకు ముందు కాలంలో మానవులు వివిధ రాజకీయ వ్యవస్థలతో ప్రయోగాలు చేశారు. అంతేగాక బిత్తరపరచే ఆర్థిక వ్యవస్థలతో కూడా తంటాలుపడ్డారు. రష్యా బోయర్‌లు, భారతదేశపు మహారాజులు, చైనా మందరిన్‌లు, అమెరిండియన్ ట్రైబల్ దొరలు అందరికీ, ధనం, వ్యాపారం, పన్నులు, ఉద్యోగాలు గురించి గల అవగాహనలు ఎక్కడికక్కడ వేరుగా ఉండేవి. అందుకు వ్యతిరేకంగా ప్రస్తుతకాలంలో మాత్రం, అందరూ, ఏదో కొద్ది తేడాలతో, అదే పెట్టుబడిదారు పద్ధతిని అర్థం చేసుకుని

అనుసరిస్తారు. కనుక మనమందరం ప్రపంచవ్యాప్త ఉత్పత్తి చక్రంలో ఆకులము మాత్రమే. మీరు కాంగో వారయినా మంగోలియన్‌లయినా, న్యూజీలాండ్‌లో ఉన్నా, బోలీవియా వాసులయినా, మీ దినసరి పనితీరు, ఆర్థిక పరిస్థితులు, ఒకే ఆర్థిక సిద్ధాంతం మీద ఆధారపడి సాగుతాయి. అవే వ్యాపార సంస్థలు, బ్యాంక్‌లు, మిమ్మల్ని అదే పెట్టుబడి ప్రవాహంలో ఈడ్చుకు పోతుంటాయి. ఇజ్రాయెల్, ఇరాన్ దేశాల ఆర్థిక మంత్రులు భోజనానికి మధ్యాహ్నం కలిసి కూర్చుంటే ఆర్థికభాష ఒకటిగా ఉంటుంది. వారు ఒకరి కష్టాలను మరొకరు సులభంగా అర్థం చేసుకొని సానుభూతి కనబరచగలుగుతారు.

ఇస్లామిక్ వ్యవస్థ, సిరియా, ఇరాక్‌లలోని విశాల భాగాలను గెలుచుకున్నది. అందుకు వారు వేలాది సంఖ్యలో జనాలను మట్టుబెట్టారు. ప్రాచీన భవనాలను కూలగొట్టారు. విగ్రహాలను విరగగొట్టారు. వారి సైనికులు స్థానిక బ్యాంక్‌లలోకి జొరబడ్డారు. అక్కడ అమెరికన్ డాలర్లు కుప్పలుగా కనిపించాయి. వాటిమీద అమెరికన్ ప్రెసిడెంట్‌ల చిత్రాలున్నాయి. అమెరికా రాజకీయ, మత విశ్వాసాల గురించి, నినాదాలు, వాటి మీద ఉన్నాయి. అయితే సైనికులు వాటిని అమెరికన్ సామ్రాజ్యవాద చిహ్నాలుగా గుర్తించి తగలబెట్టలేదు. డాలర్ కాగితానికి విశ్వవ్యాప్తంగా, అన్ని రాజకీయ, మతవర్గాల వారి అంగీకారం, ఉంది. అందరూ వాటిని పూజిస్తారు. ఒక డాలర్ కాగితం తినడానికి, మరొక దానికి పనికిరానిది. అయినా దాని మీద గొప్ప నమ్మకం ఉంది. ఫెడరల్ రిజర్వ్ మీద నమ్మకం ఉంది. అది మరీ గట్టిగా ఉంది. అందుకే వాటిని ఇస్లామిక్ సంప్రదాయ వాదులు కూడా తలకు ఎత్తుకుంటారు. మెక్సికన్ డ్రగ్ లార్డ్‌లు, నార్త్ కొరియా నిరంకుశులు కూడా వాటికి వందనం చేస్తారు.

సహజ ప్రపంచం, స్వంత శరీరాల వద్దకు వచ్చినప్పుడు సమకాలీన మానవులలోని సమానత మరింత బాగా అర్థమవుతుంది. వెయ్యి సంవత్సరాల క్రితం మీకు అనారోగ్యం కలిగితే, మీరు ఎక్కడ ఉన్నారన్న విషయం ముఖ్యం అవుతుంది. మీరు యూరోప్‌లో ఉంటే వెంటనే స్థానిక ప్రీస్ట్ వద్దకు వెళతారు. మీరు దేవుని కోపానికి గురయినట్లు ఆయన చెపుతాడు. ఆరోగ్యం తిరిగి బాగుపడాలంటే, మీరు చర్చ్‌కు కొంత దానం ఇవ్వాలి, ఒక పవిత్ర క్షేత్రానికి యాత్ర పోవాలి, దేవుని దయకొరకు గట్టిగా ప్రార్థించాలి అని కూడా చెపుతాడు. అందుకు బదులు ఊరి మంత్రగత్తె దగ్గరకు పోతే, మీకు దయ్యం పట్టింది అంటుంది. పాట, ఆట, నల్లకోడి రక్తం సాయంతో వదిలిస్తాను అంటుంది.

ఇక మధ్యప్రాచ్యంలోని వైద్యులు సనాతన సాంప్రదాయ శిక్షణగలవారు. శరీరానికి ఆధారమయిన నాలుగు తత్వాలలో సమతూకం చెడింది, అంటారు. సరయిన ఆహారం, కొన్ని వింతవాసన మందులతో వాటిని సరిదిద్దాలి అంటారు. భారతదేశంలోని

ఆయుర్వేద వైద్యులు శరీరంలోని మూడు దోషాల విషయంగా సమతూకం గురించి తమ స్వంత సిద్ధాంతాలు చెపుతారు. మూలికలు, మర్దన, యోగాసనాలను చికిత్సగా చెపుతారు. చైనా వైద్యులు, సైబీరియా షామాన్‌లు, ఆఫ్రికా విచ్ డాక్టర్‌లు, అమెరిండియన్ మందులవారు – అట్లా ప్రతి సామ్రాజ్యం, రాజ్యం, జాతిలో స్వంత సంప్రదాయాలు, నిపుణులు ఉంటారు. మానవదేహం గురించి అనారోగ్యం గురించి విభిన్న కోణాలలో వివరిస్తారు. ఎవరి చికిత్స పద్ధతులు వారికి ఉంటాయి. అందులో కొన్ని మంత్రతంత్రాల తంతులు, కొన్ని కషాయాలు, కొన్ని చికిత్సలు కావచ్చు. వాటిలో కొన్ని ఆశ్చర్యకరంగా పనిచేస్తాయి. కొన్ని మాత్రం చావును దగ్గరకు తెస్తాయి. యూరోప్, చైనా, ఆఫ్రికా, అమెరికా, అన్నిచోట్ల వైద్య పద్ధతులను ఒకటి చేసిన విషయం ఒకటి ఉంది. పుట్టిన పిల్లల్లో మూడవ వంతు కనీసం, యుక్తవయసు రాకముందే చనిపోయేవారు. సగటు ఆయుర్దాయం యాభయికన్నా చాలా తక్కువ.

ఇక ఇవాళ జబ్బు చేస్తే, మీరు ఎక్కడ ఉన్నారన్న సంగతి ముఖ్యం కాదు. టోరంటో, టోక్యో, తెహ్రాన్, టెల్ అవివ్, ఎక్కడయినా ఒక్కటిగానే కనిపించే ఆసుపత్రికి తీసుకుపోతారు. అక్కడ తెల్లని కోట్‌లు వేసుకున్న వైద్యులు మీకు ఎదురవుతారు. వారంతా ఒకేరకం మెడికల్ కాలేజీలలో ఒకేరకం శాస్త్ర సిద్ధాంతాలు చదివి ఉంటారు. ఒకే రకమయిన అంతర్జాతీయ ఔషధం కంపెనీలలో తయారయిన, ఒకే రకమయిన మందులను వారంతా మీకు యిస్తారు. అయితే సంస్కృతి విషయంగా కొన్ని చిన్న తేడాలు ఉంటాయి. మానవశరీరం, మానవ వ్యాధులను గురించి మాత్రం కెనడా, జపాన్, ఇరాన్, ఇజ్రాయెల్, ఎక్కడయినా వైద్యులకు ఒక్కరకం అభిప్రాయాలే ఉంటాయి. మందు యివ్వడానికి ముందు వారు చేసే పరీక్షలు ఒకేరకంగా ఉంటాయి. వ్యాధి నిర్ధారణ, ఇతరవిధానాలు అందరూ ఒకే రకమయినవి వాడతారు. ఇస్లామిక్ స్టేట్ రక్కా, మోసుల్‌లను ఆక్రమించిన తరువాత అక్కడి ఆసుపత్రులను మాత్రం పడగొట్టలేదు. పైగా ప్రపంచవ్యాప్తంగా ఉన్న ముస్లిమ్ డాక్టర్‌లు, నర్సులకు అక్కడకు వచ్చి సేవలు అందించవలసిందిగా అభ్యర్థనలు పంపారు. ఈ ఇస్లామిస్ట్ డాక్టర్‌లు, నర్సులకు కూడా, మానవశరీరం కణాలతో నిర్మింపబడిందని, వ్యాధులు క్రిముల వల్ల వస్తాయని, ఆంటి బయొటిక్స్ సూక్ష్మజీవులను చంపుతాయని నమ్మకం ఉంటుందని భావించవచ్చు.

ఈ కణాలు, బ్యాక్టీరియా దేంతో తయారయినయి? అసలు ఈ ప్రపంచాన్ని దేనితో నిర్మించారు? వెయ్యి సంవత్సరాల క్రితం, ఈ విశ్వం గురించి, కాస్మిక్ సూప్ తయారీకి కావలసిన అసలు సరుకుల గురించి, ప్రతి సంస్కృతికి స్వంత కథలు ఉండేవి. ఇవాళ మాత్రం ప్రపంచమంతటా చదువుకున్న వారంతా, పదార్థం, శక్తి, కాలం, అంతరిక్షం గురించి సరిగ్గా ఒకే రకమయిన వివరాలను విశ్వసిస్తారు. ఇరాన్,

ఉత్తర కొరియావారికి భౌతికశాస్త్రం గురించి ఇజ్రాయెల్, అమెరికా వారిలాగే ఒకే రకమయిన అవగాహన ఉండడం ఇవాళటి పెద్ద సమస్య. ఈ దృష్టితో ఇరాన్, నార్త్ కొరియా వారి అణు కార్యక్రమాన్ని అర్థం చేసుకోవాలి. ఈ దేశాలవారికి ఈ=ఎమ్‌సిస్క్వేర్ సమీకరణం మీద నమ్మకం ఉండే పక్షంలో ఇజ్రాయెల్, యుఎస్ఏ, వారి అణు కార్యక్రమాన్ని గురించి అసలు పట్టించుకోరు.

ప్రజలకు ఇంకా వేరువేరు మతాలు, జాతి గుర్తింపులు ఉన్నాయి. ఒక రాజ్యాన్ని, ఆర్థిక వ్యవస్థను, ఆసుపత్రి, ఒక బాంబు తయారుచేయడం గురించిన ప్రయోగాత్మక విషయాలకు వస్తే మాత్రం, ఇంచుమించు మనం అందరమూ ఒకే నాగరికతకు చెందినవారలము. అక్కడక్కడ అసమ్మతులు ఉండవచ్చు. అయితే ఏ నాగరికతలో నయినా లోలోపల అవి ఉండనే ఉంటాయి. అసలు ఈ వివాదాల ఆధారంగానే వాటి నిర్వచనం తెలుస్తుంది. తమ గుర్తింపు గురించి అర్థం చేసుకునే ప్రయత్నంలో జనం ముందు సమాన లక్షణాల చాకలిపద్దు రాసుకుంటారు. అది పొరపాటు, సమాన స్పర్థలు, అర్థం కాని అంశాలను గుర్తించగలిగితే, వారి పని మరింత సులభంగా వీలవుతుంది. ఉదాహరణకు 1618లో యూరోప్‌లో మతపరమయిన గుర్తింపు ఒకటి కూడా లేదు. అక్కడ నిర్వచనం విభేదాల ఆధారంగా బయటకు వచ్చింది. 1618లో యూరోపియన్ అంటే కొన్ని లక్షణాలు ఉండాలి. కాతలిక్‌లు, ప్రొటెస్టెంట్‌ల మధ్య సిద్ధాంత విభేదాలుండాలి. కాల్వినిస్ట్‌లు, లూతెరాన్‌లు ఘర్షణ పడాలి. ఈ వ్యత్యాసాల కారణంగా చంపడానికి, చావడానికి సిద్ధంగా ఉండాలి. 1618 నాటి మానవుడు ఈ స్పర్థలను పట్టించుకోలేదంటే, అతను బహుశా తుర్క్, లేదా హిందువు అయి ఉంటాడు, అంతేగాని యూరోప్ వ్యక్తి మాత్రం అయ్యే వీలులేదు.

ఇదే విధంగా 1940లో బ్రిటన్, జెర్మనీల మధ్య రాజకీయ విలువల వ్యత్యాసం పూర్తిగా ఉండేది. అయినా వారు యూరోపియన్ నాగరికతలో అన్నిరకాలా అంశాలయి ఉండేవారు. ఇక 2018లో యూరోపియన్ అంటే ఏమి? అది తెల్ల తోలు కాదు. క్రీస్తు మీద నమ్మకం కాదు. స్వేచ్ఛను నమ్మడం అంతకన్నా కాదు. లోనికి వచ్చే వలసలకు వ్యతిరేకంగా తీవ్రంగా వాదించాలి. యూరోపియన్ యూనియన్ గురించి, కాపిటలిజమ్ హద్దులను గురించి వాదించారు. 'నా గుర్తింపు నిర్వచనం ఏమి? అని తమను తాము మరింత బలంగా ప్రశ్నించడం అని కూడా ఒక లక్షణం వారిది కావాలి. జనాభా సగటు వయసు పెరగడం, వినియోగ పద్ధతి పెరుగుదల, వాతావరణం వేడెక్కడం, మొదలయిన వాటి గురించి చింత పెట్టుకోవాలి. తమ తమ స్పర్థలు, అర్థంకాని సంగతుల ప్రకారం ఇరవయిఒకటి శతాబ్దపు యూరోపియన్‌లు 1618 గానీ, 1940గానీ పాతకాలపు వారికన్నా వేరుగా ఉన్నారు. అంతకన్నా చిత్రంగా వారు చైనా, భారతదేశాలలోని వ్యాపార భాగస్వాములను ఎక్కువగా పోలి ఉన్నారు.

భవిష్యత్తులో ఎటువంటి మార్పులు ఎదురుకానున్నా, అవి అన్నదమ్ముల తగాదాలు మాత్రమే. ఒకే నాగరికత లోపల జరుగుతాయవి. గుర్తు తెలియని నాగరికతతో తలపడే పరిస్థితి రాదు. ఇరవయి ఒకటవ శతాబ్దంలో రానున్న పెద్దసమస్యలు తీరు ప్రకారం ప్రపంచస్థాయివిగా ఉంటాయి. వాతావరణం మార్పుల వలన ఉత్పాతాలు మొదలయితే ఏమవుతుంది? రానురాను కంప్యూటర్‌లు, ప్రతి పనిలోనూ మనుషులను ఓడించి, ఉద్యోగాల నుంచి పెద్ద సంఖ్యలో పక్కకు తోసితే ఏమవుతుంది? జీవసాంకేతికశాస్త్రం మనుషులను మరింత శక్తిమంతులుగా అప్‌గ్రేడ్ చేయడం, జీవితకాలం నిడివి పెంచడం వీలయితే ఏమవుతుంది? ఈ ప్రశ్నలను గురించి తీవ్రమయిన, విస్తృతమయిన వాదాలు జరుగుతాయి, ఈ ప్రశ్నల గురించి తీవ్రమయిన స్పర్థలు తలెత్తుతాయి అనడంలో సందేహం లేదు. అయితే ఈ వివాదాలు, స్పర్థలు మనుషులను ఒకరినుండి మరొకరిని దూరం చేయవు. సరిగ్గా అందుకు వ్యతిరేకం జరుగుతుంది. ప్రశ్నలు మనలను ఎన్నడూ లేనంత పరస్పరం ఆధారపడే స్థితికి చేరుస్తాయి. మానవజాతి సామరస్య సమాజం నిర్మాణానికి చాలాదూరం ఉంది. అయినా మనమందరం ఒకే ఒక రౌడీ ప్రపంచ నాగరికతలో సభ్యులము.

మరి అప్పుడు, ప్రపంచంలో ఎక్కువ భాగాన్ని బలంగా తగులుతున్న జాతీయవాద తరంగం సంగతి వివరణ ఎట్లా సాగుతుంది? ప్రపంచీకరణ విషయంగా ఉత్సాహం కారణంగా, బహుశా మనం తొందరపడి పాతతీరు నేషన్స్‌ను పట్టించుకోక తిప్పికొట్టినట్టున్నాము. సంప్రదాయ జాతీయవాదాన్ని, తిరిగి స్వంతం చేసుకుంటే, ప్రపంచ సమస్యలకు సమాధానాలు దొరుకుతాయేమో? ప్రపంచీకరణతోబాటు ఇన్ని సమస్యలు వస్తాయంటే, దాన్ని వదిలేస్తేనేమి?

7

జాతీయవాదం

ప్రపంచస్థాయి సమస్యలకు, ప్రపంచస్థాయి సమాధానాలు

మానవజాతి సమస్తం, ప్రస్తుతం ఒకే నాగరికతగా ఉంది. అందరూ ఒకే రకమయిన సమస్యలను ఎదురుకుంటున్నారు. అవకాశాలను పంచుకుంటున్నారు. అయినా బ్రిటాన్‌లు, అమెరికన్‌లు, రష్యావారు, మరెంతో మంది వర్గాలు, మరింతగా జాతీయత అంటూ ఒంటరితనం కోరుకుంటున్నారు. ఇది ప్రపంచం ఒకటయినందుకు పుట్టిన అపూర్వ సమస్యలకు సమాధానం కాగలుగుతుందా?

ఈ సవాలుకు జవాబు చెప్పాలంటే, మొట్టమొదట మనం, ఇవాళ ఈ నేషన్ - స్టేట్స్ మానవ జీవశాస్త్రంలో కలకాలంగా ఉన్న అంశాలు కావన్న సంగతి గుర్తించాలి. అవి మానవ ఆలోచనా సరళినుంచి తప్పక పుట్టిన ఫలాలు కూడా కావని తెలుసుకోవాలి. 5000 సంవత్సరాలనాటు ఇటలీవారు, రష్యావారు, తుర్క్‌లు అని ఎవరూ లేరు. మనుషులు అన్నిరకాలా సంఘజీవి జంతువులన్నది సత్యం. వర్గవిధేయత మన జన్యువులలో పొందుపరిచి ఉంది. అయినప్పటికీ ఈ మానవులు లక్షలాది సంవత్సరాలుగా చిన్నచిన్న సన్నిహిత సంఘాలుగా బతికారుగానీ, పెద్ద జాతీయ రాజ్యాలుగా సాగలేదు.

హోమో సేపియెన్స్ సంస్కృతిని, విస్తృతస్థాయి సహకారానికి ఆధారంగా వాడుకున్నారు. జీవజాతిగా విజయం సాధించడానికి అది మనకు కీలకమయినది. అయితే సంస్కృతులు మారుతుంటాయి. కనుక చీమలు, చింపాంజీల వలెగాక మానవులు తమను తాము రకరకాలుగా వర్గీకరించుకున్నారు. మారుతున్న పరిస్థితులకు

అనువుగా కొనసాగారు. సేపియన్స్ ముందుకు ఎంపికకు వచ్చిన అంశాలలో నేషన్ – స్టేట్స్ అనేది కూడా ఒకటి. లేదంటే వారు ట్రైబ్స్ జాతులు, నగర రాజ్యాలు, సామ్రాజ్యాలు, మత సంఘాలు, మరెన్నో రకాలుగా తమనుతాము నిర్వహించవచ్చు. రానున్న కాలంలో ప్రపంచస్థాయి యూనియన్‌లు వచ్చే వీలుంది. అందుకు గట్టి, తట్టుకోగల పునాదులు ఉండి తీరాలి. ఒక సంఘంలో ప్రజలు చేరడానికి అంకెలపరంగా పరిమితులు లేవు అనిపిస్తుంది. పదివేల సంవత్సరాలనాడు ప్రపంచం మొత్తం మీద ఉన్నంతమంది జనం, ఇవాళ ఒక్కొక్క దేశంలో ఉన్నారు.

ప్రజలు పెద్ద సంఘాలుగా చేరి దేశాలుగా మారవలసిన అవసరం వచ్చింది. తక్కువ సంఖ్యగా ఉండి వారు, తమకు ఎదురయిన కొన్ని సమస్యలను ఎదురుకొనలేకపోయారు. ఉదాహరణకు, వేల సంవత్సరాలనాడు నైల్ నది వెంట జీవించిన ప్రాచీన జనజాతుల సంగతి చూడండి. నది వారికి జీవజలం. అది వారికి సాగునీటిని ఇచ్చింది. రవాణాకు దారిగా నిలిచింది. అయితే అది చెప్పలేని వింత స్వభావం గలది. వర్షాలు తక్కువయితే, జనం ఆకలిచావుల పాలయ్యారు. వాన ఎక్కువయితే వరదలు వచ్చాయి. గట్టు తెగి గ్రామాలు మునిగాయి. ఒక చిన్నవర్గం ఈ సమస్యలకు ఎదురు నిలువలేకపోయింది. దాని అదుపు, అందుబాటులో నున్న నదీభాగం తక్కువ. కట్టలు వేసే పనికి తగినంత మంది పనివారు ఉండరు. అందరు కలిసి ఆనకట్టలు పెద్దఎత్తున కట్టాలి. అంతే బాగా కాలువలు, ఎంత దూరమయినా తవ్వాలి. అప్పుడుగాని ఆ మహానది అదుపులోకి రాదు. ఈ కారణంవల్ల జనజాతులు ఒకటయి దేశంగా ఏర్పడ్డారు. దేశం రావడానికి మర్ని కారణాలు కూడా ఉన్నాయి. మొత్తానికి ఆనకట్టలు, కాలువలు వీలయ్యాయి. కరువుకాలం కొరకు తిండిగింజలు దాచుకోగల పరిస్థితి వచ్చింది. రవాణా, సమాచార వినిమయాలకు దేశం మొత్తం మీద సమర్థంగా వ్యవస్థలు వీలయ్యాయి.

ఇప్పుడు గానీ, ఒకప్పుడు గానీ, జనాలను ఒక తాటిమీదకు తెచ్చినందుకు లాభాలు ఉన్నాయి. అయితే జనాన్ని సమీకరించడం సులభం మాత్రం కాదు. జాతీయత అన్న భావనలో రెండు భాగాలు ఉన్నాయి. ఒకటి సులభం, రెండవది కష్టం. మరేదో వర్గం వారిని గాకుండా, మనవంటి వారితో చేరడం సులభం. మనుషులు కలకాలంగా ఆ తీరున కలిసి బతుకుతున్నారు. తెలియనివారిని చూచి భయపడడం మనిషి సహజ లక్షణం.

జాతీయవాదంలో అప్పుడప్పుడు ఒక చిక్కు ఎదురవుతుంది. బంధుమిత్రులను వదిలి కొత్తవారితో చేరవలసి వస్తుంది. దేశభక్తిగల ఒకపెద్ద మనిషి బుద్ధిగా పన్నులు కడతాడు. ఆ సొమ్ముతో దేశంలో మరెక్కడో పిల్లలకు జాతీయ ఆరోగ్యపథకం కింద సేవలు అందుతాయి. ఈ మనిషి తనపిల్లలకు మాత్రం అటువంటి సదుపాయం

అందించలేకపోవచ్చు. ఇది లక్షలాది సంవత్సరాలు సాగిన పరిణామక్రమానికి విరుద్ధ పద్ధతి. పన్ను ఎగవేయడం, తనవారికి తప్పుదారి అయినా మేలు చేయడం మనకు సహజం. జాతీయ పరిస్థితిలో దాన్ని 'లంచం' నేరం, అంటారు. ఇటువంటి దారులనుంచి జనాలను తప్పించాలంటే కుటుంబ బంధాలకన్నా, జాతీయభావం గొప్పది అన్నభావం కలిగించాలి. అందుకని అలవిమాలిన స్థాయిలో విద్యావ్యవస్థలను నిర్మించవలసి వచ్చింది. ప్రచారం చేయవలసి వచ్చింది. ఆరోగ్యం, రక్షణ, భద్రత, సంక్షేమాలను జాతీయ కార్యక్రమాలుగా నడప వలసి వచ్చింది.

ఇటువంటి జాతీయ వ్యవస్థలో భాగంగా మనలను మనం గుర్తించుకొనడానికి ప్రశ్నలు అడగవలసి ఉంటుంది. 'నాకు ఈ నా దేశవాసులంతా తెలుసా?' నాకు నా ఇద్దరు చెల్లెళ్లు, పదకొండుమంది కజిన్స్ పేర్లు తెలుసు. వారి వ్యక్తిత్వాలు, మనస్తత్వాలు, బంధుత్వాలను గురించి చెపుతూ ఒక నాడంతా గడపగలను. నాతోబాటు ఇజ్రాయెల్ పౌరులుగానున్న ఎనభయి లక్షల మంది గురించి నాకు తెలియదు. అందులో చాలామందిని నేనెన్నడూ చూడలేదు. భవిష్యత్తులో వారిని కలుస్తానని కూడా అనుకొనడం లేదు. అయినా విస్తరించిన వీరందంతోబాటు జాతీయభావం మాత్రం పంచుకొనగలను. ఇటీవలి చరిత్ర సృష్టించిన చిత్రం యిది.

అట్లాగని జాతీయత గురించి, బంధనాల గురించి తప్పుపట్టడానికి లేదు. గుంపులుగా విధేయత కనబరచకుండా పెద్ద వ్యవస్థలు పనిచేయజాలవు. సహభావనల ఆధారంగా మానవ వలయాలను విస్తరించడం, గొప్ప సంగతి. దేశభక్తి మెత్తని స్థాయిలో ఉండి మనుషలను ముందుకు నడపడం మనుషులు సృష్టించుకున్న గుణాలలో గొప్పనయినది. నా దేశం అన్నిటి వంటిది కాదు, అన్న భావన, నేను ఈ దేశానికి విధేయత గలిగి ఉంటాను అనడం, సహజంగా వస్తాయి. కనుక నాతోటి వారి ఎడల నాకు బాధ్యత లున్నాయి అనిపిస్తుంది. వారి కొరకు త్యాగాలు చేసే స్థాయి వస్తుంది. జాతీయత భావం లేకుండా మనమంతా ఉదారస్వర్గంలో బతకగలుగుతాము అనుకంటే, అది అపాయకరమయి పొరపాటు అవుతుంది. మనం అదుపులేని గజిబిజిలో మిగిలిపోతాము. ముఖ్యంగా జాతీయత లేకుండా ప్రజాస్వామ్యం సాగదు. అన్ని పార్టీల వారు ఒక దేశానికి విధేయత కనబరుస్తారు. అప్పుడే ప్రజాస్వామ్య ఎన్నికలను ప్రజలు అంగీకరిస్తారు. స్వీడన్, జెర్మనీ, స్విట్జర్లాండ్ లాంటి శాంతి సౌభాగ్యాలు గల దేశాలు గొప్ప జాతీయతాభావం కింద ఆనందంగా కొనసాగుతాయి. ఇక అటువంటి బంధాలు అంతగాలేని దేశాల పట్టిక వేయాలంటే, అఫ్ఘనిస్తాన్, సోమాలియా, కాంగో, మిగతా చతికిలబడిన దేశాలు కొన్ని గుర్తుకు వస్తాయి.

దేశభక్తి అనే మెత్తని భావన ఇతరులను ఏవగించుకునే అతి- జాతీయతగా మారడం మొదలయితే, సమస్యపుడుతుంది. నా దేశం సాటిలేనిది అనడంగాక, నా

దేశం అన్నింటికన్నా గొప్పది అనడం మొదలుపెడతాను. మొదటిమాట అన్నిదేశాలవారు అంటారు, అనవచ్చు. కానీ ఆధిక్యత, ఆ దేశానికి సంపూర్తి విధేయత, మిగతా దేశాల గురించి పట్టిలేనితనం అపాయకరమయినవి. హింసాత్మక స్పర్ధలకు అక్కడ అవకాశాలు ఉంటాయి. తరతరాలు, యుద్ధాలకు కారణం జాతీయవాదం అన్న విమర్శ సాగుతున్నది. జాతీయత, హింసల మధ్యన సంబంధం నిజమనే దేశాలను అదుపులో పెట్టలేకపోయింది. సైన్యం విస్తరణ, కేవలం పొరుగు వారి దాడిని తిప్పికొట్టడానికి మాత్రమే అని అన్ని దేశాలు సమర్థించుకున్నాయి. దేశం తన పౌరులకు, అంతకుముందెన్నడు లేని స్థాయిలో భద్రత, సౌభాగ్యాలను అందజేయగలిగినంత కాలం ప్రజలంతా అందుకు మూల్యంగా రక్తాన్నయినా చిందించడానికి సిద్ధమయ్యారు. పందొమ్మిది, ఇరవయ శతాబ్దాలలో జాతీయతావాదం అనే బేరం తన ఆకర్షణను ఇంకా నిలుపుకున్నది. దానివల్ల అంతకుముందు లేని స్థాయిలో భయంకరమయిన పోరాటాలు తలెత్తాయి. అయినప్పటికీ ఆధునిక జాతీయ ప్రభుత్వాలు పెద్దఎత్తున ఆరోగ్యం, విద్య, సంక్షేమాల కొరకు పెద్దఎత్తున వ్యవస్థలను ఏర్పాటు చేశాయి. (వాటిముందు పాషెన్‌డేల్, వెర్డున్ యుద్ధాలు అర్థవంతంగా తోచాయి).

విషయం 1945 లో మారిపోయింది. అణ్వాయుధాలు కనుగొన్నారు. నేషనలిస్ట్ తక్కెడ ఒక పక్కకు వాలింది. హీరోషిమా ఉదంతం జరిగింది. ప్రజలు తమ జాతీయభావంతో వచ్చేవి మామూలు యుద్ధాలు కావు, అవి అణుయుద్ధాలు అని భయపడసాగారు. సర్వనాశనం, మనుషుల మెదళ్లకు ఒక రకంగా పదును పెడుతుంది. మనుగడ గురించి అందరిలోనూ భయం మొదలవుతుంది. దేశాల స్థాయిని అధిగమించి నిర్మితమయిన ప్రపంచస్థాయి సంఘం క్రమంగా రూపు పోసుకుంటుంది. అది ఒక్కటి మాత్రమే అణురాక్షసిని అడ్డుకొనగలుగుతుంది.

1964 లో యుఎస్ అధ్యక్ష పదవికి ఎన్నికలు జరిగాయి. లిండన్ బి జాన్సన్ పోటీలో ఉన్నాడు. అతను వాడిన డెయిసీ అడ్వటయిజ్‌మెంట్ ఎంతో ప్రసిద్ధి పొందింది. అందులో ముందు ఒక పాప కనిపిస్తుంది. ఆమె డెయిసీ పువ్వురెక్కలను లెక్కబెడుతూ లాగేస్తుంటుంది. ఆమె పది అంకెకు చేరుతుంది. ఇక ఒక మొరటు మగగొంతుక వచ్చేస్తుంది. మిసైల్ రాకెట్ ప్రయోగానికి ముందులాగ పది నుంచి ఒకటికి కౌంట్‌డౌన్ చేస్తుంది. సున్నా వస్తుంది. తెర మీద అణుబాంబు పేలుడు వెలుగు నిండుకుంటుంది. అప్పుడు అభ్యర్థి జాన్సన్ అమెరికన్ ప్రజలకు ఒక విన్నపం చేస్తాడు. 'ఎదుటనున్న పరిస్థితులు యివి. దేవుని పాపలు అందరూ బతకగలిగే ప్రపంచాన్ని నిలబెట్టాలి. లేదంటే చీకటిలోకి పోవాలి. అందరమూ పరస్పరం ప్రేమ పంచుకోవాలి. లేదా అందరమూ చావాలి' అంటాడతను. 'ప్రేమ సాగించండి, యుద్ధాలు కాదు' అన్న

నినాదం 1960 దశకం 'ప్రతి సంస్కృతి'కి సంబంధించినది అనాలని అందరూ అనుకుంటారు. అది 1964 నాటికే అందరి అంగీకారాన్ని అందుకున్నది. జాన్సన్ వంటి రాజకీయ నాయకులు కూడా దాన్ని అనుసరించారు.

ఫలితంగా, ప్రచ్ఛన్నయుద్ధం కాలంలో జాతీయవాదం వెనుకకు తగ్గింది. అంతర్జాతీయంగా రాజకీయాలలో మరింతగా ప్రపంచస్థాయి అవగాహనలకు తావు దొరికింది. కోల్డ్‌వార్ ముగిసింది. ప్రపంచీకరణ రానున్న కాలపు ఎదురులేని తరంగంగా కనిపించింది. మానవులంతా జాతీయవాద రాజకీయాలను పూర్తిగా వదిలేస్తారని అనుకున్నారు. ఏవో కొన్ని అభివృద్ధి చెందని దేశాలలో, అవగాహన లేని జనాలలో, ఆ పద్ధతి, పాత రోజుల గుర్తుగా మిగులుతుందని అనుకున్నారు. కానీ ఇటీవలి సంవత్సరాలలో జరిగిన సంఘటనలు మరొకరకంగా ఉన్నాయి. యూరోప్, యుఎస్ఏ పౌరులతోబాటు మరింత మంది మీద జాతీయతాభావం యింకా పట్టుగలిగి ఉందని తేలింది. రష్యా, భారతదేశం, చైనాల గురించి చెప్పనవసరం లేదు. ప్రపంచస్థాయి పెట్టుబడిదారీ విధానంలోని ముఖం తెలియని బలాలు, ప్రభావం చూపించాయి. ఆరోగ్యం, విద్య, సంక్షేమం గురించిన జాతీయవ్యవస్థల భవితవ్యం గురించి భయం మొదలయింది. అందుకే ప్రపంచవ్యాప్తంగా అందరూ తమదేశం ముందు మోకరిల్లి అర్థం, ఆశ్రయాల కొరకు అభ్యర్థనలు చేస్తున్నారు.

జాన్సన్ తన డెయిసీ అడ్వటయిజ్‌మెంట్‌లో అందించిన ప్రశ్నలు ఆనాటికన్నా నేడు మరింత అర్థవంతంగా కనబడుతున్నాయి. అందరు మానవులు కలగలిసి మనగలిగిన ప్రపంచాన్ని ఏర్పాటు చేస్తామా? లేక అందరమూ చీకటిలోకి దారి తీస్తామా? డొనాల్డ్ ట్రంప్, తెరిసా మే, వ్లాదిమిర్ పుతిన్, నరేంద్రమోడీ, వారి మరింతమంది తోటివారు, మనలోని జాతీయతభావాలను పెంచి ఈ ప్రపంచాన్ని కాపాడతారా? లేక ప్రభుత్వం సాగుతున్న ఈ నేషనలిస్ట్ వెల్లువ, ప్రస్తుతం ఎదురవుతున్న ఎదురులేని ప్రపంచస్థాయి సమస్యల నుండి పక్కకు తప్పుకునే పలాయనవాదం వేసిన వేషమా?

కోటల నెట్‌వర్క్

ఒక దేశాన్ని నడిపించడానికి జాతీయతావాదంలో గొప్ప ఆలోచనలు ఉన్నాయి. కానీ, ఏకంగా మొత్తం ప్రపంచాన్ని నడిపించడానికి తగిన పథకం మాత్రం అందులో లేదు. అది దురదృష్టం. తుర్కిష్ జాతీయవాదంలో, ఆ దేశానికి సంబంధించిన సంగతులను చక్కబెట్టడానికి తగిన మార్గదర్శకాలు ఉన్నాయి. కానీ, అందులో మిగతా మానవులందరికీ అందించగలిగింది ఏమీ లేదు. ఇదొక ఉదాహరణ. నేషనలిజం

పోయి ఇంపీరియలిజం అనే సామ్రాజ్యవాదం వస్తే తప్ప, అది అన్ని రాజ్యాలను జయించి తనవిగా చేస్తే తప్ప అటువంటి సందేశం ముందుకు రాదు. నిజానికి వంద సంవత్సరాల క్రితం చాలా దేశాలకు ఇటువంటి విస్తరణ మనసులో ఉంది. అది టర్కీ, రష్యా, ఇటలీ, చైనా ఏదయినా కావచ్చు. ఇవాళ జాతీయత అంటున్నాయి. ప్రపంచం మీద దాడి, ఆలోచనను అణచిపెడుతున్నాయి.

ప్రపంచ సామ్రాజ్యాన్ని హింస ద్వారాగాక, శాంతియుతంగా స్థాపించాలని, స్టీవ్ బానన్, విక్టరీ ఓర్బన్, ఇటాలియన్ లీగా, బ్రిటిష్ బ్రెక్సిటర్స్ వంటి జాతీయవాదులు కలలుగంటున్నారు. అన్ని దేశాలవారు అవే శత్రువులను ఎదురుకుంటున్నారు అన్నదివారి వాదం. ప్రపంచీకరణ, బహుళ సాంస్కృతికత, వలస అనే బూచిలు దేశాల సంస్కృతి, గుర్తింపులను నాశనం చేస్తామని భయపెడుతున్నాయి. ఈ ప్రపంచవ్యాప్త శక్తులను ఎదురుకొనడంలో ప్రపంచమంతట గల జాతీయవాదులు ఒకటి కావాలని వారి అభిలాష. హంగరీ, ఇటలీ, తుర్కీ, ఇజ్రాయెల్ వారంతా గోడలు కట్టాలి. కంచెలు పెట్టాలి. మనుషులు, సరుకులు, డబ్బులు, ఆలోచనల కదలికలను అదుపుచేయాలి.

అప్పుడు ప్రపంచం వేరువేరు జాతిరాజ్యాలుగా విడిపడుతుంది. ప్రతిదేశానికి పవిత్రమయిన గుర్తింపు ఉంటుంది. సంప్రదాయం ఉంటుంది. ఈ గుర్తింపులను పరస్పరం గౌరవిస్తూ, అన్ని దేశాలు సహకారం, వాణిజ్యాలను సాగిస్తాయి. హంగరీ, హంగరీ వారిదిగా ఉంటుంది. తుర్కీ, వారితీరులో సాగుతుంది. అందరికీ తమరెవరో తెలిసి ఉంటుంది. ఆ ప్రపంచంలో వలసలు ఉండవు. విశ్వవ్యాప్తంగా విలువలు ఉండవు. బహుళ సంస్కృతులుండవు. ప్రపంచస్థాయి పైవర్గం వారు ఉండరు. శాంతియుత అంతర్జాతీయ సంబంధాలతో, వ్యాపారంతో అంతా సంతోషంగా ఉంటారు. ఒక్కమాటలో చెప్పాలంటే ఈ 'జాతీయవాద అంతర్జాతీయత'లో ప్రపంచం ఏకమయి ఉంటుంది. అందులో కోటలుంటాయి. వాటికి గోడలుంటాయి. వాటి మధ్యన మైత్రి ఉంటుంది.

ఈ రకమయిన దృష్టిలో ఒక కీలకమయిన సమస్య ఉంది. ప్రతి జాతీయ దుర్గం మామూలుగా మరింత భూమి, రక్షణ, సంపద తనకు కావాలంటుంది. అందుకు మిగతా కోటలు పడినా ఫరవాలేదు. అంతర్జాతీయ విలువల సాయం అవసరం లేదు. ప్రపంచస్థాయి సంస్థలు పట్టవు. ఈ రకంగా పోటీపడుతున్న కోటలు అందరికీ ఒకే నియమం అంటే అంగీకరింప జాలవు. అంతకుముందు ప్రపంచాన్ని విడదీయాలన్న ప్రయత్నాలన్నీ, యుద్ధాలు, మారణకాండలతోనే ముగిశాయి.

ఇక మీరు యుఎస్ఏ లేదా రష్యా వంటి మరీ బలంగల కోటలో బతుకుతున్నారంటే, మీరు ఎందుకు పట్టించుకోవాలి? కొందరు జాతీయవాదుల

ఒంటరితనం తీరు మరింత విపరీతంగా ఉంటుంది. వారికి ప్రపంచవ్యాప్త సామ్రాజ్యం, లేదా ప్రపంచవ్యాప్తంగా గల కోటల నెట్‌వర్క్ అంటే అర్థంగాదు. పట్టదు. అసలు వారు ప్రపంచవ్యాప్తం అనే క్రమాన్ని అవసరం లేనిది అంటారు. 'మిగతా ప్రపంచం ఏమయితే నేమి? విదేశాల వారిని మా దేశంలోకి రానివ్వము. విదేశీ ఆలోచనలు, సరుకులు మాకు వద్దు. మా గోడలు మందంగా, మా పహరా మనుషులు విధేయులుగా ఉన్నంతవరకు, విదేశాలవారు ఏమయితే మాకెందుకు' అంటారు వారు.

ఈ విపరీతమయిన ఒంటరిధోరణి మొత్తంమీద ఆర్థికవాస్తవాలతో సంబంధం లేనిది. ప్రపంచస్థాయి వ్యాపారం నెట్‌వర్క్ లేకుంటే, ఉన్న జాతీయ ఆర్థికవ్యవస్థలన్నీ కుప్పగూలుతాయి. నార్త్ కొరియాకు కూడా మినహాయింపు లేదు. చాలా దేశాలలో దిగుమతులు లేకుండా, తిండికి కూడా వీలుండదు. అన్ని వస్తువుల ధరలు ఆకాశాన్ని అంటుతాయి. నేను వేసుకున్న మేడ్ ఇన్ చైనా చొక్కా అయిదు అమెరికన్ డాలర్‌లకు అందింది. దీన్ని ఇజ్రాయెల్‌లో పండిన పత్తితో, ఇజ్రాయెల్ పనివారు తయారుచేసి ఉంటే, అందుకు ఇజ్రాయెల్‌లో తయారయిన యంత్రాలను, ఇజ్రాయెల్ చమురుతో నడిపి ఉంటే, దాని ధర పదంతలు అయి ఉండేది. డానాల్డ్ ట్రంప్ మొదలు వ్లాదిమిర్ పుతిన్ దాకా జాతీయతావాద నాయకులు ప్రపంచవ్యాప్త వ్యాపారం నెట్‌వర్క్‌ను తిట్లతో ముంచెత్తు దురుగాక, అయినా మరొకపక్క తమ దేశాన్ని, ఆ నెట్‌వర్క్ నుంచి బయటకు తేవాలని మాత్రం ఏ ఒక్కరూ గట్టిగా తలపెట్టరు. ఆటకు నియమాలు నిర్ణయించే వ్యవస్థ లేకుండా మరి ఈ ప్రపంచ వ్యాపార వలయాన్ని నడిపించడం కుదరదు.

అంతకన్నా ముఖ్యంగా, జనాలకు సమ్మతి ఉన్నా లేకున్నా, మానవాళి యివాళ మూడు ముఖ్యమయిన సవాళ్లను ఎదురుకుంటున్నది. అవి దేశాల సరిహద్దులను పట్టించుకునే రకం కాదు. వాటికి సమాధానాలు ప్రపంచవ్యాప్త సహకారంతో మాత్రమే వీలవుతాయి.

అణు సమస్య

అందరికి బాగా తెలిసిన అణుయుద్ధం అనే విపత్తుతో మొదలుపెడదాం. జాన్‌సన్ డెయిసీ అడ్వటయిజ్‌మెంట్ 1964 లో ప్రసారమయినది. అది క్యూబా మిసైల్ క్రైసిస్‌కు రెండేళ్ల తరువాత. అప్పటికి అణువినాశనం అందరినీ తగిలి భయపెడుతున్నది. మనుషులకు దాన్ని ఆపగల తెలివి లేదన్నారు అందరూ. కోల్డ్ వార్ అనే ప్రచ్ఛన్నయుద్ధం ఏదో ఒకనాటికి వేడియుద్ధంగా మారుతుంది అన్నారు. వాస్తవానికి మానవాళి అణుసమస్యకు ఎదురు నిలిచింది. తరతరాలుగా భౌగోళిక రాజకీయాలు జరుగుతున్న తీరు నుంచి అమెరికనులు, సోవియెట్‌లు, యూరోప్, చైనావారు మార్పు చూపారు.

మరీ రక్తపాతం లేకుండా ప్రచ్ఛన్నయుద్ధం అంతం కావాలి అన్నారు. అంతర్జాతీయ ప్రపంచవ్యవస్థ రావాలి, అంతకుమునుపు ఎరుగని శాంతియుగం సాగాలి అన్నారు. అణుయుద్ధాన్ని ఆపగలిగారు. అంతేకాదు, అన్నిరకాల యుద్ధాలు అడుగంటాయి. 1945 తరువాత ఆశ్చర్యకరంగా దురాక్రమణల కారణంగా దేశాల సరిహద్దులు మార్చవలసిన పరిస్థితులు ఎక్కడా రాలేదు. చాలా దేశాలు రాజకీయ అస్త్రంగా యుద్ధాన్ని వాడడం మానుకున్నాయి. 2016 నాటికి సిరియా, ఉక్రేన్, మరికొన్ని చోట్ల యుద్ధాలు జరుగుతున్నప్పటికీ, యుద్ధాల పేరున చావులు తగ్గిపోయాయి. ఊబకాయం, కార్ ప్రమాదాలు, ఆత్మహత్యలతో అంతకన్నా ఎక్కువమంది ప్రాణాలు పోయినయి. మన కాలంలో రాజకీయంగా, నైతికంగా సాధించిన అత్యుత్తమ ప్రగతికి ఇది బహుశా ఒక ఉదాహరణ.

అయితే, దురదృష్టం కొద్దీ, అది అందరికీ, ఏమంత గొప్ప కాదన్న భావం మొదలయింది. అది మామూలే అనుకునే పరిస్థితి వచ్చింది. ప్రజలకు నిప్పులతో చెలగాడడం అనే స్వభావం ఉండడం అందుకు కొంత కారణం. రష్యా, యుఎస్ఏలు ఈ మధ్యన సరికొత్తగా ఆయుధాల పోటీ మొదలుపెట్టాయి. గత దశాబ్దాలలో సాధించినదంతా, నేలమట్టం చేసి, అణువినాశనానికి దారులు వేసే సరికొత్త యంత్రాలను తయారు చేస్తున్నాయి. ఈలోగా మనుషులు, చింత మాని (డాక్టర్ స్ట్రేంజ్ లవ్ చెప్పినట్టు) బాంబులను ప్రేమించడం నేర్చుకున్నారు. లేదంటే అవి ఉన్నాయన్న సంగతినే మరిచిపోతున్నారు.

అందుకే అణ్వాయుధాల విషయంగా అగ్రగామి బ్రిటన్‌లో కూడా బ్రెక్సిట్ వివాదం ముఖ్యంగా ఆర్థిక పరిస్థితి, వలసల గురించిన చర్చతో సరిపెట్టుకున్నది. యూరోపియన్ యూనియన్ తమ దేశాలకు, మొత్తం ప్రపంచానికి శాంతి విషయంగా అందించిన సాయాన్ని పక్కనబెట్టింది. వందల సంవత్సరాలపాటు జరిగిన రక్తపాతం తరువాత, ఫ్రాన్స్, జెర్మనీ, ఇటలీ, బ్రిటన్ దేశాలవారు, చివరకు ఖండంలో శాంతికొరకు, ఒక వ్యవస్థను నిలబెట్టారు. అటువంటి యంత్రంలోకి బ్రిటన్ వారు మాత్రం, అంతరాయం కలిగించే రకంగా రెంచ్ పడవేస్తున్నారు.

అణుయుద్ధాన్ని ఆపి అంతర్జాతీయ సహకారంతో ప్రపంచశాంతిని నిలబెట్టడం అనుకున్నంత సులభంగా జరగలేదు. ఈ వ్యవస్థను, మారుతున్న ప్రపంచ పరిస్థితులకు అనువుగా మార్చాలి, అనుమానం లేదు. ఉదాహరణకు యుఎస్ఏ మీద ఆధారపడడం తగ్గించాలి. చైనా, భారతదేశం వంటి తూర్పు దేశాలకు మరింత ఎక్కువ పాత్ర కల్పించాలి. అంతేగానీ, పద్ధతిని అసలు కాదని, మళ్లీ జాతీయవాద రాజకీయాల పద్ధతికి తిరిగి మారతాము అనడం, బాధ్యత లేని పద్ధతి అవుతుంది. పందొమ్మిదవ శతాబ్దంలో మానవ నాగరికతలను నాశనం చేయకుండానే, దేశాలు జాతీయవాదాలతో

ఆడుకున్నాడు, నిజమే. కానీ, అది హిరోషిమాకు ముందు కాలం. ఆ తరువాత అణ్వాయుధాలు వచ్చి ఆటను మార్చాయి. యుద్ధం, రాజకీయాల తీరు సమూలంగా మారింది. మనుషులకు యురేనియం, ప్లుటోనియంలను వాడడం వీలయినంత కాలం, ఏదో ఒక దేశపు అభిమతాలను పక్కన బెట్టి అణుయుద్ధాన్ని నివారించడం మీదనే, వారి మనుగడ ఆధారపడుతుంది. 'మా దేశం ముందు!' అంటూ అరిచే వెర్రి జాతీయతావాదులు తమను తాము ముందుగా ప్రశ్న అడగాలి. అంతర్జాతీయ సహకారం అనే శక్తివంతమయిన వ్యవస్థ లేకుండా, వారి దేశం ఒక్కటే, ప్రపంచాన్ని కనీసం తమదేశాన్ని, అణు వినాశనం నుంచి కాపాడగలుగుతుందా?

పర్యావరణ సమస్య

అణుయుద్ధాన్ని తలదన్నే పద్ధతిలో, వచ్చే దశాబ్దాలలో మరొక మహావిపత్తు మనిషి జాతికి సరికొత్త మనుగడ సమస్య ఎదురుకానున్నది. 1964లో రాజకీయ రాడార్‌ల మీద అది కనిపించను కూడా లేదు. అదే పర్యావరణ పతనం. మనుషులు ప్రపంచ జీవావరణాన్ని పలురకాలుగా బలహీనం చేస్తున్నారు. పర్యావరణం నుంచి వారు వాడుతున్న వనరులు రానురాను ఎక్కువవుతున్నాయి. అదే సమయంలో వల్లమాలినంతగా విషాలు, వ్యర్థాలను అందులోకి కదులుతున్నారు. మొత్తంమీద మట్టి తీరు, నీరు, వాతావరణాల తీరు మారుతున్నాయి.

లక్షలాది సంవత్సరాల మీద వీలయిన పర్యావరణ సమతుల్యతను నిర్లక్ష్యంగా కుప్పగూల్చి నాశనం చేస్తున్న వైనం ఎవరికీ అసలు అర్థమే కావడం లేదు. ఉదాహరణకు ఎరువుగా భాస్వరం వాడుక గురించి గమనించండి. తక్కువ మొత్తాలలో మొక్కల పెరుగుదలకు అదెంతో అవసరం. ఎక్కువయితే మాత్రం అది విషం అవుతుంది. ఆధునిక కాలంలో పరిశ్రమగా మారిన వ్యవసాయం, కావలసినంత భాస్వరం వాడి, పొలాలను సారవంతం చేస్తున్నది. అటువంటి పొలాలనుంచి వచ్చే నీటి కారణంగా నదులు, సరస్సులు, సముద్రాలు కలుషితం అవుతున్నాయి. వాటిలోని జీవజాతుల మీద ప్రభావం విపరీతంగా ఉంటున్నది. అయోవాలో మక్కలు పండిస్తున్న రైతు తనకు తెలియకుండానే మెక్సికో సింధుశాఖలో చేపలను చంపుతున్నాడు.

ఈ రకమయిన పద్ధతుల కారణంగా, జంతుజాతుల ఆవాస ప్రాంతాలు పాడవుతున్నాయి. జంతువులేకాదు మొక్కల జాతులు కూడా అంతరిస్తున్నాయి. ఆస్ట్రేలియా పక్కన గ్రేట్ బారియర్ రీఫ్, అమెజాన్ వర్షారణ్యాల వంటి పర్యావరణ వ్యవస్థలు తుడిచిపెట్టుకు పోయే ప్రమాదం కనబడుతున్నది. వేలాది సంవత్సరాలుగా హోమో సేపియెన్స్, పర్యావరణ హంతకుడుగా, కొనసాగుతున్నాడు. ఇప్పుడిక

మారణహోమాలు మరింత పెద్దఎత్తున సాగించే తీరుకు మారుతున్నాడు. ఈ తీరు ఇదే విధంగా కొనసాగితే, అన్ని జీవజాతులలోని ఎన్నోరకాలు పెద్దఎత్తున తుడిచిపెట్టుకుపోతాయి. అంతేగాదు ఏకంగా మానవ నాగరికత పునాదులకే ప్రమాదం వచ్చే వీలుంది.

ఈ మొత్తం దారుణ పరిస్థితిలో అన్నిటికన్నా ఎక్కువగా శీతోష్ణస్థితి మార్పు భయపెడుతున్నది. మనుషులు వందల వేల సంవత్సరాలుగా కొనసాగుతున్నారు. ఎన్నో హిమయుగాలను, వేడి పరిస్థితులను తట్టుకుని మనగలిగారు. అయితే వ్యవసాయం, నగరాలు, సంక్లిష్ట సమాజాలు వచ్చి మాత్రం 10,000 ఏండ్లకన్నా ఎక్కువ కాలేదు. ఈ కాలాన్ని హోలోసీన్ అంటారు. ఇందులో భూమి శీతోష్ణస్థితి ఇంచుమించు నిలకడగా ఉంది. ఈ హోలోసీన్ ప్రమాణాల నుంచి ఏ కొంచెం మార్పు కలిగినా, అంతకు ముందెన్నడు లేనివిధంగా మనిషిజాతి సమస్యలలో పడుతుంది. మనుషులను లక్షల సంఖ్యలో పరిశోధనశాల జంతువులుగా చేసి వారి మీద అదుపులేని ప్రయోగాలు చేసినట్లు ఉంటుంది. కొత్త పరిస్థితులను తగినట్టు మనుషులు సర్దుకుని మనగలిగినా, ఆ సర్దుబాటులో నలిగిపోయే అమాయకుల సంఖ్యను అంచనా వేయడం వీలుగాదు.

ఈ భయంకర ప్రయోగం ఇప్పటికే మొదలయింది. అణుయుద్ధం మునుముందు ఎన్నడో వచ్చేవీలుంది. శీతోష్ణస్థితి మాత్రం ప్రస్తుతానికి వాస్తవంగా కొనసాగుతున్నది. కార్బన్ డై ఆక్సైడ్ వంటి గ్రీన్‌హౌస్ వాయువులను వదలడం ద్వారా ముఖ్యంగా, భూమి ఉష్ణోగ్రతలలో భయంకరమయిన మార్పులు వస్తున్నాయని వైజ్ఞానికులు ముక్తకంఠంగా చెపుతున్నారు. తిరుగులేని స్థాయికి ఈ చర్య చేరుకుంటుంది. అందుకు ఇంకా ఎంతకాలం వరకు ఇప్పటి పరిస్థితి కొనసాగవచ్చునన్నది జవాబులేని ప్రశ్న. వచ్చే ఇరవయి సంవత్సరాలలో గ్రీన్‌హౌస్ వాయువుల విడుదల చెప్పుకోదగినంతగా తగ్గిపోవాలి. అది పరిశోధనకులు తేల్చి చెప్పిన పరిస్థితి. అది జరగని పక్షంలో సగటుగా ప్రపంచ ఉష్ణోగ్రత 2 డిగ్రీల సెంటిగ్రేడ్‌కన్నా ఎక్కువే పెరుగుతుంది. తప్పదు. ఇక ఎడారులు ఎక్కువవుతాయి. మంచు శిఖరాలు మాయమవుతాయి. సముద్ర మట్టాలు పెరుగుతాయి. ఇక పెను తుఫానుల తాకిడి సంఖ్యలో, బలంలో పెరుగుతుంది. ఈ మార్పుల కారణంగా వ్యవసాయం దిగుబడులు తగ్గుతాయి. నగరాలు మునుగుతాయి. చాలా ప్రాంతాలు మనుషుల మనుగడకు వీలు లేనివిగా మారతాయి. లక్షలాది మంది నిరాశ్రయులయి తలదాపు కొరకు తల్లడిల్లిపోతారు.

అంతకు మించి మనం రకరకాలుగా 'అంతు' అనదగ్గ పరిస్థితులకు దగ్గరవుతున్నాము. ఆ తరువాత గ్రీన్‌హౌస్ వాయువుల విడుదల ఎంత తగ్గించినా, పరిస్థితిని తిరుగబెట్టే వీలుండదు. ప్రపంచవ్యాప్తంగా వచ్చే విపత్తును ఆపే అవకాశం

ఉండదు. ఉదాహరణకు, వాతావరణం వేడెక్కితే ధృవప్రాంతాలలోని మంచు కరుగుతుంది. భూమినుంచి అంతరిక్షంలోకి పరావర్తనం చెందే సూర్యరశ్మి తగ్గుతుంది. అంటే భూగోళం ఎంతో ఎక్కువ వేడిమిని పీల్చుకుంటుంది. ఉష్ణోగ్రత మరింతగా పెరుగుతుంది. ధృవాల మంచు మరింత కరుగుతుంది. ఈ చక్రక్రమం ఒక స్థాయికి చేరితే, దానివేగం అదుపు లేకుండా సాగుతుంది. అప్పుడు మనుషులు బొగ్గు, చమురు, వాయువుల వాడకం మొత్తంగా మానుకున్నా లాభం ఉండదు. ధృవప్రాంతాల మంచు మొత్తంగా కరుగుతుంది. అంటే, ప్రమాదాన్ని గుర్తించినంత మాత్రాన సరిపోదు. ఇప్పుడే ఏదో చేయడం ఎంతో అవసరం.

ఎంత చెప్పినా, 2018 నాటికి, గ్రీన్‌హౌస్ వాయువుల విడుదల తగ్గడం కాదు గదా, దాని రేట్ అంతంతకు పెరుగుతున్నది. శిలాజ ఇంధనాల వాడకం మానుకునేందుకు మనిషికి చాలా తక్కువకాలం మిగిలింది. ఇవాళే పరిస్థితి మారి పునరావసంలోకి చేరాలి. వచ్చే సంవత్సరం కాదు, వచ్చే నెలకాదు. ఇవాళే మారాలి. 'హలో! నేను హోమో సేపియెన్స్, అవును నేను శిలాజ – ఇంధనాల బానిసను'.

ఈ భయంకర సన్నివేశంలోకి నేషనలిజమ్ ఎక్కడ వచ్చి చేరుతుంది? పర్యావరణ ప్రమాదానికి దేశం స్థాయి జవాబులున్నాయా? ఎంత బలంగలదయినా, ఏదయినా దేశం, తనంత తానుగా వాతావరణం వేడిని ఆపగలుగుతుందా? ఒక్కొక్క దేశం కొన్ని చక్కని పద్ధతులను పాటించవచ్చు. వాటిలో చాలావరకు ఆర్థికపరంగా, పర్యావరణ పరంగా అర్థం గలిగి ఉండవచ్చు. కార్బన్ విడుదల మీద ప్రభుత్వాలు పన్ను వేయవచ్చు. చమురు, వాయువుల వాడకం గురించి మార్పులు చేయవచ్చు. పర్యావరణం గురించి గట్టి ఏర్పాట్లు చేయవచ్చు. కాలుష్యం కలిగించే కంపెనీల సబ్సిడీలను ఆపవచ్చు. తిరిగివాడకం ఇంధనాలకు మారిన వారికి మద్దతు అందించవచ్చు. పర్యావరణం పాడుగాకుండా వచ్చే విప్లవాత్మకమయిన సాంకేతిక విధానాలను గురించి పరిశోధించడానికి మరింతగా ఖర్చు చేయవచ్చు. అది ఒక రకంగా పర్యావరణ మన్‌హాటన్ ప్రాజెక్ట్ అవుతుంది. గడిచిన 150 సంవత్సరాలలో వీలయిన ప్రగతి అంతర్దహన యంత్రాల పుణ్యమా అని వచ్చింది. కానీ, భౌతికంగా, ఆర్థికంగా పర్యావరణం నిలదొక్కుకోవాలంటే, ఆ యంత్రానికి రిటైర్‌మెంట్ యివ్వాలి. శిలాజ ఇంధనాల అవసరం లేని సాంకేతిక విధానాలను అమలు చేయాలి.

సాంకేతికరంగంలో రానున్న కొత్త పరిశోధన ఫలితాలు, ఒక్క ఇంధనం విషయంగా మాత్రం కాకుండా మరెన్నో రకాలుగా కూడా సాయపడగలుగుతాయి. ఒక ఉదాహరణగా శుభ్రమయిన మాంసం తయారీ గురించి చూద్దాము. ప్రస్తుతం మాంసం పేరున అమాయక జంతువులను అలవిమాలిన కష్టాలకు గురిచేస్తున్నారు. అంతకుమించి మాంసం కొరకు పశువులను, జంతువులను పెంచడం కారణంగా,

వాతావరణం వేడెక్కుతున్నది, అంటే, అర్థం కాకపోవచ్చు. అయినా వేడికి ఈ పరిశ్రమ ముఖ్యమయిన కారణాలలో ఒకటి. ఇందులో ఆంటిబయోటిక్స్, విషరసాయనాలు ఎక్కువగా వాడుకవుతున్నాయి. గాలి కాలుష్యం కూడా దీనివలన చాలా జరుగుతున్నది. ఇన్‌స్టిట్యూట్ ఆఫ్ మెకానికల్ ఇంజనియర్స్ వారు 2013లో ఒక నివేదిక అందించారు. అందులో చెప్పిన ప్రకారం ఒక కిలో బీఫ్ మాంసం తయారీకి 15,000 లీటర్‌ల శుభ్రమయిన నీరు ఖర్చవుతుంది. ఒక కిలో ఆలూ పండించడానికి 287 లీటర్‌ల నీరు చాలు!

చైనా, బ్రెజిల్ వంటి దేశాలలో అందరి పరిస్థితి ఆర్థికంగా మెరుగవుతున్నది. వాళ్లంతా బంగాళాదుంప బదులు నిత్యం బీఫ్ మాంసం తినడానికి మారిపోతారు. అప్పుడు పర్యావరణం మీద ఒత్తిడి మరింత అన్యాయమయిన స్థితికి చేరే ప్రమాదం ఉంది. ఇక అమెరికా, జెర్మనీ సంపన్నుల గురించి, వారి తిండి గురించి, చెప్పనవసరం లేదు. వీళ్లందరినీ, స్టీక్, హాంబర్గర్, సాసేజెస్ తినవద్దని ఒప్పించడం ఎవరికీ వల్లగాదు. అది కాకుండా ఇంజనియర్‌లు కణాల నుంచి మొదలుపెట్టి మాంసం తయారుచేసే పద్ధతి సిద్ధం చేస్తే ఎంత బాగుంటుంది? హాంబర్గర్ కావాలంటే, ఏకంగా హాంబర్గర్ తయారువుతుంది. అందుకు, ఒక ఆవును పెంచి, చంపవలసిన అవసరం రాదు. దాని కాయాన్ని వేలాది కిలోమీటర్‌లు తరలించాల్సిన అవసరం అంతకన్నా రాదు.

ఇది సైన్స్‌ఫిక్షన్‌లాగ తోస్తుంది. అయితే 2013లోనే మొదటిసారిగా శుభ్రమయిన హాంబర్గర్ తయారుచేశారు. తిన్నారు కూడా. కాకుంటే దానికి 3,30,000 డాలర్‌లు ఖర్చయింది. నాలుగు సంవత్సరాల పరిశోధన, అభివృద్ధి తరువాత ఒక ముక్క ధర 11 డార్‌లకు దిగింది. మరొక పదేళ్లు పోతే పరిశ్రమంలో తయారయిన పరిశుభ్రమయిన మాంసం, పశువులను చంపిన మాంసంకన్నా చవకవుతుంది అంటున్నారు. సాంకేతికంగా వస్తున్న ఇటువంటి అభివృద్ధి కారణంగా, లక్షలాది అమాయక ప్రాణుల కష్టాలు అంతమవుతాయి. ఆకలిగొన్న వారందరికీ మంచి తిండి అందించే వీలుకలుగుతుంది. అన్నిటికీ మంచి పర్యావరణ మీద చెడు ప్రభావాలు తగ్గుతాయి.

మొత్తానికి వాతావరణం మారకుండా ఉండడానికి, ప్రభుత్వాలు, వ్యాపార సంస్థలు, వ్యక్తులు చేయగలిగినవి చాలా ఉన్నాయి. కానీ, పనిచేయాలంటే, ఆ అంశాలన్నీ ప్రపంచస్థాయిలో అమలుకావాలి. శీతోష్ణస్థితి విషయానికి వస్తే, ఏ దేశానికి సర్వం సహాధికారాలు లేవు. గ్రహం మీద అటుపక్కన దేశంవారి దయాదాక్షిణ్యాల మీద ఆధారపడవలసి ఉంటుంది. రిపబ్లిక్ ఆఫ్ కిరిబాటీ అనేది శాంతి మహాసాగరంలో ఒక ద్వీపదేశం. వాళ్లు తమ గ్రీన్‌హౌస్ వాయువులను పూర్తి తగ్గించవచ్చు. కానీ మిగతా దేశాలన్నీ ఆ దారిన సాగకుంటే, అందరికన్నా ముందు ఆ దేశం

మునిగిపోతుంది. పెరిగే సముద్రం అలలకు అది ఆహారమవుతుంది. చాద్ దేశంలో ప్రతియింటి మీద సోలార్ పానెల్ పెట్టి వాడవచ్చు. సుదూరాలలో ఉన్న దేశాలవారు బాధ్యత ఎరుగకుండా తమ దారిని తాము సాగితే ముందు, చాద్ ఎడారి అవుతుంది. బలంగల చైనా, జపాన్ దేశాలకు గూడా పర్యావరణ పరంగా స్వంత అధికారాలు లేవు. షాంఘాయ్, హాంగ్‌కాంగ్, టోక్యో నగరాలు సురక్షితంగా ఉండాలంటే వరదలు, తుఫానులకు గురి కాకూడదంటే, ఆ దేశాలవారు, అటు అమెరికా, రష్యావారిని 'తమ మామూలు' ధోరణి మార్చుకునే విధంగా ఒప్పించాలి.

శీతోష్ణస్థితి మార్పు సంగతికి వస్తే, జాతీయత పేరున ఎవరిదారి వారు అనుసరించడం, అణుయుద్ధంకన్నా బహుశా అపాయకరం. అదుపులేని అణుయుద్ధం వస్తే, అన్ని దేశాలు అంతమయి పోతాయి. అందుకే అందరు కలసి యుద్ధాన్ని ఆపాలి. గ్లోబల్ వార్మింగ్ ప్రభావాలు మాత్రం బహుశా వేరువేరు దేశాలమీద వేరువేరు ప్రభావాలు చూపుతాయి. కొన్ని దేశాలు, ముఖ్యంగా రష్యావంటివి, దానివల్ల లాభపడవచ్చు కూడా. రష్యాకు తీరాలు, వాటి వెంట నగరాలు ఎక్కువగా లేవు. అందుకే వారికి సముద్రమట్టం పెరుగుదల గురించి, చైనా, కిరిబాటీలకు లాగ భయం లేదు. వేడి ఎక్కువయితే చాద్ ఎడారి అవుతుంది. కానీ సైబీరియా మాత్రం మొత్తం ప్రపంచానికి తిండి అందించగల స్థితికి చేరుతుంది. మరీ ఉత్తర ప్రాంతాలలో మంచు కరిగితే, రష్యా వారి అధికారంలో ఉన్న ఆర్కిటిక్ సముద్రమార్గాలు ప్రపంచ వాణిజ్యం విషయంగా ప్రధానమవుతాయి. ప్రపంచం కూడలి స్థానం నుంచి సింగపూర్ తప్పుకుని, కమ్‌చట్కా కొత్తగా వచ్చి చేరుతుంది.

పెట్రోలియం ఇంధనాలకు బదులు, తిరిగి వాడగలిగే సౌరశక్తి వంటి వాటి విషయంగా కూడా దేశాల అభిప్రాయాలు వేరుగా ఉండే వీలుంది. చైనా, జపాన్ దక్షిణ కొరియాలు పెద్దఎత్తున చమురు దిగుమతి చేసుకుంటాయి. ఆ అవసరం లేదంటే వారికి అనుకూలంగా ఉంటుంది. అటు రష్యా, ఇరాన్, సౌదీ అరేబియాలు చమురు ఎగుమతి చేస్తాయి. ఒక్కసారిగా చమురు, వాయువు వాడకం పోయి, సోలార్, విండ్ వాడకం మొదలయితే, వారి ఆర్థిక వ్యవస్థ కుప్పగూలుతుంది.

ఈ రకంగా, చైనా, జపాన్, కిరిబాటీ వంటి దేశాలు, వీలయినంత త్వరగా, ప్రపంచవ్యాప్తంగా కార్బన్ విడుదల తగ్గించమంటాయి. కానీ, రష్యా, ఇరాన్ వంటి ఇతరదేశాలు మాత్రం అందుకు ఉత్సాహం చూపవు. కొన్ని దేశాలలో వాతావరణం వేడెక్కడం వలన నష్టాలు తప్పవు. అందుకు ఉదాహరణ యుఎస్ఏ. అయినా అక్కడి జాతీయవాదులు ముందుచూపు లేకుండా, తమ గురించి మాత్రమే ఆలోచించే వీలుంది. వారు ఆపదను చూడలేకపోతారు. అందుకు చిన్నదయినా, గొప్ప ఉదాహరణ 2018లో ముందకు వచ్చింది. యునైటెడ్ స్టేట్స్‌వారు, విదేశాలలో తయారయిన

సోలార్ పానెల్స్, మిగతా పరికరాల మీద 30 శాతం పన్ను విధించారు. అమెరికన్ సోలార్ పరిశ్రమకు మద్దతు అందుకు కారణం అన్నారు. మొత్తం మీద తిరిగివాడగల ఇంధనాల పద్ధతి మందగించింది.

అణుబాంబు అంటే ఎదుట కనబడుతుంది. భయపెడుతుంది. దాన్ని పట్టించుకోకుండా ఉండడం ఎవరికీ వీలుగాదు. ఇక ప్రపంచ వాతావరణం వేడెక్కడం, అర్థంగాదు. అంతగానూ నెమ్మదిగా సాగుతుంది. ఎక్కువకాలం మీద వచ్చే ప్రభావాల దృష్టితో వెంటనే ఏదో చేయాలంటే, జాతీయవాదులు తమతమ అభిమాన విషయాలను అడ్డుగా నిలుపుతారు. వాతావరణం సంగతి తరువాత చూడవచ్చు అంటారు. లేదంటే సంగతి మరెవరి మీదకో మళ్లిస్తారు. అవన్నీ, వదిలి అది సమస్య కానేకాదనే వీలు లేకపోలేదు. శీతోష్ణస్థితి మార్పు గురించి అనుమానాలు, అనిశ్చితత అన్నవి జాతీయ హక్కులయితే యాదృచ్ఛికం కాదు. 'ఈ శీతోష్ణస్థితి, చైనావారు సృష్టించిన అబద్ధం' అని వామభావాలు గలవారు ఎవరూ అనరు! ఈ గ్లోబల్ వార్మింగ్‌కు దేశం స్థాయిలో జవాబులు లేవు. కనుక కొందరు జాతీయవాద రాజకీయ నాయకులు, అసలు సమస్య లేనే లేదని నమ్మడానికి ఇష్టపడతారు.

సాంకేతిక సమస్య

ఇరవయి ఒకటవ శతాబ్దిలో మానవుల అస్తిత్వానికే అవరోధం కలిగిస్తున్న మూడవ సమస్య సాంకేతిక వినాశనం. జాతీయవాదులు దానికి విరుగుడుగా ఎంచుకునే మార్గాలు కూడా ఇదే పద్ధతిలో వీగిపోయే వీలుంది. ఇన్‌ఫోటెక్, బయెటెక్ ఏకమయ్యి రకరకాల రూపాలలో ప్రళయసమానంగా భయంకర పరిస్థితులకు దారితీస్తాయని గడిచిన అధ్యాయాలలో గమనించాము. డిజిటల్ డిక్టేటర్‌షిప్ కింద ప్రపంచం నుంచి మొదలు ప్రపంచమంతటా పనిలేని మనుషులు దాకా సమస్యలు రకరకాలు.

ఈ చికాకు స్థితికి జాతీయవాదుల జవాబు ఏమి?

జాతీయవాద సమాధానం అని ఒకటి లేనేలేదు. శీతోష్ణస్థితిలో మార్పుల విషయంగాలాగే, ఈ సాంకేతిక వినాశనం గురించి కూడా ఒక దేశం స్థాయిలో సమాధానాలు వెదకడం అర్థంలేని పని. పరిశోధన, అభివృద్ధి ఏ ఒక్క దేశానికి స్వంత ఆస్తులు కావుగనుక యుఎస్ఏ లాంటి సూపర్‌పవర్ కూడా తనంతతాను వాటికి పరిధులు నిర్ణయించజాలదు. జన్యుపరంగా మార్పులు చేసిన మనిషిని గురించిన పరిశోధనను యుఎస్ ప్రభుత్వం వద్దంటే, చైనావారు ఆ పని చేయకుండా ఆపగలిగే పరిస్థితి

ఉండదు. ఆ పరిశోధనల నుంచి వచ్చిన ఫలితాల కారణంగా చైనాకు ఆర్థికంగా, సైన్యపరంగా, లాభాలు అందుతున్నాయంటే తన ఆక్షేపణలను తానే పక్కన బెట్టడానికి యుఎస్ తహతహ లాడుతుందని. ముఖ్యంగా విదేశాల పొడగిట్టక కుక్కలవలె పోటీపడుతున్న నేటి ప్రపంచంలో అత్యంత అపాయకరం, అయినా లాభదాయకం అయిన సాంకేతిక మార్గం మీద ముందుకు సాగడానికి నిర్ణయించుకుంటే, తక్కిన దేశాలు కూడా తప్పక అదే దారిన నడవలసి ఉంటుంది. ఎవరూ వెనుకబడిపోవడానికి అంగీకరించరు. అందరూ కలిసి అగాధంలోకి పడే ఈ పోటీ పరుగు జరగకూడదు అంటే, బహుశా మానవాళికి ఒకరకంగా ప్రపంచస్థాయి గుర్తింపు, విధేయత అవసరమవుతాయి.

అణు యుద్ధం, శీతోష్ణస్థితి మార్పులు, మానవజాతి మనుగడకు భౌతికంగా మాత్రమే ప్రమాదాలు. వినాశకర సాంకేతిక విధానాలు మాత్రం ఏకంగా మానవత తీరును మార్చగలుగుతాయి. కనుక అవి మనిషికిగల లోతయిన నైతిక, మత విశ్వాసాలతో కూడా పెనవేసుకుని ఉంటాయి. అణుయుద్ధం, శీతోష్ణస్థితి మార్పులను ఆపాలని అందరూ అంగీకరిస్తారు. బయోఇంజనియరింగ్, కృ.జ్ఞా. ల వాడకంమీద మాత్రం, జనాలకు వేరువేరు అభిప్రాయాలున్నాయి. మానవులను అప్‌గ్రేడ్ చేసి మెరుగుపరచడం, కొత్తరకం జీవులను, సృష్టించడం గురించి కూడా అంతే. ప్రపంచమంతటా అందరూ అవుననే నీతి సూత్రాలను సిద్ధం చేసి, అమలు చేయలేకుంటే, ఇక డాక్టర్ ఫ్రాంకెన్‌స్టయిన్ విజృంభించి రంగంలోకి దూకుతాడు.

ఇటువంటి నీతిసూత్రాల తయారీలో జాతీయవాదానికి అన్నిటికన్నా ముందు, ఊహాశక్తి అడ్డు నిలబడుతుంది. వారు వందల సంవత్సరాలుగా సాగుతున్న స్థానిక స్పర్థల దృష్టితో ఆలోచిస్తారు. అయితే ఇరవయి ఒకటవ శతాబ్ది సాంకేతిక విప్లవాలను విశ్వదృష్టితో అర్థం చేసుకోవలసిన అవసరం ఉంది. నాలుగు బిలియన్ సంవత్సరాలపాటు సహజ ఎంపిక పద్ధతిలో జీవం పరిణామం చెందింది. ఇక సైన్స్ ఇప్పుడు, కొత్త ఇంటలిజెంట్ నమూనాల ఆధారంగా, ఇనార్గానిక్ జీవం అనే యుగానికి స్వాగతం పలుకుతున్నది.

ఈ తంతులో హోమో సేపియెన్స్ జాతి ఏకంగా, మాయమయే వీలు కనబడుతున్నది. ఇవాళటి కూడా మనమింకా హోమినిడ్ కుటుంబపు కోతులమే. నియాండర్‌తాల్, చింపాంజీ జాతులతో ఇంకా మన శరీరనిర్మాణం, దాని, మెదడును వాడే తీరులను పంచుకుంటున్నాము. వారిలాగ ఉన్నవి చేతులు, కళ్లు, మెదడులాంటివి, మాత్రమే కాదు. కోరికలు, ప్రేమలు, బంధాలు కోపం కూడా అదే దారిలో సాగుతున్నాయి. ఒకటి రెండు శతాబ్దాలలోపల, బయొటెక్నాలజీ, కృత్రిమ జ్ఞానం కలిసి, శరీరం, పనితీరు, మెదడు లక్షణాలను మారుస్తాయి. అప్పుడు హోమినిడ్

జాడలు కనిపించవు. చేతనకు, సేంద్రియ నిర్మాణాలకు సంబంధం తెగుతుందని కూడా కొందరు అనుమానం వెలిబుచ్చుతున్నారు. ఇక జీవసంబంధ, భౌతిక అవరోధాలు లేకుండా చేతన, సైబర్‌స్పేస్‌లో విహరిస్తుంది అంటున్నారు. మరొకపక్కన తెలివి, చేతనల మధ్య లంకె లేకుండా కావచ్చు. ప్రపంచమంతటా తెలివి విషయంగా సూపర్ స్థాయి ఉన్నా తమ గురించి తమకు తెలియని నిర్మాణాలు రావచ్చు.

ఇక అప్పుడు ఇజ్రాయెల్, రష్యా, ఫ్రెంచ్ జాతీయవాదం ఏమంటుంది? ఏమీ ఉండదు. జాతీయవాదం అటువంటి స్థాయిలో ఆలోచించదు. 'వంద సంవత్సరాల తరువాత జెరూసలేం మీద అధికారం పాలస్తీనా వారికా, తమకా ఉండేది?' అన్న ప్రశ్న గురించి ఇజ్రాయెల్ నేషలిజం గట్టిగా పట్టించుకుంటుంది. 'భూమి మీద అధికారం సేపియన్స్‌కు నిలుస్తుందా, లేక సైబోర్గ్‌లు దాన్ని చేజికించుకుంటాయా?' అన్న ప్రశ్న వారికి ముఖ్యంగా తోచదు. జీవం భవిష్యత్తు గురించి తెలివయిన నిర్ణయాలు చేయాలంటే, జాతీయవాద దృష్టికోణాన్ని దాటి చాలా ముందుకు కదలాలి. విషయాలను ప్రపంచ, లేదంటే, విశ్వదృష్టితో చూడగలగాలి. నైలునది వెంట నుండిన ప్రాచీన జనజాతుల వలె, ఇవాళ అన్ని దేశాలు, ఒక నదిపక్కన, లేదా దాని మీద కొనసాగుతున్నాయి. ఆ నదిలో ప్రవహించేది సమాచారం, సైన్స్ ఆవిష్కరణలు, సాంకేతిక పరిశోధన ఫలితాలు, వాటి మీద ఆధారపడి మన జాతికి ఎదురయే మంచి, చెడు రెండూ తెలుస్తాయి. వాటిని అదుపు చేయాలి. అందుకు అన్నిదేశాలు ఒకటిగా ముందుకు రావాలి.

భూమి - అంతరిక్ష నౌక

అణుయుద్ధం, శీతోష్ణస్థితి మార్పు, సాంకేతిక వినాశం, మూడు, దేనికదే, మానవ నాగరికతను మట్టుబెట్ట గలుగుతాయి. ఇక అవి ఒకటయితే, ఎదురయే అస్తిత్వ సమస్య అంతకుముందు, కనివిని ఎరుగనిది. అవి ఒకదాన్ని మరొకటి మరింత బలవత్తరం చేయగలుగుతాయి మరి!

ఉదాహరణకు పర్యావరణ సమస్య మానవనాగరికత మనుగడకు ముప్పు అని మనందరికీ తెలుసు. అది కృత్రిమ జ్ఞానం, బయో ఇంజనిరింగ్‌ల ప్రగతిని ఆపుతుందని మాత్రం అనలేము. సముద్రమట్టాల పెరుగుదల, ఆహారం కొరత సమస్య, పెద్దఎత్తున వలసలు జరిగినందుకు మనిషి ధ్యాస అల్గోరిదంలు, జన్యువులనుంచి పక్కకు కదులు తుందని అనుకుంటే, మరోసారి ఆలోచించండి. వాతావరణ సమస్యలోతు పెరిగినకొద్దీ, హైరిస్క్, హై గెయిన్ సాంకేతిక విధానాలు వేగం పెరుగుతాయి తప్ప, తగ్గే తీరు కనిపించదు.

శీతోష్ణస్థితి మార్పు, అంతకుముందు రెండు ప్రపంచయుద్ధాలు కలిసి చేసిన పనులనే, తాను కూడా చేస్తుంది అంటే తప్పుకాదు. 1914-1918 లో ఒకసారి, తిరిగి 1939-1945 లలో మరోసారి సాంకేతికపరిశోధనల వేగం ఆకాశాన్ని తాకింది. అందరికీ యుద్ధం ఒకటే కనిపించింది. జాగ్రత్తలు గాలిలో కలిశాయి. ఆర్థికస్థితిని అడిగే పనిలేదు. పెద్దఎత్తున మొత్తాలను పెట్టుబడి పెట్టి అలవిమాలిన, ఆశ్చర్యకరమయిన పరిశోధనలు సాగించారు. వాటిలో చాలా మటుకు వీగిపోయినయి. కొన్నింటిలో నుంచి మాత్రం ట్యాంక్‌లు, రేడార్‌లు, విషవాయువులు, సూపర్‌సోనిక్ జెట్‌లు. ఇంటర్ కాంటినెంటల్ మిసైల్స్, అణుబాంబు బయటకు వచ్చాయి. అదే విధంగా, శీతోష్ణస్థితి సర్వనాశనాన్ని ఎదురుకుంటున్న దేశాలు కూడా, మరేమీ దారిలేక సాంకేతిక జూదంలో దాగిపోతారు. మానవజాతికి కృత్రిమ జ్ఞానం, జీవసాంకేతిక పద్ధతుల విషయంగాగల అనుమానాలు సమ్మతమయినవి. కానీ సమస్య సమయంలో ఎవరయినా అపాయాలను తలకెత్తుకుంటారు. వినాశకర సాంకేతిక విధానాలను క్రమంలో పెట్టాలని మీరు అనుకుంటారు. అంటారు. ఈ నియమనిబంధనలు విపరీత స్థితిలో నిలువగలుగుతాయన్నది ప్రశ్నార్థకం. వాతావరణం మార్పు కారణంగా ప్రపంచమంతటా తిండికొరత, వరదలు వస్తాయి. లక్షలమంది శరణార్థులయి దేశ సరిహద్దులు దాటుతారు. అప్పుడు నియమాలు నిలుస్తాయా?

ఇక వచ్చే సాంకేతిక విపత్తుల కారణంగా, ప్రపంచవ్యాప్తంగా వచ్చే యుద్ధాలు ప్రళయాలవలె ఉంటాయి. వాటితో అంతటా టెన్షన్ పెరగుతుంది. అంతేగాదు, అణురంగంలో అధికారాల ప్రకారం ప్రపంచ సమతూకం దెబ్బతింటుంది. యుద్ధమంటే, అందరికీ అంతం అని తెలసిన సూపర్‌పవర్ దేశాలు 1950 నుంచి స్పర్థలు రాకుండా జాగ్రత్త పడుతున్నాయి. ఇక దాడికి, రక్షణకు కూడా కొత్తతరహా ఆయుధాలు అందుబాటులోకి వస్తాయి. సూపర్‌పవర్ దేశం తెలివిగా తన శత్రువులను మాత్రమే తుడిచిపెట్టగలను అంటుంది. అదేరకంగా బలం తగ్గిన మరొక దేశం భయపడుతుంది. తన వద్ద నున్న పాతరకం అణ్వాయుధాలు పనికిరావని అర్థం చేసుకుంటుంది. కనుక ఊరికే వదిలేకన్నా వాటిని వాడడం మేలు అనుకుంటుంది. సాంప్రదాయకంగా అణుయుద్ధాలు మరీ పద్ధతిగా ఆడే చదరంగం వంటివి. ఆటగాళ్లు ఎదుటిమనిషి పావులను కదలకుండా చేయడానికి సైబర్ దాడి చేయగలిగితే ఎలాగుంటుంది? నిజానికి గుర్తు తెలియని మూడవచెయ్యి , ఎత్తు వేస్తున్నది ఎవరని తెలియకుండా పావును కదలపగలుగుతుంది. ఆల్ఫా జీరో, మామూలు చదరంగం నుంచి అణుచదరంగానికి మారుతుంది. అప్పుడేలాగుంటుంది?

వేరువేరు సమస్యలు ఒకదాన్ని మరొకటి మరింత బలంగలవిగా మారుస్తాయి. ఒక సమస్యను ఎదిరించడానికి కూడగట్టుకున్న బలం, మరొక పక్కన వచ్చిన

సమస్యతో సమసిపోతుంది. ఆయుధాల పోటీలో మునిగిన దేశాలకు కృత్రిమ జ్ఞానం మీద ఆంక్షల గురించి వినే ఓపిక, తీరిక ఉండదు. ఒకరి మీద ఒకరు సాంకేతిక ఫలితాల విషయంగా పోటీపడుతున్న వారికి, వాతావరణం మార్పులను ఆపడానికి పథకం అంటే అంగీకారం చాలా కష్టం అవుతుంది. ప్రపంచం ప్రత్యర్థిదేశాలుగా విడిపడి ఉన్నంతకాలం, ఒక్కసారిగా ముఖ్యసమస్యలు మూడింటిని ఎదురుకొనడం కుదరదు. అందులో ఒకదాని ముందు ఓడిపోయినా పరిస్థితి అత్యంత ప్రమాదరకరంగా ఉంటుంది.

ప్రపంచమంతటా పోటెత్తిన జాతీయతావాదం అలలు గడియారాన్ని తిరిగి 1939 లేదా 1914 కు చేర్చవు. సాంకేతికశాస్త్రం పరిస్థితిని మార్చి పడేసింది. ఏ దేశం తనంతతానుగా జవాబులు వెదకలేని అస్తిత్వసమస్యల సమాహారాన్ని సృష్టించింది. అందరూ కలిసి ఒకే గుర్తింపు పొందడానికి అందరికీ ఒకే శత్రువు ఉండడం మంచి సందర్భం. ఇప్పుడు మానవజాతికి మూడు శత్రువులున్నాయి. అవే న్యూక్లియర్ యుద్ధం, వాతావరణం మార్పు, సాంకేతిక విపత్తులు. ఈ మూడు ఆపదలు ఉన్నట్టు తెలిసినా, ప్రజలు తమదేశం పట్ల విధేయతను అన్నింటికన్నా గొప్పదిగా భావిస్తే, వచ్చే ఫలితాలు 1914 మరి 1939 కన్నా అన్యాయంగా ఉంటాయి.

యూరోపియన్ యూనియన్ వారి ముసాయిదా రాజ్యాంగంలో రాసింది మరింత మంచి దారిగా కనబడుతుంది. 'తమతమ స్వంతదేశాల గుర్తింపులు, చరిత్రల గురించి గర్వపడుతూనే, యూరోప్ ప్రజలు, తమ మునుపటి విభేదాలను విస్మరించి, ఎన్నడూ లేనంతగా ఒక్కటయి, అందరికీ కలిపి ఒక ఉజ్వల భవిష్యత్తు నిర్మించడానికి నిశ్చయం చేసుకున్నారు' అని అందులో రాసి ఉంది. అంటే దేశాల గుర్తింపులన్నింటిని పక్కనబెట్టమని ఎంతమాత్రం కాదు. స్థానిక సాంప్రదాయలన్నింటినీ వదిలిపెట్టి మానవజాతి మొత్తం రంగు తెలియని బురదగా మారాలని అంతకన్నా కాదు. దేశభక్తి భావాలు నిలిచి ఉంటాయి. మొత్తం ఖండానికి కలిసి ఒక సైన్యం, ఒక ఆర్థికరక్షణ కవచం ఏర్పాటు చేసి యూరోప్ వారు, ఫ్లాండర్స్, లంబార్డీ, కెటలోనియా, స్కాంట్లాండ్‌వంటి చోట్ల స్థానిక దేశభక్తి భావాలను పెంచి వేసింది అనడం అన్నివిధాల అనుమానాస్పదం. జెర్మన్ దాడి భయం లేకుంటే, స్వతంత్ర స్కాట్లాండ్, కెటలోనియా స్థాపించే ఆలోచన ఆకర్షణీయంగా కనబడుతుంది. గ్లోబల్ వార్మింగ్, ప్రపంచస్థాయి వ్యాపారసంస్థల మద్దతు ఉంటే కూడా అలాగే కనబడుతుంది.

అందుకే యూరోపియన్ జాతీయవాదులు సంగతిని తేలికగా తీసుకుంటున్నారు. తిరిగి దేశానికి అన్న నినాదం బాగుందిగానీ, దాని కొరకు యూరోప్ వారెవ్వరూ చంపడానికి చావడానికి సిద్ధంగా లేరు. విలియం వాలేస్, రాబర్ట్ బ్రూస్, కాలంలో స్కాట్ వారు లండన్ పట్టునుండి తప్పించుకోవాలని అనుకున్నారు. అందుకు వారు

సైన్యాన్ని సమీకరించవలసి వచ్చింది. అందుకు పూర్తి వ్యతిరేకంగా 2014లో రెఫరెండమ్ జరిగినప్పుడు ఒక్క ప్రాణం కూడా పోలేదు. ఇక మరొకసారి స్కాట్ వారు స్వతంత్రానికి వోట్ వేస్తే, మళ్లీ ఒకసారి బానోక్‌బర్న్ యుద్ధం చేయవలసిన అవసరం ఉండకపోవచ్చు. స్పెయిన్ నుంచి విడిపోవాలని కెటలాన్ వారు ప్రయత్నించినపుడు అంతకన్నా అన్యాయంగా హింస జరిగింది. కానీ అది కూడా 1939 లేదా 1914 లో బార్సెలోనా అనుభవించిన దాని ముందు చాలా తక్కువే.

యూరోపియన్ ఉదాహరణలను గమనించి మిగతా ప్రపంచం పాఠాలు నేర్చుకోవచ్చు. భూగ్రహం ఒక్కటయినా సరే, నా దేశపు ప్రత్యేకతను ఎత్తి చూపుతూ, దానిపట్ల నాకు గల విధేయతను పాడడానికి, అటువంటి దేశభక్తికి, యింకా కావలసినంత అవకాశం ఉంటుంది. అయినా అందరూ మనగలిగి, బాగా బతకాలంటే, ఆ స్థానిక విధేయతలను జోడించి, మొత్తం ప్రపంచ సమాజానికి విధేయత, కర్తవ్యం కనబరచడం కన్నా మరోదారి లేదు. ఒకవ్యక్తి ఒకే సమయంలో తన కుటుంబానికి, పరిసరప్రాంతం వారికి, వృత్తికి, తన దేశానికి విధేయత కలిగి ఉండాలి. ఆ పట్టికకు మానవజాతి, భూగ్రహం అనే మాటలు కూడా కలిపితేనేమి? నిజం. ఇటువంటి జమిలి విధేయతలు ఉంటే అక్కడక్కడ స్పర్థలు రావడం అనివార్యం. అయితే బతుకులో సమస్యలు ఉండవని ఎవరయినా అన్నారా? తట్టుకోవాలి.

గతకాలంలో మనుష్యులకు ఆపదలు, అవకాశాలు, స్థానికంగా తట్టుకోవడానికి తగని తీరున వచ్చాయి. కనుకనే దేశాలు, గుర్తింపులు మొదలయ్యాయి. ఆ పరిస్థితులలో దేశమంతా ఒకటి కాక కుదరలేదు. ఇరవయి ఒకటవ శతాబ్దంలో కూడా మనుషులు అచ్చంగా పాతరోజులలో లాగే, అదే పరిస్థితిలో పడిపోతున్నారు. ఈ కాలానికి సంబంధించిన సమస్యలకు సమాధానాలు వెతకడానికి, వారు తగిన ఫ్రేంలో లేరు. ఇప్పుడు ప్రపంచవ్యాప్తంగా గుర్తింపు అవసరం. ఎదురవుతున్న ప్రపంచస్థాయి సందర్భాలకు ఎదురు నిలవడానికి స్థానిక వ్యవస్థలు తగినంత బలంగా లేవు. ఇప్పుడు మన ఎదుటనున్నది ప్రపంచ పర్యావరణ, ప్రపంచ ఆర్థిక వ్యవస్థ. ప్రపంచ శాస్త్రవిజ్ఞానం. అయినప్పటికీ మనం రాజకీయంగా మాత్రం స్థానికంగా చిక్కుపడి ఉన్నాం. ఈ రకంగా పొసగని పరిస్థితి ఉంది గనుక ముఖ్యమయిన సమస్యలను ఎదురుకొనడంలో అది అడ్డు తగులుతున్నది. రాజకీయాలు ప్రభావవంతంగా సాగాలంటే, పర్యావరణం, ఆర్థిక వ్యవస్థ, సైన్స్ ప్రస్థానాలను డీగ్లోబలైజ్ చేయాలి. అది కుదరదంటే రాజయాలను గ్లోబలైజ్ చేయాలి. పర్యావరణాన్ని, విజ్ఞానశాస్త్ర ప్రగతిని ప్రపంచస్థాయి నుంచి దించడం కుదిరే పనికాదు. ఆర్థికవ్యవస్థను ఆ స్థాయి నుంచి కిందకు దించాలంటే అలవిమాలిన ఖర్చు అవసరమవుతుంది. అందుకే, మిగిలిన ఏకైక మార్గంగా రాజకీయాలను గ్లోబలైజ్ చేయాలి.

ఇటువంటి ప్రపంచ వాదానికి, దేశభక్తికి మధ్యన వైరుధ్యం లేదు. దేశభక్తి అంటే ఇతరదేశాల వారిని అసహ్యించాలని కాదు. దేశభక్తి అంటే తోటి దేశవాసులకు రక్షణ కల్పించడం. ఇక ఇరవయి ఒకటవ శతాబ్దంలో నీ దేశవాసులకు భద్రత, రక్షణ కల్పించాలంటే, ఇతరదేశాల వారితో సహకరించడం అవసరం. అంటే, మంచి జాతీయవాది మంచి గ్లోబలిస్ట్, ప్రపంచ వాది అయి ఉండక తప్పదు.

ఇది ప్రపంచస్థాయి ప్రభుత్వాన్ని స్థాపించడానికి పిలుపుకాదు. అటువంటి మాట అనుమానాస్పదం, అవాస్తవికం కూడా. రాజకీయాలను గ్లోబలైజ్ చేయడం అంటే, నగరాలు, దేశాలలోని రాజకీయ కార్యక్రమాలు, ప్రణాళికలు ప్రపంచస్థాయి సమస్యలు, ఆసక్తుల పట్ల మరింత లోతయిన బాధ్యత కలిగి ఉండడం. ఈసారి మీ దగ్గర ఎన్నికలు జరుగుతాయి. నాయకులు వోట్‌లు అడగడానికి వస్తారు. అప్పుడు ఆ రాజకీయ నేతలను నాలుగు ప్రశ్నలు అడగండి. మీరు ఎన్నికయిన పక్షంలో, అణుయుద్ధం రాకుండా ఎటువంటి ముందు జాగ్రత్తలు తీసుకుంటారు? శీతోష్ణస్థితి మార్పులకు వ్యతిరేకంగా ఎటువంటి పనులు చేపడతారు? కృత్రిమ జ్ఞానం, బయో ఇంజనియరింగ్ వంటివి పెరిగి అవాంఛనీయమయిన సమస్యలు పుట్టించకుండా, క్రమబద్ధీకరణకు ఏం చేస్తారు? ఇక చివరగా 2040లో ప్రపంచం ఎలాగుంటుందని మీరు అనుకుంటున్నారు? అందులో అతిహీనమయిన పరిస్థితి మీకు ఎట్లా కనిపిస్తుంది? అన్నిటికన్నా బాగుండే పరిస్థితిని మీరు ఏ రకంగా వర్ణిస్తారు?

కొంతమంది రాజకీయ నాయకులకు ఈ ప్రశ్నలు అర్థంకావు. లేదా వారు ఎంతసేపు గతం గురించి చెపుతుంటారు. రానున్న కాలం గురించి అర్థవంతమయిన దృష్టిని ఊహించలేదు. అటువంటి వారికి వోట్ వేయకండి.

చాలామంది రాజకీయ నాయకులకు జాతీయత గురించిన అవగాహన చాలా సంకుచితంగా ఉంటుంది. వారు ప్రపంచస్థాయి సహకారం గురించి తప్పుగా మాట్లాడతారు. బహుశా అటువంటి పరిస్థితిలో ప్రపంచాన్ని ఏకం చేయడానికి, విశ్వస్థాయి మత సంప్రదాయాలను నమ్మవచ్చునేమో? వందలాది సంవత్సరాలనాడే క్రైస్తవం, ఇస్లామ్ వంటి మతాలు, స్థానికంగా కాక ప్రపంచస్థాయిలో ఆలోచించాయి. వారికి జీవం అనే పెద్ద ప్రశ్న పట్ల గొప్ప ఆసక్తి ఉండేది. ఈ దేశం, మరొకదేశం అన్న సంకుచిత రాజకీయ పోరాటాల మీద అది లేదు. అయితే సాంప్రదాయిక మతాలు యింకా ఉపయోగకరంగా ఉన్నాయా? వాటికి ప్రపంచానికి రూపునివ్వగల శక్తి యింకా మిగిలి ఉందా? లేక అవి గతానికి గుర్తులుగా మాత్రమే వ్యర్థంగా పడి ఉన్నాయా? ఆధునిక రాజ్యాలవారి అమితమయిన శక్తి, ఆర్థికరంగం, సాంకేతికశాస్త్రం వాటితో ఆడుతున్నాయా?

8

మతం

దేవుడు ఇప్పుడు దేశానికి సేవ చేస్తాడు

ఆధునిక భావజాలాలు, వైజ్ఞానిక నిపుణులు, జాతీయ ప్రభుత్వాలు మానవాళి భవిష్యత్తు గురించి మనగలిగిన ఒక దృష్టిని అందించలేక పోయినట్టు తెలుసు. ఇక అటువంటి దృష్టిని మానవ మత సాంప్రదాయాలు అనే లోతయిన బావుల నుంచి చేదుకోవడం వీలవుతుందా? మన ప్రశ్నకు జవాబు బైబిల్, ఖురాన్, వేదాలలో మన కొరకే వేచి ఉందేమో?

మతాతీత లౌకికులు ఈ ఆలోచనను తప్పుపట్టవచ్చు. అనుమానించవచ్చు. పవిత్రగ్రంథాలు మధ్యయుగం కాలంలో ప్రస్తుతాలుగా ఉండి ఉండవచ్చు. కానీ కృత్రిమ జ్ఞానం, బయోఇంజనియరింగ్, గ్లోబల్ వార్మింగ్, సైబర్ యుద్ధాలు సాగుతున్న ఈ రోజుల్లో, అవి మనకు ఏరకంగా దారి చూపగలుగుతాయి. అయినా సరే మతం పట్టని మనుషులు చాలా తక్కువగానే ఉన్నారు. బిలియన్‌ల మంది మనుషులు నేటికీ పరిణామ సిద్ధాంతం మీదకన్నా బైబిల్, ఖురాన్ మీద ఎక్కువ నమ్మకం కనబరుస్తారు. భారతదేశం, టర్కీ, యునైటెడ్ స్టేట్స్ వంటి విభిన్న దేశాలలో మతం, రాజకీయాలకు రూపు పోస్తుంది. మతపరమయిన విరోధాలు నైజీరియా మొదలు, ఫిలిప్పైన్స్ దాకా దేశాలలో యుద్ధాలను ప్రేరేపిస్తాయి.

ఇక క్రైస్తవం, ఇస్లాం హైందవం లాంటి మతాలు ఎంతవరకు ప్రస్తుతాలవుతాయి? ఎదురుకుంటున్న ప్రశ్నలకు జవాబులు వెదకడంలో అవి మనకు సాయం అందించ గలుగుతాయా? ఇరవయి ఒకటవ శతాబ్దం ప్రపంచంలో సాంప్రదాయిక మతాల పాత్రను అర్థం చేసుకొనడానికి ముందు మూడు రకాల సమస్యలను గుర్తించాలి.

1. సాంకేతిక సమస్యలు: ఉదాహరణకు పొడిదేశాలలోని రైతులు, గ్లోబల్ వార్మింగ్ వల్ల మొదలయే తీవ్రమయిన కరువులను ఏ విధంగా ఎదురుకోవాలి?
2. విధాన సమస్యలు. అసలు ముందు వాతావరణం వేడెక్కకుండా చూడడానికి ప్రభుత్వాలు అనుసరించవలసిన విధానాలేమి?
3. గుర్తింపు సమస్యలు. ఉదాహరణకు, ప్రపంచంలో అవతలి పక్కన ఉండే రైతుల గురించి నేను కనీసం పట్టించుకోవలసిన అవసరం ఉందా? లేక నా జాతి, నాదేశం వారిని మాత్రం పట్టించుకుంటే చాలా?

సాంకేతిక, విధాన సమస్యల విషయంలో, సాంప్రదాయ మతాల పాత్ర అంతగా ఉండదన్న విషయం తరువాతి పేజీలలో మనకు అర్థమవుతుంది. అందుకు పూర్తి విరుద్ధంగా వాటికి, గుర్తింపు సమస్య ముఖ్యమయిన పాత్ర ఉంటుంది. అక్కడ కూడా అవి వీలయే సమాధానం కన్నా సమస్యలో భాగాలవుతాయి.

సాంకేతిక సమస్యలు : క్రిస్టియన్ వ్యవసాయం

ఆధునికతకు ముందుకాలంలో, వ్యవసాయం వంటి ప్రాపంచిక రంగాలలో కూడా విస్తృతమయిన సాంకేతిక సమస్యలకు సమాధానాలు అందించే బాధ్యత మతాల మీద ఉండేది. నాట్లు, పంటకోత సమయాలను దైవికమయిన పంచాంగాల వంటివి నిర్ణయించేవి. వర్షపాతం, చీడపీడల నుంచి రక్షణ కొరకు పూజా పునస్కారాలు జరిగేవి. కరువు, మిడతల దండు వచ్చి వ్యసాయం సమస్యగా మారితే, రైతులు, మతపెద్దలను ఆశ్రయించి దేవుడిని ప్రార్థించవలసిందిగా కోరేవారు. వైద్యం కూడా మతం పరిధిలోనే ఉండేది. ఇంచుమించు ప్రవక్తలు, గురువులు, షామాన్‌లు అందరూ వైద్యం కూడా చేసేవారు. అందుకే ఏసుక్రీస్తు ఎక్కువ కాలం, రోగులకు ఆరోగ్యం, అంధులకు చూపు, మూగవారికి మాట, వెర్రివారికి మెదడు యివ్వడంలోనే గడిపాడు. మీరు బతుకుతున్నది ప్రాచీన ఈజిప్ట్ అయినా, మధ్యయుగం యూరోప్ అయినా, అనారోగ్యం కలిగితే, వైద్యుని వద్దకు కాక మంత్రాల వారి వద్దకు చేర్చే వీలు ఎక్కువ. ఆసుపత్రికి కాక పుణ్యక్షేత్రానికి తరలించే వీలు ఎక్కువ.

ఇటీవలి కాలంలో జీవశ్రాస్త్రంవారు, సర్జన్‌లు కలిసి పూజారులు, మంత్రగాళ్ల నుంచి బాధ్యతలు అందుకున్నారు. ఇప్పుడు ఈజిప్ట్‌లో మిడతలదండు వస్తే, అక్కడివారు అల్లాను సాయం అడగవచ్చు. అందులో ఏముంది? అయినా వారు కెమిస్ట్‌ను, ఎంటమాలజిస్ట్ అనే పురుగుల పరిశోధకుడిని, జన్యుశాస్త్రజ్ఞుడిని కూడా సంప్రదిస్తారు.

మరింత మంచి పురుగుమందులను తయారు చేయమని, పురుగులను తట్టుకునే పంటరకాలను తయారు చేయమని అడుగుతారు. దైవభక్తి బాగా ఉండే ఒక హిందువు కొడుకుకు మశూచివస్తే, తండ్రి ధన్వంతరిని ప్రార్థిస్తాడు. స్థానిక దేవాలయంలో పూలు, నైవేద్యం పెడతాడు. అయితే అదంతా, బాబును దగ్గరలోని ఆసుపత్రిలో చేర్చి, వైద్యుల రక్షణ స్థిరం చేసుకున్న తరువాతనే. మానసిక ఆరోగ్యం మతంవారి స్వంత సొత్తు. అది కూడా నిదానంగా సైంటిస్ట్‌ల చేతికి మారుతున్నది. భూతాలశాస్త్రం స్థానంలో వైద్యశాస్త్రం పని చేస్తుంది. మంత్రాలు పోయి మందుల వాడకం మొదలయింది.

విజ్ఞానశాస్త్రం పూర్తిగా గెలిచింది. మతం గురించి మనుషుల అవగాహన మారింది. ఇక వ్యవసాయం, వైద్యాలకు మతంతో సంబంధాన్ని గుర్తించే రోజులు పోయాయి. చాలామంది తీవ్ర అభిమానులు కూడా మరుపును పెద్దఎత్తున నటిస్తున్నారు. ఈ రంగాలకు సాంప్రదాయిక మతాలకు సంబంధం ఉందని తాము ఏనాడూ అనలేదు, అంటున్నారు. మేము ఇంజనియర్‌లను, డాక్టర్‌లను ఆశ్రయిస్తే తప్పేమి?' అని అడుగుతున్నారు. 'అసలు అది కాదు. మతానికి, వ్యవసాయానికి, లేదంటే వైద్యానికి లంకె ఎక్కడిది?' అంటున్నారు.

సాంప్రదాయిక మతాల పరిధి బాగా తగ్గింది. అసలు వ్యవసాయం, ఆరోగ్య రక్షణ విషయంగా గతంలో వారు ఎక్కువగా సాధించింది ఏదీ లేదు. ప్రీస్ట్‌లు, గురువుల అసలయిన నైపుణ్యం వర్షం కురిపించడం, వైద్యం చేయడం, జ్యోతిషం, ఇంద్రజాలం కానేకావు. వాళ్లు ఎంతసేపూ ఏవో వివరణలు చేస్తూ ఉండే వారు. ప్రీస్ట్‌కు వాన నాట్యం రాదు. అతను కరువును ఆపలేడు. వాన నాట్యం పని చేయలేదని నచ్చచెప్పడం అతనికి తెలుసు. దేవుని మీద నమ్మకం ఎందుకు కొనసాగించాలి, అతను మన ప్రార్థనను పట్టించుకోకున్నా ఎందుకు పూజించాలి, అతను వివరిస్తాడు.

ఈ రకంగా వివరించి చెప్పే విశేషశక్తి, వారు సైంటిస్ట్‌లను ఎదురుకొనవలసి వచ్చినప్పుడు, వింతగా బోర్ల పడింది. సైంటిస్ట్‌లకు కూడా మాటలు మార్చడం, సాక్షాలను అనుకూలంగా వాడడం, బాగా తెలుసు. కానీ, సైన్స్‌కు ఒక చోట ఓటమిని అంగీకరించే శక్తి ఉంటుంది. మరోదారిని నడచిచూచే ఓపిక ఉంటుంది. కనుకనే వైజ్ఞానికులు నెమ్మదిగా మంచి పంటలు, మంచి మందులను తయారు చేయగలుగుతారు. ప్రీస్ట్‌లు గురువులు మంచి మాటలతో తప్పించుకుంటారు. శతాబ్దాలు గడిచిన కొద్దీ విశ్వాసంగల వారికి కూడా విషయం అర్థమయింది. అందుకే మతాల బలం తగ్గుతున్నది. సాంకేతిక రంగాలలో వాటి ప్రసక్తి మిగలడం లేదు. మొత్తం ప్రపంచం మరింతగా ఒకే నాగరికత అయిందంటే, ఇది కూడా అసలు కారణం. ఏదయినా పని చేస్తున్నది అంటే, అందరూ అదే కావాలి అంటారు.

విధాన సమస్యలు : ముస్లిమ్ ఆర్థికరంగం

వ్యాధి తగ్గించాలి అని అడిగితే, అటువంటి సాంకేతిక సమస్యకు సైన్స్ వద్ద సూటిగా జవాబు దొరుకుతుంది. అదే విధానాల గురించి అడిగితే, వైజ్ఞానికులు మధ్య కావలసినంత అభిప్రాయ భేదాలు ఉంటాయి. ప్రపంచం వేడెక్కుతున్నది, అంటే ఇంచుమించు అందరు పరిశోధకులు అవును, అంటారు. కానీ ఆ పరిస్థితికి ప్రతిగా మంచి ఆర్థిక ప్రతిక్రియ గురించి అడిగితే మాత్రం ఏకాభిప్రాయం కుదరదు. అట్లాగని పాతపద్ధతి మతాలు, ఆ సమస్యను పరిష్కరించగలుగుతాయి అనడానికి లేదు. ఆధునిక ఆర్థిక సమస్యలకు అలనాటి పవిత్రగ్రంథాలు మంచి మార్గదర్శకాలు కానేరవు. ఇక్కడి విభేదాలు, ఉదాహరణకు, పెట్టుబడిదారులు, ప్రజాస్వామ్యవాదుల మధ్యనున్న వంటివి, పాతకాలంలో మతాల మధ్య ఉన్న రకం కావు.

ఇజ్రాయెల్, ఇరాన్ వంటి దేశాలలలో, రాబైలు, ఆయతొల్లాలకు, ప్రభుత్వ ఆర్థిక విధానాల గురించి సూటిగా కలుగజేసుకునే తీరు ఉంది, నిజమే. ఇక మతాతీతులం అనుకునే యునైటెడ్ స్టేట్స్, బ్రెజిల్ వంటి దేశాలలో మతగురువులు, పన్నుల గురించి మొదలు పర్యావరణం దాకా, అన్ని విషయాల మీద ప్రజాభిప్రాయాలు రూపొందడం మీద ప్రభావం చూపుతారు. కానీ కొంచెం లోతుగా చూస్తే, ఇక్కడ చాలా సందర్భాలలో పాతపద్ధతి మతాలపాత్ర, ఆధునిక సైన్స్ సిద్ధాంతాల తరువాత మాత్రమే వస్తుందని తెలుస్తుంది. ఇరాన్ ఆర్థికవ్యవస్థ గురించి ఆయతొల్లా ఖామెనెయి ఒక కీలకమయిన నిర్ణయం చేయవలసి ఉంటుంది. అందుకు తగిన జవాబు ఆయనకు ఖురాన్‌లో కనిపించదు. ఆధునిక పారిశ్రామిక ఆర్థికవ్యవస్థ గురించి, ఏడవ శతాబ్దపు అరబ్‌లకు ముక్క కూడా తెలియదు. అందులోని అవరోధాలు, అవకాశాలు, ప్రపంచవ్యాప్త ఆర్థిక బజార్ అప్పటికి ఎవరికీ తెలియని సంగతులాయె. కనుక ఆయన, ఆయన మనుషులు, మరొక వేపు మళ్లుతారు. కార్ల్‌మార్క్స్, మిల్‌టన్ ఫ్రీడ్‌మన్, ఫ్రీడ్రిష్ హయేక్‌లను ఆధునిక ఆర్థిక విజ్ఞానాన్ని సమాధానాల కొరకు ఆశ్రయిస్తారు. ముందు వడ్డీరేట్ల పెంపు, పన్నులు తగ్గింపు, ప్రభుత్వ గుత్త సంస్థలను ప్రైవేట్ వారికి అప్పగించడం, లేదా అంతర్జాతీయంగా ధరల గురించి అగ్రిమెంట్ మీద సంతకం లాంటివన్నీ నిర్ణయం అవుతాయి. అప్పుడు ఖామెనెయి తన మతం తెలివిని, అధికారిన్ని సంపూర్తిగా వాడి, ఆయా వైజ్ఞానికమయిన విషయాలను, తెలివిగా తన మాటలలోకి, కాదంటే ఖురాన్ మాటలలోకి మారుస్తాడు. అల్లా నిర్ణయంగా, వాటిని అందరి ముందు ప్రకటిస్తాడు. చేసిన మాయ ఎందుకూ కొరగాదు. షియా పద్ధతి ఇరాన్, సున్నీ సౌదీ అరేబియా, యూదు ఇజ్రాయెల్, హిందూ భారతదేశం, క్రిస్టియన్ అమెరికా, అన్నింటి విధానాలను పరిశీలించినా అందులో పెద్ద తేడాలు కనబడవు.

పందొమ్మిది, ఇరవయి శతాబ్దాల కాలంలో ముస్లిం, యూదు, హిందూ, క్రిస్టియన్ తాత్వికులు, కొత్త పదార్థ వాదానికి ఎదురుగా ఉద్యమించారు. అసలెందుకో తెలియని పెట్టుబడి విధానాన్ని కాదన్నారు. ప్రభుత్వాధికారుల పాలనతీరును నిరసించారు. తమకు గనుక ఒకసారి అవకాశం యిస్తే, ఆధునిక దుష్ప్రభావాలను అన్నింటిని తుడిచి వేస్తామని, తమతమ వర్గాల శాశ్వతమయిన ఆధ్యాత్మిక విలువలు ఆధారంగా పూర్తిగా మరొక రకం సామాజిక-ఆర్థిక వ్యవస్థను నిలబెడతామని, వారు హామీ యిచ్చారు. వారికి ఒకటి కాదు ఎన్నో అవకాశాలు అందాయి. ఆధునిక ఆర్థిక వ్యవస్థల విషయంలో వారు చేయగలిగింది, మళ్లీ రంగులు వేసి, ఒకచోట చంద్రవంకను, మరొకచోట క్రాస్‌ను, స్టార్ ఆఫ్ డేవిడ్‌ను, ఓం ను గుడిమీద నిలపడం వరకే.

ఆర్థికశాస్త్రం వరకు వచ్చేసరికి, అచ్చంగా వర్షం కురిపించడం గురించి లాగే, మత సంబంధ పండితులు తమ పాత పాండిత్యాన్ని వాడుకుంటారు. గ్రంథాలలోని మాటలకు కొత్త అర్థాలు చెపుతారు. అక్కడ మతం ప్రసక్తి లేదంటారు. ఖామెనెయి ఎంచుకున్నది ఏ ఆర్థిక పద్ధతి అయినా, అతను దాన్ని ఖురాన్ దృష్టితో సర్ది చెపుతాడు. కనుక ఖురాన్ నిజమయిన జ్ఞానాన్ని అందించవలసింది పోయి కేవలం ఒక అధికారానికి గుర్తుగా మిగిలిపోతుంది. ఆర్థికరంగంలో నిజంగా జటిలమయిన సమస్య ఎదురయితే, మార్క్స్, హయేక్ రచనలను మరింత లోతుగా చదువుతాము. అవి విధానాలను మరింత బాగా అర్థమయేట్లు చేస్తాయి. సమస్యను కొత్త కోణం నుంచి చూడగల అవకాశాన్నిస్తాయి. కనుక వీలున్న సమాధానాలను గురించి వివేచన కలుగుతుంది. జవాబు సిద్ధం చేసుకున్న తర్వాత నీవు ఖురాన్ వేపు తిరుగుతావు. అందులో సూక్ష్మంగా ఏదో సూరాలో, తెలివిగా వ్యాఖ్యానించింది, నీవు మరెక్కడినుంచో తెచ్చుకున్న సమాధానాలను సమర్థించడానికి సూచనలు దొరికేదాకా వెతుకుతావు. అక్కడ అందే జవాబులు ఎటువంటివయినా ఖురాన్ విషయంగా మంచి పాండిత్యం ఉంటేచాలు, అన్నింటినీ సమర్థించగలుగుతావు.

క్రైస్తవం విషయంలో కూడా ఇదే దారి. క్రైస్తవులు ఒకరు పెట్టుబడిదారు కావచ్చు. అంతే సులభంగా ప్రజాస్వామ్యవాది కూడా కావచ్చు. ఏసు చెప్పిన కొన్ని విషయాలు కమ్యూనిస్ట్ వాసనలను గుప్తిస్తున్నాసరే, అది గమనించకుండానే, ప్రచ్ఛన్నయుద్ధం కాలంలో అమెరికన్ బడా వ్యాపారులు, సెర్మన్ అన్ ద మవుంట్ పారాయణం చేస్తూ కూచున్నారు. 'క్రీస్టియన్ ఆర్థికశాస్త్రం' అని ప్రత్యేకంగా ఏదీ లేదు. అదేరకంగా హిందూ, ముస్లిమ్ ఆర్థికశాస్త్రాలు కూడా లేవు.

అలాగని, బైబిల్, ఖురాన్, వేదాలలో ఆర్థికశాస్త్రం గురించి ఆలోచనలు లేనేలేవని అనడానికి లేదు. కానీ ఉన్న ఆలోచనలు ఈనాటి పరిస్థితికి పనికి వచ్చేవికావు. మహాత్మాగాంధీ వేదాలు చదివాడు. స్వతంత్ర భారతదేశాన్ని స్వయంసమృద్ధ

వ్యావసాయిక సమాజాలుగా ఊహించగలిగాడు. అవి తమ ఖాదీని తామే వడుకుతాయి. ఎగుమతులు తక్కువ, దిగుమతులు అంతకన్నా తక్కువ ఉండే సమాజాలవి. అతని ఫొటోగ్రాఫ్‌లలో ప్రసిద్ధమయినది ఒకటి ఉంది. అందులో ఆయన స్వయంగా నూలు వడుకుతుంటాడు. ఆ మామూలు చరఖాను ఆయన భారత జాతీయోద్యమానికి గుర్తుగా నిలబెట్టాడు. అయినప్పటికీ ఈ పాతతరహా దృష్టి, ఆధునిక ఆర్థికపరిస్థితికి అనువయినది కాదు. అందుకే అది అంతగా మిగిలి నిలవ లేదు. కోట్లాది రూపాలయ నోట్లమీద గాంధీ బొమ్మ మాత్రం కనబడుతుంది.

ఆధునిక ఆర్థికసిద్ధాంతాల అర్థాలు మరింతగా బలపడ్డాయి. పాత భావనలను పక్కకు జరిపి మతపరమయిన సమస్యలకు కూడా, ఆర్థిక దృష్టితో విశ్లేషిస్తున్నారు. అందుకు వ్యతిరేకంగా ఆర్థికశాస్త్రం గురించి మతాధార వ్యాఖ్యలు కుదరడం లేదు. ఉదాహరణగా ఉత్తర అయిర్లాండ్ గురించి చెప్పవచ్చు. అక్కడ కాతలిక్, ప్రొటెస్టెంట్ వర్గాల మధ్య విబేధాలు వర్గపోరాటం కారణంగా పెరిగాయి అంటున్నారు. ఎన్నో చరిత్రాత్మక కారణాల వలన అక్కడి అగ్రవర్గాల వారంతా ప్రొటెస్టెంట్‌లు. బడుగువారు కాతలిక్ శాఖవారు. క్రీస్తు తీరు గురించిన స్పర్థగా కనిపించే ఈ సమస్య వాస్తవానికి, కలవారు, లేనివారి మధ్య కలిగిన పోరాటం. 1970ల్లో దక్షిణ అమెరికాలో కమ్యూనిస్ట్ గెరిల్లాలకు, కాపిటలిస్ట్ భూస్వాములకు పేచీ వచ్చింది. అయితే ఆ విషయాన్ని లోతుగా గమనించినవారికి విభేదాలు వారి ఆర్థికస్థితికన్నా, క్రీస్తు తీరు మీద ఎక్కువగా ఆధారపడినట్లు తేలింది. కానీ, ఈ మాట ఎవరూ అనలేదు.

కనుక ఇరవయి ఒకటవ శతాబ్ది పెద్దప్రశ్నలు ఎదురుగా నిలిచినప్పుడు, మతాలవల్ల తేడా తెలిసేది ఎక్కడ? మనుషుల జీవితాలను గురించి కృత్రిమ జ్ఞానం నిర్ణయాలు చేయవచ్చా? లేదా? అన్న ప్రశ్నను ఉదాహరణగా తీసుకోండి. అది వారి చదువుల గురించి, ఉద్యోగం, పెళ్లి గురించి నిర్ణయాలు చేస్తుంది. ఈ సమస్య గురించి ముస్లిమ్‌ల విధానం ఏమి? యూదలు ఏమంటారు? ఇక్కడ ముస్లిమ్, యూదు విధానాలు లేనేలేవు. మానవజాతి రెండు వర్గాలుగా విడిపోయే వీలు కనబడుతుంది. కృ.జ్ఞా. కు అధికారం యివ్వవచ్చు అనేవారు, దాన్ని వ్యతిరేకరించేవారు. ఈ రెండు వర్గాలలోనూ ముస్లిమ్‌లు, యూదులు ఉండవచ్చు. వారు ఎంచుకున్నది ఏ దారి అయినా, వాటిని తమతమ మతగ్రంథాల సాయంతో సమర్థించి చెపుతారు.

కొన్ని అంశాల గురించి మతవర్గాలు కూడా తమ తీరును స్థిరీకరించవచ్చు. వాటినే పవిత్ర, శాశ్వత సిద్ధాంతాలుగా మార్చగలుగుతారు కూడా. 1970 దశకంలో లాటిన్ అమెరికాలోని మతపండితులు ఒక ఉదార స్వేచ్ఛావాదాన్ని ప్రతిపాదించారు. అందులో ఏసుక్రీస్తు కొంతవరకు చే గెవారా లాగ కనిపించసాగాడు. ఆయన పేరును అంతే సులభంగా, గ్లోబల్ వార్మింగ్ గురించిన చర్చలో కూడా వాడుకోవచ్చు. ప్రస్తుత రాజకీయ విధానాలను శాశ్వతమయిన మతాదేశాలుగా ఎత్తి చూపవచ్చు.

నిజానికిది ఇప్పటికే జరుగుతున్నది. అమెరికన్ ఎవాంజెలికల్ పాస్టర్‌లు కొందరు నిప్పులు చెరిగే తమ ఉపన్యాసాలలో పర్యావరణచట్టాలకు వ్యతిరేకంతను పొందు పరుస్తున్నారు. మరొక పక్కన పోప్ ఫ్రాన్సిస్ వాతావరణ సమస్యకు వ్యతిరేకంగా నడుస్తున్న దాడిని ముందు క్రీస్తు పేరున నడిపిస్తున్నాడు. (అతని సర్వవిజ్ఞానకోశం వంటి వాడాటో సి లో సాక్షం ఉంది.) అంటే బహుశా 2070 నాటికి పర్యావరణ ప్రశ్నకు సంబంధించినంత వరకు తమరు ఎవాంజెలికల్ లేక కాతలిక్‌లలో ఎందులో ఉన్నారన్నది ముఖ్య విషయం అవుతుంది. కార్బన్ విడుదలకు గరిష్ఠ పరిమితులు నిర్ణయిస్తే, వాటిని ఎవాంజెలికల్ వారు కాదంటారు. కాతలిక్‌లు మాత్రం, పర్యావరణాన్ని మనం కాపాడి తీరాలని ఏసు చెప్పినట్లు నమ్ముతుంటారు.

వారి కార్‌ల విషయంలోనే తేడా తెలిసిపోతుంది. ఎవాంజెలిస్ట్‌లు ఇంధనాన్ని తాగేసే పెద్ద ఎస్‌యూవీ లలో తిరుగుతుంటారు. కానీ, కాతలిక్‌లు మాత్రం సరికొత్త కరెంటు కార్లలో తిరుగుతారు. వారి బంపర్ మీది స్టికర్ 'గ్రహాన్ని తగల బెట్టండి - మీరు నరకంలో తగలబడండి' అని హెచ్చరిస్తూ ఉంటుంది. అయితే ఒక పక్కవారు తమతమ తీరును సమర్థించడానికి బైబిల్‌లో మాటలను ఎత్తి చూపుతుంటారు. కానీ నిజానికి వారి మధ్య అభిప్రాయ భేదాల అసలు కారణం, బైబిల్‌లో లేదు. అది ఆధునిక వైజ్ఞానిక సిద్ధాంతాలు రాజకీయ విధానాలలో ఉంది. ఈ రకంగా చూస్తే సమకాలీన విధానచర్చల విషయంగా మతం చేయగలిగింది మరేమంత లేదని అర్థమవుతుంది. కార్ల్‌మార్క్స్ అన్నట్టు అది ఒక తెర, పొర మాత్రమే.

గుర్తింపు సమస్యలు : ఇసుకలో గీతలు

అయినా మార్క్స్ మాటలలో అతిశయం ఉంది. మతం అన్నది ఒక పై నిర్మాణం మాత్రమే. అందులో బలంగల సాంకేతిక, ఆర్థికశక్తులు దాగి ఉన్నాయి అన్నాడతను. ఆధునిక ఆర్థికనిర్మాణం మీద, ఇస్లామ్, హైందవం, క్రైస్తవం కేవలం అలంకరణలు కావచ్చు. అయితే ప్రజలు ఈ అలంకారాలనే ఎంచుకుంటారు. వారితీరు ఒకటే కీలకమయిన చారిత్రకశక్తిగా నిలుస్తుంది. మానవుల శక్తి, విస్తృత సహకారం మీద ఆధారపడుతుంది. జనం ఎంత ఎక్కువగా గుర్తింపులను అందుకుంటే, అంతగా తోడు నడుస్తారు. ఈ గుర్తింపులన్నీ కట్టుకథల నుంచి వస్తున్నాయి. అవి వైజ్ఞానిక వాస్తవాల మీద, ఆర్థిక ఆవశ్యకతల నుంచి బయటికి రావడం లేదు. ఇరవయి ఒకటవ శతాబ్దంలో కూడా, మానవులను ముస్లిమ్‌లు, యూదులుగా విడదీయాలన్నా, లేదా రష్యావారు, పోలిష్‌వారుగా వేరు చేయాలన్నా, ఇంకా మతం కథల మీద ఆధారపడవలసి వస్తున్నది. నాజీలు, కమ్యూనిస్ట్‌లు మానవులగుర్తింపు జాతి, వర్గాల

ఆధారంగా జరగాలని ప్రయాసపడ్డారు. అదంతా ఆపాయకరమయిన కుహనా విజ్ఞానంగా తేలింది. అప్పటి నుంచి 'సహజమయిన' గుర్తింపుల గురించి కలుగజేసుకోవడానికి సైంటిస్ట్‌లు జంకుతున్నారు.

కనుక ఇరవయి ఒకటవ శతాబ్దిలో మతాలు వానలు కురిపించజాలవు, వ్యాధులను తగ్గించజాలవు. బాంబులు కట్టజాలవు. అయితే, మనమెవరు, పెరవారెవరు నిర్ణయించడంలో, ఎవరికి మందులివ్వాలి, ఎవరిని బాంబుల దాడికి గురిచేయాలి తేల్చడంలో తప్పక ముందుంటాయి. వాస్తవదృష్టితో పరిశీలిస్తే, షియా ఇరాన్, సున్నీ సౌదీ అరేబియా, యూదు ఇజ్రాయెల్ మధ్యన ఆశ్చర్యకరంగా తేడాలు చాలా తక్కువ. అవన్నీ అధికారుల చేతులలో నడిచే దేశరాజ్యాలు, అన్నిటిలోనూ ఇంచుమించు కాపిటలిస్ట్ పద్ధతులు కొనసాగుతాయి. అన్నింటిలోనూ పోలియో రాకుండా, పిల్లలకు టీకా వేస్తారు. బాంబులు తయారుచేయడానికి వారంతా రసాయన, భౌతికశాస్త్రవేత్తల మీద ఆధారపడతారు. అధికార యంత్రాంగంలో షియా విధానం, పెట్టుబడి విధానంలో సున్నీ పద్ధతి, యూదుల భౌతికశాస్త్రం అని వేరుగా లేవు. మరి మనుషులు తమవంటివారు లేరు, అనుకునేది ఎట్లా? వారు ఒక మానవవర్గానికి విధేయులుగా మరొక దానికి వ్యతిరేకులుగా ఉండడం ఎట్లా?

ఎప్పటికప్పుడు చెదిరిపోతున్న ఇసుక మీద గీతలు గీయడానికి, మతాలు తంతులను, క్రతువులును, పండుగలను, పర్వాలను వాడుకుంటాయి. షియా, సున్నీ, నూతన యూదుల దుస్తులు వేరుగా ఉంటాయి. ప్రార్థనలు వేరు, పద్ధతులు వేరు. ఈ వేరువేరు మత సాంప్రదాయాలతో తరుచుగా ఒక రోజంతా అందంగా గడిచిపోతుంది. అందులో మనుషుల ప్రవర్తన మరింత మెత్తబడుతుంది. రోజులో అయిదుసార్లు, బజార్ల గోలను మరిపిస్తూ ముయెజ్జిన్ పిలుపు శ్రావ్యంగా ఆఫీసులు, ఫ్యాక్టరీలు, అన్నింటి మీద గింగిరాలు తిరుగుతుంది. ముస్లిమ్‌లు అందరూ ఎంత పనిగోలలో ఉన్నా, అన్నీ పక్కనబెడతారు. అందరూ శాశ్వత సత్యంతో ఒకటయే ప్రయత్నం చేస్తారు. వారి పొరుగున హిందువులు అదే పనిని, అదే గమ్యం కొరకు, నిత్యపూజలు, మంత్రజపాలతో చేస్తారు. ప్రతి శుక్రవారం రాత్రి యూదుకుటుంబాలు కలిసి కూచుంటాయి. సంతోషం, కృతజ్ఞత, సామీప్యత పేరున కలిసి తింటాయి. రెండునాళ్ల తరువాత ఆదివారం ఉదయాన క్రీస్టియన్ గీతాలాపన బృందగానాలు, లక్షలాది మందికి బతుకుపట్ల నమ్మకం పంచుతాయి. సమూహబంధాలు, విశ్వాసం, ప్రేమల ఆధారంగా మరింత బలపడతాయి.

మిగతా మత సంప్రదాయాలు ప్రపంచాన్ని, కావలసినంత వికారం చేస్తాయి. మనుషులు నీచంగా, క్రూరంగా ప్రవర్తించేట్లు చేస్తాయి. మతం మద్దతుతో సాగే పురుషాధికారం, కులవివక్షల గురించి చెప్పడానికి లేదు. అవి అందంగా ఉన్నా,

అసహ్యకరంగా ఉన్నా, ఈ మత సాంప్రదాయాలన్నీ, కొందరిని ఒకచోట చేరుస్తాయి. పొరుగు వారిని వేరు చేసి చూపిస్తాయి. మనుషులను విడగొడుతున్న మత సాంప్రదాయాలను వెలినుంచి చూస్తే చాలా మామూలుగా కనబడతాయి. ఇటువంటి విషయాలను గురించి మరీ పట్టించుకునే వారిని గురించి ఫ్రాయిడ్ 'చిన్న తేడాల గురించి నార్సిస్సిజమ్' అంటూ గేలి చేశాడు. కానీ, చరిత్రలో, రాజకీయాలలో చిన్న తేడాలు చాలా దూరాలకు దారి తీస్తాయి. మీరు స్వలింగ సంపర్కం చేసే ఆడ, మగా ఎవరయినా అయిన పక్షంలో, మీరు ఏ దేశంలో ఉన్నారనే అంశం చావు బతుకులను తేలుస్తుంది. ఇజ్రాయెల్‌లో ఎల్‌జీబీటీలకు చట్టపరంగా రక్షణ ఉంది. ఇద్దరు అమ్మాయిలు పెళ్లి చేసుకుంటాము అంటే, వచ్చి చేయించే రాబై (మతగురువులు) కూడా ఉన్నారు. ఇక ఇరాన్‌లో స్వలింగ సంపర్కం చేసే ఆడా, మగ యిద్దరిని శిక్షలకు గురిచేస్తారు. అప్పుడప్పుడు మరణశిక్ష కూడా వేస్తారు. ఇక సౌదీ అరేబియాలో 2018 దాకా ఒక లెస్బియన్‌కు కారు నడిపించే అవకాశం ఉండేది కాదు. అసలు ఆడవారికే ఆ అధికారం లేదు. లెస్బియన్ సంగతి తరువాత!

సాంప్రదాయిక మతాల అధికారం, ప్రాముఖ్యాలు కొనసాగుతున్న తీరు ఉదాహరణగా ఆధునిక ప్రపంచంలో జపాన్ గురించి చెప్పవచ్చు. 1853 లో ఒక అమెరికన్ నౌకాదళం జపాన్ వారిని ఆధునిక ప్రపంచం కొరకు దారినివ్వమని అన్నది. ఇక వెంటనే జపనీస్ ప్రభుత్వం చాలావేగంగా ఆధునిక విధానాలను అమలు చేసింది. మంచి ప్రగతి సాధించింది. కొన్ని దశాబ్దాల వ్యవధిలోనే, జపాన్, సైన్స్, పెట్టుబడిదారీ విధానం, అధునాతన సాంకేతిక శాస్త్రాల ఆధారంగా, మారింది. వారి ప్రభుత్వం అధికారుల చేతులలో బలంగా పనిచేయసాగింది. అది చైనా, రష్యాలను ఓడించింది. తైవాన్, కొరియాలను ఆక్రమించింది. చివరకు అమెరికా వారి నౌకాదళాన్ని పర్ల్ హార్బర్‌లో నుసిచేసి నీటముంచింది. దూరప్రాచ్యంలోని యూరోపియన్ సామ్రాజ్యాలను నాశనం చేసింది. అయినా ఆ దేశం గుడ్డిగా పడమటి వారి పద్ధతులను అనుసరించలేదు. తన సాటిలేని గుర్తింపును నిలబెట్టుకోవడానికి, కృషి చేసింది. ఆధునికతకు, మరేదో మాయదారి ప్రపంచ సమాజానికి తలవంచదు అన్నది.

మొత్తానికి జపాన్, స్థానిక మతం షింటోను, జపనీస్ గుర్తింపు ఆధారంగా, నిలబెట్టుకున్నది. నిజానికి జపాన్ రాజ్యం షింటోను పునఃస్థాపితం చేసింది. సాంప్రదాయ షింటో సమగ్రంగా లేదు. ఎందరో దేవతలు, అనిమిస్ట్ విశ్వాసాలు, భూతాలు, దెయ్యాలు, అన్నింటికీ అందులో చోటుంది. ప్రతిపల్లెకు, గుడికి, నచ్చిన ఆత్మలు, అక్కడి పద్ధతులు ఉండేవి. పందొమ్మిదవ శతాబ్ద కడపటి, ఇరవయ శతాబ్దం తొలికాలంలో జపనీస్ ప్రభుత్వం, షింటోమతం యొక్క అధికారికరూపాన్ని సిద్ధం చేసింది. స్థానిక సంప్రదాయాలను చాలావరకు నిరుత్సాహ పరిచింది. ఈ కొత్త

అధికారిక షింటోను, జాతీయత, వర్గాలు అనే ఆధునిక భావనలతో కలగలిపింది. అగ్రవర్గాలవారు వాటిని యురోపియన్ సామ్రాజ్యవాదుల నుంచి అందుకున్నారు. బౌద్ధం, కన్‌ఫ్యూసియానిజం, సమురాయ్ సామ్రాజ్య నీతులలో, ప్రభుత్వంపట్ల విధేయత కలిగించగల పద్ధతులుంటే, వాటన్నింటినీ కొత్తమతంలో కలుపుకున్నారు. అన్నింటిని మించి, జపాన్ చక్రవర్తిని ఆరాధించాలి అన్న అత్యున్నత సూత్రాన్ని మతం కొత్తరూపులో బలంగా చేర్చారు. చక్రవర్తి నేరుగా, సూర్యదేవుడు అమాతెరసు వారసుడు. అతను జీవించి ఉన్న దేవునికి ఏ కొంచెం కూడా తక్కువ కాదు అన్నారు.

ఆధునికతను అతివేగంగా అలవరచుకుంటున్న ఒక దేశం, పాతకొత్తలను కలగాపులగం చేసింది. మొదటిచూపులో అది తగినతీరు కాదని తోచింది. సజీవుడయిన దేవుడా? ఆనిమిస్ట్ ఆత్మలా? సామ్రాజ్యం తరహా నీతులు? అంతాకలిపి చూస్తే కొత్తరాతియుగం నాటికి గుంపు పద్ధతిలాగ తోచింది. అది ఆధునిక పారిశ్రామిక శక్తి వలె కనబడలేదు.

అయినా అది మాయలాగ పనిచేసింది. జపాన్ ప్రగతి అలవిమాలిన వేగంతో సాగింది. రాజ్యంపట్ల విధేయత కూడా పిచ్చిగా పెరిగింది. ప్రిసిషన్ గైడెడ్ క్షిపణులను ముందు తయారుచేసి వాడింది జపాన్. స్టేట్ షింటో సాధించిన ఘనవిజయానికి అది అందరూ గమనించిన గుర్తు. యుఎస్‌ఏ స్మార్ట్ బాంబ్‌ను తేవడానికి దశాబ్దాలు ముందే, పైగా నాజీ జెర్మనీ గుడ్డిగా వీలూ రాకెట్‌లను విడుదల చేస్తున్న సమయంలో తమ క్షిపణులను వాడి జపాన్ అలీన నౌకలను లెక్కలేనన్నింటిని ముంచేసింది. ఈ మిసైల్స్ కమికాజే అన్నారు. ఇవాళ గమ్యాన్ని ముందు నిర్దేశించి ప్రయోగించే ఆయుధాలలో, దారిని కంప్యూటర్‌లు చూపిస్తాయి. కమికాజే మాత్రం నిజానికి విమానాలు. అందులో పేలుడు పదార్థాలు ఉంటాయి. ఒక మనిషి పైలట్, తిరిగి వచ్చే ప్రశ్నలేదని నిశ్చయించి దాన్ని నడుపుతుంటాడు. స్టేట్ షింటో కారణంగా కలిగిన బలమయిన ఆత్మార్పణ భావన, చావును ధిక్కరించే బలం గుర్తింప దగినవి. ఒకపక్క అత్యంత ఆధునిక సాంకేతిక వనరులు, మరొక పక్క మతం యిచ్చిన మానసికశక్తి రెంటిమీద కమికాజే ఆధారపడింది. విజయవంతంగా ముందుకు సాగింది.

ఇవాళ లెక్కలేని ప్రభుత్వాలు, తెలిసి, తెలియక, జపనీస్ ఉదాహరణను అనుసరిస్తాయి. వారు విశ్వం అంగీకరించిన పరికరాలను, ఆధునికత అందించిన నిర్మాణాలు తమవిగా చేసుకుంటారు. తోడుగా, సాటిలేని గుర్తింపు కొరకు మాత్రం సాంప్రదాయిక మతాలను నమ్ముకుంటారు. జపాన్‌లో స్టేట్ షింటో వంటి పద్ధతిని, రష్యాలో సనాతన క్రైస్తవం, పోలాండ్‌లో కతాలిసిసమ్, ఇరాన్‌లో షియా ఇస్లాం, సౌదీ అరేబియాలో వహాబ్ పంథా, ఇజ్రాయెల్‌లో జూడాయిజమ్ అనుసరించాయి.

ఒక మతం ఎంత ప్రాచీనంగానయినా కనిపించవచ్చు. కొంచెం ఊహాశక్తి, కొంత వివరణశక్తి ఉంటే చాలు, దాన్ని అనుమానం లేకుండా, అధునాతన సాంకేతిక పరికరాలతో కలగలపవచ్చు. ఎంతో అభివృద్ధి చెందిన సంస్థలతో ముడిపెట్టవచ్చు.

కొన్నిచోట్ల అధికారంలోని ప్రభుత్వాల తమ గుర్తింపును బలపరచడానికి పూర్తి కొత్త మతాన్ని సృష్టించవచ్చు. అందుకు ఉదాహరణగా జపాన్‌కు ఒకనాటి సామంత దేశం, ఉత్తర కొరియాను చూపించవచ్చు. నార్త్‌కొరియా ప్రభుత్వం తన ప్రజలకు నేర్పుతున్న మతం పేరు జూషే! అది కొంచెం అతిగా కనబడుతుంది కూడా. అందులో కొంత మార్క్సిజం – లెనినిజమ్, కొన్ని కొరియన్ ప్రాచీన సంప్రదాయాలు, కొరియా మానవ వర్గం మరీ పరిశుభ్రమయినది అని చెప్పే జాతివాద విశ్వాసం, కిమ్ ఇల్ – సుంగ్ వంశం వారి భక్తి శ్రద్ధలు, కలిసి ఉంటాయి. కిమ్ వంశంవారు సూర్యదేవత సంతతివారని ఎవరూ అనడం లేదు. అయినా చరిత్రలో ఏ దేవతకు లేనంతగా వారికి ఆరాధనలు అందుతాయి. జపాన్ చక్రవర్తి చివరికి ఓటమిపాలు కావలసి వచ్చిందన్న సంగతి బహుశా మనసులో వెనుక ఉన్నందుకేమో, ఉత్తర కొరియా వారి జూషే మతంలో అణ్వాయుధాలకు కూడా చోటిచ్చారు. వాటి తయారీని తీవ్రమయిన త్యాగాలకు సమానంగా గుర్తించగల పవిత్రధర్మం, విధిగా వర్ణించారు.

జాతీయతావాదానికి దాసి

సాంకేతిక పరికరాలు ఏరకంగానయినా రావచ్చు. అయినా మతపరంగా గుర్తింపులు, తంతులు కొత్త టెక్నాలజీ వాడకంమీద ప్రభావం చూపుతూనే ఉంటాయి. వాటికి ప్రపంచాన్ని తగలబెట్టే శక్తి కొనసాగవచ్చు. కూడా. మధ్యయుగం నాటి రచనల గురించి వాదం వచ్చింది. దాని సంగతి అటుయిటు తేల్చడానికి అత్యంత నూతన క్షిపణులను, సైబర్ బాంబ్‌లను వాడుతుండవచ్చు. మానవజాతి శక్తి, పెద్దసంఖ్యగల వారి సహకారం మీద ఆధారపడి ఉన్నంతకాలం, ఆ సహకారం కట్టుకథల మీద ఆధారపడుతున్నంతకాలం, మతం, ముహూర్తాలు, మంత్రాలు ముఖ్యమయినవిగా కొనసాగుతూనే ఉంటాయి.

దురదృష్టం కొద్దీ, ఇదంతా కలిసి, సాంప్రదాయ మతాలన్నవి, మానవుల సమస్యలో భాగంగా మారతాయి. నిజానికది సమస్యలకు సమాధానం కావాలి. మతాలకు యింకా కావలసినంత రాజకీయబలం ఉంది. అవి దేశాలకు గుర్తింపులనిచ్చి మూడవ ప్రపంచ యుద్ధాన్ని తేగలుగుతాయి. అయితే ఇరవయిఒకటవ శతాబ్దం సమస్యలను పెంచడంపోయి, తొలగించే విషయానికి వస్తే, వాటినుంచి ఆశించగలిగేది ఏమీలేదు. ప్రాచీనమతాలు చాలావరకు విశ్వస్థాయి విలువలను బోధిస్తాయి. తమకు

విశ్వవ్యాప్తంగా అంగీకారం ఉందంటాయి. కానీ ప్రస్తుతం మాత్రం వాటిని ఉత్తరకొరియా, రష్యా, ఇరాన్, ఇజ్రాయెల్‌లో ఆధునిక జాతీయవాదానికి దాసిగా వాడుకుంటున్నారు. ఇక జాతీయ వ్యత్యాసాలను దాటడం మరింత కష్టం అవుతుంది. అణుయుద్ధం, పర్యావరణ పతనం, సాంకేతికశాస్త్రం తేగల వినాశనాలకు, ప్రపంచస్థాయి సమాధానాలు వెతకడం అంతకన్నా కష్టం అవుతుంది.

ఆ రకంగా వాతావరణం వేడెక్కడం, అణ్వస్త్ర విస్తరణ వంటివాటి గురించి పట్టించుకునే సందర్భంలో షియా మతగురువులు ఇరాన్ వారిని సంకుచిత ఇరానియన్ దృక్కోణం నుంచి చూడమంటారు. రాబైలు తమ దేశానికి ఏదిమంచి అన్నది మాత్రమే పట్టించుకొమ్మని తమవారికి చెపుతారు. సాంప్రదాయ ప్రీస్ట్‌లు, రష్యావారిని ముందు రష్యన్ ప్రయోజనాల సంగతి చూడమంటారు. దేవుడు ఎంపికచేసిన దేశం మనది. కనుక మనదేశానికి మంచిది అంటే, దేవునికి కూడా సంతృప్తికరంగా ఉంటుంది. కానీ తప్పకుండా, జాతీయతావాద అతిధోరణులను కాదని విశ్వవ్యాప్తదృష్టిని ప్రవచించే మతగురువులు కూడా తప్పక కొందరు ఉంటారు. కానీ ఇవాళటి ప్రపంచంలో అటువంటి గురువులకు రాజకీయశక్తి అంతగా ఉండదు.

అంటే మనం తిరగలిలో ఇరకబడిన స్థితికి చేరుకున్నాము. మానవజాతి మొత్తం ఒకే నాగరికతగా నడుస్తున్నది. అణుయుద్ధం, పర్యావరణ సమస్య, అనవసరమయిన సాంకేతికశక్తి వంటి సమస్యలకు, ప్రపంచస్థాయిలో మాత్రమే సమాధానాలు దొరుకుతాయి. మరొకపక్కన నాదేశం అన్న భావన, మతం కలిసి మానవ నాగరికతను వర్గాలుగా, అందునా ప్రత్యర్థి వర్గాలుగా విడగొడుతున్నాయి. సమస్యల స్థాయి, గుర్తింపుల స్థానికత సమస్యలకు మూలాలు అందుకే బహుళ సంస్కృతి ప్రయోగాలు ప్రపంచంలో మొదలవుతాయి. యూరోపియన్ యూనియన్‌లో అదే జరుగుతున్నది. ఈయూ ప్రారంభం, విశ్వవ్యాప్త ఉదారవాద విలువల హామీతో జరిగింది. అది పిగిలిపోయే పరిస్థితికి చేరింది. సమైక్యత, వలస విధానాలు అందుకు కారణం.

9

వలసలు

కొన్ని సంస్కృతులు మిగతా వాటికన్న బాగుండవచ్చు

ప్రపంచీకరణ కారణంగా భూగ్రహం మీద సాంస్కృతిక వ్యత్యాసాలు తగ్గి ఉండవచ్చు. అదే సమయంలో కొత్తవారిని కలవడం, వారి తీరు కారణంగా కలవరపడడం చాలా సులభయ్యాయి. ఆంగ్లో శాక్సన్ ఇంగ్లండ్, పాల సామ్రాజ్యపు భారతదేశాల మధ్యన తేడా, ఆధునిక బ్రిటన్, భారతదేశాల మధ్యనకన్నా చాలా ఎక్కువగా ఉండేది. కానీ, ఆల్‌ఫ్రెడ్ ద గ్రేట్ పాలనకాలంలో బ్రిటిష్ ఎయిర్‌వేస్ వారి డిల్లీ – లండన్ విమాన సేవలు ఉండేవి కావు.

ఉద్యోగాల వేటలో, భద్రత, భవిష్యత్తుల కొరకు రానురాను మరింత మంది మనుషులు దేశ సరిహద్దులు దాటిన కొద్దీ, వారికి ఎక్కువమంది అపరిచితులు ఎదురవుతారు. కొత్తవారిని కలుపుకోవడం, లేక తిప్పకొట్టడంతో సమస్యలేని సమయంలో నిర్మించిన రాజకీయ వ్యవస్థలు, సామూహిక గుర్తింపులతో సమస్యలు వస్తాయి. యూరోప్‌లో కన్నా ఈ సమస్య మరెక్కడా ఎక్కువగా లేదు. ఫ్రెంచ్, జెర్మన్, స్పానిష్, గ్రీక్‌ల మధ్యన సాంస్కృతిక తారతమ్యాలను అధిగమిస్తామన్న హామీతో యూరోపియన్ యూనియన్ నిర్మితమయింది. అయితే యూరోపియన్‌లు, వలస వస్తున్న ఆఫ్రికావారు, మధ్యప్రాచ్యం వారి మధ్యన సాంస్కృతిక పరమయిన తేడాల కారణంగా అది కూలే వీలు కనబడుతున్నది. బహుళ సంస్కృతి పద్ధతిని విజయవంతంగా పెంచి పోషించారు గనుక, యూరోప్‌లోకి పెద్దఎత్తున విదేశీయులు వలస రావడం చిత్రం. సిరియావారు, సౌదీ అరేబియా, ఇరాన్, రష్యా, జపాన్‌లకు

కాక జెర్మనీకి వలస పోతామంటున్నారు. జెర్మనీ దగ్గరగా ఉందని, ధనవంతమయిన దేశమని మాత్రం కాదు. మిగతా పోగలిగిన దేశాలకన్నా జెర్మనీలోనికి ఆనందంగా రానిస్తారు. అందరిలో కలుపుకుంటారు.

శరణార్థులు, వలసల వారు వరుసబెట్టి తరగలుగా రావడంతో యూరోపియన్‌లలో వేరు వేరు భావాలు బయటపడుతున్నాయి. యూరోప్ గుర్తింపు, భవిష్యత్తు గురించి చర్చలు చెలరేగుతున్నాయి. యూరోప్ తన ద్వారాలు మూసివేయాలని కొందరు అంటున్నారు. అంటే వారు యూరోప్ బహుళసంస్కృతి, సహనశీల ఆదర్శాలను కాదన్నట్టా? మునుముందు ఏదో జరగకుండా అర్థవంతంగా అడుగులు వేస్తున్నట్టా? ద్వారాలు తెరవాలి అనేవారు ఉన్నారు. వారు యూరోపియన్ మౌలిక విలువలకు విధేయత కనబరుస్తున్నారా? లేక అసాధ్యమయిన ఆలోచనలతో యూరోపియన్ ప్రణాళిక బరువు పెంచి పొరపాటు చేస్తున్నారా? వలసల గురించిన ఈ చర్చ అరుపుల యుద్ధం స్థాయికి దిగజారుతుంది. ఎవరి మాటా సరిగా వినిపించదు. విషయాన్ని వివరించాలంటే, వలసలను, మూడు షరతులు, లేదా పద్ధతులుగల బేరంగా గుర్తిస్తే బాగుంటుంది.

షరతు 1 : ఒక దేశం వలసవారిని లోనికి అనుమతిస్తుంది.

షరతు 2 : అందుకు సమాధానంగా, వలస వచ్చినవారు, ఆ దేశపు అసలు ఆచారాలను, పద్ధతులను అలవరచుకుంటారు. అందుకొరకు స్వంత సాంప్రదాయిక విలువలను, పద్ధతులను వదలవలసినా అవునంటారు.

షరతు 3 : వలస వచ్చినవారు తగిన స్థాయికి ఇమిడి పోగలిగితే, కొంతకాలం మీద వారికి సమానతతోబాటు ఆశ్రమమిచ్చిన దేశపు పౌరసత్వం లభిస్తుంది. వారు 'వారు' పోయి 'మనం' అవుతారు.

ఈ మూడు షరతులతో మూడు చర్చలు మొదలవుతాయి. షరతుల అసలు అర్థాన్ని పిండుతాయి. ఇక నాలుగవ చర్చ షరతుల అమలుకు సంబంధించినది. ప్రజలు వలస గురించి వాదించినప్పుడు నాలుగు చర్చలను కలగలుపుతారు. నిజంగా వాదించే అంశాన్ని మరిచిపోతారు. అందుకే నాలుగు చర్చలను విడివిడిగా గమనించడం మంచిది.

చర్చ 1 : వలస బేరంలోని మొదటి క్లాజ్ ప్రకారం, ఒక దేశం వలసలను అనుమతిస్తుంది. మరి దాన్ని కర్తవ్యంగా, లేక సహాయంగా, ఏ రకంగా భావించాలి? ఆ దేశం అందరికీ తన తలుపులు తెరిచి రారమ్మంటుందా? లేక వచ్చే వారిని ఎంచుకునే హక్కు దానికి ఉందా? అసలది వలసను పూర్తిగా ఆపగలుగుతుందా? కేవలం శరణార్థులనే గాదు, ఉద్యోగాలు వెదుకుతూ, మంచి భవిష్యత్తు కొరకు

బడుగుదేశాల నుంచి వచ్చే వారిని కూడా అంగీకరింపవలసిన నైతిక బాధ్యత దేశం మీద ఉందని వలసలను సమర్థించే వారంటారు. ప్రపంచీకరణ తర్వాత ప్రత్యేకంగా, మనుషులు అందరికి, మిగతా మనుషులు అందరిపట్ల నైతిక బాధ్యతలున్నాయి. వాటినుంచి వెనుకకు తగ్గేవారు అహంకారులు, అంతేకాదు జాతివాదులు అనిపించుకుంటారు.

దీనికి తోడు వలస సమర్థకులు వలసలను పూర్తిగా ఆపడం అసాధ్యం అని కూడా నొక్కి చెపుతారు. ఎన్ని కంచెలు, గోడలు కట్టినా, దిక్కుతెలియని ప్రజలు ఏదోరకంగా దారి చేసుకుంటారు. అందుకే వలసలకు చట్టబద్ధత కలిగించాలి. బాహాటంగా దాన్ని సాగించాలి. లేదంటే హ్యూమన్ ట్రాఫికింగ్ సమస్య పుడుతుంది. పనివారు అన్యాయంగా కొనసాగుతారు. పిల్లలకు తగిన పత్రాలుండవు.

తగినబలం వాడితే, ఎవరయినా వలసలను పూర్తిగా ఆపవచ్చని, తీవ్ర దమనకాండకు గురవుతున్న పక్క దేశపు శరణార్ధులను తప్ప మిగతావారెవరికీ ప్రవేశం యివ్వనవసరం లేదని వలస వ్యతిరేకుల వాదం. టర్కీవారికి సరిహద్దుల మీదుగా సిరియా వారిని అనుమతించడం నైతిక బాధ్యత. కానీ ఈ శరణార్థులు స్వీడన్‌లోకి పోతామంటే, అక్కడివారు అంగీకరించకపోవచ్చు. ఇక ఉద్యోగాలు, సంక్షేమం కొరకు వచ్చే వలసవారిని గురించి నిర్ణయం పూర్తిగా దేశం సౌకర్యం. అందుకు తగిన షరతులు కూడా వారివే.

అది సేనల రూపంలోగానీ, వలసల రూపంలోగానీ, ఒక దేశంమీదకు జనం పోటెత్తివస్తే, ఎదురునిలిచి తమను తాము కాపాడుకోవడం, అన్ని జనసమూహాల ప్రాథమిక హక్కు అంటారు వలస వ్యతిరేకులు. స్వీడన్ వారు కష్టించి, లెక్కలేని త్యాగాలు చేసి సౌభాగ్యవంతమయిన ఉదార ప్రజాస్వామ్యాన్ని నిర్మించుకున్నారు. సిరియావారు ఆపని చేయలేకపోతే, అది స్వీడ్‌ల తప్పుకాదు. స్వీడిష్ వోటర్‌లు సిరియన్ వలసవారు అనవసరం అంటే, అందుకు కారణాలు ఏవయినా, వారి రాకను అడ్డుకోవడం స్వీడ్‌ల హక్కు. వారు కొందరిని అనుమతిస్తే అది స్వీడిష్ ప్రజల మంచి మనసుగా గుర్తించాలి. విధిగా వారది చేయలేదు. అంటే స్వీడన్‌లోకి రాగలిగిన వలసవారు, అందిన దానికి కృతజ్ఞులుగా ఉండాలి. అది తమ దేశమయినట్టు అవసరాల పట్టిక ముందు పెట్టగూడదు.

ఒక దేశం ఇమిగ్రేషన్ విధానాన్ని తమ ఇష్టప్రకారం రూపొందించుకోవచ్చు, అని కూడా, వలస వ్యతిరేకుల అభిప్రాయం. కేవలం నేరచరిత్ర గురించి మాత్రమేగాక, వలస అభ్యర్థులను, వృత్తినైపుణ్యాలు, ఇంకా మతం వంటి విషయాల గురించి కూడా విశ్లేషించి, విచారించవచ్చు. ఇజ్రాయెల్ వంటి ఒక దేశం యూదులను మాత్రం పోలాండ్ వంటి ఒక దేశం మధ్య ప్రాచ్యపు శరణార్థులు క్రైస్తవులయితే

అంగీకరిస్తామంటే, అది అసహ్యంగా కనబడవచ్చు. కానీ అది ఆయాదేశాల పౌరుల హక్కుల ప్రకారం మాత్రమే అని గుర్తించాలి.

చాలా సందర్భాలలో జనం అదే రొట్టె తింటాను, దాన్నే దాచుకుంటాను అంటారు. దానితో వ్యవహారం చిక్కుపడుతుంది. దొంగదారి వలసలను లెక్కలేనన్ని దేశాలు చూచిచూడనట్లు ఉంటాయి. ఇంకా విదేశీ పనివారిని తాత్కాలిక స్థాయిలో అంగీకరిస్తాయి. విదేశీయుల శక్తిని ఆ రకంగా అక్కడ లాభసాటిగా వాడుకుంటారు. వారిని నైపుణ్యాల కొరకు, చవకగా వాడుకుంటారు. అయితే ఆ మనుషుల స్థితిని చట్టపరం చేయడానికి ఒప్పుకోరు. మాకు వలసలు అవసరం లేదు, అంటారు. అట్లా కొంతకాలం సాగితే, సమాజంలో అంచెలు పుట్టుకు వస్తాయి. పైతరగతి పూర్తి పౌరులు, అధికారంలేని అట్టడుగు విదేశీయుల శ్రమను దోచుకుంటారు. ప్రస్తుతం ఖతార్, మరెన్నో గల్ఫ్ దేశాలలో అదే జరుగుతున్నది.

ఈ చర్చ ముగియనంతవరకు వలసల గురించి తరువాతి ప్రశ్నలకు ఉత్తరువులివ్వడం ఎంతో కష్టమవుతుంది. తాము తలుచుకుంటే, ప్రజలకు మరొక దేశానికి తరలిపోయే హక్కు ఉందని వలస సమర్థకులు అంటారు. ఆయా దేశాలకు వచ్చినవారిని అంగీక రించడం బాధ్యత. ప్రజల వలస హక్కుకు విఘాతం వస్తే ఈ సమర్థకులు నైతికంగా రెచ్చిపోతారు. దేశాలు వలసలను అంగీకరించవలసి వస్తుంది. ఇక వలసల వ్యతిరేకులు ఇటువంటి భావాల పట్ల దిగ్భ్రమ కనబరుస్తారు. వారి దృష్టిలో వలసపోవడం ఒక గౌరవహక్కు. అంగీకరించడం ఒక సహాయం. తమ స్వంత దేశంలోనికి ఎవరినో రావద్దన్నంత మాత్రాన వారిని జాతివాదులు, ఫాసిస్ట్‌లు అనడమా?

సరే, వలసవారిని రానివ్వడం, సహాయం, అది కర్తవ్యం కాదు. కానీ ఒకసారి ఈ వలసవారు వచ్చి స్థిరపడిపోతే, రానిచ్చిన దేశానికి వారి విషయంగా కర్తవ్యాలు మొదలవుతాయి. వారి సంతతి కూడా వాటిని అడుగుతుంది. అమెరికా వారు ఇవాళ '1910లో మీ నాయనమ్మ వచ్చినపుడు, అనుమతించి మేము సాయం చేశాము, కనుక ఇప్పుడు మేము ఏమయినా చేస్తాము' అంటూ అనలేరు. అక్కడి సెమెటిక్ వ్యతిరేకతను సమర్థించలేరు.

చర్చ 2 : వలస బేరంలోని రెండవ క్లాజ్ ప్రకారం, దేశంలోకి వలస వచ్చినవారు, స్థానిక సంస్కృతితో కలగలసి పోవాలని ఒక తప్పని అంగీకారం ఉంది. ఈ కలగలుపు ఎంతవరకు సాగాలి? వలసవారు పితృస్వామ్య సమాజం నుంచి ఉదార సమాజంలోకి మారితే, వారు కూడా స్త్రీవాదులు అయితీరాలా? వారు లోతయిన మతసంస్కృతి నుంచి వస్తే, ఇక్కడ మతాతీత దృష్టికి మారకతప్పదా? వారు తమ సాంప్రదాయ దుస్తులు, ఆహార నియతులను పక్కనబెట్టాలా? ఈ విషయంగా వలస వ్యతిరేకులు ఎక్కువ ఎత్తున ఉంటారు. అనుకూలం వారు మాత్రం కొంత తగ్గుస్థాయిలో ఉంటారు.

యూరోప్‌లో విపరీతమయిన వైవిధ్యం ఉందని వలసలను సమర్థించే వారు గుర్తు చేస్తారు. అక్కడి స్థానిక జనాభాల అభిప్రాయాలు, అలవాట్లు, విలువలు విస్తృతమయినవి. ఈ లక్షణం కారణంగానే యూరోప్ బలంగా కళకళలాడుతూ ఉంటుంది. అసలు యూరోపియన్‌లు ఏదో కొందరు మాత్రమే విధేయత కనబరిచే ఊహాత్మక యూరోపియన్ తీరును, వలసవచ్చిన వారు తలకు చుట్టుకోవాలి? యుకె కు వలస వచ్చిన ముస్లిమ్‌లను క్రైస్తవానికి మారమంటారా? చాలామంది బ్రిటిష్ పౌరులు అసలు చర్చ్‌కు వెళ్లడమే లేదు గదా? పంజాబ్ నుంచి వలస వచ్చినవారు తమ కారం, మసాలా కరీ వదలి, ఫిష్ అండ్ చిప్స్, యార్క్‌షైర్ పుడింగ్ తినక తప్పదా? నిజంగా యూరోప్‌కు బలమయిన అంతర్గత విలువలుంటే, అవి ఓరిమి, స్వతంత్రం అనే ఉదార పద్ధతి విలువలు. అంటే యూరోప్‌వారు ఓపిక చూపించాలి. వలసవారిపట్ల కూడా చూపించాలి. వారివారి సాంప్రదాయాలను పాటించడానికి వారికి వీలయినంత స్వేచ్ఛ యివ్వాలి. అయితే మిగతా ప్రజల స్వతంత్రాలు, హక్కులకు అడ్డురానంత వరకే.

సహనం, స్వేచ్ఛ అన్నవి అన్నిటికన్నా ముఖ్యమయిన యూరోపియన్ విలువలని వలస వ్యతిరేకులు అంగీకరిస్తారు. అందుకే వలసవచ్చిన వారిని, ముఖ్యంగా ముస్లిమ్ దేశాలవారిని, అసహనం, స్త్రీవివక్ష, స్వలింగసంపర్కానికి వ్యతిరేకత, సెమెటిజానికి వ్యతిరేకత విషయంగా, తప్పుపడుతుంటారు. యూరోప్‌లో సహనానికి గొప్ప గౌరవం ఉందిగనుకనే, చాలామంది సహనంలేని వారిని వారు దేశంలోకి అనుమతించలేరు. సమాజం సహనశీలం గలదయితే, ఉదార వ్యతిరేక అల్పసంఖ్యాకులను తక్కువ సంఖ్యలో అయితే నిర్వహించగలుగుతుంది. ఈ తీవ్రవాదుల సంఖ్య ఒక హద్దు దాటితే, సమాజం తీరు పూర్తిగా మారిపోతుంది. యూరోప్‌వారు మధ్యప్రాచ్యం నుంచి పెద్దఎత్తున వలసలను అనుమతిస్తే, అది కూడా మధ్యప్రాచ్యం లాగే కనబడడం మొదలవుతుంది.

వలస వ్యతిరేకులు కొందరు మరింత ముందుకు పోతారు. ఒక జాతి, దేశం సమాజం అంటే పరస్పరం సహించుకునే మనుషులు మాత్రమే కాదు. కనుక వలసవచ్చిన వారు సహనం విషయంగా యూరోపియన్ ప్రమాణాలను అందుకుంటే చాలదు. వారు దానితో బాటే, బ్రిటిష్, జెర్మన్, స్వీడిష్ సంస్కృతులలోని, కొన్ని ప్రత్యేక అంశాలను, అవేమిటని ప్రశ్నించుకుండా అలవరచుకోవాలి. వలసవారిని అంగీకరించినందుకు, స్థానిక సంస్కృతి గొప్ప ఆపదను, పెద్దఎత్తున ఖర్చును తలకెత్తుకుంటున్నది. అది తనను తాను నాశనం చేసుకునే అవసరం లేదు. అది చివరికి పూర్తి సమానతనిస్తుంది. పూర్తిగా కలిసి పొమ్మని గట్టిగా అడుగుతుంది. బ్రిటిష్, జెర్మన్, స్వీడిష్ సంస్కృతులలోని కొన్ని చిన్న విషయాలతో పేచీ ఉందంటే, మీరు మరెక్కడికయినా వెళ్లవచ్చు.

వలస వచ్చినవారి సహనం గురించి అసమ్మతి, యూరోపియన్ గుర్తింపు గురించి అసమ్మతి ఈ చర్చలోని రెండు కీలకాంశాలు. వలసవచ్చిన వారిలో తిరుగులేనంత అసహనం ఉంటే, ప్రస్తుతం వలసలను అవునంటున్న యూరోపియన్ ఉదారులు, ఏదో ఒకనాడు, తమ తీవ్ర వ్యతిరేకత కనబరుస్తారు. మరిక మరీ ఎక్కువమంది వలసవచ్చిన వారు ఉదారులయి, మతం, స్త్రీ పురుష ప్రశ్న, రాజకీయాలలో తమ హృదయవైశాల్యం బయటపెడితే, వలసకు వ్యతిరేకంగా వాదిస్తున్న వారివద్ద అస్త్రాలు మిగలవు.

అయినప్పటికీ యూరోప్‌లోని దేశాల సాటిలేని గుర్తింపుల ప్రశ్న యింకా మిగిలే ఉంటుంది. సహనం విశ్వవ్యాప్తమయిన విలువ. ఫ్రాన్స్‌కు వలస పోదామనుకున్నవారు, అంగీకరించవలసిన, ఫ్రెంచ్ నిబంధనలు, విలువలు ఏవయినా ఉన్నవా? అలాగే డెన్మార్క్ చేరదలచిన వారు అంగీకరించవలసిన డేనిష్ నియమాలు, ప్రమాణాలు ఉన్నవా? యూరోప్‌వారు ఈ రకంగా విడివడి ఉన్నంతకాలం, వలసల గురించి సరయిన విధానం కుదరదు. ఇక యూరోపియన్‌లకు తామెవరో తెలిసిననాడు, 500 మిలియన్ యూరోపియన్‌లకు, ఒక మిలియన్ శరణార్థులను అక్కున చేర్చుకోవడం అసలు కష్టం కాదు. అసమ్మతి తెలియజేయడం అంతకన్నా కష్టం కాదు.

చర్చ 3 : వలసవచ్చిన వారు విధేయులయి కలిసి పోవడానికి, ముఖ్యంగా సహనం అనే విలువను అనుసరించడానికి కృషిచేసిన పక్షంలో, దేశం వారిని మొదటిశ్రేణి పౌరులుగా గుర్తించవలసిన బాధ్యత కలిగి ఉంటుందని వలస బేరంలో మూడవ క్లాజ్ అంటున్నది. అయితే మరి సమాజంలో సంపూర్తి సభ్యులుగా చేరడానికి వలసవారికి ఎంత సమయం పడుతుంది? ఆ దేశంలో ఇరవయి సంవత్సరాలు గడిపిన తరువాత కూడా అల్జీరియా తొలితరం వలసవారిని పూర్తి ఫ్రెంచ్‌వారుగా చూడడం లేదని వారు బాధపడాలా? 1970లో తమ తరాల ఫ్రాన్స్‌కు వచ్చిన మూడవతరం వారి సంగతి ఏమి?

వలస సమర్థకులు వేగంగా అంగీకారం కావాలంటారు. వ్యతిరేకులు మాత్రం మరింత కాలం కావాలంటారు. మూడవతరం వలసవారిని సమాన పౌరులుగా చూడడం లేదంటే, వలస సమర్థకుల దృష్టిలో ఆ దేశం తన బాధ్యతలను నిర్వర్తించలేదు. అందువల్ల వివాదాలు, వైరుధ్యాలు, చివరకు హింస జరిగినా, నిందింపవలసినది ఆ దేశం కనబరిచిన వివక్ష తప్ప మరొకటి కాదు. అతిగా ఉన్న ఈ ఆశయాలు వలస వ్యతిరేకవర్గం వారికి సమస్యలో పెద్దభాగంగా కనబడతాయి. వలసవచ్చినవారు ఓపికగా ఉండాలి. మీ తాతలు కేవలం నలభయి సంవత్సరాల క్రితం వచ్చారు. మిమ్మల్ని స్థానికులుగా చూడడం లేదని మీరు అప్పుడే వీధులలో పడి గోల చేస్తున్నారు. అంటే మీరు పరీక్షలో ఫెయిలయ్యారు.

ఈ వివాదంలోని మూలసమస్య వ్యక్తిగత కాలమానం, సామూహిక కాలమానాల మధ్యగల తేడాకు సంబంధించినది. మానవ సమూహాల దృష్టితో చూస్తే నలభయి సంవత్సరాలు ఎక్కువకాలం కాదు. కొన్ని దశాబ్దాలలోనే సమాజం విదేశీ వర్గాలను తనలో కలుపుకోవాలి అనుకోవడం సరికాదు. విదేశీయులను తమలో చేర్చుకున్న పాత నాగరికతలు, ఉదాహరణకు రోమ్ సామ్రాజ్యం, ముస్లిమ్ ఖలీఫా రాజ్యం, చైనా సామ్రాజ్యాలు, చివరకు యునైటెడ్ స్టేట్స్, బయటి వారిని సమానులుగా చూడడానికి అవసరమయిన మార్పు రావడానికి పదులు కాదు, వందల సంవత్సరాలు తీసుకున్నారు.

ఇక వ్యక్తి దృష్టితో చూస్తే మాత్రం, నలభయి సంవత్సరాలు అంటే కలకాలం కింద లెక్క. తాతగారలు ఫ్రాన్స్‌కు వచ్చిన తరువాత ఇరవయి ఏళ్లకు పుట్టిన అమ్మాయి ఇప్పుడు టీనేజర్. ఆమె దృష్టిలో అల్జియర్స్ నుండి మార్సియెల్స్‌కు మారడం ప్రాచీన చరిత్ర. ఆమె ఇక్కడ పుట్టింది. స్నేహితులంతా ఇక్కడ పుట్టారు. ఆమె అరబిక్ కాదు ఫ్రెంచ్ మాట్లాడుతుంది. అల్జీరియాకు ఆమె ఎన్నడూ వెళ్లలేదు. ఆమెకు తెలిసింది ఫ్రాన్స్ ఒకటే. ఇక ఇప్పుడు జనం ఇది నీ దేశం కాదంటున్నారు. ఎన్నడూ చూడని చోటికి తిరిగి పొమ్మంటున్నారు. పోవాలా?

ఆస్ట్రేలియా నుంచి ఒక యూకలిప్టస్ మొక్కను తెచ్చి ఫ్రాన్స్‌లో నాటినట్లుంది పరిస్థితి. పర్యావరణదృష్టితో చూస్తే యూకలిప్టస్ మొక్కలు బలవంతంగా వ్యాపించే రకం. వాటిని స్థానిక యూరోపియన్ మొక్కలుగా వృక్షశాస్త్రజ్ఞులు గుర్తించడానికి కొన్ని తరాలు పడుతుంది. అయితే, ఆ ఒక్క మొక్క విషయంలో మాత్రం అది ఫ్రెంచ్ మొక్క దానికి ఫ్రెంచ్ నీరు పోయకుంటే వాడిపోతుంది. పెరికి వేయాలని ప్రయత్నిస్తే, దానివేళ్లు ఫ్రెంచ్ నేలలో లోతుగా వ్యాపించాయని తెలుస్తుంది. స్థానిక ఓక్‌లు, పైన్‌ల వేళ్లకు దీని వేళ్లకు తేడా లేదు.

చర్చ 4 : వలసబేరం అన్న మాటకు సరయిన నిర్వచనం గురించి అసమ్మతులున్నాయి. వాటన్నింటిని మించి మరొక ప్రశ్న ఉంది. ఇంతకూ బేరం పనిచేస్తున్నదా? ఇరుపక్షాలు తమ బాధ్యతలు నిర్వహిస్తున్నారు.

వలస వచ్చిన వారు రెండవ షరతును పూర్తిచేయడం లేదని వలస వ్యతిరేకులు వాదించ చూస్తారు? కలిసిపోవాలని వారి శ్రద్ధగా ప్రయత్నించడం లేదు. వారిలో చాలామందికి అసహనం, పక్షపాత ధోరణి ఉన్నాయంటారు కనుక వారున్న దేశం (వారిని మొదటిశ్రేణి పౌరులుగా గుర్తించడం అనే) మూడవ షరతును పూర్తి చేయనవసరం లేదు. పైగా (అసలు వారిని లోనికి రానివ్వడం అనే) షరతు 1ని మరొకసారి పరిశీలించ వచ్చు. ఒక సంస్కృతికి చెందిన ప్రజలు అదేపనిగా, వలస బేరానికి తగినట్టు బతకని సందర్భంలో, మరింత మందిని రానివ్వడమెందుకు? సమస్యను మరింతగా పెంచడ మెందుకు?

యజమాని దేశం, బేరంలో తన వంతును పూర్తి చేయలేదని వలస అనుకూలవర్గం వారు అంటారు. వలస వచ్చినవారు పెద్దసంఖ్యలో మనస్ఫూర్తిగా కలిసిపోవాలని ప్రయత్నించినా, అందుకు ఆ దేశం వారు అడ్డు తగులుతున్నారు. అంతకన్నా అన్యాయంగా, బాగా కలిసిపోయిన వారిని కూడా సెకండ్ క్లాస్ పౌరులుగా చూస్తున్నారు. ఇరుపక్షాల వారు తమవంతున సరిగా ప్రవర్తించక పోయే వీలు లేకపోలేదు. కనుక పరస్పరం అనుమానాలు, అసంతృప్తి పెంచుకొంటూ గింగిరాలు తిరుగుతుంటారు.

మూడు మాటలకు సూటిగా నిర్వచనం చెప్పనిదే ఈ నాలుగవ వివాదం తేలదు. కలుపుకోవడం విధియా? లేక సహాయమా? వలసవారు ఏ స్థాయికి కలిసిపోవాలి? దేశాలు వారిని ఎంత త్వరగా సమాన పౌరులుగా లెక్కించాలి? ఇవి ప్రశ్నలు. వీటి గురించి తెలియకుండా రెండుపక్షాల తీరును తేల్చి చెప్పడం కుదరదు. ఇక అదనంగా లెక్కలు మరొక సమస్య. వలస బేరం లెక్కలు తీసేటప్పుడు, రెండువైపుల వారు ఒక ధోరణి కనబరుస్తారు. అమలుకు తక్కువ అవిధేయతకు ఎక్కువ మార్కులు వేస్తారు. పదిలక్షల మంది వలసవారు చట్టబద్ధులయి ఉంటారు. వందమంది మాత్రం తీవ్రవాదులలో చేరతారు. దేశం మీద దాడి చేస్తారు. అంటే మొత్తం మీద వలసవారు బేరం షరతులను పాటిస్తున్నట్టా, లేక పాటించనట్టా? ఒక మూడవతరం వలస అమ్మాయి వెయ్యిసార్లు వీధిలో తిరుగుతుంది. ఎవరూ ఏమీ అనరు. ఎప్పుడో ఒకసారి ఒక జాతివాది ఏదో తప్పుడుమాట అంటాడు. అంటే స్థానికజనాభా వలసవచ్చిన వారిని అంగీక రిస్తున్నట్లా? తిరగగొడుతున్నట్లా?

ఈ చర్చలు అన్నింటి కింద మరొక సిసలయిన ప్రశ్న దాగి ఉంది. అది మానవ సంస్కృతిని మనం అర్థం చేసుకునే తీరునకు సంబంధించినది. వలసగురించి వివాదంలో దిగే ముందు మనం, అన్ని సంస్కృతులు వేటికవిగా సమానమయినవి అనుకుంటామా? లేక కొన్ని, మిగతా సంస్కృతులకన్న గొప్పది అన్నభావంతో బయలుదేరతామని పదిలక్షల మంది సిరియా శరణార్థులను కలుపుకోవడం గురించి జెర్మన్‌లు వాదిస్తారు. అప్పుడు వారు తమ సంస్కృతి, ఏ రకంగా నయినా సిరియా సంస్కృతికన్నా పై మెట్టు అనుకుంటే న్యాయమేనా?

జాతివాదం నుండి సంస్కృతివాదం

వందేళ్ల క్రితం యూరోపియన్‌లు, సహజంగా, కొన్ని జాతులు, అందునా ముఖ్యంగా తెల్లవారు, స్వతహాగా మిగతా వారికన్నా మిన్న అనుకున్నారు. 1945 తర్వాత ఇటువంటి భావనల బలం తగ్గిపోయింది. జాతివాదం నైతికంగా అధఃపతనమని,

వైజ్ఞానికంగా విలువలేనిదని అందరూ అనసాగారు. జీవశాస్త్రజ్ఞులు, ప్రత్యేకంగా జన్యుశాస్త్రజ్ఞులు ఈ విషయంగా చక్కని వైజ్ఞానిక సాక్ష్యాలను అందించారు. యూరోపియన్‌లు, ఆఫ్రికావారు, చైనీయులు, స్థానిక అమెరికన్‌లు వంటి జాతుల మధ్యన జీవశాస్త్ర పరమయిన వ్యత్యాసాలు గుర్తించదగిన స్థాయికి లేవు, అన్నారు.

కానీ మరొక వేపున ఆంత్రొపాలజీ నిపుణులు, సామాజిక శాస్త్రవేత్తలు, చరిత్ర పరిశోధకులు ఆర్థిక ప్రవర్తన పరిశోధకులు చివరకు మెదడు పరిశోధకులు సేకరించిన గొప్ప సమాచారం మాత్రం మరొక రకంగా చెపుతున్నది. వారంతా ఏకకంఠంగా మానవ సంస్కృతుల మధ్యన గుర్తించదగినంతగా తేడాలున్నాయి అంటున్నారు. నిజంగా అన్ని సంస్కృతులు ఒకటే అయితే ఆంత్రొపాలజీ, చరిత్రల అవసరమే ఉండదు. లేని, లేదా ఎక్కువగా లేని వ్యత్యాసాల గురించి, ధనం, కాలంలను వ్యర్థం చేయనవసరం లేదు. కనీసం, దక్షిణ పసిఫిక్, కలహారీ ఎడారివంటి ప్రదేశాలకు పరిశీలనల పేరున జరిగే ఖరీదయిన యాత్రలను మనం ఆపవలసి ఉంటుంది. ఆక్స్‌ఫర్డ్, బోస్టన్‌లలో ప్రజల గురించి పరిశోధించి సంతృప్తి పడవచ్చు. సాంస్కృతిక వ్యత్యాసాలు గుర్తించదగిన స్థాయికి లేకుంటే, హార్వర్డ్ విద్యార్థులను గురించి కనుగొన్న అంశాలు, కలహారీ వేట – సేకరణ వారి విషయంగా కూడా వాస్తవాలవుతాయి.

కొంత ఆలోచిస్తే, మానవ నాగరికతల మధ్యన కొంతయినా తేడాలుంటాయని అందరూ అంగీకరిస్తారు. లైంగిక అంశాల మొదలు రాజకీయ విధానాల వరకు ఆ తేడాలు ఉండనే ఉంటాయి. మరి మనం వాటిని ఏ రకంగా చూడాలి? సంస్కృతి గురించి వ్యాఖ్యానించే వారు, తేడాల కారణంగా, గొప్పదనాల క్రమం ఉండదని అంటారు. అంటే మనం ఒక సంస్కృతి గొప్పది, మరొకటి కాదు, అనగూడదు. మానవులు రకరకాలుగా ఆలోచిస్తారు. వ్యవహరిస్తారు. ఆ తేడాలను మనం అంగీకరించాలి. అన్ని విశ్వాసాలు, అలవాట్లకు ఒకే రకమయిన విలువలు యివ్వాలి. కానీ ఇటువంటి విశాల హృదయం భావనలు సత్యశోధన ముందు నిలువజాలవు. వంటలు, కవిత్వం విషయంలో వైవిధ్యం గొప్పదిగావచ్చు. కానీ మంత్రగత్తెలను కాల్చి చంపడం, శిశుహత్యలు, బానిస విధానం, లాంటి వాటిని కూడా, గొప్ప మానవ లక్షణాలు అనజాలము. ప్రపంచవ్యాప్త పెట్టుబడిదారీ విధానం, కోకాకొలోనియలిజంల ప్రభావం నుంచి వాటిని కాపాడాలని వాదించలేము.

లేదంటే, అపరిచితులతో వేరువేరు సంస్కృతులవారు ప్రవర్తించే తీరును గమనించండి. వలసవచ్చినవారు శరణార్థుల సంగతి చూడండి. అన్ని సంస్కృతులు వారిని అదేరకంగా అంగీకరించే తీరు కనబడదు. ఇరవయి ఒకటవ శతాబ్ది మొదటి భాగంలో జెర్మన్ సంస్కృతి అపరిచితుల పట్ల ఎక్కువ సహనం కనబరచింది. సౌదీ అరేబియా వారికన్నా శరణార్థులను సులభంగా ఆహ్వానించి, ఆదరించింది. ఒక

ముస్లిమ్ జెర్మనీకి సులభంగా వలస వెళ్లగలుగుతున్నాడు. ఒక క్రిస్టియన్ మాత్రం సౌదీ అరేబియాకు వెళ్లలేకపోతున్నాడు. సిరియాకు చెందిన ఒక ముస్లిమ్ శరణార్థి కూడా సౌదీ అరేబియాకన్నా జెర్మనీలో సులభంగా ఆశ్రయం పొందగలుగుతున్నాడు. 2011 నుండి మొదలు జెర్మనీదేశం, సిరియన్ శరణార్థులను, సౌదీ అరేబియాకన్నా ఎక్కువ సంఖ్యలో అక్కున చేర్చుకున్నది. అదే విధంగా సాక్ష్యాధారాలను బట్టి చూస్తే ఇరవయి ఒకటవ శతాబ్దిలో కాలిఫోర్నియా సంస్కృతి, శరణార్థుల విషయంగా జపాన్‌కన్నా మెరుగుగా ఉంది. అపరిచితులను భరించడం, శరణార్థులను స్వాగతించడం, మంచివి అని మీరు అనుకుంటే, ఈ విషయంగా కనీసం, సౌదీ అరేబియా సంస్కృతికన్నా జెర్మనీ సంస్కృతి, కాలిఫోర్నియా సంస్కృతి జపాన్‌కన్నా మెరుగయినది అనికూడా అనుకోవాలి కదా!

పైగా సిద్ధాంతం ప్రకారం, రెండు సాంస్కృతిక నియమాలు సమానమయినవి కావచ్చు. కానీ, ఈ వలస విషయానికి వస్తే మాత్రం, వారిని అనుమతిస్తున్న దేశం సంస్కృతి గొప్పది అనడం న్యాయసమ్మతం అవుతుంది. ఒక దేశంలో తగినవిగా కనిపించిన నియమాలు, విలువలు, వేరు పరిస్థితుల కింద సరిగా పనిచేయవు. ఒక గట్టి ఉదాహరణ లోతుగా చూద్దాము. మామూలు పద్ధతిలో సాగితే మామూలు యిష్టాయిష్టాలు అడ్డు తగులుతాయి. అందుకే మనం రెండు లేని దేశాలను ఊహించికుందాము. వాటికి శీతల దేశం, ఉష్ణదేశం అని పేరు పెడదాము. ఈ రెండుదేశాల మధ్యన సంస్కృతిపరంగా ఎన్నో తేడాలున్నాయి. అందులో మానవ సంబంధాలు, వ్యక్తుల మధ్యన స్పర్థ విషయంగా తేడా ముఖ్యమయినవి. శీతలదేశంలో చిన్ననాటి నుండి పిల్లలకు ఒక చల్లని పద్ధతి నేర్పిస్తారు. బడిలో ఎవరితోనయినా పేచీ పడితే, అది పని ప్రదేశంలో, చివరకు ఇంట్లో వారితోనయినా సరే, దాన్ని అణచి ఉంచడం మంచిదని చెపుతారు. అరవగూడదు. కోపగించుకోగూడదు. ఎదుటిమనిషతో తలపడగూడదు. కోపంతో అరిస్తే పరిస్థితి పాడవుతుంది తప్ప బాగుపడదు. మన భావాలను మనం అదుపుచేయడం మంచిది. పరిస్థితి దానంతటది చల్లబడితే మేలు. ఈలోగా పేచీపడిన వ్యక్తికి దూరంగా ఉంటే మేలు. తప్పక ఎదురుపడితే, గౌరవంగా, తక్కువగా, సూటిగా మాట్లాడాలి. సున్నితమయిన విషయాలు చర్చించకుంటే మేలు.

ఇక ఉష్ణదేశం వారు పూర్తి వ్యతిరేకం. తగాదాలను బాహాటంగా సాగించాలని అక్కడ చిన్ననాటి నుంచి చెపుతారు. తగాదాలో యిరుక్కున్నారు అంటే, దాన్ని సమసి పోనివ్వగూడదు. భావాలను అణచుకోగూడదు. దొరికిన మొదటి అవకాశంలో ఆవేశాన్ని వెళ్లగక్కాలి. కోపం రావడం తప్పుగాదు. అరచి ఎదుటి మనిషికి మనసు తెలపడం మంచిదే. ఇద్దరూ కలసి తంటా తెంచాలంటే అదే చక్కని పద్ధతి. సూటిగా,

దాపరికం లేకుండా సంగతి ముగుస్తుంది. సంవత్సరాల తరబడి కుంపటిలా రాజుకునే బదులు, సమస్య ఒక్కనాటి అరుపులతో అటోయిటో తేలిపోతుంది. కీచులాట కొంత అసహ్యంగా ఉంటుంది నిజమే, తరువాత మాత్రం అందరికీ బాగుంటుంది.

ఈ రెండు పద్ధతులలోనూ లాభాలున్నాయి. నష్టాలున్నాయి. ఒకదానికన్నా వేరొకటి మిన్న అని చెప్పడం సులభంగా కుదరదు. ఒక ఉష్ణదేశీయుడు శీతలదేశానికి వలస వెళితే, అక్కడి కంపెనీలో ఉద్యోగం సంపాదించుకుంటే ఏమవుతుంది?

సహోద్యోగి ఒకరితో ఏదో విషయంగా వివాదం వస్తుంది. వేడిదేశం మనిషి బల్ల మీద గుద్దుతాడు. గొంతు చించుకుని అరుస్తాడు. ఆ రకంగా అందరికీ సమస్య గురించి తెలుస్తుంది అనుకుని త్వరగా విషయం తేలుతుందని అతను తన దారిలో సాగుతాడు. కొన్ని సంవత్సరాల తరువాత ఒక సీనియర్ స్థాయిలో ఖాళీ వస్తుంది. ఉష్ణదేశీయునికి, అవసరమయిన అన్ని అర్హతలు ఉంటాయి. అయినా ప్రొమోషన్ మాత్రం, యజమాని, ఒక శీతలదేశం వ్యక్తికి యిస్తుంది. ఎందుకని అడిగితే, ఆమె 'అవును నిజమే, ఆ వేడి దేశం మనిషి చాలా తెలివిగలవాడు. అయితే మనుషులతో మెలగడం దగ్గరకు వచ్చేసరికి సమస్యలున్నాయి. అతను మరీ దుడుకురకం. తన చుట్టూ ఎప్పుడూ 'టెన్షన్ సృష్టిస్తాడు. కార్పొరేట్ కల్చర్ పాడవుతుంది' అంటుంది. శీతలదేశానికి వలసవచ్చిన వేడిదేశం వారందరి పరిస్థితి అంతే అవుతుంది. అందరూ జూనియర్ స్థాయిలో ఉండిపోతారు. అసలు కొందరికి ఉద్యోగమే దొరకదు. వేడిదేశం వారు అనగానే, వేడి స్వభావం గలవారు తప్పక అయి ఉంటారని, మేనేజర్లు అంతా అనుకుంటాడు. వారితో సమస్యలు ఉంటాయి అంటారు. ఉష్ణదేశీయులు పెద్ద హోదాలకు చేరరు. కనుక శీతలదేశపు కార్పొరేట్ సంస్కృతిని మార్చగల అవకాశం వారి చేతికి రాదు.

ఉష్ణదేశానికి వలసపోయిన శీతల దేశీయులకు కూడా ఇదే పరిస్థితి ఎదురవుతుంది. ఉష్ణదేశం కంపెనీలో పనిచేసే చల్లని దేశం మనిషికి డాబుసరి మనిషి, కదలడు - మెదలడు అని పేరు వస్తుంది. అతనికి స్నేహితులు కూడా దొరకరు. అతను వినయ విధేయతలు లేని మనిషి అనిపించుకుంటాడు. మానవ సంబంధాల నైపుణ్యం తెలియని వాడుగా పేరుపడుతుంది. అతనికి కూడా పదువులలో ప్రగతి అందదు. కనుక సంస్థ సంస్కృతిని మార్చే వీలు కూడా అతనికి అందదు. అక్కడి మేనేజర్లు, ఈ చల్లని మనిషిని స్నేహం తెలియని, సిగ్గరి మనిషిగా గుర్తిస్తారు. కస్టమర్లతో సంబంధం ఉండే ఉద్యోగాలకు ఇటువంటి వారిని ఎంపిక చేయరు. ఇతర ఉద్యోగులతో కలగలుపుగా ఉండవలసిన స్థానాలు వీరికి అందవు.

ఈ రెండు పరిస్థితులను గమనిస్తే జాతివాదం వాసన తగులుతుంది. అయితే అక్కడ జాతివాదం అసలు లేదు. వారు 'సంస్కృతి' వాదులు. యుద్ధరంగం పక్కకు

జరిగిందని అర్థం చేసుకోలేక, ప్రజలు పాత జాతివాదంతో భీకర పోరాటం సాగిస్తారు. సాంప్రదాయ జాతివాదం తగ్గుతున్నది. అయితే ప్రస్తుతం ప్రపంచమంతా 'సంస్కృతి వాదం'తో నిండిపోయింది.

సాంప్రదాయ జాతివాదం, జీవశాస్త్ర సిద్ధాంతాలలో లోతుగా వేళ్లూనుకుని ఉండేది. 1890లు, లేదా 1930 లలో బ్రిటన్, ఆస్ట్రేలియా, యుఎస్ వంటి దేశాలవారు ఆఫ్రికా, చైనా వారి గురించి అపోహలో ఉండేవారు. వారికి స్వతహాగానే తెలివితక్కువని, చొచ్చుకుపోయే గుణం లేదని, యూరోపియనులకంటే నైతికత తక్కువగా గలవారని చిన్న చూపు చూచేవారు. సమస్య వారి రక్తంలో ఉందని భావన. ఇటువంటి భావాలకు రాజకీయంగా గౌరవం వైజ్ఞానికంగా విస్తృతమయిన మద్దతు ఉండేవి. ఇవాళ పరిస్థితి వ్యతిరేకం. ఒకపక్క చాలామంది ఇటువంటి జాతివాదం మాటలు అంటున్నా, వాటికి వైజ్ఞానికంగా మద్దతు పూర్తిగా పోయింది. రాజకీయంగా కూడా ఆ దారి పట్టనిదయింది. వారిలో తక్కువరకం జన్యువులు ఉన్నాయి గనుక నల్లజాతివారు నేరాలు చేస్తారు అనేవారు ఇప్పుడు ఎవరూ లేరు. వారివారి సంస్కృతులు, ఉపసంస్కృతులలో లోపాల కారణంగా నల్లవారికి కొన్ని లక్షణాలున్నాయి. అనేవారు పెరిగారు.

ఉదాహరణకు యుఎస్ఏలో కొన్ని పార్టీలవారు, నాయకులు బాహాటంగా వివక్ష విధానాలకు మద్దతు పలుకుతారు. ఆఫ్రికన్ అమెరికన్‌లు, లాటినోలు, ముస్లిమ్‌లను గురించి చులకనగా మాట్లాడతారు. అయితే వారి డిఎన్ఏలో లోపం ఉంది, అనరు. అన్నప్పటికి అది చాలా అరుదు. సమస్య వారి సంస్కృతిలో ఉందని నింద ఉంటుంది. ప్రెసిడెంట్ ట్రంప్ ఆ మధ్యన హయితీ, ఎల్ సాల్వడార్, ఆఫ్రికాలోని కొన్ని దేశాలను 'పీతిగుంట దేశాలు' అన్నాడు. అప్పుడతను ఆయాదేశాల సంస్కృతి గురించి వ్యాఖ్యానించాడు తప్ప, జన్యునిర్మాణం గురించి కాదు. ఆయన మరొక సందర్భంలో మెక్సికో నుంచి యుఎస్ఏ వలస వచ్చిన వారి గురించి వ్యాఖ్యానించాడు. 'మెక్సికోవాళ్లు తమ మనుషులను పంపేటప్పుడు, అందరికన్నా మంచివారిని పంపడం లేదు. సమస్యలున్న వారిని పంపుతున్నారు. వాళ్లు ఆ సమస్యలను తమతో తెస్తున్నారు' అన్నాడు. 'వారు డ్రగ్స్ తెస్తున్నారు. నేరాలను తెస్తున్నారు. వారు రేపిస్ట్‌లు. కొంతమంది మాత్రం మంచివాళ్లున్నారు అనుకుంటాను' అన్నాడు. ఇది నిజానికి దాడిచేసే తీరు అయితే జీవశాస్త్రపరంగా కాదు. కేవలం సామాజికంగా మాత్రమే. మెక్సికన్ రక్తంలో మంచితనం లేదని ట్రంప్ అనలేదు. మంచి మెక్సికన్‌లు రియోగ్రాండ్‌కు దక్షిణంగా ఉండిపోతారు, అని మాత్రం అన్నాడు.

మానవ దేహం, అది లాటినో కానివ్వండి, ఆఫ్రికన్, చైనీస్ ఏ దేశానికి చెందినదయినా చర్చకు కేంద్రంగా నిలుస్తుంది. చర్మం రంగుకు ఎంతో ప్రాధాన్యత

ఉంది. చర్మంలో చేతనయినంత మెలనిన్ గలవారు న్యూయార్క్ వీధులలో తిరుగుతుంటే, వారు ఎక్కడికి వెళ్లినా పోలీస్‌వారు అనుమానంగా చూచే అవకాశం ఉంది. అయితే ప్రెసిడెంట్ ట్రంప్, ప్రెసిడెంట్ ఒబామా వంటివారు మాత్రం, చర్మం రంగు గురించి, సాంస్కృతికి, చారిత్రక శబ్దాలతో వివరిస్తారు. పోలీస్‌వారు మీ చర్మం రంగును అనుమానంగా చూడడం జీవశాస్త్ర సంబంధ కారణాలవల్ల కాదు. బానిస పద్ధతి వంటి, చారిత్రక నేరాలవల్ల దురదృష్టం కొద్దీ అందిన వారసత్వం అందుకు కారణమని ఒబామా బహుశా వివరిస్తాడు. ట్రంప్ వర్గంవారు ఆ దురదృష్ట వారసత్వం బాధ్యతను ఉదారవాదులయిన తెల్లవారు, నల్లజాతులవారి మీదకు మార్చి చెపుతారు. ఏ పరిస్థితిలోనయినా, మీరు దిల్లీ నుంచి వచ్చారు, అమెరికా చరిత్ర గురించి మీకు అసలు తెలియదు, అయినా ఆ చరిత్ర ప్రభావాలను మీరు అనుభవింపక తప్పదు.

జీవశాస్త్రం నుంచి సంస్కృతి మీదకు జరిగిన ఈ మార్పు, అర్థంలేని మాటల గారడి కాదు. అది లోతయినది. దాని ప్రభావం విస్తృతంగా ఉంటుంది. అందులో కొంతమంచి, కొంత చెడువు ఉంటుంది. అయితే బయాలజీ కన్నా కల్చర్ సులభంగా వంగుతుంది. సాగుతుంది. అంటే, ఒక పక్కన ఇవాళటి, సంస్కృతివాదులు, సాంప్రదాయిక జాతివాదులకన్నా ఎక్కువ ఓపికగలవారని, అవతలివారు మన పద్ధతిని అవునంటే, వారు మాతో సమానులని అంగీకరిస్తాం, అని అర్థం. ఇక మరొకపక్కన, ఆ అవతలి వారిమీద పెద్దఎత్తున ఒత్తిడి పెట్టి, కలిసి పొమ్మనే పరిస్థితి వస్తుంది. వారు ఆ పనిచేయని పక్షంలో తీవ్రమయిన విమర్శ మొదలవుతుంది.

ఒక నల్లతోలు మనిషి తన చర్మాన్ని తెల్లగా మార్చలేదని నిందించడం కుదరదు. అయితే అందరూ ఆఫ్రికన్‌లను ముస్లిమ్‌లను, పడమటి సంస్కృతిలోని నియమాలను, విలువలను అలవరచుకోలేదంటూ నిందచేస్తారు. అలాగని ఈ నిందలు న్యాయసమ్మతమని అనడానికి లేదు. చాలా సందర్భాలలో, పైచేయి గనుక ఆ సంస్కృతిని అలవరచుకోవాలని ఎక్కడా ఉండదు. అలాగే మరిన్నిచోట్ల అది అసలు వీలుగాదు. బీద మురికివాడల్లోని ఆఫ్రికన్ అమెరికన్‌లు మనఃస్ఫూర్తిగా, దబాయింపు పద్ధతి అమెరికన్ సంస్కృతిలో కలవ ప్రయత్నం చేస్తారు. కానీ వారికి ముందుగా సంస్థాపరమయిన వివక్ష ఎదురువుతుంతది. తరువాత మాత్రం తగినంత ప్రయత్నం చేయలేదని నిందవస్తుంది. వారి కష్టాలకు వారే కారణం అన్న భావన మిగులుతుంది.

జీవశాస్త్రం గురించి మాట్లాడడం, సంస్కృతి గురించి మాట్లాడడం మధ్యన రెండవ కీలకమయిన తేడా ఉంది. సాంప్రదాయిక జాతివాద ఏహ్యతలాగకాక, సంస్కృతివాదం వాదనలలో అప్పుడప్పుడు అర్థం కనబడుతుంది. అందుకు ఉదాహరణ వేడిమి, చల్లని దేశాలు. ఈ రెండు దేశాల వారి సంస్కృతుల మధ్యన తేడా ఉంది. మానవ సంబంధాలలో అది కనబడుతుంది. మానవ సంబంధాలు,

ఎన్నో ఉద్యోగాలలో అవసరమయిన లక్షణాలు. అటువంటి సందర్భంలో ఉష్ణదేశం అధికారులు శీతలదేశం ఉద్యోగికి ఉన్నతపదవి ఇవ్వకపోతే, అది నీతిలేని పని అనిపించుకోదు.

ఆంత్రొపాలజీవారు, సామాజిక శాస్త్రవేత్తలు, చరిత్ర పరిశోధకులు ఈ విషయంగా ఎంతో అసౌకర్యం అనుభవిస్తారు. ఒక పక్కన పరిస్థితి భయంకర జాతివాదం వలె కనబడుతుంది. మరొక పక్కన సంస్కృతి వాదానికి జాతివాదంకన్నా బలమయిన వైజ్ఞానిక ప్రాతిపదిక ఉంది. మానవ సమాజ విషయాలు, సామాజిక శాస్త్రాలు చదివేవారు సాంస్కృతిక విభేదాలను గుర్తించరు. ప్రాముఖ్యతవరకు పోనవసరం లేదు.

సాంస్కృతిక వాదుల మాటలు కొన్ని విలువగలవి అని అంగీకరించినప్పటికీ, వారి అన్ని వాదాలను అంగీకరించవలసిన అవసరం లేదు. వారు చెప్పే మాటలలో చాలామటుకు మూడు దోషాలుంటాయి. మొదటిది, సాంస్కృతిక వాదులు తరుచు స్థానిక ఆధిక్యతను లక్ష్య ఆధిక్యత అనుకుంటారు. ఉష్ణదేశంవారి దృష్టిలో అరిచి తగాదా తెంపే పద్ధతి, అవతలి దేశం వారి పద్ధతికన్నా మంచిదిగా కనబడుతుంది. కనుక అక్కడి కంపెనీ అధికారులు, అంతర్ముఖులుగా ఉండే శీతలదేశం వారిని, వేరుగా చూడడంలో తప్పు లేదనుకుంటారు. అంతమాత్రాన ఉష్ణదేశం వారి పద్ధతి గొప్పది అనడానికి లేదు. వారి శీతలదేశం వారినుండి నేర్చుకోదగిన పాఠాలు ఉంటాయి. పరిస్థితులు మారితే, అంటే ఉష్ణదేశపు కంపెనీ, అంతర్జాతీయ కంపెనీ అయితే, వేరువేరు దేశాలలో శాఖలు పెడతారు. అప్పుడు ఉన్నట్టుండి వైవిధ్యం, రకరకాల తీర్లు గొప్పగా కనబడడం మొదలవుతుంది.

దేశ, కాల, పాత్రాలను బట్టి, సంస్కృతివాదుల మాటలు సమంజసంగా కనబడతాయి. కానీ తరచుగా ప్రజలు అర్థంలేని సాంస్కృతిక వాదాలను అంగీకరిస్తారు. బాహాటంగా కోపం ప్రదర్శించినప్పుడు, ఉష్ణదేశం సంస్కృతి వారు మేలు. శీతలదేశం వారికి అక్కడ ఓపిక తక్కువ. అంటే కొంతవరకు అర్థం ఉంటుంది. 'ముస్లిమ్ సంస్కృతిలో అసహనం ఎక్కువ' అంటే మాత్రం సహేతుకం అనిపించుకోదు. అది కేవలం బోలు మాట. 'అసహనం' అంటే ఏమిటి? ఎవరి, దేనిపట్ల అసహనం? ఒక సంస్కృతిలో అల్పసంఖ్యాక మతస్తుల విషయంగా ఓపిక లేకుండవచ్చు. అసాధారణ రాజకీయ దృష్టిపట్ల ఓపిక ఉండవచ్చు. అదే సంస్కృతిలో ఊబకాయం వారు, ముసలివారి పట్ల గొప్ప ఓపిక ఉండవచ్చు. ఇంతకూ 'ముస్లిమ్ సంస్కృతి' అంటే ఏమి? ఏడవశతాబ్దినాటి అరేబియన్ ద్వీపకల్పం గురించి మాట్లాడుతున్నామా? పదహారవ శతాబ్ది ఖలీపాల సామ్రాజ్యం గురించా? ఇరవయి ఒకటవ శతాబ్దంలోని పాకిస్తాన్ సంస్కృతి గురించా? చివరకు ప్రామాణిక పరిస్థితి ఎక్కడ? మతం ప్రకారం అల్పసంఖ్యలో ఉన్నవారి గురించి, మాట్లాడుతూ పదహారవ శతాబ్ది ఆటోమాన్

సామ్రాజ్యాన్ని, అప్పటి పడమటి యూరోప్‌తో పోలిస్తే, చివరకు మనం ముస్లిమ్ సంస్కృతి ఎంతో ఓపికగలది అనవలసి వస్తుంది. తాలిబాన్ పాలనలో అఫ్ఘనిస్తాన్‌ను సమకాలీన డెన్మార్క్‌తో పోలిస్తే, అందుకు పూర్తి వ్యతిరేకమయిన ఫలితం కనబడుతుంది.

సాంస్కృతిక వాదంలో భయంకరమయిన చిక్కు ఒకటి ఉంది. సంఖ్యాశాస్త్రం అనుసరిస్తున్నట్టే కనబడుతుంది. గానీ, అక్కడ నిర్ణయాలు వ్యక్తిస్థాయిలో జరుగుతుంటాయి. ఉష్ణదేశపు సంస్థలో ఒక స్థానికుడు, ఒక వలసవచ్చిన శీతల దేశీయుడు ఒక ఉద్యోగం కొరకు దరఖాస్తు పెట్టుకుంటారు. 'ఈ శీతలదేశీయులు కదలరు, అందరితో కలవరు', అంటూ నిర్వాహకుడు ఉద్యోగాన్ని స్థానికునికి ఇస్తాడు. లెక్కప్రకారం అది నిజమే. కానీ అక్కడ అర్జీపెట్టుకున్న చలిదేశం మనిషి, చాలా వెచ్చగా వేరుగా ఉంటాడేమో? స్థానికునికన్నా వెచ్చనివాడేమో? సంస్కృతి ముఖ్యమయినది, నిజమే. కానీ వ్యక్తుల తీరు వారి జన్యువులు, వ్యక్తిచరిత్రల మీద కూడా ఆధారపడుతుంది. వ్యక్తులు కొన్నిసార్లు సగటు లక్షణాలకు వేరుగా ఉంటారు. ఒక కంపెనీలో కరడు వారికన్నా కలగలుపు వారిని ఎంపిక చేయడం మంచిదే. అంతేగాని శీతల దేశీయులకన్నా ఉష్ణదేశం వారిని ఇష్టపడితే మాత్రం మంచిదికాదు.

మొత్తానికి ఇదంతా సంస్కృతి వాదాన్ని పూర్తిగా కాదనకుండానే, వారి కొన్ని మాటలను మారుస్తుంది. జాతివాదం అశాస్త్రీయమయినది. దానివలె కాక కొన్ని సందర్భాలలో సంస్కృతివాదుల మాటలు సమంజసంగా కనబడతాయి. గణాంకాలను పరిశీలించి మనం ఉష్ణదేశపు కంపెనీలలో ఉన్నతస్థానాలలో శీతలదేశీయులు తక్కువగా ఉన్నట్టు గమనిస్తాం. అది జాతివివక్ష వలన మాత్రం కాదు. నిజానికది న్యాయమయిన నిర్ణయాల ఫలితం. అందుకని మరి శీతలదేశీయులు వివక్ష భావానికి గురయి ఉష్ణదేశీయులు వలసబేరానికి ఎదురు తిరుగుతున్నారు అనవచ్చునా? చట్టాలు తీసుకువచ్చి మనం ఉష్ణదేశీయులను శీతలదేశపు వారిని మేనేజర్‌లుగా ఎంపిక చేయమని ఒత్తిడి చేయడం బాగుంటుందా? ఆ రకంగా అక్కడి వేడిపద్ధతి వ్యాపార వాతావరణం మారిపోతుందా? లేక, పొరపాటు వలస వచ్చిన శీతలదేశీయులలోనే ఉందేమో? వారు స్థానిక సంస్కృతిలో కలవలేకపోవడం తప్పేమో? అందుకని మనం శీతలదేశపు చిన్నపిల్లలకు పక్కదేశపు పద్ధతులు, విలువల గురించి ముందునుంచి నేర్పించాలేమో?

కథల నుంచి వాస్తవ పరిస్థితులకు వచ్చేసరికి, యూరోప్‌లో వలసల గురించి జరుగుతున్న చర్చలు మంచి–చెడు మధ్యన జరుగుతున్న యుద్ధం కాదని బయటపడుతుంది. వలసలను సమర్థించేవారు ఎదుటివారినందరినీ నీతిలేని జాతివాదులు అనడం తప్పు. ఇక వలసలను వద్దనేవారు, తమ ప్రత్యర్థులను

మోసకారులుగా వర్ణించడం కూడా తప్పే. వలసల చర్చ, రెండు న్యాయసమ్మతమయిన దృక్కోణాల మధ్యన స్పర్థ. దాన్ని ప్రజాస్వామ్య పద్ధతుల ద్వారా నిర్ణయించడం వీలవుతుంది. నిర్ణయించాలి కూడా. ప్రజాస్వామ్యం మరి అందుకొరకే ఉంటుంది.

ప్రజాస్వామ్య పద్ధతి ద్వారా వచ్చిన నిర్ణయం ఎట్లున్నప్పటికీ రెండు కీలకమయిన అంశాలను మనసులో ఉంచుకోవాలి. మొట్టమొదట, ఇష్టం లేని ప్రజలమీదకు ప్రభుత్వం వారు పెద్ద ఎత్తున వలసవారిని తెచ్చి తలమీద పెట్టడం తప్పు. అట్లావచ్చిన వారిని తమతో కలుపుకుని నిర్వహించడానికి కాలం పడుతుంది. కష్టమవుతుంది. వచ్చినవారిని విజయవంతంగా కలపాలంటే, ముందు స్థానికుల సమ్మతి అవసరం. సహకారంతోనే అది కుదురుతుంది. ఈ నియమానికి ఒక సందర్భంలో మినహాయింపు ఉండవచ్చు. పొరుగుదేశంలో ప్రజలకు ప్రాణాపాయం కలిగిన సందర్భంలో, ఇష్టం లేకున్నా సరే ఆశ్రయం యివ్వవలసి ఉంటుంది. అప్పుడు స్థానికుల యిష్టాయిష్టాలను గుర్తించే పరిస్థితి ఉండదు.

పౌరులకు వలసలను వ్యతిరేకించే హక్కు ఉంటుంది. అయినావారు విదేశీయులపట్ల తమకుగల తప్పని బాధ్యతలను కూడా గుర్తించవలసి ఉంటుంది. మనం ప్రపంచంలో బతుకుతున్నాము. అది అన్ని దేశాలు కలగలిసిన ప్రపంచం. మనకు నచ్చనీ, నచ్చకపోనీ, మన బతుకులు భూగ్రహం మీద అటువేపున బతుకుతున్న వారితో ముడిపడి, పెనవేసుకుని ఉన్నాయి. అక్కడి వారు మన కొరకు తిండి పండిస్తారు. మన దుస్తులు తయారు చేస్తారు. చమురు ధరల పేరున యుద్ధాలు జరిగితే అందులో అక్కడివారు మరణించే స్థితి ఉంది. మనం పట్టించుకోకుండా వదిలిన పర్యావరణ చట్టాల ప్రభావం ప్రపంచమంతటా పడుతుంది. కనుక మన నైతిక బాధ్యతలను మనం విస్మరించకూడదు. దూరంగా ఉన్నారని ఎవరినీ నిర్లక్ష్యంగా చూడగూడదు.

ప్రస్తుతం యూరోప్, కొత్తవారికి ఆహ్వానం పలుకగలిగే మధ్యమార్గాన్ని కనుగొన గలుగుతుందా? అన్నది విశదంగా లేదు. అందువలన అక్కడి వాతావరణం ప్రజాపరంగా అస్తవ్యస్తం కాకూడదు మరి. యూరోప్ యిటువంటి మార్గాన్ని తెలుసుకున్న పక్షంలో, ఆ పద్ధతని ప్రపంచంలో అంతటా పాటించే వీలు ఉంటుంది. మరి యూరోపియన్‌లు ఆ ప్రయత్నంలో విఫలులయితే, ప్రపంచంలోని సాంస్కృతిక స్పర్థలను విడగొట్టడానికి స్వేచ్ఛ, సహనం అనే ఉదారవాదం విలువలు సరిపోవని తేలుతుంది. అణుయుద్ధం వంటి పరిస్థితిలో మానవజాతిని ఒకటిగా నిలపడానికి, పర్యావరణ పతనాన్ని, సాంకేతిక వినాశనాన్ని కలసికట్టుగా ఎదురుకొనడానికి కష్టంగా ఉంటుందని తెలుస్తుంది.

గ్రీక్‌లు, జెర్మన్‌లు ఒక సమాన భవితవ్యాన్ని అంగీకరించలేకున్నా, యాభయి కోట్ల యూరోపియన్ ధనికులు, కొన్ని లక్షలు మాత్రమే ఉన్న శరణార్థులకు ఆశ్రయం

లేదన్నా, అంతకంటే ఎంతో గంభీరమయిన, లోతయిన ప్రపంచస్థాయి సమస్యలు ప్రపంచ నాగరికతను భయపెడుతుంటే కలిగే పరిస్థితిని గురించి చెప్పడానికి ఏం మిగులుతుంది?

యూరోప్ వారికి, మిగతా ప్రపంచానికి, మరింతగా కలసికట్టుగా బతకాలని, సరిహద్దులను అవసరం కొద్దీ తెరవాలనీ, మనసులను కూడా తెరిచి ఉంచాలని చెప్పడానికి ఒక కారణం, ఆధారం కనబడుతుంది. అదే ఉగ్రవాదం లేదా టెర్రరిజమ్. దాన్ని గురించి జరుగుతున్న సంచలనాన్ని తగ్గించాలని వారికి నచ్చజెప్పగలగాలి. యూరోప్ వారు స్వేచ్ఛ, సహనాల గురించి చేస్తున్న ప్రయోగాల తీరు, ఉగ్రవాదుల వల్ల భయం కారణంగా బయటపడితే మాత్రం అంతకన్నా దురదృష్టం లేదు. అది జరిగితే ఉగ్రవాదుల పని సులభంగా ఫలిస్తుంది. అంతేగాక మానవాళి భవితవ్యం గురించి నిర్ణయించడంలో ఈ చిన్న వర్గంవారి పాత్ర ఎంతో పెరుగుతుంది. ఉగ్రవాదం నిజానికి బలహీనులు, ఎవరికీ కానివారు వాడుకునే ఆయుధం. అది మరి ప్రపంచవ్యాప్తంగా రాజకీయంలో అంతస్థాయికి ఎట్లా ఎదిగింది?

మూడవ భాగం
నిరాశ – ఆశ

సమస్యలు అంతకు ముందెన్నడూ లేని రకం.
అసమ్మతులు తీవ్రంగా ఉన్నాయి.
మన భయాలను నియంత్రణలో ఉంచుకుంటే,
మానవాళి సందర్భానికి తగినట్టు విలువగలుగుతుంది.
అందుకు సంయమనం అవసరం మరింత వినయం అవసరం.

10
ఉగ్రవాదం

భయపడకండి

మెదళ్లను వశపరుచుకునే విద్య ఉగ్రవాదులకు బాగా తెలుసు. వారు చంపేది తక్కువ మందిని మాత్రమే. అయినా లక్షలాది మందిని గొప్ప భయానికి గురిచేస్తారు. యూరోపియన్ యూనియన్, యునైటెడ్ స్టేట్స్ వంటి పెద్ద రాజకీయ వ్యవస్థలను కుదిపివేస్తారు. 11 సెప్టెంబర్ 2001 మొదలు, ఉగ్రవాదులు ఏటేటా యూరోపియన్ యూనియన్‌లో 50 మందిని, యూఎస్‌లో సుమారు 10 మందిని, చైనాలో సుమారు ఏడుగురిని, ప్రపంచవ్యాప్తంగా 25 వేల మందిని చంపారు.(ఈ హత్యలు ఎక్కువగా ఇరాక్, ఆఫ్ఘనిస్తాన్, పాకిస్తాన్, నైజీరియా, సిరియాలలో జరిగాయి). మరొక వైపున రోడ్ ప్రమాదాలలో ప్రతి సంవత్సరం, 80 వేల యూరోపియన్‌లు, 40 వేల అమెరికన్లు, 2,70,000 చైనీయులు మొత్తం మీద 12.5 లక్షల మంది ప్రాణాలు వదులుతున్నారు. డయాబెటిస్, రక్తంలో చక్కెర కారణంగా, ఏటా 35 లక్షల మంది మరణిస్తున్నారు. గాలి కాలుష్యం ఏటేటా 70 లక్షల మందిని చంపుతుంది. అయినప్పటికీ, మనకు చక్కెరంటే భయంలేదు. తీవ్రవాదులంటే మాత్రం ఎందుకంత భయం? ఎక్కడో ఉగ్రవాదుల దాడి జరిగిందని ప్రభుత్వాలు పడిపోతాయెందుకు? గాలికాలుష్యం వల్ల ఎన్నికల మీద ప్రభావం ఉండదెందుకు?

టెర్రరిజం అన్న మాటలోనే సూచన ఉంది. అది రాజకీయ పరిస్థితిని మార్చడానికిగాను ఒక మిలటరీ వ్యూహం. అక్కడ ఏ విధంగాను ఎక్కువ వస్తుహాని జరగదు.

వ్యాపించేది భయం మాత్రమే. బలహీనవర్గాలు మామూలుగా ఈ రకం పద్ధతులనే వాడుకుంటాయి. శత్రువులమీద వారు వస్తుపరంగా ఎక్కువ నాశనం, ప్రభావం కనబరచజాలరు. సైనిక పద్ధతులతో భయం వ్యాపిస్తుంది, వాస్తవమే. అయితే పాత తరహా యుద్ధంలో పదార్థం నాశనమవుతుంది. అందుకని భయం వ్యాపిస్తుంది. అది నష్టానికి తగినంతవరకే ఉంటుంది కూడా. తీవ్రవాదంలో భయమే అసలు కథ. ఇక్కడ టెర్రరిస్టులకు గల శక్తికి, వారు కలిగించే భయానికి కొంచెం కూడా పొంతన ఉండదు. వారు పుట్టించే భయం అంతులేకుండా ఉంటుంది.

హింస ద్వారా రాజకీయ పరిస్థితులను మార్చడం అన్ని సందర్భాలలో సులభంగా వీలుగాదు. బ్యాటిల్ ఆఫ్ సోమ్‌లో 1 జులై 1916న మొదటినాడు, బ్రిటిష్ సైనికులు 19,000 మంది చంపబడ్డారు. మరొక 40,000 మంది గాయపడ్డారు. నవంబర్‌లో యుద్ధం ముగిసేనాటికి, రెండువైపులా కలిసి పదిలక్షల కన్నా ఎక్కువమంది క్షతగాత్రులయ్యారు. అందులో మూడు లక్షల మంది చనిపోయారు. అంతజరిగినా యూరోప్‌లోని రాజకీయ సమతూకంలో పెద్ద తేడా రానేలేదు. మరో రెండు సంవత్సరాలు యుద్ధం సాగి పదుల లక్షల మంది ప్రాణాలు పోతేగాని విషయం తెగలేదు.

సోమ్ దాడితో పోల్చి చూస్తే ఉగ్రవాదం చాలా చిన్న విషయం. నవంబర్ 2015 పారిస్ దాడిలో 130 మంది చనిపోయారు, మార్చ్ 2016 బ్రసెల్స్ బాంబింగ్‌లో 32 మంది చచ్చారు. మే 2017 మాన్‌చెస్టర్ ఎరీనా బాంబింగ్‌లో 22 మంది పోయారు. 2002లో ఇజ్రాయెల్ మీద పాలస్తీనా దాడి పతాకస్థాయికి చేరింది. ప్రతినిత్యం బస్సుల మీద, రెస్టారెంట్ల మీద బాంబులు వేశారు. సంవత్సరం ముగిసేనాటికి ఇజ్రాయెల్ మృతుల సంఖ్య 451కి చేరింది. అదే సంవత్సరం కార్ ప్రమాదాల్లో 542 మంది ఇజ్రాయెల్ వారు ప్రాణాలు పోగొట్టుకున్నారు. 1988లో వాకర్ బీ మీద పాన్ ఆమ్ ఫ్లైట్ 103 మీద జరిగినలాంటి తీవ్రవాదుల దాడులలో మాత్రం వందలమంది హతులయ్యారు. 9/11 దాడి ప్రపంచ రికార్డ్‌గా నిలిచింది. సుమారు 3 వేలమంది అందులో మరణించారు. అయితే పాతపద్ధతి యుద్ధాల ముందు ఇదొక లెక్కలోకి రాదు. 1945 నుంచి నేటి వరకు యూరోప్‌లో ఉగ్రవాదుల దాడులలో పోయినవారి సంఖ్యను, జాతి, మతం, నామ వర్గం, కుడివర్గం వారందరినీ కలిపినప్పటికీ ఆ సంఖ్య మొదటి ప్రపంచయుద్ధంలో భాగంగా జరిగిన సమరాలతో పోలిస్తే తక్కువే అవుతుంది. (అస్నీ మూడవ దాడిలో 2,50,000, ఇసోంజో పదవ యుద్ధంలో 2,25,000 మంది పోయారు)

మరి ఉగ్రవాదులు తామేదో సాధించగలుగుతామని ఎట్లా అనుకుంటారు? ఒక ఉగ్రవాద దాడి తరువాత శత్రువుల సైన్యం సంఖ్య, ట్యాంకులు, ఓడల సంఖ్య అంతే

ఉంటుంది. శత్రువు సమాచార వ్యవస్థ, రహదారులు, రైల్వేలు ఇంచుమించు చెడకుండా ఉంటాయి. కర్మాగారాలు, రేవులు, మిగతా వ్యవస్థలు యధాతథంగా ఉంటాయి. శత్రువు పదార్థబలం మీద ఎటువంటి ప్రభావం కూడా చూపకుండానే, భయం పుట్టించి, తికమకపెట్టి, శత్రువులు అతిగా కదిలిపోయి, తమ శక్తిని తప్పుతీర్లలో వాడుకునేట్లు చేయడం వారి గమ్యం. కోపంతో ఉడికిపోయి శత్రువు తమ మీద విపరీతమయిన శక్తిని ప్రయోగిస్తే, ఆ శత్రువుకు తాము కలిగించగలిగే నష్టాని కన్నా ఎక్కువ వారికి వారే కలిగించుకుంటారని ఉగ్రవాదుల ఆశ, నమ్మకం. ప్రతి తుఫానులో అనుకోని సంగతులు చాలా జరుగుతాయి. తప్పులు చేస్తారు. అతిగా ప్రవర్తిస్తారు. ప్రజాభిప్రాయాలు మారుతాయి. తటస్థంగా ఉన్నవారు ఏదో ఒక దారి ఎంచుకుంటారు. మొత్తానికి అధికారం సమతాస్థితి మారుతుంది.

కనుక ఉగ్రవాదులంటే చైనా(పింగాణీ) అంగడిని నాశనం చేయదలుచుకున్న ఈగ వంటి వారు, ఈ ఈగ బలం లేనిది. తనంతకు తానుగా ఒక టీకప్పును కూడా కదిలించజాలదు. అయితే మరి అంగడిని ఎట్లా నాశనం చేస్తుంది? అది ఒక ఎద్దును వెతుకుతుంది. దాని చెవిలో దూరి హోరు పెడుతుంది. ఎద్దు భయంతో, కోపంతో చెలరేగుతుంది. పింగాణీ అంగడిలో దూరి సర్వనాశనం చేస్తుంది. 9/11 తర్వాత సరిగ్గా ఇదే జరిగింది. ఇస్లామిక్ ఫండ్‌మెంటలిస్ట్‌లు అమెరికా అనే ఎద్దును ప్రేరేపించారు. అది మధ్యప్రాచ్యం అనే పింగాణీ అంగడిని సర్వనాశనం చేసింది. ఇప్పుడు వారు ఆ ముక్కల మధ్యన హాయిగా బతుకుతున్నారు. ఇక ఈ ప్రపంచంలో ఓపికలేని ఎద్దుల కొరత లేనేలేదు.

పేక ముక్కలు కలపడం

ఉగ్రవాదం ముఖ్యమయిన నిర్ణయాలు అన్నింటినీ శత్రువుల చేతుల్లో వదులుతుంది. కనుక సైన్యవ్యూహంగా అది అంతగా ఆకర్షణీయం కాదు. ఉగ్రవాదుల దాడికి ముందు శత్రువులకు అందుబాటులో ఉన్న అంశాలన్నీ దాడి తర్వాత కూడా అదే రకంగా అందుబాటులో ఉంటాయి. వారికి అందులో దేన్నయినా ఎంచుకునే వీలు ఉంటుంది. సేనలు మాత్రం ఏంచేసినా చివరకు ఇటువంటి పరిస్థితి మాత్రం రాకుండా జాగ్రత్త పడతాయి. సైన్యం దాడిచేస్తే అదేదో భయపెట్టే నాటకం కాదు. అది శత్రువులకు కోపం తెప్పించి ఎదురుదాడికి తెప్పించే పద్ధతి కాదు. సైన్యం వారు పదార్థపరంగా పెద్ద నష్టం వచ్చేట్టు చేస్తారు. ఇకవారు తిరిగి దాడిచేసే శక్తిలో తేడా కనబడుతుంది. ఎదుటి వారికిగల అన్నిటికన్నా అపాయకర ఆయుధాలు, అవకాశాలను పడగొట్టడం దాడికి ప్రధాన ఉద్దేశ్యం.

ఉదాహరణకు డిసెంబర్ 1941లో యూఎస్ఏ మీద జపాన్ మెరుపుదాడి చేసి పర్ల్ హార్బర్‌లో వారి పసిఫిక్ నౌకా పటాలాన్ని నాశనం చేసినప్పుడు సరిగ్గా ఈ తీరే జరిగింది. అది ఉగ్రవాదం కాదు. అది యుద్ధం. దాడి తరువాత అమెరికావారు తిరుగుదాడి చేసే తీరు జపాన్ వారికి తెలియదు. ఒక్కటి మాత్రం తేలిపోయింది. వారు ఏం చేయాలని నిర్ణయించినా, ఫిలిప్పైన్స్ లేదా హాంగ్‌కాంగ్‌కు 1942లో నౌకాదళాన్ని మాత్రం పంపజాలరు.

ఎదుటివారి ఆయుధాలు అవకాశాలను నాశనం చేయకుండా, తిరుగుదాడికి ప్రేరేపించడం, మరేమీ చేయలేక చేసే పని. ఇక వేరుదారి లేనివారు చేసే పని అది. పదార్థపరంగా తీవ్రమయిన వినాశనం చేయగలిగి ఉంటే, ఆ అవకాశాన్ని కేవలం ఉగ్రవాదం పేరున ఎవరూ చేజార్చుకోరు. డిసెంబర్ 1941లో జపాన్, అటు యూఎస్ వారిని ప్రేరేపించడానికి, పర్ల్‌హార్బర్‌లోని నౌకాదళాన్ని క్షేమంగా వదిలి, మరొక ప్రయాణీకుల ఓడమీద దాడి చేసి ఉంటే అది వెర్రితనం అనిపించుకునేది.

అయితే ఉగ్రవాదులకు చేతయిన దారులు ఎన్నోలేవు. వారు చాలా బలహీనులు, యుద్ధం చేసే శక్తిలేనివారు. అందుకే నాటకీయంగా కనిపించే ఒక సన్నివేశాన్ని సృష్టిస్తారు. దానితో శత్రువు రెచ్చిపోయి, అతిగా ప్రవర్తించే వీలు ఉంటుంది. ఉగ్రవాదులు భయం పుట్టించే సన్నివేశాలు సృష్టిస్తారు. అందులో హింస ఉంటుంది. ఇక అందరూ వారికి ఎదురు తిరుగుతారు. ఉగ్రవాదులు ఏదో కొంతమందిని మాత్రం చంపుతారు. ఇక లక్షలాది మంది తమ బతుకుల గురించి భయపడడం మొదలవుతుంది. ఈ భయాన్ని తగ్గించాలి. కనుక ప్రభుత్వాలు ఉగ్రనాటకానికి ప్రతిగా భద్రత ప్రదర్శన చేస్తారు, బోలెడంత బలం ఉందని చూపిస్తూ కవాతులు చేస్తారు. ప్రజల మీదకు దాడి, మరొక దేశం మీదకు దాడి దాకా పోతారు. చాలా సందర్భాలలో ఉగ్రవాదానికి ప్రతిక్రియగా అతిగా సాగిన ప్రవర్తన, భద్రతకు మరింత అపాయం కలుగజేస్తుంది. అది ఉగ్రవాదుల ప్రభావం కన్నా ఎక్కువయ్యే వీలుంది.

ఉగ్రవాదుల ఆలోచనలు సైన్యం జెనరల్స్‌కు వచ్చే రకం కావు. వారి ఆలోచనలు నాటకం ప్రొడ్యూసర్‌ల దారిలో సాగుతాయి. ఈ సంగతి తెలియకుండా అందరికీ అర్థమయిన తీరు 9/11 దాడిలో కనిపించింది. ఆనాడు ఏం జరిగిందని ప్రజలను అడిగి చూడండి. వరల్డ్ ట్రేడ్ సెంటర్ వారి జంట టవర్లను అల్ ఖయిదావారు పడగొట్టారు అని చెబుతారు. అయితే ఆ దాడిలో కూలింది ఆ టవర్స్ మాత్రమే కాదు. అక్కడ మరో రెండు పనులు జరిగాయి. ముఖ్యంగా పెంటగన్ మీద దాడి జరిగింది. ఎవరికీ ఆ విషయం గుర్తులేదు ఎందుకు?

9/11 దాడి పాతపద్ధతి మిలటరీ దాడి అయ్యుంటే, పెంటగన్ దాడి మీద ఎక్కువ ధ్యాస కనిపించేది. ఈ దాడిలో అల్ ఖయిదావారు శత్రువు ప్రధాన కేంద్రంలో

కొంత భాగాన్ని నాశనం చేయగలిగారు. సీనియర్ కమాండర్‌లను, విశ్లేషకులను చంపగలిగారు. అయినా ప్రజల జ్ఞాపకాలలో రెండు సివీలియన్ భవనాలు కూలినది మాత్రమే ఎంతో ప్రధానంగా గుర్తుండి పోయింది. అందులో బ్రోకర్‌లు, అకౌంటెంట్‌లు, గుమస్తాలు పోవడం మాత్రమే గుర్తుంది.

పెంటగన్ అంతగా ఎత్తులేని మామూలు భవనం. మరి వరల్డ్ ట్రేడ్ సెంటర్ మాత్రం పొడుగ్గా లింగం రాయిలాగా ఆకర్షకంగా ఉంది. అది కూలడం అదొక గొప్ప ప్రభావం గల దృశ్యశ్రవణ ప్రభావం. ఆ భవనం కుప్పకూలిన తీరు చూచిన వారెవరూ జీవితంలో దాన్ని మరవలేరు. ఉగ్రవాదం అంటే నాటకమని మనకు స్వతహాగా తెలుసు. అందుకే అందులో వినాశనాన్ని పదార్థం ఆధారంగా గాక భావాత్మకంగా లెక్కవేస్తాము.

టెర్రరిస్టుల లాగే వారితో పోరాడే వాడు కూడా, సైన్యం జెనరల్స్‌లాగ కాక నాటకం ప్రొడ్యూసర్‌ల లాగ ఆలోచించాలి. అన్నిటినీ మించి, ఉగ్రవాదాన్ని ప్రభావవంతంగా తిప్పి కొట్టాలంటే, ఒక సంగతి అర్థం చేసుకోవాలి. ఉగ్రవాదులు చేయగలిగినది ఏదీ మనలను ఓడించలేదు. మనలను ఓడించేది మనము మాత్రమే. అతిగా చలించి, తప్పుదారిలో ముందుకు సాగితే జరిగేది అదే.

ఉగ్రవాదులు ఒక అసాధ్యమయిన పనిని తలకెత్తుకుంటారు. సైన్యం అన్నది లేకుండానే, హింస ద్వారా రాజకీయ అధికారాన్ని మార్చాలి అనుకుంటారు. ఆ గమ్యాన్ని అందుకునేందుకు వారు ప్రభుత్వానికి అలవిమాలిన సమస్య ప్రభుత్వం వల్లనే పుట్టేట్టు చేస్తారు. ఎక్కడయినా, ఎప్పుడయినా అందరు పౌరులను తమ ప్రభుత్వం రక్షింప గలుగుతుంది అని వారు రుజువు చేయవలసిన పరిస్థితి కల్పిస్తారు. ప్రభుత్వం అసాధ్యమయిన ఈ ప్రయత్నంలో దిగుతుంది. రాజకీయపు పేకముక్కలను కలుపుతుంది. అనుకోని ఆసును వారికి అందిస్తారు ఉగ్రవాదులు.

వాస్తవానికి ప్రభుత్వం నిజంగా తలుచుకుంటే, సాధారణంగా ఉగ్రవాదాన్ని అణగదొక్క గలుగుతుంది. చాలా దేశాలలో వందలాది ఉగ్రవాద వర్గాలు, గత కొన్ని దశాబ్దాలలో అణచివేయబడడం తెలుసు. అతి క్రూరమయిన టెర్రర్ దాడిని కూడా, గట్టి బలంతో ఆపవచ్చునని 2002–4లో ఇజ్రాయెల్‌లో రుజువయింది. ఇటువంటి సందర్భం వచ్చిందంటే తమ పని అంతేనని తీవ్రవాదులకు తెలుసు. కానీ వారు బలహీనులు, మరొక సైన్య పరమయిన దారిలేదు. కనుక పోయేదేమీ లేదు. పని జరిగితే జరిగే వీలుంది. కొన్ని సందర్భాలలో ఉగ్రవాద వ్యతిరేక ఉద్యమం వల్ల పుట్టే రాజకీయ ప్రభంజనం, ఉగ్రవాదులకు లాభదాయకం అవుతుంది. అందుకే వారి దాడులకు అర్థం ఉంది అనవచ్చు. ఉగ్రవాది మంచి ముక్కలు పడని జూదగాడు. అతను ఎదుటి మనిషిని ముక్కలు కలపడానికి ఒప్పిస్తాడు. అతనికి నష్టం లేదు, వీలుంటే గెలుపు చేతికి అందవచ్చు.

పెద్ద జాడీలో చిన్న నాణెం

ప్రభుత్వం ముక్కలు కలపడానికి ఎందుకు అవుననాలి? అప్పటికి ఉగ్రవాదుల వల్ల పదార్థపరంగా జరిగిన నష్టం తక్కువ. దాన్ని గురించి సిద్ధాంతపరంగా ప్రభుత్వం చేయగలిగింది లేదు. కెమెరాలు, మైక్‌లకు దూరంగా, మూడవ కంటికి తెలియకుండా, గట్టి చర్యలు చేపట్టాలి. నిజానికి చాలా ప్రభుత్వాలు అదే చేస్తాయి. కానీ అప్పుడప్పుడు అవి ఓపికలేక, మరీ బలంగా, మరీ బాహాటంగా ఎదురుతిరుగుతాయి. ఆ రకంగా ఉగ్రవాదుల చేతులకు చిక్కుతాయి. తీవ్రవాదుల కవ్వింపు పనులకు ప్రభుత్వాలు ఎందుకని అంతగా కదిలిపోతాయి?

రాజకీయ హింస ప్రజలమధ్యకు రాదని హామీలు ఇచ్చి ఆధునిక ప్రభుత్వాలు, న్యాయసమ్మతిని సరిపాదించుకుంటాయి. తమమాటకు మోసం వచ్చే పరిస్థితి వచ్చేసరికి వారు కవ్వింపులను తాళలేకపోతారు. పాలకులు భయంకరమయిన ప్రమాదాలను ఎదుర్కొంటారు. కొన్నిసార్లు పట్టనట్టు కూడా ఉంటారు. వాటిని నివారించడం వారి బాధ్యత కానంతవరకు పరవాలేదు. కానీ తన తీరునకు తేడావస్తున్నట్టు కనిపిస్తే మాత్రం చిన్న సమస్యతో కూడా ప్రభుత్వం పడిపోతుంది. పదునాలుగవ శతాబ్దంలో బ్లాక్‌డెత్ వ్యాధి, యూరోప్ జనాభాలో పావు నుంచి అర భాగాన్ని తుడిచిపెట్టింది. అయినా ఏ రాజు కూడా గద్దె దిగవలసిన అవసరం రాలేదు. ప్లేగ్‌ను అరికట్టడానికి ఏ రాజు కూడా అంతగా ప్రయత్నాలు చేయలేదు. ఆ కాలంలో ఎవరూ మహమ్మారిని అరికట్టడం రాజుగారి బాధ్యతగా భావించలేదు. కానీ అదే ప్రభుత్వాలు, తమ ప్రజలలో మతపరమయిన పుకార్లను వ్యాపించడానికి అనుమతించి కిరీటాలనే కాదు, తలలనే వదులుకోవలసి వచ్చింది.

ఇవాళటి ప్రభుత్వాలు గృహహింస, లైంగికహింసల పట్ల తీవ్రవాదంతో కన్నా మెత్తని ధోరణి కనబరుస్తారు. మీ టూ వంటి ఉద్యమాల ప్రభావం కొంత ఉన్నప్పటికీ, మానభంగాలు జరిగినంత మాత్రాన ప్రభుత్వాలు ఉనికికి హానిరాదు. ఉదాహరణకు ఫ్రాన్స్‌లో ఏటా 10,000 కన్నా ఎక్కువ మానభంగం ఉదంతాలు అధికారుల దృష్టికి వస్తాయి. ఇంకొన్ని పదుల వేల కేసులు బయటకు పొక్కకుండా ఉండిపోతాయి. అయినప్పటికీ రేపిస్టులు, దుండగులయిన భర్తలు ఫ్రెంచ్ ప్రభుత్వం ఉనికికి అపాయం కలిగిస్తారన్న భావన ఎక్కడా కనబడదు. మరి లైంగిక హింసను నివారిస్తాము అని హామీ ఇచ్చి ప్రభుత్వాలు అధికారంలోకి వచ్చినట్టు చరిత్రలో ఎక్కడా కనబడదు. కానీ, చాలా అరుదుగా జరిగే ఉగ్రవాదం వృత్తాంతాలు మాత్రం, ఫ్రెంచ్ ప్రభుత్వానికి విపరీతమయిన సమస్యను తెచ్చిపెడతాయి. గడిచిన కొన్ని శతాబ్దాలుగా, ఆధునిక పాశ్చాత్య ప్రభుత్వాలు, క్రమంగా తమ అధికారాన్ని, తమ సరిహద్దులోపల రాజకీయ హింసను క్షమించము, అన్న హామీతో నిలబెట్టుకున్నాయి.

పూర్వం మధ్యయుగంలో, ప్రజాజీవితంలో ఎల్లెడలా రాజకీయ హింస కనిపించేది. అసలు హింసను వాడగలగడం అన్నది రాజకీయ క్రీడలో ప్రవేశానికి అనుమతి చీటీ వంటిది. అది లేనివారికి రాజకీయంగా గొంతులేదు. అగ్రవర్గ కుటుంబాలు ఎన్నింటికో స్వంత సైన్యం ఉండేది. నగరాలు, వ్యాపార వర్గాలు, చర్చ్‌లకు, మొనాస్టరీలకు సేనలుండేవి. ఒక మతాచార్యుడు చనిపోతాడు. అతని తరువాత అధికారం గురించి పేచీపుడుతుంది. ప్రత్యర్థి వర్గాలు, అంటే భిక్షువులు, స్థానిక బలశాలులు, ఇరుగుపొరుగు వారు అంతా సమస్యను తేల్చడానికి సాయుధ పోరాటానికి దిగుతారు.

అటువంటి ప్రపంచంలో ఉగ్రవాదానికి చోటులేదు. పదార్థపరంగా వీలయినంత వినాశనం కలగజేసే సత్తాలేని వారికి గుర్తింపే లేదు. 1150లో ముస్లిమ్ మతోన్మాదులు జెరూసలేమ్‌లో కొందరు మామూలు ప్రజలను చంపారు. క్రూసేడర్స్ పవిత్ర స్థలాన్ని వదిలి వెళ్లిపోవాలని వారి డిమాండు. అది తీవ్రవాదచర్యగా కనిపించలేదు, సరికదా అవహేళనకు గురయింది. నిన్ను ఎవరయినా నిజంగా పట్టించుకోవాలి అంటే సురక్షితమయిన ఒకటి రెండు కోటల మీద దాడి చేసి చేజిక్కించుకోవాలి. అందుకే మన మధ్యయుగ పూర్వీకులకు ఉగ్రవాదం ఒక సమస్యగా కనిపించలేదు. వారికి మరి అంతకన్నా పెద్ద సమస్యలు ఎదురుగా నిలిచిఉండేవి.

ఆధునిక యుగంలో కేంద్రీకృతాలయిన ప్రభుత్వాలు, తమ తమ ప్రాంతాలలో రాజకీయ హింసస్థాయి క్రమంగా తగ్గే ఏర్పాట్లు చేశాయి. ఇక గడిచిన కొన్ని దశాబ్దాలలో పడమటి దేశాలు చాలా వరకు హింసను ఇంచుమించు తొలగించగలిగాయి. ఫ్రాన్స్, బ్రిటన్ లేదా యూఎస్ఏ పౌరులు, నగరాలు, కార్పొరేషన్‌లు, సంస్థలు చివరకు ప్రభుత్వంపై నియంత్రణ కొరకు పోరాడవచ్చు. అందులో ఆయుధాలు, సేనల అవసరం మాత్రం ఉండదు. ట్రిలియన్‌ల డాలర్‌లు, మిలియన్‌ల సైనికులు, వేలాది ఓడలు, విమానాలు, అణుక్షిపణుల మీద అధికారం ఒకవర్గం రాజకీయనాయకుల నుంచి మరొక దానికి మారుతుంది. అక్కడ ఒక్క తుపాకీ గుండు పేలదు. ప్రజలు త్వరగా ఈ తీరుకు అలవాటు పడిపోయారు. అది తమ సహజమయిన హక్కుగా భావించసాగారు. ఫలితంగా ఎక్కడో సకృత్తుగా రాజకీయహింస జరిగి, కొన్ని డజన్‌ల ప్రాణాలు పోతే, అది ప్రభుత్వపు న్యాయపరతకు, చివరకు ఉనికికి భయంకరమయిన అపాయంగా మారుతుంది. పెద్ద ఖాళీ జాడీలో చిన్న నాణం వేసి ఆడిస్తే గొప్పగోల పుడుతుంది.

అందుకే ఉగ్రవాద నాటకం అంత విజయవంతం అవుతుంది. ప్రభుత్వం, రాజకీయ హింసలేని పెద్ద ఖాళీ ప్రదేశాన్ని సిద్ధం చేసి ఉంచింది. అది ఇప్పుడు పలుకుబల్లగా మారింది. ప్రతిధ్వనిస్తుంది. ఎక్కడ సాయుధంగా దాడి జరిగినా అది

ఎంత చిన్నదయినా గోల దూరదూరాలకు వినిపిస్తుంది. ఒక రాజ్యంలో ఎంత తక్కువ రాజకీయ హింస ఉంటే, అంత ఎక్కువగా ప్రతి చిన్న సంఘటనకు ప్రతిక్రియ పుడుతుంది. నైజీరియా, ఇరాక్‌లలో వందలాది మందిని చంపినా లేని ధ్యాస బెల్జియంలో కొద్దిమందిని చంపితే మొదలవుతుంది. అందుకే విచిత్రంగా, రాజకీయ హింసను నివారించడంలో ఆధునిక రాజ్యాలు సాధించిన విజయాలే, ఉగ్రవాదానికి వారిని మరింతగా కదిలిపోయే స్థితికి చేరుస్తాయి.

తన సరిహద్దుల లోపల రాజకీయహింసను సహించేది లేదని రాజ్యం ఎన్నో మార్లు చెప్పింది. పౌరులు, తమవంతుగా, రాజకీయ హింసారాహిత్యానికి అలవాటుపడ్డారు. అందుకే ఉగ్రవాద నాటకం అరాచకం గురించి అంతులేని భయం పుట్టిస్తుంది. సామాజిక క్రమం కుప్పకూలుతుందని ప్రజలు భావిస్తారు. శతాబ్దాల రక్తసిక్త పోరాటాల తరువాత మనం హింస అనే కృష్ణబిలంలో నుంచి పాకుతూ బయటకు వచ్చాం. అయినా బిలం ఇంకా ఉందన్న భావన మిగిలి ఉంది. అది మనలను మింగడానికి ఓపికగా వేచి ఉంది. కొన్ని భయంకరమయిన అత్యాచారాలు జరిగితే చాలు, మనం దాంట్లోకి మళ్లీ పడుతున్నట్టు భావించుకుంటాం.

ఈ భయాలను పోగొట్టాలి. అందుకే రాజ్యం ఉగ్రవాద నాటకానికి స్పందిస్తుంది. తన భద్రత నాటకాన్ని ప్రదర్శిస్తుంది. ఉగ్రవాదానికి సమర్థమయిన సమాధానాలు మంచి విషయ సేకరణ వ్యవస్థ, తరువాత ఉగ్రవాదానికి తిండిపెట్టే ఆర్థిక నెట్‌వర్క్‌లపై ప్రచ్ఛన్న చర్యలు. ఇది ప్రజలు టెలివిజన్ మీద చూడగల వ్యవహారం కాదు. వర్ల్డ్ ట్రేడ్ సెంటర్ కూలుతున్న ఉగ్రవాద నాటకాన్ని పౌరులు చూచారు. రాజ్యం విధిగా అంతే ఆకర్షకమయిన ప్రతినాటకాన్ని ప్రదర్శించాలి అనుకుంటుంది. అందులో పొగలు, మంటలు మరింత ఎక్కువగా ఉంటాయి. కనుక నిశ్శబ్దంగా, సమర్థంగా పని జరిపించే బదులు రాజ్యం ఒక పెను తుఫాన్‌ను పుట్టిస్తుంది. అది తరచు ఉగ్రవాదుల కలలను వాస్తవం చేస్తుంది.

అయితే మరి ఉగ్రవాదంతో ప్రభుత్వ విధానం ఎట్లా ఉండాలి? ఉగ్రవాద వ్యతిరేక పోరాటం విజయవంతం కావాలంటే అది మూడు విధాలుగా అమలుకావాలి. ఉగ్రవాద నెట్‌వర్క్‌ల మీద రహస్యచర్యలను ప్రభుత్వం తీవ్రతరం చేయాలి. అది మొదటి విధానం. ప్రసార మాధ్యమాలు విషయాలను తగిన కోణంలో చూపించాలి. హిస్టీరియాను తప్పించాలి. అంటే అనవసర ప్రేరణలు ఉండగూడదు. ఇది రెండవ విధానం. ప్రచారం లేకుండా ఉగ్రవాదనాటకం విజయవంతం కానేరదు. మాధ్యమాలు డబ్బులు అడగకుండానే వారికి ఈ ప్రచారం అందించడం దురదృష్టకరం. ఉగ్రవాదుల దాడులను గురించి మాధ్యమాల వారు అతిగా రిపోర్ట్ చేస్తారు. వాటి ఆపదగురించి చిలువలు పలువలు చేసి చెబుతారు. మరి మధుమేహం, గాలికాలుష్యం గురించి కాక ఉగ్రవాదం గురించి రాస్తే పత్రిక ఎక్కువ ప్రతులు అమ్ముడవుతాయి!

ఇక మూడవ అంశం మనలో ప్రతి ఒక్కరి ఊహలు. ఉగ్రవాదులు మన భావనా పటిమను బందీగా చేస్తారు. దాన్ని మనకే వ్యతిరేకంగా వాడుకుంటారు. మన మెదడు రంగస్థలం మీద మనమంతా ఉగ్రవాద దాడిని మళ్లీ మళ్లీ చూస్తాం. అది 9/11 కానీ ఇటీవలి సూసైడ్ బాంబింగ్ కానీ, మళ్లీ మళ్లీ దాన్నే చూస్తాం. ఉగ్రవాదులు ఒక వందమందిని చంపుతారు. కానీ పదికోట్ల మంది మనుషులు ప్రతిచెట్టు వెనుక ఒక హంతకుడు నక్కి ఉన్నాడని అనుకోవడం మొదలవుతుంది. ఉగ్రవాదులనుంచి తమ భావనలను విముక్తం చేయడం, ప్రతి నాగరికుని, నాగరికురాలి బాధ్యత. ఈ ఆపదకు సంబంధించిన వాస్తవాలను తిరిగితిరిగి మననం చేసుకోవాలి. మనలోలోని భయం ప్రేరణగా మాధ్యమాలు ఉగ్రవాదాన్ని పెంచి చూపిస్తాయి. ప్రభుత్వాల తీరు కూడా అవసరానికి మించి ఉంటుంది.

ఉగ్రవాదం గెలిచేది, కుప్పకూలేది మనమీద ఆధారపడి ఉంటుంది. మన భావాలను మనం ఉగ్రవాదుల వశం చేస్తే, మన భయాలకు మనం మరింతగా కదిలిపోతే, ఉగ్రవాదం జయిస్తుంది. లేక మనం మన ఊహలను ఉగ్రవాదం నుంచి వేరుచేస్తే, సమతూకంగా ఆలోచించి, తక్కువగా స్పందిస్తే అది కుప్పకూలుతుంది.

అణువిధానంలోకి ఉగ్రవాదం

ఇప్పటికి గమనించిన విశ్లేషణ గత రెండు వందల ఏండ్ల మీద మనకు అర్థమయినది. ఆ విధానమే ప్రస్తుతం న్యూయార్క్, లండన్, పారిస్, టెల్ అవివ్ వీధులలో కనబడుతున్నది. కానీ, ఉగ్రవాదం ఇకమీద పెద్ద ఎత్తున వినాశనం చేయగల ఆయుధాలను గనుక సేకరించుకుంటే, ఒక్క ఉగ్రవాదం తీరు మాత్రమే కాదు, ప్రతి దేశం, ప్రపంచ రాజకీయాల తీరు, పెద్ద ఎత్తున మారిపోతాయి. ఏదో కొందరు మాత్రమే దురభిమానులు పోగయిన చిన్న సంస్థలు మొత్తం నగరాలను నాశనం చేసి లక్షలాది మందిని మట్టుబెట్ట గలిగితే, ఇక రాజకీయ హింసలేని ప్రజా సమూహాలు ఉండనే ఉండవు.

అంటే, ప్రస్తుత కాలపు ఉగ్రవాదం కేవలం నాటకం అనుకుంటే, మునుముందు రానున్న అణు ఉగ్రవాదం, సైబర్ టెర్రరిజమ్, బయోటెర్రరిజమ్ మరింత గంభీరమయిన సమస్యలు అవుతాయి. ప్రభుత్వాలు మరింత తీవ్రమయిన ప్రతిక్రియలు చేపట్టవలసి ఉంటుంది. సూటిగా అందుకే మనం, భవిష్యత్తులో నిజం కావడానికి అవకాశం ఉన్న సన్నివేశాలకు ఇప్పటికే మనం దర్శించిన నిజమయిన ఉగ్రవాదుల దాడులకు తేడా జాగ్రత్తగా తెలుసుకునే విధానం అలవరుచుకోవాలి. ఏదో ఒకనాడు తీవ్రవాదులు ఒక అణుబాంబు సంపాదించి న్యూయార్క్ లేదా లండన్ నగరాలను

నాశనం చేస్తారని భయపడి, ప్రస్తుతం ఒక ఉగ్రవాది తన ఆటోమేటిక్ రైఫిల్‌తో లేదా ఒక ట్రక్‌తో దారిపక్కన గల డజన్ మందిని చంపితే, అతిగా రియాక్ట్ అయి గోల చేయడం సరికాదు. ఏదో ఒకనాటికి అణ్వాయుధాలు స్వంతం చేసుకుంటారని, మన సెల్ఫ్‌డ్రైవింగ్ కార్‌లను హ్యాక్ చేస్తారని, వాటిని హంతకుల బృందంగా మారుస్తారని భయపడి అన్ని వ్యతిరేక వర్గాలను, బాధలను గురిచేయకుండా ప్రభుత్వాలు కూడా జాగ్రత్తగా నిర్ణయాలు చేయాలి.

ప్రభుత్వాలు రాడికల్ వర్గాలను అనుక్షణం పరిశీలిస్తూ ఉండాలి. పెద్ద ఎత్తున వినాశనం కలిగించగల ఆయుధాలను వారు సేకరించకుండా తగినచర్యలు చేపట్టి అరికట్టాలి. అయితే, అణు ఉగ్రవాదం మిగతా సన్నివేశాల మధ్యన భయం విషయంగా సమతూకం సాధించాలి. గడిచిన రెండు దశాబ్దాలలో టెర్రరిజం మీద యుద్ధం పేరున యునైటెడ్ స్టేట్స్, ట్రిలియన్‌ల డాలర్‌లను రాజకీయ పెట్టుబడులను వ్యర్థం చేసింది. జార్జ్ డబ్ల్యూ బుష్, టోనీ బ్లేర్, బరాక్ ఒబామా వారి వారి నిర్వాహకుల బృందాలు తమ పని సమంజసమే అని వాదించవచ్చు. తాము వెంటాడుతూ ఉన్నందుకే ఉగ్రవాదులు తమ మనుగడ గురించి తంటాలు పడుతూ ఉండిపోయారు, అణుబాంబ్‌లను సేకరించే విషయం వరకు వెళ్లలేక పోయారని వారు వాదిస్తే కొంతవరకు నిజమే. ఆ రకంగా వారు ప్రపంచాన్ని అణు 9/11 నుంచి సంరక్షించి ఉండవచ్చు. 'మేం ఉగ్రవాదం మీద దాడి నడిపించకుంటే, అల్ ఖాయెదా అణ్వస్త్రాలను సేకరించుకుని ఉండేది' అన్న వాదం సత్యవ్యతిరేకవాదం అవుతుంది. కనుక అది నిజమా, కాదా నిర్ణయించి చెప్పడం కష్టం.

ఉగ్రవాదం మీద యుద్ధం పేరుతో అమెరికావారు, వారి తోటివారు, ప్రపంచమంతటా గొప్ప వినాశనం కలిగించారు. అంతేగాక ఆర్థికశాస్త్రవేత్తలు అవకాశవ్యయం అనే ఖర్చు కూడా చేశారు. ఉగ్రవాదం మీద పోరాటం పేరున వెచ్చించిన ద్రవ్యం, సమయం, రాజకీయ పెట్టుబడులను గ్లోబల్ వార్మింగ్ మీద పోరాటానికి మాత్రం పెట్టలేదు. ఎయిడ్స్, బీదరికం విషయంగానూ పెట్టలేదు. సబ్ సహారన్ ఆఫ్రికాలో శాంతిసౌభాగ్యాల కొరకు, రష్యా, చైనాలతో సత్సంబంధాల కొరకు కూడా ఆ తీరుగా కృషి జరపలేదు. అట్లాంటిక్ సముద్రమట్టం పెరిగి, న్యూయార్క్ లేదా లండన్ నగరాలు చివరకు మునిగిపోతే, లేక రష్యాతో గల సంబంధాల కారణంగా బాహాటంగా యుద్ధం పెల్లుబికితే సరయిన తీరునగాక తప్పుడు ఖర్చులు చేశారని బుష్, బ్లేర్, ఒబామాలను ప్రజలు వేలెత్తి చూపుతారు.

సమస్య ఎదురయినప్పుడు ముందు వెనుకలు తేల్చడం కష్టం. తరువాత ఆలోచన చేసి, ఇలాగయి ఉంటే అనడం సులభం. జరిగిన ఉత్పాతాన్ని ఆపలేదని మనం నాయకులను తప్పుపడతాం. జరగని ప్రమాదం గురించి మాత్రం పట్టకుండా

ఉండిపోతాం. అందుకే ప్రజలు 1990 దశకంలో క్లింటన్ పాలన కాలాన్ని సమీక్షించి, అల్‌ఖాయెదాను పట్టించుకోలేదని తప్పుపడతారు. కానీ ఆ దశకంలో ఎవరూ, న్యూయార్క్ ఆకాశహర్మ్యంలోకి పాసెంజర్ విమానాన్ని నడిపించి, ఇస్లామిక్ ఉగ్రవాదులు ప్రపంచ వ్యాప్తంగా స్పర్థకు కారణమవుతారని ఊహించను కూడా లేదు. మరొకపక్క, రష్యా పూర్తిగా కుప్పకూలుతుందని, దాని విస్తృత భూభాగం మీద మాత్రమే గాక, వేలాది అణుబాంబ్‌లు, బయొలాజికల్ బాంబ్‌ల మీద నియంత్రణ కోల్పోతుందని చాలామంది భయపడ్డారు. ఒకప్పటి యుగోస్లావియాలో రక్తపాత పోరాటాలు, తూర్పు యూరోప్‌లోని మిగతా ప్రాంతాలకు పాకి హంగరీ, రుమానియాల మధ్య, బల్గేరియా, టర్కీ మధ్య, పోలాండ్, ఉక్రేన్‌ల మధ్య స్పర్థలకు దారి తీయడం అప్పట్లో అందరినీ కలవరపరిచిన ఆలోచన. జర్మనీల ఏకీకరణ చాలా మందిని కలవరపరిచింది. థర్డ్ రైష్ పడిపోయి నాలుగున్నర దశాబ్దాలే అయింది. అయినా జర్మనీ శక్తి గురించి చాలా మందికి గొప్ప భయం మిగిలి ఉంది. సోవియెట్ సమస్యలేదు గనుక, జర్మనీ సూపర్‌పవర్‌గా మారి, యూరోప్ ఖండం మీద పెత్తనం సాగించదా? ఇక చైనా సంగతి ఏమి? సోవియెట్ బ్లాక్ పడిపోవడంతో కుదుపు తిని, చైనా తన సంస్కరణలను ఆపివేయవచ్చు. తిరిగి మావో పంథా రాజకీయాలకు చేరవచ్చు. మరొక పెద్ద ఉత్తర కొరియాగా రూపు దాల్చవచ్చు.

ఇవాళ ఈ సన్నివేశాల గురించి మనం అలుసుగా మాట్లాడవచ్చు. అవి జరగలేదు గనుక అలుసయ్యాయి. రష్యాలో పరిస్థితి నిలకడయింది. తూర్పు యూరోప్‌లో చాలా భాగం యూరోపియన్ యూనియన్‌లో చేరింది. ఏకీకృత జర్మనీది ఇవాళ స్వేచ్ఛా ప్రపంచానికి నాయకత్వం అంటున్నారు. చైనా మొత్తం ప్రపంచపు ఆర్థిక ఇంజన్‌గా మారింది. ఇవన్నీ కనీసం కొంతవరకయినా, యూఎస్ ఇంకా ఈయూ వారి నిర్మాణాత్మక విధానాల వల్లనే వీలయ్యాయి. మరి ఈ రెండు వర్గాలు 1990 దశకంలో మునుపటి సోవియెట్ బ్లాక్, చైనాల మీదగాక, ఇస్లామిక్ తీవ్రవాదుల మీద దృష్టి కేంద్రీకరించి ఉంటే, అది తెలివయిన పని అనిపించుకునేదా?

రాబోయే ప్రతి పరిస్థితికి ముందుగా సిద్ధం కావడం కుదరదు. అదే దారిలో మనం అణు ఉగ్రవాదాన్ని అరికట్టాలి. అంతేగాని ఆ పని మానవాళి కార్యప్రణాళికలో అన్నిటికన్నా ముఖ్యమయిన అంశం కాజాలదు. అణు ఉగ్రవాదం సిద్ధాంత పరమయిన అపాయం. అందుకని మామూలు ఉగ్రవాదం గురించి అతిగా స్పందించడం సరికాదు. అవి వేరువేరు సమస్యలు. వాటికి సమాధానాలు కూడా వేరువేరుగా ఉంటాయి.

మనం ఎంతగా ప్రయత్నించినా ఉగ్రవాద వర్గాలు వినాశకర ఆయుధాలను సంపాదించుకుంటే, అప్పుడు రాజకీయ పోరాటాలు జరిగే తీరు తెలియడం కష్టం. అయితే అవి ఉగ్రవాదం, దానికి ప్రతిగా జరిగే తీరుకన్నా వేరుగా ఉంటాయి. 2050

నాటి ప్రపంచమంతటా అణుఉగ్రవాదులు, జైవిక ఉగ్రవాదులతో నిండి ఉందంటే, అప్పుడు వాటికి గురయ్యేవారు 2018 గురించి గమనిస్తారు. అందులో కొంత అపనమ్మకం ఉన్నా అది ఎంత మంచి ప్రపంచం అనుకుంటారు. అంత ప్రశాంతంగా బతికిన మనుషులు ఎందుకు ఇంత భయాలకు లోనయ్యారు అని కూడా అడుగుతారు.

ఇప్పటికి మనకు గల భయభావనకు ఉగ్రవాదం ఒకటే కారణం కాదు. చాలా మంది పండితులు, మామూలు మనుషులు కూడా మూడవ ప్రపంచయుద్ధం మూలన పొంచి ఉందని భయపడుతున్నారు. ఆ సినిమా వందేళ్ల కిందనే చూచినట్లు భావిస్తున్నారు. 2018లో గొప్ప శక్తుల మధ్య పెరుగుతున్న టెన్షన్లు అంతులేని ప్రపంచస్థాయి సమస్యలు కూడా తోడు కావడంతో 1914లో వలెనే, మనలను ప్రపంచయుద్ధంలోకి లాగుతున్న భావనకు లోనవుతున్నారు. ఉగ్రవాదం గురించి అతిగా పడుతున్న భయం కన్నా ఈ ఆతురత కూడా మరింత సమంజసమయినదేనా?

11

యుద్ధం

మానవుల మూర్ఖతను తక్కువగా అంచనా వేయగూడదు

గడిచిన ఇటీవలి కొన్ని దశాబ్దాలు మానవచరిత్రలోనే అత్యంత శాంతియుతమయిన కాలం. మొదట్లోని వ్యవసాయ సమాజాలలో మరణాలలో పదిహేను శాతం, మానవుల హింసవల్ల జరిగాయి. 20వ శతాబ్దంలో అది అయిదు శాతంగా దిగింది. ఇవాళ హింస మరణాలు ఒకశాతం మాత్రమే. అయినా 2008లో ఆర్థికసంక్షోభం తరువాత, అంతర్జాతీయ పరిస్థితి వడివడిగా దిగజారుతున్నది. యుద్ధకాంక్ష తిరిగి తల ఎత్తింది. సైన్యం మీద ఖర్చులు హెచ్చవుతున్నాయి. 1914లో ఒక ఆస్ట్రియన్ ఆర్చ్‌డ్యూక్ హత్యతో తొలి ప్రపంచ యుద్ధం రగులుతున్నట్టే, 2018లో సిరియన్ ఎడారిలోని ఏదో సంఘటన లేక కొరియా ద్వీపకల్పంలోని ఒక తెలివితక్కువ కదలిక ప్రపంచయుద్ధాన్ని రగిలించవచ్చునని పండితులు, పామరులు కూడా భయపడుతున్నారు.

ప్రపంచంలో టెన్షన్‌లు పెరుగుతున్నాయి. వాషింగ్‌టన్, ప్యోంగ్యాంగ్, మిగతా ఎన్నో చోట్ల నాయకుల వ్యక్తిత్వాలు మరొక కారణం. కనుక భయపడడం సాధారణం. అయినా 2018కి 1914కు మధ్యన చాలా కీలకమయిన వ్యత్యాసాలున్నాయి. ముఖ్యంగా 1914 యుద్ధం ప్రపంచవ్యాప్తంగా అగ్రవర్ణాల వారికి ఆసక్తికరంగా ఉండేది. విజయవంతమయిన యుద్ధాల తరువాత ఆర్థిక పరిస్థితి, రాజకీయ అధికారం ఎంతో బాగుపడతాయని వారి మనసుల నిండా గట్టి ఉదాహరణలు ఉన్నాయి. అందుకు వ్యతిరేకంగా 2018లో విజయవంతమయిన యుద్ధం అంటే అంతరించనున్న ఒక జాతి.

అసీరియన్‌ల కాలం నుంచి ఖిన్ దాకా మహా సామ్రాజ్యాలన్నీ సాధారణంగా హింసాత్మక విజయాలు, ఆక్రమణల తరువాతనే జరిగాయి. 1914లో కూడా ప్రధాన దేశాలన్నీ యుద్ధాలలో విజయం కారణంగానే ఆ స్థితిలో ఉన్నాయి. ఉదాహరణకు జపాన్ సామ్రాజ్యం ప్రాంతీయబలం, చైనా, రష్యాల మీద గెలుపు కారణంగా వచ్చింది. ఆస్ట్రియా–హంగరీ, ఫ్రాన్స్‌ల మీద విజయం తరువాత జెర్మనీ దేశం యూరోప్ ఖండంలో అగ్రస్థానం అందుకున్నది. ప్రపంచం మొత్తంమీద చిన్నచిన్న యుద్ధాలు చేసి, బ్రిటన్ ప్రపంచంలోనే విస్తృతం, ధనవంతమయిన సామ్రాజ్యాన్ని స్థాపించింది. ఆ రకంగానే 1882లో బ్రిటన్ దేశం ఈజిప్ట్‌మీద దాడిచేసి ఆక్రమించింది. అందుకు టెల్ ఎల్ కెబిర్‌లో జరిగిన నిర్ణాయక సమరంలో కేవలం యాభయి ఏడుగురు సైనికులు మాత్రమే చనిపోయారు. అయితే మన ఈ కాలంలో ఇక ఒక ముస్లిమ్ రాజ్యాన్ని ఆక్రమించడమంటే పడమటి వారికి పీడకల. టెల్ ఎల్ కెబిర్ తరువాత బ్రిటిష్ వారికి సేనలతో ఎదురువచ్చిన వారు లేరు. వారు ఆరు దశాబ్దాల పాటు నైలులోయ, ముఖ్యమయిన సూయెజ్ కాలువలను నియంత్రించారు. మిగతా యూరోప్ దేశాలు కూడా బ్రిటన్ దారిలో నడిచాయి. పారిస్, రోమ్, బ్రసెల్స్‌లో ప్రభుత్వాలు తమ సైనికుల బూట్లు వియెత్నాం, లిబియా లేదా కాంగో నేల మీద కదం తొక్కాలి అనుకున్నప్పుడంతా వారికి తమకన్నా ముందే మరెవరో దాడి చేస్తారన్నది ఒకటే భయం.

యునైటెడ్ స్టేట్స్ కూడా గ్రేట్ పవర్ స్థాయికి చేరింది అంటే, అది కేవలం ఆర్థిక పరిస్థితులు, వ్యాపారంవల్ల గాక మిలిటరీ చర్యల కారణంగా కూడా వీలయింది. 1846లో వారు మెక్సికో మీద దాడిచేశారు. కాలిఫోర్నియా, నెవాడా, ఊటా, ఆరిజోనా, న్యూ మెక్సికో, కొలరాడోలోని కొన్ని ప్రాంతాలు, కన్సస్, వ్యోమింగ్, ఒక్లహోమాలను జయించారు. జరిగిన శాంతి ఒప్పందం, గతంలోని టెక్సస్ ఆక్రమణను కూడా స్థిరం చేసింది. యుద్ధంలో సుమారు 13 వేల మంది అమెరికన్ సైనికులు చనిపోయారు. 23 లక్షల చదరపు కిలో మీటర్ల ప్రాంతం యునైటెడ్ స్టేట్స్‌లో కలిసింది. (అది ఫ్రాన్స్, బ్రిటన్, జెర్మనీ, స్పెయిన్, ఇటలీ దేశాలను కలిసిన విస్తీర్ణానికన్నా ఎక్కువ) అందుకే దాన్ని బార్గేన్ ఆఫ్ ద మిలేనియం అన్నారు.

1914లో వాషింగ్టన్, లండన్, బెర్లిన్‌లోని అగ్రవర్ణాల వారికి విజయవంతమయిన యుద్ధం రూపురేఖలు తెలుసు. అందులోనుంచి వచ్చే లాభాలు తెలుసు. అందుకు వ్యతిరేకంగా 2018లో ఆవర్గం వారికి ఈ రకమయిన యుద్ధాలు అంతరించాయన్న అనుమానం కలగడానికి కారణాలున్నాయి. కొంతమంది మూడవ ప్రపంచం నియంతలు, అధికారం అందని నాయకులు ఇంకా యుద్ధాలతో బతుకుతున్నారేమో కానీ, పెద్దదేశాలకు మాత్రం ఆ పద్ధతి తెలియని పరిస్థితిగా ఉంది.

అది యునైటెడ్ స్టేట్స్‌గానీ, సోవియెట్ యూనియన్ గానీ, సాధించిన అత్యున్నత విజయాలు సేనల ప్రమేయం లేకుండానే వీలయ్యాయి. ఇక ఆ తరువాత యునైటెడ్ స్టేట్స్ వారికి, మొదటి గల్ఫ్ యుద్ధంలో పాతపద్ధతి సైన్య ప్రాభవం రుచి కొంత తెలిసింది. దానితో ఉత్సాహం పొందినందుకు వారు ఇరాక్, ఆఫ్ఘనిస్తాన్‌లలో చేసిన సైనిక విన్యాసాల కారణంగా అవమానం, అంతకన్నా ట్రిలియన్‌లలో ఖర్చు భరించవలసి వచ్చింది. 21వ శతాబ్ది తొలికాలంలో తల ఎత్తుతున్న రాజకీయశక్తి చైనా, చాలా దృఢసంకల్పంతో సాయుధ పోరాటాలకు దూరంగా ఉండిపోయింది. 1979లో వియెత్నాం ఆక్రమణలో అపజయం ఒక పాఠంగా నిలిచింది. ఆ తరువాత ప్రగతి యావత్తు ఆర్థిక అంశాల ఆధారంగానే జరిగింది. ఈ మార్గంలో వారు అనుసరించింది అలనాటి జపాన్, జెర్మనీ, ఇటలీలను కాదు. 1945 తరువాత ఆ దేశాలు సాధించిన ఆర్థిక అద్భుతాలు వారికి ఆదర్శాలు. ఈ సందర్భాలు అన్నింటిలో ఆర్థిక సౌభాగ్యం, భౌగోళిక రాజకీయ బలాలు, ఒక్క తుపాకీ గుండు పేలకుండా వీలయ్యాయి.

'ప్రపంచపు ఫైటింగ్ రింగ్'గా పేరు పడిన మధ్యప్రాచ్యంలో కూడా, ప్రాంతీయ శక్తులకు, విజయవంతమయిన యుద్ధం నడిపించడం తెలియదు. ఇరాన్-ఇరాక్ యుద్ధం పేరున జరిగిన రక్తపాతంలో ఇరాన్ బావుకున్నది ఏమీ లేదు. కనుకనే తర్వాత నేరుగా పోరాటాలను మానుకున్నది. ఇరానియన్‌లు, ఇరాక్‌లోనూ, ఎమెన్‌లోనూ జరిగే స్థానిక ఉద్యమాలకు ఆర్థికంగా ఆయుధాల రూపంలో సాయపడతారు. సిరియా, లెబనన్‌లలో తమ మిత్రబృందాలకు సాయంగా విప్లవసేనలను పంపారు. అయినా ఇప్పటివరకు మరేదేశం మీద దాడి మాత్రం చేయకుండా జాగ్రత్త పడ్డారు. ఇరాన్ ఈ మధ్యనే ప్రాంతీయంగా దమనదేశంగా మారింది. అది యుద్ధరంగంలో గెలుపు కారణంగా మాత్రం కాదు. అది అనుకోకుండా జరిగింది. యూఎస్ఏ, ఇరాక్ దానికి ప్రధాన శత్రుదేశాలు. అవి రెండు యుద్ధానికి దిగాయి. అందులోపడిన ఆ దేశాలకు మధ్యప్రాధ్యం బురదగుంటల మీద ప్రేమపోయింది. కనుక ఇరాన్ లాభాలను అనుభవించింది.

ఇజ్రాయెల్ గురించి కూడా ఇదే మాట చెప్పవచ్చు. వారు విజయవంతంగా చేసిన చివరి యుద్ధం 1967 నాటిది. ఆ తరువాత యుద్ధాలు చేస్తున్నా దేశం బాగుపడింది. అది యుద్ధాలవల్ల మాత్రం జరిగింది కాదు. వారు ఆక్రమించుకున్న ప్రాంతాలలో బాలావాటివల్ల ఆర్థికభారం పెరిగింది. రాజకీయంగా అక్కడి సమస్యలు చిక్కులు తెచ్చాయి. ఇరాన్‌లాగే ఇజ్రాయెల్ కూడా, భౌగోళిక, రాజకీయ పరిస్థితిని మెరుగుపరుచుకున్నది. అది యుద్ధాలవల్ల మాత్రం కాదు. యుద్ధాలను నివారించినందుకు అది బాగుపడింది. ఇజ్రాయెల్‌కు ఒకప్పటి శత్రుదేశాలు ఇరాక్,

సిరియా, లిబియాలు యుద్ధాల కారణంగా నాశనానికి గురయ్యాయి. ఇజ్రాయెల్ మాత్రం ఒంటరిగా మిగిలింది. సిరియా సివిల్ వార్‌లోకి తల దూర్చకుండా ఉండడం నెతన్యాహూ సాధించిన అత్యుత్తమ రాజకీయ ప్రగతి. (కనీసం మార్చ్ 2018 నాటికి. తలుచుకుంటే ఇజ్రాయెల్ రక్షణదళాలు ఒక వారంలో డమస్కస్‌ను వశం చేసుకుని ఉండేవి. అయితే దానితో ఇజ్రాయెల్‌కు ఒరిగేదేమి? ఐడీఎఫ్ వారికి గాజా మీద గెలుపు, హమస్ పాలనను కూల్చడం మరింత సులభంగా వీలవుతుంది. అయినా ఇజ్రాయెల్ మరీమరీ అయిష్టత తెలిపింది. సైనికబలం ఉంది. రాజకీయ నాయకులు డేగలలాగ వాలి ఉపన్యాసాలు చేస్తారు. అయినా యుద్ధం ద్వారా గెలవగలిగింది లేదని ఇజ్రాయెల్‌కు తెలుసు. యూఎస్ఏ, చైనా, జర్మనీ, జపాన్, ఇరాన్‌లలాగే ఇజ్రాయెల్ కూడా 21వ శతాబ్ది పద్ధతి నేర్చినట్లుంది. ఈ కాలంలో మనం కంచెమీద కూర్చుని ఉండాలి. మన కొరకు మిగతావారు పోరాటం సాగించాలి.

క్రెమ్లిన్ దృక్కోణం

21వ శతాబ్దిలో ఒక మహత్తర రాజకీయశక్తి చేసిన విజయవంతమయిన ఒకే ఆక్రమణ క్రిమియా మీద రష్యా విజయం. ఫిబ్రవరి 2014లో రష్యన్ దళాలు పొరుగునున్న ఉక్రెయిన్ మీద దాడి చేశాయి. క్రీమియన్ ద్వీపకల్పాన్ని ఆక్రమించాయి. అది తరువాత రష్యాలో భాగమయింది. అంతగా పోరాటం లేకుండానే, రష్యా విజయం సాధించింది. పొరుగువారిలో భయం నింపింది. తనను తాను ప్రపంచస్థాయి శక్తిగా తిరిగి స్థాపించుకున్నది. అయితే ఈ ఆక్రమణ కొన్ని విచిత్రమయిన పరిస్థితుల కారణంగా వీలయింది. ఉక్రేన్ సైన్యంగానీ, స్థానిక జనం కానీ రష్యన్‌లకు ఎదురురాలేదు. మిగతావారు కూడా సమస్యలో తలదూర్చకుండా ఉండిపోయారు. ఇటువంటి పరిస్థితులను ప్రపంచంలో మరెక్కడయినా కల్పించడం కుదరదు. దాడిచేస్తున్న వారితో తలపడడానికి శత్రువులు లేకపోవడం అన్నది, యుద్ధంలో విజయానికి అవసరమయిన నియమం అయితే, అందుబాటులో ఉన్న అవకాశాలు తగ్గిపోతాయి

క్రీమియాలో సాధించిన విజయాన్ని ఉక్రేన్‌లో మరొకచోట పునరావృతం చేయాలని రష్యా ప్రయత్నించింది. కానీ అక్కడ గట్టి ప్రతిఘటన ఎదురయింది. తూర్పు ఉక్రేన్‌లో యుద్ధం ఎటూ తేలకుండా మిగిలిపోయింది. (మాస్కో దృష్టిలో) అంతకన్న అన్యాయంగా ఉక్రేన్‌లో రష్యా వ్యతిరేకభావాలు తలెత్తాయి. ఆ దేశం ఒకప్పుడు మిత్రదేశం. అది బద్ధశత్రువుగా మారింది. మొదటి గల్ఫ్ యుద్ధంలో విజయం కారణంగా ఇరాక్ మీద దాడికి యూఎస్ఏ ఉత్సాహంగా సిద్ధమయినట్టే, క్రీమియాలో గెలుపు రష్యావారిని ఉక్రేన్ మీదకు పంపింది.

21వ శతాబ్దం మొదటిభాగంలో రష్యావారు కాకసస్, ఉక్రేన్‌ల మీద చేసిన దాడులను కలిపి చూచినా వాటిని విజయవంతాలు అని అనడానికి లేదు. అవి గొప్ప రాజకీయశక్తిగా రష్యా గౌరవాన్ని పెంచి ఉండవచ్చు. కానీ రష్యా పట్ల అపనమ్మకం, శతృత్వం కూడా పెరిగాయి. ఆర్థికపరంగా వారికి నష్టాలు రాసాగాయి. క్రీమియాలోని టూరిస్ట్ రిసార్ట్‌లు, లుహాన్స్క్, డోనెస్క్‌లో పాతకాలపు ఫ్యాక్టరీలు యుద్ధం ఖర్చులకు సమంగా ఆదాయాలను అందించ జాలవు. పెట్టుబడుల తరుగు, అంతర్జాతీయ నిబంధనల విలువకు అవి సమంగా నిలువ జాలవు. రష్యా విధానంలోని పరిధులను అర్థం చేసుకోవాలంటే, గడిచిన 20 సంవత్సరాలలో శాంతియుత చైనా సాధించిన అపారమయిన ఆర్థికప్రగతిని పోల్చి చూడవలసిన అవసరం ఉంది. అదే కాలంలో రష్యా విజయం సాధించిందేమో గానీ, ఆర్థికంగా ప్రతిష్టంభనలో మిగిపోయింది.

మాస్కో నుంచి ధైర్యవచనాలు రావచ్చు. అయినా ఆ దేశపు అగ్రవర్ణాలకు సైన్యం వారి సాహసచర్యల వెల తెలుసు. లాభనష్టాలు తెలుసు. అందుకే ఆ చర్యలను మరింత పెంచకుండా ఇప్పటివరకు ఉండవలసి వచ్చింది. రష్యా 'ఆటస్థలంలో ఆకతాయిలు' పద్ధతిని పాటిస్తున్నది. చేతగాని వాని మీద దాడి చెయ్యి. అయినా మరీ అంతగా కొట్టొద్దు. లేకుంటే టీచర్ కలుగజేసుకుంటుంది. పుతిన్ తన యుద్ధాలను స్టాలిన్, పీటర్ ద గ్రేట్, లేదా చంగేజ్ ఖాన్‌ల పద్ధతిలో సాగించి ఉంటే, రష్యా ట్యాంకులు ఏనాడో తిబిలిసి, కీవ్‌ల మీదకు దూసుకుపోయేవి. వార్సా, బెర్లిన్‌లను ఇక్కడ పక్కన బెట్టాలి. అయితే పుతిన్ అంటే స్టాలిన్, చంగేజ్ ఖాన్, స్టాలిన్ కాదు మరి. 21వ శతాబ్దిలో సేవల శక్తి చాలా దూరం పోదని, విజయవంతంగా యుద్ధం నడపడం అంటే, అది పరిధులలో ఉండాలని మిగతా అందరికన్నా అతనికి బాగా తెలుసు. సిరియాలో కూడా, రష్యా వివాదాల దాడులు క్రూరంగా జరిగాయి. అయినా అందులో రష్యన్ అడుగుజాడలు తెలియకుండా పుతిన్ జాగ్రత్త పడ్డాడు. యుద్ధం ఎక్కువగా మిగతావారి చేతులలో వదిలాడు. అది పొరుగు దేశాల మీదకు విస్తరించకుండా జాగ్రత్త వహించాడు.

నిజానికి రష్యా దృష్టిలో చూస్తే, ఇటీవలి సంవత్సరాలలో వారు దుడుకుగా చేసిన దాడులేవీ, ప్రపంచస్థాయి యుద్ధం దిశగా ఎత్తుగడలు కానేకావు. బయటపడిన రక్షణ వ్యవస్థను చక్కదిద్దే ప్రయత్నాలు మాత్రమే. 1980, 1990 దశకాలలో వారు శాంతియుతంగా వెనుకకు తగ్గారు. అప్పుడు వారిని ఓడిన శత్రువుగా చూడడం గురించి రష్యా భావనలు సమంజసమే. రష్యావారి బలహీనతను యూఎస్ఏ, నేటోలు వాడుకున్నాయి. వ్యతిరేకంగా హామీలు ఉన్నప్పటికీ నేటోను తూర్పు యూరోప్‌లో వ్యాపింపజేశాయి. పూర్వపు సోవియెట్ రిపబ్లిక్‌లు కొన్నింటికి కూడా వ్యాపింపజేశాయి.

మధ్యప్రాచ్యంలో రష్యావారి ఆసక్తిని పడమటి దేశాలు పట్టించుకోలేదు. అనుమానాస్పదమయిన సాకులతో సెర్బియా, ఇరాక్‌ల మీద దాడులు చేశాయి. పడమటి దాడులనుండి తమ ప్రభావంగల ప్రాంతాలను పరిరక్షించాలంటే, రష్యా తన స్వంత సైన్యశక్తి మీద మాత్రమే ఆధారపడవలసి ఉంటుందని సాధారణంగా వివరించాయి. అందుకే రష్యాచేసిన ఇటీవలి దాడులకు పుతిన్‌తో బాటు బిల్ క్లింటన్, జార్జ్‌బుష్ కూడా నింద పొందవలసి ఉంటుంది.

జార్జియా, ఉక్రేన్, సిరియాలలో రష్యావారి సైనిక చర్యలు మరింత సాహసం గల సామ్రాజ్యవాద విస్తరణకు తొలి సంకేతాలుగా మారే వీలుంది. ప్రపంచ వ్యాప్తంగా ఆక్రమణల గురించి ఇప్పటివరకు పుతిన్ పథకాలు బలంగా వేసినట్టు లేనప్పటికీ, విజయాలు అతని ఆశలను పెంచే వీలుంది. అయితే పుతిన్ రష్యా, స్టాలిన్ కాలపు యూఎస్ఎస్ఆర్ కన్నా బలహీనమయినదని గుర్తుంచుకోవడం ఎందుకయినా మంచిది. చైనావంటి ఇతరదేశాలు తోడువస్తే తప్ప, కొత్త ప్రచ్ఛన్న యుద్ధాన్ని అది నిలుపజాలదు. పూర్తిస్థాయి ప్రపంచయుద్ధం ప్రశ్న రానేరాదు. రష్యా జనాభా 15 కోట్లు. జీడీపీ నాలుగు ట్రిలియన్ డాలర్‌లు. జనాభా, ఉత్పత్తి రెంటిపరంగానూ అది యూఎస్‌ఏ ముందు మరుగుజ్జు. (యూఎస్ జనాభా 3215 కోట్లు, జాతీయ ఉత్పత్తి 19 ట్రిలియన్ డాలర్‌లు) యూరోపియన్ యూనియన్ 50 కోట్ల జనం, 21 ట్రిలియన్ డాలర్‌ల ఉత్పత్తితో మరింత పైచేయిగా ఉంది. ఈ రెండు కలిస్తే, అయిదంతలు ఎక్కువ జనం, పదంతలు ఎక్కువ డాలర్‌లు కలిగిఉన్నాయి.

ఇటీవలి సాంకేతిక అభివృద్ధి ఈ తేడాను కనిపించే స్థాయికన్నా మరింత పెంచింది. యూఎస్ఎస్ఆర్ 20వ శతాబ్ది మధ్యలోని పరిధికి చేరింది. అప్పట్లో భారీ పరిశ్రమలు ప్రపంచ ఆర్థిక వ్యవస్థను నడిపించేవి. సోవియెట్ కేంద్రీకృత వ్యవస్థ అప్పట్లో ట్రాక్టర్స్, ట్రక్స్, టాంక్స్, ఇంటర్‌కాంటినెంటల్ మిసైల్స్‌ను కూడా భారీగా ఉత్పత్తి చేసేది. ఇవాళటి రోజున భారీ పరిశ్రమకన్నా సమాచార సాంకేతికశాస్త్రం, జీవసాంకేతిక శాస్త్రం ఎంతో ప్రధానమయినవి. రష్యాకు ఈ రెండింటిలోనూ గొప్ప నైపుణ్యం లేదు. ఆ దేశం వద్ద సైబర్ యుద్ధతంత్రం మెప్పించదగిన స్థాయికి ఉండవచ్చు. కానీ వారి సివీలియన్ ఐటీ సెక్టర్ బలంగా లేదు. వారి ఆర్థికవ్యవస్థ ఎక్కువగా చమురు, వాయువు వంటి సహజవనరుల మీద ఎక్కువగా ఆధారపడుతుంది. వీటితో కొందరు అధికారులు సంపన్నులు కావచ్చు. పుతిన్ అధికారం కొనసాగవచ్చు. అంతేగానీ, డిజిటల్, బయోటెక్నలాజికల్ ఆయుధ పోటీలో గెలవడానికి అవి సరిపోవు.

అంతకంటే ప్రధానంగా పుతిన్ రష్యాకు విశ్వవ్యాప్త భావజాలం గుర్తించదగినంత లేదు. ప్రచ్ఛన్నయుద్ధం కాలంలో యూఎస్ఎస్ఆర్ అటు కమ్యూనిజం ఆకర్షణ మీదనూ, ఇటు రెడ్ ఆర్మీ వ్యాప్తి మీదను ఆధారపడింది. పుతిన్ విధానంలో క్యూబా, వియత్నాం,

ఫ్రెంచ్ బుద్ధిజీవులకు అందించగల ఆలోచనలు లేవు. ప్రపంచంలో అధికార జాతీయవాదం పెరుగుతుండవచ్చు. అయితే స్వతహాగా దానిలో అంటిపెట్టుకుని మనగల అంతర్జాతీయ కూటములను స్థాపించటానికి అనువులేదు. కనీసం సిద్ధాంతపరంగా, పోలాండ్, రష్యాలకు కమ్యూనిజం అంతర్జాతీయ కార్మికుల, విశ్వవ్యాప్త సంక్షేమాన్ని ప్రవచించింది. అయితే ఈ రెండుదేశాల జాతీయవాదాలు మాత్రం నిర్వచనపరంగా కూడా వ్యతిరేకంగా ఉన్నాయి. పుతిన్ అభ్యున్నతితో పోలిష్ నేషనలిజమ్ పైకి ఎగుస్తుంది. దానితో పోలాండ్ మునపటికన్నా రష్యాకు ఎక్కువ వ్యతిరేకి అవుతుంది.

రష్యా ప్రపంచవ్యాప్తంగా తప్పుడు సమాచారం వ్యాప్తి, తిరుగుబాటు కుట్రలను సాయంగా నేటో, యూరోపియన్ యూనియన్‌లను విచ్ఛిన్నం చేసే ఉద్యమం చేపట్టింది. అది భౌతికంగా దాడులు చేసే తీరు కనిపించదు. క్రిమియా ఆక్రమణ, జార్జియా, తూర్పు ఉక్రేన్‌లలో రష్యా చొరబాట్లు, ఒంటరి ఉదాహరణలుగా మిగిలిపోతాయని, అంతేగాని కొత్త యుద్ధపు కాలానికి ప్రాతిపదికలు కావని విశ్వసిస్తే సమంజసమే అవుతుంది.

అడుగంటిన యుద్ధవిజయాల కళ

21వ శతాబ్దిలో మేజర్ పవర్స్ కూడా విజయవంతంగా యుద్ధాలు చేయలేకపోవడం, అది అంత కష్టతరం కావడం ఎందుకని? ఒక కారణం ఆర్థికస్థితి తీరులో మార్పు. గతంలో ఆర్థికవనరులు ముఖ్యంగా వస్తురూపంలో ఉండేవి. కనుక దాడి చేసి కొల్లగొట్టడం నేరుగా వీలయేది. యుద్ధరంగంలో శత్రువును ఓడిస్తే వారి నగరాలను దోచుకుని వారి నాగరికులను బానిసలుగా అమ్మి సొమ్ము చేసుకునే వీలుండేది. వారి విలువయిన గోధుమ పొలాలు, బంగారుగనులను ఆక్రమించే వీలుండేది. పట్టుబడిన గ్రీకులు, గౌల్‌లను అమ్మి రోమన్‌లు సొమ్ము సంపాదించుకున్నారు. 19వ శతాబ్దం అమెరికన్‌లు కాలిఫోర్నియా బంగారు గనులను, టెక్సస్‌లో పశువులను పెంచే రాంచ్‌లను ఆక్రమించుకున్నారు.

కానీ 21వ శతాబ్దంలో ఈ దురాక్రమణ పద్ధతిలో ఏవో కొంతపాటి లాభాలు మాత్రమే చేతికి అందుతాయి. ఇవాళటి రోజున ఆర్థికపరంగా ఆస్తులు అంటే, గోధుమ పొలాలు, బంగారు గనులు, ఆయిల్ ఫీల్డ్స్ అసలేకావు. ఆ సంపద సాంకేతిక సంస్థాగత విజ్ఞానం రూపంలో ఉంటున్నది. యుద్ధం ద్వారా జ్ఞానాన్ని గెలవడం కుదరదు. ఇస్లామిక్ రాజ్యం వంటి ఒక సంస్థ ఇప్పటికీ నగరాలను కొల్లగొట్టి మధ్య ప్రాచ్యంలో చమురు బావులను ఆక్రమించి బాగుపడుతుండవచ్చు. వారు ఇరాక్ బ్యాంక్‌ల నుంచి అయిదు

వందల మిలియన్ డాలర్‌లను హస్తగతం చేసుకున్నారు. 2015లో చమురు అమ్మి మరొక అయిదు వందల మిలియన్ డాలర్‌లు సంపాదించారు. అయితే చైనా, యూఎస్‌ఏ వంటి ఒక మేజర్ పవర్ దేశానికి ఈ మొత్తాలు గొప్పవి అసలు కాదు. సాలీనా ఇరవయి ట్రిలియన్ డాలర్ల జీడీపీ గల చైనా కేవలం ఒక బిలియన్ కొరకు యుద్ధం ప్రారంభించడం అర్థంలేని పని. ఇక యూఎస్‌ఏకు వ్యతిరేకంగా యుద్ధం పేరున ట్రిలియన్‌ల డాలర్లు ఖర్చు చేసే విషయానికి వస్తే ఈ ఖర్చు యుద్ధంవల్ల కలిగే నష్టాలను, చేజారిన వ్యాపార అవకాశాల నష్టాన్ని చైనా ఏ రకంగా పూడుస్తుంది? పీపుల్స్ లిబరేషన్ ఆర్మీవారు గెలిచిన తరువాత సిలికాన్ వ్యాలీని కొల్లగొడతారా? ఆపిల్, ఫేస్‌బుక్, గూగుల్ వంటి వ్యాపార సంస్థలు వందల బిలియన్‌ల డాలర్‌ల విలువ గలవి నిజమే. కానీ వాటిని బలవంతంగా స్వంతం చేసుకోవడం కుదరదు. సిలికాన్ వ్యాలీలో సిలికన్ గనులు లేవు.

యుద్ధంలో విజయం కనీసం సిద్ధాంతపరంగా గొప్ప లాభాలను అందిస్తుంది. ప్రపంచ వ్యాపార వ్యవస్థను విజేత తనకు అనుకూలంగా అమర్చుకునే ఉంటుంది. నెపోలియన్ మీద గెలిచిన తర్వాత బ్రిటన్ అదేపని చేసింది. హిట్లర్ మీద గెలుపు తర్వాత యూఎస్‌ఏ, అదే దారిలో సాగింది. అయితే మిలిటరీ సాంకేతికశాస్త్రం మారింది. కనుక ఇరవయి ఒకటవ శతాబ్దిలో ఈ పనులు చేయడం కష్టంగా ఉంటుంది. ప్రపంచయుద్ధంలో విజయం ఆటమ్ బాంబ్ కారణంగా సామూహిక ఆత్మహత్య కిందకు మారింది. హిరోషిమా తరువాత సూపర్‌పవర్స్ ఒకరితో ఒకరు ప్రత్యక్షంగా తలపడింది లేదు. ఏవో తగ్గుస్థాయి పందెం పోటీలలో మాత్రమే పాలుగొన్నాయి. వాటిలో ఓటమిని నివారించడానికి అణ్వస్త్రాలను వాడడానికి ఉత్సాహం కొరవడింది. అణుశక్తి విషయంగా సెకండ్ రేట్ అనదగిన ఉత్తర కొరియా మీద దాడి కూడా ఏమంత ఆకర్షణలేని ప్రతిపాదనగా కనిపించింది. సైన్యపరంగా ఓడిపోతే కిమ్ కుటుంబం వారు ఏం చేస్తారని ఆలోచిస్తే భయమవుతుంది.

కాబోయే సామ్రాజ్య వాదులకు సైబర్ యుద్ధం, పరిస్థితిని మరింత పాడుచేస్తుంది. విక్టోరియా రాణి పాలన సాగిన పాతరోజులలో మాగ్జిం గన్ కాలంలో ఇటు బర్మింగ్‌హామ్, మాన్‌చెస్టర్‌లలో శాంతికి ఏ మాత్రం భంగం రాకుండానే, బ్రిటిష్ సేనలు సుదూరంలోని ఎడారులలో దిక్కుమాలిన శత్రువులను ఊచకోత కోయగలిగారు. జార్జ్ బుష్ కాలంలో కూడా యూఎస్‌ఏ, అటు బగ్దాద్, ఫలుజాలలో విలయతాండవం చేసింది. కానీ ఇరాక్‌వారికి శాన్‌ఫ్రాన్సిస్కో, షికాగోల మీద దాడిచేసే దారి దొరకలేదు. కానీ ప్రస్తుతం యూఎస్‌ఏ, ఏదో కొంత సైబర్ యుద్ధ పటిమగల దేశం మీద దాడి చేసినా, నిమిషాల్లో యుద్ధం కాలిఫోర్నియా ఇలినాయ్‌లకు చేరుతుంది. మాల్‌వేర్‌లు, లాజిక్ బాంబ్‌లు డలస్‌లో విమానాలను ఆపగలుగుతాయి. ఫిలడెల్ఫియాలో రైళ్లు గుద్దుకునేటట్టు చేస్తాయి. మిషిగన్‌లో కరెంటు వ్యవస్థ కూలుతుంది.

విజేతల మహాయుగంలో యుద్ధం వల్ల హాని తక్కువ. లాభం ఎక్కువగా ఉండేది. హేస్టింగ్ యుద్ధంలో 1066లో విజేత విలియం మొత్తం ఇంగ్లండ్‌ను ఒక్కరోజులో గెలుసుకున్నాడు. అందుకు అతను చెల్లించిన మూల్యం కొన్నివేలమంది ప్రాణాలు. అందుకు వ్యతిరేకంగా ఇవాళటి స్థితిలో అణ్వస్త్రాలు, సైబర్ యుద్ధకళ కారణంగా యుద్ధాలు అంటే హాని ఎక్కువ, లాభం తక్కువ వ్యవహారంగా మారింది. అటువంటి పరికరాలను వాడితే మొత్తం దేశాలు నాశనమవుతాయి. లాభదాయక సామ్రాజ్యాల నిర్మాణం మాత్రం వీలుగాదు.

ప్రపంచమంతటా కత్తుల చప్పుడు, చెడు తరంగాలు నిండుతున్నాయి. మేజర్ పవర్ దేశాలకు విజవంతమయిన యుద్ధాల ఇటీవలి ఉదాహరణలు తెలియకపోవడం, ఈ రకం సందర్భంలో శాంతికి గట్టి హామీగా నిలుస్తున్నది. చంగేజ్ ఖాన్ లేదా జూలియస్ సీజర్, గొప్ప కారణం లేకుండానే, ఒక విదేశం మీద దాడి చేశారు. ఇవాళటి జాతీయ వాద నాయకులు ఎర్డొగన్, మోదీ, నెతన్యాహూ వంటివారు, గట్టిగా మాట్లాడుతారు. అయితే యుద్ధం మొదలు పెట్టే విషయంగా మాత్రం చాలా జాగ్రత్తగా ఉంటారు. 21వ శతాబ్దం పరిస్థితిలో విజయవంతంగా యుద్ధం సాగించే సూత్రం దొరికితే మాత్రం నరకద్వారాలు తొందరపడి తెరుచుకుంటాయి. ఇది క్రిమియాలో రష్యన్ విజయాన్ని భయంకరశకునంగా మారుస్తున్నది. అది ఒక మినహాయింపుగా మిగలాలని ఆశిద్దాం.

పొరపాట్ల పరంపర

21వ శతాబ్దిలో యుద్ధాలు లాభసాటి వ్యవహారం కాదని తెలిసినప్పటికీ, శాంతి ఉంటుందని మనకు సంపూర్తి హామీ దొరకదు. మనుషుల తెలివితక్కువతనాన్ని మనం తక్కువగా అంచనా వేయకూడదు. వ్యక్తిగతంగా, సామూహికంగా, మనుషులు తమను తాము నాశనం చేసుకునే పనులు కొనసాగిస్తూనే ఉంటారు.

ఆక్సిస్ వారికి 1939లో బహుశా యుద్ధం లాభంలేని ఎత్తుగడగా ఉంది. అయినా ప్రపంచానికి రక్షణ అందలేదు. రెండవ ప్రపంచయుద్ధం గురించి ఆశ్చర్యపరిచే అంశం ఒకటి ఉంది. యుద్ధం తరువాత ఓడిన దేశాలవారు మునుపెన్నడు లేనంతగా సంపదలో మునిగారు. వారి సేనలు పూర్తిగా ఒరిగిపోయిన తరువాత 20 సంవత్సరాలకు, సామ్రాజ్యాలు పూర్తిగా కుప్పగూలిన తరువాత జెర్మన్, ఇటాలియన్, జపనీస్ వారు అంతులేని సంపదను అనుభవించారు. అయితే మరివారు మొదట ఎందుకని యుద్ధంలోకి దిగినట్లు? లక్షలాదిమంది ప్రజలమీద అనవసరంగా మరణాలు, వినాశనం ఎందుకని తలమోపారు? అంతా తెలివిలేని తప్పుడు లెక్క

1930 దశకంలో జపాన్ జనరల్స్, అడ్మిరల్, ఆర్థికవేత్తలు, పత్రికారంగం వారు ఏకకంఠంగా, కొరియా, మంచూరియాల మీద, చైనా తీరంమీద నియంత్రణ లేనిదే, జపాన్ ఆర్థికంగా ఇరికి నిలబడిపోతుందని ప్రకటించారు. ఆ రకంగా అందరూ పప్పులో కాలువేశారు. నిజానికి ప్రసిద్ధిగాంచిన ఆర్థిక అద్భుతం ఆ దేశం ఓటమి తరువాత ఓటమి రుచిచూచిన తరువాతే మొదలయింది.

మనుషుల మూర్ఖత చరిత్రలోని ప్రధానమయిన బలాలలో ఒకటి. కానీ దాన్ని మనం పట్టించుకోము. రాజకీయనాయకులు, సైన్యాధికారులు, విద్వాంసులు ఈ ప్రపంచాన్ని గొప్ప చదరంగం ఆటగా భావిస్తారు. అందులో హేతుబద్ధంగా జాగ్రత్తగా లెక్కలు చేసిన తరువాత ఎత్తులు వేస్తారు. అది కొంతవరకు సరిగా ఉంటుంది. చరిత్రలో నిజానికి మూర్ఖులయిన నాయకులు లేరు అనాలి. ఎవరూ సైనికులను, శకటాలను లెక్కలేకుండా కదల్చి ఆడలేదు. జెనరల్ టోజో, సద్దాంహుస్సేన్, కిమ్ జోంగ్‌లు కూడా హేతుబద్ధమయిన కారణాలతో ఎత్తులువేసి ఆడుకున్నారు. అయితే ఈ ప్రపంచం చదరంగం బల్లకన్నా చిక్కు వ్యవహారం. దాన్ని అర్థం చేసుకునేందుకు మనుషుల హేతువాదం సరిపోదు. కనుక తెలివిగల హేతువాదులు కూడా నాయకులుగా తరచు అర్థంలేని పనులు చేస్తుంటారు.

మరి మనం ప్రపంచయుద్ధం గురించి ఎంతగా భయపడాలి? రెండు చివరలను వదలడం మంచిది, అంటే తీవ్రంగా దాన్ని పట్టించుకొనడం, వదిలిపెట్టడం కూడదు. ఒక పక్కన యుద్ధం ఎన్ని తీర్లు చూచినా అనివార్యం కాదు. మనుషులు సరయిన నిర్ణయాలు చేసినట్లయితే సూపర్‌పవర్ దేశాల మధ్య తగాదాలను కూడా శాంతియుతంగా ముగించవచ్చని ప్రచ్ఛన్నయుద్ధం నిరూపించింది. ఇక కొత్తగా మరొక ప్రపంచయుద్ధం తప్పదని ఊహించడం అంతులేని ప్రమాదానికి దారితీస్తుంది. అట్లా అంటే తనను తాను నిజం చేసుకుంటుంది. అనకుంటే రాదు. దేశాలు ఒకసారి యుద్ధం తప్పదు అనుకుంటే తమ సైన్యాలను సిద్ధం చేసుకుంటాయి. సుడులుగా ఆయుధ పోటీలో సాగుతాయి. రాజీపడి స్పర్థలను తగ్గించడానికి ముందుకు రారు. ఎదుటివారి మంచితనాన్ని, కదలికలను, ఉచ్చులుగా అపార్థం చేసుకుంటారు. ఇక యుద్ధం నిజంగా అనివార్యం అయితీరుతుంది.

ఇక మరొక పక్కన యుద్ధం అసాధ్యం అనుకొనడం అమాయకత్వం అవుతుంది. యుద్ధం అందరికీ అపాయకరమే. అయినా మనుషుల మూర్ఖత నుంచి మనలను ఏ దేవుడు, ప్రకృతిసిద్ధాంతం కాపాడజాలదు.

మానవుల మూర్ఖతకు పనిచేసే అవకాశం ఉన్న ఒకానొక ఔషధం వినయం. నా దేశం, నా మతం, నా సంస్కృతి ప్రపంచంలో అన్నిటికన్నా ముఖ్యమయినవి

అన్న భావన గొప్పగా ఉంటుంది. కానీ దాని కారణంగా జాతీయ, మత, సాంస్కృతిక విభేదాలు మరింత హీనస్థితికి దిగజారుతాయి. మరెవరి ఆసక్తికన్నా ముందు నా ఆసక్తిని పట్టించుకోవాలి, మొత్తం మానవాళికన్నా నేను ముఖ్యం అంటే, అది సరయిన తీరుకాదు. జాతిని, మతాన్ని, సంస్కృతిని మరింత వాస్తవికంగా, ప్రపంచంలో వాటి నిజమయిన స్థానం గురించి వినయవంతంగా మనం చేయగల మార్గం ఉంటే అదేమిటి?

12

నమ్రత

ప్రపంచానికి కేంద్రం నీవు కాదు

చాలామంది జనం ప్రపంచానికి తామే కేంద్రం అనుకుంటారు. మానవచరిత్రకు తమ సంస్కృతి ఆధారం అనుకుంటారు. చాలా మంది గ్రీకులు చరిత్ర హోమర్, సోఫోకిల్స్, ప్లేటోలతో మొదలయింది అనుకుంటారు. ముఖ్యమయిన ఆలోచనలు, ఆవిష్కరణలన్నీ ఎతెన్స్, స్పార్టా, అలెగ్జాండ్రియా లేదా కాన్‌స్టాంటినోపిల్‌లో పుట్టాయి అనుకుంటారు. చైనా జాతీయవాదులు, కాదు, చరిత్ర నిజానికి యెలో ఎంపరర్‌తో మొదలయింది అని అడ్డు వస్తారు. షియా, షాంగ్ సామ్రాజ్యాలు మొదటివి, పడమటివారు, ముస్లిమ్‌లు, భారతీయులు ఏదయినా సాధించి ఉంటే అవన్నీ చైనా వారి విజయాలకు నకళ్లు మాత్రమే అంటారు.

హిందూస్థానిక వాదులు, చైనావారివి డంబాలు అంటారు. చివరకు విమానాలు, అణుబాంబులు కూడా మా ప్రాచీనమునులు భారత ఉపఖండంలో కనుగొన్నవే, కన్‌ఫ్యూషియస్, ప్లేటోలకన్నా మావారు ముందువారు. ఐన్‌స్టైన్, రైట్ సోదరుల గురించి ఇక చెప్పనవసరమే లేదు అంటారు. భరద్వాజమహర్షి రాకెట్‌లు, ఏరోప్లేన్‌లను కనుగొన్నాడని, విశ్వామిత్రుడు మిసైల్స్‌ను కనుగొనడమే కాదు, వాడుకున్నాడు కూడా అని మీకు తెలుసా? ఆచార్య కణాదుడు అణుసిద్ధాంతానికి తండ్రి, మహాభారతంలో అణ్వస్త్రాల వర్ణన వివరంగా ఉందని తెలుసా?

పవిత్ర ముస్లిములు, మహమ్మదు ప్రవక్త కన్నా ముందటి చరిత్ర అప్రస్తుతం అంటారు. చరిత్ర యావత్తు, ఖురాన్ ప్రకటన తరువాత ముస్లిమ్ ఉమ్మాల చుట్టు తిరిగింది అంటారు. ఇందుకు, తుర్కీ ఇరానీ, ఈజిప్ట్ జాతీయవాదులు మినహాయింపు.

మహమ్మదుకన్నా ముందే తమ దేశాలలో మానవతకు మంచి అన్నదంతా పుట్టిందని వారు వాదిస్తారు. ఖురాన్ ప్రకటన తరువాత కూడా తమవారు మాత్రమే ఇస్లామ్ పరిశుద్ధతను నిలబెట్టి దాని ప్రాభవాన్ని వ్యాపింపజేశారు అంటారు.

బ్రిటిష్, ఫ్రెంచ్, జెర్మన్, అమెరికన్, రష్యన్, జపనీస్ ఇంకా లెక్కలేనన్ని వర్గాల వారు కూడా తమ దేశాలు సాధించిన అద్భుతాలు లేకుంటే, మానవజాతి, అడవి మనుషులుగా, నీతిలేక, మౌఢ్యంలో కొనసాగేదని గట్టిగా నమ్ముతారు. చరిత్రలో కొంతమంది మరింత ముందుకు పోయి భౌతికశాస్త్ర నియమాలకు కూడా తమరాజకీయ సంస్థలు, మతాచారాలు అత్యవసరం అనుకునే వరకు చేరుకున్నారు. ప్రతిసంవత్సరం తాము చేసే బలులు లేకుంటే, సూర్యుడు ఉదయించడు, మొత్తం విశ్వం సమసిపోతుంది, అని అజ్‌టెక్ వారంటారు.

ఈ మాటలన్నీ పొరపాట్లే. వాటిలో చరిత్ర గురించిన అజ్ఞానం, జాతివాదం కొంతవరకు ప్రయత్నంగా చేర్చబడి ఉన్నాయి. మనుషులు భూమిమీద మొదట వ్యాపించినప్పుడు, ప్రస్తుత కాలపు మతాలు, దేశాలు ఏవీ లేవు. మచ్చిక చేసిన జంతువులు, పెంచిన మొక్కలు లేవు. మొదటి నగరాలు నిర్మింపబడిలేవు, చేతిరాత, డబ్బు కనుగొన బడిలేవు. నైతికత, కళ, ఆధ్యాత్మికత, సృజనాత్మక మానవులకు విశ్వవ్యాప్తంగా చేతనయిన లక్షణాలు. అవి మన డీఎన్ఏలో ఉన్నాయి. వాటి పుట్టుక రాతియుగం ఆఫ్రికాలో జరిగింది. వాటిని ఇటీవలి స్థలం, కులాలకు ఆపాదించి చెప్పడం కేవలం గర్వం. అది యెలో చక్రవర్తికాలం చైనా అయినా, ప్లేటో కాలపు గ్రీస్ అయినా, మహమ్మదు అరేబియా అయినా తరువాత వచ్చినవే.

వ్యక్తిగతంగా ఇటువంటి మొరటు అహంకారాన్ని నేను గమనించాను. నా స్వంతవారయిన యూదులుకూడా తాము ఈ ప్రపంచంలో చాలా, అందరికన్నా ముఖ్యమయిన వారలము అనుకుంటారు. మనుషులు సాధించిన ఏ అంశమయినా లేక ఏ ఆవిష్కరణ గురించయినా చెప్పండి, అది మేము కనుగొన్నదే అంటూ ఘనతను చెప్పుకుంటారు. నేను మావారి గురించి బాగా ఎరుగుదును గనుక, వారి నమ్మకాలు నిజమయినవి అని కూడా ఎరుగుదును. నేను ఒకప్పుడు ఇజ్రాయెల్‌లో ఒక యోగా గురువు వద్దకు వెళ్లాను. ఆయన మొదటి క్లాస్‌లో అబ్రహామ్ యోగాను కనుగొన్నాడని, అందులోని ఆసనాల ఆకారాలన్నీ, హీబ్రూ అక్షరాల మీద ఆధారపడి ఉంటాయని సీరియస్‌గా చెప్పాడు. త్రికోణాసనం ఆకారం హీబ్రూ అక్షరం అలెఫ్‌వలె, తులాదండాసనం, దలేడ్ అక్షరం వలె, అలా ఉంటాయన్నమాట. అబ్రహాం ఈ ఆసనాలను తన ఉంపుడుగత్తె కొడుకుకు నేర్పించాడు. అతను భారతదేశం చేరి అక్కడి వారికి యోగా బోధించాడు. ఆయన చెప్పిన మాటలకు ఆధారాల గురించి అడిగాను. గురువుగారు బైబిల్‌లోని మాటలు చూపారు. ఇక తన ఉంపుడుగత్తెల

కొడుకులకు అబ్రహాం బహుమతులిచ్చెను. తాను జీవించి ఉండగనే, వాటిని తన కొడుకు ఇస్సాక్ నుండి తూర్పున తూర్పుదేశములకు దూరము పంపెను. అని అందులో జెనెసిస్ 25:6లో ఉంది. ఆ బహుమతులు ఏమిటి అనుకున్నారు? కనుక చూచారుగదా, యోగా కూడా యూదులు కనుగొన్నదే.

యోగాను అబ్రహాం కనుగొన్నాడన్న ఆలోచన చిన్నది. ప్రధాన జూడాయిజమ్ ఆలోచనలు మరింత తీవ్రంగా ఉంటాయి. జ్యూయిష్ రాబైలు తమ పవిత్రగ్రంథాలు పారాయణ చేయడం కొరకు మాత్రమే మొత్తం కాస్మాస్ నిలబడడి ఉందని మనస్ఫూర్తిగా నమ్ముతారు. యూదులు ఈ పని మరిచిననాడు, విశ్వం అంతమవుతుంది. చైనా, ఇండియా, ఆస్ట్రేలియా, చివరకు సుదూరం గెలాక్సీలు కూడా, జెరూసలేంలో లేదా బ్రూక్‌లిన్‌లో రాబైలు తమ తాల్ముడ్ పారాయణం ఆపిననాడు, సర్వనాశన మయిపోతాయి. సనాతన యూదుల విశ్వాసంలో ఇది కేంద్రక అంశం. కాదన్నవారు ఎవరయినా, అజ్ఞానిగా వెర్రివారిగా భావింపబడతారు. మతసామరస్యం గలవారు, ఈ మాటలను కొంతపాటి అనుమానంతో చూడవచ్చు. కానీ వారుకూడా యూదుప్రజలు, చరిత్రలో ప్రధాన నాయకులు, వారి నుంచి మాత్రమే మానవ నైతికత, ఆధ్యాత్మికత, విద్య మొదలయ్యాయి అని గట్టిగా నమ్ముతారు.

మా వారికి సంఖ్యాపరంగా, అసలు ప్రభావపరంగా కొరవడిన లోటును, గొప్ప ఆత్మవిశ్వాసంతో సరిపెట్టుకుంటారు. విదేశీయులను విమర్శిండం కన్నా, స్వంత గురించి వ్యాఖ్యానించడం గౌరవంగా ఉంటుంది. గనుక, ఇటువంటి స్వోత్కర్ష వ్యాఖ్యానాలు అర్థంలేనివి అనడానికి ఉదాహరణగా జూడాయిజమ్‌నే ఎంచుకుంటాను. ఇక ఎక్కడికక్కడ తమవారు నింపిన వేడిగాలి బుడగలకు చిల్లులువేసే పనిని పాఠకులకు వదిలేస్తాను.

ఫ్రాయిడ్ తల్లి

నా పుస్తకం సేపియన్స్ : ఎ బ్రీఫ్ హిస్టరీ ఆఫ్ హ్యూమన్‌కైండ్, ఇజ్రాయెల్ ప్రజల కొరకు హీబ్రూ భాషలో రాయబడింది. 2011లో హీబ్రూ ఎడిషన్ ప్రచురితమయింది. అప్పుడు ఇజ్రాయెల్ పాఠకులనుంచి సాధారణంగా ఎదురయిన ప్రశ్న, మానవజాతి చరిత్రలో నేను జూడాయిజమ్ గురించిన ప్రసక్తి, అంత తక్కువగా ఎందుకు చేశాను, అని. క్రిస్టియానిటీ, ఇస్లాం, బుద్ధిజమ్ గురించి ఎందుకు విస్తృతంగా రాశాను? యూదు మతం గురించి యూదుజనం గురించి ఏవో కొన్ని మాటలతో ఎందుకు సరిపెట్టాను? అని అడిగారు. వారు చరిత్రకు అందించిన మహత్తర విషయాలను ఉద్దేశపూర్వకంగా పక్కనబెట్టానా? అందులో ఏదో రాజకీయకుట్ర ఉందా? అడిగారు.

జూడాయిజమ్ మానవచరిత్రలో ధృవతార అని ఆలోచించడం కిండర్‌గార్డెన్ నుంచి నేర్చిన ఇజ్రాయెల్ యూదులు ఇటువంటి ప్రశ్నలను సహజంగా అడుగుతారు. ఇజ్రాయెల్ పిల్లలు పన్నెండు సంవత్సరాలు బడిలో చదువుకుంటారు. ప్రపంచచరిత్ర విధానం గురించి సరయిన చిత్రం చూడకుండానే చదువు ముగుస్తుంది. వారికి చైనా, ఇండియా, ఆఫ్రికాల గురించి ఇంచుమించు ఏమీ చెప్పరు. రోమన్ సామ్రాజ్యం గురించి కొంత చెప్పినా ఫ్రెంచ్ విప్లవం, రెండవ ప్రపంచయుద్ధం లాంటి ముక్కలు ఆ జిగ్‌సా పజిల్‌లో పొసగవు. వివరాలు అందవు. ఇజ్రాయెల్ విద్యావ్యవస్థ అందించే చరిత్ర హీబ్రూ పాతనిబంధనల గ్రంథంతో మొదలవుతుంది. రెండవ టెంపుల్ యుగం గురించి సాగుతుంది. విదేశీ యూదువర్గాల గురించి సమాచారాన్ని పక్కనబెడుతుంది. జియోనిజమ్ ఆవిర్భావంతో హోలోకాస్ట్, ఇజ్రాయెల్ స్థాపనతో అంతమవుతుంది. మానవచరిత్ర నడచిన ప్రధాన క్రమం ఇదేనని నమ్ముతూ ప్లిలలు బడినుంచి బయటపడతారు. రోమన్ సామ్రాజ్యం, ఫ్రెంచ్ విప్లవం వంటిమాటలు వారికి తరగతిలో వినిపించినప్పటికీ, యూదులను రోమ్ సామ్రాజ్యం చూచిన తీరు, ఫ్రెంచ్ విప్లవంలో యూదులకు న్యాయం, రాజకీయాల పరంగా గల స్థానం గురించి మాత్రమే చెపుతారు. ఇటువంటి చరిత్ర ఆహారాన్ని, తిని పెరిగినవారు, మొత్తం ప్రపంచం మీద జూడాయిజమ్ ప్రభావం చాలా తక్కువ మాత్రమే అన్న సంగతిని అర్థం చేసుకోవడానికి చాలాకాలం, కష్టం అవసరమవుతాయి.

అయినప్పటికీ మానవజాతి చరిత్ర విషయంగా జూడాయిజమ్ పోషించిన పాత్ర చాలా తక్కువ అన్నది సత్యం. క్రైస్తవం, ఇస్లామ్, బౌద్ధం విశ్వవ్యాప్త మతాలు. జూడాయిజమ్ ఏనాడయినా ఒక జాతికి పరిమితం. అది ఒక చిన్నదేశం భవితవ్యం గురించి మాత్రమే ధ్యాసపెట్టింది. అది చిన్న ప్రాంతం. అక్కడివారికి మిగతా మొత్తం ప్రపంచం, మొత్తం దేశాల గురించిన ఆసక్తిలేదు. ఉదాహరణకు జపాన్‌లో జరిగిన సంఘటనలు వారికి పట్టవు. భారత ఉపఖండం గురించి తెలియదు. మరి చరిత్రలో దానిపాత్ర తక్కువ అంటే ఆశ్చర్యం లేదు.

జూడాయిజమ్ నుంచి క్రైస్తవం పుట్టింది, ఇస్లామ్ ఆవిర్భావాన్ని అది ప్రభావపరిచింది అంటే మాత్రం మొత్తంగా సత్యం. అవి చరిత్రలో ఎంతో ప్రధానమయిన మతాలు. కానీ, విశ్వవ్యాప్తంగా ఆ రెండు మతాలు సాధించిన దానికి, అలాగే వారి నేరాలకు, సంబంధించిన గౌరవం, అగౌరవాలు ఆ మతాలవే. జూడాయిజమ్‌కు వాటితో సంబంధం లేదు. క్రూసేడ్స్‌ను మారణహోమానికి గురిచేయడం గురించి యూదులను తప్పుపడితే సరికాదు. ఆ బాధ్యత వందశాతం క్రైస్తవానిది. దేవునిముందు మానవులందరు సమానులే అన్న క్రైస్తవ భావన గొప్పదనం జూడాయిజమ్‌కు ఆపాదించటం కూడా సరికాదు. (ఈ సమానత ఆలోచన సనాతన

జూడాయిజమ్‌కు పూర్తి వ్యతిరేకం. మిగతా మానవులకంటే యూదులు గొప్పవారు అన్న భావన అంతర్గతంగా నేటికీ ఉంది.)

మానవజాతి కథలో జూడాయిజమ్ పాత్ర, కొంతవరకు, ఆధునిక పాశ్చాత్యచరిత్రలో ఫ్రాయిడ్ తల్లి పాత్ర వంటిది. మంచికో, చెడుకో ఆధునిక పాశ్చాత్య, విజ్ఞానం, సంస్కృతి, కళలు, జానపద విజ్ఞానాల మీద ఫ్రాయిడ్ ప్రభావం చాలా లోతుగా ఉంది. ఫ్రాయిడ్ తల్లి లేకుంటే, ఫ్రాయిడ్ లేడన్నది కూడా నిజం. అతని వ్యక్తిత్వం, ఆశయాలు, అభిప్రాయాలు, గుర్తించదగినంత వరకు అతనికి తల్లితోగల సంబంధాల ఆధారంగా రూపొంది ఉంటాయి. అందరికన్నా ఆ మాటకు ఆయనే అవునంటాడు. అందుకని ఈ కాలపు పడమటిదేశాల చరిత్ర రాసే వారెవరూ ఫ్రాయిడ్ తల్లి గురించి ఒక అధ్యాయం అందులో చేర్చాలని అనుకోరు. అదే పద్ధతిలో జూడాయిజమ్ లేకుండా క్రిస్టియానిటీ లేదు. అంతమాత్రాన ప్రపంచచరిత్ర రాస్తుంటే, జూడాయిజమ్ గురించి వివరించడానికి అవసరం, సందర్భం రావు. యూదుమాత వారసత్వంతో క్రైస్తవం ఏం చేసింది అని కీలక ప్రశ్న.

యూదులు ఆశ్చర్యకరమయిన చరిత్రగల అసామాన్యమయినవారు అని విడిగా చెప్పనవసరం లేదు. (అందరు ప్రజల సంగతి అంతే అనాలి). యూదు సాంప్రదాయంలో లోతయిన ఆదర్శాలు, గొప్ప విలువలు ఉన్నాయని కూడా వేరుగా చెప్పనవసరం లేదు. అందులో ఎన్నో ప్రశ్నించదగిన అంశాలున్నాయి. జాతివివాదం, స్త్రీవివక్ష, స్వలింగ సంపర్క వ్యతిరేకత వంటి ప్రశ్నార్థక అంశాలు కూడా అందులో ఉన్నాయి. గడిచిన రెండు వేల ఏండ్ల చరిత్రమీద యూదుప్రజలు, వారి సంఖ్యతో సంబంధం లేకుండా ప్రభావం కనబరిచింది కూడా సత్యం. కానీ మానవజాతిగా మన చరిత్రను విస్తృత దృష్టితో గమనిస్తే మాత్రం లక్ష సంవత్సరాలనాడు హోమో సేపియెన్స్ అవతరించిన నాటినుంచి చరిత్రలో యూదులు అందించిన భాగం చాలా పరిమితం అని తెలిసిపోతుంది. మానవులు మొత్తం గ్రహం మీద స్థిరపడ్డారు. వ్యవసాయం నేర్చారు. నగరాలు నిర్మించారు. బజార్‌లు పెట్టారు. చేతిరాత పద్ధతి నేర్చుకున్నారు. ఇవన్నీ జూడాయిజమ్ రావడానికి వేల ఏండ్ల పూర్వమే జరిగాయి.

గడిచిన రెండువేల సంవత్సరాలలో కూడా, చైనా లేదా స్థానిక అమెరికన్ ఇండియన్ వారి కోణం నుంచి గమనిస్తే క్రైస్తవులు లేక ముస్లిమ్‌ల మధ్యవర్తిత్వం లేకుండా, యూదుల ముఖ్యమయిన పాత్రను చూడడం కష్టం. ఏమీ లేదని అర్థం. క్రైస్తవం ఆదరంగా హీబ్రూ పాతనిబంధనలను అంగీకరించి, బైబిల్‌లో చేర్చింది. కనుక అది ప్రపంచ మానవ సంస్కృతికి ఆధారశిల అయింది. మరొకపక్క, పాత నిబంధనల కన్నా యూదులకు మరెంతో ప్రధానమయిన తాల్ముడ్‌ను క్రైస్తవం తిరగకొట్టింది. కనుక అది నిగూఢంగా మిగిలింది. అరబ్‌లు, పోల్స్ డచ్‌వారికి దాని

సంగతి తెలియదు జపాన్ మాయావారికి వాసన కూడా తెలియదు. (నిజానికి ఇది చాలా శోచనీయం. తాల్ముడ్, పాత నిబంధనకంటే ఎంతో భావపూరిత, దయాభరిత గ్రంథం)

పాతనిబంధన ప్రేరణతో వచ్చిన గొప్ప కళాసృష్టి ఒక దాన్ని గురించి చెప్పగలరా? ఓహ్! చాలా సులభం. మైకెలాంజెలో శిల్పం డేవిడ్, వెర్డీ రచన నబుకో, సిసిల్ బి డిమెల్‌చిత్రం ద టెన్ కమాండ్‌మెంట్స్. మరి కొత్తనిబంధనల ప్రభావంతో వచ్చిన ప్రసిద్ధ కళాఖండం? అంతకన్నా సులభం. లియొనార్డో చిత్తరువు ద లాస్ట్ సప్పర్, బాఖ్ సంగీతరచన సెయింట్ మాత్యూ పాషన్, మాంటీ పైతాన్ యొక్క వైస్ ఆఫ్ బ్రెయిన్. ఇప్పుడు అసలు పరీక్ష తాల్ముడ్ ప్రభావంతో వెలువడిన మాస్టర్ పీసెస్ పట్టిక వేయగలరా?

తాల్ముడ్ పఠించిన యూదువర్గాల వారు ప్రపంచంలో విస్తృతంగా వ్యాపించారు. అయితే వారు చైనా సామ్రాజ్యాల నిర్మాణంలో యూరోప్‌వారి ఆవిష్కరణ యాత్రలలో, ప్రజాస్వామ్య వ్యవస్థ ప్రతిష్టాపనలో చివరకు పారిశ్రామిక విప్లవంలో ముఖ్యపాత్ర వహించలేదు. నాణెం, విశ్వవిద్యాలయం, శాసనసభ, బ్యాంక్, దిక్సూచి, అచ్చుయంత్రం, ఆవిరియంత్రం, అన్నింటినీ మరెవరో కనుగొన్నారు.

బైబిల్‌కు ముందు నైతికత

ఇజ్రాయెల్ వారు తరుచుగా మూడు మహత్తర మతాలు అనే మాట వాడుతుంటారు. వారు క్రైస్తవం (2, 3 బిలియన్ అనుయాయులు), ఇస్లామ్ (1.8 బిలియన్), జూడాయిజమ్ (15 మిలియన్) మతాలను ఈ రకంగా గుర్తిస్తారు. బిలియన్ మందిగల హిందూమతం, అయిదు వందల మిలియన్‌ల మందితో బౌద్ధం, వారిలెక్కలోకి రావు. షింటో (50 మిలియన్), సిఖ్ (25 మిలియన్)ల గురించి చెప్పడానికే లేదు. ఈ రూపు మారిన మూడుమతాల మహత్తర పద్ధతి ఇజ్రాయెల్ వారి భావన ప్రకారం, ముఖ్యమయిన మతాలు, నైతిక సంప్రదాయాలు జూడాయిజమ్ నుంచి పుట్టినట్టు చెపుతుంది. వారిదే విశ్వవ్యాప్త నైతికత ప్రవచించిన మొదటి మతం. అంటే అబ్రహాం, మోజెస్‌లకు ముందు జనులు హాబ్స్ పద్ధతిలో నైతికతకు కట్టుబడకుండా బతికినట్లు, ప్రస్తుత కాలపు నైతికత టెన్ కమాండ్‌మెంట్స్ నుంచి పుట్టినట్టు ధ్వనిస్తుంది. ఇది నిరాధారమయిన అర్థంలేని ఆలోచన. అది ప్రపంచంలోని మిగతా ముఖ్యమయిన నీతి సాంప్రదాయాలను పక్కన బెట్టింది.

అబ్రహాం కన్నా పదివేల సంవత్సరాల ముందు రాతియుగపు వేట సేకరణ తెగలవారు నైతిక నియమాలను పాటించారు. ఆస్ట్రేలియాకు మొదటిసారిగా

యూరోప్‌వారు స్థిరపడడానికి వెళ్లినప్పుడు, అంటే పద్దెనిమిదవ శతాబ్దం చివర్లో అక్కడి స్థానిక తెగలవారు బాగా అభివృద్ధి చెందిన చక్కని నైతిక ప్రపంచదృష్టి కలిగి ఉన్నట్టు గమనించారు. ఆ తెగల వారికి మోజెస్, జీసస్, మహమ్మద్‌ల గురించి ఏ మాత్రం తెలియదు. వారిని క్రూరంగా తరిమికొట్టి భూములను ఆక్రమించిన క్రైస్తవ ఆక్రమణదారులు గొప్ప నైతిక ప్రమాణాలు ప్రదర్శించినట్టు వాదించడం కష్టం.

మానవజాతి పుట్టుకకు లక్షలసంవత్సరాలు ముందే, పరిణామక్రమంలో నైతికత వేళ్లూని ఉందని శాస్త్రపరిశోధకులు ప్రస్తుతం చెబుతున్నారు. తోడేలు, డాల్ఫిన్, కోతి వంటి గుంపులుగా బతికే జాతులు, నైతిక నియమాలను పాటిస్తాయి. గుంపులో సహకారం కొరకు పరిణామక్రమం వాటిని అనుసరించింది. ఉదాహరణకు తోడేలుపిల్లలు ఆడుతున్నప్పుడు, వాటి ఆటకు నియమాలున్నాయి. ఒక కూన మిగతావాటిని మరీ గట్టిగా కొరికిందంటే, లేదా వెల్లకిలబడి లొంగిన మరొక కూనను కొరికిందంటే, మిగతా కూనలు దానితో ఇక ఆడవు.

చింపాంజీ గుంపులో పైచేయిగా నున్నవి, బలహీనుల ఆస్తి హక్కులను గౌరవించవలసి ఉంటుంది. ఒక చిన్న ఆడ చింపాంజీకి అరటిపండు దొరికితే అన్నిటి మీద అధికారం చేసే 'ఆల్ఫా మేల్' కూడా సాధారణంగా దాన్ని దొంగిలించే ప్రయత్నం చేయదు. అది గనుక నియమాన్ని కాదంటే, నాయకత్వ స్థానానికి మోసం వచ్చే వీలుంటుంది. ఏప్స్ అన్నీ బలహీనమయిన వాటిని పక్కన బెడతాయి. వీలయితే సాయం చేస్తాయి. మిల్‌వౌకీ కంట్రీ జూలో ఒక మగ పిగ్మీ చింపాంజీ ఉండేది. దాని పేరు కిడోగో. దానికి గుండె జబ్బులు వచ్చాయి. కనుక బలహీనమయి తికమక పడసాగింది. దాన్ని మొదట జంతు ప్రదర్శన స్థలానికి తెచ్చినప్పుడు, దానికి దిక్కులు తెలిసేవి కావు. అక్కడి వారి మాటలను ఆదేశాలను అర్థం చేసుకోలేకపోయేది. ఈ పరిస్థితిని మిగతా చింపాంజీలు అర్థం చేసుకున్నాయి. ఇక అవి కలుగజేసుకున్నాయి. కిడోగోను అవి చేయిపట్టి నడిపించ సాగాయి. కావలసిన చోటికి దాన్ని చేర్చసాగాయి. కిడోగో తప్పిపోతే, అది గట్టిగా కాపాడమని అరుస్తుంది. సాయం వెంటనే అందుతుంది.

గుంపులో అన్నిటికన్నా ఎక్కువ స్థాయిగల మగ చింపాంజీ, కిడోగోకు ముఖ్యంగా సాయం చేసేది. దానిపేరు లోడీ. అది కిడోగోకు దారి చూపడమే కాదు, రక్షణగా కూడా ఉండేది. గుంపులోని మిగతా జంతువులన్నీ కిడోగో పట్ల దయగలిగి ఉండేవి. మర్ఫ్ అనే ఒక మగ చింపాంజీ, చిన్న వయసుగలది, దయలేకుండా దాన్ని ఏడిపించేది. లోడీ ఆ సంగతి గమనించింది. అది చిన్న చింప్‌ను తరమసాగింది. కిడోగో చుట్టూ చెయ్యి వేసి కాపాడసాగింది.

ఐవరీ కోస్ట్ అడవులలో మరింతగా హృదయాన్ని తాకే కేస్ జరిగింది. ఆస్కార్ అనే చిన్న చింపాంజీ తల్లి చనిపోయింది. అది పాపం తనంతతాను బతకడానికి

కష్టపడసాగింది. మిగతా ఆడ చింపాంజీలకు తమతమ పిల్లలు ఉన్నాయి. కనుక దీన్ని పెంచుకోవడానికి ఏదీ ముందుకు రాలేదు. ఆస్కార్ నెమ్మదిగా బరువు తగ్గింది. అనారోగ్యం పాలయి నెమ్మది అయిపోయింది. ఆశ ఏదీ మిగలని ఆ సందర్భంలో గుంపు నాయకుడు ఆల్ఫా మేల్ ఫ్రెడీ ఆస్కార్‌ను పెంపకానికి తీసుకున్నది. అది ఆస్కార్‌కు మంచి తిండిపెట్టింది. వీపున ఎక్కించుకుని తిప్పసాగింది. జన్యుపరీక్షలలో ఆ మగ చింపాజీకి ఆస్కార్‌కు సంబంధం లేదని తేలింది. ఆ మొరటు లీడర్ చింపాంజీని, చిన్న కూనపట్ల దయచూపి రక్షించడానికి ప్రోత్సహించిన శక్తి గురించి మనం కేవలం ఊహించగలుగుతాము. కానీ నిజానికి కోతిజాతుల నాయకులకు, అవసరంలో ఉన్న తండ్రిలేని లేనివాటికి సాయంచేసే గుణం బైబిల్‌లో ప్రాచీన ఇజ్రాయెల్ వారికి భర్త లేని స్త్రీలు, తండ్రిలేని పిల్లలను కష్టపరచకూడదు (ఎక్సోడస్ 22:21)లోనూ, ఆమోస్ ప్రవక్త సంఘంలోని ఉన్నత వర్గాల గురించి బీదలను అణగదొక్కుదురు, అవసరములో నున్నవారిని నలిపి వేయుదురు(ఆమెన్ 4:1)లో చెప్పకముందే అలవడింది.

ప్రాచీన మధ్యప్రాచ్యంలో బతికిన హోమో సేపియన్స్‌లో కూడా, బైబిల్‌లో చెప్పిన గుణాలు అపూర్వంగా ఉండేవి. సుమేరియన్ నగర రాజ్యాలలో ఎవరిని చంపగూడదు, దొంగతనం చేయకూడదు అనే ఆదేశాలు న్యాయ, నీతి ఆదేశాలుగా ఉండేవి. ఫేరోల ఈజిప్ట్, బాబిలోనియా, సామ్రాజ్యంలోను అవి అమలయ్యాయి. యూదుల సబాత్ కన్నా ముందే, పనిలేని దివాల పద్ధతి అమలులో ఉండేది. ఇజ్రాయెల్ అగ్రవర్ణాలను వారి దమననీతి విషయంగా ఆమోస్ ప్రవక్త, నిందించకముందే, బాబిలోనియా ప్రభువు హమ్మురాబీ దేశంలోపల న్యాయాన్ని ప్రదర్శించవలసిందని, చెడును, గర్వాన్ని నాశనం చెయ్యవలసిందని, బలవంతులు, బలహీనులను దోచకుండా చూడవలసిందని, గ్రేట్ గాడ్ తనను ఆదేశించినట్టు వివరించాడు.

ఈలోగా ఈజిప్ట్‌లో, మోజెస్ పుట్టుకకు శతాబ్దాలు ముందే, రచయితలు 'మాటకారి రైతు కథ' ను రాసిపెట్టారు. అందులో ఒక బీదరైతు ఉంటాడు. అతని ఆస్తిని దురాశగల భూస్వామి కాజేస్తాడు. రైతు ఫిర్యాదుతో ఫేరో అధికారుల ముందుకు వస్తాడు. వారంతా లంచగొండివారు. రైతును రక్షించలేకపోతారు. వారు ఎందుకు న్యాయం చేయాలి, ధనికుల గురించి బీదలను ముఖ్యంగా ఎందుకు రక్షించాలి వివరించడం మొదలుపెడతాడు. అతను చెప్పిన ఒక చక్కని ఉపమానంలో, రైతుల కొద్దిపాటి ఆస్తులు వారి ఊపిరి వంటివి అంటాడు. అధికారుల లంచగొండితనం వారి ముక్కు రంధ్రాలను మూస్తుంది. కనుకవారు ఉక్కిరి బిక్కిరి అవుతారు, అంటాడు.

జూడా, ఇజ్రాయెల్ రాజ్యాల స్థాపనకు, వేలాది సంవత్సరాలు, ముందే, బైబిల్‌లో తర్వాత నకలుచేసి చెప్పిన సూత్రాలు, మెసపోటేమియా, కనాన్, ఈజిప్ట్‌లలో

అంగీకరింపబడి ఉన్నాయి. బైబిల్‌లోని జూడాయిజమ్ వాటిని సాటిలేకుండా, తిప్పి చెప్పింది. వాటిని అందరు మానవుల విషయంగా అమలు కావలసిన విశ్వవ్యాప్త నిర్ణయాల స్థాయినుంచి, కేవలం యూదులకు మాత్రమే ఉద్దేశించిన తెగనియమాల స్థాయికి దించింది. యూదుల నైతికత మొదట్లో పరిమితంగా, ఒక తెగకు సంబంధించిన వ్యవహారంగా, రూపొందించబడింది. నేటికీ అదే తీరులో సాగుతున్నది. పాత నిబంధనలు, తాల్ముడ్, (అందరు కాకున్నా) చాలామంది రాబై మతగురువులు, జ్యూల బతుకు మిగతా మామూలు జనం బతుకుకన్నా ఎక్కువ విలువగలది అన్నారు. అందుకే ఉదాహరణకు, ఒక యూదు మనిషిని మరణంనుంచి రక్షించడానికి యూదుల సబాత్ నియమాలను అధిగమించి అపవిత్రం చేయడానికి అనుమతి ఉంది. కానీ ఒక జెంటైల్ మనిషి బతుకును మాత్రమే కాపాడడానికి అటువంటి అనుమతి లేదు. (బాబిలోనియన్ తాల్ముడ్, యోమా 84:2)

'నీ పొరుగువారిని నీవలెనే ప్రేమించుము' అన్న ప్రసిద్ధ కమాండ్‌మెంట్, కేవలం యూదుల విషయం వరకే పరిమితమని కొందరు యూదు ఆచార్యులు వాదించారు. అన్యజనులను ప్రేమించవలెననే కమాండ్‌మెంట్ అసలు లేదు. అయితే లెవిటికస్‌లోని అసలు పాఠం 'నీ జనులలో ఎవరికిని వ్యతిరేకముగ ప్రతీకారము కోరవద్దు, కక్ష కలిగియుండవద్దు. కానీ, నీ పొరుగువారిని నీవలెనే ప్రేమింపుము' (లెవెటికస్ 19:18) అని చెప్పి ఉంది. అంటే నీ పొరుగువారు అన్నమాట 'నీ జనుల' వరకే పరిమితం అని అనుమానం కలుగుతుంది. ఈ అనుమానం మరింత బలపడడానికి మార్గాలున్నాయి. అమెలికైట్స్, కనానైట్స్ వంటి కొందరు ప్రత్యేక జనులను తొలగించవలసిందిగా యూదులను, బైబిల్ ఆదేశిస్తుంది. 'ఒక్క ప్రాణాన్ని కూడా వదలవద్దు' అంటుంది పవిత్ర గ్రంథం. 'వారిని పూర్తిగా నాశనము చేయుము. హిటైట్స్, ఆమొరైట్స్, కనానైట్స్, పెరిజైట్స్, హైలైట్స్, జీబసైట్స్, అందరినీ నీ దేవుడయిన ప్రభువు ఆదేశించినట్లు నాశనము చేయుము' (డ్యుటిరానమీ 20:16–17), అని చెప్పి ఉంది. మారణహోమాన్ని మతవిధిగా, అందునా తప్పునిదిగా చెప్పిన ఈ అంశం మానవచరిత్రలోనే మొదటి రికార్డెడ్ సందర్భం అవుతుంది.

యూదుల నీతినిబంధనల నుంచి నచ్చిన ముద్దలను క్రిస్టియన్‌లు ఎంచుకున్నారు. వాటిని విశ్వవ్యాప్త ఆదేశాలుగా మార్చారు. ప్రపంచమంతట ప్రచారం చేశారు. సరిగ్గా ఈ విషయం కారణంగానే, క్రైస్తవం, జూడాయిజమ్ నుంచి వేరయింది. ఈనాటికీ, చాలామంది యూదులు, 'ఎంపికయిన జనం' అనేవారు, మిగత దేశాలకన్నా దేవునికి దగ్గరివారని విశ్వసిస్తారు. క్రైస్తవాన్ని స్థాపించిన, అపొస్తులుడు సెయింట్ పాల్, తన ఎపిస్టిల్ టు గలేటియన్స్‌లో' యూదులని, అన్యజనులని లేరు; బానిసలని, స్వతంత్రులని లేరు; ఆడ, మగ అని గూడ లేరు; అందరును ఏసుక్రీస్తునందు ఒకటే, అన్నాడు. (గలేటియన్స్ 3:28)

క్రైస్తవము యొక్క అంతులేని ప్రభావం ఉన్నప్పటికి, ఒక మానవుడు విశ్వనీతిని ప్రవచించినది ఇది మొదటిసారి కానేకాదని, మనము మరొకసారి నొక్కి చెప్పవలసి ఉంది. మానవుల నైతికతకు బైబిల్ ఒకే ఒక బుగ్గబావి ఎంతమాత్రం కాదు. (అందులోని జాతివాదం, స్త్రీ వివక్ష, స్వలింగ సంపర్క ద్వేషం వంటి కొన్ని లక్షణాలను బట్టి చూస్తే అది అదృష్టమే). పాల్, యేసులకన్న ఎంతో ముందే, కన్‌ఫ్యూషియస్, లావొ త్సే, బుద్ధుడు, మహావీరుడు, విశ్వస్థాయి నైతికసూత్రాలను, ఏనాడో స్థాపించారు. వారికి కనాన్‌లుండిన నేల గురించి, ఇజ్రాయెల్ ప్రవక్తల గురించి ఎంతమాత్రం తెలియదు. 'తనను తాను ప్రేమించినట్టే, ప్రతివ్యక్తి, ఇతరులను గూడ ప్రేమించాల'ని కన్‌ఫ్యూషియస్ బోధించాడు. రాబై హిలెల్ ద ఎల్డర్, ఈ సూత్రాన్ని తోరా సారం అని వర్ణించడానికి సుమారు 500 ఏండ్లు మునుపే అతని బోధన జరిగింది. జంతుబలులను, పద్ధతి ప్రకారం, సమస్త మానవ జనాభాల సంహారాన్ని జూడాయిజమ్ ఇంకా విధిగా ప్రవచించడం సాగుతుండగనే, బుద్ధుడు, మహావీరుడు ఏనాడో, తమ అనుయాయులను, ఒక్క మానవులకే గాదు, పురుగులతో సహా, అన్ని జీవులకు, హాని కలిగించడాన్ని, మానుకోవాలని ఆదేశించారు. కనుక, జూడాయిజమ్, అందులో నుండి పుట్టిన క్రిస్టియన్, ముస్లిమ్ సంతానాలు సృష్టిలోని మానవ నైతిక సమస్తం మా వల్లనే అని ఘనత చెప్పుకోవడంలో ఎంతమాత్రం అర్థం లేదు.

మత విద్వేషం పుట్టుక

మరి ఏకేశ్వరవాదం సంగతి ఏమి? ఒకేదేవుని విశ్వసించడం అనే పద్ధతిని ప్రారంభించినందుకు, ప్రపంచంలో మరెక్కడ అటువంటి మార్గం లేదుగనుక (ప్రపంచంలో నలుచెరగులకు ఈ నమ్మకాన్ని యూదుల కన్నా క్రైస్తవులు, ముస్లిమ్‌లు వ్యాపింప జేసినప్పటికీ), జూడాయిజమ్‌ను స్తుతించవలసిన అవసరం లేదా? ఈ అంశం గురించి కూడా చర్చ జరగవచ్చు. ఒకే దేవుడు అనే మార్గానికి మొదటి శుద్ధమయిన ఉదాహరణ క్రీ.పూ. 1350 ప్రాంతం నాటి ఫేరో అఖెనాతన్ ప్రభువు ప్రారంభించిన మత విప్లవంలో కనబడుతుంది. మొ అబైట్ ప్రభువు మేషా స్థాపించిన మేషాస్టీల్ వంటి రచనల నుంచి, వచ్చిన సూచన ప్రకారం, ఇజ్రాయెల్ వారి బైబిల్ పద్ధతి మతం, పొరుగు రాజ్యమయిన మొ ఆబ్‌లోని మతంకన్నా కొత్తది కాదు. మేషా తన మహాప్రభువు షెమోష్‌ను పూర్తిగా ఓల్డ్ టెస్ట్‌మెంట్‌లో యహవేనులాగే వర్ణిస్తాడు. జూడాయిజమ్ ప్రపంచానికి ఏకదేవతా విధానం అందించింది అన్న ఆలోచనతో వచ్చిన కష్టమంతా, అదేమంత గర్వించదగిన విషయం కాదు. నైతిక దృక్కోణం నుంచి చూస్తే, ఏకేశ్వరవాదం మానవ చరిత్రలోనే అధమమయిన ఆలోచన. అయితే ఇది వివాదాంశం.

మానవుల నైతిక ప్రమాణాలను పెంచడానికి ఈ ఏకదేవతా పద్ధతి చేసింది ఎక్కువ లేదు. ముస్లిమ్‌లు హిందువులకన్నా ఎక్కువ నీతిపరులని, అందుకు కారణం వారికి ఒకే దేవుడున్నాడు, హిందువులకు మాత్రం చాలామంది దేవతలలో విశ్వాసం ఉండడమని మీరు భావించగలరా? పాగాన్ అమెరికన్ తెగల వారికన్నా క్రిష్టియన్ కాంక్విస్టడోర్స్ ఎక్కువ నీతిపరులా? ఏక దేవతారాధన మనుషులను మునుపటికన్నా తక్కువ ఓపికగలవారిగా మార్చింది అంటే అనుమానం లేదు. ఆ రకంగా మతపరమయిన హత్యలు, పవిత్రయుద్ధాలు ప్రారంభమయ్యాయి. వేరువేరు మనుషులు వేరువేరు దేవతలను పూజిస్తారని, బహుదేవతావాదులు అంగీకరంచగలిగారు. వారివారి మతపరమయిన తంతులు కూడా వేరుగా ఉంటాయంటే అవునన్నారు. ఆ విషయంగా పోరాటాలు లేవు. మరేదో కారణంగా యుద్ధాలకు దిగి, ప్రజలను హింసించి చంపే ప్రయత్నాలు వారు చేయలేదు. మతకారణాలతో అసలు పోరాడలేదు. అందుకు వ్యతిరేకంగా ఏకేశ్వరవాదులు తమ దేవుడే దేవుడని, ఆయన విశ్వమంతా తనను విశ్వసించాలని కోరతాడని నమ్మేవారు. ఫలితంగా ప్రపంచంలో క్రైస్తవం, ఇస్లామ్ పెరిగిన కొద్దీ, క్రూసేడ్‌లు, జిహాద్‌లు, విచారణలు, మతవివక్ష పుట్టుకు వచ్చాయి.

భారతదేశంలో క్రీస్తుపూర్వం మూడవ శతాబ్దిలో రాజ్యమేలిన అశోక చక్రవర్తి తీరును, రోమన్ సామ్రాజ్యపు కడపటి క్రిష్టియన్ చక్రవర్తుల ప్రవర్తనతో పోల్చి చూడండి. అశోకుడు ఏలిన రాజ్యంలో భిన్నమతాలు, శాఖలు, గురువులు ఉండేవారు. అతను తనకు తాను 'దేవానాం ప్రియః (దేవతలకు ఇష్టుడయినవాడు) అని బిరుదు ఇచ్చుకున్నాడు. 'అందరినీ ప్రేమతో చూచేవాడు' అని కూడా ప్రకటించుకున్నాడు. సుమారు క్రీ.పూ. 250 ప్రాంతంలో అతను సహనం గురించి ఒక రాజశాసనం వేయించాడు. అది కింది విధంగా సాగుతుంది.

> దేవానాం ప్రియః, అందరిని ప్రేమతో ఆదరించే ప్రభువు, అన్నిమతాల సన్యాసులను, గృహస్థులను ఆదరిస్తాడు... అన్నిమతాల ఆవశ్యక విషయాలలో పెంపు ఉండాలన్న విషయానికి విలువనిస్తాడు. ఈ పెరుగుదల రకరకాలుగా వీలవుతుంది. అన్నింటికి మూలంలో మాటల నియంత్రణ ఉంటుంది. తన మతాన్ని అతిగా పొగడడం, నిష్కారణంగా అన్యుల మతాలను తక్కువ చేసి నిందించడం... అపరిమిత భక్తి కారణంగా తమ స్వంతమతాన్ని శ్లాఘించి, 'నా మతాన్ని నేను ప్రాభవపరుస్తాను' అన్న భావనతో ఇతరుల మతాలను నిందించేవారు, తమమతానికి హాని చేసినవారవుతారు' అందుకే మతాల మధ్య,న సంపర్కం మంచిది. ఇతరులు ప్రవచించిన అంశాలు వినాలి, గౌరవించాలి. దేవనాం ప్రియః, అందరినీ ఆదరణతో చూచే ప్రభువు, అన్యమతాల బోధనలను అందరు అర్థం చేసుకోవాలని అందులో మంచి శిక్షణకలిగి ఉండాలని అభిలషిస్తున్నాడు.

అయిదువందల సంవత్సరాల తరువాత కడపటి రోమన్ సామ్రాజ్యం, అశోకుని భారతదేశం వలెనే వైవిధ్యం గలిగి ఉంది. కానీ క్రైస్తవం వచ్చిన తరువాత చక్రవర్తులు మతం విషయంగా పూర్తి వేరుతీరును అవలంబించారు. కాన్‌స్టాంటిన్ ద గ్రేట్, అతని కొడుకు కాన్‌స్టాన్షియస్ రెండుతో మొదలు చక్రవర్తులు క్రైస్తవం కాని గుడులు అన్నింటిని మూయించారు. 'పగాన్' అని పిలువబడే కర్మకాండలను నిషేధించారు. తియోడోసియస్ చక్రవర్తి అధికారంలో ఈ తీరు తారస్థాయికి చేరింది. ఆరాజు పేరు 'దేవుడిచ్చినవాడు' అనే అర్థాన్నిస్తుంది. అతను 391లో తన పేరున ఆజ్ఞలు విడుదల చేశాడు. వాటి ప్రకారం క్రైస్తవం, జూడాయిజమ్ తప్ప కడమ మతాలన్నీ, ధర్మవిరుద్ధమని ప్రకటించాడు. (జూడాయిజమ్ కూడా పలురకాలుగా దమననీతికి గురయింది. అయినా అది చట్టబద్ధంగా కొనసాగింది). కొత్తచట్టాల ప్రకారం ఎవరయినా, తన యింట్లోనయినా సరే, జూపిటర్‌ను, మిత్రాలను ఆరాధిస్తే, శిక్షకు అర్హులవుతారు. తమ మతానికి అవిధేయులయిన వారిని పూర్తిగా తొలగించడానికి క్రిస్టియన్ చక్రవర్తులు ఒలింపిక్ క్రీడలను కూడా అణగదొక్కారు. వేలాది సంవత్సరాలుగా సాగుతున్న ఆ క్రీడలలో చివరిది నాలుగవ శతాబ్ది చివరి లేక అయిదవ శతాబ్ది మొదట్లో జరిగింది.

అయితే ఒకే దేవుని విశ్వసించే పాలకులందరు, తియొడోసియస్ వంటి అసహన పరులు కారు. చాలామంది రాజులు మోనోతీయిజమ్‌ను తిరస్కరించారు. కానీ అశోకుని వలె విశాలమనస్సు విధానాలను అమలు చేయలేదు. అయినా' మాదేవుడు తప్ప మరొక దేవుడు లేడు' అని పట్టుబట్టడంతో ఒకే దేవుడు అన్న ఆలోచన మత విద్వేషాన్ని ప్రోత్సహించింది. ఈ భయంకర విధానంలో తమ పాత్రను తగ్గించి చెప్పడంతో యూదులు మంచి చేసినట్టే. దోషమంతా క్రైస్తవులు, ముస్లిమ్‌ల మీదకు మరలింది.

యూదు భౌతికశాస్త్రం, క్రైస్తవ జీవశాస్త్రం

యూదులు పందొమ్మిది, ఇరవయవ శతాబ్దులలో మాత్రమే, ఆధునిక విజ్ఞానశాస్త్రంలో తమ సంఖ్యకు మించిన స్థాయిలో అసాధారణమయిన సేవ చేశారు. ఆ రకంగా వారు సమస్తమానవాళికి సేవ చేశారు. ఐన్‌స్టైన్, ఫ్రాయిడ్ వంటి ప్రసిద్ధులతోబాటు, విజ్ఞానశాస్త్రంలో నొబెల్ బహుమతి అందుకున్న వారిలో ఇరవయి శాతం యూదులున్నారు. ప్రపంచ జనాభాలో యూదుల సంఖ్య మాత్రం 0.2 శాతంకన్నా తక్కువే. అయితే సైన్స్‌లో జరిగినది వ్యక్తిగతమయిన కృషిగా గుర్తించాలి. ఒక మతంగా, సంస్కృతిగా జూడాయిజమ్ ఆ రంగంలో అంతగా చేసిందిలేదు. గడిచిన రెండువందల సంవత్సరాలలో ముఖ్యులయిన యూదు వైజ్ఞానికులందరు, మతం పరిధి వెలుపల

ఉండి కృషి సాగించారు. నిజానికి యూదులు యెషివాలను వదిలి పరిశోధనశాలలకు చేరిన తరువాత మాత్రమే సైన్స్‌లో గుర్తింపదగిన పనులు చేయగలిగారు.

1800కు ముందు, సైన్స్‌మీద యూదుల ప్రభావం పరిమితం. సహజంగానే, చైనా, ఇండయా, మయన్ నాగరికతలలో జరిగిన వైజ్ఞానికప్రగతిలో యూదులు గుర్తింపదగిన పాత్ర పోషించలేదు. యూరోప్‌లో, మధ్యప్రాచ్యంలో మైమొనైడ్స్ వంటి కొందరు యూదు తాత్వికులు అన్యమతాల పండితుల మీద కావలసినంత ప్రభావం కనబరిచారు. కానీ మొత్తం మీద ప్రభావం మాత్రం జనాభాలో వారి సంఖ్యలాగే తక్కువగా ఉంది. పదహారు, పదిహేడు, పద్దెనిమిది శతాబ్దాలలో సైన్స్ విప్లవం విరుచుకువచ్చింది. అందులో యూదులపాత్ర అసలు లేదనాలి. ఒక్క స్పినోజా తప్ప, ఆధునిక భౌతిక, రసాయన, జీవశాస్త్రాలు లేదా సామాజిక శాస్త్రాల పుట్టుకలో కీలకులుగా యూదు పరిశోధకులు ఎవరూ వేరు. (స్పినోజాను కూడా యూదువర్గం నుంచి వెలివేశారు). గెలిలెయో, న్యూటన్‌ల కాలంలో ఐన్‌స్టైన్ పూర్వీకులు ఏం చేసేవారన్నది తెలియదు. అయినా వారు తాల్ముడ్‌లో ఎక్కువ కాంతి గురించి తక్కువ పట్టించుకునే వారని ఊహించవచ్చు.

పంతొమ్మిది, ఇరవయి శతాబ్దులలో లౌకికవాదం విస్తరించింది. యూదులకు జ్ఞానోదయం కలిగింది. వారిలో చాలామంది ప్రపంచ దృష్టిని, తమ పొరుగువారయిన అన్యమతస్తుల జీవనవిధానాలను అలవరచుకున్నారు. ఆ తరువాత గొప్ప పరివర్తన జరిగింది. అప్పుడిక యూదులు జెర్మనీ, ఫ్రాన్స్, యునైటెడ్ స్టేట్స్ వంటి దేశాల విశ్వవిద్యాలయాలలో చేరసాగారు. వారు ఘెట్టోలు, ష్టెటిల్స్ నుంచి ప్రధానమయిన సాంస్కృతిక వారసత్వాలను వెంటతెచ్చారు. యూదు వైజ్ఞానికుల విజయాల ఘనత వెనుక, ముఖ్యకారణంగా, యూదు సంస్కృతిలో విద్యకు గల కేంద్రస్థానం నిలబడింది. దమననీతికి గురయిన ఒక అల్పసంఖ్య వర్గం తమ విలువను కనబరచాలని కోరుకున్నది. సెమిటిక్ వ్యతిరేక సంస్థలలో, తెలివిగల యూదులకు అడ్డంకులు ఎదురయిన ఫలితం అప్పుడు బయటపడింది. సేనలలో, ప్రభుత్వ నిర్వహణలో పాత్ర దొరకని నిరాశ ప్రభావం యిక్కడ బయటపడింది.

యూదు పరిశోధకులు యోషివాల నుండి, తమతోబాటు, గట్టి క్రమశిక్షణ, తెలివి విలువ గురించి లోతయిన విశ్వాసాలను వెంట తెచ్చారు. అంతేగాని తరువాత ఉపకరించే ఆలోచనలు, అవగాహనలను మాత్రం తేలేకపోయారు. ఐన్‌స్టైన్ యూదుడు. కానీ సాపేక్ష సిద్ధాంతం మాత్రం యూదు భౌతికశాస్త్రం కాదు. తోరా పవిత్రతలో గల విశ్వాసానికి, శక్తి అంటే ద్రవ్యరాశిని కాంతివేగంతో గుణించగా వచ్చినది అన్న అవగాహనకు సంబంధం లేదు. పోల్చి చూడదలుచుకుంటే డార్విన్ క్రైస్తవుడు, ప్రీస్ట్ కావాలన్న ఉద్దేశ్యంతో కేంబ్రిడ్జ్‌లో చదువుకూడా సాగించాడు. మరి అట్లాగని

పరిణామసిద్ధాంతం క్రైస్తవం తరహా అనగలమా? సాపేక్షసిద్ధాంతం సైన్స్‌కు యూదులు అందించినదిగా చెప్పుకుంటే అది హాస్యాస్పదంగా ఉంటుంది. పరిణామసిద్ధాంతం, క్రైస్తవాల సంగతి కూడా అదే దారి.

ఫ్రిట్జ్ హేబర్, అమోనియా తయారు చేసే విధానం కనుగొన్నాడు (1918లో రసాయనశాస్త్రంలో నొబేల్ బహుమతి); సెల్మన్ వాక్స్‌మన్, ఆంటిబయోటిక్ స్ట్రెప్టొమైసిన్ (1952, వైద్యరంగం నొబేల్); ఖాసీక్రిస్టల్స్ డాన్ షెఖ్‌ట్‌మన్ (2011 రసాయనశాస్త్రం నొబేల్). వారందరి కృషికి యూదు పుట్టుకకు సంబంధం ఉందనడం ఊహకు అందదు. మానవీయ, సామాజిక శాస్త్రాల విషయానికి వస్తే, ఫ్రాయిడ్ వంటివారి యూదు వారసత్వం ప్రభావం, వారి ఆలోచనలమీద ఉండి ఉంటుంది. అయినా వీరివంటి సందర్భాలలో కూడా మిగిలిన లంకెలకన్నా తెగిన క్రమం ఎక్కువ బలంగా కనబడుతుంది. మానవుల మనసు గురించి ఫ్రాయిడ్ భావనలకు, రాబై జోసెఫ్ కారో, లేదా యొఖనాన్ బెన్ జఖాయ్ ఆలోచనలకు పొంతన లేదు. యూదు నియమావళిలోని షుల్హన్ ఆరుఖ్‌ను పరిశీలించి మాత్రం ఆయన ఈడిపస్ కాంప్లెక్స్ గురించి చెప్పి ఉండలేదు.

సారాంశంగా చెప్పాలంటే, యూదులకు విద్యపట్ల గల దృష్టి, యూదు శాస్త్రవేత్తల అసాధారణ విజయాలకు ముఖ్యంగా తోడ్పడి ఉండవచ్చు. కానీ ఐన్‌స్టైన్, హేబర్, ఫ్రాయిడ్‌లు సాధించిన అంశాలకు అనువుగా అన్యమతాల ఆలోచనపరులు రంగం సిద్ధం చేసి ఉంచిన మాట వాస్తవం. వైజ్ఞానిక విప్లవం యూదుల ప్రణాళిక కాదు. యూదులు యెషివాలను వదిలి విశ్వవిద్యాలయాలను చేరిన తరువాతనే అందులో తమ స్థానాన్ని అర్థం చేసుకోగలిగారు. ఆధునిక విజ్ఞానశాస్త్రం అనే ప్రపంచంలోకి యూదులు సంలీనం కావడానికి ఒక విధానం అడ్డుతగిలింది. వారు అన్ని ప్రశ్నలకు సమాధానాల కోసం ప్రాచీన గ్రంథాలను ఆశ్రయిస్తారు. ఈ ప్రపంచంలో మాత్రం సమాధానాలు పరిశీలన, ప్రయోగాల నుంచి వస్తాయి. యూదు మతంలో, వైజ్ఞానిక ఆవిష్కరణలకు దారితీయగల అంశాలే ఉంటే, ఎందుకని 1905 నుంచి 1933 మధ్యన రసాయనశాస్త్రం, వైద్యం, భౌతికశాస్త్ర రంగాలలో, లౌకికపరులయిన పదిమంది యూదు జెర్మన్‌వారు ఏరకంగా నొబెల్ బహుమతులు గెలిచారు? అదే కాలంలో అతి సాంప్రదాయపరులయిన యూదులు, లేక ఒక్క బల్గేరియన్, యెమెన్ యూదు ఆ బహుమతి ఎందుకు గెలవలేదు?

'తనను తాను అనుమానించే యూదు' అని నా గురించి అనుమానం పుడుతుందేమో? లేక నన్ను సెమెటిక్ వ్యతిరేకి అంటారేమో? నేను జుడాయిజమ్ దుష్టమతమని, అస్తమించిన మతమని చెప్పడం లేదని నొక్కి చెప్పదలుచుకున్నాను. నేను చెప్పదలచినదల్లా అది మానవజాతి చరిత్రలో అంతగా ముఖ్యమయినది కాదని

మాత్రమే. చాలా శతాబ్దాలపాటు జుడాయిజమ్ దమననీతికి గురయిన అల్పసంఖ్యగల మతం. వారు చదువు, ధ్యానంతో సరిపెట్టుకున్నారు. సుదూర దేశాలను జయించాలని, అవిశ్వాసులను కొయ్యకెక్కించి కాల్చాలని అనుకోలేదు.

సెమైట్ వ్యతిరేకులు సాధారణంగా యూదులు చాలా ముఖ్యులని అనుకుంటారు. వారు ప్రపంచాన్ని నియంత్రిస్తారని ఊహిస్తారు. బ్యాంకింగ్ వ్యవస్థను, కనీసం సమాచార మాధ్యమాలను, తమ అదుపులో ఉంచుకుంటారని భావిస్తారు. ప్రపంచ వాతావరణం వేడి మొదలు 9/11 దాడుల దాకా అన్నంటికి వారినే బాధ్యులుగా నిందించవచ్చు అనుకుంటారు. ఈ రకమయిన ఆలోచన విధానం యూదులు తమను తాము గొప్పగా ఊహించడం వంటిదే. యూదులు ఎంతో ఆసక్తి కరమయినవారు కావచ్చు. కానీ విస్తృత పరిధిలో చూచినప్పుడు మాత్రం, ప్రపంచంమీద వారి ప్రభావం చాలా పరిమితమని అర్థం చేసుకోవలసి ఉంటుంది.

చరిత్ర పొడుగున మానవులు వందలాది మతాలను వర్గాలను సృష్టించారు. అందులో కొన్ని, క్రైస్తవం, ఇస్లామ్, హైందవం, కన్‌ఫ్యూషియానిజమ్, బౌద్ధం - కోట్లాది మందిని ప్రభావితులను చేశాయి. (అన్నిసార్లు అది మంచికే అనడానికి లేదు). బోన్ మతం, యొరుబా మతం, యూదు మతం, వంటి అధికసంఖ్య వర్గాలు, ప్రభావం మాత్రం చాలా తక్కువ కనబరచాయి. వ్యక్తిగతంగా నాకు ఒక పాశవిక ప్రపంచ విజేత సంతతిగా చెప్పుకోవడం కన్నా, ఇతరుల సంగతులలో తలదూర్చని గుర్తుతెలియని జాతివారి వారసుడిని అనడమే ఇష్టంగా ఉంటుంది. చాలా మతాలు వినయం విలువను పొగడుతాయి. కానీ తమను తాము ఈ విశ్వంలోనే అందరిలోకీ ముఖ్యులుగా ఊహించుకుంటారు. వ్యక్తిగతమయిన వినమ్రతను, సామూహికంగా విచ్చలవిడి అహంకారాన్ని కలగలుపుతారు. అన్నివర్గాల మానవులు వినయాన్ని మరింత సీరియస్‌గా పాటించడం అన్నిరకాలా మంచిది.

అన్నిరకాల రూపాల వినయాలలోనూ, దేవునిముందు నమ్రత అన్నిటికన్నా ప్రధానమయినది. దేవుని గురించి మాటాడిన ప్రతి సందర్భంలోనూ చాలా తరుచుగా మానవులు తమను తాము తక్కువ చేసుకుంటారు. కానీ తోటివారి మీద అధికారం చేయడానికి దేవుని పేరు వాడుకుంటారు.

13

దైవం / దేవుడు

అనవసరంగా దైవం పేరు ఎత్తకండి

దేవుడు ఉన్నాడా? మీ మనసులో ఏ దేవుడు ఉన్నాడు అనే దానిమీద అది ఆధారపడి ఉంటుంది. విశ్వరహస్యమా? లేక ప్రపంచానికి నియతినిచ్చేవాడా? కొన్నిసార్లు మనుషులు దేవుని గురించి మాట్లాడినపుడు, అర్థంకాని ఒక గొప్ప సంగతి గురించి భావిస్తారు. ఆ దేవుని గురించి మనకు కొంత కూడా తెలియదు. విశ్వంలోని లోతయిన చిక్కుప్రశ్నల వివరణ కోసం ఈ రహస్య దేవుడిని అడ్డుపెట్టుకుంటారు. ఏమీ లేకుండడానికి బదులు ఏదో ఒకటి ఎందుకని ఉంది? భౌతికశాస్త్రపు పునాది నియమాలకు ఆకారం యిచ్చినది ఏమిటి? చేతన అంటే ఏమిటి? అది ఎక్కడి నుంచి వస్తుంది? ఈ ప్రశ్నలకు మనకు జవాబులు తెలియవు. ఇక మన అజ్ఞానానికి దేవుడు అనే గొప్ప పేరు పెట్టుకుంటాము. ఈ అంతుపట్టని దేవునికి గల అన్నిటికి మూలమయిన లక్షణం, అతని గురించి మనం ఏమీ చెప్పలేకపోవడమే. ఇదే తాత్వికుల దైవం. రాత్రిలో నెగడు చుట్టు కూచుని, ఈ బతుకంటే ఏమిటి అని ఆశ్చర్యపడుతూ మనం మాట్లాడేది ఈ దైవం గురించే!

ఇతర సందర్భాలలో జనం దైవాన్ని ప్రపంచానికి నియమాలను ఇచ్చే గట్టిశక్తిగా భావిస్తారు. ఆ దైవం గురించి మనకు చాలా తెలుసు. ఆయన ఫ్యాషన్ గురించి, తిండి, సెక్స్, రాజకీయం గురించి సూటిగా ఏమనుకుంటాడన్నది మనకు తెలుసు. ఉన్న లక్షలాది నిబంధనలను ఆదేశాలను, స్పర్ధలను సమర్థించడానికి, మనం ఆకాశంలోని ఈ కోపం మనిషి. గురించి చెపుతాము. ఆడవాళ్లు పొట్టిచేతుల బట్టలు వేసుకుంటే, ఇద్దరు మగవారు సెక్స్ అనుభవిస్తే, లేదా యుక్తవయస్కుడు స్వరతికి

పొల్పడితే అతనికి కోపం వస్తుంది. మనం ఎప్పుడూ ఆల్కహాల్ తాగకుండా ఉండడం ఆయనకు నచ్చుతుందని కొందరంటారు. మరికొందరు మాత్రం ప్రతి శుక్రవారం రాత్రి, ప్రతి ఆదివారం ఉదయం మనం తాగి తీరాలని ఆయన సూటిగా అడుగుతాడంటారు. ఆయనకు కావలసినవి, యిష్టం లేనివి సూటిగా ఏమిటి అన్న సూక్ష్మవివరాలతో వివరణలతో మొత్తం గ్రంథాలయాలు రాసిపెట్టి ఉన్నాయి. ప్రపంచానికి చట్టాన్నిచ్చే ఈ దైవానికి అన్నిటికన్నా మౌలికలక్షణం ఏమంటే, అతని గురించి అంతులేని నిశ్చితతో మనం సంగతులు చెప్పగలము. ఈయనే క్రూసేడ్, జిహాద్‌ల దైవం. తరచి చూచేవారికి, స్త్రీ వివక్ష, స్వలింగ సంపర్క విరోధం చూపేవారికి ఇతనే దేవత. ఒక చితిపక్కన నిలిచి, అందులో తగలబడుతున్న తీవ్ర మతవాదుల మీద రాళ్లు విసురుతూ, వారిని తిడుతూ మనం తలచుకునేది ఈ దేవుడినే.

దేవుడు నిజంగా ఉన్నాడా అని విశ్వాసులను అడిగితే, వారు అంతుతెలియని విశ్వరహస్యాలను, మానవుల అవగాహనకుగల హద్దులను గురించి మాట్లాడడంతో మొదలుపెడతారు. 'విజ్ఞానశాస్త్రం, మహావిస్ఫోటాన్ని వివరించజాలదు' అంటారు ఆశ్చర్యంగా. 'కనుక అది దేవుని కృత్యం'. ఒక పేకముక్క బదులు మరొకదాన్ని, ఎవరి కంటబడకుండా, ఒడుపుగా మార్చే ఇంద్రజాలికుని వలె, ఈ విశ్వాసులు, విశ్వరహస్యం స్థానంలోకి తృటిలో ప్రపంచనియమాల కర్తను మారుస్తారు. అంతుతెలియని విశ్వరహస్యానికి 'దైవం' అని పేరు పెట్టారు. ఆపేరును వాడి బికినీలను, విడాకులను ఏదో రకంగా తప్పుపడతారు. 'మహావిస్ఫోటం మనకు అర్థం కాదు. కనుక మీరు ప్రజల మధ్యనున్నప్పుడు మీ జుట్టును దాచుకోవాలి. గే పెళ్లిళ్లకు వ్యతిరేకంగా వోటు వేయాలి'. ఈ రెంటిమధ్యన తర్కపరంగా సంబంధం లేదు సరికదా, అవి పరస్పర విరుద్ధాలు. విశ్వంలోని

– తెలుగులో రాస్తున్నందుకు అలవాటుగా దేవుడు అనే పుల్లింగం వాడవలసి వచ్చింది. ఆంగ్లంలో కూడా అతను అని రాశారు.

రహస్యాలు ఎంత లోతయినవి అయితే, వాటికి బాధ్యతగలది ఏదయినా, ఆడవారి దుస్తుల గురించి, మనుషుల లైంగికప్రవర్తన గురించి పట్టించుకునే వీలు తక్కువ.

విశ్వరహస్యానికి, ప్రపంచ శాసనకర్తకు మధ్య, అంతుచిక్కని సంబంధం కొన్ని పవిత్రగ్రంథాల ద్వారా సాధారణంగా అందిస్తారు. ఆ పుస్తకాలనిండా అర్థంలేని నియమాలుంటాయి. అయినా అది విశ్వరహస్యం నుంచి వచ్చింది, అంటారు. స్థల, కాలాలను సృష్టించిన శక్తి, ఈ పుస్తకాలను రచించింది. కానీ అతను ముఖ్యంగా నిరర్థకమయిన ఆలయ కార్యక్రమాల గురించి, తిండి నిషేధాల గురించి చెప్పే ప్రయత్నం చేశాడు. నిజానికి, బైబిల్ గానీ, ఖురాన్‌గానీ, మోర్మన్ గ్రంథం, వేదాలు, మరే పవిత్ర గ్రంథమయినా, ద్రవ్యరాశిని, ఘాతాంకం చేసిన కాంతి వేగంతో గుణిస్తే

శక్తి విలువకు సమానమని ఇలెక్ట్రాన్‌లకన్నా, ప్రోటాన్‌ల ద్రవ్యరాశి 1,837 రెట్లనీ నిర్ణయించిన శక్తి వల్లనే, అతని చేతనే రాయబడింది, అని చెప్పడానికి ఏ రకంగానూ సాక్ష్యం లేదు. మనకుగల సైంటిఫిక్ తెలివి ప్రకారం చూస్తే, ఈ పవిత్రగ్రంథాలన్నీ కల్పనశక్తిగల హోమో సేపియెన్స్ రాసినవి. సామాజిక నియమాలకు న్యాయలక్షణం ఆపాదించడానికి, రాజకీయ నిర్మితులు అంగీకరింపజేయడానికి మన పూర్వీకులు ఈ కథలను సృష్టించారు.

వ్యక్తిగతంగా నేను ఉనికి వెనుక రహస్యం గురించి నిరంతరంగా ఆశ్చర్యపడుతుంటాను. దానికి జుడాయిజమ్, క్రైస్తవం, హైందవాలకు గల నియమాలకు సంబంధం ఎక్కడిదని నాకు ఎన్నటికీ అర్థం కాదు. వేలాది సంవత్సరాలుగా సామాజిక క్రమాన్ని నిర్ణయించి, నిర్వహించడానికి ఈ నియమాలు నిశ్చయంగా సాయం చేశాయి. కానీ, వీటికీ, మతాతీత పాలకుల, సంస్థల నియమాలకు మౌలికంగా తేడా లేనేలేదు.

బైబిల్ అందించే పదిశాసనాల్లో మూడవది, మానవులు దేవుని పేరును, ఎన్నడూ దురుపయోగం చేయకూడదు అంటుంది. చాలామంది దీన్ని పిల్లతనం పద్ధతిలో అర్థం చేసుకుంటారు. దేవుని పేరును బాహాటంగా ఉచ్చరించడం మీద ఇది ప్రతిబంధకం అనుకుంటారు. (లైఫ్ ఆఫ్ బ్రయన్ చిత్రంలో 'ఇఫ్ యూ సే యెహోవా సీన్‌వలె) బహుశా ఈ శాసనానికి మరింతలోతయిన అర్థం ఉంది. మన రాజకీయ ఆసక్తులను, ఆర్థిక ఆశయాలను, వ్యక్తిగత అయిష్టాలను సమర్థించుకొనడానికి మనమెన్నడు దేవుని పేరును వాడగూడదని అందులో భావం. మనుషులకు ఎవరి మీదనో ఆసహ్యం పుడుతుంది. 'దేవుడు వాడిని అసహ్యించుకుంటాడు' అంటారు. జనం ఒక భూఖండం కావాలి అనుకుంటారు. 'అది దేవుడికి కావాలి' అంటారు. మనం మూడవ శాసనాన్ని మరింత భక్తితో అనుసరిస్తే ఈ ప్రపంచం మరింత మంచి స్థలం అయ్యుండేది. నీకు పొరుగువారితో పోరాడాలని, వారి పొలాన్ని దొంగిలించాలని ఉందా? అందులోకి దేవుడిని తీసుకురావద్దు. తగిన మరేదో దారి వెదుక్కో!

ఎంత చెప్పినా సరే, అది మాటలు, వాటి అర్థాలకు సంబంధించిన సంగతి. నేను 'దేవుడు' అన్న పదం వాడతాను. అందులో నాకు ఇస్లామిక్ స్టేట్ వారి దేవుడు కనబడతాడు. క్రూసేడ్‌లు, విచారణలు, చివరకు దేవునికి పొగ తాగడం యిష్టం లేదు అనే బ్యానర్ కనబడతాయి. ఉనికి వెనుక రహస్యం గురించి నేను ఆలోచిస్తాను. అప్పుడు నేను వేరేవో మాటలు వాడాలని యిష్టపడతాను. తికమక తప్పించే ప్రయత్నం చేస్తాను. ఇస్లామిక్ స్టేట్, క్రూసేడ్‌ల దేవుడివలెగాక, ఉనికి గురించిన రహస్యం. కోతులనే మనం దానికిచ్చే పేరు గురించి పట్టించుకోదు. ఆ దేవునికి పేర్లమీద ప్రేమ ఎక్కువ, అన్నిటికన్నా పవిత్రమయిన పేరుమీద మరీ మరీ ఎక్కువ).

దేవుడు లేకుండా నైతికత

సామాజిక క్రమాన్ని నిలబెట్టడానికి విశ్వరహస్యం ఏరకంగానూ సాయం చేయదని తెలుసు. మనుషులకు స్థిరమయిన నియమాలనిచ్చిన దేవుని తప్పక నమ్మాలని జనం తరుచు వాదిస్తుంటారు. లేదంటే నైతికత మాయమవుతుంది. సమాజం తొలినాటి అస్తవ్యస్త స్థితిలోకి దిగజారుతుంది అంటారు.

వివిధ సామాజిక క్రమాలకు దేవునియందు నమ్మకం ఎంతో అవసరం. అది నిజం. ఆ నమ్మకం వల్ల కొన్నిమార్లు మంచిఫలితాలు వచ్చాయి. ఏహ్యాభావాన్ని మతవిద్వేషాన్ని పుట్టించిన ఆ మతమే, కొందరు మనుషులలో ప్రేమ, దయలను కూడా పుట్టించింది. ఉదాహరణకు 1960 దశకం మొదట్లో మెతడిస్ట్ రెవరెండ్ టెడ్ మెక్ ఇల్వెన్నా సమాజంలో ఎల్‌జీబీటీ మనుషుల దీనస్థితిని తెలుసుకున్నాడు. ఆయన స్వలింగ సంపర్కం చేసే స్త్రీలు (లెస్బియన్‌లు) మగవారు (గే)ల పరిస్థితి గురించి పరిశీలన సాగించాడు. 1964 మేలో మూడు రోజుల సంభాషణ సదస్సును తొలిసారి ఏర్పాటు చేశాడు. కాలిఫోర్నియాలోని వైట్ మెమోరియల్ రిట్రీట్ సెంటర్‌లో చర్చి అధికారులు, స్వలింగ సంపర్క వ్యక్తుల మధ్య సంభాషణ ఏర్పాటయింది. పాలుగొన్న వారు ఆ తరువాత 'ద కౌన్సిల్ ఆన్ రిలిజియన్ అండ్ హోమో సెక్సువల్' అనే సంస్థను స్థాపించారు. అందులో ఆక్టివిస్టలతోబాటు మెతడిస్ట్, ఎపిస్కోపల్, లూతెరాన్, యునైటెడ్ చర్చ్ ఆఫ్ క్రైస్ట్‌లకు చెందిన మినిస్టర్‌లు సభ్యులుగా ఉన్నారు. సంస్థ పేరులో 'హోమో సెక్సువల్' అనే మాటను వాడడానికి ధైర్యం చేసిన మొదటి అమెరికన్ సంస్థ ఇదే.

తరువాతి సంవత్సరాలలో సిఆర్‌ఎచ్ సంస్థ, కాస్ట్యూమ్ పార్టీలు మొదలు, అన్యాయమయిన వివక్షకు, ఒత్తిడికి వ్యతిరేకంగా చట్టపరమయిన చర్యల వరకు ఎన్నో కార్యక్రమాలను నడిపించింది. కాలిఫోర్నియాలో గే హక్కుల ఉద్యమానికి సిఆర్‌ఎచ్ బీజంగా మారింది. బైబిల్‌లో స్వలింగ సంపర్కానికి వ్యతిరేకంగా ఉన్న నిర్దేశాల గురించి రెవరెండ్ మెక్ ఇల్వెన్నా, కార్యక్రమంలో పాలుగొన్న మిగత మతాచార్యులు అందరికి బాగా తెలుసు. బైబిల్‌లోని తీవ్రమయిన మాటలను అనుసరించడం కన్నా, క్రీస్తు దయాగుణం లక్షణాన్ని అనుసరించడం మంచిదని వారంతా భావించారు.

దయాగుణం ప్రదర్శించడానికి దేవుడు మనకు ప్రేరణనిస్తాడు. అయితే నైతిక ప్రవర్తనకు మతవిశ్వాసం అవసరం కాదు. మనం నైతికంగా నడుచుకోవడానికి ఒక సూపర్ నాచురల్ వ్యక్తి అవసరం అన్న ఆలోచనతో నైతికతలో అసహజమయినది ఏదో ఉందన్న భావాన్ని కలిగిస్తుంది. ఎందుకని? నైతికత ఏరకంగానయినా సహజం.

చింపాంజీలు మొదలు ఎలుకల దాకా గుంపులుగా బతికే పాలిచ్చేజంతువులన్నీ, నైతిక నియమాలకు లోబడి బతుకుతాయి. అందుకే దొంగతనం, హత్యల నుంచి దూరంగా ఉంటాయి. మనుషులలో అన్ని సమాజాలలో నైతికత ఉంది. వారందరూ ఒకే దేవుని విశ్వసించక పోవచ్చు. అసలు దేవుని మీద విశ్వాసమే లేనివారు కావచ్చు. అయినా నైతికత మాత్రం ఉంది. హిందూ దేవతల గురించి నమ్మకుండానే క్రైస్తవులు దానాలు చేస్తారు. క్రీస్తు దైవత్వాన్ని, తిప్పికొట్టే ముస్లిమ్‌లు నిజాయితీకి విలువనిస్తారు. డెన్‌మార్క్ చెక్ రిపబ్లిక్ వంటి మతాతీత దేశాలు, మతవిశ్వాసాలు లోతుగాగల ఇరాన్, పాకిస్తాన్‌ల కన్నా హింసనుంచి ఎక్కువ దూరంగా ఉంటాయి.

నైతికత అంటే 'దైవశాసనాల'ను పాటించడం కాదు. దానికి 'బాధను తగ్గించడం' అని అర్థం. కనుక నైతికంగా ప్రవర్తించడానికి మీకు ఒక పురాణం, కథను నమ్మవలసిన అవసరం లేదు. బాధనుగురించి లోతుగా అర్థం చేసుకోగలిగితే చాలు. ఒక పని కారణంగా, నీకు, ఇతరులకు అనవసరంగా కలిగే బాధ తెలిస్తే సహజంగానే నీవు ఆపని నుంచి దూరంగా వెళతావు. మనుషులకు హత్య, లైంగిక బలాత్కారం, దొంగతనాల వల్ల కలిగే బాధగురించి అంతంత మాత్రమే తెలుసు. కనుకవారు ఆ తప్పులు చేస్తారు. వారు తాత్కాలికంగా గల కోరికను, దురాశను సంతృప్తి పరుస్తారు. ఇతరుల మీద పడే ప్రభావం గురించి పట్టింపు ఉండదు. తమమీద కూడా దీర్ఘకాలిక ప్రభావం గురించి వారికి తెలియదు. విచారణకు గురవుతున్న వ్యక్తిమీద వీలయినంత బాధ కలిగించే పద్ధతులను వాడే ఇన్‌క్విజిటర్స్ కూడా వారిమీద బాధ తెలియకుండా చేసే పద్ధతులను కూడా వాడేవారు. తాము చేసే పనినుంచి తమను దూరంగా భావించడానికి వారు ఇటువంటి పద్ధతులను వాడేవారు.

ప్రతి మానవుడు సహజంగా కష్టభావం నుంచి దూరంగా ఉండడానికి ప్రయత్నిస్తాడు. అటువంటి మనిషి మరొకరి బాధగురించి, ఎందుకు పట్టించుకుంటాడు? ఆ విధంగా దేవుడు అడిగి ఉంటాడు అని మీరు ఆక్షేపణ చెయ్యవచ్చు. అందుకు జవాబు ఉంది. మానవులు సంఘంగా బతికే జీవులు. కనుక వారి సంతోషం చాలావరకు, ఇతరులతో వారి సంబంధాల మీద ఆధారపడుతుంది. ప్రేమ, స్నేహం, సమూహం లేకుండా ఎవరయినా ఎట్లా సంతోషంగా ఉండగలుగుతారు? ఏకాకిగా స్వకేంద్రిత జీవనం సాగిస్తానంటే, నీ బతుకు బాధలమయం కావడం తప్పదు. కనుక ఆనందంగా ఉండడానికి కనీసం, నీవు నీ కుటుంబాన్ని, మిత్రులను నీ సమాజంలోని వారిని పట్టించుకొనవలసి వస్తుంది.

అయితే పూర్తి అపరిచితుల సంగతి ఏమి? కొత్తవారిని చంపి, వారి ఆస్తులను ఆక్రమించి నేను నా తెగ మరింత ధనవంతులు కావచ్చు గదా? ఎక్కువ కాలం ఈ రకమయిన ప్రవర్తన కొనసాగితే, వచ్చే వ్యతిరేకఫలితాలను గురించి చాలామంది

తాత్వికులు విస్తృతమయిన సామాజిక సిద్ధాంతాలను నిర్మించారు. కొత్తవారిని అదేపనిగా దొంగతనానికి, హత్యకు గురిచేసే సమాజంలో కొనసాగడం మీకు యిష్టంగా ఉండదు. మీరు అప్పుడు నిరంతరం ఆపదలో ఉంటారు. అంతేగాక వ్యాపారం వంటి సంబంధాలు మీ అందుబాటులో ఉండవు. వ్యాపారం సాగాలంటే, అపరిచితుల మధ్యన నమ్మిక అవసరం. వ్యాపారులు సాధారణంగా దొంగల స్థావరాలకు వెళ్లరు. 'ఇతరులు నీకు చేయగూడదు అనుకున్న పనులను, నీవు ఇతరులకు చేయగూడదు' అని ఒక బంగారం వంటి నియమం ఉంది. దాన్ని ప్రాచీన చైనానుంచి, ఆధునిక యూరోప్‌దాకా మతాతీత సైద్ధాంతికులు సమర్థించిన తీరు అది.

తోటివారి మీద దయగలిగి ఉండడమనే అంశానికి సహజమయిన ఆధారం కొరకు మనకు సుదీర్ఘ సిద్ధాంతాల అవసరం లేదు. ఒక క్షణంపాటు వ్యాపారం గురించి మరచిపొండి. వెంటనే అర్థమయే పద్ధతి ఉంది. ఇతరులకు బాధ కలిగిస్తే, తప్పక మనకు కూడా బాధ కలుగుతుంది. ప్రపంచంలోని అన్ని హింసాత్మకచర్యలు ముందు ఒకరి మెదడులో హింసాత్మకమయిన కోరికగా మొదలవుతాయి. దానితో ముందు ఆ మనిషిలోని ప్రశాంతత, సంతోషం అంతమవుతాయి. ఆ తరువాతనే అవి మరొకరి ప్రశాంతత, సంతోషాలను పాడు చేయగలుగుతాయి. తమ మెదడులో చాలా దురాశ, ఈర్ష్య ముందు పుట్టి పెరగనిదే ఎవరూ దొంగతనం చేయరు. కోపం, అసహ్యం ముందు మనసులో పెరగనిదే, ఎవరూ సాధారణంగా హత్య చేయదు. దురాశ, అసూయ, కోపం, అసహ్యం వంటి భావాలు చాలా అసౌకర్యమయినవి. మనసులో కోపం, అసూయ చెలరేగుతుంటే, ఆనందం, సమరసభావాలను అనుభవించడం వీలుగాదు. కనుక ఎవరినో హత్య చేయడానికి చాలాకాలం ముందు, నీ మనశ్శాంతిని నీ కోపం ఏనాడో చంపి ఉంటుంది.

సంవత్సరాలపాటు కోపంలో కుమిలిపోవడం జరగవచ్చు. అంతకాలం మీ ఏహ్యభావానికి గల కారణాన్ని, నిజంగా అంతం చేయలేకపోయినట్టు లెక్క. అంటే మీరు మరెవరినీ బాధపెట్టలేదు. కానీ మిమ్మ మీరు బాధించుకుంటున్నారు. అందుకే ఎవరో దేవుని శాసనంగా కాక, సహజంగా, మీ మంచి కొరకు మీరు, మీ కోపం గురించి ఏదో చేయడానికి, మిమ్మ మీరు ప్రోద్బలానికి గురి చేసుకోవాలి. ఒక దుర్మార్గుడయిన శత్రువును హత్యచేసిన తరువాతకన్నా, కోపాన్ని పూర్తిగా తొలగించుకున్న తరువాత, చాలా మంచి భావన మిగులుతుంది.

దయామయుడయిన దేవుడు, మనకు మరొక చెంప చూపించమని బోధించగలడు. అటువంటి దేవునియందు విశ్వాసం కోపాన్ని తగ్గించుకొనడానికి కూడా ఉపకరిస్తుంది. ప్రపంచశాంతి, సామరస్యాలకు, మతవిశ్వాసాలు ఆ రకంగా చెప్పలేనంత సేవలం దించాయి. దురదృష్ట కొద్దీ, మరి కొంతమందికి, మతవిశ్వాసాల

కారణంగా, కోపం పెరుగుతుంది. దాన్ని సమర్థించుకునే దారి దొరుకుతుంది. తమ దేవుని మరెవరయినా అవమానికి గురిచేసినా, ఆయన అభీష్టాలను పట్టించుకోక వదిలినా ఈ పరిస్థితి పుడుతుంది. ఈ రకంగా శాసనకర్త దేవుని విలువ, ఆయన భక్తుల నడవడి మీద ఆధారపడుతుంది. వారి ప్రవర్తన బాగుంటే, ఇష్టమయిన దేన్నయినా నమ్మ గలుగుతారు. అదేరకంగా మతసంబంధ క్రియాకాండ విలువ, పవిత్రస్థలాల విలువ, అవి పుట్టించే భావనలు, ప్రవర్తనల మీద ఆధారపడుతుంది. ఒక గుడికి వెళ్లిన తరువాత జనానికి శాంతి, సామరస్య భావాల అనుభవం కలిగితే, అది అద్భుతం. ఒక గుడిలో మరి హింస, స్పర్థలకు ప్రేరణ కలిగితే, అది ఎందుకని అవసరం? అది పనికిరాని గుడి అన్నది అనుమానం లేని సంగతి.

ఏ గుడికి వెళ్లకుండా ఉండడం, ఏ దేవుని నమ్మకుండా ఉండడం అనుసరించ గలిగే దారులలో ఒకటి. నైతికజీవనం గడపడానికి దేవుని పేరు ఉటంకించడం అవసరం లేదని గతకొన్ని శతాబ్దాలు నిరూపించాయి. మతాతీత లౌకికమార్గం మనకు అవసరమయిన అన్ని విలువలను అందిస్తుంది.

14
లౌకిక మార్గం

నీ నీడను గుర్తించు, అంగీకరించు

మతాతీతంగా ఉండడం అంటే అర్థం ఏమి? ఆ పద్ధతికి అర్థం మతాన్ని కాదనడం అని కొన్నిసార్లు నిర్వచిస్తారు. ఈ రకంగా లౌకికవాదులను వారు నమ్మని, చెయ్యని వాటి ఆధారంగా గుర్తిస్తామంటారు. ఈ నిర్వచనం ప్రకారం, లౌకికవాదులు ఏ దేవునిగానీ, దేవదూతలను గానీ నమ్మరు. చర్చ్‌లకు ఆలయాలకు పోరు. మత సంబంధ క్రియా కలాపాలు చేపట్టరు. చూడడానికి లౌకిక ప్రపంచం బోలుగా కనబడుతుంది. అనైతికంగా, నిరాకరణవంతంగా కనబడుతుంది. అది ఖాళీ పెట్టెలాగ, దేనితోనో నింపడానికి ఎదురుచూస్తున్నట్టు కనబడుతుంది.

ఇటువంటి గుర్తింపును ఎవరూ యిష్టపడరు. ఈ విధానాన్ని ప్రవచిస్తున్న లౌకిక వాదులు తమ తీరును మరొక రకంగా చూస్తారు. వారి దృష్టిలో లౌకికవాదం ఎంతో చక్కనయిన, క్రియాత్మకమయిన ప్రపంచదృష్టి. దానికి నిర్వచనంగా చక్కని విలువల పద్ధతి సమగ్రంగా ఉంది. అది దేన్నో, ఏ మతాన్నో కాదనే తీరుకాదు. నిజానికి లౌకికవాదుల విలువలు చాలామటుకు వివిధమత సంప్రదాయాలలో కూడా ఇమిడి ఉన్నాయి. జ్ఞానం, మంచితనాల మీద తమకు గుత్తాధిపత్యం ఉందని పట్టుబట్టే కొన్నివర్గాలవలెగాక, మతాతీతుల ముఖ్యలక్షణాలలో ఒకటి వారు అటువంటి గుత్తాధిపత్యం ఉందని అనకపోవడం. నైతికత, జ్ఞానం ఒక నిర్ణీత స్థలానికి, నిర్ణీతసమయంలో స్వర్గం నుంచి దిగివచ్చినట్టు వారు భావించరు. నైతికత, జ్ఞానాలు సమస్త మానవులను సహజంగా అందిన వారసత్వసంపద. కనుక ప్రపంచమంతటా

మానవ సమాజాలలో కనీసం కొన్ని విలువలు పుట్టుకు వస్తాయని, అవి ముస్లిమ్‌లు, క్రైస్తవులు, హిందువులు, నాస్తికులకు అందరికీ సమానంగా ఉంటాయని భావించవచ్చు.

మతనాయకులు తరుచు తమను అనుసరించే వారికి, ఇది లేదా అది అనే ఎంపిక విధానాన్ని ముందుంచుతారు. అయితే నీవు ముస్లిమ్‌వు. లేదంటే కాదు. నీవు ముస్లిమ్ అయిన పక్షంలో, మిగతా విధానాలన్నింటిని నీవు తోసిపుచ్చాలి. లౌకికవాదులు యిందుకు వ్యతిరేకం. వారు వేరువేరు, కలగలుపు గుర్తింపులతో కూడా మనగలరు. సెక్యులరిజంకు సంబంధించినంత వరకు, మీరు మిమ్మల్ని ముస్లిమ్‌గా ప్రకటించుకొనవచ్చు. అల్లాహ్‌ను ప్రార్థించడం కొనసాగించవచ్చు. హలాల్ మాంసం తినవచ్చు. మెక్కాకు హజ్‌యాత్ర చేయవచ్చు. అయినా అదే సమయంలో సెక్యులర్ సమాజంలో మంచి సభ్యుడిగా ఉండవచ్చు. అందుకు చేయవలసింది సెక్యులర్ నీతి నిబంధనలను పాటించడం ఒకటే. ఈ నీతిపద్ధతి నిజానికి లక్షలాది ముస్లిమ్‌లు, క్రైస్తవులు, హిందువులు అంగీకరించినదే. దాన్ని అవిశ్వాసులు కూడా అంగీకరిస్తారు. అందులో సత్యం, దయ, సమానత్వం, స్వేచ్ఛ, ధైర్యం, బాధ్యత అనే విలువలు పొందుపరిచి ఉంటాయి. ఆధునిక వైజ్ఞానిక ప్రజాస్వామిక సంస్థలకు ఈ కోడ్ పునాదిగా ఉంటుంది.

అన్ని నీతి నిబంధనల వలెనే, లౌకిక నిబంధనావళి కూడా అందుకోదగిన ఆదర్శం. అది సామాజిక సత్యం కాదు. క్రిస్టియన్ సమాజాలు, సంస్థలు, క్రిస్టియన్ ఆదర్శాల నుంచి తరుచు పక్కకు జరుగుతాయి. అదే పద్ధతిలో లౌకిక సమాజాలు, సంస్థలు తరుచుగా సెక్యులర్ ఆదర్శాల స్థాయిని అందుకోలేకపోతాయి. మధ్యయుగం ఫ్రాన్స్ తనను తాను క్రైస్తవంగా ప్రకటించుకున్న రాజ్యం. అయితే వారు చేపట్టిన చాలా కార్యకలాపాలు, క్రైస్తవపద్ధతిలో లేవు. (బడుగువర్గం రైతులను అడిగి చూడండి). ఆధునిక ఫ్రాన్స్ తనను తాను మతాతీతం అని ప్రకటించుకున్నది. కానీ రాబ్‌స్పియెర్ కాలం నుంచి అది కష్టం కలిగించే విధంగా స్వంత మార్గాలను ఎంచుకున్నది. స్వేచ్ఛ నిర్వచనానికి విఘాతం కలిగించే స్వేచ్ఛను అవలంబించింది. (ఆడవారిని అడిగి చూడండి). అంటే ఫ్రాన్స్‌లో, మరెక్కడయినా లౌకికజనులు నైతిక దిశానిర్దేశం లేకుండా, కట్టుబాట్లు లేకుండా ఉంటారని మాత్రం అర్థం కాదు. ఒక ఆదర్శానికి కట్టుబడి బతకడం సులభం కాదని మాత్రమే దానికి అర్థం.

లౌకిక ఆదర్శం

ఇక మరి లౌకిక ఆదర్శం అంటే ఏమి? లౌకికులకు అన్నిటికన్నా ప్రధానమయిన కట్టడి సత్యం. అది కేవలం నమ్మకం మీద కాక పరిశీలన, సాక్ష్యాల మీద

ఆధారపడుతుంది. సత్యం, నమ్మకం మధ్యన తేడా గుర్తించడానికి లౌకికులు శ్రమిస్తారు. మీకు ఒక కథ గురించి చాలా గట్టి నమ్మకం ఉంటే, అది మీ మనస్తత్వం గురించి, మీ బాల్యం గురించి, మీ మెదడు తీరు గురించి ఎన్నో సంగతులు చెపుతుంది. అయితే ఆ కథ సత్యమని రుజువు మాత్రం అందదు. (నిజానికి ఒక కథ సత్యం కాని సందర్భంలో గట్టి నమ్మకాలు అవసరమవుతాయి).

లౌకికులు ఒక వర్గాన్ని, వ్యక్తిని లేదా ఒక గ్రంథాన్ని, సత్యం యొక్క యాజమాన్యం కలిగి ఉన్నందుకు పవిత్రత ఆపాదించరు. సత్యం ఎక్కడ బహిర్గతమయినా, అక్కడే దాన్ని పవిత్రంగా చూస్తారు. అది శిలాజాలయిన ప్రాచీన అస్తికలు, సుదూరంలోని గెలాక్సీ చిత్రం, గణాంక వివరాల పట్టికలు లేదా విభిన్న మానవ సంప్రదాయాలు, ఎందులోనయినా ప్రకటితం కావచ్చు. సత్యంపట్ల ఈ రకమయిన విధేయత ఆధునిక విజ్ఞానశాస్త్రానికి ఆధారంగా ఉంటుంది. సైన్స్ అణువును భిన్నం చేయగలిగింది. జన్యువుల వివరాలు చూచింది. జీవపరిణామాన్ని గుర్తించింది. మానవత చరిత్రను అర్థం చేసుకున్నది.

లౌకికవాదుల మరొక ప్రధాన నిబద్ధత కారుణ్యం. మతాతీత నీతి ఏదో దేవత చెప్పిన నియమాల మీద ఆధారపడదు. అది బాధను లోతుగా అర్థం చేసుకోవడం మీద నిలబడుతుంది. ఉదాహరణకు లౌకికులు హత్యనుంచి దూరంగా ఉంటారు. అందుకు కారనం ఏదో ప్రాచీనగ్రంథంలోని మాటలు కావు. హత్య, జీవులకు విపరీతమయిన బాధ కలిగిస్తుంది గనుక మంచిదికాదు గనుక, పరిహరింపదగినది. 'దేవుడు చెప్పినందుకు' చంపకుండా ఉండేవారితో గొప్ప కష్టాలు, ప్రమాదం ఉంటాయి. వారు కేవలం విధేయతకు విలువనిస్తారుతప్ప దయగలవారు కారు. తమ దేవుడు అవిశ్వాసులను, నియమభ్రష్టులను, అపరిచితులను చంపమని ఆదేశించినట్లు నమ్మితే వారేం చేస్తారు?

సంపూర్ణ దైవికాజ్ఞల అనుపస్థితిలో లౌకికనీతి గందరగోళాన్ని ఎదురుకుంటుంది. ఒకపని ఒకరికి బాధకలిగిస్తుంది, మరొకరికి సాయం చేస్తుంది. అటువంటి పరిస్థితిలో ఏమిటిమార్గం? బీదలకు సాయం పేరున ధనికులమీద ఎక్కువ పన్నులు వేయడం న్యాయమా? రక్తపిపాసి అయిన నియంతను తొలగించేందుకు యుద్ధం పేరున రక్తం ప్రవహింపజేయడం అర్థవంతమా? అంతులేకుండా శరణార్థులను మన దేశంలోకి అనుమతించవచ్చా? ఇటువంటి సమస్యలు ఎదురయినప్పుడు మతాతీతులు 'దేవుని ఆజ్ఞ ఏమి?' అని అడగరు. సంబంధించిన అన్నిరకాల వారి భావాలను లెక్కలోకి తీసుకుంటారు. విస్తృతమయిన పరిశీలనలను, వీలున్న విషయాలను పరీక్షిస్తారు. ఇక వీలయినంత తక్కువ హాని కలిగించే మధ్యేమార్గాన్ని ఎంచుకుంటారు.

లైంగికత గురించిన వైఖరిని ఉదాహరణగా గమనించండి. బలాత్కారాన్ని సరియనడం, వ్యతిరేకించడంలో, స్వలింగ సంపర్కం, లైంగిక క్రూరత, తలదండ్రులు, తోబుట్టువులతో లైంగిక సంబంధాలు వంటి వాటిని గురించి లౌకికులు నిర్ణయాలు చేసే తీరేమి? బలాత్కారం నీతికాదన్నది తెలుస్తూనే ఉంటుంది. ఏదో దైవిక శాసనాన్ని భంగం చేసినందుకు కాక, అది మనుషులకు బాధ కలిగిస్తుంది గనుక అనైతికం. మరొక పక్క ఇద్దరు మగవారి మధ్య సెక్స్ సంబంధంవల్ల ఎవరికీ హాని లేదు. కనుక దాన్ని నిషేధించనవసరం లేదు.

మరి పాశవికతత్వం సంగతి ఏమి? నేను పురుషులిద్దరు పెళ్లి చేసుకోవడం గురించి చర్చించిన ఎన్నో బహిరంగ చర్చలలో పాలుగొన్నాను. తరుచుగా అక్కడ ఒక మేధావి అడుగుతాడు గదా, 'ఇద్దరు మగవారి పెళ్లి ఫరవాలేదంటే, మనిషి, మేక పెళ్లిని ఎందుకు అనుమతించగూడదు?' అని. లౌకికకోణం నుంచి జవాబు సులభం. ఆరోగ్యవంతమయిన సంబంధాలు సాగాలంటే, భావపరంగా, బౌద్ధికంగా, చివరకు ఆధ్యాత్మికంగా కూడా లోతులు అవసరం. అవిలేని పెళ్లితో నిస్పృహ ఫలిస్తుంది. ఒంటరితనం, మానసిక సమస్యలు పుడుతాయి. అదే ఇద్దరు మగవారయినా, భావ, బౌద్ధిక, ఆధ్యాత్మిక అవసరాలను ఒకరికొకరు అందించగలుగుతారు. మేకను పెండ్లి చేసుకుంటే అది కుదరదు. పెళ్లి అంటే మానవుల సంక్షేమాన్ని పెంచేది అని చూచేట్లయితే, లౌకికుల మార్గం అదేమరి! అక్కడ ఇటువంటి తలతోకలేని ప్రశ్నలకు తావు లేదు. పెళ్లిని ఏదో అద్భుతమయిన తంతు అనుకునే వారు అట్లా అడగలుగుతారు.

ఇక ఒక తండ్రి, అతని కూతురుతో లైంగిక సంబంధం గురించి ఏమంటారు? ఇద్దరు మనుషులే. మరిక అందులో తప్పేముంది? లెక్కలేనన్ని మానసికశాస్త్ర పరిశీలనలలో ఇటువంటి సంబంధాలు శివువుమీద సాధారణంగా తిరుగులేని హాని ప్రభావాలు కలుగజేస్తాయని తెలిసింది. అంతేగాక తండ్రిలోగల వినాశన ధోరణి అక్కడ ప్రతిఫలిస్తుంది. పరిణామక్రమంలో సేపియెన్స్ మనస్తత్వం రూపొందించిన ప్రకారం, తల్లిదండ్రుల బంధం ఉన్నచోట శారీరకబంధం పొసగదు. కనుక అటువంటి సంబంధాలను కాదనడానికి దేవుడు, బైబిల్ అవసరం లేదు. సంబంధించిన మనస్తత్వ పరిశోధనల గురించి తెలుసుకుంటే చాలు.

లౌకికులు వైజ్ఞానిక సత్యాలను ఆదరించడానికి ఇది లోతయిన కారణం. ఏదో కుతూహలాన్ని, తృప్తి పరచాలని కాదు. ప్రపంచంలో బాధలను తగించడానికి తగిన పద్ధతుల అన్వేషణ అది. వైజ్ఞానిక పరిశీలనలు దారి చూపకుంటే మన దయ, కరుణ గుడ్డివి అవుతాయి.

సత్యం, కరుణల పట్ల గల జంటకట్టడినుంచి సమానతకు విధేయత బయలు పడుతుంది. ఆర్థిక, రాజకీయ సమానతల విషయంగా అభిప్రాయాలు విభేదించవచ్చు.

అందుకే లౌకికులకు మూలతః ముందు నిర్ణయించిన అధికారక్రమం మీద అనుమానాలుంటాయి. బాధలంటే బాధలే. అవి ఎవరు అనుభవించినా ఒకటే. ఎవరు కనుగొన్నప్పటికీ, జ్ఞానమంటే జ్ఞానమే. ఒక ప్రత్యేకమయిన దేశపు వర్గపు అనుభవాలు, ఆవిష్కరణలను గొప్పచేసి చెప్పడంవల్ల అజ్ఞానం, నిర్లక్ష్యం పెరుగుతాయి. ఆడ, మగ మధ్య తేడా కూడా అంతే. మతాతీతులు కూడా తమ దేశం సంస్కృతి వంటిది మరేదీ లేదని గర్విస్తారు. అయితే సాటిలేనితనం వేరు, క్రమంలో ఔన్నత్యం వేరు. తమదేశం పట్ల తమకుగల ప్రత్యేక విధులను గుర్తిస్తూనే అటువంటి విధులు ఒక్కటే ఉండవని, అర్థంచేసుకుని వారు అదేసమయంలో మొత్తం మానవతపట్ల గల విధులను కూడా అంగీకరిస్తారు.

ఆలోచించి, పరిశోధించి, ప్రయోగాలు చేసే స్వతంత్రం లేకుండా సత్యంగురించి, బాధలోనుంచి బయటపడడంగురించి వెదకడం వీలుగాదు. అందుకే లౌకికవాదులు స్వేచ్ఛను గౌరవిస్తారు. ఏది నిజం, ఏది మంచి చెప్పే ఉన్నత న్యాయనిర్ణేతగా, వారు ఏ రచన, సంస్థ, నాయకునికి ఉన్నత అధికారం ఆపాదించరు. మనుషులకు అనుమానిం చేందుకు, మరొకసారి పరీక్షించేందుకు, మరో అభిప్రాయం వినేందుకు, మరో మార్గాన్ని వాడి పరీక్షించేందుకు స్వతంత్రం అవసరం. అందుకే భూమి నిజంగా విశ్వం కేంద్రంలో కదలకుండా ఉందా అని ప్రశ్నించిన గెలిలెయో గెలిలీని లౌకికులు ఎంతో ఇష్టపడతారు. బాస్టిల్ మీద 1789లో దాడిచేసి పదునాలుగవ లూయీ పాశవిక పాలనకు అంతం పలికిన సామాన్య ప్రజల సమూహాలను వారు అభిమానిస్తారు. తెల్లవారికి మాత్రమే అని ప్రత్యేకించిన బస్ సీట్ మీద కదలకుండా కూచున్న రోజా పార్క్‌ను వారు అభిమానిస్తారు.

పక్షపాతాలకు, దమననీతికి వ్యతిరేకంగా పోరడడానికి చాలా ధైర్యం కావాలి. అజ్ఞానాన్ని అంగీకరించి, తెలియని విషయంలోకి సూటిగా దూరడానికి, అంతకన్నా ఎక్కువ ధైర్యం కావాలి. మనకు ఒక సంగతి తెలియదు, అంటే, మన అజ్ఞానాన్ని అంగీకరించడానికి భయం అవసరం లేదని, కొత్త సాక్ష్యాలు వెదకడానికి జంకకూడదని సెక్యులర్ విద్య బోధిస్తుంది. మనకేదో తెలుసు అనుకున్నా, మన అభిప్రాయాలను అనుమానించి వాటిని మరొకసారి సరిచూడడానికి భయపడకూడదు. చాలామందికి తెలియని సంగతులంటే భయం. కనుక ప్రతిప్రశ్నకు సూటిగా సమాధానాలు కావాలంటారు. తెలియని వాటిని గురించిన భయం నియంత భయంకన్నా ఎక్కువ.

చివరకు లౌకికజనులు బాధ్యతను గౌరవిస్తారు. ఈ ప్రపంచాన్ని రక్షించే ఒక ఉన్నతశక్తి మీద వారికి విశ్వాసం లేదు. అటువంటి శక్తి దుష్టులను శిక్షిస్తుంది. మంచివారికి బహుమతులు యిస్తుంది, మనలను కరువు, వ్యాధి, యుద్ధం నుంచి కాపాడుతుంది అని వారు నమ్మరు. మనము రక్తమాంసాలున్న మామూలు మనుషులం.

మనం చేసేవి, చేయనివి అన్నింటి బాధ్యత మనదే. ప్రపంచం నిండా కష్టాలే ఉంటే, వాటికి నివారణ తెలుసుకొనడం మన బాధ్యత. ఆధునిక సమాజాలు అందజేసిన అంతులేని ప్రగతి గురించి, అంటే మహమ్మారి రోగాల నివారణ, ఆకలిగొన్నవారికి తిండి అందించడం, ప్రపంచంలో చాలా భాగాలకు శాంతి అందించడం వంటి పనుల గురించి వారెంతో గర్వపడతారు. ఈ పనులన్నింటికి ఘనత ఏదో దైవిక సంరక్షకునిది అని భావించనవసరం లేదు. మానవులు, తెలివిని, దయాగుణాన్ని పెంచుక్నుందుకు అవన్నీ వీలయ్యాయి. అదే మార్గంలో ఆధునికత ఎదురుకున్న నేరాలు, అపజయాలు, బాధ్యత, మారణహోమాలు, వాతావరణవినాశనం బాధ్యత కూడా మనవే అంగీకరించాలి అంటారు లౌకికులు. అద్భుతాలు జరగాలని ప్రార్థించడానికి బదులు, సాయంగా మనం చేయగలిగింది ఏమి? అడగాలి.

ఇవి సెక్యులర్ ప్రపంచపు ప్రధాన విలువలు. ఇంతకుముందే చెప్పినట్లు వీటిలో ఏవీ లౌకిక తత్వానికి పరిమితాలు కావు. యూదులు కూడా సత్యాన్ని ఆదరిస్తారు. క్రైస్తవులు దయాగుణాన్ని గౌరవిస్తారు. ముస్లిమ్‌లు సమానతను, హిందువులు బాధ్యతను, అలా ఎందరో ఈ గుణాలను అలవరచుకుంటారు. సెక్యులర్ సమాజాలు, సంస్థలు సంతోషంగా ఈ సంబంధాలను గుర్తిసాయి. యూదు, క్రైస్తవ, ముస్లిమ్, హిందూ మతాలను అంగీకరిస్తాయి. కానీ లౌకిక నియమావళి, మత సిద్ధాంతాలతో తలపడితే మాత్ర మతం పడిపోతుంది. ఉదాహరణకు సెక్యులర్ సమాజంలో చేరాలంటే సదాచారవంతులయిన యూదులు, ఇతరులను తమకు సమానులుగా స్వీకరించాలి. క్రైస్తవులు, అవిశ్వాసులను చంపడం మానాలి. ముస్లిమ్‌లు భావప్రకటన స్వతంత్రాన్ని గౌరవించాలి. హిందువులు కులవివక్షను మానుకోవాలి.

అయితే, మతపరులయిన మనుషులు తమ దేవుడిని కాదనాలని, సాంప్రదాయ కర్మలు, కార్యకలాపాలను వదులుకోవాలని మాత్రం నియమం లేదు. సెక్యులర్ ప్రపంచం ప్రజలను వారి ఇష్టమయిన దుస్తులు, పండుగల ఆధారంగా కాక, ప్రవ్తన ఆధారంగా గుర్తిస్తారు. ఒక వ్యక్తి తన శాఖకు సంబంధించిన అన్నిటికన్నా వింత డ్రెస్ ధరించవచ్చు. వింత విధానాలను అమలు చేయవచ్చు. అయినా లోతయిన లౌకిక విలువలను అనుసరించి నడుచుకోవచ్చు. యూదు సైంటిస్ట్‌లు, క్రైస్తవ పర్యావరణ వాదులు, ముస్లిమ్ స్త్రీవాదులు హిందూ మానవహక్కుల మద్దతుదారులు కావలసినంత మంది ఉన్నారు. వారంతా వైజ్ఞానిక వాస్తవానికి విధేయులయితే, దయాగుణం, సమానత, స్వేచ్ఛలను విధేయులుగా అనుసరిస్తే, ఇక సెక్యులర్ ప్రపంచంలో సంపూర్తి సభ్యులవుతారు. వారు తమతమ యూర్‌ముల్క్‌స్, క్రాస్‌లు, హిజాబ్ ముసుగు, తిలకాలను తొలగించాలని ఎవరూ డిమాండ్ చేయరు.

ఇదే కారణాలవల్ల, లౌకిక విద్య అంటే, పిల్లలు దేవుని నమ్మగూడదని, మతసంబంధ విధానాలలో పాలుగొనగూడదని బోధించే నెగెటివ్ పద్ధతి కాదు. అందుకు

వ్యతిరేకంగా సెక్యులర్‌విద్యలో పిల్లలకు, సత్యం, నమ్మకాలను వేరుచేసి గుర్తించడం, బాధకు గురవుతున్న అందరిపట్ల దయ పెంచుకోవడం, భూమిమీద జనం అందరి జ్ఞానానుభవాలను అర్థం చేసుకోవాలని, అజ్ఞాత విషయాలను గురించి భయపడకుండా స్వేచ్ఛగా ఆలోచించడం, తమతమ పనులకు, అలాగే మొత్తం ప్రపంచానికి బాధ్యత వహించాలని బోధిస్తారు.

స్టాలిన్ లౌకికుడా?

కనుక లౌకికవాదాన్ని నైతికత లేదని, సాంఘిక బాధ్యత తెలియనిదని విమర్శించడం నిరాధారం. నిజానికి లౌకికవాదంతో సమస్య పూర్తిగా అందుకు వ్యతిరేకం. అది బహుశా నైతిక ప్రమాణాలను మరీ ఎత్తున నిలుపుతుంది. చాలామంది అంతగట్టి నియమావళికి తూగలేరు. సత్యం, దయల గురించిన అంతులేని ప్రయత్నం ఆధారంగా పెద్ద సమాజాలను నడిపించడం వీలుగాదు. యుద్ధం, ఆర్థిక సమస్య వంటి అత్యవసర పరిస్థితిలో ముఖ్యంగా, సమాజాలు వెంటనే, బలంగా పనిచేయవలసి ఉంటుంది. సత్యం తెలియకున్నా, సమయానికి చేయవలసిన దయామయమయిన అంశం తెలియకున్నా అవి పనిలోకి దిగవలసి ఉంటుంది. సమాజాలకు చక్కని మార్గదర్శక సూత్రాలు కావాలి. చక్కని నినాదాలు, ప్రేరణ కలిగించే మాటలు కావాలి. అనుమానాస్పద సందర్భాలలో సైనికులను యుద్ధానికి పంపడం, తీవ్రమయిన ఆర్థిక సంస్కరణలు అమలు చేయడం కష్టం. కనుకనే సెక్యులర్ ఉద్యమాలు మరల మరల సందేహపూరితాలుగా మారుతుంటాయి.

ఉదాహరణకు, కార్ల్‌మార్క్స్, మతాలన్నీ అణగార్చే మోసాలని చెబుతూ మొదలుపెట్టాడు. ప్రపంచ సోపాన క్రమాన్ని, దాని తీరును, తామే పరిశోధించి తెలుసుకొమ్మని అనుయాయులను ప్రోత్సహించాడు. తరువాత దశాబ్దాలలో విప్లవం, యుద్ధాల ఒత్తిడి, మార్క్సిజమ్‌ను మరింత గట్టి పరిచింది. స్టాలిన్ సమయానికి సోవియెట్ కమ్యూనిస్ట్ వారి అధికారి అభిప్రాయం ప్రకారం, ప్రపంచక్రమం మామూలు మనుషులకు అర్థంకాదనే స్థితి వచ్చింది. కనుక పార్టీ తెలివిని నమ్మాలి. అది చెప్పినట్టు చేయాలి అన్నారు. పార్టీ లక్షలుగా అమాయక జనాలను, బందీ చేసి అంతమొందిస్తున్నా అడగకూడదు అన్నారు. వికారంగా వినిపించవచ్చుగానీ, పార్టీ పెద్దలు, అలుపెరుగకుండా, 'విప్లవం అంటే పిక్‌నిక్ కాదు, అలాగే ఆమ్లెట్ ఒకటి కావాలంటే, కొన్ని గుడ్లను పగలగొట్టక తప్పదు' అని బోధించారు.

స్టాలిన్‌ను లౌకికవాదిగా చూడాలంటే, అది సెక్యులరిజమ్‌ను నిర్వచించే తీరు మీద ఆధారపడిన సంగతి. మినిమలిస్ట్ నెగేటివ్ నిర్వచనం ప్రకారం, 'లౌకిక ప్రజలు

దేవుని యందు విశ్వసించరు' అప్పుడు స్టాలిన్ తప్పకుండా సెక్యులర్ వాది. ఇక గుణాత్మకమయిన నిర్వచనం చేస్తే, 'లౌకికజనులు అశాస్త్రీయ సిద్ధాంతాలు అన్నింటిని తిప్పికొడతారు. ఇక సత్యం, దయ, స్వేచ్ఛలకు కట్టుబడి ఉంటారు'. అప్పుడు మార్క్స్ లౌకికవాదులలో మహానుభావుడు. స్టాలిన్ మాత్రం అసలేమీ కాదు. అతను నిరీశ్వరవాదులకు ప్రవక్త. కానీ అది సిద్ధాంతాధారమయిన స్టాలినిజమ్ అనే మతాన్ని పాటించే తీరు.

స్టాలినిజమ్ ఒంటరి ఉదాహరణ కాదు. రాజకీయ వర్ణపటం అవతలి పక్క పెట్టుబడిదారీ విధానం కూడా ఎంతో విస్తృత మనసుగల వైజ్ఞానిక సిద్ధాంతంగా మొదలయింది. కానీ క్రమంగా అది వివాదాత్మకమయింది. వాస్తవాలతో సంబంధం లేకుండా, చాలామంది పెట్టుబడిదారులు స్వేచ్ఛాయుత మార్కెట్, ఆర్థిక అభివృద్ధికి మంత్రాలను పఠిస్తుంటారు. ఆధునికత ప్రైవేటీకరణ, మంచి ఎటువంటి అసౌకర్య కరమయిన పరిణామాలు కలిగినప్పటికీ, కాపిటలిస్ట్ విధేయులు వాటిని 'పెరిగే నొప్పులు' అని కొట్టి పారేస్తారు. మరింత పెరుగుదలతో అంత సర్దుకుంటుంది, అంటారు.

మధ్యేమార్గంలో నడిచే ఉదారవాద డెమోక్రాట్‌లు, లౌకికవాదుల సత్య, దయ అన్వేషణలో మరింత విధేయతతో నడుచుకున్నారు. కానీ వారుకూడా అప్పుడప్పుడు సౌకర్యవంతమయిన సిద్ధాంతాల కొరకు తమతీరు మార్చుకున్నారు. పాశవిక నియంతృత్వాన్ని, విఫలులయిన శాసకులను, ఎదురుకొనవలసిన పరిస్థితిలో ఉదారులు తరుచు ప్రశ్నించడానికి లేనంత నమ్మకాన్ని, సాధారణ ఎన్నికలు అనే ఆశ్చర్యకరమయిన తంతు వైపు మలుపుతారు. వారు ఇరాక్, అఫ్ఘనిస్తాన్, డెమొక్రాటిక్ రిపబ్లిక్ ఆఫ్ కాంగో వంటి చోట్ల, ఎన్నికలు పెడితే ఇవన్నీ, మంత్రం వేసినట్టు వెచ్చని డెన్మార్క్‌గా మారిపోతాయని విశ్వసించి యుద్ధాలు చేస్తారు. బిలియన్‌లు ఖర్చుపెడతారు. ఫలించకున్నా ఈ ప్రయత్నాలు జరుగుతుంటాయి. సాధారణ ఎన్నికలు సాంప్రదాయంగా స్థిరమయిన చోట్లలో కూడా ఈ తతంగం తరువాత ప్రజాదరణగల అధికారవాదులు పదవులలోకి వస్తారు. మెజారిటీ గల నియంతృత్వం కన్నా గొప్పగా ఏమీ మిగలదు. ఎన్నికల వెనుక గల తెలివిని ప్రశ్నిస్తే, మిమ్మల్ని గులగ్ క్యాంప్‌లకు ఏమీ పంపరు. అయితే చల్లని వివాదనింద మీ మీద కురిసే అవకాశం ఉండవచ్చు.

పిడివాదాలు అన్నీ అపాయకరమయినవి కావు. కొన్ని మతవిశ్వాసాలు మానవాళికి మంచి చేశాయి. అట్లాగే సెక్యులర్ వివాదాలు కూడా. మానవహక్కులు అనే అంశం విషయంలో ఇది మరీ వాస్తవం. ఇటువంటి హక్కులు నిజానికి ఉండేది, మనుషులు సృష్టించి చెప్పుకునే కథలలో మాత్రమే. మత విద్వేషాలు, సార్వభౌమాధికార ప్రభుత్వాలకు వ్యతిరేకంగా జరిగిన పోరాటాల సమయంలో ఈ కథలు ఉపకరించాయి.

మానవులకు జీవనం, స్వేచ్ఛల విషయంగా సహమయిన హక్కులు ఉన్నాయంటే సత్యం కాదు. అయినా ఈ కథలలో నమ్మకం కారణంగా, సామ్రాజ్యాధికార ప్రభుత్వాల అధికారాలను అరికట్టి మైనారిటీలను రక్షించాయి. లక్షలాది మందిని, బీదరికం, హింసల భయంకర పరిణామాల నుంచి రక్షించాయి. ఆ రకంగా అది చరిత్రలో ఏనాడు లేనంతగా, మానవుల సంక్షేమం, సంతోషాలకు సాయం చేసింది.

అయినా అది పిడివాదం మాత్రమే. ఐక్యరాజ్యసమితి వారి మానవహక్కుల ప్రకటన ప్రకారం, 'ప్రతి ఒక్కరికి అభిప్రాయం, అభివ్యక్తి స్వేచ్ఛ హక్కు ఉంది'. ఇది ఒక రాజకీయ డిమాండ్‌గా మనం అర్థం చేసుకుంటే, (ప్రతి ఒక్కరికి అభిప్రాయస్వేచ్ఛ హక్కు ఉండి తీరాలి), అప్పుడు దానికి అర్థం ఉంది. కానీ హోమో సేపియన్స్‌లో ప్రతి ఒక్కరికి 'అభిప్రాయం స్వేచ్ఛ హక్కు సహజంగా ఉందని, నమ్మితే, ఆ సెన్సార్‌షిప్, ఏదో సహజ ప్రకృతినిర్ణయాన్ని అతిక్రమిస్తుంది. మానవత గురించిన వాస్తవాన్ని మనం చూడలేక పోతాము. 'విడదీయరాని సహజ హక్కులుగల వ్యక్తి' గా మిమ్ముమీరు నిర్వచించుకున్నంత కాలం, మీరు వాస్తవంగా ఎవరో మీకు తెలియదు. మీ సమాజాన్ని రూపొందించిన చారిత్రక బలాలను మీ స్వంత మెదడును మీరు అర్థం చేసుకోలేరు. (అందులో 'సహజ హక్కుల' గురించిన మీ నమ్మకం కూడా ఉంటుంది).

హిట్లర్, స్టాలిన్‌లతో పోరాడుతు ప్రజలు బిజీగా ఉన్న ఇరవయ శతాబ్దిలో ఇటువంటి అజ్ఞానం ఎక్కువగా ప్రభావం చూపలేదు. ఇరవయి ఒకటవ శతాబ్దిలో బయొటెక్నాలజీ, కృత్రిమజ్ఞానం కలిసి మానవత్వం అన్నమాటకు అర్థాన్ని మార్చే పరిస్థితిలో అది ప్రాణాంతకం కావచ్చు. జీవం హక్కుకు మనం కట్టుబడి ఉన్నాము. అంటే, మరణాన్ని నివారించడానికి మనం జీవసాంకేతికశాస్త్రాన్ని వినియోగించాలని భావమా? స్వేచ్ఛ హక్కుకు కట్టుబడి ఉంటే, మనలో దాగి ఉన్న కోరికలను గుర్తించి పూర్తిచయగల అల్గొరిదంలకు అధికారం ఇవ్వాలని అర్థమా? అందరు మానవులు మానవహక్కులను సమానంగా అనుభవిస్తారంటే, సూపర్ మానవులకు సూపర్ హక్కులు ఉంటాయా? మానవహక్కుల గురించి డాగ్మారకం విశ్వాసంగల వారికి ఇటువంటి ప్రశ్నలకు పట్టించుకోవడం కష్టంగా తోస్తుంది.

విచారణ, ప్రాచీన రాజ్యాలు, నాజీలు, కెకెకెలకు ఆయుధంగా, మానవహక్కుల పిడివాదం గత శతాబ్దంలో రూపొందింపబడింది. అది సూపర్ మానవులను సైబోర్గ్‌లు, సూపర్ ఇంటలిజెంట్ కంప్యూటర్‌లను పట్టించుకునే రకంగా తయారు చేసినది కాదు. మత పక్షపాతాలు, మానవ నియంతలకు వ్యతిరేకంగా, మానవహక్కుల పరిరక్షణ ఉద్యమాలు చాలామంది ఆయుధాలను వాదాల రూపంలో సిద్ధం చేసుకున్నారు. కన్సుమరిస్ట్ అతిథోరణులు, టెక్నలాజికల్ ఊహా ప్రపంచాల నుంచి, ఈ మాటల ఆయుధాలు మనలను ఎంతమాత్రం రక్షించజాలవు.

నీడను అంగీకరించడం

స్టాలిన్ తరహా మొండి సిద్ధాంతం, పడమటి సామ్రాజ్యవాదం అనే శక్తి నుండి వచ్చిన చేదుఫలాలు అదేపనిగా జరిగిన పారిశ్రామికీకరణలతో లౌకికవాదాన్ని సమం చేసి చెప్పగూడదు. అలాగని అది మొత్తం బాధ్యతను వారికి వదిలి వేయజాలదు. మానవాళిని సంపూర్తిగా తీర్చిదిద్ది, భూగోళం మీద సంపదను మనజాతి లాభం కొరకు వినియోగిస్తాము అని హామీలు యిచ్చి, లౌకికవాద ఉద్యమం, వైజ్ఞానిక సంస్థలు, కోట్లాది మందిని మంత్రముగ్ధులను చేశాయి. ఇటువంటి హామీల ఫలితంగా, మహమ్మారులు, కరువుల నిర్మూలనలతోబాటు, గులగ్ క్యాంప్‌లు, ధృవాలమంచు కరగడం కూడా పుట్టుకు వచ్చాయి. మూల లౌకికవాద ఆదర్శాలను, అసలయిన వైజ్ఞానిక వాస్తవాలను అపార్థం చేసుకుని, అస్తవ్యస్తం చేసినందుకు అట్లా జరిగిందని మీరు వాదించవచ్చు. అందులో మీరు పూర్తి సరయిన స్థితిలో ఉన్నారు. కానీ, ప్రభావవంతమయిన ఉద్యమాలు అన్నింటి నుంచి అటువంటి సమస్యలు రావడం మామూలే.

ఉదాహరణకు గొప్ప నేరాలుగా గుర్తింపబడిన విచారణలు, క్రూసేడ్‌లు, ప్రపంచవ్యాప్తంగా స్థానిక సంస్కృతుల అణచివేత, స్త్రీల అధికారాల విషయంగా నేరాలు అన్నింటికీ క్రైస్తవం కారణమయింది. క్రైస్తవులు ఈ మాటను అంగీకరించక, క్రైస్తవాన్ని సంపూర్తిగా అపార్థం చేసుకున్నందుకు ఇవన్నీ జరిగాయని వాదించవచ్చు. ఏసు ప్రేమను మాత్రమే బోధించాడు. విచారణలు అతని బోధనలకు వికృతమయిన రూపాలు. ఈ మాటను సానుభూతితో గ్రహించవచ్చు. అయితే క్రైస్తవాన్ని అంత సులభంగా వదిలిపెట్టడం తప్పే అవుతుంది. క్రిస్టియన్‌లు ఈ విచారణలు, క్రూసేడ్‌ల విషయంగా మనసులో బాధపడి ఉండవచ్చు. అట్లాగని వారు ఆ బాధ్యత మాది కాదు అనలేరు. వారు తమను తాము కొన్ని తీవ్రంగా అసౌకర్యం కలిగించే ప్రశ్నలు అడగాలి. 'ప్రేమ మతం' క్రైస్తవం ఏరకంగా తనను ఈ రకంగా గజిబిజి చేయడానికి, ఒకసారి కాదు, పెక్కుసార్లు అంగీకరించింది? ప్రొటెస్టెంట్‌లు సాధారణంగా దీనికంతటికి కారణం కాతలిక్‌ల మతోన్మాదం అని నిందవేస్తారు. అయితే వారికి ఐర్‌లాండ్ లేదా ఉత్తర అమెరికాలో ప్రొటెస్టెంట్ కాలనిస్ట్‌ల ప్రవర్తన గురించిన ఒక పుస్తకం చదవలసిందిగా సలహా యివ్వాలి. ఇదే విధంగా మార్క్సువాదులు తమను తాము ప్రశ్నలు అడగాలి. గులగ్‌లకు దారి తీసిన మార్క్సు బోధనలు ఏమి? అని వారి ప్రశ్న. ఇక సైంటిస్ట్‌లు వారి వైజ్ఞానిక ప్రణాళికలు మొత్తం ప్రపంచ పర్యావరణాన్ని కదిలించి వేసిన తీరు ఏమని ప్రశ్నించుకోవాలి. నాజీలు డార్విన్ సిద్ధాంతాలను హైజాక్ చేసిన తీరును జన్యుశాస్త్రవేత్తలు హెచ్చరికగా భావించాలి.

ప్రతి మతం, భావజాలం, తెగలకు ఒక నీడ ఉంటుంది. మీరు ఏ వర్గాన్ని అనుసరించినా సరే, మీ నీడను గుర్తించాలి. 'మనకు అట్లా జరగదు' అన్న అమాయకపు ధైర్యాన్ని, వదిలిపెట్టాలి. సాంప్రదాయిక మతాలతో పోలిస్తే లౌకిక విజ్ఞానశాస్త్రానికి కనీసం ఒక ప్రయోజన లక్షణం ఉంది. అది తన నీడను చూచి భయపడదు. పైగా అది తన తప్పులను, చూడలేకపోయిన అంశాలను సూత్రప్రాయంగా అంగీకరించడానికి సిద్ధంగా ఉంటుంది. భావాతీత శక్తి ప్రకటించిన పూర్ణసత్యాన్ని నమ్మేవారయితే, మీరు, పొరపాట్లను అంగీకరించడం కుదరదు. లేదంటే మొత్తం కథ వీగిపోతుంది. మనుషులు పొరపాట్లు చేయడం మామూలే, అటువంటి మనుషులు సత్యం కొరకు చేసే అన్వేషణను మీరు నమ్మితే, అపరాధాలను అంగీకరించడం ఆటలో కలిసి ఉండే భాగం.

పిడివాదం కాని లౌకిక ఉద్యమాలు, మామూలుగా తక్కువ హామీలనివ్వడానికి కారణం ఇదే. తాము పూర్తి శక్తిమంతులము కామని తెలుసు గనుక, వారు మార్పులను చిన్న అంచెలుగా అమలు చేయాలంటారు. కనీస వేతనాలను కొన్ని డాలర్ల వంతున మాత్రమే పెంచుతారు. శిశుమరణాలను కొన్నిశాతం అంకెల ప్రకారం తగ్గిస్తామంటారు. పిడివాదం భావజాలం మాత్రం, తమమీద తమకున్న అతి నమ్మకం కారణంగా, అసాధ్యాలను ఆశపెడతారు. వారి నాయకులు సులభంగా, 'అనంతకాలం', 'స్వచ్ఛత', 'విముక్తి' వంటి మాటలను వాడుతుంటారు. ఒక చట్టాన్ని పెట్టి, ఏదో గుడి కట్టి, కొంత ప్రాంతం మీద అధికారం సాధించి, మొత్తం ప్రపంచాన్ని ఒక మహత్తరసంజ్ఞతో రక్షించామని, రక్షించగలమని అనుకుంటారు.

జీవితం చరిత్రలో అన్నిటికన్నా ముఖ్యమయిన నిర్ణయాలు చేయవలసి వచ్చినపుడు, నా మటకు నేను, మేమెన్నడూ పొరపాట్లు చేయము అనేవారికన్నా, తమ అజ్ఞానాన్ని అంగీకరించేవారిని ఎక్కువగా నమ్ముతాను. నీ మతం, ఆదర్శభావజాలం, ప్రపంచ దృష్టి, ఈ ప్రపంచాన్ని నడిపించాలంటే, నేను మిమ్మల్ని మొదట అడిగే ప్రశ్న: 'మీ మతం, ఆదర్శం, ప్రపంచదృష్టి చేసిన అన్నిటికన్న పెద్దపొరపాటు ఏమి? అక్కడ ఏమి అపార్థం ఏర్పడింది? అని. మీరు గంభీరంగా జవాబు చెప్పలేకపోతే, నేను మాత్రం నాకుగా, మిమ్మల్ని నమ్మను.

నాల్గవ భాగం

సత్యం

ప్రపంచం పరిస్థితి మిమ్మల్ని తికమకలో ముంచెత్తుతున్నది అంటే మీరు సరయిన దారిలో ఉన్నట్టు లెక్క. ప్రపంచ విధానాలు ఒక వ్యక్తికి అర్థం కానంత స్థాయికి గజిబిజి అయినయి. అప్పుడు మీకు ప్రపంచం గురించి సత్యం ఎట్లా తెలుస్తుంది? ప్రచారానికి, తప్పుడు సమాచారానికి గురికాకుండా మిమ్మల్ని మీరు ఎట్లా కాపాడుకుంటారు?

15

తెలియనితనం

అనుకున్నకన్నా మీకు తెలిసింది తక్కువ

గత అధ్యాయాలలో, పెంచి చూపుతున్న ఉగ్రవాదం భయం మొదలు, తక్కువగా అంచనావేస్తున్న సాంకేతిక వినాశనం వరకు, ఈ కాలపు అతిప్రధాన సమస్యలు, సందర్భాల సర్వే జరిగింది. ఇదంతా అతిగా ఉందని మీ మనసులో ఒక భావం పీకుతున్నట్లయితే, దాన్ని మీరు భరించ లేకపోతుంటే, మీరు సరయిన భావంలో ఉన్నారని అర్థం. వీటిని భరించడం ఎవరికీ తరం కావడం లేదు.

గత కొన్ని శతాబ్దాలలో ఉదారభావాలు హేతువాది వ్యక్తిమీద ఎనలేని విశ్వాసాన్ని కలుగజేశాయి. అది వ్యక్తిగా మనుషులను, స్వతంత్ర హేతువాద ప్రతినిధులుగా చూపింది. ఈ మిథ్యాజీవులను ఆధునిక సమాజానికి ఆధారాలుగా ప్రదర్శించింది. వోటర్‌కు అందరికన్నా బాగా తెలుసు. కొనుగోలుదారుడు చివరి నిర్ణయం చేస్తాడు, అనే భావన మీద ఫ్రీ మార్కెట్ పెట్టుబడిదారీ పద్ధతి నమ్మకం పెడుతుంది. ఇక ఉదారవిద్య పిల్లలకు తమకుతాముగా ఆలోచించాలని చెపుతుంది. ఈ ఆలోచన ఆధారం మీద ప్రజాస్వామ్యం పునాదులువేసి స్థిరపడింది.

అయితే హేతువాది అయిన వ్యక్తిమీద ఇంత నమ్మకం ఉంచడం పొరపాటు. ఈ హేతువాది, తాను పాశ్చాత్య జాతివాదుల భావన అయ్యుండవచ్చునని సామ్రాజ్య వాదానంతరం, స్త్రీవాద తాత్వికులు సూచించారు. అతను అగ్రవర్గం తెల్లవారి స్వతంత్ర ప్రతిపత్తిని, అధికారాన్ని పెంచి చూపుతున్నాడు అన్నారు. ఇంతకుముందే గుర్తించినట్టు, మానవుల నిర్ణయాలు చాలావరకు, హేతువాద విశ్లేషణ మీదగాక, భావప్రతిచర్యలు,

అన్వేషణలో అడ్డదారుల వెంట జరిగాయని, ప్రవర్తనా ఆర్థికనిపుణులు, పరిణామ తాత్వికులు వివరంగా చూపించారు. మన అనుభూతులు, పరిశోధన పద్ధతులు బహుశా రాతియుగపు జీవితాల విషయంగా తగినవి కావచ్చుగానీ, అవి ఈ సిలికన్ యుగంలో అన్యాయంగా అసమర్థాలవుతాయి.

హేతువాదమే కాదు, వ్యక్తిత్వం కూడా ఒక కల్పన. మనుషులు తమకుతాము ఆలోచించడం అరుదు. మనం గుంపులుగా ఆలోచిస్తాము. ఒక శిశువును పెంచడానికి తెగ మొత్తం ఉండాలి. అదేరకంగా ఒక పరికరం కనుగొనాలంటే కూడా ఒక తెగ ఉండాలి. ఒక తగాదా తీర్చడానికి, జబ్బు నయం చేయడానికి కూడా గుంపు ఉండి తీరాలి. ఒక కతీడ్రల్ కట్టడానికి అవసరమయిన సంగతులన్నీ ఒక ఒంటరివ్యక్తికి తెలియవు. బాంబ్, విమానం తయారీ సంగతి అయినా అంతే. హోమో సేపియెన్స్‌ది పైచెయ్యి చేసి, మిగతా జంతువులకన్నా ముందుంచి, మనలను గ్రహంమీద యజమానులుగా నిలిపింది, వ్యక్తిగతమయిన హేతువాదం కాదు, సరిగదా, అది మనకు పెద్దగుంపులుగా ఒకచోట చేరి ఆలోచించడానికి గల సాటిలేని శక్తి ఒకటే.

ప్రపంచం గురించి ఒక్కొక్క వ్యక్తికి తెలిసింది నిజానికి చిన్నబుచ్చుకునేంత తక్కువ మాత్రమే. చరిత్ర సాగిన కొద్దీ ఆ తెలిసిన కొంత, మరింత తక్కువయిపోసాగింది. రాతియుగపు, వేట–సేకరణ బతుకు కాలంనాటి ఆడమనిషికి, తన దస్తులు తానే తయారుచేయడం తెలుసు. నిప్పు చేయడం, కుందేళ్లను వేటాడడం, సింహం నుంచి తప్పించుకోవడం కూడా తెలుసు. ఇవాళ మనకు మరెంతో తెలుసు అనుకుంటాము. కానీ వ్యక్తులుగా మనకు తెలిసింది, చాలా తక్కువ. మన అన్ని అవసరాలకు మనం ఇతరుల అనుభవం మీద ఆధారపడతాము. ఒక మామూలు జిప్ పనితీరు గురించి అర్థమయింది ఎంత అని, అది తమకు ఎంతవరకు అర్థమయిందని ప్రజలను అడిగారు. అందరికీ తమ సంగతి అర్థమయి వినయభావం కలిగించిన పరీక్ష అది. చాలామంది ముందు నమ్మకంగా తమకు ఆ సంగతి తెలుసని గట్టిగా చెప్పారు. ఎప్పుడూ జిప్‌లు వాడుతూనే ఉన్నారు గదా మరి. అప్పుడిక వారిని జిప్ పనిచేసే తీరును అంచెలంచెలుగా, వీలయినంత వివరంగా వర్ణించమని అడిగారు. ఎవరికీ ముక్క తెలియదు. దీన్నే స్టీవెన్ స్లోమన్, ఫిలిప్ ఫెర్న్‌బాఖ్ అనే పరిశోధకులు 'ద నాలెజ్ ఇల్యూషన్' (తెలుసునన్న భ్రమ) అన్నారు. చాలా తెలుసునని మనం అనుకుంటాము. అయినా వ్యక్తిగతంగా మనకు తెలిసింది చాలాతక్కువ. మిగతా మనుషుల మెదడులోని తెలివిని, మన మెదడులోనే ఉందని మనం అనుకుంటాము.

అయితే ఇదేమీ తప్పు కానవసరం లేదు. మనం ఈ రకంగా సామూహిక ఆలోచన మీద ఆధారపడినందుకే, ప్రపంచం మీద అదుపు సంపాదించగలిగాము. అన్ని మనమే అర్థం చేసుకోవాలనే అసాధ్యమయిన ప్రయత్నం నుంచి, దూరం చేసి,

పట్టుబడకుండానే బతుకు గడపడానికి 'తెలుసునన్న భ్రమ' మనకు శక్తినిస్తుంది. పరిణామదృష్టితో గమనిస్తే, హోమో సేపియెన్స్‌కు ఇతరుల జ్ఞానం మీదగల నమ్మకం చాలా బాగా ఉపకరించింది.

చాలా మానవలక్షణాలు గతంలో అర్థంగలవిగా ఉన్నాయి. కానీ కొత్తకాలంలో వాటివల్ల కష్టాలు మొదలయినయి. అదే దారిలో ఈ నాలెజ్ ఇల్యూషన్ విషయంగా కూడా చిక్కులున్నాయి. ఈ ప్రపంచం రానురాను చాలా సంక్లిష్టం అవుతున్నది. జరుగుతున్న సంగతుల గురించి తమ అజ్ఞానాన్ని ప్రజలు గుర్తించలేకపోతున్నారు. ఫలితంగా వాతావరణశాస్త్రం గురించి, జీవశాస్త్రం గురించి ముక్క కూడా తెలియని ఒక మనిషి, శీతోష్ణస్థితి మార్పు, జన్యుపరంగా మార్చిన పంటలు, లాంటి అంశాల గురించి అనుసరించవలసిన విధానాలను ప్రతిపాదిస్తాడు. ఇక మరికొందరు ఇరాక్, ఉక్రేన్‌లలో చేయవలసినది ఏమిటో చెపుతారు. చిత్రపటంలో ఈ దేశాలను చూపించమంటే మాత్రం గుడ్లు మిటకరిస్తారు. ప్రజలు తమ అజ్ఞానాన్ని గుర్తించడం చాలా అరుదు. అదేరకంగా ఆలోచించే మిత్రులు, తమను తాము నిజమని నిర్ధారించే వార్తలు, చుట్టు పెట్టుకుని వారంతా ఒక ఈకో ఛేంబర్‌లో అవేమాటల ప్రతిధ్వనుల మధ్యన తాళం వేసుకుని గడుపుతారు. అక్కడ వారి నమ్మకాలు మరల మరల స్థిరమవుతాయి. వాటిని ప్రశ్నించే వారుండరు.

మరింతగా, మరింత మంచి సమాచారం అందజేసినంత మాత్రాన పరిస్థితి మారుతుందంటే నిజం కాదేమో. మరింత మంచి వైజ్ఞానిక విద్యతో, తప్పుడు ఆలోచనలను తొలగించాలని వైజ్ఞానికులు విశ్వసిస్తారు. ప్రజలకు ఒబామాకేర్ లేదా గ్లోబల్ వార్మింగ్ వంటి అంశాల గురించగల అభిప్రాయాలను, సరయిన సత్యాలు, నిపుణుల నివేదికల సాయంతో మార్చగలమని రాజకీయ పండితులు భావిస్తారు. మనుషులు నిజానికి ఆలోచించే తీరు గురించిన దురవగాహనలో నుంచి ఇటువంటి నమ్మకాలు పుట్టుకు వస్తాయి. మన దృష్టికోణాలు చాలామటుకు, వ్యక్తిగత హేతుబద్ధత నుంచి కాక, సామూహిక ఆలోచన ద్వారా స్థిరమవుతాయి. సమూహం పట్ల విధేయత కారణంగా మనం ఈ ఆలోచనలకు కట్టుబడి ఉంటాము. జనం మీదకు వాస్తవాల వర్షం కురిపించడం, వారివారి తెలియని తనాన్ని బయటపెట్టడం వల్ల విపరీత ఫలితాలు వచ్చే వీలుంటుంది. చాలామందికి ఈ విషయసేకరణ ఇష్టం ఉండదు. ఇక వెర్రివాడవని చెపితే ఎవరికీ బాగుండదు. కనుక వాతావరణం వేడెక్కడం అనే సత్యానికి టీపార్టీలో మద్దతు పలికినవారికి, గణాంక వివరాలు షీట్లు పంచిపెట్టి నమ్మించగలుగుతామని మీరు నమ్మకండి.

సామూహిక చింతనలోని శక్తి చాలా వ్యాపించి ఉంటుంది. అక్కడ పుట్టిన ఆలోచనలు అనుమానించదగినవి అయినప్పటికీ, ఆ శక్తిని తెంచడం, తుంచడం

కష్టం. ఆ రకంగా యుఎస్ఏలో రైట్ వింగ్ కన్సర్వేటివ్‌లు వామపక్ష ప్రోగ్రెసివ్‌కన్నా, కాలుష్యం, అంతరిస్తున్న జంతుజాతులు వంటి అంశాలు గురించి తక్కువగా పట్టించుకుంటారు. అందుకే మసచుసెట్స్‌లో కన్నా లూయిసియానాలో పర్యావరణ చట్టాలు బలహీనంగా ఉంటాయి. ఈ పరిస్థితి మనకు అలవాటయిపోయింది. అందుకే దాని గురించి అంతగా ఆలోచన సాగదు. అయితే పరిస్థితి ఆశ్చర్యకరం అంటేమాత్రం నిజం. కన్సర్వేటివ్స్ పాతపద్ధతి పర్యావరణ క్రమాన్ని పరిరక్షించడం గురించి ఎక్కువగా పట్టించుకుంటారని ఎవరయినా అనుకోవచ్చు. పాతకాలపు తమ భూములను, అడవులు, నదులను గురించి కూడా వారికి ఆసక్తి ఉంటుంది అనుకోవచ్చు. ఇక ప్రోగ్రెసివ్‌లు పల్లె ప్రాంతాలలో మౌలికమయిన మార్పులు తేవడానికి సుముఖులుగా ఉంటారని భావించవచ్చు. ప్రగతి వేగం పెరిగేటట్టుయితే, మనుషుల జీవనప్రమాణాలు పెరుగుతాయంటే ప్రధానంగా వారు ఈ మార్పులను బలపరుస్తారు అనుకోవడం మామూలే. అయితే రకరకాల విచిత్ర చారిత్రక కారణాల వలన ఈ అంశాల గురించి పార్టీ ధోరణి నిర్ణయమయి ఉంటుంది. కనుక కలుషితమయిన నదుల గురించి, అంతరిస్తున్న పక్షిజాతుల గురించి, పట్టించుకోకుండా ఉంచడం, కన్సర్వేటివ్‌ల స్వభావంగా మారింది. ఇక వామవాద ప్రగతిపక్షం వారు పాత పర్యావరణ పరిస్థితికి విఘాతం కలుగుతుందని భయపడతారు.

సామూహిక ఆలోచనశక్తి నుంచి శాస్త్రజ్ఞులు కూడా తప్పించుకోజాలరు. వాస్తవాలతో ప్రజల అభిప్రాయాలను మార్చగలము అనుకునే సైంటిస్టులు తామే స్వయంగా, సామూహిక చింతన బలానికి గురవుతారు. సైంటిస్టులకు వాస్తవాల శక్తి మీద నమ్మకం ఉంటుంది. కనుక తమ సంఘంపట్ల విధేయతగలవారు, తగిన సత్యాలను గుప్పించి బహిరంగ చర్చలో గెలవవచ్చు అనుకుంటారు. కానీ అందుకు వ్యతిరేకంగా ఎంతో అనుభవ పూర్వకమయిన సాక్ష్యం ఉంది.

ఇదే రకంగా, వ్యక్తి హేతుబద్ధత మీద ఉదారులకు గల విశ్వాసం బహుశ ఉదార సామూహిక చింతనలో నుంచి పుట్టింది కావచ్చు. మాంటీ పైతాన్స్ లైఫ్ ఆఫ్ బ్రయన్ చిత్రం తారస్థాయి సన్నివేశం ఒక దాంట్లో బ్రయన్‌ను వెర్రిగా అభిమానించే గుంపులు అతడిని మహాజ్ఞాని అని పొరపడతారు. అతను మాత్రం 'మీరునన్ను అనుసరించనవసరం లేదు, మీరు ఎవరినీ అనుసరించనవసరం లేదు! మీకు మీరే ఆలోచించాలి! మీరంతా వేరువేరు వ్యక్తులు!' అని తన శిష్యులకు చెపుతుంటాడు. గుంపులుగా చేరిన జనమంతా ఏకకంఠంగా 'అవును, మేము వ్యక్తులము! మేము వేరువేరు!' అని అనడం మొదలుపెడతారు. మాంటీపైతాన్ బహుశా 1960లలోని సంస్కృతి వ్యతిరేక సనాతన పద్ధతిని వెక్కిరించే ప్రయత్నం చేసి ఉండవచ్చు. అయితే అదే అంశం హేతుబద్ధ వ్యక్తివాదం విషయానికి కూడా వరిస్తుంది. ఆధునిక

ప్రజాస్వామ్యలలో 'అవును! వోటర్‌కు అందరికన్నా బాగా తెలుసు! అవును కొనుగోలుదారుదే చివరి మాట!' అని అరిచే గుంపులు ఉన్నారు మరి.

అధికారం అనే అగాధం

సామూహిక ఆలోచన అనే సమస్య, వ్యక్తిగత అజ్ఞానం రెండూ మామూలు వినియోగదారులు, వోటర్‌లనే గాక ప్రెసిడెంట్‌లను, సీఈవోలను కూడా చుట్టుకుంటుంది. వారికి కావలసినంతమంది సలహాదారులు అందుబాటులో ఉండవచ్చు. విస్తృతమయిన ఇంటలిజెన్స్ సంస్థలు ఉండవచ్చు. వారివల్ల పరిస్థితి మెరుగయ్యేది మాత్రం అనుమానమే. మీరు ప్రపంచాన్ని శాసిస్తున్నప్పుడు నిజం కనుగొనడం చెప్పలేనంత కష్టం. మీకు అసలు తీరిక ఉండదు. రాజకీయ నేతలు, పెద్ద వ్యాపారవేత్తలు ఎప్పుడూ పరుగులు పెడుతుంటారు. అయినా ఏదయినా విషయంలోకి లోతుగా వెళ్లదలచుకుంటే, మీకు చాలా సమయం కావాలి. అంతకుమించి సమయం వృథాచేసే సందర్భం మీకు అందాలి. ఫలితాలివ్వని మార్గాలను గురించి మీరు ప్రయోగాలు చేయవలసి వస్తుంది. ముందుకు సాగని దారులను పరిశీలించవలసి ఉంటుంది. అనుమానాలకు, విసుగుకు స్థలం కేటాయించవలసి ఉంటుంది. ఆలోచనలు అనే చిన్న విత్తులను నాటి అవి నెమ్మదిగా పెరిగి పూచేందుకు అనుమతి యివ్వవలసి వస్తుంది. మీకు కాలయాపన వీలుకాదంటే, మీకు సత్యం ఎన్నడూ తెలియదు.

అంతకన్నా అన్యాయంగా, గొప్ప అధికారం తప్పకుండా సత్యాన్ని వక్రీకరిస్తుంది. అధికారం అంటే వాస్తవాన్ని మార్చడం. దాన్ని ఉన్నది ఉన్నట్టు చూడడం కానే కాదు. మీ చేతిలో సుత్తె ఉంటే, అన్నీ మీకు మేకులవలెనే కనబడతాయి. ఇక మీ చేతులలో గొప్ప అధికారం ఉంటే, అన్నింటిలోనూ కలుగజేసుకొమ్మని ఆహ్వానం కనబడుతుంది. ఏదోరకంగా ఈ కోరికను అణగదొక్కినా, మీ చేతిలోని పెద్ద సుత్తెను, మీ చుట్టు చేరిన జనం ఏనాటికీ మరిచిపోరు. మీతో మాటలాడే వారందరికీ, తెలిసిన, తెలియని కార్యప్రణాళిక ఉంటుంది. అందుకే వారి మాటలను మీరు పూర్తిగా నమ్మడానికి ఉండదు. సుభికులు, చిన్న అధికారులు తనకు సత్యం చెపుతారని ఏ సుల్తాన్ నమ్మడానికి ఉండదు.

అందుకే గొప్ప అధికారం అంటే బ్లాక్‌హోల్ వంటి అగాధం. దానిచుట్టు ఉండే స్థలాన్ని కూడా అది వంచుతుంది. మీరు దానికి ఎంత దగ్గరగా పోతే, అన్నీ అంతగా వంగిపోతాయి. మీ పరిధిలోకి వచ్చిన ప్రతిమాట అదనపు బరువును సంపాదించు కుంటుంది. మీరు కన్నువేసిన ప్రతిమనిషి పొగడ్తలు మొదలుపెడతారు. మెప్పించాలని,

మీ నుంచి ఏదో అందుకోవాలని చూస్తారు. వారికోసం ఒకటి, రెండు నిమిషాలకన్నా మీరు వెచ్చించలేరని తెలుసు. అసందర్భంగా, గజిబిజిగా ఏదో అంటామని వారు భయపడతారు. అందుకే వారు ఉత్తుత్తి నినాదాలు, అసలే అర్థంలేని మాటలు పలుకుతారు.

రెండు సంవత్సరాల క్రితం ఇజ్రాయెల్ ప్రధానమంత్రితో బెంజమిన్ నెతన్యాహూతో విందుకు, నాకు ఆహ్వానం వచ్చింది. మిత్రులు వెళ్లవద్దని హెచ్చరించారు. అయినా నేను ఆత్రం చంపుకోలేక పోయాను. తెరల వెనుక, ముఖ్యమయిన చెవులకు మాత్రమే బయటపెట్టే పెద్ద రహస్యాలను చివరకు నేను వినగలుగుతాను, అనుకున్నాను. ఎంతటి నిరాశ కలిగిందో! అక్కడ సుమారు ముప్ఫయి మంది ఉన్నారు. అందరూ ఆ గొప్ప మనిషి దృష్టిలో పడాలనుకునేవారే. తమ మాటకారితనంతో ఆయనను మెప్పించాలని, ఏదో సాయం పొందాలని, ఏదో సంపాదించుకోవాలని తపనపడే వారే. అక్కడ ఎవరికయినా గొప్ప రహస్యాలు ఏవయినా తెలిసి ఉంటే, వాటిని తమలోనే ఉంచుకోవడంలో గొప్ప పనితనం ప్రదర్శించారు. అయితే అది నెతన్యాహవా తప్పు ఎంతమాత్రం కాదు. అది నిజానికి ఎవరి తప్పు కాదు. అది అధికారానికిగల గురుత్వాకర్షణ తప్పు.

మీకు నిజంగా సత్యం కావాలంటే, అధికారం అనే అగాధం నుంచి బయటకు రావాలి. పరిధి మీద అటుయిటు తిరుగుతూ చాలాకాలం వ్యర్థం చేయాలి. విప్లవాత్మకమియన జ్ఞానం కేంద్రానికి చేరడం అరుదు. మరి ఆ కేంద్రం అప్పటికి కూడిన జ్ఞానం మీద నిర్మింపబడి ఉంటుందామె. పాత తరహా పహారాదారులు అధికార కేంద్రానికి ఎవరు చేరాలన్నది సాధారణంగా నిర్ణయిస్తారు. అసాధారణమయిన, కలవరపరిచే ఆలోచనలను తెచ్చేవారిని వడగట్టి పక్కనబెట్టడం వారికి అలవాటు. వారు లెక్కలేకుండా వచ్చే చెత్తను కూడా పక్కనబెడతారు నిజమే. దేవోస్ వర్ల్డ్ ఇకనామిక్ ఫోరంకు ఆహ్వానం రాలేదంటే, అది జ్ఞానానికి గ్యారంటీ ఎంతమాత్రం కాదు. అందుకే మీరు సరిహద్దుల మీద చాలా సమయం వ్యర్థం చేయాలి. అక్కడ చాలా విలువయిన, విప్లవాత్మకమయిన అంతరంగ ఆలోచనలు ఉండవచ్చు. అయితే అక్కడ అంతగా తెలియని అంచనాలు, కుప్పగూలిన నమూనాలు, ఛాదస్తపువాదాలు, హాస్యాస్పదమయిన కుట్ర సిద్ధాంతాలు కూడా ఉండవచ్చు.

ఆ రకంగా నాయకులు జంటకట్లలో యిరుకుతారు. వారు అధికార కేంద్రంలో కొనసాగితే, ప్రపంచం గురించిన దృశ్యం చాలా గజిబిజిగా కనబడుతుంది. ఇక ధైర్యం చేసి అంచులకు చేరితే విలువయిన సమయం చాలా వ్యర్థం అవుతుంది. సమస్య మరింత జటిలమవుతుంది. రానున్న దశాబ్దాలలో ప్రపంచం ప్రస్తుత స్థితిలో పోలిస్తే, మరింత సంక్లిష్టం అవుతుంది. వారు బంట్లు గానీ, రాజులు గానీ, ఈ

వ్యక్తిగతంగా మనుషులకు ఆ తరువాత సాంకేతిక పరికరాల గురించి, ఆర్థిక ప్రవాహాల గురించి, ప్రపంచం ఆకారం మార్చే రాజకీయ కదలికల గురించి మరింత తక్కువ తెలుస్తుంది. 2,000 సంవత్సరాల క్రితం సోక్రటిస్ చెప్పినట్టు, అటువంటి పరిస్థితిలో మనం చేయగలిగింది, మన వ్యక్తిగత అజ్ఞానాన్ని అంగీకరించడం మాత్రమే.

అయితే మరి నైతికత, న్యాయం సంగతి ఏమి? మనం ప్రపంచాన్ని అర్థం చేసుకోలేకపోతే, మంచి, చెడుల మధ్య, న్యాయాన్యాయాల మధ్య తేడా చెప్పగలమని నమ్మడం ఎట్లా?

16

న్యాయం

న్యాయం గురించిన మన అవగాహనకు కాలదోషం పట్టిందేమో?

మన అన్ని జ్ఞానేంద్రియ శక్తుల లాగే, న్యాయదృష్టి కూడా, ప్రాచీన పరిణామక్రమంలో పాతుకుని ఉంది. లక్షలాది సంవత్సరాలు సాగిన పరిణామక్రమంలో మానవుల నైతికత రూపుపోసుకున్నది. చిన్నచిన్న వేట సేకరణ బృందాలలో వెలువడిన సామాజిక, నైతిక సమస్యలకు తగినట్టుగా అది మారింది. మనమిద్దరం వేటకు వెళ్లాము. నేనొక జింకను పడగొట్టాను. నీకేమీ దొరకలేదు. అప్పుడు నా జంతువును నేను నీతో పంచుకోవాలా? ఇక నీవు పుట్టగొడుగుల కొరకు వెళ్లి బుట్ట నింపుకుని వచ్చావు. నేను నీకన్న బలవంతుడనవే సత్యం, నీ నుంచి పుట్టగొడుగులన్నీ లాక్కునేందుకు అనుమతినిస్తుందా? నీవు నన్ను చంపాలని పథకం వేస్తున్నావు. ఆ సంగతి నాకు తెలుసు. అందుకని నేను ముందు జాగ్రత్తగా రాత్రి చీకట్లో నీ గొంతు కోస్తే సరయిన పనేనా?

స్థూలంగా చూస్తే, మనం ఆఫ్రికా గడ్డిమైదానాలను వదిలి, నగరం అడవులకు చేరినప్పటికీ, మార్పు ఎక్కువగా ఉన్నట్టు కనబడదు. సిరియా సివిల్ వార్, ప్రపంచవ్యాప్త అసమానత, వాతావరణం వేడెక్కడం, వంటి ప్రశ్నలు మనకు ఎదురవుతున్నాయి. అవి అంతకు ముందటి ప్రశ్నలే. కాని పెద్దవిగా వచ్చాయి. అలాగనుకోవడం ఒక భ్రమ. పరిమాణాన్ని పట్టించుకోవలసిందే. మిగతా అన్నింటిలాగే న్యాయందృష్టితో చూస్తే, మనం బతుకుతున్న ఈ ప్రపంచానికి ఇంకా మనం అనువుగా సర్దుకోలేదు.

ఇక్కడ సమస్య విలువలకు సంబంధించినది కాదు. మతపరులు గానీ, మతాతీతులు గానీ, ఇరవయి ఒకటవ శతాబ్దపు పౌరులు చాలా విలువలుగలవారు. సంక్లిష్టమయిన ఈ విశాలప్రపంచంలో వాటి అమలు అసలు సమస్య. తప్పు సంఖ్యకు సంబంధించినది. అడవులలో బతికినవారి న్యాయవిధానం, ఒక్క గుంపుగా దగ్గరదగ్గరగా బతుకుతున్న వందలమంది బతుకులలో వచ్చే సమస్యలకు పరిమితమయింది. ఇక మనం అన్ని ఖండాలలో వ్యాపించిన, లక్షలాది మంది మధ్యగల సంబంధాల గురించి అర్థం చేసుకునే ప్రయత్నం చేస్తే, మన న్యాయజ్ఞానం చలించిపోతుంది.

న్యాయం కేవలం రూపం లేని విలువలను మాత్రమే కోరదు. దానికి దృఢంగా కార్యకారణ సంబంధాల అవగాహన కూడా కావాలంటుంది. మీరు మీపిల్లలకు పెట్టడానికి పుట్టగొడుగులు సేకరించి తెచ్చారు. ఇక నేను బలవంతంగా ఆ బుట్ట లాక్కుపోతాను. అంటే మీరు పడిన శ్రమంతా దండగయింది. ఇక ఆ రాత్రి మీపిల్లలు ఆకలితో పడుకుంటారు. అది మంచిది కాదు. ఇక్కడ కార్యకారణ సంబంధాలను చూడగలము గనుక విషయం సులభంగా అర్థమవుతుంది. దురదృష్టం కొద్దీ, మన కొత్త విశాల ప్రపంచంలో సహజంగా ఒక లక్షణం ఉంది. కారణ సంబంధాలు యిక్కడ సంక్లిష్టంగా, ఎన్నో శాఖలుగా విడిపోయి ఉంటాయి. నేను ప్రశాంతంగా యింట్లో బతకగలుగుతాను. ఎవరినయినా బాధించడానికి వేలెత్తే ప్రశ్నలేదు. అయినా వామపక్ష కార్యకర్తలు మాత్రం, నన్ను ఇజ్రాయెల్ సైనికులు, వెస్ట్ బ్యాంక్‌లో స్థిరపడిన వారు చేసిన తప్పుడు పనులు అన్నింటికీ బాధ్యుడుగా నిందిస్తారు. సౌకర్యంగా సాగుతున్న నా బతుకు, మూడవ ప్రపంచం కార్ఖానాలలో బాలకార్మికుల శ్రమమీద ఆధారపడి ఉందని సోషలిస్టులు అంటారు. ఇక జంతుసంక్షేమం గురించి వాదించేవారు, నా బతుకు చరిత్రలోనే హీనమయిన నేరాలతో ముడిపడి ఉందని గుర్తు చేస్తారు. లక్షలాది వ్యవసాయ పశువులను క్రూరంగా పనిచేయించి కష్టపెట్టడంలో నా పాత్ర కూడా ఉందని వారంటారు.

ఇంతకూ వాటన్నింటికీ నేను బాధ్యుడినా? జవాబు సులభం కాదు. నేను నా ఉనికి కోసం ఆర్థిక, రాజకీయ సంబంధాల అర్థంకాని వలయాలమీద ఆధారపడతాను. ఇక ప్రపంచస్థాయి కారణబంధాలు చాలా చిక్కుపడి ఉన్నాయి. అందుకే నేను మామూలు ప్రశ్నలకు కూడా సమాధానం చెప్పడం కష్టంగా భావిస్తాను. నా భోజనం ఎక్కడ నుంచి వస్తుంది? నేను వేసుకున్న కాలిజోళ్లను ఎవరు తయారు చేశారు? పెన్షన్ ఫండ్ వారు నా సొమ్మును ఏం చేస్తున్నారు అంటే నేను జవాబు చెప్పలేకపోతాను.

నదులను దొంగిలించడం

ఆదిమ కాలంలో వేట–సేకరణపద్ధతి మనిషికి తన భోజనం ఎక్కడ నుంచి వచ్చేది తెలుసు. (దాన్ని వారే స్వయంగా సంపాదించుకుంటారు). కాలిజోళ్లను తయారు చేసిన వారు తెలుసు (ఆ మనిషి ఆ పక్కనే పడుకుని ఉంటాడు), పెన్షన్ ఫండ్ ఏమవుతున్నదీ తెలుసు (అది బురదలో ఆడుతున్నది. ఆ కాలంలో మనుషులకున్న పెన్షన్ ఫండ్ ఒకటే, 'సంతానం'). నేను మాత్రం వేట – సేకరణ వ్యక్తికన్నా ఎక్కువ అజ్ఞానం గలవాడిని. సంవత్సరాలపాటు పరిశోధన తరువాత ఒక సంగతి తెలుస్తుంది. నేను వోట్ వేసి ఎన్నుకున్న ప్రభుత్వం, రహస్యంగా, ప్రపంచంలో అటుపక్కనున్న దుర్మార్గుడయిన నియంతకు ఆయుధాలు అమ్ముతున్నది. కానీ ఈ సంగతి తెలుసుకోవడానికి నాకు సమయం పడుతుంది. ఈ లోగా నేను అంతకన్నా ముఖ్యమయిన అంశాలు కనుగొన్న సంగతులు వదులుకుంటాను. నేను రాత్రి గుడ్లు తిన్నాను. వాటిని పెట్టిన కోళ్ల గతి ఏమయింది? నాకు తెలియదు.

తెలుసుకోవాలని ఏ ప్రయత్నం చేయనివారు ఆనందంగా అజ్ఞానంలో మిగిలిపోతారు. ఇక తెలుసుకోవాలని ప్రయత్నం చేసిన వారికి సత్యాన్వేషణ కష్టమని అర్థమవుతుంది. వ్యవస్థ నిర్మాణం ఆ పద్ధతిలో ఉందిమరి. ప్రపంచ ఆర్థికవ్యవస్థ నాకు తెలియకుండా, నా తరఫున దొంగతనాలు సాగిస్తున్నది. ఇక నేను దొంగిలించకుండా ఉండేది ఎట్లా? పనులను గురించి వాటి ఫలితాలనుబట్టి న్యాయనిర్ణయం చేస్తే (దొంగతనానికి గురయిన వారికి బాధ కలుగుతుంది. కనుక దొంగతనం తప్పు) లేక ఫలితం ఎట్లున్నా సరే, విధులను నిర్వర్తించాలని నమ్మితే, (దేవుడు చెప్పినందుకుగాను దొంగతనం కూడదు) అసలు తేడా ఉండదు. వాస్తవానికి మనం చేస్తున్నది ఏమని చూడడం చాలా గజిబిజి అయింది. అది అసలు సమస్య.

నీది కాని వస్తువును, నీ చేతులతో తీసుకోవడాన్ని దొంగతనం అని పిలిచిన రోజులలో, దొంగతనం కూడదు అన్న నిబంధన వచ్చింది. ఇవాళమాత్రం దొంగతనం గురించి నిజంగా ముఖ్యమయిన వివాదం పూర్తి వేరొక దృశ్యానికి సంబంధం కలిగి ఉంటుంది. నేను ఒక పెద్ద పెట్రోకెమికల్ వ్యాపార సంస్థవారి వద్ద పదివేల డాలర్లు షేర్ల రూపంలో పెట్టుబడి పెట్టాను అనుకుందాము. వారు నాకు సంవత్సరానికి ఆ మొత్తం మీద అయిదు శాతం వడ్డీ యిస్తారు. ఆ కంపెనీ చేయవలసిన చెల్లింపులు చేయదు గనుక చాలా లాభాలు సంపాదిస్తుంది. స్థానిక నీటిసరఫరాకు ప్రజల ఆరోగ్యానికి, వన్యప్రాణాలకు కలిగే హాని గురించి పట్టించుకోకుండా వారు తమ విషవ్యర్థాలను దగ్గరలోని నదిలోకి వదిలిపెడతారు. తమ సొమ్మును వాడి వారు కావలసినంతమంది లాయర్లను పెట్టుకుంటారు. ప్రజల అభియోగాలు, డిమాండ్ల

నుంచి వారు కంపెనీని కాపాడతారు. అది కొందరు పెద్ద మనుషులకు డబ్బు యిస్తుంది. పర్యావరణ చట్టాలు మరింత గట్టివి రాకుండా వారు తగిన ఏర్పాట్లు చేస్తారు.

మరి ఆ వ్యాపార సంస్థ 'నదిని దొంగిలించిందని నింద వేయవచ్చా? ఇక వ్యక్తిగా నా సంగతి ఏమి? నేను ఎవరి ఇంట్లోకి దూరను. ఎవరి పర్స్ నుంచి డాలర్‌లు లాక్కోను. ఈ ఫలానా కంపెనీ ఏరకంగా లాభాలు సంపాదిస్తున్నదని నాకు తెలియదు. నేను కొన్ని డబ్బులు, మిగతా కంపెనీలతోబాటు, ఆ కంపెనీలో కూడా పెట్టినట్టు గుర్తు కూడా ఉండదు. మరి నేను దొంగతనం చేసినట్టేనా? సంబంధించిన సంగతులన్నీ తెలియకుండా నైతికంగా ప్రవర్తించడం ఎట్లా?

ఉద్దేశ్యాలలో నైతికత అనే పద్ధతిని అనుసరించి సమస్యను తప్పించుకునే ప్రయత్నం చేయవచ్చు. నేను నిజంగా ఏం చేస్తాను, దాని ఫలితం ఏమి కన్నా, నేను అనుకునేది ముఖ్యం అవుతుంది. అయితే ఈ ప్రపంచంలో అన్ని విషయాలు లంకెపడి ఉంటాయి. తెలుసుకోవడం అన్నది అన్నిటికన్నా ప్రధానమయిన నైతికమయిన విధి అవుతుంది. ఆధునిక చరిత్రలో గొప్ప నేరాలు ఏవగింపు, దురాశ వల్ల జరగలేదు. అవి మరింత ముఖ్యంగా అజ్ఞానం పట్టిలేనితనం వల్ల జరిగాయి. అందమయిన ఆంగ్లయువతులు లండన్ స్టాక్ ఎక్స్ఛేంజ్‌లో షేర్‌లు, బాండ్‌లు కొంటారు. ఆ రకంగా వారు అట్లాంటిక్ బానిస వ్యాపారానికి పెట్టుబడి అందించారు. అలాగని వారెన్నడూ ఆఫ్రికా లేదా కరీబియన్‌లో కాలు కూడా పెట్టలేదు. వారు నాలుగుగంటలకు తమ తేనీటిలో మంచువంటి తెల్లదనంగల చక్కెర ముక్కలు వేసుకున్నారు. అవి నరకాన్ని తలపించే తోటలలో తయారయిన సంగతి వారికి తెలియదు మరి.

జెర్మనీలో 1930 దశకం చివరి భాగంలో స్థానిక పోస్ట్ ఆఫీస్ మేనేజర్ నీతిగల మనిషి. అతను తన ఉద్యోగుల సంక్షేమం చూస్తాడు. కనిపించని పార్సెల్స్ వెదకడంలో స్వయంగా దూరి ప్రజలకు సాయం చేస్తాడు. అతను ఆఫీస్‌కు అందరికంటే ముందు వస్తాడు. అందరికన్నా చివరన ఇంటికిపోతాడు. మంచు తుపానులు చెలరేగుతున్నా పోస్ట్ మాత్రం సకాలంలో వచ్చేట్టు చూస్తాడు. అయితే, అంతబాగా పనిచేసే, అందరినీ ఆదరించే అతని పోస్ట్ ఆఫీస్ ఆ రోజుల్లో నాజీల నాడీ మండలంలో ముఖ్యమయిన భాగం. అది జాతివాద ప్రచారాన్ని వేగంగా అందిస్తుంది. వేర్‌మాఖ్ట్ వారికి కొత్త ఉద్యోగుల ఎంపిక ఆర్డర్‌ల పంపుతుంది. స్థానిక ఎస్‌ఎస్ శాఖకు తీవ్రమయిన ఆజ్ఞలను అందజేస్తుంది. సంగతులు తెలుసుకోవాలని ప్రయత్నించని వారి ఉద్దేశ్యాలలో ఎక్కడో లోపం ఉంది మరి.

'తెలుసుకునేందకు శ్రద్ధ' అని దేన్ని అంటారు. దేశాలు అన్నింటిలోనూ పోస్ట్ మాస్టర్‌లు తాము అందించే టపాలన్నీ విప్పి చూడాలా? అందులో ప్రభుత్వం ప్రచారం బయటపడితే, ఉద్యోగం వదలాలా, ఎదురు తిరగాలా? అప్పట్లో కారణాలు, ఫలితాలు

ఎక్కడికి దారి తీసేవీ తెలుసుగనుక 1930 దశకం నాజీ జెర్మనీ గురించి, నిశ్చిత నైతికతతో సులభంగా చూడవచ్చు. పరామర్శ లేకుండా, నైతిక నిశ్చితత్వం అందదు. ఈ ప్రపంచం మరీ అస్తవ్యస్తం అయింది అన్నది చేదు నిజం. మన మెదళ్లు మాత్రం వేట – సేకరణ స్థితిలోనే ఉన్నాయి.

సమకాలీన ప్రపంచంలోని అన్యాయాలు చాలావరకు, వ్యక్తిగత ఇష్టాయిష్టాల వల్లగాక, నిర్మాణంలోని విస్తృత పక్షపాతాల వలన జరుగుతాయి. మన వేట – సేకరణ మెదళ్లు ఈ నిర్మాణ పక్షపాతాలను గుర్తించే విధంగా పరిణామం చెందలేదు. అటువంటి పక్షపాతాలలో మనకు కూడా కొంతపాత్ర ఉంది. వాటన్నిటినీ కనుగొనడానికి మనకు సమయం, శక్తిలేవు. ఈ పుస్తకం రాసినందుకు వ్యక్తి స్థాయిలో నాకు ఒక పాఠం అందింది. ప్రపంచస్థాయి సమస్యలను పరిశీలించే సందర్భంలో నేను వేరువేరు అసహాయులయిన వర్గాలవారి దృష్టికోణాలను గాక, ప్రపంచస్థాయి ఉన్నతవర్గాల వారి వైఖరిని గొప్పగా ఎత్తిచూపే ప్రమాదం ఉంటుంది. ఉన్నతవర్గాలవారు సంభాషణను శాసిస్తారు. కనుక వారిమాటను వినకుండే వీలు లేదు. ఇక అందుకు వ్యతిరేకంగా వెనుకబడినవారు మామూలుగా మౌనంగా ఉండిపోతారు. కనుక వారిని మరవడం సులభం. అందులో దుర్బుద్ధి లేదు. కేవలం అజ్ఞానం మాత్రమే ఉంది.

ఉదాహరణకు స్థానిక ఆస్ట్రేలియన్ జాతి టాస్మేనియన్‌వారి సమస్యలు, వారి సాటిలేని, అభిప్రాయాల గురించి నాకు ఏమాత్రం తెలియదు. అసలు ఆ జాతివారు మిగిలిలేరని నా పుస్తకం ఒక దాంట్లో రాశాను. యూరోప్ నుంచి వెళ్లి స్థిరపడినవారు ఆ జాతిని పూర్తిగా తుడిచిపెట్టారని నేను భావించాను. వాస్తవంగా మాత్రం ప్రస్తుతం అక్కడ ఉన్న వేలాది మంది, టాస్మేనియా అబొరిజిన్ జనులు తమ పూర్వీకులు అని క్రమం చూపిస్తారు. వారికి అపూర్వమయిన సమస్యలున్నాయి. అందులో ఒకటి వారి జాతి మిగిలి లేనే లేదు అనడం. అందునా పరిశోధకులు, పండితులు ఆ మాట అంటున్నారు.

మీరు వ్యక్తిగతంగా ఒక వెనుకబడిన వర్గం వారయినా, కనుక వారిలోతయిన ఆలోచనాసరళి మీద లోతయిన అవగాహన గలవారయినా కూడా అటువంటి వర్గాలు అన్నింటిని మీరు అర్థం చేసుకున్నారని అర్థం కాదు. ప్రతివర్గం, ఉపవర్గానికి వేరువేరు గాజుపైకప్పులు, అస్థిర ప్రమాణాలు, అవమానాలు, వ్యవస్థాపరంగా వివక్షలు ఎదరవుతాయి. ఒక ఆఫ్రికన్ అమెరికన్ వ్యక్తి వయసు ముప్ఫయి సంవత్సరాలు. అంటే అతనికి ఆఫ్రికన్ అమెరికన్‌గా ముప్ఫయి ఏండ్ల అనుభవం ఉంది. అంతేగానీ ఆఫ్రికన్ అమెరికన్ ఆడమనిషికి గల అనుభవం మాత్రం అతనికి లేదు. బల్గేరియన్ రోమా, గుడ్డి రష్యన్, చైనీస్ లెస్బియన్ అనుభవం కూడా లేదు.

ఈ ఆఫ్రికన్ అమెరికన్ మనిషి పెరుగుతున్న కాలంలో చాలాసార్లు నిష్కారణంగా అతడిని ఆపారు. సోదా చేశారు. అంతా నిష్కారణంగా చేశారు. అటువంటి పరిస్థితి చైనా లెస్బియన్‌కు ఎదురుకాదు. అందుకు వ్యతిరేకంగా, ఆఫ్రికన్ అమెరికన్‌లు ఉండే ప్రాంతంలో ఆఫ్రికన్ అమెరికన్ కుటుంబంలో పుట్టినందుకు, అతని వంటివారే చుట్టు చేరారు. బతికి కొనసాగాలంటే ఆఫ్రికన్ అమెరికన్ మనిషిగా అవసరమయినవన్నీ అతనికి బోధించారు. చైనా స్వలింగ సంపర్కం ఆడ మనిషి, అటువంటి వారే ఉండే ప్రాంతంలో, లెస్బియన్‌ల కుటుంబంలో పుట్టలేదు. ఆమెకు కీలకమయిన పాఠాలు చెప్పగలవారు కూడా ఎవరూ లేకపోవచ్చు. అంటే బాల్టిమోర్‌లో నల్లమనిషిగా పుడితే, హాంగ్‌జౌలో లెస్బియన్‌గా పెరగడంలోగల తంటాలు తెలియవు.

ఇంతకు ముందటి శకాలలో ఈ సంగతి ఎవరికీ పట్టలేదు. అప్పట్లో ప్రపంచంలో అటుపక్కన ఉన్నవారి పరిస్థితికి మీరు బాధ్యులు ఎంతమాత్రం కారు. అదృష్టం అంతగాలేని మీ పొరుగువారి పట్ల మీరు సానుభూతి కనబరిచే ప్రయత్నం చేస్తే, మామూలుగా అప్పట్లో అది చాలు. కానీ ఇవాళ, వాతావరణం మార్పు కృత్రిమజ్ఞానం వంటి అంశం గురించి ప్రపంచవ్యాప్తంగా జరిగే ప్రధానచర్చల ప్రభావం అందరిమీద పడుతున్నది. వారు టాస్మేనియా వారయినా, హాంగ్‌జౌలో ఉన్నా, బాల్టిమోర్‌లో ఉన్నా, అది తప్పడం లేదు. అందుకే అందరి దృష్టికోణాలు లెక్కలోకి తీసుకోవడం తప్పదు. అయినా అది ఎవరికయినా ఎట్లా వీలవుతుంది? ప్రపంచమంతటా వ్యాపించి, పరస్పరం సంబంధాలుగల వేలాది వర్గాల వలలో సంబంధాలను ఎవరయినా ఏ విధంగా అర్థం చేసుకుంటారు?

తగ్గించండి కాదంటే లేదనండి

అందరం నిజంగా కోరినప్పటికీ, ప్రపంచంలోని ప్రధానమయిన నైతిక ప్రశ్నలను అర్థం చేసుకొనడం, మనలో చాలామందికి చేతగావడం లేదు. ఇద్దరు అడివిమనుషుల మధ్యన, ఇరవయిమంది మధ్యన, రెండు పక్కపక్క గుంపులు మధ్యన సంబంధాలను అర్థం చేసుకోవచ్చు. కానీ లక్షలాది సిరియన్‌లు, యాభయికోట్ల యూరోపియన్‌లు, లేదా భూగ్రహం మీద పరస్పర సంపర్కంగల వర్గాలు, ఉపవర్గాల మధ్య సంబంధాలను అర్థం చేసుకొనడం చేతగావడం లేదు.

ఇంత విస్తృతమయిన నైతికసందిగ్ధాలను అర్థంచేసుకొని న్యాయనిర్ణయం చేయడానికి, జనం నాలుగురకాల పద్ధతులలో ఏదో ఒకదాన్ని పాటిస్తున్నారు. అందులో మొదటి పద్ధతి సమస్యను చిన్నది చేసి చూడడం. అది ఇద్దరు పాతకాలపు వేటవారి మధ్యన జరుగుతున్నది అనుకుని సిరియా సివిల్ వార్‌ను పరిశీలించాలి. అస్సాద్

ప్రభుత్వాన్ని ఒక వ్యక్తిగా, తిరుగుబాటుదారులను మరొక వ్యక్తిగా భావించాలి. అందులో ఒకరు చెడ్డ అయితే మరొకరు మంచివారు. వివాదంలోని చారిత్రక సంక్లిష్టత బదులు సులభమయిన, స్ఫుటమయిన కథాంశం కనబడుతుంది.

ఇక రెండవ పద్ధతిగా మొత్తం స్పర్థను ప్రతిబింబించే, మానవ కథను ముందుంచి అది విషయంగా గమనించడం. గణాంకాలు, సమాచారం వివరాల సాయంతో తగాదాకు సంబంధించిన గజిబిజి తీరున వివరించే ప్రయత్నం చేస్తే, అందరూ వెళ్లిపోతారు. ఒక పాప దుస్థితి గురించి ఒక వ్యక్తిగాథ వినిపిస్తే, కళ్లలో నీరు కట్టలు తెగుతుంది. వినేవారి రక్తం ఉడుకుతుంది. నిజం కాకున్నా నైతికస్థిరత బయటపడుతుంది. చాలాకాలంగా దానమడిగే చాలామంది ఈ తీరును అర్థం చేసుకున్నారు. ఒకానొక గుర్తించదగిన ప్రయోగంలో మాలీలోని రొకియా అనే ఏడేండ్ల బీదపిల్లకు డబ్బు సాయం చేయమని జనాన్ని అడిగారు. ఆమె కథ విని చాలామంది కదిలిపోయారు. గుండెలు, పర్స్‌లు తెరుచుకున్నాయి. అయితే రొకియా వ్యక్తిగత కథతోబాటు, ప్రజలముందుకు, పరిశోధకులు ఆఫ్రికాలో పేదరికం సమస్య గురించి వివరించే గణాంకాలను ప్రదర్శించారు. సాయం చేస్తున్నవారు ఒక్కసారిగా తగ్గిపోయారు. మరొక పరిశోధనలో స్కాలర్స్ ఒక శిశువుకు లేదా ఎనిమిది మంది శిశువులకు అనారోగ్యం ఉన్నందుకు దానం అడిగారు. ప్రజలు ఒక్క శిశువుకు డబ్బులిచ్చారు. అంతేగాని ఎనమండుగురికి యివ్వలేదు.

పెద్ద నైతిక సందిగ్ధాలతో తలపడడానికి మూడవపద్ధతి, కుట్ర సిద్ధాంతాన్ని అల్లడం. విశ్వ ఆర్థికవిధానం ఎలా నడుస్తుంది? దానిస్థితి బాగుందా, లేదా? అది అర్థం చేసుకోవడానికి వీలుగాని చిక్కు ప్రశ్న. ఇరవయిమంది మల్టి బిలియనియర్లు, తెరవెనుక నాటకం నడిపిస్తున్నారు. మీడియాను నియంత్రిస్తున్నారు, డబ్బు పోగు చేయడం కొరకు యుద్ధాలకు దారి వేస్తున్నారు, అంటే ఆలోచనకు సులభంగా అందుతుంది. ఇది చాలా సందర్భాలలో నిరాధారమయిన కల్పన సమకాలీన ప్రపంచం న్యాయపరంగా, జ్ఞానేంద్రియాలకే కాదు, మన నిర్వహణ శక్తికి కూడా చాలా తికమకగా ఎదురువుతుంది. సిఐఏ మల్టి బిలియనియర్‌లు, ఫ్రీ మేసన్స్, జియోన్ పెద్దలు ప్రపచంలో ఏం జరుగుతున్నది నిజంగా అర్థం చేసుకోలేక పోతున్నారు. కనుక ఆ విషయంగా ఎవరూ ఏమీ చేయలేకపోతున్నారు.

ఈ మూడు పద్ధతులు ప్రపంచంలోని అసలు గజిబిజిని లేదు అనడానికి ప్రయత్నిస్తాయి. ఇక నాలుగవది, చివరిది అయిన పద్ధతి ఒక మొండిసిద్ధాంతాన్ని తయారుచేయడం. మన విశ్వాసాన్ని, అన్నీ తెలిసిన సిద్ధాంతం, సంస్థ లేదా ప్రధానవ్యక్తిలో నిలిపి, వారు ఎక్కడికి దారితీస్తే అక్కడికి వెంటవెళ్లడం. ఈ మన వైజ్ఞానికయుగంలో కూడా, మతసంబంధ, ఆదర్శసంబంధ అనివార్యనియమాలు చాలా

ఆకర్షణ కనబరుస్తాయి. నిరాశ పుట్టించే వాస్తవం, తికమక నుంచి అవి మనుషులను క్షేమమయిన ఆశ్రమానికి చేరుస్తాయి మరి. ఇంతకుముందే గమనించినట్టు లౌకిక ఉద్యమాలకు కూడా ఈ ప్రమాదం తప్పలేదు. అన్ని మత నిబంధనలను కాదని, వైజ్ఞానిక సత్యానికి పూర్తిగా కట్టుబడి బయలుదేరినప్పటికీ, ఎప్పుడో ఒకప్పుడు, సత్యంలోని సంక్లిష్టత, విసుగు పుట్టించే స్థాయికి చేరుతుంది. అందుకే, ఎదురు ప్రశ్నకు తావులేని ఒక సిద్ధాంతాన్ని రూపొందింప వలసిన స్థితి తప్పనిసరి అవుతుంది. ఇటువంటి సిద్ధాంతాలు జనాలకు బౌద్ధికంగా అనుకూలతను, నైతికంగా నిశ్చితతను ఇస్తాయి. న్యాయం అందజేస్తాయా అంటే అది వివాదాస్పదం.

ఇంతకు మనం చేయవలసింది ఏమి? ఉదారవాదపు పిడిసిద్ధాంతాన్ని అనుసరించాలా? వ్యక్తిలుగా వోటర్‌లు, వినియోగదారులు చెప్పింది నమ్మాలా? లేక ఈ వ్యక్తిగత పద్ధతిని కాదనాలేమో. చరిత్రలో చాలా సంస్కృతులలాగే సమూహాలకు శక్తినిచ్చి, అంతా కలిసి ప్రపంచానికి అర్థం వెతకాలా? ఇటువంటి సమాధానం మనలను వ్యక్తిగత అజ్ఞానం అనే పెనం మీద నుంచి పక్షపాత ధోరణిగల సామూహిక చింతన అనే పొయ్యిలోకి పడేస్తుంది. తమకు ఎదురవుతున్న సాధారణ సమస్యల గురించి వేట – సేకరణ బృందాలు, గ్రామీణ జనసమూహాలు, చివరకు నగరాలలోని బస్తీసంఘాలు, కలగలసి ఆలోచింపవచ్చు. అయితే ప్రస్తుతం ఎదురవుతున్నది ప్రపంచస్థాయి సమస్యలు. కానీ ప్రపంచస్థాయి జనసమూహం మాత్రం లేదు. ఫేస్‌బుక్ గానీ, జాతీయతావాదంగానీ, మతంగానీ, అటువంటి సమాజాన్ని సిద్ధం చేసే పరిస్థితికి దగ్గరగా కూడా లేవు. మనుగడలో ఉన్నవ మానవవర్గాలన్నీ, తమతమ ఆశయాలను సాధించడానికి ప్రయత్నంలో మునిగి ఉన్నాయి. విశ్వస్థాయి సత్యాన్ని అర్థం చేసుకునే యత్నం జరగడం లేదు. అమెరికన్‌లు, చైనావారు, ముస్లిమ్‌లు, హిందువులు ఎవ్వరూ 'ప్రపంచ సమాజం' సభ్యులు కారు. కనుక సత్యం గురించి వారిచ్చే వివరణ విశ్వసనీయం కాదు.

కనుక ఇక వదిలిపెట్టి సత్యాన్వేషణ, న్యాయాన్వేషణ గురించిన మానవుల ప్రయత్నం నిష్ప్రయోజనం అయిందని ప్రకటించాలా? అంటే మనం అధికారికంగా సత్యానంతర యుగంలోకి ప్రవేశించామా?

17

సత్యానంతరం

కొన్ని నకిలీ వార్తలు కలకాలం కొనసాగుతాయి

మనం ఒక కొత్త భయంకరమయిన 'సత్యానంతర' యుగంలో బతుకుతున్నామని, ఇంకా మనచుట్టు అబద్ధాలు, కల్పనలు ఉన్నాయని ఈ రోజుల్లో మనకు మళ్లీమళ్లీ చెపుతున్నారు. ఉదాహరణలు దొరకడం కష్టం కాదు. ఆ రకంగా, 2014 ఫిబ్రవరి చివరలో రష్యన్ ప్రత్యేకదళాలు ఎటువంటి సైన్యం చిహ్నాలు లేకుండా, ఉక్రేన్ మీద దాడి చేశాయి. క్రిమియాలోని కీలకమయిన సంస్థలను ఆక్రమించాయి. రష్యన్ ప్రభుత్వం, వ్యక్తిగతంగా అధ్యక్షుడు పుతిన్, అవి రష్యన్‌దళాలు కావని మళ్లీ మళ్లీ చెప్పారు. వాటిని అప్పటికప్పుడు పుట్టిన 'ఆత్మరక్షణ దళాలు' అని వర్ణించారు. వారు స్థానికంగా అంగళ్ల నుంచి రష్యన్‌విగా కనిపించే పరికరాలను సంపాదించుకొని ఉండవచ్చు అన్నారు. వారలా అర్థంలేని పద్ధతిలో మాట్లాడుతున్నప్పటికీ, పుతిన్ అతని, సహాయకులకు తాము అబద్ధాలాడుతున్నట్టు చక్కగా తెలుసు.

రష్యన్ జాతీయవాదులు ఈ అబద్ధాలు, మరొక ఉన్నతసత్యానికి సేవ చేస్తాయని వాదిస్తూ, వాటిని క్షమించవచ్చు. రష్యా న్యాయసమ్మతమయిన యుద్ధం చేస్తున్నది. న్యాయమయిన కారణం కొరకు చంపడం తప్పుకాదంటే, అబద్ధం చెప్పడం కూడా తప్పుకాదు. పవిత్ర రష్యన్ దేశాన్ని స్థిరంగా ఉంచడం, అన్న ఉన్నత కారణం, ఉక్రేన్ మీద దాడిని సమర్థించింది. రష్యన్ జాతీయవాద మిథ్యాకథల ప్రకారం, రష్యా చాలా పవిత్రమయినది. శత్రువులు దాడి చేసి, దాన్ని ముక్కలు చేయాలని ప్రయత్నించారు. అట్లా ఎన్నిసార్లు జరిగినప్పటికీ, దేశం వేలాది సంవత్సరాలుగా నిలదొక్కుకుని

కొనసాగుతున్నది. మంగోలులు, తరువాత పోల్స్, స్వీడ్స్, నెపోలియన్ గ్రాండ్ ఆర్మీ, హిట్లర్ వేర్‌మాఖ్ట్, 1990లో నేటో, తరువాత యుఎస్ఏ, ఈ యూ వరసగా రష్యాను నాశం చేయాలి, దాన్ని ముక్కలు చేయాలని, వాటిని ఉక్రేన్ వంటి నకిలీ దేశాలుగా మార్చాలని ప్రయత్నాలు చేశాయి. చాలామంది రష్యన్ జాతీయవాదుల దృష్టిలో ఉక్రేన్, రష్యాకన్నా వేరు దేశం అన్న ఆలోచన చాలాపెద్ద అబద్ధం. అధ్యక్షుడు పుతిన్ రష్యన్ జాతిని తిరిగి ఒకటి చేయాలని సాగించిన పవిత్రప్రయత్నంలో అన్నమాటలు, దానిముందు అబద్ధాలుగా తోచవు.

ఈ వివరణలో ఉక్రేన్ పౌరులు, బయటనుండి పరిశీలిస్తున్నవారు, వృత్తి చరిత్రకారులు చాలా కోపగించవచ్చు. రష్యన్ మోసాల ఆయుధాల మధ్య దాన్ని ఒక 'ఆటంబాంబ్ అబద్ధం' అనవచ్చు. ఉక్రేన్ ఒక జాతిగా లేదని, అది స్వతంత్ర దేశం కాదని, అన్నప్పుడు చారిత్రకసత్యాల పెద్ద పట్టికను పట్టించుకోనట్టు అవుతుంది. ఉదాహరణకు రష్యా సమీకృతంగా ఉంది అంటున్న వెయ్యిసంవత్సరాల కాలంలో కేవలం 300 ఏండ్లు మాత్రమే కీవ్, మాస్కోలు ఒకే దేశంలో భాగాలుగా ఉన్నాయి. రష్యా అతకుముందు చాలా అంతర్జాతీయ చట్టాలను, సంధులను అంగీకరించింది. అవన్నీ స్వతంత్ర ఉక్రేన్ సార్వభౌమాధికారాన్ని, సరిహద్దులను రక్షించాయి. ఇప్పటివారి మాటలు వాటన్నిటినీ తోసి పుచ్చేవిగా ఉన్నాయి. అన్నిటికన్నా ప్రధానంగా, లక్షలాది ఉక్రేన్ ప్రజలు తమ గురించి తాము అనుకుంటున్న అంశాలను, ఆలోచనలను అవి పక్కనబెడుతున్నాయి. వారెవరు అన్న అంశంలో వారిమాటకు చోటు లేదా?

ఉక్రేనియన్ జాతీయులు, రష్యా జాతీయులతో ఒక మాట విషయంగా అంగీకారం చెపుతారు. చట్టుపక్కల కొన్ని నకిలీ దేశాలు ఉన్నాయంటే వారు కూడా అవునంటారు. 'లుహాన్స్క్ పీపుల్స్ రిపబ్లిక్', 'డొనెట్స్క్ పీపుల్స్ రిపబ్లిక్' అటువంటి నకిలీ దేశాలు. ఎవరి ప్రేరణ లేకుండా రష్యా, ఉక్రేన్‌మీద చేసిన దాడిని కప్పి పుచ్చడానికి ఈ దేశాలను సిద్ధం చేసింది.

మీరు ఏపక్షానికి మద్దతు ఇచ్చేవారయినా, మనం నిజంగా, భయంకరమయిన సత్యానంతర యుగంలో ఉన్నామనే తోస్తున్నది. అందులో సేనల సంఘటనలు మాత్రమేగాక, మొత్తం చరిత్రలు, దేశాలు నకిలీవి కనబడే వీలుంది. కనబడుతున్నాయి. ఇది మరి సత్యం తరువాతి కాలమయితే, మరి నిర్మలమయిన సత్యయుగం ఎప్పుడు ఉండేది? 1980 దశకంలోనా, 1950లలోనా లేక 1930 లలోనా? అప్పుడు ఈ సత్యానంతర యుగంలోకి మార్పుదేనివల్ల మొదలయింది? ఇంటర్‌నెట్ కారణంగానా? సోషల్ మీడియా వల్లనా? పుతిన్, ట్రంప్ వంటి వారుపైకి రావడం ప్రభావంగానా?

ప్రచారం, తప్పుడు సమాచారం కొత్త సంగతులు కావని, చరిత్రను ఒక్కసారి గమనిస్తే బయటపడుతుంది. మొత్తం దేశాలు లేవు పొమ్మనడం, లేనివాటిని

సృష్టించడం, కూడా క్రమంగా, చాలాకాలంగా సాగుతున్నది. చైనామీద తాము చేసిన దాడిని సమర్థించు కోవడానికి 1931లో జపాన్ సైన్యం, తమ దేశం మీదే ఒక నకిలీదాడిని నటించింది. తమ విజయాలను న్యాయబద్ధం చేయడానికి గాను మంచుకువో అనే లేని దేశాన్ని సృష్టించింది. చైనా కూడా చాలాకాలంగా, టిబెట్ ఏనాడూ స్వతంత్ర దేశంగా లేదని అంటున్నది. అస్ట్రేలియాలో బ్రిటిష్‌వారు స్థిరపడిన తీరును టెర్రా నల్లియస్' (ఎవరిదీ కాని భూమి), అనే న్యాయసమ్మతమయిన సిద్ధాంతంతో సమర్థించుకున్నారు. ఆ మాటతో యాభయివేల సంవత్సరాల స్థానికుల (అబొరిజినిస్) చరిత్ర తుడిచి పెట్టుకుపోయింది.

ఇరయవ శతాబ్దం మొదట్లో జియొనిస్ట్‌లకు ఒక అభిమాన నినాదం ఉండేది. అది 'దేశంలేని జనులు (యూదులు), జనంలేని దేశానికి (పాలస్తీనా) తిరిగి వచ్చారు' అంటుంది. అక్కడ స్థానికంగా అరబ్ జనాభా ఉందన్న సంగతిని వారు చక్కగా పక్కన బెట్టారు. 1969లో ఇజ్రాయెల్ ప్రధాని గోల్డా మెయిర్ 'పాలస్తీనా ప్రజలు లేరు, గతంలోనూ ఎన్నడూ ఉండలేదు' అన్నది. ఆ మాటలు ప్రసిద్ధాలయ్యాయి. ఇవాళ కూడా ఇజ్రాయెల్‌లో ఇటువంటి భావాలు సాధారణంగా ఉన్నాయి. లేని ఒక దేశం మీద మరి దశాబ్దాలపాటు సైనికుల తగాదాలు సాగుతూనే ఉన్నాయి. ఉదాహరణకు ఫిబ్రవరి 2016లో ఎంపి అనార్ బెర్కో ఇజ్రాయెల్ పార్లమెంట్‌లో ఒక ప్రసంగం చేసింది. అందులో ఆమె పాలస్తీనా ప్రజల ఉనికి, చరిత్ర గురించి అనుమానాలు వెలిబుచ్చింది. అందుకు ఆమె చూపిన ఆధారం ఏమిటో తెలుసా? అరబిక్ భాషలో 'ప' అని పలికే అక్షరం లేదు. అప్పుడు మరి పాలస్తీనా ప్రజలు ఎట్లా ఉంటారు? అని. (అరబిక్‌లో ప శబ్దం బదులు ఇంగ్లీషు ఎఫ్ వంటి శబ్దం మాత్రం ఉంటుంది. పాలస్తీనాకు అరబ్ పేరు ఫలస్తిన్).

సత్యం తరువాత జీవజాతి

నిజానికి మానవులు మొదటినుంచి సత్యం తరువాతి కాలంలోనే జీవిస్తున్నారు. హోమోసేపియెన్స్ అన్నది సత్యానంతర జీవజాతి. కల్పన కథలు సృష్టించడం, వాటిని నమ్మడం మీదనే వారి శక్తి ఆధారపడి ఉంటుంది. రాతియుగంనాటి నుంచి, పురాణాలు వాటినవే స్థిరపరుచుకుంటూ, మానవుల సమూహాలను కలపడంలో సేవ చేశాయి. కల్పనలు చేయడం, వ్యాపింపజేయడం, అన్నది మానవులకు మాత్రమే చేతనయిన పని. వాటి సాయంతోనే మానవులు ఈ గ్రహాన్ని జయించారు అన్నది నిజం. క్షీరదాలలో మనజాతి ఒకటే లేక్కలేని సంఖ్యలోగల అపరిచతులతో సహకరించగలుగుతుంది. ఎందుకంటే మనకు మాత్రమే కథలు పుట్టించడం, వాటిని వ్యాప్తి చేయడం, లక్షలాది

మందిచే వాటిని నమ్మించడం చేతనవుతుంది. అందరూ అదే కల్పనను నమ్మినంత కాలం, అందరూ ఒకే నియమానికి బద్ధులవుతారు. కనుక చక్కగా సహకరించ గలుగుతారు.

కనుక మీరు భయంకరమయిన సత్యానంతరయుగాన్ని ప్రారంభించినందకు, ఫేస్‌బుక్‌ను, లేక ట్రంప్, పుతిన్‌లను నిందించదలుచుకునే ముందు కొన్ని విషయాలు గుర్తు చేసుకోవాలి. శతాబ్దాలకు ముందు క్రిస్టియన్‌లు ఒక కల్పితమయిన బుడగలో లక్షల సంఖ్యలో చేరి తాళం వేసుకున్నారు. బుడగ తానంతటది శక్తి పెంచుకున్నది. ప్రజలు బైబిల్ గురించిన వాస్తవాన్ని ప్రశ్నించే ధైర్యం చేయలేకపోయారు. అలాగే లక్షలాది ముస్లిమ్‌లు ఖురాన్‌ను నిర్వివాదంగా విశ్వసించారు. వేల సంవత్సరాలపాటు, మానవుల సోషల్ నెట్‌వర్క్‌లో, 'వార్తలు' 'వాస్తవాలు'గా మహాత్మ్యాల గురించిన కథలు, దేవదూతలు, రాక్షసులు, మంత్రగత్తెల గురించిన కల్పనలు మాత్రమే కనిపించాయి. అథఃప్రపంచపు లోతయిన గుంటలనుంచి ధైర్యంగల పాత్రికేయులు నేరుగా లైవ్ కవరేజ్‌లు అందించారు. హవ్వాను పాము ప్రేరేపించందని ఎక్కడా శాస్త్రీయమయిన సాక్ష్యం లేదు. చనిపోయిన తరువాత అవిశ్వాసుల ఆత్మలు నరకంలో మంటలకు గురవుతాయని, అలాగే, ఒక బ్రాహ్మణుడు, అస్పృశ్యురాలని పెళ్లాడితే, ఈ విశ్వాన్ని సృష్టించివానికి, అది నచ్చదని ఎక్కడా సాక్ష్యం లేదు. అయినా వేల ఏండ్లుగా కోట్లాదిమంది ఈ మాటలను నమ్మారు. అబద్ధం వార్తలు కలకాలం కొనసాగుతాయి.

మతాన్ని, నకిలీవార్తలతో సమంచేసి చెపుతున్నందుకు చాలామందికి కష్టం తోస్తుందని నాకు తెలుసు. కానీ అదేమరి నా అంశం. ఒక వెయ్యిమంది, ఒక నెలరోజులపాటు ఏదో కల్పితకథను నమ్ముతారు. అది నకిలీవార్త. కానీ ఒక బిలియన్ మంది దాన్ని వెయ్యి సంవత్సరాలపాటు నమ్ముతారు. అది ఒక మతం అవుతుంది. దాన్ని నకిలీవార్త అనవద్దని మమ్మల్ని తిడుతుంటారు. విశ్వాసుల భావాలకు దెబ్బతగలగూడదంటారు. (వారి శాపం తగులుతుంది అంటారు). ఒక సంగతి గమనించండి. మతం సమర్థత, ప్రభావాలను, అది చేయగల మంచిని మాత్రం నేను కాదనడం లేదు. సరిగ్గా వ్యతిరేకం చెపుతున్నాను. మంచికో, చెడుకో గానీ, మనుషుల వద్దనున్న పరికరాలలో అన్నిటికన్నా గట్టి ప్రభావం చూపించేది కల్పన. మనుషులను గుంపులుగా చేర్చి, మతవర్గాలు పెద్దఎత్తున మానవ సహకారానికి వీలు కలిగిస్తాయి. ఆసుపత్రులు, బడులు, వంతెనలు కట్టడానికి వారిని పురికొల్పుతాయి. అదేరకంగా సేనలు, జెయిళ్ల నిర్మాణాన్ని కూడా ప్రోత్సహిస్తాయి. ఆదాము, హవ్వా ఎన్నడూ లేరు. అయినా చార్‌ట్రెస్ కతీడ్రల్ మాత్రం అందంగా నిలిచి ఉంది. బైబిల్‌లో చాలాభాగం కల్పితకథ కావచ్చు. అయినా అది కోట్లాది మందికి ఆనందం పంచుతుంది.

వారంతా దయాగుణం గలవారయి, ధైర్యవంతులయి, సృజనాత్మకత గలిగి ఉండడానికి, డాన్ క్విహటీ, వార్ అండ్ పీస్, హారీ పాటర్ వంటి మిగతా గొప్ప కల్పిత రచనల లాగే, ఇంకా ప్రోత్సహిస్తుంది.

బైబిల్‌ను హారీ పాటర్‌తో పోల్చినందుకు మళ్లీ మరికొందరు బాధపతారేమో. మీరు వైజ్ఞానిక విధానంగల క్రైస్తవులయితే, బైబిల్‌లోని తప్పులు, అభూత కల్పనలు, పరస్పర విరుద్ధ విషయాలను మొత్తంగా వివరించి సమర్థించగలరు. అందుకు మీరు పవిత్రగ్రంథం ఏదో యదార్థ వివరణగా చదవవలసినది కాదు, అది కేవలం ప్రతీకాత్మకమయిన కథ, అందులో లోతయిన జ్ఞానం ఉంది, అని చెపుతారు. మరి హారీ పాటర్ సంగతి కూడా అంతేగదా?

మీరు మరి ఫండమెంటలిస్ట్ క్రిస్టియన్ అయితే, బైబిల్‌లోని ప్రతిమాట, అక్షరాలా నిజం అని పట్టుబట్టే వీలుంది. మీ మాట నిజమని ఒక్కసారి అంగీకరింతాము. బైబిల్ వాస్తవంగా, ఒకే ఒక సత్యమయిన దేవుని తప్పుగాని పలుకు. అయితే మరి ఖురాన్, తాల్ముడ్, మోర్మన్ గ్రంథం, వేదాలు, అవెస్తా, ఈజిప్షియన్ బుక్ ఆఫ్ డెడ్ ఏమవుతాయి? అవన్నీ రక్తమాంసాలున్న మానవులు (లేకుంటే దయ్యాలు) సృష్టించిన విస్తృత కల్పనలు అనాలని మీకు ఆత్రం కలుగదా? ఆగస్టస్, క్లాడియస్ వంటి రోమన్ చక్రవర్తుల దైవత్వం గురించి మీ అభిప్రాయం ఏమి? మనుషులను దేవతలుగా మార్చే శక్తి తమకు ఉందని రోమన్ సెనేట్ వారన్నారు. అటువంటి దేవతలను ఆరాధించమని చక్రవర్తి ప్రజలను ప్రోత్సహించారు. అది కల్పన కదా? తన నోటితోనే ఇటువంటి కల్పనను అంగీకరించిన ఒక నకిలీ దేవుని వృత్తాంతం చరిత్రలో ఉంది. ఇంతకుముందు వివరించినట్టు 1930లలో 40 దశకం మొదట్లో జపాన్ వారి మిలిటరిజం తమ చక్రవర్తి హిరొహితో దైవత్వం మీద వెర్రిగా విశ్వాసం పెంచుకున్నారు. జపాన్ ఓడిపోయిన తరువాత హిరోహితో ప్రజల ముందకు వచ్చాడు. తాను దేవుడు కాదని, అంతా అబద్ధమని ప్రకటించాడు.

బైబిల్ అన్నది దేవుని వాక్యమని మనం అంగీకరించినప్పటికీ, లక్షలు, కోట్ల, హిందువులు, ముస్లిమ్‌లు, యూదులు, ఈజిప్షియన్‌లు, రోమన్‌లు, జపనీయులు మిగిలిపోతారు. వారంతా వేలాది ఏండ్లుగా కల్పనలను భక్తిగా నమ్మారు. అందరికన్నా మతాన్ని విశ్వసించే వారందరూ అన్ని మతాలు, ఒకటి తప్ప, కల్పిత కథలని అంగీకరిస్తారు. మళ్లీ ఆ మాటకు ఆ కల్పనలన్నీ విలువలేనివి, ఆపాయకరమయినవి అని అర్థం మాత్రం కాదు. అవి అందమయినవి, ప్రేరణ కలిగించేవి అయ్యే వీలుంది.

అయితే అన్ని మతపరమయిన కల్పనలు, పురాణాలు లాభదాయకాలు కావు. 29 ఆగస్ట్ 1255 నాడు హ్యూ అనే తొమ్మిది సంవత్సరాల వయసుగల ఇంగ్లీష్ పిల్లవాని శరీరం, లింకన్ టౌన్‌లోని ఒక బావిలో కనిపించింది. ఫేస్‌బుక్, ట్విటర్

లేకున్నా సంగతి వెంటనే వ్యాపించింది. స్థానిక యూదులు హ్యూను బలియిచ్చారని పుకారు పుట్టింది. రానురాను కథ మామూలుగానే చిలువలు పలువలు అయింది. అప్పటి ప్రఖ్యాతి చెందిన చరిత్రకారుడు, మ్యాత్యూ పారిస్, విషయం గురించి వివరం అందించాడు. ఇంగ్లాండ్ అన్ని మూలల నుంచి ముఖ్యులయిన యూదులు లింకన్‌లో చేరిన తీరు, ఒక పిల్లవానిని ఎత్తుకుపోయి, బలిపించి, బాధలకు గురిచేసి, చివరకు శిలువకు ఎక్కించిన తీరు భయంకరంగా వర్ణించాడు. హత్య పేరున పందొమ్మిది మంది యూదులను విచారించి మరణశిక్ష విధించారు. అమలు చేశారు. మిగతా ఇంగ్లీష్ నగరాలలో కూడా ఇటువంటి ఉదంతాలు కనిపించాయి. వరుసగా హింసాకాండ కొనసాగింది. మొత్తం మత సమూహాలను మట్టుబెట్టారు. చివరకు 1290లో ఇంగ్లండ్ నుంచి మొత్తం యూదు జనాభాను వెలివేసి తరిమారు.

కథ అంతటితో ముగియలేదు. ఇంగ్లండ్ నుంచి యూదులను తరిమికొట్టిన వంద సంవత్సరాలకు ఆంగ్లసాహిత్య పితామహుడు, జెఫ్రీ చాసర్, తన కాంటంబరీ టేల్స్ అన్న రచనలో హ్యూ ఆఫ్ లింకన్ ఉదంతం ఆధారంగా ద ప్రయరెస్ టేల్ అనే కథను చేర్చాడు. కథ కూడా యూదుల ఉరితీతతో అంతమవుతుంది. ఈ తరువాత మధ్యయుగం స్పెయిన్ మొదలు, ఆధునిక రష్యావరకు, అన్ని సెమెటిక్ వ్యతిరేక ఉద్యమాలలో ఇటువంటి ఉదంతాలు ముఖ్యభాగాలుగా కనిపించసాగాయి. 2016లో హిల్లరీ క్లింటన్ గురించి వచ్చిన ఒక నకిలీ వార్తా కథనం ఈ తీరునకు ప్రతిధ్వని అనవచ్చు. హిలరీ నాయకత్వంలో పిల్లలను ట్రాఫికింగ్ చేసే నెట్‌వర్క్ ఒకటి పనిచేస్తున్నది అన్నారు. పేరున్న పిజేరియాల బేస్‌మెంట్‌లలో ఆ పిల్లలను సెక్స్ సేవకులుగా వాడుతున్నారు, అన్నారు. తగినంత మంది అమెరికన్‌లు ఆ కథనాన్ని నమ్మారు. క్లింటన్ ఎలెక్షన్ ప్రచారం దెబ్బతిన్నది. ఒక వ్యక్తి తుపాకి తీసుకుని పిజేరియాకు వచ్చాడు. బేస్‌మెంట్ చూపించమన్నాడు. (అక్కడ అసలు బేస్‌మెంట్ లేదు).

అసలు ఈ హ్యూ ఆఫ్ లింకన్ విషయానికి మరోసారి వస్తే, అతను ఏ రకంగా చావుకు గురయిందీ, ఎవరికీ తెలియదు. కానీ అతడిని లింకన్‌లో కతీడ్రల్‌లో ఖననం చేశారు. అతను సెయింట్‌గా పూజలు అందుకున్నాడు. అద్భుతాలు చేశాడు అన్నారు. ఇంగ్లండ్‌నుంచి యూదులందరిని తరిమికొట్టిన తరువాత శతాబ్దాలుగా గడిచినా అతని సమాధి వద్దకు యాత్రికుల రావడం ఆగలేదు. హోలోకాస్ట్ తరువాత పది సంవత్సరాలు, అంటే 1955 లో లింకన్ కతీడ్రల్ వారు అలనాటి హత్యావృత్తాంతాన్ని తిరస్కరించారు. సమాధివద్ద ఒక శిలాఫలకాన్ని ఉంచారు. అందులోని మాటలు;

> మధ్యయుగం కాలంలో, ఆ తరువాత చాలాకాలం వరకు కూడా, యూరోప్ అంతటా, క్రైస్తవ బాలులను యూదువర్గాలవారు కర్మకాండలో భాగంగా చంపడం గురించిన కల్పిత కథలు చాలా సాధారణంగా ఉండేవి. ఈ కల్పనల వలన ఎందరో యూదు అమాయకులు ప్రాణాలు పోగొట్టుకున్నారు. లింకన్‌లో కూడా అటువంటి స్వంత కథ ఉండేది. హత్యకు గురయ్యాడన్న వ్యక్తిని 1255లో కతీడ్రల్‌లో ఖననం చేశారు. ఇటువంటి కథలు క్రిస్టియన్ ప్రపంచానికి ఏ మాత్రం తగినవి కావు. తిరిగి జరగలేదు.

బాగుంది, కొన్ని నకిలీ వార్తలు 700 ఏండ్లు నిలిచి ఉంటాయి.

ఒకప్పటి అబద్ధం, ఎప్పటికీ సత్యంగా

సహకారాన్ని స్థిరపరిచేందకు కల్పనలను వాడుకున్నది ప్రాచీనమతాలు మాత్రమే కాదు. ఇటీవలి కాలంలో కూడా ప్రతిదేశం తన స్వంత పురాణగాథలను సిద్ధం చేసింది. ఇక కమ్యూనిజం, ఫాసిజం, లిబరలిజమ్ వంటి ఉద్యమాలు తమను తాము బలపరుచుకునే విస్తృత గాథలను తయారు చేసుకున్నాయి. జోసెఫ్ గ్యోబెల్స్ నాజీ ప్రచారాలకు నాయకుడు. ఆధునికయుగంలో అందరికన్నా శక్తిగల మాధ్యమాల మాంత్రికుడు. అతను తన పద్ధతులను సూక్ష్మంగా వివరిస్తూ 'ఒకసారి మాత్రమే చెప్పిన అబద్ధం, అబద్ధంగానే మిగిలిపోతుంది. అబద్ధాన్ని వెయ్యిమార్లు చెపితే మాత్రం అది నిజమవుతుంది' అన్నాడు. 'నా పోరాటం' అన్న తన పుస్తకంలో హిట్లర్ 'అన్నిటికన్నా వెలిగిపోతున్న ప్రచారపద్ధతి కూడా, ఒక మూలసూత్రం నిరంతరం మనసులో పెట్టుకోకుంటే, ఫలితాన్ని ఇవ్వదు. ప్రచారం కొన్ని విషయాలకు మాత్రమే పరిమితం కావాలి. వాటినే మరీ మరీ చెపుతుండాలి' అనిరాశాడు. ఇవాళటి నకిలీవార్తల బేహారులు దీనికన్నా కొంత పెంచి ఏమయినా చెప్పగలరా?

సత్యాన్ని సోవియెట్ ప్రచారయంత్రం కూడా చాలా ఒడుపుగా వాడుకున్నది. మొత్తం యుద్ధాలు మొదలు వ్యక్తుల ఒక్కొక్క ఫొటో వరకు అన్నింటి చరిత్రను అది తిరగరాసింది. 29 జూన్ 1936 నాడు అధికార వారాపత్రిక ప్రావ్దా (ఆ పేరుకు 'నిజం' అని అర్థం) లో మొదటి పేజ్‌లో జోసెఫ్ స్టాలిన్ ఫొటో అచ్చువేశారు. అతను గెల్యా మార్కిజోవా అనే ఏడేళ్ల అమ్మాయిని పొదివి పట్టుకుని చిరునవ్వుతుంటాడు. ఆ బొమ్మ స్టాలిన్ విషయంగా ఒక గుర్తింపు అయ్యింది. అతడిని జాతిపిత స్థాయికి ఎత్తింది. 'సంతోషకరమయిన రష్యా బాల్యం' అన్నది అతని ఆదర్శం అయింది.

అతడిని జాతిపిత స్థాయికి ఎత్తింది. అచ్చు కూటములు, కర్మాగారాలు దేశమంతటా ఆ బొమ్మతో లక్షల పోస్టర్‌లు, బొమ్మలు, పలకలు తయారుచేయసాగాయి. దేశం ఒక చివర నుంచి మరో చివరవరకు అన్ని ప్రజాసంస్థలలో వాటిని ఉంచసాగారు. రష్యాలోని సాంప్రదాయ చర్చ్ ఏదీ, శిశువు ఏసును ఎత్తుకున్న కన్నెమేరీ బొమ్మ లేకుండా ఉండదు. అదే పద్ధతిలో గెల్యాను పొదువుకున్న పాపా స్టాలిన్ బొమ్మ లేని బడి అప్పట్లో లేదు.

అయితే పాపం, స్టాలిన్ సామ్రాజ్యంలో కీర్తి అంటే చాలు వెంటనే ఏదో దురంతం వచ్చేసేది. ఏడాదిలోగా గెల్యా తండ్రిమీద జపాన్ గూఢచారి అని బూటకపు అభియోగం వచ్చింది. ట్రాట్స్కీ పంథా తీవ్రవాది అనికూడా అన్నారు. మొత్తానికి అతను అరెస్ట్ అయ్యాడు. 1938లో అతడిని ఉరితీశారు. స్టాలిన్ హింసకు గురయిన లక్షలమందిలో అతనొకడు. గెల్యా, తల్లి కజాక్‌స్తాన్‌కు వెలివేయబడ్డారు. అనుమాన పరిస్థితులలో తల్లి అక్కడే చనిపోయింది. జాతిపితతో బాటు, 'ప్రజల శత్రువుగా' నిందితుడయిన హతుని కూతురు ఉన్న బొమ్మలు, చిత్రాలను ఇప్పుడు ఏం చేయాలి? సమస్యే లేదు. ఆ క్షణం తరువాత, గెల్యా మార్కిజోవా మాయమయింది. 'ఆనందంగా సోవియెట్ బాల' గా అంతటా ఉన్న మూర్తి మమ్లకత్ నఖన్‌గోవా అని గుర్తించారు. ఆమె పదమూడేళ్ల తజిక్ అమ్మాయి అన్నారు. పొలాలలో బోలెడంత పత్తి ఏరినందుకు ఆమెకు ఆర్డర్ ఆఫ్ లెనిన్ బహూకరించారు. (బొమ్మలో అమ్మాయికి పదమూడు వయసు ఉన్నట్టు లేదని ఎవరయినా అనుకుంటే, అటువంటి విప్లవవ్యతిరేకం మాటలను బయటికి అనగూడదని వారికి తెలుసు).

సోవియెట్ ప్రచారయంత్రాంగం చాలా ప్రభావవంతమయినది. స్థానికంగా అది అమానుషమయిన అఘాయిత్యాలను దాచగలిగింది. బయటి ప్రపంచంలో దేశాన్ని ఊహా ప్రపంచంగా చూపించింది క్రీమియా, డోన్‌బాస్‌లలో రష్యావారి చర్యల విషయంగా, పడమటిదేశాల మాధ్యమాలను పుతిన్ విజయవంతంగా మోసగించాడని ఇవాళ ఉక్రేనియన్‌లు నిందిస్తారు. అయినా మోసం అనే కళలో అతను స్టాలిన్‌కు ఏ రకంగానూ పోటీ రాజాలడు. 1930 దశకం మొదట్లో వామపంథాకు చెందిన పడమటి పాత్రికేయులు, ఇంటలెక్చువల్స్, యుఎస్ఎస్ఆర్‌ను, ఆదర్శ సమాజం అని పొడిగారు. అదే సమయంలో స్టాలిన్ ప్రేరేపించిన మానవకల్పితమయిన కరువుకారణంగా చావుకు గురయిన ఉక్రేనియన్‌లు, ఇతర రష్యన్‌ల సంఖ్య లక్షలలో ఉండేది. ఫేస్‌బుక్, ట్విటర్‌ల కాలంలో, సంఘటనలను గురించి ఎవరు చెప్పింది నమ్మాలి అని నిర్ణయించడం కష్టంగా ఉంది. ప్రపంచానికి తెలియకుండా, లక్షలమందిని మట్టుబెట్టడం మాత్రం ఏ పాలకుల కూడా ఎంతమాత్రం వీలుగాని పరిస్థితి, కనీసం వాటివల్లే వచ్చింది.

మతాలు, భావజాలాలతో బాటు, వ్యాపారసంస్థలు కూడా కల్పనలు, నకిలీ వార్తల మీద ఆధారపడుతున్నాయి. బ్రాండింగ్ అంటే అదే కల్పిత కథను, ప్రజలందరూ సత్యం అని నమ్మేదాకా అదేపనిగా మరీ మరీ చెప్పడం. కోకా-కోలా గురించి తలుచుకుంటే మీకు మనుషులలో ఎటువంటి మనుషులు కనబడతారు? ఆటలు ఆడుతూ సరదాగా గడుపుతున్న ఆరోగ్యవంతులయిన యువతీయువకులు కనబడతారా? లేక బరువు ఎక్కువయిన డయబెటిస్ రోగులు ఆసుపత్రి మంచంలో కనబడతారా? బోలెడంత కోకా-కోలా తాగితే ఎవరూ యువకులు కారు. అది ఎవరికీ ఆరోగ్యం యివ్వదు. ఆటలవేపు మళ్లించదు. పైగా అది తాగినవారిని శరీరం పెరగడం, చక్కెరవ్యాధులకు దగ్గరచేసే వీలుంది. అయినా దశాబ్దాలుగా కోకా-కోలాకు యువశక్తి, ఆరోగ్యం, క్రీడలకు లంకెపెడుతూ కంపెనీ బిలియన్‌ల డాలర్‌లను ప్రచారానికి వెచ్చించింది. బిలియన్‌ల జనం తెలియకుండానే లంకెను నమ్మారు.

సత్యం ఏమిటంటే హోమో సేపియెన్స్‌కు ఏనాడూ సత్యం ముఖ్యమయిందిగా కనిపించలేదు. ఒక మతం లేదా భావజాలం సత్యాన్ని తప్పుడు తీరులో చూపిస్తే దాన్ని అనుసరిస్తున్న వారికి సంగతి ఏదో ఒకనాడు తెలిసిపోతుంది. వారు సరయిన దృష్టిగల ప్రత్యర్థులతో పోటీపడలేక పోతారు గనుక సంగతి బయటపడుతుంది. ఇది సాంత్వనపరిచే మరొక పురాణం. అనుసరిస్తున్నప్పుడు మాత్రం మనుషుల సహకారం యొక్క శక్తి, సత్యం, కల్పనల మధ్యగల సున్నితమయిన సమతూకం మీద ఆధారపడుతుంది.

సత్యాన్ని మరీ అస్తవ్యస్తం చేస్తే, మీరు మరీ అవాస్తవికమయిన మార్గాలలో వర్తించవలసి వస్తుంది. ఫలితంగా మీరు బలహీనులవుతారు. ఒక ఉదాహరణ చూద్దాం. 1905లో, తూర్పు ఆఫ్రికాలో కింజికిటిలే ఉంగ్వాలే అనే మీడియం (ఆత్మలతో మాట్లాడే మనిషి) తన మీదకు పాముల స్పిరిట్ హోంగో వచ్చిందని చెప్పసాగాడు. తూర్పు ఆఫ్రికాలోని జెర్మన్ కాలనీ వారికి ఈ కొత్త ప్రవక్త విప్లవాత్మకమయిన సందేశం ఇచ్చాడు. 'అంతా ఏకమయి జెర్మన్‌లను తరిమి కొట్టండి' అన్నాడు. సందేశం మరింత ఆకర్షకంగా కనిపించాలి గనుక అతను శిష్యులకు మంత్రం మందు ఇచ్చాడు. దానితో జెర్మన్‌ల బులెట్‌లు నీరుగా (స్వాహిలీ భాషలో మాజీ) మారతాయి అన్నాడు. దానితో మాజీ మాజీ తిరుగుబాటు మొదలయింది. అయితే అది ఫలించలేదు. యుద్ధరంగంలో జెర్మన్ బులెట్‌లు నీరుగా మారలేదు. అంతంత మాత్రం ఆయుధాలతో వెళ్లిన ప్రతిఘటనదారుల శరీరాలు బులెట్‌లకు ఎరలయ్యాయి. రెండువేల ఏండ్ల క్రితం, రోమన్‌లమీద యూదులు చేసిన మహా విప్లవం ఈ రకంగానే ప్రేరణ పొందింది. యూదులపక్షాన దేవుడు పోరాడతాడని వారంతా గట్టిగా నమ్మారు. అజేయంగా కనిపిస్తున్న రోమన్ సామ్రాజ్యాన్ని దేవుడు ఓడిస్తాడు అనుకున్నారు. అది కూడా

అపజయం పాలయింది. తరువాత జెరూసలేం నాశనమయింది. యూదులు దేశ బహిష్కరణకు గురయ్యారు.

అయితే మరొక పరిస్థితి కూడా ఉంది. ఏదో ఒక కట్టుకథ మీద ఆధారపడకుండా జనమూహాలను సంఘటితం చేయడం కూడా కుదరదు. కల్తీలేని సత్యాన్ని అంటిపెట్టుకుని ఉంటానంటే, మీ వెంట వచ్చే వారిసంఖ్య తగ్గిపోతుంది. అది మాజీ మాజీ తిరుగుబాటు గానీ, రోమన్‌ల మీద విప్లవంగానీ, కట్టుకథ లేకుండా అసాధ్యం అయ్యుండేది. అదే తీరులో సాగిన మహదీ, మక్కాబీస్ తిరుగుబాట్లు కొంత ఎక్కువ విజయం చవిచూడగలిగాయి.

నిజానికి జనాలను ఒక చోటికి చేర్చే విషయంగా, సత్యంకన్నా తప్పుడు కథలకు ముందంజగా ఉంటుంది. గుంపు మొత్తం విధేయత కనబరచాలంటే, వారిని ఒక అర్థం లేని విషయం చెప్పి నమ్మమనడం మేలు. అది సత్యాన్ని నమ్మమనడం కన్నా మంచి పరీక్ష అవుతుంది. 'సూర్యుడు తూర్పున ఉదయిస్తాడు, పడమట అస్తమిస్తాడు' అని ఒక పెద్ద చీఫ్ చెపితే, ఆ విషయానికి అవునవును అనడానికి చీఫ్ పట్ల విధేయత అవసరం లేదు. అదే చీఫ్ మరి 'సూర్యుడు పడమట ఉదయిస్తాడు, తూర్పున కుంకుతాడు' అంటే మాత్రం నిజమయిన విధేయులే చప్పట్లు చరుస్తారు. అదేవిధంగా మీ యిరుగు పొరుగు వారంతా ఒకే ఒక అన్యాయమయిన కథను నమ్మితే, అటువంటివారి సంకట సమయంలో కూడా కలిసికట్టుగా ఉంటారని లెక్కించుకోవచ్చు. వారు తూకం వేసిన సత్యాలను మాత్రమే అంగీకరించే వారయితే, అందులో ఏం తెలుస్తుంది?

కొన్ని విషయాలలోనయినా, ఏకాభిప్రాయం అంగీకారాల ఆధారంగా, ప్రజలను నిర్వహించి నడపడం వీలవుతుందని, అక్కడ కల్పనలు, పురాణాలకు చోటుండదని మీరు వాదించవచ్చు. ఆర్థికరంగంలో ధనం, సంస్థలు జనాలను మరింత బాగా కట్టుబడి ఉంచగలుగుతాయి తప్ప అక్కడ దేవుడు, పవిత్రగ్రంథాలు పనిచేయవు. అందరికీ అవన్నీ మానవ సంప్రదాయాలు, ఆచారాలు అని తెలిసినా అంతే. ఒక పవిత్రగ్రంథం విషయంలో నిజమయిన విశ్వాసి 'ఆ గ్రంథం పవిత్రమయినదని నా నమ్మకం' అంటాడు. అదే మరి డాలర్ విషయంలో మాత్రం అదే విశ్వాసి 'డాలర్ విలువయినది, మిగతా ప్రజలు నమ్ముతారని నా నమ్మకం' అంటాడు. డాలర్ కేవలం మనిషి పుట్టించినది అన్నది ఎవరూ చెప్పనవసరం లేదు. అయినా ప్రపంచమంతటా ప్రజలు దాన్ని గౌరవిస్తారు. అట్లాగయితే, మనుషులందరూ కట్టుకథలు, కల్పనలను వదిలిపెట్టి సామూహిక ఆచారాల ఆధారంగా, అంటే డాలర్ వంటి విషయాల మీద ఆధారపడి తమను తాము నిర్వహించుకొనవచ్చు గదా?

ఇటువంటి పద్ధతులు కల్పనకథలకన్నా పూర్తిగా వేరుగా మాత్రం ఉండవు, పవిత్ర గ్రంథాలు, డబ్బు మధ్యన తేడా ఉదాహరణకు, కనిపించేకన్నా తక్కువగా ఉంటుంది. డాలర్ నోటును చూచిన చాలామంది, అది మనిషి తయారు చేసినది అన్న సంగతి మరచిపోతారు. ఆ ఆకుపచ్చ కాగితం, దానిమీద చనిపోయిన ఒక తెల్ల మనిషి బొమ్మ, చాలు, తనంతతానుగా ఎంతో విలువయినది అనుకుంటారు. 'ఇది నిజానికి విలువలేని కాగితం, కానీ మిగతా వారంతా దీనిని విలువ గలది అంటారు గనుక, నేను కూడా దీన్ని వాడవచ్చు' అని తమకు తాము గుర్తు చేసుకోనవసరం లేదు. ఎఫ్ఎమ్ఆర్ఐ స్కానర్‌లో మనిషి మెదడునులో మొదలయే కలకలం, ఉత్సాహం, అనుమానాలకు సంబంధించిన భాగాలలో కనిపించదు. (ఇది విలువయినదని వేరువారు అనుకుంటారు). అది దురాశకు సంబంధించిన విభాగంలో కనబడుతుంది. (హోలీ షిట్! నాకిది కావాలి!) ఇందుకు వ్యతిరేకంగా, బైబిల్, వేదాలు, లేదా మోర్మన్ గ్రంథాన్ని వేరే వారు పవిత్రాలుగా భావించడం, చాలాకాలంపాటు చూచి, క్రమంగా చాలాసార్లు ఆ పరిస్థితికి గురయినవారు మాత్రమే, ఆ గ్రంథాలను పవిత్రాలుగా భావిస్తారు. పవిత్రగ్రంథాలను గౌరవించడం మనం, అచ్చంగా డబ్బును గౌరవించడం లాగే నేర్చుకుంటాము.

ఏ అంశమయినా 'కేవలం మనుషులు మొదలుపెట్టిన ఆచారం అని తెలుసుకోవడం', 'అది విలువ తనంతకుతానుగా కలిగి ఉందని విశ్వసించడం' మధ్యన ఆదరణలో స్థిరమయిన విభజన లేదు. ఈ విభజనను చాలాచోట్ల మనుషులు అంతంతగా అర్థం చేసుకుంటారు, లేదంటే అసలే మరిచిపోతారు. మరొక ఉదాహరణగా, మీరు స్థిరంగా కూర్చుని వ్యాపార కార్పొరేషన్‌ల గురించి, లోతుగా తాత్వికంగా చర్చించండి. అవి మానవులు సృష్టించిన కల్పిత కథలని ఇంచుమించు అందరూ అంగీకరిస్తారు. మైక్రోసాఫ్ట్ అంటే వారికున్న భవనాలు కాదు. వాళ్ల ఉద్యోగులు కాదు, షేర్ హోల్డర్స్ అంతకన్నాకాదు. అది చాలా జటిలమయిన, న్యాయసమస్మతమయిన కల్పన. దాన్ని చట్టం తయారు చేసేవారు, న్యాయవాదులు వేసి నిర్మించారు. అయినా 99 శాతం సమయం, మనం లోతుగా, తాత్వికంగా ఆలోచనకు దిగము. అందుకే వ్యాపారసంస్థలను ప్రపంచంలోని వాస్తవవిషయాలుగా భావిస్తాము. ఒక పులి, ఒక మనిషిలాగే, ఒక కంపెనీ కూడా అనుకుంటాము.

కల్పనకు, వాస్తవానికి మధ్యగల విభజనరేఖను రకరకాల ప్రయోజనాల కొరకు మసక చేయవచ్చు. ఆ ప్రయోజనాలు కేవలం సరదా నుంచి మొదలయి మనుగడ దాకా ఉండవచ్చు. కనీసం కొంతకాలమయినా అపనమ్మకాన్ని పక్కన బెట్టకుండా మీరు ఒక ఆట ఆడలేరు. ఒక నవల చదవలేరు. ఫుట్‌బాల్ ఆటలో నిజంగా ఆనందం అందాలంటే, ఆట నియమాలను మీరు అంగీకరించాల్సి ఉంటుంది. అవి కేవలం

మనుషులు ఏర్పరిచిన ఆచారాలు అన్న సంగతి ఆ తొంభయి నిమిషాల పాటయినా మరవవలసి ఉంటుంది. అట్లా చేయలేని పక్షంలో ఆట మీకు హాస్యాస్పదంగా కనబడుతుంది. ఒక్క బంతి వెంట ఇరవయి ఇద్దరు మనుషులు పరుగులు పెట్టడం అక్షరాలా హాస్యాస్పదమే. ఆట కేవలం సరదాపేరున మొదలు కావచ్చు. కానీ అది చాలా గంభీరమయిన విషయంగా మారే వీలుంది. ఇంగ్లీష్ దుండగులు, అర్జెంటీనా జాతీయవాది ఈ మాటను సులభంగా అవునంటారు. ఫుట్‌బాల్ కారణంగా వ్యక్తులకు గుర్తింపు వస్తుంది. అది పెద్ద ఎత్తున జనాలను ఒకటి చేస్తుంది. అన్నిటికీ మించి అది హింసకు కూడా దారి తీయగలుగుతుంది. ఈ లెక్కన దేశాలు, మతాలు స్టీరాయిడ్ తీసుకుంటున్న ఫుట్‌బాల్ క్లబ్‌లు.

మనుషులకు ఒక సంగతి తెలిసి ఉండడం, తెలియకపోవడం రెండూ ఉండే శక్తి ఉంది. ఇది గుర్తింపదగినది. మరింత సరిగా చెప్పాలంటే, దేన్ని గురించయినా నిజంగా ఆలోచిస్తే, వాళ్లకది తెలుస్తుంది. కానీ, చాలాసమయం వారు దాన్నిగురించి ఆలోచించకుండానే గడుపుతారు. అంటే వారికి ఆ సంగతి తెలియదు. నిజంగా ధ్యాస పెట్టి చూస్తే డబ్బు అన్నది ఒక కల్పన. కానీ సాదారణంగా మీరు ఆ ధ్యాసపెట్టరు. ఎవరయిన మిమ్మల్ని అడినప్పుడు ఫుట్‌బాల్ మనుషులు సృష్టించిన పద్ధతి అన్న సంగతి మీకు తెలుస్తుంది. కాని ఆట ముమ్మరంగా సాగుతుంటే, దాన్ని గురించి మిమ్మల్ని ఎవరూ అడగరు. సరయిన సమయం, శక్తి పెడితే, దేశాలు విస్తృతమయిన కల్పనలు అని మీకు అర్థం అవుతుంది. కానీ, యుద్ధం మధ్యలో అటువంటి సమయం, శక్తి ఎవరికీ ఉండదు. అంతిమసత్యం కావాలని మీరు గట్టిగా అడిగితే, ఆదాము, హవ్వల కథ కల్పన అని మీకు అర్థమవుతుంది. అలాగని మీరు తరచు అంతిమసత్యం కోసం అడుగుతుంటారా?

సత్యం, అధికారం కలిసి కొంతవరకు మాత్రమే పయనించగలుగుతాయి. ఏదో ఒక చోట అవి ఎవరిదారిన అవి పోతాయి. అధికారం కావాలని అనుకుంటే, ఏదో ఒక చోట మీరు కల్పనలను విస్తరించవలసి ఉంటుంది. ప్రపంచం గురించిన సత్యం తెలుసుకోవాలంటే, ఏదో ఒకచోట మీరు అధికారం వదులకోవలసి ఉంటుంది. మీ అధికారం వచ్చిన తీరు గురించి, మీరు అంగీకరించవలసి రావడం ఒక ఉదాహరణ. అటువంటివి మరికొన్ని ఉండవచ్చు. దానితో మీ మిత్రపక్షాలకు కోపం వస్తుంది. అనుసరించేవారు మనసు విరుగుతుంది. చివరకు సామాజిక సామరస్యం కుప్ప కూలుతుంది. చరిత్రమొత్తంలో విద్వాంసులకు ఇటువంటి సమస్యలు ఎదురయ్యాయి. వారు ఎవరికి సేవచేయాలి? సత్యానికా, సత్తాకా? అందరూ ఒకే కథను నమ్మేట్టు స్థిరం చేసి ప్రజలను ఒకచోట చేర్చే ప్రయత్నం చేయాలా? లేక వారికి సత్యం తెలిసేట్టు చేసి అందువల్ల ఐక్యతకు భంగం కలిగినా ఫరవాలేదు అనుకోవాలా? వారు క్రైస్తవ

ప్రీస్ట్‌లు గానీ, కన్‌ఫ్యూషియన్ మందరిన్స్ గానీ, కమ్యూనిస్ట్ సిద్ధాంతకర్తలు గానీ, అత్యంత ప్రభావవంతమయిన విద్యాసంబంధ సంస్థలు మొత్తం సత్యంకన్నా ఐక్యతను ఎక్కువగా ఎంచుకున్నాయి. అందుకే వారికి అంతటి అధికారం అందింది.

ఒక జీవజాతిగా మానవులు మాత్రం సత్యంకన్నా అధికారినికి పెద్దపీట వేస్తారు. ఈ ప్రపంచాన్ని అర్థం చేసుకోవడం గురించి తక్కువ, దాన్ని అదుపు చేయాలని ఎక్కువ సమయాన్ని, శక్తిని మనం వ్యయం చేస్తాము. దాన్ని అర్థం చేసుకోవాలని ప్రయత్నించి నప్పటికీ, అర్థం అయిన ప్రపంచాన్ని అదుపు చేయడం సులభం అన్న భావంతో ఆ ప్రయత్నం జరుగుతుంది. సత్యం ప్రధానస్థానంలో ఉండి పాలించే ప్రపంచం గురించి మీకు కలగనేట్లయితే, అక్కడ కల్పనలకు చోటు లేదంటే, హోమో సేపియన్స్ నుంచి మీరు ఆశించదగినది ఏమీ లేదు. చింపాంజీలతో ప్రయత్నించండి.

మెదడును మార్చే యంత్రంలో నుంచి బయటపడడం

ఇంత చేసినా నకిలీవార్తలతో సమస్య లేదు అనుకుంటే అర్థం లేదు. రాజకీయ నాయకులు, మతపెద్దలు పనిగట్టుకుని అబద్ధాలు చెప్పగలగడానికి అనుమతి గలవారు అనికూడా అర్థంకాదు. అంతా నీలివార్తలేనని, సత్యాన్ని కనుగొనడానికి చేసే ప్రయత్నాలన్నీ కుప్పకూలతాయని, సీరియస్ జర్నలిజమ్‌కు ప్రచారానికి మధ్య తేడా పెద్దగా లేనేలేదని, అంటే అది అన్నిరకాలా పొరపాటు. నకిలీ వార్తలన్నింటి కింద అసలయిన వాస్తవాలు, బాధలు ఉంటాయి. ఉదాహరణకు రష్యన్ సైనికులు ఉక్రేన్‌లో యుద్ధంలో పాలుగొంటున్నారు. వేలాదిమంది నిజానికి చనిపోయారు. వందల వేలమంది తలదాపు పోగొట్టుకున్నారు. కల్పన మీద నమ్మకం కారణంగా మానవులు బాధలకు గురవుతారు అయితే బాధ మాత్రం నకిలీ కాదు. కల్పనకాదు. అది నిజం.

కనుక మామూలే అంటూ నకిలీ వార్తలను నమ్మకండి, అది మనం భావించినకన్నా పెద్ద సమస్య అన్న సంగతి గుర్తించాలి. వాస్తవానికి, కల్పనకు గల తేడాలను గుర్తించడానికి మరింత గట్టిగా శ్రమపడాలి. అక్కడ అన్నీ ఉండవలసిన పూర్తిస్థాయిలో ఉంటాయని ఆశించగూడదు. ఈ ప్రపంచపు సంక్లిష్టతను లేదు పొమ్మనడం, సంపూర్ణ పరిశుద్ధతకు, సాతాన్ చేసే దుర్మార్గానికి గల లక్షణాలకు తగిన పద్ధతిలో ఆలోచించడం, అన్నిటికన్నా గొప్ప కల్పన. ఏ రాజకీయనాయకుడు సంపూర్ణసత్యం చెప్పడు. సత్యం ఒకటే చెప్పడు. అయినా కొందరు నేతలు మిగతవారికంటే మేలు. అవకాశం యిస్తే, స్టాలిన్ కన్నా నేను చర్చిలను నమ్ముతాను. అతను అవసరం వచ్చినప్పుడు వాస్తవాలను తనకు అనుకూలంగా వాడుకున్నాడు. ఆ సంగతి వేరు. అదే రకంగా, పక్షపాతం, పొరపాట్లు లేని వార్తాపత్రిక లేదు.

అయినా కొన్ని పత్రికలు నిజాన్ని వెలికితీయాలని శ్రద్ధగా కృషి చేస్తాయి. మిగతావన్నీ మనుషుల మెదళ్లను కడిగి ఆలోచనలను మార్చే యంత్రాలు మాత్రమే. నేనుగాని 1930 దశకంలో జీవించి ఉంటే, ప్రావ్దా, డెర్ స్టుర్మర్‌లకన్నా, న్యూయార్క్ టైమ్స్‌లను నమ్మగల తెలివిగలిగి ఉండేవాడిని అనుకుంటున్నాను.

మనకు సమాచారం ఎక్కడినుంచి వస్తున్నది సరిచూడడంలో పక్షపాతధోరణి ఉంటే, దాన్ని బయటపెట్టడానికి కొంత సమయం వెచ్చించి ప్రయత్నించడం మనందరి బాధ్యత. గత అధ్యాయాలలో గమనించినట్టు, అన్నింటినిగురించి మనమే పరిశోధించ లేము. కానీ సరిగ్గా అందుకనే, కనీసం మనము మనకు సమాచారాన్ని అందించే అభిమానమార్గాలను, అది వార్తాపత్రికగానీ, వెబ్‌సైట్‌గానీ, టీవీ నెట్‌వర్క్ లేదా ఒక వ్యక్తిగానీ, జాగ్రత్తగా పరిశోధించాలి. బ్రెయిన్ వాషింగ్ నుంచి బయటపడే మార్గాలు, వాస్తవం, కల్పనల వ్యత్యాసం తెలుసుకునే తీరుగురించి 20వ అధ్యాయంలో మనం మరింత లోతుగా పరిశీలిద్దాము. అందుకని నేను రెండు సులభమార్గాలను మాత్రమే ఇక్కడ చెపుతాను.

మొట్టమొదటి సూత్రం, మీకు నమ్మదగిన సమాచారం కావాలంటే, తగిన వెల చెల్లించండి. 'ఉత్తేజకరమయిన వార్తలు – పూర్తి ఉచితంగా, మీ ధ్యాస ఉంటే చాలు' అన్నది, ప్రస్తుతం పైచెయ్యి నమూనాగా న్యూస్ మార్కెట్‌మీద అధికారం చేస్తున్నది. అంతకంటే అన్యాయంగా, అందులో మీరే అమ్ముడు సరుకు అవుతారు. సంచలనం కలిగించే శీర్షికలతో ముందు మీ ధ్యాసను ఆకర్షిస్తారు. అటు తరువాత మీ సమాచారాన్ని ప్రకటనకర్తలకు, రాజకీయపక్షాలకు అమ్ముతారు.

'మంచి నాణ్యతగల వార్తలు, అందుకు మీరు సొమ్ము చెల్లించాలి. మీ ధ్యాసను మేము దుర్వినియోగం చేయము' అన్నది న్యూస్ మార్కెట్‌కు మెరుగయిన నమూనా అవుతుంది. ఈనాటి ప్రపంచంలో సమాచారం, ధ్యాస కీలకమయిన స్వంత సంపదలు. అందుకే ఉచితంగా మీ ధ్యాసను వదులుకోవడం వెర్రితనం. అందుకు బదులుగా మీకు తక్కువ నాణ్యతగల సమాచారం మాత్రమే దొరుకుతుంది. మంచి నాణ్యతగల తిండి, దుస్తులు, కార్‌లకు ఖర్చుపెట్టడానికి ఇష్టపడతారు గానీ, మంచి నాణ్యత సమాచారం కొరకు ఎందుకని ఖర్చుకు వెనకాడుతారు?

ఒక బిలియనియర్ మీ ముందు ఒక బేరం ఉంచుతాడు అనుకుందాము. 'నెలకు ఒక్కంటికి మీకు 30 డాలర్‌లు ఇస్తాను. అందుకు బదులుగా నిత్యం ఒక గంటపాటు మిమ్మల్ని బ్రెయిన్ వాష్ చేయనివ్వాలి. నాకు ఇష్టమయిన రాజకీయ, వ్యాపార గురించి మీ మెదడులో పక్షపాతం స్థాపిస్తాను' అన్నది బేరం. మీరు మరి సరేనంటారా? తెలివిగల వారు ఎవరూ అనరు. ఆ దొంగవ్యాపారం ధనవంతుడు బేరాన్ని కొంత మారుస్తాడు. 'ప్రతి నిత్యం ఒక గంటపాటు బ్రెయిన్‌వాష్ చేయనివ్వండి. మీరు అందుకు

గాను డబ్బులేమీ యివ్వనవసరం లేదు' అంటాడు. బేరం ఆకర్షణంగా కనబడుతుంది. లక్షలాది మంది సరేనంటారు. మీరు మాత్రం వారి దారిలో నడవకండి.

ఒక అంశం విశేష ప్రాధాన్యత గలది అని మీరు అనుకుంటే, తగిన వైజ్ఞానిక విశేషాలను చదవడం నేను చెప్పే రెండవ సూత్రం. వైజ్ఞానిక సాహిత్యం అంటే, తోటివారు సరిచూచిన వ్యాసాలు, పేరున్న ప్రచురణ సంస్థలు వేసిన పుస్తకాలు, పేరున్న సంస్థలలోని ప్రొఫెసర్‌లు రాసిన రచనలు. సైన్స్‌కు కూడా దాని పరిధులు ఉన్నాయంటే సహజం. గతంలో అది ఎన్నో విషయాలలో తప్పు చేసింది. అయినప్పటికీ శతాబ్దాలుగా, విజ్ఞానానికి విశ్వసనీయ ఆకరంగా వైజ్ఞానికసమాజం కొనసాగింది. ఒక విషయంలో ఈ సమాజం పొరపడినట్లు మీరు భావిస్తే, అలా జరిగే వీలుంది. అయినా మీరు కాదంటున్న సైంటిఫిక్ సిద్ధాంతాలు మీకు తెలిసి ఉండాలి, మీరు అంటున్న మాటలకు తగిన సాక్ష్యాధారాలను చూపగలిగి ఉండాలి.

తమ పక్షంగా, శాస్త్రవిజ్ఞాన పరిశోధకులు ప్రస్తుత బహిరంగ చర్చలలో మరింతగా పాలుగొనాలి. అది వైద్యంగానీ, చరిత్రగానీ, చర్చ తమ రంగంలోకి దారి తీస్తుంటే, ఆయారంగాల పరిశోధకులు తమమాట వినిపించడానికి వెనుకాడకూడదు. మాట్లాడకుండా ఉండడం తటస్థపరిస్థితి కాదు. అది ప్రస్తుతపరిస్థితిని మార్పు లేకుండా వదలడం. అకడమిక్ పరిశోధనలు సాగించడం చాలా ముఖ్యం. ఫలితాలను పరిశోధన పత్రికలలో ప్రకటించాలి. అదీ ముఖ్యమే. అయితే ఆ పత్రికలను కొంతమంది ఎక్స్‌పర్ట్‌స్ మాత్రమే చదువుతారు. ఇటీవలి వైజ్ఞానిక సిద్ధాంతాలను, మామూలు ప్రజలకు, పాపులర్ సైన్స్ ప్రచురణల ద్వారా, నైపుణ్యంగా కళలు, కథలు వాడి తెలియజెప్పడం, వివరించడం కూడా అంతే ముఖ్యం.

అంటే శాస్త్రవేత్తలు సైన్స్ కాల్పనికరచనలు చేయాలని అర్థమా? అది నిజానికి చెడ్డ ఆలోచన కానేకాదు. ప్రపంచంగురించి ప్రజలదృష్టిని రూపొందించడంలో కళ కీలకమయిన పాత్రను పోషిస్తుంది. ఇక ఇరవయిఒకటవ శతాబ్దంలో సైన్స్ ఫిక్షన్ అన్నింటికన్నా ప్రధానమయిన రచనపద్ధతిగా మారుతున్నది. ఇది చర్చనీయాంశమయినా, కృత్రిమజ్ఞానం, బయో ఇంజనియరింగ్, క్లైమేట్ ఛేంజ్ వంటి విషయాలను గురించి ప్రజలకు గల అవగాహనకు అది రూపు పోయగలుగుతుంది. మంచి విజ్ఞానశాస్త్రం మనకు తప్పక కావాలి. కానీ రాజకీయ దృష్టికోణం నుంచి, సైన్స్ లేదా నేచర్ పత్రికలో వచ్చిన వ్యాసం కన్నా ఒక మంచి సైన్స్ - ఫిక్షన్ సినిమా మరెంతో విలువగలది.

18

సైన్స్ ఫిక్షన్

భవిష్యత్తు అంటే మీరు మూవీలలో చూచేది కాదు

వేరే ఏ జంతువులకన్నా మనుషుల మధ్య సహకారం ఎక్కువగా ఉంటుంది గనుక వారు ఈ ప్రపంచాన్ని అదుపు చేయగలుగుతారు. వాళ్లు కల్పనలను నమ్ముతారు గనుకనే అంతగా సహకరించగలుగుతారు. అందుకే కవులు, చిత్రకారులు, నాటక రచయితలు కూడా సైనికులు, ఇంజనియర్లతో సమానంగా ముఖ్యమయిన వారు. దేవుని నమ్ముతారు గనుక జనం యుద్ధాలు చేస్తారు, కతీడ్రల్స్ కడతారు. దేవుని గురించి కవితలు చదివినందుకు, దేవుని చిత్రాలు చూచినందుకు, దేవుని గురించిన నాటకాలు చూచి ముగ్ధులయినందుకు, వారు దేవుని నమ్ముతారు. అదే మార్గంలో పెట్టుబడిదారీ విధానం అనే ఆధునిక పురాణంలో మన విశ్వాసం హాలీవుడ్ వారి సృష్టి, పాప్ పరిశ్రమల మీద ఆధారపడి ఉంది. ఎంతగా సరుకులు కొంటే అంత ఆనందంగా ఉంటామని మనం అనుకుంటాము. టెలివిజన్ మీద పెట్టుబడిదారుల స్వర్గాన్ని చూచినందుకు ఆ భావన గట్టిబడింది మరి.

ఇరవయి ఒకటవ శతాబ్దం తొలిభాగంలో బహుశా అన్నిటికన్నా ముఖ్యమయిన కళారూపం సైన్స్ ఫిక్షన్. మెషీన్ లర్నింగ్ లేదా జెనెటిక్ ఇంజనియరింగ్ వంటి రంగాలలో వచ్చిన ఆర్టికిల్స్‌ను వెంటవెంటనే చదివేవారు చాలా తక్కువ. అందుకు బదులు ద మాట్రిక్స్, హర్ లాంటి చలనచిత్రాలు, వెస్ట్‌వరల్డ్, బ్లాక్ మిర్రర్ వంటి టీవీ సీరీస్ మాత్రం ప్రజలకు, మనకాలంలోని ముఖ్యమయిన సాంకేతిక, సామాజిక, ఆర్థిక అంశాలను అర్థం చేయించగలుగుతాయి. అంటే, సైంటిఫిక్ వాస్తవాలను చూపించే తీరులో సైన్స్ ఫిక్షన్ మరింత బాధ్యతాయుతంగా ఉండవలసిన అవసరం

ఉందని అర్థం. లేకుంటే ప్రజలకు తప్పుడు ఆలోచనలు అందుతాయి. వారి దృష్టి తప్పుడు సమస్యల మీద కేంద్రీకృతమయే వీలు ఉంటుంది.

ఇంతకుముందు అధ్యాయంలో గమనించినట్లు, ప్రస్తుత కాలపు సైన్స్ ఫిక్షన్ ఒక తీవ్రమయిన పొరపాటు చేస్తున్నది. అది జ్ఞానం, చేతనల మధ్యన తికమక పరుస్తున్నది. అందుకని మరమనుషులు, మనుషుల మధ్య రాగల యుద్ధం గురించి ఎక్కువగా పట్టించుకుంటున్నది. నిజానికి మనం భయపడవలసిన తగాదా వచ్చేది, అల్గొరిదంస్ కారణంగా బలం పుంజుకున్న సూపర్ మానవ అగ్రవర్గం, అసంఖ్యాక, శక్తిరహిత నిమ్నవర్గం హోమో సేపియెన్స్ మధ్యన. కృ.జ్ఞా. భవితవ్యం గురించి ఆలోచించవలసిన సందర్భంలో స్టీవెన్ స్పీల్‌బెర్గ్ కన్నా కార్ల్‌మార్క్ మంచి మార్గదర్శి.

కృత్రిమ జ్ఞానం గురించిన చలనచిత్రాలు వైజ్ఞానిక వాస్తవం నుంచి చాలాదూరంగా ఉండడం వాస్తవం. అవి మరేవో విషయాలను గురించి ప్రతీకాత్మకంగా చూపిస్తున్నాయి అనిపిస్తుంది. 2015లో వచ్చిన చిత్రం 'ఎక్స్ మషీనా' లో కథ ఆడ మరమనిషి ప్రేమలో పడిన ఆర్టిఫిషియల్ ఇంటలిజెన్స్ నిపుణుడి గురించి సాగుతుంది. ఆ మరమనిషి అతడిని మోసం చేసి ఏవేవో చేయిస్తుంది. అయితే వాస్తవానికి ఇది తెలివిగల మరమనుషుల గురించి మనుషుల భయాన్ని చూపే చిత్రం కాదు. ఇందులో తెలివిగల అమ్మాయిల గురించి మగవారి భయం విషయంగా సాగుతుంది. స్త్రీల విముక్తి తరువాత వారు పైచేయి కావడానికి ప్రయత్నించే వీలుందని ఇందులో చూపించారు. ఆర్టిఫీషియల్ ఇంటలిజెంట్ యంత్రం ఆడమరమనిషిగా, పరిశోధకుడు మగమనిషిగా వచ్చిన సినిమా చూస్తున్నారంటే, అది స్త్రీవాదానికి సంబంధించిన చిత్రం తప్ప సైబర్నెటిక్స్‌తో సంబంధం లేనిది. ఒక కృ.జ్ఞా. యంత్రానికి అడ, మగ గుర్తింపు ఉండవలసిన అవసరం ఏమి? లింగబేధం ఆర్గానిక్ బహుకణ జీవుల లక్షణం. సేంద్రియం కాని సైబర్నెటిక్ యంత్రానికి ఈ లక్షణం అంటే అర్థం లేదు.

బాక్స్‌లో బతుకు

సైన్స్ ఫిక్షన్ మరింత అవగాహనతో వాడుకున్న విషయం, సాంకేతికశాస్త్రాన్ని మానవుల మీద అధికారం సాగించి, నియంత్రించే ప్రమాదం గురించినది. మాట్రిక్స్ చిత్రంలో చూపిన ప్రపంచంలో మానవులందరూ సైబర్ స్పేస్‌లో బందీలుగా ఉంటారు. వారి అనుభవంలోకి వచ్చే అన్ని అంశాలను మాస్టర్ అల్గొరిదం రూపొందిస్తుంది. ఇక ట్రూమన్ షో అనే సినిమాలో ఒక రియాలిటీ టీవీ షో లో అనుకోకుండా గొప్పవాడయిన ఏకాకి వ్యక్తిని చూపిస్తారు. అతనికి తెలియకుండానే, అతని స్నేహితులు, పరిచయస్తులు, చివరకు తల్లి, పెళ్లాం, దగ్గరి స్నేహితులు – సీరిస్‌లో నటులవుతారు.

అతనికి జరిగేదంతా చక్కగా ముందే రాసిన స్క్రిప్ట్ ప్రకారం సాగుతుంటుంది. దాచిన కెమెరాలు అతని ప్రతి కదలికను, మాటను రికార్డ్ చేస్తుంటాయి. లక్షలాది మంది అభిమానులు అదంతా చూస్తుంటారు.

రెండు సినిమాలు బాగుంటాయి. చివర్లో మాత్రం తమ సినారియో వల్ల వచ్చే ఫలితాల నుంచి దూరం పోతాయి. మ్యాట్రిక్స్‌లో బందీ అయిన మానవునికి సాధికార మయిన వ్యక్తిత్వం ఉందన్న భావన అందులో కనిపిస్తుంది. సాంకేతికంగా ఎంతగా మార్పులు చేసినా అది మాత్రం మారదు. ఇక మాట్రిక్స్‌కు వెలుపల ఒక సాధికారమయిన వాస్తవం వేచి చూస్తూ ఉంటుంది. హీరోలు నిజంగా తీవ్రంగా ప్రయత్నిస్తే దాన్ని అందుకొన గలుగుతారు. మాట్రిక్స్ కేవలం ఒక కృత్రిమ అవరోధం. మీలోని సాధికార వ్యక్తిత్వాన్ని అది వెలుపలి సాధికార ప్రపంచం నుంచి దూరం ఉంచుతుంది. ఎన్నో ప్రయత్నాలు, ఎంతో పరిశ్రమ తరువాత, ఇద్దరు కథానాయకులు – ద మాట్రిక్స్‌లో నియో, ద ట్రూమన్ షోలో ట్రూమన్ తమ మీద ప్రయోగించిన సాంకేతికమార్పుల వలన తప్పించుకో గలుగుతారు. తమ వ్యక్తిత్వాలను కనుగొంటారు అసలయిన ఆశాభూమికి చేరుకుంటారు.

చిత్రంగా ఈ ప్రామిస్‌డ్ ప్రపంచం, ఆశాభూమి, అన్ని ప్రధాన విషయాలలోనూ, కృత్రిమంగా సిద్ధం చేసిన మాట్రిక్స్ వలెనే ఉంటుంది. ట్రూమన్ టీవీ స్టూడియో నుంచి తప్పించుకుని బయటపడతాడు. బడి రోజుల ప్రియురాలిని కలిసే ప్రయత్నం చేస్తాడు. టీవీ షో దర్శకుడు ఆమెను స్క్రిప్ట్‌లో నుంచి దూరం పెట్టి ఉంటాడు. ఒకవేళ ట్రూమన్ తన ప్రణయవాంఛను పూర్తి చేసుకోగలిగితే, అతని బతుకు అన్నిరకాలా సంపూర్తి హాలీవుడ్ కలలాగే అచ్చంగా కనబడుతుంది. దాన్ని 'ట్రూమన్ షో' ద్వారా ప్రపంచవ్యాప్తంగా లక్షలాది ప్రేక్షకులకు విక్రయించేశారు. తరువాత అదనంగా ఫిజీలో హాలిడే కూడా చూపించారు. అసలు ప్రపంచంలో అందుకు బదులు ట్రూమన్ ఎటువంటి జీవితాన్ని కనుగొనగలుగు తాడు అన్నది మాత్రం చిత్రం కనీసం సూచనగా కూడా చూపించలేదు.

మాట్రిక్స్‌లోనూ అదే పద్ధతి. నియో, ప్రసిద్ధమయిన ఎర్రగోలీ మింగి, మాట్రిక్స్ నుంచి తప్పించుకుంటాడు. బయటి ప్రపంచానికి, లోపల ప్రపంచానికి తేడాలేదని కనుగొంటాడు. రెంటిలోనూ, హింసాత్మకమయిన తగాదాలున్నాయి. భయం, కామం, ప్రేమ, అసూయలతో కదిలిపోతున్న మనుషులున్నారు. అతను కష్టపడి సాధించుకున్న వాస్తవం కేవలం మరింత పెద్ద మాట్రిక్స్ అని, అతను 'అసలు వాస్తవ ప్రపంచం'లోకి తప్పించుకు పోదలిస్తే, మళ్లీ నీలిగోలీ, ఎరుపుగోలీలలో ఒకదాన్ని ఎంచుకోవాలని చెప్పడంతో సినిమా ముగియవలసింది.

ప్రస్తుతం సాగుతున్న సాంకేతిక వైజ్ఞానిక విప్లవం, అల్గోరిదంలు, టీవీ కెమెరాలు వచ్చి ప్రామాణిక వ్యక్తులను, ప్రామాణిక వాస్తవాలను తమ యిష్టప్రకారం నడిపిస్తాయని చెప్పడం లేదు. పైగా ఈ ప్రామాణికతం కేవలం ఒక కల్పన అంటున్నది. జనం ఒక పెట్టెలో బందీలవుతామని భయపడుతున్నారు. అంతేగాని తాము ఇదివరకే పెట్టెలో పట్టుబడి ఉన్నామని అర్థం చేసుకోరు. ఆ పెట్టె ఏదో కాదు. వారి మెదడు. అంతకన్నా పెద్దపెట్టె పేరు మానవ సమాజం. మొదటి పెట్టె ఈ రెండవ పెట్టెలో పట్టుబడి ఉంది. మాట్రిక్స్‌ను తప్పించుకుంటే కనుగొనేది ఒకటే. అంతకన్నా పెద్ద మాట్రిక్స్. 1917లో రైతులు, శ్రామికులు జార్ ప్రభువు మీద తిరుగబడ్డారు. స్టాలిన్ గుప్పిట్లో చిక్కారు. ఈ ప్రపంచం మిమ్మల్ని గురిచేసే అంతులేని మార్పులను తెలుసుకునే ప్రయత్నం ప్రారంభిస్తే, చివరకు, మీ అసలు గుర్తింపు, నాడీవలయాలు తయారుచేసిన చిక్కుల భ్రమ మాత్రమే అని అర్థమవుతుంది.

పెట్టెలో పట్టుబడి ఉన్నందుకు బయటి ప్రపచంలో వింతలన్నీ చూడలేక పోతున్నామని జనం అనుకుంటారు. నియో తన మాట్రిక్స్‌లో, ట్రూమన్ అటు టీవీ స్టూడియోలో పట్టుబడి ఉన్నంతకాలం వారు ఫీజీ, పారిస్ లేదా మాచుచూ వెళ్లజాలరు. అయితే నిజానికి జీవితంలో మీరు అనుభవించే విషయాలన్నీ మీ శరీరం లోపల, మెదడు లోపలనే ఉన్నాయి. మాట్రిక్స్ నుంచి బయటపడినా, ఫీజీకి వెళ్లినా జరిగేదేమీ లేదు. మీ మెదడులో ఏదో మూలన, 'ఫిజీలో మాత్రమే తెరవండి' అని పెద్ద అక్షరాలతో రాసిన ఇనుపపెట్టె ఏదీ లేదు. మీరు చివరకు దక్షిణ పసిఫిక్ వెళ్లి పెట్టె తెరిస్తే, ఫీజీలో మాత్రమే వీలయే ప్రత్యేక భావాలు, అనుభవాలు, అనుభూతులు రకరకాలుగా రావడానికి అసలు పెట్టె ఉంటేగదా? జీవితంలో ఫీజీ వెళ్లలేకపోయారు అందాము. అంటే ఈ ప్రత్యేక అనుభూతులన్నింటినీ శాశ్వతంగా పోగొట్టుకున్నట్టా? లేదు. ఫీజీలో అనుభవంలోకి రాగలిగినవి, ఈ ప్రపచంలో ఎక్కడయినా వస్తాయి. మాట్రిక్స్‌లో కూడా.

బహుశా మనమంతా మాట్రిక్స్ పెద్ద కంప్యూటర్ సిమ్యులేషన్‌లో బతుకుతున్నాము. అట్లా అంటే మన జాతీయ, మత, ఆదర్శ కథలన్నింటినీ కాదన్నట్లు అవుతుంది. కానీ మన మానసిక అనుభవం మాత్రం నిజంగా మిగిలి ఉంటుంది. చరిత్ర గురించి ఒక సంగతి తెలుస్తుంది. అది ఒక విస్తృతమయిన సిమ్యులేషన్ అనీ, దాన్ని జిర్కాన్ అనే గ్రహం నుంచి ఎలుక సైంటిస్ట్‌లు, సూపర్ కంప్యూటర్‌ల ద్వారా నడిపిస్తున్నారు, అని తేలుతుంది. అట్లాగనుక జరిగితే, అటు కార్ల్‌మార్క్స్‌కు ఇటు ఇస్లామిక్ స్టేట్‌కూ ఇబ్బందికరంగా ఉంటుంది. ఈ ఎలుక పరిశోధకులు మాత్రం, ఆర్మేనియా మారణకాండ, అవుష్‌విట్జ్ గురించి సంజాయిషీ చెప్పవలసి ఉంటుంది. అదంతా వారు జిర్కాన్ విశ్వవిద్యాలయం ఎతిక్స్, (నీతి) సంఘం కంటబడకుండా ఎట్లా

చేయగలిగారు? అక్కడి గ్యాస్ ఛేంబర్స్ కేవలం సిలికన్ చిప్స్ మీద విద్యుత్సంకేతాలే అయినప్పటికీ, అని కలిగించిన బాధ, భయం, నిస్పృహ మాత్రం ఏమాత్రం తక్కువ వ్యధాకరం కావు.

నొప్పి నొప్పే, భయం భయమే, ప్రేమ ప్రేమే. అది మాట్రిక్స్‌లో అయినా అంతే. మీరు అనుభవిస్తున్న భయం, ఆవలి ప్రపంచపు అణుసముదాయం వల్ల పుట్టినదయినా, లేక కంప్యూటర్ పంపిన విద్యుత్ సంకేతాల వల్లనయినా తేడా లేదు. భయం భయంగానే ఉంటుంది. కనుక మీరు మీ మెదడులోని వాస్తవాన్ని పరిశీలించదలుచుకుంటే, ఆ పని మాట్రిక్స్‌లోపల చేయవచ్చు. బయట కూడా చేయవచ్చు.

చాలా మటుకు సైన్స్-ఫిక్షన్ సినిమాలు ఒక పాత కథనే చెపుతాయి. అదే పదార్థం మీద మెదడు గెలుపు. ముప్ఫయి వేల ఏండ్ల కింద ఒక కథ ఉండేది. 'మనసు ఒక రాతి కత్తిని ఊహిస్తుంది. చెయ్యి కత్తిని తయారు చేస్తుంది. మనిషి మామత్‌ను చంపుతాడు.' అదీ కథ. అయితే, మనిషి కత్తులను కనుగొని, మామత్‌లను చంపి, ప్రపంచం మీద అధికారం సాధించాడని కాదు. మానవమేధస్సును మధించినందుకు అది వీలుపడింది. మైండ్, అనే మెదడు, సులభంగా చారిత్రక చర్యలకు రూపంపోసి, జీవసంబంధ వాస్తవాలను సృష్టించి చూచే విషయం కాదు. చరిత్ర, జీవశాస్త్రం దానికి రూపం యిస్తున్నాయి. స్వతంత్రం, ప్రేమ, సృజన అనే ఆదర్శాలను అందరం ఆదరిస్తాము. కానీ అవి కూడా ఏదో మామత్‌ను చంపడానికి మరెవరో తయారు చేసిన రాతి కత్తి లాంటివి. ఉత్తమయయిన వైజ్ఞానిక సిద్ధాంతాలు, సరికొత్త సాంకేతిక పరికరాల ప్రకారం మైండ్ అనే మెదడు మానిపులేషన్స్ అనే మార్పు ప్రయత్నాల నుంచి దూరంగా మాత్రం లేదు. ఈ మార్పుల షెల్ నుంచి బయటపడి స్వతంత్రం కావడానికి ప్రామాణిక ఆత్మ, వ్యక్తిత్వం ఏదీ ఎదురుచూడడం లేదు.

సంవత్సరాల మీద మీరు ఎన్ని సినిమాలు చూచారు, నవలలు, కవితలు చదివారు గుర్తుందా? ఈ కళా విషయాలన్నీ, ప్రేమను గురించిన మీ భావనలను రూపం పోసి వాడి చేశాయో గుర్తుందా? యుద్ధానికి రాంబో, సెక్స్‌కు బూతు ఎట్లాగో ప్రేమకు రొమాంటిక్ సుఖాంతరచనలు అట్లాగ. మీరు ఒక డిలిట్ బటన్ నొక్కితే, హాలీవుడ్ ఆనవాళ్లు కూడా మీ ఉపచేతన, లింబిక్ వ్యవస్థ నుంచి మిగుళ్లు లేకుండా తుడిచి పెట్టుకు పోతాయని మీరు గాని అనుకుంటే మిమ్ము మీరు మోసగించుకుంటున్నారని అర్థం.

మనకు రాతి కత్తులకు రూపం పోయడమనే ఆలోచన నచ్చుతుంది. అంతేగాని మనమే రాతికత్తులము అయ్యే ఆలోచన మాత్రం నచ్చదు. అప్పుడు మాట్రిక్స్‌లో చెప్పిన మామత్ గురించిన పాత కథ మరోలా కొనసాగుతుంది

'మెదడు ఒక మరమనిషిని ఊహిస్తుంది. చెయ్యి మరమనిషిని తయారు చేస్తుంది. మరమనిషి ఉగ్రవాదులను చంపుతుంది. అంతటితో ఆగక మెదడును అదుపు చేసే ప్రయత్నం చేస్తుంది. మెదడు మరమనిషిని చంపుతుంది'. కానీ ఈ కథ అసత్యం. సమస్య, మెదడు మరమనిషిని చంపలేకపోవడం కాదు. మొట్టమొదట మరమనిషిని గురించి ఊహించిన ఆ మెదడు, అంతకు ముందు జరిగిన ప్రయత్న పూర్వకమయిన మార్పుల ఫలితంగా పుట్టింది. కనుక మరమనిషిని చంపినంత మాత్రాన మనం స్వతంత్రులము కానేరము.

డిస్నీకి స్వేచ్ఛలో విశ్వాసం పోతుంది

పిక్సార్ స్టూడియోస్, వాల్డ్ డిస్నీ పిక్చర్స్ కలిసి 2015లో ఒక ఆనిమేషన్ చిత్రాన్ని తయారు చేశారు. అది చాలా వాస్తవికంగా, ఆలోచింపజేసేదిగా ఉంటుంది. అది కూడా మనిషి బతుకు గురించిన కథ. పిల్లలు, పెద్దలు అందరూ ఆ చిత్రాన్ని ఎంతో ఆదరించారు. ఇన్‌సైడ్ అవుట్ అనే మూవీలో రైలీ ఆండర్సన్ అనే పదకొండు సంవత్సరాల అమ్మాయి ఉంటుంది. తల్లిదండ్రులతో పాటు ఆమె మినెసోటా నుంచి శాన్‌ఫ్రాంసిస్కోకు మారుతుంది. పాత ఊరు లేదు, నేస్తాలు లేరు. కనుక కొత్త బతుకుకు అలవాటు పడడానికి కష్టపడుతుంది. తిరిగి మినెసోటా పారిపోవాలని ప్రయత్నిస్తుంది. అమ్మాయికి తెలియదుగానీ, ఆమె గురించి గొప్ప నాటకం ఒకటి జరుగుతూ ఉంటుంది. రైలీ తెలియకుండా ఒక టీవీ రియాలిటీ షోలో నటించడం లేదు. ఆమె మాట్రిక్స్‌లో బందీ కూడా కాదు, కానీ రైలీ తానే ఒక మ్యాట్రిక్స్. ఆమె లోపల ఏమో పట్టుబడి ఉంది.

డిస్నీ వారు ఒకే కథను తిరిగితిరిగి చెపుతూ ఒక సామ్రాజ్యం ఏర్పరుచుకున్నారు. వారి చిత్రాలలో హీరోలు సాధారణంగా కష్టాలను ప్రమాదాలను ఎదురుకుంటారు. తమను తాము తెలుసుకుని, తమ స్వతంత్రతను వాడి వారు చివరకు విజయం సాధిస్తారు. అయితే ఈ చిత్రం ఇన్‌సైడ్ అవుట్ మాత్రం ఈ తీరు కల్పనను కూలదోస్తుంది. ఇందులో మనుషులకు సంబంధించిన సరికొత్త న్యూరోబయాలజీ దృష్టి అనుసరింపబడింది. ఆ రకంగా ప్రేక్షకులు రైలీ మెదడులోనికి పయనిస్తారు. అందులో ఆమెకు ప్రామాణికమయిన వ్యక్తిత్వం లేనేలేదని, ఆమె స్వతంత్ర నిర్ణయాలు చేయదని తెలుస్తుంది. నిజానికి రైలీ ఒక గొప్ప మరమనిషి. పరస్పర విరుద్ధమయిన జీవరసాయన పద్ధతులు ఆమెను పనిచేయిస్తున్నాయి. మూవీలో ఆ పద్ధతులను వ్యక్తులు, లేక పాత్రలుగా మలిచి చూపిస్తారు. ఆనందం పసుపు పచ్చగా ఉంటుంది. నీలం దిగులు, దు:ఖాలతో ఉంటుంది. ముక్కుమీద కోపం ఎర్రగా ఉంటుంది. అలా పాత్రలు

ఎదురవుతాయి. కేంద్ర కార్యాలయంలో కొన్ని బటన్‌లను, లీవర్‌లను నొక్కుతూ, రైలీ ప్రతికదలికలను టీవీ తెరమీద చూస్తూ ఈ పాత్రలన్నీ రైలీ అనుభూతులను, భావాలను నిర్ణయాలు, చర్యలను మారుస్తుంటాయి.

రైలీ, శాన్‌ఫ్రాన్సిస్కోలో కొత్త జీవితానికి అలవాటు పడకపోవడానికి కేంద్ర కార్యాలయంలో జరిగిన ఒక పొరపాటు కారణం. ఆ తప్పువలన అమ్మాయి మెదడు సమతూకం తప్పిపోయింది. పరిస్థితిని చక్కదిద్దాలని ఇక సంతోషం, దు:ఖం కలిసి రైలీ మెదడులోకి గొప్ప యాత్రకు బయలుదేరతుంది. అవి ఆలోచనలు అనే ట్రెయిన్ మీద పయనిస్తాయి. ఉప చేతనలోని బందిఖానాను సందర్శిస్తాయి. లోపలి స్టూడియోకు కూడా వెళతాయి. అక్కడ కళాత్మక నాడీకణాలు కలలను పుట్టిస్తుంటాయి. వ్యక్తుల రూపంలో వచ్చిన జీవరసాయన విధానాల వెంట మనం రైలీ మెదడు లోతులకు వెళ్లి చూస్తాము. మనకు ఎక్కడా ఆత్మ ఎదురురాదు. ప్రామాణిక సెల్ఫ్ కనబడదు. స్వేచ్ఛ కూడా కనిపించదు.

కథ యావత్తు దాని మీదే ఆధారపడి ఉండే కనువిప్పు వస్తుంది. అది రైలీ తన ఏకైక ప్రామాణిక ఆత్మ (సెల్ఫ్)ను కనుగొన్నప్పుడు మాత్రం కాదు. ఏదో ఒకే ఒక కేంద్ర బీజంగా రైలీని గుర్తించడం కుదరదు, ఆమె సంక్షేమం, రకరకాల విధానాల అంతశ్చర్యల మీద ఆధారపడి ఉంటుంది, అని అర్థమవుతుంది. అదే మరి ఎదురు చూచిన కనువిప్పు క్షణం.

మొదట్లో ప్రేక్షకులను, రైలీ అంటే పసుపు పచ్చని ఆనందం అని నమ్మించే చోటికి నడిపిస్తారు. రైలీ బతుకును బండలు చేయగల కీలకమయిన పొరపాటు అదే అని తరువాత బయటపడుతుంది. రైలీ అసలుసారం ఆమె అని అనుకోవడంతో, ఆనందం మిగతా అని అంతరంగగుణాల మీద అధికారిని అంటుంది. పలితంగా రైలీ మెదడులోని సున్నితమయిన సమతూకం చెదిరిపోతుంది. సంతోషం తన తప్పు తెలుసుకుంటుంది. దానితో అణగారిన భావావేశాలకు విడుదల దొరకుతుంది. ఆనందానికే కాక ప్రేక్షకులకు కూడా రైలీ అంటే, ఆనందం, దు:ఖం కాదని తెలుస్తుంది. ఆమె ఏ ఒక్క లక్షణమూ కాదు. రైలీ అంటే ఒక గజిబిజి కథ. అన్ని జీవరసాయన పాత్రలు ఒక్కటిగా వైరుద్యాలు, సహకారాలు కనబరిచినందుకు ఆ కథ పుట్టింది.

ఇక్కడ నిజంగా ఆశ్చర్యకరమయిన అంశాలున్నాయి. డిస్నీవారు ఇటువంటి మౌలికమయిన సందేశం గల మూవీని మార్కెట్ చేయడానికి ధైర్యం చేయడం ఒకటయితే, అది ప్రపంచమంతటా హిట్ కావడం మరొకటి. ఇన్‌సైడ్ సినిమా సుఖాంతమయిన సరదా చిత్రంగనుక అంతగా విజయవంతమయింది. బహుశా. అయితే చూచిన వారిలో చాలా మంది, దానికి నాడీమండలపరంగా గల అర్థంగానీ, దాని దుష్ప్రరిణామాలు గానీ తలకెక్కి ఉండవు.

అయితే ఇరవైయవ శతాబ్ధిలో వచ్చిన ప్రవచనం వంటి సైన్స్ ఫిక్షన్ పుస్తకం గురించి మాత్రం ఈ మాట అనలేము. అందులోని చెడు తీరు కనిపించకుండా దాగదు. అది సుమారు వందేళ్ల నాడు రాసిన రచన. అయినా ఒక్కొక్క సంవత్సరం గడుస్తున్నకొద్దీ అది మరింత సమకాలీన అవసరంగా కనబడుతుంది. ఆల్డస్ హక్స్‌లే 1931లో బ్రేవ్ న్యూ వర్ల్డ్ అనే రచన చేశాడు. అప్పటికి రష్యాలో కమ్యూనిజమ్, ఇటలీలో ఫాసిజమ్ పాతుకుని ఉన్నాయి. జర్మనీలో నాజీయిజమ్ పెరుగుతున్నది. సైనిక బలంగల జపాన్, చైనాలో విజయయుద్ధం మొదలు పెడుతున్నది. మొత్తం ప్రపంచం గ్రేట్ డిప్రెషన్ కింద నలుగుతున్నది. అయినా హక్స్‌లే ఈ కారుమేఘాల ఆవలకు చూడగలిగాడు. యుద్ధాలు, కరువులు, వ్యాధులు లేని ఒక భావిసమాజం, నిరంతరాయంగా శాంతిని అనుభవిస్తూ, ఆరోగ్యసౌభాగ్యాలతో ఉండడాన్ని ఊహించ గలిగాడు. అది కొనుగోలుదారుని ప్రపంచం. అందులో సెక్స్, డ్రగ్స్, రాక్ ఎన్‌రోల్‌లకు స్వేచ్ఛ యివ్వబడింది. అక్కడ అన్నిటికన్నా గొప్ప విలువ ఆనందం. మానవులంటే జీవరసాయన అల్గోరిదంలు, సైన్స్ వాటిని హ్యాక్ చేయగలుగుతుంది. తరువాత టెక్నాలజీని వాడి మానవులను మార్చవచ్చు. అన్నది పుస్తకంలో అంతర్లీనంగా ఉన్న భావన.

ఈ బ్రేవ్ న్యూవర్ల్డ్‌లో అందరూ సంతృప్తితో ఉండడానికి, ఎవరికీ తిరుగుబాటుకు కారణం లేకుండా ప్రపంచ ప్రభుత్వం, ఆధునాతన జీవసాంకేతికశాస్త్రాన్ని, సోషల్ ఇంజినీరింగ్‌ను వాడుకుంటుంది. ఇక్కడ రైలీ మెదడులోని ఆనందం, దు:ఖం, మిగతా పాత్రలన్నీ, విధేయులయిన ప్రభుత్వ ప్రతినిధులుగా మారినట్లు కనబడుతుంది. కనుక రహస్య పోలీస్‌గానీ, కాన్‌సెంట్రేషన్ క్యాంప్‌లుగానీ, ఆర్వెల్ నైన్‌టీన్ ఎయిటీఫోర్‌లో లాగ ప్రేమ మంత్రిత్వశాఖగానీ అవసరం రావు. ప్రజలను భయం, హింసల కన్నా, ప్రేమ, ఆనందాల ద్వారా మరింత భద్రంగా అదుపు చేయవచ్చునని చూపించడం హాక్స్‌లే అసాధారణ జ్ఞానానికి అద్దం పడుతుంది.

నైన్‌టీన్ ఎయిటీ ఫోర్ చదువుతుంటే, ఆర్వెల్ ఒక భయంకరమయిన లీడర్‌ల ప్రపంచాన్ని వర్ణిస్తున్నట్లు స్ఫుటంగా తెలుస్తుంది. అక్కడ జవాబు వెదకవలసిన ప్రశ్న, 'అటువంటి భయంకర పరిస్థితికి చేరకుండా తప్పించడం ఎట్లా? అని మాత్రమే. ఇక బ్రేవ్ న్యూవరల్డ్ చదువుతుంటే, ఒక అస్పష్టత, ఒక సవాలు అనుభవం ఎదురవుతాయి. రచన ఎందుకని బాధా, అన్యాయాలకు పీటవేసిందన్న సంగతి తేల్చుకోవడం అక్కడ తప్పనిసరి అవుతుంది. ప్రపంచం ప్రశాంతంగా, సంపన్నంగా ఉంది. అందరూ అన్నివేళల అత్యంత సంతృప్తి కనబరుస్తున్నారు. అందులో ఎక్కడ పొరపాటు వీలవుతుంది.?

ఈ ప్రశ్నకు రచయిత, నవల చివరలో సూటిగా సమాధానం చెపుతాడు. పడమటి యూరోప్ ప్రపంచానికి కంట్రోలర్, ముస్తఫా మోండ్, జాన్ ద శావేజ్‌తో మాట్లాడతాడు.

ఈ జాన్ తన జీవితమంతా న్యూమెక్సికో స్థానిక రిజర్వేషన్‌లో గడిపిన వాడు. లండన్‌లో మోండ్ కాకుండా, దేవుడు, షేక్స్పియర్‌లను గురించి తెలిసిన మరొక వ్యక్తి అతను ఒక్కడే.

జాన్ ద శావేజ్ లండన్ ప్రజలను, తమను అదుపు చేస్తున్న వ్యవస్థ మీదకు తిరగబడమని రెచ్చగొడతాడు. వాళ్లంతా అతడిని అసలు పట్టించుకోరు. పోలీసులు మాత్రం అతడిని అరెస్ట్ చేస్తారు. ముస్తఫా మోండ్ ముందు నిలబడతారు. వరల్డ్ కంట్రోలర్ జాన్‌తో సరదాగా సంభాషణ సాగిస్తాడు. జాన్ సంఘవిద్రోహిగా ఉండదలచిన పక్షంలో అతను ఎక్కడో ఏకాంతప్రదేశంలో చేరి సన్యాసిగా బతకడం మంచిది అంటాడు. ప్రపంచక్రమానికి ఆధారంగా నిలిచిన దృక్కోణాలను జాన్ ప్రశ్నిస్తాడు. ప్రపంచ ప్రభుత్వం, ఆనందాన్వేషణ పేరున సత్యాన్ని, సౌందర్యాన్ని మాత్రమేగాక, గౌరవకరం, వీరోచితం అయిన జీవిత భాగాలన్నింటినీ తొలగించిందని అభియోగం చేస్తాడు.

‘నా ప్రియమయిన యువ మిత్రమా, నాగరికతకు గౌరవప్రదం, వీరోచితమయిన అంశాల అవసరం లేదు. ఇవి రాజకీయ అసమర్థతకు లక్షణాలు. సరిగా ఏర్పాటయిన మావంటి సమాజంలో, ఎవరికీ గౌరవప్రదంగా, వీరులుగా ఉండదానికి అవకాశం లేదు. అటువంటి సందర్భం రావాలంటే పరిస్థితులు పూర్తిగా అస్థిరం కావవాలి. యుద్ధాలు ఉన్నచోట, విధేయతలు వేరువేరుగా ఉన్నచోట, పట్టి ఉండవలసిన ప్రలోభాలున్నచోట, ప్రేమించిన వస్తువులను గురించి పోరాడవలసిన చోట, అక్కడ స్ఫుటంగా, గౌరవానికి, శౌర్యానికి అర్థం ఉంటుంది. కానీ ఈరోజుల్లో యుద్ధాలని లేనేలేవు. నీవు ఎవరినీ మరీ ఎక్కువగా ప్రేమించకుండా, ఆపడానికి చాలా జాగ్రత్త తీసుకుంటాము. విధేయత పంచవలసిన పరిస్థితి లేదు. నీవు చేయవలసిన దానిని, చేయకుండా ఉండలేని రకంగా నిన్ను మలుస్తాము. అయినా నీవు చేయవలసినది మొత్తం మీద ఆహ్లాదకరంగా ఉంటుంది. సహజప్రేరణలను చాలామటుకు స్వేచ్ఛగా అనుసరించే వీలుంటుంది. కనుక అణగదొక్కవలసిన ప్రలోభాలు ఉండవు. ఒకవేళ, దురదృష్టవశాత్తు, అనువుగానిది, ఏదో జరిగినా, వాస్తవాలనుంచి నీకు శెలవు ఇవ్వడానికి సోమ (ఔషధం) ఉండనే ఉంది. సోమ కోపాన్ని అణచడానికి, శత్రువులతో రాజీపడడానికి నిన్ను సహనపరుడుగా, బాధను భరించే శక్తిగల వాడుగా కూడా మారుస్తుంది.

గతంలో ఇవన్నీ గొప్ప ప్రయత్నం తరువాత, సంవత్సరాలు సాగే నైతికశిక్షణ తరువాత మాత్రమే వీలయ్యేవి. ఇప్పుడు రెండు లేదా మూడు అరగ్రామ్ బిళ్లలు మింగితే చాలు. పని జరుగుతుంది. ఇప్పుడు ఎవరయినా నీతిమంతుడు కావచ్చు. నీ సగం నైతికతను కనీసం, ఒక సీసాలో పట్టించవచ్చు. కన్నీళ్లు లేకుండా క్రైస్తవం. సోమ అంటే అదే'.

'కానీ కన్నీళ్లు అవసరం సుమా! ఆమెతో చెప్పింది జ్ఞాపకం లేదా? "ఇక ప్రతి తుపాను తరువాత ఇట్టి ప్రశాంతత వస్తుందంటే, గాలులు మరణాన్ని బలహీనం చేసిన దాకా వీచనీ." ఒక ముసలి ఇండియన్ చెప్పిన కథ ఉంది. అది మత్సకీ అనే అమ్మాయి గురించిన కథ. ఆమెను పెళ్లాడదలచిన యువకులంతా ఆమె తోటలో ఉదయమంతా దోకాలి. అది సులభంగా కనిపించేది. కానీ అక్కడ పురుగులు, దోమలు ఎగురుతుంటాయి. అవన్నీ మాయపురుగులు. చాలామంది యువకులు వాటి కొరుకుడు, కాట్లు భరించలేక పోయేవారు. కానీ ఒకడెవరో భరించాడు. అమ్మాయి అతనిదయింది.

'భలే! కానీ నాగరిక దేశాలలో దోకుడు లేకుండానే అమ్మాయిలు దొరకుతారు. అక్కడ కుట్టడానికి పురుగులు, దోమలు కూడా ఉండవు. వాటన్నింటినీ వందల ఏండ్ల క్రితమే శావేజ్ తల ఆడించాడు. ముఖం ముడుచుకున్నాడు. 'మట్టు బెట్టారా? అవును అదే మీ తీరు మరి. వాటిని భరించడం నేర్చుకునే బదులు, సౌకర్యంకాని అన్నింటినీ అంతం చేస్తారు. తపింపజేసే అదృష్టపు అమ్ములు, ఉండేలు దెబ్బలు తిని బాధపడడం మనసుకు గౌరవకరంగా కనబడుతుందా లేదా సముద్రంలా వస్తున్న కష్టాలమీదకు ఆయుధం పట్టి వ్యతిరేకించి వాటిని అంతం చేయడం గౌరవకరమా?.. కానీ మీరు అదీ చేయరు. ఇదీ చేయరు. ఉండేలును, బాణాలను తొలగిస్తారు. రద్దు చేస్తారు. అంతా సులభం.. మీ అవసరాలు' అతను మళ్లీ అన్నాడు కదా' కన్నీళ్లు గలది ఏదయినా ఊరికే మార్పు కోసం.. అపాయంలో బతకడం అంటే అందులో ఏమయినా ఉందా?'

'చాలా చాలా ఉంది. ఆడా, మగా అందరూ అప్పుడప్పుడు తమ అడ్రినల్ గ్రంథుల మీద ప్రేరణ పొందాలి. సంపూర్ణ ఆరోగ్యానికి అది ఒకానొక నియమం. అందుకే మేము వి.పి.ఎస్ చికిత్సలు తప్పనిసరి చేశాం.

'వి.పి.ఎస్'...?

'వయెలెంట్ ప్యాషన్ సరోగేట్. (హింసాత్మక ఇష్టాలకు ప్రత్యామ్నాయం). క్రమంగా నెలకు ఒకసారి. మొత్తంగా శరీరంలో అడ్రినలిన్ పరుగెత్తేట్టు చేస్తాం. అది పిచ్చికోపానికి శరీరపరంగా సమానంగా ఉంటుంది. డెస్‌డెమొనాను హత్యచేసిన భావన, ఒతెలో చేతిలో హత్యకు గురయిన భావన, ఆ అసౌకర్యాలేవీ లేకుండానే అందుతాయి'

'కానీ నేను అసౌకర్యాలను ఇష్టపడతాను'.

'మేం అలా కాదు. మేం అన్ని సంగతులను సౌకర్యంగా చేయాలంటాం' అన్నాడు కంట్రోలర్.

'కానీ నాకు సౌకర్యం అక్కరలేదు. నాకు దేవుడు కావాలి. కవిత్వం కావాలి. నాకు నిజమయిన అపాయం కావాలి. నాకు స్వతంత్రం కావాలి. నాకు మంచితనం కావాలి. నాకు పాపం కావాలి'.

'వాస్తవానికి నీవు సంతోషం లేకుండా ఉండే హక్కు అడుగుతున్నావు'. అన్నాడు ముస్తఫా మోండ్.

'అవుననుకోండి. నేను ఆ సంతోషం హక్కు అడుగుతున్నాను' అన్నాడు. జాన్ నిర్లక్ష్యంగా.

'వయసుపెరిగి ముసలికావడానికి, అనాకారిగా, నపుంసకుడుగా, హక్కు అడుగుతున్నావు. అని చెప్పనవసరం లేదు. క్యాన్సర్ హక్కు, తినడానికి ఏమీలేని స్థితి మట్టుబెట్టాము, హక్కు, హీనంగా ఉండే హక్కు, నిరంతరం రేపు ఏం జరుగుతుందన్న అనుమానంతో ఉండే హక్కు టైఫాయిడ్‌కు గురయ్యే హక్కు, అన్ని రకాల, చెప్పలేని బాధలతో హింసకు గురయ్యే హక్కు.'

చాలా కాలం నిశ్శబ్ధం సాగింది.

'అన్నీ కావాలంటున్నాను' చివరకు శావేజ్ అన్నాడు.

'ముస్తఫా మోండ్ బుజాలు ఎగురవేశాడు. 'నీయిష్టం' అన్నాడు.

జాన్ ద శావేజ్ ఎవరూలేని అడవికిచేరి అక్కడ ఒంటరి సన్యాసిగా బతుకుతాడు. ఏళ్ల తరబడి ఇండియన్ రిజర్వేషన్‌లో ఉండడం, షేక్‌స్పియర్, మతం చేతులతో బ్రెయిన్ వాషింగ్‌కు గురికావడం కారణంగా అతను నవీనత అందించే అన్ని హంగులను వద్దనే స్థితికి చేర్చాయి. కానీ ఇటువంటి అసాధారణ, ఉత్తేజకరవ్యక్తి గురించి మాట మరింత వేగంగా వ్యాపిస్తుంది. జనం అతడిని చూడడానికి గుంపులుగా

వచ్చేస్తారు. అతని ప్రతి చర్యను రికార్డ్ చేస్తారు. చూస్తుండగానే అతను ప్రసిద్ధ సెలెబ్రిటీ అవుతాడు. అనుకోని కోరని ప్రచారంతో విసిగి శావేజ్ నాగరికత మాట్రిక్స్ నుంచి తప్పుకుంటాడు. ఎర్రని మాత్రమింగి కాదు.. ఉరివేసుకుని.

ద మాట్రిక్స్, ద ట్రూమన్ షో చిత్రాలను తయారుచేసిన వారివలెకాక, హక్స్‌లే, తప్పించుకునే వీలు గురించి అనుమానంలో పడ్డాడు. అసలు తప్పించుకోవడానికి ఎవరయినా ఉన్నారా, అని ప్రశ్నించాడు. మీ మెదడు, మీ 'సెల్ఫ్' (ఆత్మ) మాట్రిక్స్‌లో భాగాలు గనుక, అందులోంచి తప్పించుకోవాలంటే, మీరు స్వయంభావం నుంచి తప్పించుకోవాలి. అది అనుసరించి చూడదగిన సంభావ్యత. నేను అనే ఇరుకు నిర్వచనం నుంచి తప్పించుకోవడం, ఇరవయి ఒకటవ శతాబ్ధంలో అత్యవసరమయిన మనుగడ నైపుణ్యం అయ్యే వీలుంది.

అయిదవ భాగం
అవిచ్ఛిన్నత

పాత కథలు పడిపోయినవి..వాటి స్థానంలో
కొత్త కథలు ఇంకా పుట్టలేదు.
అటువంటి తికమక పరిస్థితిలో బతుకు గడపడం ఎట్లా?

19

విద్య

మార్పు ఒక్కటే స్థిరాంశం

మానవజాతి మునుపెన్నడూ లేని విప్లవాలను ఎదురుకుంటున్నది. మన పాతకథలు మొత్తంగా నుసిగామారి రాలిపోతున్నాయి. వాటిస్థానంలో నిలవడానికి ఒక్క కొత్త కథ కూడా బయటపడలేదు. ఇటువంటి అపూర్వ పరివర్తనలు, మౌలిక అస్థిరతల ప్రపంచానికి మనం మనలను, మన పిల్లలను ఏ విధంగా సిద్ధం చేస్తాము? ఇవాళ పుట్టిన ఒక పాప 2050 నాటికి ముప్ఫయి సంవత్సరాల వయసు గలదయి ఉంటుంది. అంతా సవ్యంగా సాగితే ఆ బిడ్డ 2100లో కూడా ఉంటుంది. ఇరవయి రెండవ శతాబ్దంలో కూడా ఆమె మనగలిగే వీలుంటుంది. ఆ పాపకుగానీ అటువంటి పిల్లవాడికి గానీ, 2050 నాటి ప్రపంచంలో ఇరవయి రెండవ శతాబ్దంలో బతికి బాగుపడడానికి అనవసరంగా ఏం బోధించగలుగుతాము? ఒక ఉద్యోగం సంపాదించడానికి చుట్టుపట్ల జరుగుతున్న సంగతులను అర్థం చేసుకొనడానికి, బతుకు గజిబిజిలో దారి వెతకడానికి వారికి ఎటువంటి నైపుణ్యాలు అవసరమవుతాయి?

2050లో ప్రపంచం తీరు గురించి ఎవరికీ తెలియకపోవడం దురదృష్టం. 2100 పరిస్థితి చెప్పనవసరమే లేదు. ఈ ప్రశ్నలకు అందుకే జవాబులు తెలియవు. మనుషులు ఏనాడూ భవిష్యత్తును గురించి పొల్లుపోకుండా చెప్పలేకపోయింది నిజం. అయితే ఇవాళ, అంతకు ముందెన్నటికన్నా చాలా కష్టం. అందుకు కారణాలున్నాయి. ఒకసారి సాంకేతికశాస్త్రం, శరీరాలను, బ్రెయిన్, మైండ్‌లను ఇంజనియర్ చేయగలిగితే, ఇక మనం ఏ విషయం గురించి స్థిరంగా చెప్పలేకపోతాము. అంతకుముందు స్థిరమయినవి, నిరంతరం సాగుతాయి అనుకున్న విషయాల గురించి చెప్పలేము.

వెయ్యి సంవత్సరాల నాడు, అంటే 1018లో, భవిష్యత్తు గురించి మనుషులు ఎరుగని విషయాలు చాలా ఉండేవి. అయినా మానవసమాజం మూలలక్షణాలు మాత్రం మారవని వారికి నమ్మకం ఉండేది. 1018లో మీరు చైనాలో కనుక ఉంటే, 1050 నాటికి సాంగ్ సామ్రాజ్యం పతనమయ్యే వీలుందని, ఉత్తరంనుంచి ఖితాన్‌లు దాడి చేయవచ్చునని, ప్లేగులు లక్షల మందిని చంపవచ్చునని మీకు తెలుసు. అయితే 1050లో కూడా చాలామంది జనం యింకా రైతులు. నేతపనివారుగా, తమ సేవల కొరకు పాలకులు ఇంకా మనుషులమీద ఆధారపడతారని, మగవారు, ఆడవారిని అణచి ఉంచుతారని, బతుకు సుమారు నలభై ఏండ్లు సాగుతుందని, మానవశరీరం మాత్రం ఇదేవిధంగా ఉంటుందని మీకు స్ఫుటంగా తెలుసు అందుకని 1018లో బీద తల్లిదండ్రులు చైనాలో తమ పిల్లలకు వరి పండించడం, పట్టునేత నేర్పించాడు. కలిగిన తల్లిదండ్రులు పిల్లకు కన్‌ఫ్యూషియన్ రచనలు చదవడం, కాలిగ్రఫీ రాత గుర్రంమీద నుంచి యుద్ధం నేర్పించారు. ఆడపిల్లలకు వినయం, విధేయతలతో ఇల్లాలుగా ఉండడం నేర్పించారు. ఈ పనితనాలు 1050లో కూడా అసరమవుతాయని విడి చెప్పనవసరం రాలేదు.

అందుకు వ్యతిరేకంగా, ఇవాళ మనకు 2050లో చైనా ఉండబోయే తీరు గురించి, ప్రపంచం ఉండబోయే తీరు గురించి ఆలోచన కూడా లేదు. బతుకుదెరువు కొరకు మనుషులు ఏం చేసేది తెలియదు. సేవకులు, అధికార వర్గాలు పనిచేసే తీరు తెలియదు. ఆడ, మగ సంబంధాలు ఉండే తీరు తెలియదు. కొంతమంది ప్రస్తుతం కన్నా ఎక్కువకాలం బ్రతకవచ్చు. మానవశరీరం, బయోఇంజినీరింగ్, బ్రెయిన్-కంప్యూటర్ సంధానం కారణంగా, కనీవినీ ఎరుగని విప్లవాలకు గురయ్యే వీలుంది. ఇవాళ పిల్లలు చదువుకునే అంశాలలో చాలా వరకు, 2050లో అర్థంలేనివి అవుతాయి అనవచ్చు.

ప్రస్తుతం చాలా పాఠశాలలు, సమాచారాన్ని మెదడులో కూరే ప్రయత్నం చేస్తున్నాయి. గతంలో సమాచారం అరుదు గనుక ఈపద్ధతికి అర్థం ఉండేది. పైగా నెమ్మదిగా ఉన్న సమాచారం చుక్కచుక్కగా కారుతుంటే దానికి సెన్సార్‌షిప్ అడ్డుతగిలేది. మీరు 1800లో మెక్సికోలోని ఒక ప్రావిన్షియల్ నగరం ఒక దాంట్లో బతికేవారు అనుకుందాం. విస్తృతప్రపంచం గురించి ఎక్కువగా తెలుసుకోవడం కష్టంగా ఉండేది. రేడియో లేదు, టెలివిజన్, దినపత్రికలు ప్రజాగ్రంథాలయాలు ఏవీ లేవు. మీరు చదవగలిగిన వారు, ఒక ప్రైవేట్ గ్రంథాలయం అందుబాటులో ఉంది. అక్కడ నవలలు, మతగ్రంథాలు తప్ప చదవవడానికి ఏమీ ఉండేది కాదు. స్పానిష్ సామ్రాజ్యం స్థానికంగా అచ్చయిన పుస్తకాలు అన్నింటినీ సెన్సార్ చేసేది. బయటిదేశాల నుంచి అరుదుగా వచ్చే పుస్తకాలు కూడా పరీక్షకు గురయ్యేవి. రష్యా, భారతదేశం, టర్కీ లేక

చైనా, మీరు ఎక్కడ ఉన్నా, ఇదే పరిస్థితి. ఆధునిక పాఠశాలలు వచ్చాయి. ప్రతి శిశువుకు చదవడం, రాయడం నేర్పించసాగారు. భూగోళం, చరిత్ర, జీవశాస్త్రం నుంచి కొన్ని మూలసత్యాలను అందరికీ చెప్పారు. దానితో చెప్పలేని అభివృద్ధి జరిగింది.

ఇరవయి ఒకటవ శతాబ్దంలో పరిస్థితి వ్యతిరేకంగా ఉంది. సమాచారం విపరీతంగా వరదకట్టి వచ్చేస్తున్నది. సెన్సార్‌లు వాటిని ఆపి ఉంచే పరిస్థితి లేదు. అర్థంలేని వాటి గురించిన మనధ్యాసను మళ్లించే ప్రయత్నాలు లేవు. మీరు మెక్సికోలో ఏదో టౌన్‌లో ఉన్నారు. మీ దగ్గర స్మార్ట్‌ఫోన్ ఉంది. వికీపీడియా చదువుతూ మీరు చాలా జన్మల కాలం గడపవచ్చు. ఆన్‌లైన్ కోర్సులలో చదువుకునే వీలుంటుంది. తమకు నచ్చని సమాచారాన్ని దాచాలని ప్రభుత్వాలు ప్రయత్నించలేవు. మరొక పక్క నుంచి ప్రజలను పరస్పర విరుద్ధ రిపోర్ట్‌లతో, తప్పుదారి పట్టించే సంగతులతో ప్రజలను ముంచెత్తవచ్చు. అలెప్పో మీద బాంబుదాడి, ఆర్కిటిక్ మంచుశిఖరాలు కరగడం, గురించి వార్తలు ఒక్క క్లిక్ దూరంలో ఉన్నాయి. అయితే ఎన్నోరకాల సమాధానం, అందులో ఏ రెండు ఒకే రకంగా ఉండవు. నమ్మదగినది ఏదంటే తెలియదు. క్లిక్ దూరంలో లెక్కించలేనన్ని మిగతా సంగతులు కూడా ఉన్నాయి. ఎక్కడ దృష్టిపెట్టాలంటే తెలియదు. రాజకీయం, సైన్స్ మరీ చికాకుగా కనిపిస్తాయి. కనుక నవ్వు పుట్టించే పిల్లి వీడియోలు, గొప్పవారి గాసిప్, పోర్న్ మీదకు మనసు పీకుతుంది.

ఇటువంటి ప్రపంచంలో ఒక టీచర్ తన విద్యార్థులకు యివ్వవలసిన అంశాలలో సమాచారం చివరన ఉంటుంది. పిల్లల దగ్గర అది మరీ ఎక్కువగా ఉంది. సమాచారంలో నుంచి అర్థం చూడగలిగే తెలివి జనానికి అవసరం. ముఖ్యమయినది, కానిది ఏదని తేడా చెప్పగలగాలి. అన్నిటినిమించి, ప్రపంచం గురించి సమాచారం ముక్కలను పేర్చి ఒక విస్తృతచిత్రాన్ని సిద్ధం చేయగలగాలి.

వాస్తవానికి, శతాబ్దానికి పశ్చిమప్రపంచంతో ఉదారవాద విద్యకు ఇదే ఆదర్శం. కానీ ఇప్పటివరకు కూడా పాశ్చాత్య పాఠశాలలు చాలావరకు, ఈ కృషిని సంపూర్తి చేయలేకపోయాయి. ఉపాధ్యాయులు సమాచారం కూరడంలోనే ఉండిపోయారు. 'ఎవరికి వారే ఆలోచించాలి' అని పిల్లను ప్రోత్సహించారు. అధికారవాదం భయం ఉండి, ఉదారవాద పాఠశాలలు, గొప్ప కథనాల హోరుకు గురయ్యాయి. పిల్లలకు కావాలసినంత డేటా, కొంత స్వతంత్రం యిస్తే, ప్రపంచం గురించిన పటాన్ని తామే తయారు చేసుకుంటారని భావించారు. ఒక తరం అవసరమయిన డేటాను చక్కని ప్రపంచకథగా అమర్చలేనిన స్థితిలో, ఆ పనికి మునుముందు మరింత అవకాశం ఉంటుంది. ఇప్పుడు సమయం లేదు. రానున్న కొన్నిపదుల సంవత్సరాలలో మనం తీసుకునే నిర్ణయాలు, ఏకంగా జీవం భవితవ్యానికి రూపుపోస్తాయి. అయితే ఆ నిర్ణక్ష్యాలను మనం, మనకు ప్రపంచం గురించి ప్రస్తుతం ఉన్న అవగాహన ఆధారంగా

తీసుకోవాలి. ఈ తరం వారికి కాస్మోస్ గురించిన సమగ్రదృష్టి లేదంటే జీవం భవిష్యత్తు అస్తవ్యస్తంగా నిర్ణయమవుతుంది.

వేడి మొదలయింది

సమాచారంతో బాటు చాలా పాఠశాలలు విద్యార్థులకు ముందే నిర్ణయించిన కొన్ని నైపుణ్యాలను నేర్పించడం మీద శ్రద్ధ పెడుతున్నాయి. డిఫరెన్షియల్ సమీకరణాలు, సి++లో కంప్యూటర్ కోడ్ రాయడం, ఇచ్చిన రసాయనాలను పరీక్షించి గుర్తించడం, చైనీస్ భాషలో మాట్లాడడం వాటిలో కొన్ని కావచ్చు. అయినా 2050లో జాబ్ మార్కెట్ తీరు గురించి ఆలోచన లేదు. కనుక అప్పటికి ఎటువంటి అంశాలు అవసరమవుతాయి తెలియదు. చాలా ఖర్చు, కష్టం తరువాత పిల్లలకు సీ++, లేదా చైనా భాష నేర్పిస్తాము. కానీ 2050 నాటికి కృ.జ్ఞా. మనుషుల కన్నా సాఫ్ట్‌వేర్ బాగా కోడ్ చేస్తుందని తెలుస్తుంది. గూగుల్ వారి కొత్త అనువాదం ఆప్ ఒక్క మందరిన్‌లోనే కాదు, హక్కు కాంటోనీస్ అన్నింటిలో ముక్క పొల్లుపోకుండా మాట్లాడేందుకు సాయం చేస్తుంది. మీరు 'నిహాహో' అని చెప్పడం కూడా చేతగానవసరం లేదు.

అయితే ఇంతకూ ఏం నేర్పించాలి? బోధనశాస్త్రం నిపుణులు చాలామంది, బడులు అన్నింటిలో నాలుగు 'సి'లు నేర్పించే పద్ధతి రావాలని వాదిస్తున్నారు. క్రిటికల్ థింకింగ్ (వివేచన), కమ్యూనికేషన్ (భావ వినిమయం) కోలాబొరేషన్ (సహకారంతో పని), క్రియేటివిటీ (సృజనాత్మకత) అన్నవి ఆ నాలుగు అంశాలు. మరింత సులభంగా చెప్పాలంటే చదువు పేరున సాంకేతిక నైపుణ్యం పెంచడం మీద శ్రద్ధ తగ్గాలి. సామాన్యంగా పనికివచ్చే బతుకు నైపుణ్యాల మీద ఎక్కువ కృషి జరగాలి. మార్పును ఎదురుకొనగలగడం అన్నిటికన్నా ముఖ్యం అవుతుంది. కొత్తసంగతులు నేర్వడం, పరిచితంకాని పరిస్థితిలో మెదడు సమతూకాన్ని స్థిరంగా ఉంచడం కూడా అంతే ముఖ్యమయిన అవసరాలు. 2050 నాటి ప్రపంచానికి సరితూగాలంటే, కొత్త ఆలోచనలు, ఉత్పత్తులు వస్తే చాలదు. అన్నింటికీ మించి మిమ్ము మీరు మళ్లీమళ్లీ తిరిగి కనుకొని, గుర్తించడం అవసరమవుతుంది. అంటే అవసరం ప్రకారం మిమమల్ని మీరు కొత్తగా సిద్ధం చేసుకోవాలి. ఒకసారి కాదు..ఎన్నిసార్లయినా.

మార్పు వేగం పెరుగుతుంది. అప్పుడు మారేది ఆర్థిక వ్యవస్థ ఒకటే కాదు. 'మనిషిగా ఉండడం, మనగలగడం' అన్న మాటల అర్థం మారే వీలుంది. ఇప్పటికే, 1848లో కమ్యూనిస్టు మ్యానిఫెస్టోలో 'ఘనస్థితిలో ఉన్నదంతా గాలిలోకి ఎగిరిపోతుంది' అని ప్రకటించారు. అయితే మార్క్స్, ఎంగెల్స్ ముఖ్యంగా ఆర్థిక, సామాజిక నిర్మాణాన్ని దృష్టిలో ఉంచుకుని ఆ మాటలు అన్నారు. కానీ 2048లో శరీరనిర్మాణం, విషయ

గ్రహణ నిర్మాణాలు కూడా గాలిలో కలిసిపోతాయి కాదంటే డేటా మేఘంగా, అవీ చిన్నమబ్బుగా మిగిలిపోతాయి.

1848లో లక్షలాది జనం వ్యవసాయ రంగంలో పని పోగొట్టుకుని, కర్మాగారాలలో పని చేయడానికి పెద్ద నగరాలకు దారితీశారు. కానీ అక్కడికి చేరిన తరువాత, ఆడవారు మగకాలేరు, మగవారు ఆడమనిషి కారు. వారి అవగాహన శక్తి కూడా పెరగదు. ఎక్కడో ఒక గుడ్డల మిల్లులో పని దొరుకుతుంది. ఇక పని చేయగలిగినంత కాలం అదే పనిలో ఉంటామని అనుకునే వీలుండేది.

ఇక 2048లో ప్రజలు సైబర్ స్పేస్‌లో మారవలసిన పరిస్థితిని ఎదురుకుంటారు. అప్పుడు ఆడ, మగ తేడా అంతంత మాత్రంగా ఉంటుంది. కంప్యూటర్ ఇంప్లాంట్స్ శరీరంలో చేరతాయి. జ్ఞానేంద్రియ అనుభవాలు కొత్తరకంగా ఉంటాయి. ఒక త్రీడీ విజువల్ వర్చువల్-రియాలటీ గేమ్ కొరకు ఆ నిమిషం వరకు సరికొత్త ఫ్యాషన్స్‌ను డిజైన్ చేసే పని దొరుకుతుంది. అందులో అర్థం కూడా కనబడుతుంది. అయితే తరువాతి పది సంవత్సరాల లోపల ఈ ఒక్క వృత్తి మాత్రమే కాదు. ఈ స్థాయి కళాకౌశలం అవసరమయే అన్ని పనులు కృత్రిమ జ్ఞానం చేతికి మారిపోతాయి. అప్పటికి మీ వయసు ఇరవయి అయిదు. అప్పుడు మిమ్మల్ని మీరు ఒక డేటింగ్ సైట్ మీద పరిచయం చేస్తుంటారు. 'ఇరవయి అయిదేళ్ల వయసు, హెటిరో సెక్సువల్ స్త్రీని. లండన్‌లో ఉంటాను. ఒక ఫ్యాషన్ షాప్‌లో పని చేస్తుంటాను' అని అక్కడ చెపుతారు. ముప్ఫయి అయిదు వయసులో, లింగ బేధం అంతగా పట్టించుకోని వ్యక్తిని వయసు గురించి అడ్జస్ట్‌మెంట్‌లో ఉన్నాను. నా నియోకార్టికల్ కార్యకలాపాలన్నీ, ముఖ్యంగా న్యూకాస్మాస్ వర్చువల్ వరల్డ్‌లో జరుగుతుంటాయి. నా బతుకు గమ్యం, ఫ్యాషన్ డిజయినర్ ఎవరూ వెళ్లని చోటికి వెళ్లడం అని చెపుతారు. ఇక నలభయి అయిదేళ్ల వయసు వస్తుంది. అప్పుడు మీ గురించి మీరు చెప్పుకునే అవసరం రాదు. అప్పటికి డేటింగ్ ఉండదు. చెప్పుకోవడం ఉండదు. ఒక అల్గోరిదం మీకు తగిన జంటను వెదికే (లేక తయారుచేసే) దాకా వేచి ఉండడమే. ఇక ఫ్యాషన్ డిజైనింగ్ అనే కళ నుంచి, అర్థం గ్రహించడం గురించి అయితే, మీరు తిరుగులేని విధంగా పాతపద్ధతి అవుతారు. గతంలో మీరు సాధించిన విజయాలను ఆల్గోరిదంలు చూస్తుంటే, మీకు చిరాకు కలుగుతుంది తప్ప గర్వం మాత్రం కాదు. నలభయి అయిదు వయసు తరువాత కూడా మీ ముందు మరెన్నో దశాబ్దాల మౌలిక మార్పుల జీవితం నిలిచి ఉంటుంది.

ఈ సన్నివేశాన్ని మరీ నిజంగా భావించకండి. మనం చూడబోతున్న ఒక్కొక్క మార్పును ఎవరూ నిజంగా చెప్పలేరు. అది ఏ సన్నివేశమయినా సత్యదూరం అయ్యే వీలుంది. ఎవరయినా మీ ముందు ఇరవయి ఒకటవ శతాబ్దంలో మధ్యభాగంలో

ప్రపంచం గురించిన తీరును వర్ణిస్తుంటే, అది సైన్స్ ఫిక్షన్‌లో లాగా ధ్వనిస్తే, అది బహుశా అబద్ధం. ఇక ఎవరయినా మీ ముందు, ఇరవయి ఒకటవ శతాబ్ధం మధ్య భాగంలో ప్రపంచం తీరు వర్ణిస్తుంటే, అది సైన్స్‌ఫిక్షన్ లాగా ధ్వనించకుంటే, అది తప్పకుండా అబద్ధం. వివరాలను ఒక్కొక్కటి గురించి నమ్మకంగా చెప్పలేము. అయితే మార్పు అన్నది ఒకటి మాత్రం సిద్ధం.

ఇటువంటి లోతయిన మార్పు, జీవితం నిర్మాణం మార్చవచ్చు. అందులో గుర్తింపవలసిన లక్షణంగా క్రమం లేకపోవడం, క్రమం తెగడం కనబడవచ్చు. జ్ఞాపకానికి అందని కాలం నుంచి జీవితాన్ని రెండు భాగాలుగా విభజించారు. ఈ రెంటికి మధ్యన పొంతన ఉండేది. అందులో మొదటి నేర్చుకునే కాలం, రెండవది పనిచేసే కాలం. జీవితం మొదటి భాగంలో మీరు సమాచారం సేకరిస్తారు. నైపుణ్యాలు పెంచుకుంటారు. ప్రపంచదృష్టి సిద్ధం చేసుకుంటారు. చివరకు ఒక స్థిరమయిన గుర్తింపు నిలబెట్టుకుంటారు. పదిహేనేళ్ల వయసులో కూడా మీరు, మీ స్వంత వరిపొలంలో, దినమంతా గడుపుతారు. అంటే బడికి వెళ్లరు. అయినా మీరు ముఖ్యంగా చేస్తున్న పని నేర్వడం, వరి పండించడంలో మెళకువలు, దురాశగల వ్యాపారులతో బేరసారాలు, ఊరివారితో భూమి, నీరు తగాదాలు తేల్చడం, ఇవన్నీ నేర్పిన విషయాలు. ఇక బతుకులోని రెండవ భాగంలో, ఈ ప్రపంచంలో ముందుకు సాగడానికి జీవిక సంపాదనకు, సమాజానికి కొంత ఇవ్వడానికి మీరు ఇప్పటివరకు పోగు వేసుకున్న పనితనం మీద ఆధారపడ్డారు. యాభయి వయసు వచ్చిన తరువాత కూడా, వరి, వ్యాపారులు, వివాదాల గురించి నేర్వడం కొనసాగింది. అది, అప్పటికే చక్కగా తీర్చిదిద్దిన సామర్థ్యానికి చిన్నచిన్న చేరికలు, మార్పులు అంతే.

ఇరవయి ఒకటవ శతాబ్ది మధ్యకాలం నాటికి మార్పు వేగం పెరుగుతుంది. మనుషులు ఎక్కువ కాలం బతుకుతారు. కనుక ఈ సాంప్రదాయ పద్ధతి పనికిరానిది అవుతుంది. జీవితం, పక్కలలో కుట్లు పిగులుతాయి. అందులోని వేరువేరు భాగాల మధ్య, కాలం మధ్య, వరుసక్రమం తెగుతుంది. తక్కువవుతుంది. 'నేనెవరిని?' అన్నది అర్జెంట్ ప్రశ్న అవుతుంది. అది అంతకు ముందు లేనంత చిక్కపడుతుంది.

ఇందులో చాలా ఒత్తిడికి చోటుండే వీలుంది. మార్పు అంటేనే మామూలుగా ఒత్తిడికి కారణం అవుతుంది. ఇక వయసు వచ్చిన తరువాత ఎవరూ మార్పును ఇష్టపడరు. పదిహేను వయసులో జీవితం మొత్తం మార్పు చెందుతుంది. శరీరం పెరుగుతున్నది. మెదడు అభివృద్ధి అవుతున్నది. మనుషులతో సంబంధాలు లోతవుతున్నాయి. అంతా అటుయిటుగా ఉంది. అంతా కొత్తగా ఉంది. మిమ్ము మీరు అర్థం చేసుకోవడంలోనే సమయం గడిచిపోతున్నది. చాలామంది యువత

భయపడిపోతారు. కానీ అదే సమయంలో ఉత్తేజం కూడా ఉంటుంది. ఎదుట కొత్తదారులు ఏర్పడుతుంటాయి. జయించడానికి మొత్తం ప్రపంచం రమ్మంటుంది.

ఇక యాభయి వయసు వచ్చిన తరువాత, మీకు మార్పు అవసరం లేదు. ప్రపంచాన్ని గెలవాలన్న కోరికను కూడా చాలామంది వదులుకుంటారు. అంతా చూశాము, అంతా చేశాము, టీషర్ట్ దొరికింది. అప్పుడిక స్థిరత కావాలి. పనితనం కొరకు ఎంతో వెచ్చించారు. పని జీవితం, స్వంత గుర్తింపు, మీకు గల ప్రపంచదృష్టి అన్నింటి గురించి శ్రమించారు. ఇప్పుడు తిరిగి మొదటికి అంటే కుదరదు. ఇష్టం లేదు. ఏదయినా నిర్మించడానికి ఎంతగా కష్టపడితే, దాన్ని వదులుకోవడం అంతగా కష్టమవుతుంది. కొత్తను అక్కడ నిలపడం అంతకన్నా కష్టం. కొత్త అనుభవాలు, చిన్నచిన్న మార్పులను మీరింకా ఇష్టపడవచ్చు. కానీ యాభైలలో ఉన్న చాలా మంది తమ గుర్తింపు, వ్యక్తిత్వం అనే లోతయిన సంగతులను ఓవర్‌హాల్ చేయడానికి ఇష్టపడరు.

అందుకు నాడీమండల సంబంధ కారణాలున్నాయి. నడివయసులో మెదడు ఒకప్పుడు భావించినకన్నా ఎక్కువ మారగలుగుతుంది. ఇగిరిపోతుంది. అయినా అది యుక్తవయసులో వున్న మెదువు కాదు. నాడీకణాలను తిరిగి కలపడం, సైనాప్సెస్ బంధాలను ఏర్పాటు చేయడం కష్టమయిన పని. అయితే ఇరవయి ఒకటవ సెంచురీలో స్థిరత కుదరదు. మీరు ఒక స్థిరమయిన గుర్తింపును ఉద్యోగం, ప్రమాదదృష్టిని పట్టి వెదుకుతామంటే, వెనుకపడి ఉండిపోయే ప్రమాదం ఉంటుంది. ప్రపంచం హూష్ అంటూ పక్కగా దూసుకుని ముందుకుపోతుంది. మనుషులు బతికేకాలం ఎక్కువవుతుందన్నది నిజం. అంటే మీరు ఆ తరువాత చాలా పదుల ఏండ్లు ఏమీ తెలియని శిలాజంవలె పడిఉండవలసి ఉంటుంది. కేవలం ఆర్థికంగానే గాక, అన్నిటినీ మించి సామాజికంగా, కాలానికి తగినట్లు మనగలగాలంటే, నిరంతరం నేర్చుకోవడమనే, మిమ్ము మీరు తిరిగి కనుగొని కొత్తరూపు పోసుకునే క్షమత మీకు అవవసరం. యాభయి వంటి చిన్న వయసులో ముఖ్యంగా.

కొత్తదనం, కొత్త సామాన్యం అవుతుంది. మీ యొక్క మొత్తం మానవాళి యొక్క పాత అనుభవం దారి చూపించడంలో తక్కువ నమ్మదగినది అవుతుంది. మనుషులు వ్యక్తిగతంగా, మానవజాతి మొత్తంగా, అంతకు ముందు ఎవరూ ఎదుర్కొనని విపత్తులతో తలపడడం ఎక్కువవుతుంది. సూపర్–ఇంటెలిజెంట్ యంత్రాలు, ఇంజినియర్ చేసిన శరీరాలు, అనుకోనంత సూటిగా మీ భావాలను మార్చగల అల్గోరిదంలు, మనిషి కారణంగా వేగంగా వచ్చే శీతోష్ణ ఉత్పాతాలు ప్రతి పదేండ్లకు మీ వృత్తి మార్చవలసిన అవసరం, ఎన్నో సంగతులు ఎదురవుతాయి. అంతకు ముందెన్నడూ అనుభవానికి రాని పూర్తి కొత్త పరిస్థితి ఎదురయితే, చేయవలసిన

సరయినది ఏమిటి? అంతులేని సమాచారం వరదగా వచ్చి ముంచెత్తుతూ ఉంటుంది. దాన్ని మొత్తంగా అర్థం చేసుకుని, విశ్లేషించే పరిస్థితి లేదు. అప్పుడు మీ ప్రవర్తన ఎట్లాగుంటుంది? అస్థిరత లోతు పెరిగి ఉండడం ఏదో పొరపాటు కాదు. అదే ప్రధానలక్షణం. అటువంటి ప్రపంచంలో బతకడం ఎట్లా?

అటువంటి ప్రపంచంలో నిలదొక్కుకుని బాగుపడాలంటే, మీకు మెదడు విషయంగా బోలెడు మారే గుణం అవసరం. భావాల సమతూకం ఎక్కువగా నిలపగల నిధి కావాలి. మీకు బాగా తెలుసు అనుకున్న కొంత తెలివిని వదులుకోవలసిన పరిస్థితి తిరిగితిరిగి ఎదురవుతుంది. తెలియని దానితో సౌకర్యం ఉండవలసిన స్థితి అట్లాగే ఎదురవుతుంది. తెలియని సంగతులను గుండెకు హత్తుకుని, మెదడు సమతూకాన్ని నిలుపుకోవాలని పిల్లలకు బోధించవలసి ఉంటుంది. అది భౌతికశాస్త్రంలో ఒక సమీకరణం, లేదా మొదటి ప్రపంచయుద్ధానికి కారణాల గురించి చెప్పడంకన్నా చాలా కష్టం. ఒక పుస్తకం చదివి, లేదా ఉపన్యాసం విని అవిచ్ఛిన్నత, మారినా తిరిగి తొలి స్థితికి చేరగలడం నేర్వడం కుదరదు. మెదడుకు సంబంధించి అందరినీ ఇటువంటిశక్తి ఇరవయి ఒకటి శతాబ్దిలో అవసరమవుతుంది. పాఠం చెప్పే పంతుళ్లకే ఈ ఒదుగు లక్షణం ఉండకపోవచ్చు. అవును మరి, వారంతా పాతపద్ధతి విద్యావ్యవస్థ నుంచి వచ్చిన వారాయె.

చదువు విషయంగా ఉత్పత్తిక్రమం సిద్ధాంతం మనకు పారిశ్రామిక విప్లవం నుంచి వారసత్వంగా అందింది. నగరం మధ్యన పెద్ద కాంక్రీట్ భవనం ఉంటుంది. అందులో అన్నీ ఒకేరకంగా, బోలెడన్నీ గదులుంటాయి. గదుల్లో వరుసగా డెస్కులు, కుర్చీలు ఉంటాయి. గంట మోగుతుంది. మరొక ముప్ఫయి మందితో కలిసి మీరు కూడా వాటిలో ఒక గదిలోకి చేరుకుంటారు. ఆ పిల్లలందరూ మీరు పుట్టిన సంవత్సరంలోనే పుట్టినవారు. ఒక్కొక్క గంటకు ఒక పెద్ద మనిషి వస్తాడు. లేదా ఆమె కావచ్చు. మాటలు మొదలుపెడతారు. వాళ్లకు ఆ పని చేయడానికి సర్కారువారు పైసలు యిస్తారు. వారిలో ఒకరు మీకు భూమి ఆకారం గురించి చెపుతారు. మరొకరు మనుషుల గతం గురించి చెపుతారు. ఇంకొకరు వచ్చి మనిషి దేహం గురించి చెపుతారు. ఈ నమూనాను చూచి నవ్వడం చాలా సులభం. అది గతంలో ఎంతో సాధించి ఉండవచ్చు. ప్రస్తుతం మాత్రం అది దివాళా తీసింది. అయినా అందుకు బదులుగా మరొక నమూనాను మనమింకా స్థిరం చేయలేదు. క్రమంగా మార్చగల, పెంచగల ప్రత్యామ్నాయం ఒకటి, అది మెక్సికో పల్లెలలోనయినా, పనికి వచ్చే రకంగా, రానేలేదు. అది అప్ మార్కెట్ కాలిఫోర్నియా పరిసరాలకు పనికి వచ్చేది కారాదు.

మనుషులను మార్చడం

ఒక పదిహేను సంవత్సరాల అబ్బాయి, లేక అమ్మాయి మెక్సికో, ఇండియా, ఆలహాబాద్ ఎక్కడో ఒక పాత కాలంచెల్లిన బడిలో యిరికి ఉంటే, నేనివ్వగల అన్నిటికన్నా మంచి సలహా ఒకటే, ఈ పెద్దల కాళ్లమీద మరీ ఆధారపడవద్దు, అని. వాళ్లెవరికీ దురుద్దేశాలు లేవు నిజమే. అయితే వాళ్లు ప్రపంచాన్ని అర్థం చేసుకోలేరు గతంలో పెద్దవారిని అనుసరించడం నమ్మదగిన తీరుగా ఉండేది. వారికి ప్రపంచం బాగా తెలుసు అనేవారు. ప్రపంచం మార్పు నెమ్మదిగా సాగేది. కానీ ఇరవయి ఒకటవ శతాబ్దం మరొకరకంగా ఉండబోతున్నది. మార్పు వేగం పెరుగుతున్నది. అటువంటి పరిస్థితిలో మీకు పెద్దలు చెప్పేవన్నీ ఏనాటికయినా చెదరని జ్ఞానం, కాలం చెల్లిన పక్షపాతం మాటనా స్థిరంగా తేల్చలేము.

మరి దేనిమీద ఆధారపడాలి? సాంకేతికశాస్త్రం మీదనా? అది మరింత ప్రమాదంగల పని. అది మనకు ఎంతో సాయం చేస్తుంది. కానీ దానికి మీ బతుకు మీద మరీ అధికారం ఎక్కువయితే, అది నిర్ణయించే పనుల పట్టికకు బందీ అయిపోతారు. వేల సంవత్సరాలనాడు మనుషులు వ్యవసాయం కనుగొన్నారు. అయితే అది చాలా తక్కువమంది పైతరగతి వారిని మాత్రమే ధనవంతులను చేసింది. ఎక్కువమంది మనుషులను అది బానిసలుగా చేసింది. చాలామంది జనం తెల్లవారిన నుండి పొద్దుగుంకే దాకా కలుపుమొక్కలు పీకుతూ, నీరు కావిళ్లు మోస్తూ, పంటలు కోస్తూ మండే ఎండలో గడిపారు. మీకూ అదే గతి పడుతుంది.

టెక్నాలజీ చెడ్డది కాదు. మీకు జీవితంలో కావలసినది ఏమని తెలిసి ఉంటే, వాటిని సాధించడానికి సాంకేతికశాస్త్రం సాయం చేస్తుంది. కానీ మీకు కావలసినది తెలియదంటే మాత్రం, టెక్నాలజీ మీరు చేరవలసిన చోట్లను అదే నిర్ణయిస్తుంది. మీ బతుకుమీద అదుపు సంపాదించుకుంటుంది. రానురాను సాంకేతికశాస్త్రం మనుషులను అర్థం చేసుకునే తీరు మెరుగవుతున్నది. అప్పుడు దానికి సేవ చేస్తూ ఉండిపోయామని మీకు అర్థమవుతుంది. అది మీకు సేవ చేయదు. స్మార్ట్ ఫోన్‌లలోకి చూస్తూ వీధులలో తిరిగే, మానవాకారాలను మీరు గమనించారా? వారు టెక్నాలజీని అదుపు చేస్తున్నారని మీరు అనుకుంటున్నారా? లేక అది ఆ మనుషులను శాసిస్తున్నదా?

అయితే మరి మీరు, మీ మీదే ఆధారపడతారా? సెసమీ స్ట్రీట్‌లో అయితే మాట బాగుంటుంది. పాత తరహా డిస్నీ ఫిల్మ్‌లో కూడా బాగుంటుంది. నిజం బతుకులో మాత్రం అది అంత బాగపనిచేయదు. డిస్నీ వారికి కూడా సంగతి అర్థమవుతున్నది. అచ్చంగా రైలీ ఆండర్సన్‌లాగే చాలామందికి తమగురించి తమకు తెలియదు. ఇక

'తమను తాము' వినాలని ప్రయత్నం చేస్తారు. అప్పుడు సులభంగా బయటినుంచి వచ్చే ప్రభావాలకు గురవుతారు. మన తలలో వినిపించే మన గొంతుక ఏనాడూ నమ్మదగినది కాదు. అది ప్రభుత్వ ప్రచారాన్ని, వివిధ వర్గాల బ్రెయిన్ వాషింగ్ ప్రయత్నాలను, వ్యాపార ప్రకటనలను, అన్నింటికీ మించి జీవరసాయనం బగ్స్‌ను అనుసరిస్తుంది. వాటిని విన్నందుకే ఈ గొంతు సిద్ధమయింది.

జీవసాంకేతిక శాస్త్రం, మెషీన్ లర్నింగ్ మరింత బాగవుతాయి. మనుషుల లోతయిన భావాలను ఆశలను మార్చి ప్రైవేట్ చేయడం మరింత సులభమవుతుంది. కనుక మీ మనసును మీరు విని నడుచుకోవడం మరింత ప్రమాదకరం అవుతుంది. కోకా–కోలా, అమెజాన్, బైదూలకు మీ గుండెతీగలు లాగి మార్చి, మీ మెదడు మీట నొక్కి మిమ్మల్ని అదుపు చేయడం తెలిసిపోయిన తరువాత కూడా, మీరు మీకు, వాళ్ల మార్కెటింగ్ ఎక్స్‌పర్ట్‌కు తేడా చెప్పగలరా?

పని మీనుంచి చాలా ఆశిస్తుంది. అప్పుడు మీకు మీ స్వంత ఆపరేటింగ్ సిస్టం (పని యంత్రాంగం) గురించి మరింత ఎక్కువ కృషి చేయవలసిన అవసరం వస్తుంది. మీరంటే ఏమని తెలియాలి. జీవితంలో మీరు ఏం ఆశించేది తెలియాలి. అయితే ఇది గ్రంథాలలో కనిపించే అన్నిటికన్నా పాత సలహా, అదే 'నిన్ను నీవు తెలుసుకో అన్న ఆదేశం. వేలాది ఏండ్లుగా తాత్వికులు, మతాలు ప్రజలను తమను తాము అర్థం చేసుకొమ్మని అడిగారు. అయితే ఇరవయి ఒకటవ సెంచరీలో ఆ అభ్యర్థన, ఆదేశం, అర్జెంట్, వెంటనే అమలు చేయవలసినదిగా మారింది. లావో త్సే, సోక్రటిస్ రోజులు లేవు. ఇప్పుడు మీకు ఎప్పుడు లేనంత పోటీ ఉంది. మిమ్మల్ని హ్యాక్ చేయడానికి కోకా–కోలా, అమెజాన్, బైదూ యింకా ప్రభుత్వాలు పోటీపడి పరుగులు పెడుతున్నాయి. వారు హ్యాక్ చేయదలిచింది. మీ స్మార్ట్‌ఫోన్ కాదు. మీ కంప్యూటర్, బ్యాంక్ అకౌంట్స్ అంతకన్నా కాదు. వారు మిమ్మల్ని హ్యాక్ చేయడానికి పోటీపడుతున్నారు. మీ జీవిత ఆపరేటింగ్ సిస్టమ్ హ్యాక్ చేయాలి అంటున్నారు. కంప్యూటర్‌లను హ్యాక్ చేయడం విని ఉంటారు. అది సగం కూడా నిజం కాదు. మనుషులను హ్యాక్ చేసే కాలమిది.

అల్గోరిదంలు ఈ క్షణాన మిమ్మల్ని కనిపెట్టి చూస్తున్నాయి. మీరు ఎక్కడికి పోతారు. ఏం కొంటారు. ఎవరిని కలుస్తారు. అన్నీ గమనిస్తున్నాయి. త్వరలోనే అవి మీరువేసే ప్రతి అడుగును, తీసే ప్రతి శ్వాసను, మీ గుండెచప్పుడును లెక్కిస్తాయి. మిమ్మల్ని మరింత బాగా, లోతుగా అర్థం చేసుకొనడానికి అవి బిగ్ డేటా, మెషీన్‌లర్నింగ్‌ల మీద ఆధారపడుతున్నాయి. మీ గురించి మీకు తెలిసినకన్నా, ఒక నాటికి అల్గోరిదంలకు ఎక్కువ తెలుస్తుంది. అప్పుడవి మిమ్మల్ని అదుపు చేయగలుగుతాయి. ఆడించగలుగుతాయి. అందులో మీరు చేయగలిగేది ఏమీ ఉండదు.

మీరు మా(ట్రిక్స్‌లో లేదా (ట్రూమన్ షోలో బతుకుతారు. చివరకు అంతా అనుభవిక విషయం అవుతుంది. మీ లోపల, మనసులో, జరుగుతున్నవన్నింటినీ అల్గొరిదంలు అర్థం చేసుకుంటే, అది కూడా మీకు తెలిసినకన్నా బాగా అర్థం చేసుకుంటే, అధికారం చేతులు మారుతుంది.

అవును. మీరు మొత్తం అధికారాన్ని అల్గోరిదంలకు దత్తం చేయడానికి పూర్తి సంతోషంతో అంగీకరించవచ్చు. మీ కొరకు, మిగతా మొత్తం (ప్రపంచం కొరకు అన్ని విషయాలను గురించి నిర్ణయాలను వాటికే నమ్మకంగా వదలచవచ్చు. అయితే మరి హాయిగా రిలాక్స్ అయి రైడ్‌ను అనుభవించండి. అక్కడ మీరు చేయవలసింది ముక్క కూడా లేదు. అల్గోరిదంలు మొత్తం వ్యవహారాన్ని చూస్తాయి. అయితే వ్యక్తిగతంగా మీ ఉనికి గురించి రానున్న కాలంలో బతుకు గురించి కొంత అదుపు మీ చేతిలో ఉండాలని అనుకుంటే మాత్రం, మీరు పరుగుపెట్టాలి. అమెజాన్ కన్నా, ప్రభుత్వాల కన్నా వేగంగా పరుగుపెట్టాలి. వాటికన్నా ముందు, మీ గురించి మీరు తెలుసుకోవాలి. వేగంగా పరుగు పెట్టాలి. వెంట చాలా లగేజ్ ఉంటే కుదరదు. అందుకే భ్రమలు అన్నింటినీ వదిలిపెట్టండి. అవి చాలా బరువుంటాయి.

20

అర్థం-భావం

బతుకంటే కథ కాదు

నేనెవరిని? జీవితంలో ఏం చేయాలి? అసలు బతుకుకు అర్థం ఏమి? మానవులు ఈ ప్రశ్నలను అనాదిగా అడుగుతూనే ఉన్నారు. ప్రతి తరానికి ఒక కొత్త సమాధానం కావాలి. మనకు తెలిసింది, తెలియనిది ప్రతి తరానికి మారుతూ ఉంటుంది మరి. సైన్స్ గురించి, దేవుడు, రాజకీయం, అన్నిటిగురించి మనకు తెలిసిన, తెలియని విషయాలను దృష్టిలో ఉంచుకుంటే, ఇవాళ మనం యివ్వగలిగిన ఉత్తమ సమాధానం ఏమిటి?

ప్రజలు ఎటువంటి జవాబు ఆశిస్తున్నారు? జీవితానికి అర్థం గురించి అడిగిన, ఇంచుమించు అన్ని సందర్భాలలోనూ, వారు ఒక కథ సమాధానంగా వస్తుందని అనుకుంటారు. హోమో సేపియెన్స్ అంటేనే కథలు చెప్పేజీవి. ఈ జీవి అంకెలు, గ్రాఫ్‌లలో గాక కథలలో ఆలోచిస్తుంది. అసలు ఈ విశ్వం ఒక కథవలె పనిచేస్తుందని నమ్ముతుంది. అందులో హీరోలుంటారు. విలన్‌లుంటారు. వివాదాలు, పరిష్కారాలుంటాయి. క్లైమాక్స్ ఉంటుంది. సుఖాంతం అవుతుంది. బతుకులో అర్థంకొరకు వెదికితే, సత్యం అంటే ఏమిటి అని వివరించే కథను ఆపేక్షిస్తాము. ఈ కాస్మిక్ నాటకంలో నా పాత్ర ముఖ్యంగా ఏమిటి తెలియాలి. ఆ పాత్ర నేనవరిని అన్న విషయం చెపుతుంది. నా అనుభవాలు, ఆశయాలన్నింటికి అర్థాన్నిస్తుంది. ఆతురత గల కోట్లాది మందికి, వేలాది సంవత్సరాలుగా చెప్పిన కథ ఒకటి ఉంది. మనమంతా ఒక అనంతవలయంలో భాగాలమని, అది అందరినీ ఆవరించి, సంబంధాలు ఏర్పరుస్తుందని ఆ కథ వివరిస్తుంది. ఈ వలయంలో ప్రతి జీవికి నిర్దిష్టమయిన పని

ఉంది. జీవితం అర్థాన్ని అవగాహన చేసుకొనడమంటే, మీ విధిని అర్థం చేసుకొనడమే. మంచిగా బతకడం అంటే ఆ విధిని నిర్వహించడమే.

భారతీయ పవిత్రగ్రంథం భగవద్గీత ఇతిహాసంలో అర్జునుని గురించి చెప్పబడి ఉంది. మారణహోమం అయిన యుద్ధం జరగాలి. అర్జునుడు మాత్రం అనుమానంలో పడిపోయాడు. ఇరుపక్షాల సేనలలో మిత్రులు, బంధువులను చూచాడు. యుద్ధం చేసి వారందరినీ చంపడమంటే జంకాడు. మంచి, చెడులంటే ఏమిటి? వాటిని ఎవరు నిర్ణయిస్తారు. ఇక మనిషిజీవితం యొక్క గమ్యం ఏమి అని ఆలోచన మొదలు పెడతాడు. దేవుడయిన కృష్ణుడు ఒక వివరణ యిస్తాడు. మహత్తరమయిన విశ్వవలయంలో ప్రతి జీవికి ఒకానొక సాటిలేని ధర్మం ఉంటుందని చెపుతాడు. నీవు అనుసరించవలసిన మార్గం, పూరించవలసిన విధులు వుంటాయి. నీవు నీ ధర్మాన్ని తెలుసుకుంటే, మార్గం ఎంత కఠినమయినా, నీకు మనశ్శాంతి ఆనందం అందుతుంది. అన్ని అనుమానాలు అడుగంటుతాయి. నీవు ధర్మాన్ని కాదంటే, మరొకరి మార్గాన్ని అనుసరించే ప్రయత్నం చేస్తే, లేక తోవ తెలియక తిరుగుతుంటే, నీవు విశ్వసమతులనాన్ని చెడగడతావు. ఇక నీకు ఎన్నటికీ శాంతి, ఆనందాలు అందవు. ఎంచుకున్న మార్గం, నీవు దాన్ని అనుసరించినంత కాలం, ఏది అన్న ప్రశ్న లేదు. ఒక చాకలి స్త్రీ, తన మార్గాన్ని భక్తితో అనుసరిస్తుంది. తన మార్గాన్ని త్యజించి సంచరించే రాజకుమారుని కన్నా ఆమె ఉన్నతురాలు. అర్జునుడు బతుకు అర్థం తెలుసుకుంటాడు. యోధుడుగా తన ధర్మాన్ని నిర్వహించడానికి ముందుకు సాగుతాడు. బంధుమిత్రులను వధిస్తాడు. తన సేనకు విజయం వరకు నాయకత్వం వహిస్తాడు. హిందూ ప్రపంచంలో అందరికన్నా కీర్తి, అభిమానం అందుకున్న నాయకుడవుతాడు.

డిస్నీవారి 1994 నాటి చారిత్రాత్మక చిత్రం, ఈ ప్రాచీనకథను ఆధునిక ప్రేక్షకుల కోసం తిరిగి ప్యాకేజ్ చేసి అందించింది. అందులో యువ సింహం, సింబా, అర్జునుడే. ఉనికికి అర్థం తెలుసుకోవాలని యువ సింహం కోరుతుంది. అతని తండ్రి, సింహరాజు, ముఫాసా, మహత్తర జీవనవలయం గురించి చెపుతాడు. జింకలు గడ్డి తింటాయి. సింహాలు ఆ జింకలను తింటాయి. ఇక సింహాలు చనిపోతే, వాటి శరీరాలు కుళ్లి, గడ్డికి ఆహారం అవుతాయి. తరం నుంచి తరానికి జీవనక్రమం సాగే తీరు యిది. అయితే ఇందులో ప్రతిజంతువు నాటకంలో తనపాత్ర పోషించవలసి ఉంటుంది. అన్నింటి మధ్యన సంబంధాలు ఉన్నాయి. ప్రతిఒక్కరూ మిగతా ప్రతిఒక్కరి మీద ఆధారపడి ఉంటారు. ఒక గడ్డిపరక కూడా తన పని తాను చేస్తుంది. అట్లా జరగని పక్షంలో గడ్డి పరక కారణంగా, సమస్తజీవనవలయం సంగతి బయటపడిపోతుంది. అందుకే తన మరణం తరువాత రాజ్యాన్ని సింబా పాలించాలని తండ్రి సింహం చెపుతుంది. అది రాజుగా మిగతా జంతువులన్నింటినీ క్రమంలో పెట్టాలన్న మాట.

అయితే మీ ముఫాసాను అకాలంలో అతని తమ్ముడు దుర్మార్గుడు స్కార్ హత్య చేస్తాడు. పాపం అందుకు బాధ్యుడు తానే అని యువ సింహం అనుకుంటాడు. దోష భావంతో అతను సింహరాజ్యాన్ని వదిలి వెళ్లిపోతాడు. రాజు కావలసినవాడు, అంతా వదులుకుని అడవులలో తిరుగుతాడు. అక్కడ అతను మరి యిద్దరు బహిష్కృతులను కలుస్తాడు. అందులో ఒకటి కోతి ముఖం మీర్ క్యాట్, రెండవది పంది వంటి వార్ధ్‌హాగ్. ముగ్గురు కలిసి ఎవరి ఎదుట పడకుండా సంవత్సరాలు అడవిలో బతుకుతారు. వారు సంఘవ్యతిరేకులు, ఎవరన్నా పడదు. సమస్య వస్తే చాలు 'హక్యూన మటాటా' అంటారు. అంటే చింతలేదు అని అర్థం.

అయితే సింబా తన ధర్మాన్ని తప్పించుకో లేడు. అతను జ్ఞానం పెరిగిన కొద్దీ, మానసిక వ్యధకు గురవుతాడు. అసలు తానెవరో తెలియదు. బతుకులో చేయవలసిన విధి తెలియదు. సినిమా పతాక స్థాయికి చేరే సరికి ముస్తఫా ఆత్మ సింబాకు దర్శనం యిస్తుంది. జీవనవలయం గురించి గుర్తు చేస్తుంది. నీవు రాజువు అని తెలియజేస్తుంది. తాను లేడుగనుక దుష్టుడయిన పిన తండ్రి స్కార్ సింహాసనం ఆక్రమించినట్లు, రాజ్యాన్ని దుష్టపాలనకు గురిచేస్తున్నట్లు తెలుస్తుంది. దేశమంతటా సామరస్యం కొరవడింది. కరువు, కాటకాలు వచ్చాయని తెలుస్తుంది. చివరకు సింబా తానెవరో తెలుసుకుంటాడు. తన కర్తవ్యం అర్థం చేసుకుంటాడు. అతను సింబా రాజ్యానికి తిరిగి వెళతాడు. పిన తండ్రిని చంపి, దేశంలో శాంతిసామరస్యాలు నెలకొల్పుతాడు. సింబా సగర్వంగా అప్పుడే పుట్టిన తన బిడ్డడిని, పోగయిన జంతువుల ముందు ఉంచడంతో చిత్రం ముగుస్తుంది. మహత్తర జీవనవలయం కొనసాగింపు, చివరలో సూచింపబడిందని అర్థం.

విశ్వనాటకాన్ని జీవనవలయం, ఒక వృత్తకథగా ప్రదర్శిస్తుంది. సింహాలు, జింకలను తింటాయి. అదే తీరున తరతరాలు, యుగయుగాలుగా యోధులు యుద్ధాలు చేస్తున్నారు. సింబా, అర్జునులకు ఈ సంగతి తెలుసు. ఈ క్రమం కలకాలం సాగుతుందని కూడా తెలుసు. ఆగకుండా అదే క్రమం చక్రంవలె తిరగడంతో కథకు బలం కలుగుతుంది. అర్జునుడు యుద్ధం చేయను, అన్నా, సింబా రాజును కాను అన్నా, వారు ప్రకృతి నియమాలకు ఎదురు తిరిగినట్టు లెక్క.

నేను జీవనవలయం కథను ఏ రూపంలో నమ్మినా, నాకు ఒక స్థిరమయిన, నిజమయిన గుర్తింపు ఉందని అది జీవితంలో నా విధులను నిర్ణయిస్తుందని భావం. ఈ గుర్తింపు గురించి నేను చాలాకాలం అనుమానంతో, లేక తెలియకుండా ఉండవచ్చు. కానీ ఒకనాడు, ఒక పతాక క్షణంలలో, అది బహిర్గతమవుతుంది. విశ్వనాటకంలో నా పాత్ర నాకు అర్థమవుతుంది. ఆ తరువాత నేను ఎన్నో పరీక్షలు, కష్టాలను ఎదురుకొనవచ్చు. నాకు అనుమానాలు, నిరాశ మాత్రం ఉండవు.

ఇతరమతాలు, భావజాలాలు, విశ్వనాటకాన్ని వలయంగా కాక వరుస క్రమంగా విశ్వసిస్తాయి. అంటే వాటికి నిర్దుష్టమయిన ప్రారంభం, మరీ దూరం సాగని మధ్య భాగం, ఇక తరువాత అంటూ మిగలని అంతం ఉంటాయి.

ఉదాహరణకు ముస్లిమ్ కథ, మొదట్లో అల్లాహ్, సమస్త విశ్వాన్ని తయారుచేసి, దానికి నియమాలను కూడా విధించాడని చెపుతుంది. తరువాత ఆయన ఈ నియమాలను ఖురాన్ ద్వారా మానవులకు వెల్లడించాడు. దురదృష్టంగా, అజ్ఞానులుగా గర్వం గలవారు అల్లాహ్‌కు ఎదురు తిరిగారు. ఆయన నియమాలను భంగం చేయాలని, లేక దాచాలని ప్రయత్నించారు. గుణవంతులు, విధేయులయిన ముస్లిమ్‌ల మీద, ఈ నియమాలను నిలబెట్టి, విస్తరించవలసిన బాధ్యత ఉంది. చిరవకు నిర్ణాయక దివసాన, అల్లాహ్ ప్రతి వ్యక్తి ప్రవర్తన ఆధారంగా నిర్ణయాలు చేస్తాడు. ధర్మాత్ములకు అతను నిరంతరం స్వర్గం, అక్కడి సుఖాలను బహుమతిగా యిస్తాడు. దుర్మార్గులను నరకంలోని మంటగుంటలలోకి గిరాటు వేస్తాడు.

జాతీయవాదం కూడా ఒక వరుసగా సాగే కథను ఎత్తి చూపుతుంది. ఆ రకంగా జియోనిస్ట్ కథ యూదులు సాగించిన బిబిలికల్ సాహసాలు, విజయాలతో మొదలవుతుంది. రెండువేల సంవత్సరాల దేశబహిష్కరణ, హింసకు గురికావడం, గురించి గుర్తు చేసుకుంటుంది. హోలోకాస్ట్‌తో పతాకస్థాయికి చేరుతుంది. స్టేట్ ఆఫ్ ఇజ్రాయెల్ స్థాపన జరుగుతుంది. ఇజ్రాయెల్ దేశం శాంతి, సంపదలను అనుభవించే దినం కొరకు కథ ఎదురుచూస్తుంది. అది మొత్తం ప్రపంచానికి నైతిక, ఆధ్యాత్మిక మార్గదర్శి కావాలని ఆశిస్తుంది. నేను ఈ రకం కథను విశ్వసిస్తే, హీబ్రూ భాష శుద్ధతను రక్షించడం, చేజారిన భూభాగాలను తిరిగి సంపాదించడం, యింకా బహుశా, విధేయులయిన ఇజ్రాయెల్ పిల్లల కొత్తతరాన్ని సిద్ధం చేయడం ద్వారా, యూదుజాతి ఆశయాలను ముందుకు నడించాలి. ఆ రకంగా, నా జీవితంలో గమ్యం అందుతుంది.

ఈ సందర్భంలో కూడా, మామూలు పనులకు కూడా అర్థం కనబడుతుంది. స్వాతంత్ర్యదినం నాడు, ఇజ్రాయెల్ బడి పిల్లలు, ఒక హీబ్రూపాటను, తరచు, అంతా కలిసి పాడతారు. మాతృదేశం కొరకు చేసిన పనులను పొగుడుతూ ఆ పాట సాగుతుంది. 'నేను ఇజ్రాయెల్ భూమిలో యిల్లు కట్టాను' అంటాడు ఒక బిడ్డడు. మరొకరు 'నేను ఇజ్రాయెల్ నేల మీద మొక్క నాటాను' అంటారు. 'నేను ఇజ్రాయెల్ నేలమీద పాట రాశాను' మూడవ స్వరం చేరుతుంది. అట్లా పాట సాగుతుంది. చివరకు అందరూ కలిసి బృందంగా, 'మాకు యిల్లుంది, చెట్టుంది, పాట ఉంది (ఇక కలపగలిగిన అన్నింటినీ కలుపుతూ) ఇజ్రాయెల్ భూమి పాట సాగుతుంది.

కమ్యూనిజం కూడా యిటువంటి కథే ఒకటి చెపుతుంది. అక్కడ స్థానికత కన్నా వర్గం మీద దృష్టి ఉంటుంది. కమ్యూనిస్టు మేనిఫెస్టో మొదలయ్యే మాటలు గమనించండి.

> ఇప్పటి వరకు మనుగడలో ఉన్న సమాజాల చరిత్ర యావత్తు, వర్గపోరాటం చరిత్ర మాత్రమే స్వతంత్రుడు, బానిస: సామాన్యులు: యజమాని, రైతు: గిల్డ్‌మాస్టర్, జర్నీమాన్: ఒక్క మాటలో చెప్పాలంటే, దమనకర్త, దళితుడు, ఒకరికొకరు నిరంతరం ఎదరుబదురయి నిలిచి, నిరంతరమయిన దాగుడుమూతల పద్ధతిలో పోరాటం సాగించారు. ఆ పోరాటం ప్రతిసారి, సమాజాన్ని విప్లవ పూర్వకంగా తిరిగి ఏర్పాటు చేసింది. లేదంటే పాల్గొన్న వర్గం పతనమయింది.

సమాజం మొత్తంగా, రెండు గొప్ప పరస్పర వ్యతిరేకవర్గాలుగా, ఒక దాని కొకటి ఎదురుబదురుగా నిలుస్తూ మరింతగా చీలుతున్నది, అంటూ ఆధునిక కాలపు స్థితిని వివరిస్తూ మానిఫెస్టో ముందుకు సాగుతుంది. ఈ వర్గాలే, బూర్జువాలు, శ్రామికులు. శ్రామికుల విజయంతో వారి పోరాటం ముగుస్తుంది. అది చరిత్ర అంతానికి సంకేతం అవుతుంది. ఈ తరువాత భూమి మీద కమ్యూనిస్ట్ స్వర్గం స్థాపన జరుగుతుంది. అందులో ఏదీ ఎవరికీ స్వంతం కాదు. కానీ ప్రతి ఒక్కరూ సంపూర్తి స్వేచ్ఛ, సంతోషాలు కలిగి ఉంటారు.

నేను ఈ కమ్యూనిస్ట్ కథ నమ్మితే, నిప్పులు గుప్పించే కరపత్రాలు రాయడం, సమ్మెలు, ప్రదర్శనలు నిర్వహించడం, బహుశా ఆశపోతు పెట్టుబడిదారులను హత్య చేయడం, వారి తొత్తులతో పోరాడడం, వంటివాటి ద్వారా ప్రపంచస్థాయి విప్లవాన్ని త్వరితం చేయడమే నా జీవన ధ్యేయం అని ముగిస్తాను. బంగ్లాదేశ్‌లో జౌళి కార్మికులను దోచుకుంటున్న ఒక బ్రాండ్‌ను బహిష్కరించడం, నా కాపిటలిస్ట్ మామ దుర్మార్గునితో క్రిస్మస్ విందు గురించి పోరాటం, వంటి మామూలు పనులకు కూడా కథ వల్ల అర్థం పుడుతుంది.

నా నిజమయిన గుర్తింపును నిర్వచించే నా పనులన్నింటికీ అర్థం ఆపాదించే తక్కువ, ఎక్కువ తేడా అంతగా లేదని గుర్తించడం స్పష్టంగా తెలుస్తుంది. సింబా జీవన వలయం వంటి కొన్ని కథలు అనంతంగా కొనసాగుతాయి. మొత్తం విశ్వం నేపథ్యంగా ఉంటేతప్ప నేనెవరో తెలియగలిగేది సాధ్యం. మిగతా జాతీయవాద, ట్రైబల్ కల్పన కథలు పోల్చడానికి చాలా చిన్నవి. జియోనిజం, మానవ జాతిలోని 0.2 శాతం మనుషులు చేసిన సాహసయాత్రను, భూగోళం ఉపరితంలో 0.005 శాతం భూమిని గురించి, మొత్తం గడిచిన కాలంలో చాలా చిన్న భాగంలో జరిగిన అంశాలను పవిత్రాలుగా భావిస్తుంది. చైనా సామ్రాజ్యాలకు, న్యూగినీ జనజాతులకు, ఆండ్రోమీడా గెలాక్సీకి, మోసెస్, అబ్రహాం ఉనికికి ముందు సాగిన అసంఖ్యాక యుగాలకు, కోతిజాతి పరిణామానికి అర్థం ఉండనే ఉండదు.

ఇటువంటి హ్రస్వ దృష్టికి తీవ్రమయిన పరిణామాలు ఉంటాయి. ఉదాహరణకు ఇజ్రాయెల్ వారికి, పాలస్తీనాకు వారికి మధ్య శాంతి ఒడంబడిక జరగడానికి ఒక అడ్డంకి, ఇజ్రాయెల్ వారు జెరూసలేం నగరాన్ని విభజించడానికి వ్యతిరేకత కనబరచడం. 'ఇది యూదు జనుల శాశ్వత రాజధాని' అని వారు వాదిస్తారు. అంత శాశ్వతమయిన దాని గురించి రాజీపడడం నిజంగా వీలుకాదు. అంతటి శాశ్వతత్వం ముందు కొంతమంది మృతులు ఒక లెక్క కాదు. అయితే ఈ వాదం అసలు అర్థం లేనిది. శాశ్వతత్వం అంటే కనీసం 13.8 బిలియన్ సంవత్సరాలు. అంటే ప్రస్తుతవిశ్వం వయసు. భూగ్రహం సుమారు నాలుగున్నర బిలియన్ సంవత్సరాల నాడు సిద్ధమయింది. మానవులు కనీస 20 లక్షల సంవత్సరాలుగా ఉన్నారు. ఇక జెరూసలేం నగరం అయిదువేల సంవత్సరాల క్రితం స్థాపించబడింది. ఇక యూదు జనులు అధికాధికం 3 వేల సంవత్సరాల వయస్సు గలవారు. ఇది శాశ్వతం అనడానికి తగిన కాల ప్రమాణం కాదు.

ఇక భవిష్యత్తు గురించి గమనిస్తే, నేటి నుంచి 7.5 బిలియన్ సంవత్సరాలకు సూర్యగోళం విస్తరించి భూమిని పీల్చేస్తుందని భౌతికశాస్త్ర నిపుణులు చెపుతున్నారు. ఇక విశ్వంమాత్రం కనీసం మరొక 13 బిలియన్ సంవత్సరాలు కొనసాగుతుందని కూడా అంటున్నారు. యూదుజనులు, ఇజ్రాయెల్ దేశం, జెరూసలేం నగరం 13 బిలియన్ సంవత్సరాలు కాకున్నా, 13 వేల సంవత్సరాల తర్వాతయినా ఉండి తీరుతుందని నమ్మేవారు ఎవరయినా ఉన్నారా? జియోనిజమ్ దిక్చక్రం మరోకొన్ని వందల సంవత్సరాలకు మించి ఉంటుందని, భవిష్యత్తులోకి చూస్తే తోచదు. అయినా కొందరు ఆలోచనలు అవధులు దాటుతున్నాయి. వారు శాశ్వతత్వం గురించి మాట్లాడుతున్నారు. శాశ్వతనగరం పేరున త్యాగాలు చేయడానికి ప్రజలు సిద్ధంగా ఉన్నారు. కొన్ని ఇళ్ల గురించి త్యాగం చేయాలంటే మాత్రం వారు ముందుకు రారు.

యువ వయస్కుడుగా నేను కూడా ఇజ్రాయెల్‌లో మొదట్లో జాతీయవాద హామీకి పట్టుబడి నాకంటే గొప్ప విషయంలో భాగం కావాలి అనుకున్నాను. నేను జీవితాన్ని జాతి కొరకు అర్పించితే, ఆ దేశంలో నేను అమరుడయి నిలుస్తాను. 'జాతిలో కలకాలం బతికి ఉండడం' అంటే ఏమిటో మాత్రం అర్థంకాలేదు. మాట చాలా లోతుగా తోచింది. అయితే దాని అర్థం ఏమిటి? నాకు ఒక స్మారక దినోత్సవం గట్టిగా గుర్తుంది. అప్పుడు నా వయసు పదమూడు, పదునాలుగు అయి ఉంటుంది. యుఎస్ఏలో మెమోరియల్ డే అంటే షాపింగ్, సేల్స్ మాత్రం ఉంటాయి. ఇజ్రాయెల్‌లో మాత్రం అది పవిత్రం, ప్రధానమయిన విషయం. ఇజ్రాయెల్ చేసిన చాలా యుద్ధాలలో ప్రాణాలు అర్పించిన యోధుల స్మృత్యర్థం, సైనికుల పేరున పూలగుత్తులు అర్పించి జెండాలు చేతబట్టి తిరుగుతారు. నేను కూడా తెల్లదుస్తులు వేసుకుని వారితో ఉన్నారు. మా

బడిలో ఉత్సవం జరిగింది. జెండాలు, కవితాగానం మధ్యన నాకు సహజంగా ఒక ఆలోచన వచ్చింది. నేను పెరిగి పెద్దయిన తరువాత అసువులు బాసిన సైనికుడు కావాలి. నేను ఆ రకంగా హీరో సైనికుడినయితే, ఇజ్రాయెల్ కోసం ప్రాణాలు అర్పించిన వాడినయితే, ఈ పిల్లలందరూ నా పేర జెండాలు ఊపుతారు. కవితలు చదువుతారు.

తరువాత మరో ఆలోచన వచ్చింది. 'ఒక నిమిషం ఆగు. నేను చనిపోతే, ఈ పిల్లలంతా నా పేరున నిజంగా కవితలు చదువుతున్నారని నాకు ఎట్లా తెలుస్తుంది?' కనుక నేను అప్పటికే చనిపోయినట్టు ఊహించుకున్నాను. ఎవరిదో తెల్లని సమాధి కింద, మిలటరీ సిమెటరీలో పాతిపెట్టబడి ఉన్నట్టు, భూమి మీద నుంచి వినబడుతున్న కవితలను ఆ లోపలినుంచి వింటున్నట్టు ఊహించుకున్నాను. ఆలోచన మరింత సాగింది. 'నేను చనిపోతే, నాకు ఏ కవితలు వినిపించవు. నాకు మరి చెవులు ఉండవుగా. మెదడు కూడా ఉండదు. ఏదీ వినలేను. అనుభవించలేను. అంటే ఏమర్థం?'

అంతకంటే అన్యాయంగా, పదమూడు వయసు వచ్చేసరికి, ఈ విశ్వం ఓ రెండు బిలియన్ ఏండ్ల నాటిదని తెలిసింది. అది మరొక బిలియన్ సంవత్సరాలు కొనసాగవచ్చు. ఇక ఇజ్రాయెల్ అంతకాలం ఉంటుందని అనుకుంటే వాస్తవికం అవుతుందా? రెండు వందల మిలియన్ సంవత్సరాల తరువాత, పిల్లలు తెల్లదుస్తులు వేసుకుని గౌరవకవితలు చదువుతారా? ఈ వ్యవహారమంతా ఏదో మోసంగా ఉంది.

మీరు పాలస్తీనా వారయితే, తొందర పడకండి. నేటినుంచి 200 మిలియన్ సంవత్సరాల నాడు పాలస్తీనా వారు మిగిలి ఉండే అవకాశం కూడా అంతంతే. వాస్తవానికి, ఆ నాటికి ఏ రకమయిన పాలిచ్చే జంతువులు ఉండవేమో. మిగతా జాతీయ ఉద్యమాలు కూడా ఇదే ఇరుకుమెదడు దారి. సెర్బియన్ జాతీయవాదానికి జురాసిక్ ఎరా పట్టదు. కొరియన్ జాతీయవాదులు ఆసియా తూర్పుతీరంలోని ద్వీపకల్పం ఒకటి, మహత్తరమయిన ప్రణాళికలో విశ్వంస్థాయిలో ప్రధానంగా ఉండే ఏకైకస్థలం అనుకుంటారు.

సింబాకు అనంతంగా సాగే జీవనచక్రం పట్ల బోలెడు భక్తి ఉంటే ఫరవాలేదు. కానీ సింబా కూడా, ఒక విషయం ఎన్నడూ ఆలోచించడు. సింహాలు, జింకలు, గడ్డి శాశ్వతాలు కావని అతనికి తోచదు. పాలిచ్చే జంతువులు పుట్టక ముందు విశ్వంతీరు గురించి సింబాకు పట్టదు. తనకు యిష్టమయిన ఆఫ్రికన్ గడ్డిమైదానం, మనుషులు అన్ని సింహాలను చంపిన తరువాత ఏమవుతుందని ఆలోచన రాదు. మనుషులు అక్కడి భూమినంతా ఆస్ఫాల్ట్, కాంక్రీంట్‌లతో కప్పేస్తారు. అంటే సింబా బతుకు అర్థంలేనిది అయిపోతుంది.

అన్ని కథలు అసంపూర్తిగా ఉంటాయి. నాకు నేను మిగలగల గుర్తింపు తయారు చేసుకోవడం కొరకు, నా జీవితానికి అర్థం యివ్వడం కొరకు, లోపాలు, వైరుధ్యాలు లేని ఒక సంపూర్త కథ నిజానికి అవసరం లేదు. నా బతుకుకు అర్థం కావాలంటే, ఆ కథలో రెండు నియమాలకు తగిన వివరం ఉండాలి.

మొట్టమొదటి కథ 'నాకు' నటించడానికి పాత్రను యివ్వాలి. ఒక న్యూగినీ ట్రైబ్ మనిషికి జియోనిజం మీద లేదా సెర్బియా జాతీయవాదం మీద నమ్మకం కలిగే వీలు తక్కువ. ఈ కథలు న్యూగినీ గురించి అక్కడి ప్రజల గురించి అసలు పట్టించుకోవు. సినిమా తారలలాగే మనుషులు కూడా తమకు ముఖ్యమయిన పాత్రలు గల స్క్రిప్టును ఇష్టపడతారు.

ఇక రెండవ నియమం. మంచికథ అనంతం దాకా విస్తరించనవసరం లేదు. కానీ అది కనీసం నా దిక్చక్రం దాటి వెలికి వెళ్లాలి. కథ నాకు ఒక గుర్తింపునిస్తుంది. నా జీవితానికి ఒక అర్థాన్ని ఇస్తుంది. అందుకోసం అది నన్ను నాకన్నా పెద్ద అంశం ఒకదాంట్లో భాగంగా పొదిగి చూపించాలి. అయితే ఇక్కడ ఒక అపాయం ఉంది. 'నాకన్నా పెద్ద అంశం' అర్థంగలది కావడానికి మార్గం గురించి ఆలోచన మొదలు కావచ్చు. నా జీవితానికి అర్థం, ప్రోలిటేరియట్ అంటే శ్రామికులకు సాయం చేయడం, పోలిష్ దేశానికి సేవ చేయడం అయితే, మరి ఆ శ్రామికులకు, పోలిష్ దేశానికి అర్థం ఎక్కడ నుంచి రావాలి? ఒక కథ ఉంది. ఈ ప్రపంచం ఒక పెద్ద ఏనుగు వీపు మీద. స్థిరపడి, తన స్థలంలో నిశ్చలంగా ఉంది. అని ఒకతను చెప్పాడట. మరి ఆ ఏనుగు ఎక్కడ నిలబడింది, అని అడిగారు. అది ఒక తాబేలు వీపు మీద నిలిచి ఉంది. అని అతను జవాబు చెప్పాడు. ఆ తాబేలు ఎక్కడ నిలిచింది? మరొక పెద్ద తాబేలు వీపు మీద. ఆ పెద్ద తాబేలు? ఆ మనిషి చటుక్కున జవాబిచ్చాడు. 'ఆ సంగతి అడగకు. అక్కడి నుంచి అడుగువరకు ఒక దానిమీద ఒకటి తాబేళ్లే తాబేళ్లు' అన్నాడు. తప్పించుకున్నాడు.

చాలావరకు విజయవంతమయిన కథలకు ముగింపు స్థిరంగా ఉండదు. చివరకు అర్థం ఎక్కడనుంచి వస్తుందని వారు వివరించవలసిన అవసరం ఏనాడూ రాదు. అందుకు కారణం ఉంది. అవి ప్రజల ధ్యాసను బాగా పట్టి ఉంచగలుగుతాయి. కథ ఒక భద్రత వలయంలో ఉండిపోతుంది. కథ చెపుతున్నప్పుడు జాగ్రత్తలు అవసరం. ఏనుగు వీపు మీద ప్రపంచం నిలిచి ఉందని చెపుతున్నప్పుడు, కష్టమయిన ప్రశ్నలు ఎదురు రాకుంటే ముందే వర్ణనలు మొదలు పెట్టాలి. ఆ ఏనుగు తన చెవులను ఆడిస్తే చాలు తుపానులు పుడతాయి. అది కోపంతో కదిలిదంటే, భూతలాన్ని భూకంపాలు కదిలించి వేస్తాయి అంటూ ఊదరగొట్టాలి. ఇటువంటి కథలను బాగా అల్లగలిగితే ఇక ఎవరికీ, ఏనుగు ఎక్కడ నిలబడింది అని అడగాలని తోచదు. దేశభక్తి

కూడా ఇదే విధంగా మనలను మంత్రముగ్ధులను చేస్తుంది. హీరోల సాహసకృత్యాలు, కదలికలు మనలను కుదుపుతాయి. గతంలో దేశానికి జరిగిన ప్రమాదాల గురించి చెపితే మనం కన్నీరు పెట్టుకుంటాము. దేశానికి తగిలిన దెబ్బలు అన్యాయాలు వివరణతో మనం అగ్గిగుగ్గిలంగా అంటుకుంటాము. జాతీయ పురాణంలో మనం మునిగిపోతాము. ఇక ప్రపంచంలో జరిగిన అన్ని సంఘటనలను, దానివల్ల మనదేశం మీద ఉండే ప్రభావం ప్రకారమే అంచనా వేస్తాము. అసలు మొట్టమొదట మన దేశం అంత గొప్పది కావడానికి కారణం ఉందా, అని అడగాలన్న ఆలోచన రాదు.

మీరు ఒక కథను నమ్ముతారు. ఇక దానికి సంబంధించిన మరీ చిన్న విషయాల మీద కూడా విపరీతంగా ఆసక్తి మొదలువుతుంది. ఆ కథ పరిధిలోకి రాని అంశాలు మీకిక కనిపించవు. వాటిని మీరు చూడరని అర్థం. విప్లవం తొలిస్థాయిలో సోషల్ డెమొక్రాట్స్‌తో చేయి కలపడం అంగీకరించదగినదేనా అంటూ కమ్యూనిస్ట్ వీరాభిమానులు గంటలపాటు చర్చలు సాగించగలరు. పాలిచ్చే జంతువుల పరిణామ క్రమంలో, లేదా విశ్వంలో ఆర్గానిక్ జీవం వ్యాప్తిలో శ్రామికుల చోటు గురించి మాత్రం క్షణం ఆగి ఆలోచించాలని వారికి తోచదు. ఇటువంటి వ్యర్థ ప్రసంగాలు విప్లవ వ్యతిరేకాలు, వ్యర్థ ప్రయత్నాలు అంటారు వారు.

కొన్ని కథలు స్థలకాలాలను మొత్తంగా చుట్టిరావాలని ప్రయాసపడతాయి. మిగతా విజయవంతమయిన కథలు శ్రోతల ధ్యాసను బాగా బట్టి ఉంచగలుగుతాయి. అవిమాత్రం అదేతీరుతో ఉండిపోతాయి. కథలు చెప్పడానికి ముఖ్యమయిన ఒక నియమం ఉంది. కథ శ్రోతల ఆలోచన పరిధిని దాటి ముందుకు దూసుకుపోయిందంటే, ఇక దాని చివరి లక్ష్యం గురించి పట్టింపు ఉండదు. బిలియన్ సంవత్సరాలు దాటి దేవుడి గురించి లాగే, వెయ్యి సంవత్సరాలు స్వదేశం గురించి ప్రజలు అంతే తీవ్రమయిన అంకితభావం కనబరుస్తారు. ఈ ప్రజలకు మరీ పెద్ద అంకెలు అర్థం కావు. కనుకనే వారి ఊహ పరిధిని దాటి ముందుకు పోవడం అసలు కష్టం కానేకాదు.

మనకు విశ్వం గురించి తెలిసిన విషయాలు అన్ని దృష్టిలో ఉంచుకున్నప్పటికీ, ఆ విశ్వం గురించిన అంతిమసత్యం, లేదా మానవుల మనుగడ గురించిన సత్యం కేవలం ఇజ్రాయెల్, జెర్మనీ, రష్యాల జాతీయ వాదంతో మరీ కాదంటే మొత్తం జాతయవాదంలో సంబంధంగల కథ మాత్రమే అని విశ్వసించడం తెలివిగల ఏ మనిషికయినా, అసాధ్యంగా కనబడుతుంది. మొత్తం కాలాన్ని, మొత్తం స్థలాన్ని, మహా విస్ఫోటాన్ని, క్వాంటం ఫిజిక్స్‌ను, జీవపరిణామాన్ని పట్టించుకొనని ఒక కథ ఎంత చేసినా సత్యంలో కొంతపాటి భాగం మాత్రమే. అయినా ప్రజలు అటువంటి కథకు కట్టుబడి ఇక ముందుకు చూడరు.

చరిత్ర మొత్తంలో కోట్లాదిగా జనులు తమ బతుకులకు అర్థం ఉండాలి గనుక, అందుకని తాము ఒక జాతి లేదా మహత్తర భావజాలాల ఉద్యమంలో భాగం కావలసి ఉంటుందని విశ్వసించారు. అయితే 'ఏదో కొంత వెనుక వదులు' అన్నారంటే చాలు, వారి కథ వారివారి మరణం తరువాత కూడా కొనసాగుతుంది. నేను వెనకవదిలే ఆ 'ఏదో కొంత' అంటే అది నా ఆత్మ, లేదా నా వ్యక్తిగతసారం అయితే బాగుంటుంది. నేను నా ఈ శరీరం నశించినా తరువాత మరో శరీరంతో పుట్టానంటే మరణం నాకు అంతం కాదు. అది కేవలం రెండు అధ్యాయాల మధ్యన విరామం. ఒక అధ్యాయంలో మొదలయిన కథాంశం తరువాతి అధ్యాయంలో కొనసాగుతుంది. అది ఒక ప్రత్యేకమయిన మతశాస్త్రం మీద ఆధారపడి ఉండనప్పటికీ, చాలామందికి ఇటువంటి కథలో మసకగానయినా నమ్మకం ఉంటుంది. వారికి ఒక మొండివాదంతో అక్కడ పనిలేదు. మరణం అనే దిక్చక్రం పరిధిని మించి తమ కథ కొనసాగుతుందన్న భరోసా భావన మాత్రం అవసరం.

అనంతమయిన ఇతిహాసంగా, జీవితం అనే ఈ సిద్ధాంతం, ఎంతో మామూలు అయినా అంతులేని ఆకర్షణ గలది కానీ యిందులో రెండు చిక్కులున్నాయి. నా కథను పొడిగించినంత మాత్రాన దాని అర్థం మరింత పెరగదు. అది మొదటి సమస్య. ఇక జరిగేదేమయినా ఉంటే కథ నిడివి పెరుగుతుంది. చావు, పుట్టుకల చక్రనేమిక్రమం అనంతంగా సాగుతుందన్న ఆలోచనను హత్తుకునే మహత్తర మతాలు రెండున్నాయి. హైందవం, బౌద్ధం అని వాటిని గుర్తించవచ్చు. అయితే రెంటిలోనూ ఫలితం లేని పరిస్థితి ఒకటి సమానంగా కలనబడుతుంది. లక్షలసార్లు నేను పుట్టి నడక నేరుస్తాను. పెరుగుతాను. అత్తగారితో పోట్లాడతాను. రోగం పడతాను, చివరకు చస్తాను. తరువాత - అదే వరుస మళ్లీ సాగుతుంది. అందులో అర్థం ఉందా? గతబతుకుల్లో నేను కార్చిన కన్నీటినంతా ఒక చోట గనుక చేరిస్తే, అది శాంతిమహాసాగరాన్ని నింపేస్తుంది. అన్ని జన్మలలో నాకున్న దంతాలు, వెంట్రుకలు ఒక చోటు కుప్పపోస్తే, ఇటు బౌద్ధంలోనూ రుషులు ఈ రంగులరాట్నం నుండి తప్పించుకోవడం మీదనే ఎక్కువ దృష్టి పెట్టారు. దాన్ని శాశ్వతం చేయాలని మాత్రం భావించలేదు.

ఈ సిద్ధాంతాన్ని నిలబెడుతూ గటి సాక్ష్యాధారాలు అందలేదు. రెండవ సమస్య గతజన్మలో నేను మధ్యయుగపు రైతుననీ, నియాండర్‌తాల్ వేటగాడిననీ, అంతకు ముందు రాక్షసిబల్లి టిరనోసారస్ రెక్సుననీ, లేదంటే ఒక అమీబాను అనీ నాకు ఏం సాక్ష్యం అందింది? (నేనుగనుక లక్షలజన్మలు ఎత్తి ఉంటే, తప్పకుండా ఒకప్పుడు రాక్షసిబల్లిని అయ్యుంటాను. అమీబాగా కూడా ఉండి ఉంటాను. ఎందుకంటే భూమి మీద మనుషులు ఇరవయి అయిదు లక్షల సంవత్సరాలు మాత్రమే ఉన్నారు. ఇక

రానున్న జన్మలలో నేనొక సైబోర్గ్‌గా, ఒక ఇంటర్ గెటక్ వాక్టి సాహసయాత్రికుడిగా లేదా కప్పగా పుడతానని ఎవరు నాకు గట్టిగా చెప్పగలుగుతారు? ఈ హామీమీద నా బతుకు ఆధారపడి ఉండడమంటే, మబ్బులపైనున్న బ్యాంక్‌లోని ఖాతాలో చెక్కు రాసి, దాని మీద ముందెప్పుడో రానున్న తేదీ వేసియిస్తే తీసుకుని నా యిల్లు అమ్ముకున్నట్టే ఉంటుంది.

తాము మరణించిన తరువాత ఒక రకమయిన ఆత్మ, లేదా స్పిరిట్ తమ మిగులుగా భూమిమీద మిగిలి ఉంటుందంటే అనుమానపడేవారు, అంతకంటే గట్టిదేదో వదిలి వెళ్లాలి. ఈ 'గట్టిదేదో' రెండు రూపాలలో ఉండవచ్చు. అందులో ఒకటి సాంస్కృతికం, రెండవది జీవశాస్త్రసంబంధం. నేను ఒక కవితను ఇక్కడ వదలవచ్చు. కాదంటే నా జన్యువులను వదలవచ్చు. జనం నా కవితను యింకా చదువుతారు. వందేళ్లు గడిచిన నా జీవితానికి అర్థం నిలబడుతుంది. లేదంటే నా పిల్లలు, మనుమలు మనుమరాండ్లు కొనసాగుతారు. అయితే వారి బతుకులకు అర్థం ఏమిటి? సరే, అది వారి సమస్య. నాది కాదు. ఈ రకంగా జీవితానికి అర్థం అంటే హ్యాండ్ గ్రనేడ్‌తో ఆడడం వంటిది. దాన్ని మరొకరి చేతికి అందించారు అంటే, ఇక మీకు ప్రమాదం లేదని అర్థం.

అయితే పాపం, 'ఏదో వెనుక వదలడం' అన్న చిన్న నమ్మకం, సాధారణంగా పూర్తికాదు. జన్యు అనువంశికతను అసలు వదలకుండానే, జీవులు చాలామటుకు వెళ్లిపోయాయి. అందుకు ఉదాహరణ రాక్షసిబల్లుల అంతం. సేపియెన్స్ రాక తరువాత మరుగయిన నియాండర్‌తాల్‌ల పరిస్థితి కూడా అంతే. మరీ కాదంటే మా నాయనమ్మ గారి పోలిష్ వంశం. 1934లో మా నాయనమ్మ ఫానీ జెరూసలేమ్‌కు వలస వచ్చింది. తల్లిదండ్రులతో తాను వచ్చినప్పుడు తోడుగా ఇద్దరు చెల్లెళ్లు కూడా ఉన్నారు. కానీ వాళ్ల బంధువులు చాలా మటుకు షెమియెల్నిక్, జెటొషోవా అనే పోలిష్ నగరాలలో ఉండి పోయారు. కొన్ని సంవత్సరాల తరువాత నాజీలు వచ్చారు. ఒక్క చిన్నబిడ్డ కూడా మిగలకుండా అందరినీ తుడిచిపెట్టారు.

కొంత సాంస్కృతిక వారసత్వాన్ని వదిలి వెళ్లానే ప్రయత్నాలు కూడా, ఎన్నడూ విజయవంతం కాలేదు. ఫ్యామిలీ ఆల్బంలో ఏవో మసకబారిన ముఖాలు, పేర్లకు లంకెలు పెట్టలేకపోతున్నది. నాకు తెలిసినంత వరకు, వాళ్ళెవ్వరూ సాంస్కృతిక సృష్టిగా ఒక కవిత, ఒక డయరీ, కనీసం అంగడి సరుకుల లిస్ట్ కూడా వెనుకవదిలి పోలేదు. యూదు ప్రజ సామూహిక వారసత్వంలో వారి భాగం ఉందని మీరు వాదించవచ్చు. జియోనిస్ట్ ఉద్యమంలో వారి పాత్ర ఉండవచ్చు. అయితే వాటివల్ల వారి వ్యక్తిగత జీవితాలకు మాత్రం అర్థం కలగదు. అయినా వారందరికీ తమ యూదు గుర్తింపు ఇష్టంగా ఉండేదని ఏ రకంగా చెప్పగలుగుతారు? జియోనిస్ట్ ఉద్యమంలో వారి

ఆసక్తి సంగతి కూడా అంతే అనుమానం. వారితో ఎవరో ఒకరు కమ్యూనిస్ట్ కార్యకర్త కావచ్చు. సోవియెట్ వారి తరపున గూఢచారిగా పనిచేసి ఉండవచ్చు. మరొకరు పోలిష్ సమాజంతో కలిసిపోవడం కన్నా కావలసింది లేదు అనుకున్నారేమో? అతను పోలాండ్ సేనలో పని చేశాడేమో? లాటిన్ మరణకాండలో సోవియెట్ వారిచే చంపబడ్డాడేమో? మరో వ్యక్తి స్త్రీవాదిగా, అన్ని సంప్రదాయాలను దేశం గుర్తింపులను తోసి పుచ్చారేమో? వారు ఏ రకంగానూ సాక్ష్యాలు వెనుక వదలలేదు. కనుక వారుపోయిన తరువాత ఏ రకంగానయినా వారిని గురించి చెప్పవచ్చు. కాదనడానికి ఎవరూ లేరుమరి.

స్థిరమయిన సాక్ష్యాన్ని వెనుక వదలలేని పక్షంలో, అంటే కవితనుగానీ, జన్యువులనుగానీ వదలడం కుదరదంటే, ఈ ప్రపంచాన్ని మరింత మెరుగు పరచగలిగితే చాలునేమో? మీరు ఎవరికయినా సాయం చేయవచ్చు. ఆ ఎవరో కొంతకాలానికి మరెవరికో సాయపడతారు. ఈ రకంగా మీరు మొత్తం మీద ప్రపంచం బాగుపడడానికి సాయం చేసిన వారవుతారు. దయాగుణం అనే గొప్ప గొలుసులో మీరు ఒక చిన్న లంకె కాగలుగుతారు. ఒక తెలివిగల, కానీ మాటవినని కుర్రవానికి మీరు మెంటర్‌గా పనిచేయవచ్చు. అతను పెరిగి వైద్యుడయి వందలమంది ప్రాణాలు కాపాడగలుగుతాడు. ఒక ముసలమ్మను వీధి దాటించి, ఆమె బతుకులో కొంతసేపు వెలుగు నింపవచ్చు. దాని గుణాలు దానికి ఉన్నాయిగానీ, ఈ దయాగుణం గొలుసు, తాబేళ్ల వరుసవంటిదే. దానికి అర్థం ఎక్కడనుంచి వస్తుందనే సంగతి స్ఫుటంగా లేదు. ఒక తెలివిగల ముసలాయనను జీవితానికిగల అర్థం గురించి అడిగారు. 'అదా, మిగతా ప్రజలకు సాయం చేయడం కొరకే నేను ఈ భూమిమీద ఉన్నట్లు తెలుసుకున్నాను. అయితే ఇంకా నాకు, ఆ మిగతా ప్రజలు ఎంచుకున్నది మాత్రం అర్థం కాలేదు' అన్నాడాయన.

ఈ గొప్ప శృంఖలలను, భవిష్యత్తు వారసత్వాలను, ఇతిహాస సమాహారాలను నమ్మనివారు అందరికీ ఒక క్షేమకరం, అతి సూక్ష్మం అయిన కథ ఒకటి ఉంది. అదే శృంగారం. అది ప్రస్తుతాన్ని దాటిపోవాలని అడగదు. ప్రేమలో పడినవారికి, మొత్తం విశ్వం, ప్రణయిని చెవితమ్మెలాగ, కనుబొమ్మలాగా, చనుమొనలాగా కనబడుతుందని లెక్కలేనన్ని ప్రణయగీతాలలో చెప్పి ఉంచారు. జూలియెట్ తన చెంపకు చెయ్యి ఆనించింది. 'ఓ! నేను ఆ చేతిమీది గ్లవ్‌నయినా కాకపోతినా? అట్లాగయినా ఆమె చెక్కిలిని నొక్కి ఉండే వాడిని' అని రోమియో వాపోయాడు. ఇక్కడ, ఇప్పుడు ఒక శరీరంతో సంబంధం అందితే, మొత్తం కాస్మాస్‌ను కౌగలించిన సంతృప్తి కలుగుతుంది.

వాస్తవానికి నీ ప్రియుడు, ప్రియురాలు కేవలం మరొక మనిషి. ప్రతినిత్యం నీవు బజారులో, సూపర్ మార్కెట్‌లో పట్టించుకోకుండా వదులుతున్న వారికన్నా ఏ

రకంగానూ వేరుగాదు. అయితే మీకు ఆమె/అతను అనంతంవలె కనబడతారు. ఆ అనంతంలో అంతర్ధానం కావడం మీకు అత్యంత ఆనందంగా ఉంటుంది. అన్ని సాంప్రదాయాల మిస్టిక్, మార్మిక కవులు ప్రణయాన్ని విశ్వ ఆశ్లేషంగా వర్ణించారు. దేవుడినే ప్రేమికుడుగా భావించారు. అందుకు ప్రణయకవులు జవాబు అందించారు. వారు ప్రేమికుడు, ప్రేమికను దైవం అన్నారు. మీకు ఎవరితోనయినా నిజంగా ప్రేమ కలిగిందంటే, ఇక జీవితానికి గల అర్థం గురించిన ఆలోచన మిగలదు.

అయితే మీకు ఎవరిమీదా ప్రేమ కలుగలేదు. అప్పుడేమిటి? మీరేమో శృంగార కథను నమ్ముతారు. కానీ ప్రేమలో పడలేదు. అంటే కనీసం బతుకులక్ష్యం మాత్రం తెలుసు అని అర్థం. ప్రేమను కనుగొనడమే లక్ష్యం. ఈ తీరును బోలెడన్ని సినిమాలలో చూశాము. అంతకన్నా ఎక్కువ నవలలో చదివాము. ఏదో ఒకనాడు ఆ ప్రత్యేకవ్యక్తితో కలుస్తారని తెలుసు. అప్పుడు ఆ మెరిసే కళ్లలో అనంతం కనబడుతుంది. మొత్తం జీవితానికి ఒక్కసారిగా అర్థం కనబడుతుంది. ఒక పేరు పదేపదే పలకడంతో, మనసు మిగిలి ఉన్న ప్రశ్నలు అన్నింటికీ బదులు దొరుకుతుంది. వెస్ట్‌సైడ్ స్టోరీలో టోనీ లాగ, లేదంటే బాల్కనీలో నిలుచున్న జూలియెట్‌ను చూచిన రోమియో లాగ ఉంటుంది ఆ భావన.

పైకప్పు బరువు

మంచి కథ అంటే అందులో నాకు పాత్ర ఉండాలి, అది దిక్చక్రాన్ని మించి వెలుపలికి సాగాలి. అది నిజం మాత్రం కానవసరం లేదు. ఒక కథ ఉత్తి కల్పన కావచ్చు. అయినా నాకు గుర్తింపునివ్వాలి. బతుకు అర్థాన్ని చూపాలి. అర్థం ఉందన్న భావనను నాకు యివ్వాలి. చరిత్ర పొడుగునా వేరువేరు సంస్కృతులు, మతాలు, జాతులు వేలాదిగా కథలను కనుగొన్నాయి. మనకు గల వైజ్ఞానిక అవగాహన ప్రకారం వాటిలో ఏదీ నిజం కాదు. అవన్నీ మానవ కల్పనలు. మీరు జీవితానికి గల అర్థం గురించి అడిగినప్పుడు ఒక కథ వస్తుంది. అది తప్పుడు జవాబు అని గుర్తించగలగండి. అసలు వివరాలతో పనిలేదు. అసలు ఏ కథయినా తప్పే. ఎందుకు? అది మరి కథ గనుక. విశ్వం ఒక కథలాగా పనిచేయదు.

అయినా జనం ఈ కల్పనలను ఎందుకు నమ్ముతారు? వారి వ్యక్తిగతమయిన గుర్తింపు ఆ కథ మీద ఆధారపడి ఉండడం ఒక కారణం కావచ్చు. ఆ కథను నమ్మాలని చిన్నతనంనుంచి వారికి బోధించారు. ఆ కథ అటువంటి కథల సత్యాసత్యాలను వివేచన చేసి ప్రశ్నించే భావస్వాతంత్రం, జ్ఞానం రాని నాటి నుంచి వారికి, తల్లిదండ్రులు, బడిలో పంతుళ్లు, ఇరుగుపొరుగు వారు చివరకు సామాన్యంగా సంస్కృతి చెపుతూనే ఉండడం తెలుసు. వారి తెలివి పక్వమయే నాటికి, ఆ కథ

వారిలో బరువుగా దిగుబడి ఉంటుంది. అప్పుడిక వారు తమ తెలివిని, ఆ కథను హేతుబద్ధత కలిగించడానికి వాడుకుంటారు. దాన్ని వారు అనుమానించే స్థితి ఉండదు గుర్తింపు కొరకు వెదుకుతూ వెళ్లే చాలామంది జనం ట్రెజర్ హంట్‌కు బయలుదేరిన పిల్లల వంటివారు. ముందుగానే వారి తల్లిదండ్రులు దాచినది మాత్రమే వారికి దొరుకుతుంది.

మన వ్యక్తిగతమయిన గుర్తింపులు మాత్రమేగాదు, సామూహిక సంస్థలు కూడా ఆ కథమీద ఆధారపడి కట్టబడి ఉన్నాయి. అది ఇంకొక కారణం. ఫలితంగా ఆ కథను అనుమానించడం అత్యంత భయంకరం అవుతుంది. చాలా సమాజాలలో ఆ రకంగా ప్రయత్నించిన వారు, బహిష్కరణకు, హింసకు గురవుతారు. అది కాకున్నా, సమాజం తీరును ప్రశ్నించడానికి చాలా ధైర్యం అవసరమవుతుంది. మరి నిజంగా ఆ కథ అసత్యమయితే, మనకు తెలిసిన యావత్తు ప్రపంచం అర్థంలేనిది అవుతుంది. రాజశాసనాలు, సామాజిక నియమాలు, ఆర్థిక సంస్థలు అన్నీ కూలిపోయే వీలుంటుంది.

చాలా కథలు వాటి పునాదుల బలం కారణంగా కాక పైకప్పు బరువు వల్ల నిలిచి ఉంటాడు. క్రైస్తవ కథను గమనించండి. దాని పునాదులు చాలా అలుసయినవి. మొత్తం విశ్వాసాన్ని సృష్టించిన కర్త కుమారుడు, కేవలం నేటికి రెండువేల ఏళ్లక్రితం, పాలపుంతలో ఏదో ఒకచోట, కార్బన్ ఆధారిత జీవరూపంలో పుట్టాడు అనడానికి సాక్ష్యం ఎక్కడయినా ఉందా? ఆ జననం గాలిలో సొంతంగా జరిగిందని, అతని తల్లి కన్య అనీ చెప్పే సాక్ష్యం మనకు అందిందా? అయినా ఆ కథ ఆధారంగా అంతులేని ప్రపంచస్థాయి సంస్థలను నిలబెట్టారు. వాటిబరువు అంతులేని బలంతో ఒత్తిడి కలిగిస్తుంది. కనుకనే కథ నిలబడి ఉంటుంది. కథలో కేవలం ఒక్క మాటను మార్చడం గురించి యుద్ధాలు జరిగాయి. పడమటి క్రిస్టియన్‌లు, తూర్పు ఆర్తడాక్స్ క్రిస్టియన్‌ల మధ్య వెయ్యేళ్లుగా అగాధం నిలిచి ఉంది. అది ఈ మధ్యన క్రొయేషియావారు, సెర్బియావారు ఒకరినొకరు ఊచకోత కోసుకునే స్థితిలో బయటపడింది. 'ఫిలియోక్' అనే ఒక్క మాట కారణంగా ఈ హింస చెలరేగింది. (ఆ మాటకు లాటిన్‌లో 'ఇక కుమారుని నుండి' అని అర్థం). పడమటి క్రైస్తవులు ఆ మాటను క్రైస్తవ విశ్వాసవృత్తిలో దూర్చవలెనన్నారు. తూర్పు క్రైస్తవులు అది కుదరదంటూ విభేదించారు. (ఆ పదాన్ని చేర్చినందుకు మతపరంగా కలిగే ప్రభావాలు లోతయినవి. వాటిని ఇక్కడ అర్థవంతంగా వివరించడం అసాధ్యం. ఆసక్తిగలవారు గూగుల్‌ను అడగండి).

వ్యక్తుల గుర్తింపు, మొత్తం సామాజిక వ్యవస్థలు ఒక కథ ఆధారంగా నిలిచి ఉన్న సందర్భంలో అనువదించే ఆలోచన కూడా రాదు. దానికి గట్టి సాక్ష్యం ఉన్నందుకు కాదుగదా, కథకుప్పగూలితే, వ్యక్తికి, సమాజానికి గొప్పవిపత్తు

మూడుతుంది. అందుకే చరిత్రలో కొన్నిమార్లు పునాదులకన్నా, పైకప్పులు ఎక్కువ ప్రధానమయినవి.

హోకస్ పోకస్–ఇంకా విశ్వాసం ఉత్పత్తి

మనకు అర్థాన్ని, గుర్తింపును అందించే కథలన్నీ కల్పితాలు. అయినా మానవులు వాటిని నమ్మాలి. మరి కథ వాస్తవం వలె తోచేట్టు చేయడం ఎట్లా? మనుషులు ఎందుకు కథను నమ్మాలంటున్నారన్నది తెలిసిన సంగతి అయితే, వారి విశ్వాసం అయితే, వారి విశ్వాసం తీరేమి? ఇప్పటికే, ఎప్పుడో, వేల ఏండ్లనాడు, ప్రీస్ట్‌లు, షామాన్‌లు జవాబు కనుగొన్నారు. అదే కర్మకాండ. రూపులేని దానికి స్థిరరూపం యిచ్చి, కల్పనను సత్యంగా మార్చగలిగేవి ఈ కార్యకలాపాలు. వీటన్నిటిసారంగా 'హోకస్ పోకస్, ఎక్స్ అంటే వై' అనే మంత్రం ఉంది.

భక్తులకు క్రీస్తును వాస్తవంగా ఎట్లా చేయాలి? మాస్ అనే తంతు ఉంటుంది. అందులో ప్రీస్ట్ ఒక రొట్టెముక్క ఒక వైన్‌గ్లాస్ తీసుకుంటాడు. రొట్టె అంటే క్రీస్తు మాంసం, వైన్ ఆయన రక్తం అని ప్రకటిస్తాడు. వాటిని తిని, తాగినందుకు విశ్వాసులు క్రీస్తుతో ఒకటి అవుతారు. క్రీస్తు మన నోటిలో రుచిగా తెలియడం కన్నా వాస్తవం ఏముంటుంది? సాంప్రదాయంగా ఈ ధీర ప్రకటనలను లాటిన్ భాషలో చేసేవారు. అదిమరి మతానికి సబంధించిన ప్రాచీన భాష. అందులోనే న్యాయం, జీవితరహస్యాలు ఉన్నాయి. ఆశ్చర్యంగా కళ్లువిప్పి చూస్తున్న అమాయక రైతులముందు, ప్రీస్ట్ రొట్టె ముక్కను పైకి ఎత్తుతాడు. 'హోక్ ఎస్ట్ కార్పస్ (ఇది శరీరం)' అంటాడు. ఇక రొట్టె క్రీస్తు మాంసంగా మారుతుంది. అక్షరంరాని ఆ రైతుల మెదడులో, 'హోక్ ఎస్ట్ కార్పస్ అన్నమాట' హోకస్ పోకస్‌గా మిగులుతుంది. వారికి లాటిన్ రాదు మరి. ఆ రకంగా శక్తివంతమయిన ఆ మంత్రం పుట్టింది. అది కప్పను రాజకుమారుడిగా, గుమ్మడికాయను బండిగా మార్చగలుగుతుంది.

క్రైస్తవం పుట్టడానికి వెయ్యి సంవత్సరాల ముందే, హిందువులు ఇదే కిటుకును వాడుకున్నారు. విశ్వం గురించిన మొత్తం కథను వాస్తవీకరించడానికి బృహదారణ్యక ఉపనిషత్తులో గుర్రం బలి గురించిన కర్మకాండ వివరణ ఉంది. ఇక్కడ కూడా విషయం 'హోకస్ పోకస్, ఎక్స్ అంటే, వైత అనే పద్ధతి ఉంది. బలియివ్వనున్న గుర్రం తల ఉషోదయం, దాని కళ్లు సూర్యుడు. దాని ప్రాణశక్తిగాలీ, తెరిచి ఉన్న నోరు వైశ్వానర అనే అగ్ని, అశ్వం శరీరం ఒక సంవత్సరం, అందులోని భాగాలు రుతువులు, వేళ్లు, నెలలు, పక్షాలు, కాళ్లు పగలురాత్రులు, దాని ఎముకలు నక్షత్రాలు, దాని మాంసం మబ్బులు.. అది ఆవులిస్తే మెరుపు, ఒళ్లు విదిల్చితే ఉరుము, ఉచ్చపోస్తే వర్షం. దాని సకిలింపు స్వరం.

దీపాలు వెలిగించడం, గంటలు మోగించడం, పరుసలు లెక్కించడం వంటి ప్రాపంచిక చర్యలకు మతపరంగా లోతయిన అర్థాలను ఆపాదించి దేన్నయినా కర్మకాండ కిందకు మార్చవచ్చు. తలవంచడం, మొత్తం శరీరంతో సాగిలబడడం, రెండు అరచేతులు జోడించడం వంటి శరీరచర్యలు కూడా పవిత్రాలవుతాయి. సిఖుల తలపాగా, ముస్లిమ్ హిజాబ్ (పర్దా)లకు ఎంతో పవిత్రతనిచ్చారు. వాటి కారణంగా తీవ్ర పోరాటాలు, యుద్ధాలు జరిగాయి.

తిండికి పోషక విలువలు ఉండవచ్చు. వాటిని మించిన ఆధ్యాత్మిక ప్రాముఖ్యం తిండికి కలిగించవచ్చు. ఈస్టర్ గ్రుడ్లకు కొత్త జీవితం, క్రీస్తు పునరుజ్జీవానికి సంకేతాలని పేరుంది. పాస్ ఓవర్ నాడు యూదులు ఈజిప్ట్‌లో తాము అనుభవించిన బానిస బతుకు, దాని నుంచి విమోచనకు గుర్తుగా చేదు, హెర్బ్, పొంగని రొట్టె తింటారు. ఈ ప్రపంచంలో దేనికో సంకేతంగా గుర్తింపబడని వంటకం లేదు. కొత్త సంవత్సరం నాడు యూదులు తేనె తింటారు. రానున్న సంవత్సరం తీయగా గడుస్తుంది, అనుకుంటారు. వారు చేపతలలు తింటారు. తాము కూడా చేపలలాగే ఫలవంతంగా ఉంటారు. వెనుకకు కాక ముందుకు మాత్రమే సాగుతాము అనుకుంటారు. ఇక దానిమ్మ తింటారు. వారి సత్కార్యాలు అందులోని గింజలాగే సంఖ్యలో వర్ధిల్లుతాయి అనుకుంటారు.

ఇటువంటి తతంగాలను రాజకీయంలో కూడా వాడుకున్నారు. వేలాది సంవత్సరాలుగా, కిరీటాలు, సింహాసనాలు, రాజదండాలు, రాజ్యాలను, సామ్రాజ్యాలను సూచించాయి. ఒక్కొక్క సంహాసనం, కిరీటం కొరకు జరిగిన ఘోరయుద్ధంలో లక్షల మంది హతులయ్యారు. రాజదర్బారులలో విస్తృతమయిన తంతులు, నియమాలు ఉండేవి. అవన్నీ మతసంబంధ కార్యకలాపాలను మించి ఉండేవి. ఇక సైన్యాలలో క్రమశిక్షణ, సాంప్రదాయంగా జరిగే కర్మలకు తేడా కనిపించదు. అలనాటి రోమ్ సామ్రాజ్యకాలం నుండి నేటివరకు సైనికులు, గంటల కొద్దీ సమయం కవాతులు, విన్యాసాలలో గడుపుతారు. సెల్యూట్‌లు, జోళ్లు మెరిపించడంలో మరింత కాలం గడుస్తుంది. ఒక రంగు రిబ్బన్ ముక్క కొరకు తాను మనుషులు తమ బతుకులను బలిపెట్టేట్టు చేయగలను, అని నెపోలియన్ అన్నమాటలు ఎంతో ప్రసిద్ధికి ఎక్కినవి.

కర్మకాండకు రాజకీయ పరంగా గల ప్రాముఖ్యాన్ని కన్ఫ్యూషియస్ కన్నా ఎక్కువ అర్థం చేసుకున్నవారు మరొకరు లేరు. లీ అనే పవిత్ర కర్మలను విధిగా పాటించడం వలన సామాజిక సామరస్యం, రాజకీయ స్థిరత నిలిచి ఉంటాయని ఆయన భావించాడు. అతని ప్రాచీనగ్రంథాలు ద బుక్ ఆఫ్ రైట్స్, ద రైట్స్ ఆఫ్ జౌ, ద బుక్ ఆఫ్ ఎటికెట్ అండ్ రైట్స్‌లలో ఏ సందర్భంలో ఏయే కార్యకలాపాలు చేయాలన్న సూక్ష్మవివరాలను అందిస్తాయి. ప్రతి కర్మలో వాడవలసిన పాత్రల సంఖ్య, ఆయా

సందర్భాలకు తగిన సంగీత వాద్యవిశేషాలు, ధరించివలసిన దుస్తుల రంగులు, వివరాలు కూడా వాటిలో కనబడతాయి. చైనా దేశానికి ఏదయినా సమస్య ఎదురయినప్పుడల్లా, కన్‌ఫ్యూషియన్ పండితులు వెంటనే, చేయవలసిన తంతులలో ఎక్కడో లోపం వచ్చిందని నిందించేవారు. తమ సోమరి సైనికులు బూట్లను మెరిసేలాగా పాలిష్ చేయలేదు గనుక ఓటమి ఎదురయిందని ఒక సార్జంట్ మేజర్ అనడం ఇందుకు ఉదాహరణ.

ఆధునిక పాశ్చాత్య ప్రపంచం, కర్మకాండ పట్ల కన్‌ఫ్యూషియన్ విధానంలో విదేయత లోతు తెలియనితనానికి, పాతదనానికి సూచనగా చూపబడింది. బహుశా కన్‌ఫ్యూషియస్ తీరు లోతుగా, మానవుల తీరును అర్థం చేసుకోవడం వలన వచ్చింది. అనడం ఒక పద్ధతి. కన్‌ఫ్యూషియన్ సంస్కృతులు, అన్నిటికన్నా ముందు చైనాలో, తరువాత పొరుగున ఉన్న కొరియా, వియెత్నాం, జపాన్‌లలో ఏర్పరచిన సామాజిక, రాజకీయ విధానాలు, నిర్మాణాలు అత్యంత దీర్ఘకాలాల పాటు కొనసాగినట్లు గమనించారు. ఇది కాకతాళీయం కానేకాదు. జీవితం గురించిన అంతిమసత్యం తెలుసుకోవాలంటే, ఈ కర్మకాండలు పెద్ద అవరోధాలు. కానీ మీరు కన్‌ఫ్యూషియస్ లాగే సామాజికస్థిరత, సామరస్యం గురించి ఆసక్తిగల వారయితే, సత్యం చాలా సార్లు ఒక బరువుగా మారుతుంది. క్రియాకాండలు మాత్రం మిత్రులుగా వెంట నడుస్తాయి.

ఈ విషయం ప్రాచీన చైనాలోలాగే, ఆధునిక ప్రపంచంలో కూడా సందర్భానికి కలిసి వస్తుంది.మన ఆదునిక పారిశ్రామిక ప్రపంచంలో కూడా హోకస్ పోకస్ శక్తి సజీవంగా ఉంది. చాలామంది ప్రజలకు 2018లో కూడా ఒకదానికొకటి మేకుతో బిగించిన రెండు చెక్కలు దేవుడు. గోడమీద రంగురంగుల పోస్టర్ అంటే విప్లవం. గాలిలో రెపరెపలాడుతున్న గుడ్డముక్క జాతికి, అంటే దేశానికి గుర్తు. అదే దేశం. ఫ్రాన్స్ అంటే కంటికి కనబడదు. చెవికి వినబడదు. అది ఒక ఊహ మాత్రమే గనుక అది పరిస్థితి అయినా మూడు రంగుల జెండా కనబడుతుంది. మార్సెలేస్ గీతం వినబడుతుంది. కనుక ఒక జెండాను గాలిలో ఆడించి, జాతీయగీతం పాడితే కేవలం ఊహాత్మక కథ అయినా. దేశానికి వాస్తవరూపం యివ్వవచ్చు.

వేలసంవత్సరాల నాడు ధర్మబద్ధులయిన హిందువులు వెలగల అశ్వాలను బలియిచ్చారు. ఇవాళ వారు వెలగల జెండాల తయారీలో ధనం వెచ్చిస్తున్నారు. భారత జాతీయ జెండాను 'తిరంగా' అంటారు (అంటే, మూడు రంగులు అని అర్థం). అందులో కాషాయం, తెలుపు, ఆకుపచ్చ పట్టీలు ఉంటాయి. 2002లో ప్రకటించిన భారతీయ పతాకం కోడ్‌లో 'జెండా భారత ప్రజల ఆశలు, ఆశయాలకు ప్రతీక. అది మన జాతిగౌరవానికి గుర్తు. గడచిన అయిదు దశాబ్దాలుగా, సాయుధదళాల సభ్యులతో

సహా, ఎందరో, నిస్సందేహంగా, ఈ త్రివర్ణపతాక పూర్తి వైభవంతో ఎగురుతూ ఉండాలని, తమ ప్రాణాలను అర్పించారు' అని రాశారు. ఆ తరువాత కోడ్‌లో రెండవ రాష్ట్రపతి సర్వేపల్లి రాధాకృష్ణన్ మాటలను ఉదహరించారు.

> 'కాషాయవర్ణం వైరాగ్యాన్ని, అనాసక్తతను సూచిస్తుంది. మననాయకులు వస్తులాభాలను పట్టించుకొనక, తమను తాము విధులకు అంకితం చేసుకోవాలి. మధ్యలోని శ్వేతవర్ణం కాంతి. మన తీరునకు మార్గదర్శనం చేసే సత్యమార్గం. హరితవర్ణం మనకు మట్టితోనూ, అందరమూ ఆధారపడి బతుకుతున్న వృక్షజీవంతోనూ గల సంబంధాన్ని సూచిస్తుంది. తెలుపుమధ్యలోని అశోకచక్రం ధర్మ నియమపు చక్రం. ఈ జెండా కింద పనిచేసే వారందరికీ, సత్యం, ధర్మం, శాసన సూత్రాలు కావాలి' అని ఆయన రాశారు.

2017లో భారత జాతీయ ప్రభుత్వం, భారత-పాక్ సరిహద్దు మీద అటారీ అనేచోట, ప్రపంచంలోనే పెద్ద జెండాలలో ఒకదాన్ని ఎగురవేసింది. అందులో వైరాగ్యాన్ని, అనాసక్తతను పెంచే ఉద్దేశ్యం అసలు లేవు. అది కేవలం పాకిస్తాన్ వారి అసూయ కొరకు చేసిన పని. ఆ ప్రత్యేక త్రివర్ణపతాకం 36 మీటర్‌ల పొడుగు 24 మీటర్‌ల వెడల్పు ఉంది. దాన్ని 110 మీటర్‌ల ఎత్తు జెండాకర్ర మీద ఎగురవేశారు. (ఫ్రాయిడ్ దాన్ని గురించి ఏమని ఉండేవాడో?). పాకిస్తాన్ మహానగరం లాహోర్ నుంచి కూడా ఈ జెండా కనబడుతుంది. అయితే దురదృష్టం కొద్దీ బలంగల గాలుల కారణంగా జెండా చిరగసాగింది. దాన్ని తిరిగితిరిగి కుట్టడం జాతి గౌరవంవల్ల అవసరమయింది. ఆ ఖర్చు యావత్తు భారతదేశంలో పన్నుకట్టేవారి తలలమీద పడింది. అంతగా నిధులు కొరతగా ఉన్నా ఎందుకని భారత ప్రభుత్వం అంతంత జెండాలు ఎగరవేయడం మీద అంత ఖర్చు పెడుతుంది? అందుకు బదులు దిల్లీ మురికివాడలలో మురుగు వ్యవస్థ ఏర్పాటు చేయవచ్చుగదా? ఎందుకంటే, మురుగు వ్యవస్థల వల్ల కాని రీతిలో జెండా భారతదేశాన్ని వాస్తవం చేస్తుంది గనుక.

అన్నిటికన్నా ఆ జెండా కొరకు అయిన ఖర్చు, తతంగాన్ని మరింత ప్రభావవంతం చేస్తుంది. అన్ని కర్మలలోనూ త్యాగం అన్నిటికన్నా ప్రభావవంతమయినది. ఈ ప్రపంచంలో అన్ని సంగతులకన్నా బాధ ఎంతో సత్యమయినది. దాన్ని మీరు పట్టించుకోకుండా ఉండలేరు, అనుమతించలేరు. జనం నిజంగా ఒక కల్పనను నమ్మేట్టు మీరు చేయదలిస్తే ఆ సంగతి కొరకు వారేదో వదులుకునే దారికి నడిపించండి. ఒక కథకొరకు మీరు ఒకసారి బాధకు గురయితే, ఆ కథ సత్యం అని మిమ్మల్ని ఒప్పించడానికి అది మామూలుగా సరిపోతుంది. దేవుడు చెప్పినందుకు మీరు

ఉపవాసం ఉంటే, తెలిసే ఆకలి అన్న భావన దేవుని ఉనికిని మరో విగ్రహం, బొమ్మకన్నా బాగా చూపిస్తుంది. దేశభక్తితో యుద్ధంలో కాలొకటి పోగొట్టుకుంటే, మీ చక్రాలకుర్చీ, చంకలో కర్రలు మరేదో కవిత, గీతానికన్నా దేశాన్ని మరింత సత్యం చేస్తాయి. అంత గొప్పది కాని స్థాయిలో దిగుమతి చేసిన హై-క్వాలిటీ ఇటాలియన్ పాస్టాకు బదులు అంతగా బాగుండని లోకల్ పాస్టా కొనడానికి మీరు సిద్ధమవుతారు. ఆ రకంగా చిన్నత్యాగం నిత్యం చేస్తారు. ఆ రకంగా సూపర్‌మార్కెట్‌లో కూడా నేషన్ నిజమవుతుంది.

అయితే ఇది తార్కికంగా తప్పుతీరు. దేవుడు లేదా దేశంమీదగల నమ్మకం కారణంగా మీరు బాధకు గురయినంత మాత్రాన మీ నమ్మకాలు నిజమని రుజువు కాదు. మీమంచితనానికి మీరు బహుశా వెల చెల్లిస్తున్నారేమో? అయితే చాలామంది తాము వెర్రివాళ్లమని ఒప్పుకోవడానికి ఇష్టపడరు. ఫలితంగా, వారు ఒక నిశ్చితవిశ్వాసం గురించి మరింతగా త్యాగాలు చేసినకొద్దీ, వారి విశ్వాసం అంతగానూ బలపడుతుంది. త్యాగంలో ఉండే అంతుబట్టని ఆల్కెమీ అదే. మనలను తన శక్తిప్రభావం కిందకు తేవడానికి, త్యాగాల ప్రీస్ట్ మనకు ఏమీ ఇవ్వనవసరం లేదు. వర్షం, సంపదలు, యుద్ధంలో విజయాలు ఏమీ అవసరం రావు. అతను మననుంచి కొంత తీసుకుంటే పని జరుగుతుంది. ఒక్కసారి అతను మనలను ఒక బాధాకరమయిన త్యాగం చెయ్యడానికి ఒప్పిస్తే చాలు, ఇక మనం పట్టుబడినట్టే.

వాణిజ్యప్రపంచంలో కూడా ఇది పనిచేస్తుంది. మీరు రెండువేల డాలర్‌లు పెట్టి ఒక సెకెండ్ హాండ్ ఫియాట్ కొన్నారు, అనుకోండి. వినడానికి సిద్ధమయిన ప్రతి మనిషిముందు, దాని గురించి ఫిర్యాదులు చేసే వీలుంది. కాక, మీరొక బ్రాండ్ న్యూ ఫెరారీ, రెండు లక్షల డాలర్లు పెట్టి కొన్నారు అనుకుందాం. వీలయినంత విస్తృతంగా మీరు దాని పొగడ్తలు వినిపిస్తారు. అదేమీ అంతగొప్ప కార్ అనిమాత్రం కాదు. దానికని మీరు అంత సొమ్ము వెచ్చించారు. అందుకే దాన్ని మీరు నమ్మితీరాలి. అది ప్రపంచంలోనే అత్యద్భుతమయి పదార్థం అనుకోవాలి. శృంగారరంగంలో కూడా రోమియో లేక వెర్తర్‌గా మారదలుచుకున్న ప్రతివారికి, త్యాగం లేనిదే నిజమయిన ప్రేమ లేదని తెలుసు. త్యాగం అక్కడ, మీ ప్రేమ నిజమని ప్రియురాలిని నమ్మించడానికి కాదు. మిమ్మల్ని మీరు, నిజంగా ప్రేమలో పడ్డారని నమ్మించుకోవడానికి కూడా అది కావాలి. వజ్రపుటుంగరం తీసుకురమ్మని కొంతమంది స్త్రీలు తమ ప్రియులని ఎందుకు అడుగుతారు తెలుసా? ఒకసారి ఆ ప్రేమికుడు అంత ఆర్థికత్యాగం చేశాడు అంటే, అది మంచికారణం కొరకే చేశానని అతను తనను తాను ఒప్పించాలి.

స్వీయత్యాగం, అమరవీరులకు మాత్రమే గాక, పక్కన నిలిచి చూచేవారికి కూడా ఎంతో ఒప్పించేదిగా ఉంటుంది. ఇటువంటి త్యాగపరులు లేకుండా, దేవుళ్లు, దేశాలు

లేక విప్లవాలు నిలదొక్కుకోవడం కష్టం. దైవిక నాటకాన్ని ప్రశ్నిస్తాను అనుకుంటే, జాతీయవాద కథను, లేక విప్లవగాథను కాదంటాను అంటే, వెంటనే శాపనార్థాలు పడతాయి. 'ఎంతమంది దీనికోసం ప్రాణాలు వదిలారు? వాళ్లంతా ఊరికే చచ్చారని అనడానికి ధైర్యం చేస్తున్నావా? ఆ మహామహులంతా వెర్రివాళ్లంటావా?' అంటారు.

షియా మార్గం ముస్లిమ్‌లకు ఈ విశ్వనాటకం ఆషూరానాడు పతాకస్థాయికి చేరుతుంది. అది ముహర్రం నెలలో పదవ దినం. కాలెండర్‌లో హిజ్రా తరువాత అరవయి ఒక్క సంవత్సరాలు తరువాత అది జరిగింది. క్రిస్టియన్ కాలెండర్ ప్రకారం అది అక్టోబర్ 680). ఆనాడు, ఇరాక్‌లోని కర్బలాలో హుసేన్ బిన్ అలీని, యాజిద్ అనే దుర్మార్గుని సైనికులు హత్యకు గురిచేశారు. హుసేన్ ప్రవక్త మహమ్మద్ మనమడు. అతనితో బాటు మరింత మంది అనుయాయులు కూడా అసువులు ఆశారు. షియావర్గం వారి దృష్టిలో ఈ ప్రాణత్యాగాలు, మంచికి, చెడుకు మధ్యగల పోరాటానికి ప్రతీకగా మారాయి. అన్యాయానికి ఎదురు తిరిగినవారిమీద దమననీతికి అది ఉదాహరణగా నిలిచింది. క్రైస్తవులు తరచుగా ప్యాషన్ షో పేరున, ఏసును శిలువనెక్కించిన సంఘటనను నాటకంవలె ప్రదర్శిస్తారు. అదేవిధంగా షియాలు ఆషూరా నాటకాన్ని ప్రదర్శించి హుసేన్‌ను గుర్తు చేసుకుంటారు. ఆనాడు లక్షలాదిమంది కర్బలాలో గుమికూడుకుంటారు. అక్కడ హుసేన్ కూలినచోట కట్టిన గుడికి చేరుకుంటారు. ఆషూరా నాడు ప్రపంచం నలుమూలలలో షియా వర్గీయులు సంతాప పద్ధతులను ప్రదర్శిస్తారు. కొన్ని చోట్ల కత్తులు, గొలుసులతో తమను తాము భయంకరంగా హింసించుకుంటారు.

అలాగని ఆషూరా ప్రాముఖ్యత ఒక చోటికి, ఒకనాటికి పరిమితమయింది కాదు.'ప్రతినిత్యం ఆషూరా, ప్రతిస్థలం కర్బలా' అంటూ ఆయతుల్లా రూహుల్లా ఖోమెయినీ, మిగతా అసంఖ్యాక షియా నాయకులు తమ అనుయాయులకు చెపుతుంటారు. ఆరకంగా హుసేన్ అమరుడయిన తీరు కర్బలాకు మాత్రమే పరిమితంకాదు. ఎక్కడయినా, ఎప్పుడయినా జరిగిన ప్రతిఘటనకు అది అర్థాన్నిస్తుంది. అందుకే అన్నింటికన్నా ప్రాపంచికమయిన నిర్ణయాలు కూడా, మంచికి, చెడుకు మధ్యన జరుగుతున్న మహత్తర విశ్వసంగ్రామంలో ప్రభావం గలవిగా గమనించవలసి ఉంటుంది. ఈ కథను శంకించడానికి మీరు ధైర్యం చేస్తే, మీకు వెంటనే కర్బలాను గుర్తు చేస్తారు. హుసేన్ ప్రాణత్యాగాన్ని అనుమానించినా, అవహేళన చేసినా, అది మీరు చేయగలిగిన తప్పుపనులలో అన్నింటికన్నా అధమంగా లెక్కింపబడుతుంది.

ప్రాణత్యాగం చేయగలవారు కనిపించక, ప్రజలు త్యాగాలు చేయడానికి ముందుకురాక పరిస్థితి మారితే త్యాగాల ప్రీస్ట్ వారిచేత మరేదో త్యాగం చేయిస్తాడు.

ప్రతీకార పూరితమయిన దేవుడు బాల్‌కు ఒక మనిషిని బలియివ్వవచ్చు. ఏసుక్రీస్తు వైభవోన్నతి కొరకు, మతవిద్రోహులను కొయ్యవేసి కాల్చవచ్చు. అల్లాహ్ చెప్పినందుకు వ్యభిచారి వనితను వధించవచ్చు. వర్గశత్రువులను గులగ్‌కు పంపవచ్చు. ఒక్కసారి మీరు ఆపని ముగిస్తే, మీమీద త్యాగంయొక్క మరొక్క ధోరణి ఇంద్రజాలం పనిచేయడం మొదలవుతుంది. ఏదో కథ పేరున మీరు మీ మీదనే హింసను ప్రదర్శించుకుంటే, అక్కడ మీకు రెండు దారులుంటాయి. 'కథ వాస్తవమయినా కావాలి, లేదా మీరు అమాయకంగా మాటవినే వెర్రివారయినా కావాలి'. ఇక బాధను మరొకరిమీద ప్రదర్శించే సందర్భంలో కూడా రెండు దారులుంటాయి. 'కథ వాస్తవమయినా కావాలి, లేదా నేను దుష్టుడను, క్రూరుడనయినా అయి ఉండాలి!' మనం వెర్రివారులమని అంగీకరించినట్లే మనం దుర్మార్గులము అని కూడా అంగీకరించము. కనుక కథ సత్యమని నమ్మడానికి ఇష్టపడతాము.

మార్చి 1839లో, ఇరాన్ నగరం మష్హద్‌లో ఏదో చర్మవ్యాధికి గురయిన యూదు వనిత ఒక బూటకపు వైద్యుడిని సంప్రదించింది. ఆమె ఒక కుక్కను చంపి, దాని రక్తాన్ని చేతులకు పూసుకుని కడుక్కుంటే, వ్యాధి తగ్గుతుందని ఆ దొంగవైద్యుడు సలహా యిచ్చాడు. ఆ నగరం షియా వారి పవిత్రక్షేత్రం. ఆ ఆడమనిషి తన వైద్యానికి ఉద్యుక్తురాలయిన దినం అనుకోకుండా ఆషూరా పవిత్రదినం. ఆమెను కొందరు షియాలు గమనించారు. కర్బలా మారణకాండను గేలిచేస్తూ ఆమె కుక్కను చంపిందని వారంతా విశ్వసించారు. కనీసం అట్లాగన్నారు. ఆలోచనకు కూడా తగని అపవిత్ర సంఘటన వార్త నగరమంతటా వేగంగా వ్యాపించింది. స్థానిక ఇమామ్ ప్రేరణతో, షియా వర్గీయులు కోపంతో, నగరంలోని యూదు ప్రాంతాల మీదకు దాడిగా వెళ్లారు. సినగాగ్‌ను తగులబెట్టారు. ముప్ఫయి ఆరుగురు యూదులను అక్కడే చంపారు. మష్హద్‌లో మిగిలిన యూదులకు రెండు మార్గాలు మిగిలాయన్నారు. వెంటనే ఇస్లామ్‌కు మారండి, లేదంటే చావండి. నగరానికి ఇరాన్ ఆధ్యాత్మిక రాజధాని అని పేరుంది. దానికి ఈదారుణ సంఘటన కారణంగా ఎటువంటి లోపం రాలేదు.

మానవులను త్యాగం చేయడం అనగానే, కనాన్, అజ్‌టెక్ గుడులలో జరిగిన మారణకాండ మన మనసులలో మెదులుతుంది. మోనోతీయిజం రాకతో ఈ భయంకర విధానం అంతమయిందని వాదించడం మామూలే. వాస్తవానికి ఒకే దేవుడు అన్న ఈ వర్గం వారు, పాలీతీయిజం వారికన్నా, నరబలిని మరింత ఎక్కువ స్థాయిలో నడిపించారు. దేవుని పేరున క్రైస్తవం, ఇస్లామ్ వారు చంపిన మనుషుల సంఖ్య బాల్ వంటి ప్రాచీన దేవతల ముందు బలి అయిన వారికన్నా చాలా ఎక్కువ. స్పానిష్ కాంక్విస్టడోర్‌లు అజ్‌టెక్, ఇన్‌కా దేవతల ముందు జరిగే నరబలులను ఆపారు. కానీ వారి దేశం స్పెయిన్‌లో అదే సమయంలో విచారణ పేరున మతవిరోధులను లెక్కలేకుండా చంపారు.

ఈ బలులు, త్యాగాలు రకరకాలుగా రావచ్చు. వాటిలో ప్రతిసారి ప్రీస్ట్ చేతిలో కత్తి అవసరం లేదు. అన్నీ రక్తపూరిత చర్యలు కానవసరంలేదు. యూదుమతం ప్రకారం సబాత్ రోజున పని, ప్రయాణాలు చేయడం మీద నిషేధం ఉంటుంది (సబాత్ అన్న మాటకు నిఘంటువు ప్రకారం, స్థిరంగా నిలిచిపోవడం అని అర్థం. లేదంటే విరామం అనవచ్చు). అది శుక్రవారం సూర్యాస్తమయంతో మొదలవుతుంది. శనివారం సూర్యాస్తానికి ముగుస్తుంది. ఆ రెంటి మధ్య సదాచారపరులయిన యూదులు అన్ని రకాల పనులకు దూరంగా ఉంటారు. చివరకు లావేటరీలో టాయిలెట్ పేపర్ చించడం కూడా కూడదు. (పండితులయిన రాబై పూజారులు ఈ విషయం గురించి చర్చించారు. వారంతా టాయిలెట్ పేపర్ చించితే సబాత్ నియమానికి భంగం అని నిర్ణయించారు. ఫలితంగా భక్తి గలిగిన యూదులంతా ఆ సమయంలో వాడడానికి గాను, కావలసినంత కాగితాన్ని, రోల్‌నుంచి చించి, బొత్తులుగా పెట్టుకోవడం మొదలుపెట్టారు).

మతపరులయిన యూదులు ఇజ్రాయెల్‌లో మతాతీతులను, పూర్తి నాస్తికులను కూడా ఈ నియమాలు పాటించాలని బలవంతం చేస్తారు. ఇజ్రాయెల్ రాజకీయాలలో సనాతనులయిన వారి పార్టీలకు ఎక్కువ పట్టు ఉంటుంది. కనుక వారు సంవత్సరాల మీద సబాత్ గురించి చట్టాలు చేసి, ఆనాడు అన్నిరకాల పనులను నిషేదించారు. స్వంత వాహనాల వాడకాన్ని ఆనాడు నిషేధించలేకపోయారు. కానీ పబ్లిక్ రవాణా సౌకర్యం లేకుండా మాత్రం చేయగలిగారు. దేశవ్యాప్తంగా మతపరంగా జరిగే ఈ త్యాగం, సమాజంలో బడుగువర్గాల మీద గట్టి ప్రభావం చూపుతుంది. వర్కింగ్ క్లాస్ వారికి ప్రయాణాలకు, బంధువులను, మిత్రులను కలవడానికి, విహారప్రదేశాలకు వెళ్లడానికి వారంలో వెసులుబాటు దొరికేది ఆ ఒక్క శనివారం నాడు మాత్రమే. ఒక నాయనమ్మ కలిగిన మనిషి అయితే, తన సరికొత్త కార్‌లో బయలుదేరి, మరో టౌన్‌లో ఉన్న మనుమలు, మనుమరాండ్ల వద్దకు వెళ్ళి చూడగలుగుతుంది. కానీ ఆమె బీద గనుక అయితే ఆనాడు బస్, ట్రెయిన్ సౌకర్యం ఉండదు గనుక యింట్లో ఊరికే ఉండిపోతుంది.

వందల, వేలమంది నాగరికుల మీద ఇటువంటి కష్టాలను రుద్ది, మతపరమయిన పార్టీలు, జూడాయిజమ్ మీద తమకు గల అచంచల విశ్వాసాన్ని, నిరూపించుకుంటాయి. మరింత లోతులకు చేర్చుతాయి. అక్కడ రక్తపాతం లేదు, సరే. అయినా ఎంతోమంది సంక్షేమాన్ని త్యాగం చేయవలసి వస్తున్నది. జూడాయిజమ్ కేవలం కల్పితకథ మాత్రమే అయితే, ఒక ముసలమ్మను తన పిల్లల పిల్లలను చూడకుండా అరికట్టడం, ఒక పేద విద్యార్థి బాలుడిని సరదాగా బీచ్‌కు పోకుండా ఆపడం, క్రూరమయినది, దయలేని పనికూడా. కానీ ఆరకంగా చేసి మతాధార పార్టీలవారు, ప్రపంచానికి, తమకు తాము,

యూదు కథలో తమకున్న విశ్వాసం ఎంత నిజమో తెలియజెపుతారు. ఏమన్నారు? నిష్కారణంగా వారికి జనాలను బాధకు గురిచేయడం ఆనందం అంటారా?

త్యాగం వలన కథపట్ల మీ విశ్వాసం గట్టి పడుతుంది. అయితే కథపట్ల మీకు గల మిగతా బాధ్యతలన్నీ మరుగునపడిపోతాయి. మానవాళి ముందుగల గొప్ప కథలన్నీ మామూలుగా చాలామంది మనుషులకు అందని స్థాయిలో ఆదర్శాలను ఏర్పాటు చేసి వదిలాయి. టెన్ కమాండ్‌మెంట్స్‌ను ఎంతమంది క్రైస్తవులు తు.చ.తప్పక పాటిస్తున్నారు. అబద్ధాలాడకుండా, ఆశపడకుండా ఉంటున్నారు? ఎంతమంది బౌద్ధులు అహంకార రహితస్థాయికి ఎదగగలిగారు? ఎంతమంది సోషలిస్ట్‌లు, తమ శక్తిమేరకు పనిచేసి, అవసరంకన్నా అదనంగా ఫలితం ఆశించకుండా ఉండగలుగుతున్నారు?

ఆదర్శాల స్థాయికి ఎదగడం వీలుగాదు గనుక మనుషులు త్యాగాన్ని సమాధానంగా ఎంచుకుంటారు. ఒక హిందూ పన్నుల స్కామ్‌లో పాలుగొంటాడు. అప్పుడప్పుడు సానియింటికి వెళతాడు. వయసు పెరిగిన తలిదండ్రులను నిరాదరిస్తాడు. అయినా తాను ఎంతో పవిత్రుడను అని తననే నమ్మించుకుంటాడు. మరి అందుకే అతను బాబ్రీ మసీదు కూల్చివేతను సమర్థిస్తాడు. అందుకు బదులు కడుతున్న మందిరం నిర్మాణానికి విరాళాలు యిస్తాడు. పాతకాలంలోలాగా ఈ ఇరవయి ఒకటి శతాబ్దంలో కూడా అర్థంకోసం మానవుల అన్వేషణ, చివరకు వరుస త్యాగాలతో అంతమవుతుంది.

గుర్తింపు ఖాతా

ప్రాచీన ఈజిప్షియన్‌లు, కనానైట్‌లు, గ్రీక్ వారు తమత్యాగాల చుట్టూ కంచెలు పెంచారు. వారికి చాలామంది దేవుళ్లుండేవారు. ఒకరు ఫెయిల్ అయినా, మరొకరు ఆదుకుంటారని నమ్మకం ఉండేది. అందుకే ఉదయాన సూర్యునికి, మధ్యాహ్నం భూమికి, సాయంత్రం ఫెయిరీలు, డీమన్‌లు మరెందరికో బలులు జరుగుతుండేవి. అది కూడా ఎక్కువగా మారలేదు. యహవేగానీ, మామన్‌గానీ, దేశం, విప్లవం ఏదైనా గానీ, మనుషులు నమ్మే కథలు దేవతలంతా అరకొర రకాలే. ఛిద్రాలు గలవారే, పరస్పర వైరుధ్యాలు గలవారే. అందుకే జనం తమ విశ్వాసం మొత్తంగా ఒకే కథ మీద ఉంచరు. అందుకు బదులు కావలసినన్ని కథలు, కావలసినన్ని గుర్తింపులతో ఖాతాలు ఏర్పాటు చేస్తారు. అవసరం కొద్దీ ఒకదానినుంచి మరొక దానిలోకి దూకుతుంటారు. ఇటువంటి బుద్ధివైరుధ్యం అన్ని సమాజాలలో, ఉద్యమాలలో అంతర్గతంగా, ఉండనే ఉంటుంది.

ఒక టీపార్టీ సపోర్టర్‌ను ఊహించండి. అతను ఏదోరకంగా ఏసుక్రీస్తునందు విశ్వాసాన్ని అందరి ముందు ప్రకటిస్తాడు. ప్రభుత్వం వారి సంక్షేమ పథకాలను ఆక్షేపిస్తాడు. నేషనల్ రైఫిల్ అసోసియేషన్‌ను గట్టిగా సమర్థిస్తాడు. తమకోసం తుపాకులు సేకరించడంకన్నా ఏసుక్రీస్తు, బీదవారికి సాయం గురించి ఎక్కువ శ్రద్ధపెట్టినట్టు ఉందిగదూ? పొసగనిదిగా కనిపించవచ్చుగానీ, మనిషి మెదడులో చాలా సొరుగులు, గదులు ఉన్నాయి. కొన్ని నాడీకణాలు ఒక దానితో ఒకటి అసలు మాట్లాడవు. అదే దారిలో, బెర్నీ శాండర్స్ అభినందనలు చాలామందికి భవిష్యత్తులో వచ్చే విప్లవం గురించి చూచాయగా విశ్వాసం ఉంటుంది. అదే సమయంలో తమ సొమ్మును తెలివిగా మదుపు చేయాలని కూడా ఉంటుంది. ప్రపంచంలో ధనం పంచబడిన అన్యాయం విధానం నుంచి చర్చను వారు సులభంగా వాల్‌స్ట్రీట్‌లో తమ పెట్టుబడుల స్థితికి మార్చగలుగుతారు.

ఏ ఒక్కరికీ ఒకే ఒక గుర్తింపు ఉండదు. ఎవరూ కేవలం ముస్లిమ్ కారు. ఇటాలియన్ మాత్రం కారు. పెట్టుబడిదారు ఒకటే కారు. కానీ, అప్పుడప్పుడు ఒక తీవ్రవిశ్వాసుల గుంపు వస్తుంది. ప్రజలంతా కథను నమ్మాలి అంటుంది. ఒకే గుర్తింపు కలిగి ఉండాలి అంటుంది. ఈ మధ్యకాలంలో అటువంటి గుంపు పేరు ఫాసిజమ్. జాతీయ అంటే దేశం గురించిన కథ బదులు మరే కథనూ నమ్మకూడదని ఈ ఆలోచనగల వారు అన్నారు. తమ జాతీయ గుర్తింపు తప్ప మరొకటి కలిగి ఉండగూడదని కూడా అన్నారు. అయితే జాతీయవాదులందరూ ఫాసిస్ట్‌లు కారు. చాలామంది జాతీయవాదులకు తమ జాతి, దేశంపట్లగట్టి విశ్వాసం ఉంది. తమదేశపు సాటిలేని సద్గుణాలను వారు నొక్కిచెపుతారు. తమ దేశంపట్ల తమకు గల తప్పని బాధ్యతల గురించి చెపుతారు. అయినప్పటికీ వారు ప్రపంచంలో తమదేశం ఒకటేగాక మరెంతో ఉందన్న సంగతిని అంగీకరిస్తారు. నేను విధేయుడయిన ఇటాలియన్‌ను కావచ్చును. నాదేశం పట్ల బాధ్యతలు గలవాడిని కావచ్చును. అయినా మరిన్ని గుర్తింపులు గలవాడిని కావచ్చును. నేను సోషలిస్ట్‌ను కూడా, కాతలిక్‌ను, ఒక భర్తను, తండ్రిని, వైజ్ఞానికుడిని, శాకాహారిని కూడా. ఈ గుర్తింపులు ఒక్కొక్క దాని ప్రకారం నాకు బాధ్యతలున్నాయి. ఒక్కొక్కసారి నా గుర్తింపులు కొన్ని నన్ను వేరు వేరు దిక్కులకు లాగుతుంటాయి. వాటిలో కొన్ని ఒకదానితో ఒకటి పోరాటానికి దిగుతాయి. అవును మరి, బతుకంటేే సులభం అని ఎవరయిన అన్నారా?

మిగతా గుర్తింపులు, బాధ్యతలు అన్నింటినీ కాదని, జీవితాన్ని సులభం చేసుకోవాలి అనుకున్న క్షణంలో జాతీయవాదం ఫాసిజంగా మారుతుంది. మరీ ఈ మధ్యన ఫాసిజం అన్నమాటకు సరయిన అర్థం గురించి తికమక మొదలయింది. ప్రజలు తమకు నచ్చని ప్రతిదాన్ని ఫాసిస్ట్ అంటున్నారు. మాట రానురాను అన్ని

రకాలుగా పనికివచ్చే తిట్టుమాటగా మారుతున్నది. ఇంతకూ దాని అసలు అర్థం ఏమి? సూక్ష్మంగా చెపితే జాతీయవాదం నాకు నాదేశం అన్నింటికన్నా గొప్పది, నేను కేవలం దానిపట్లనే బాధ్యతలు గలిగి ఉన్నాను, అంటుంది. ఈ ప్రంచంలో నాదేశం ఒకటే ప్రధానమయినది. కనుక నేను ఇంకొక వర్గం, వ్యక్తి ఇష్టాలను, ఎటువంటి పరిస్థితులకు, ఎనలేని బాధలకు గురిచేస్తున్నాసరే, దాని నుంచి వచ్చే ప్రయోజనం ఎంత తక్కువయినా సరే, నా దేశానికి మద్దతు పలకడంలో నాకు ఏరకంగానూ అనుమానాలు ఉండగూడదు. అట్లా కాని పక్షంలో నేను నీచమయిన దేశద్రోహానికి ఒడిగట్టినట్టు లెక్క. లక్షల మందిని హతమార్చమని నాదేశం కోరిందంటే, నేను లక్షల మందిని హతమార్చాలి. నా కుటుంబాన్ని త్యాగం చేయమని దేశం కోరితే, నేనాపని చేసి తీరాలి. నేను సత్యం, సురూపాలను మోసం చేయాలని నా జాతి కోరితే, నేను సత్యం, సురూపాలను మోగించాలి.

ఫాసిస్ట్ కళను మూల్యాంకనం చేసే తీరేమి? ఒక మూవీ మంచిదని ఫాసిస్ట్ ఏరకంగా నిర్ణయిస్తారు? కొలబద్ద ఒకే ఒకటి. సింపుల్. చిత్రం జాతీయ అభిమతాలకు అనువుగా ఉంటే చాలు అది మంచి చిత్రం. అది జాతి అభిమతాలను అందుకోలేదంటే, అది చెడ్డది. ఇక బడిలో పిల్లలకు బోధించవలసిన అంశాలను ఫాసిస్ట్‌లు ఏరకంగా నిర్ణయిస్తారు? వారికి అదే కొలబద్ద ఉంది. జాతి అభిమతాలకు ఏది అనుగుణమయితే దాన్ని పిల్లలకు చెప్పాలి. అక్కడ సత్యంతో పనిలేదు.

ఈ రకమయిన దేశారాధన అత్యంత ఆకర్షకంగా ఉంటుంది. అది ఎన్నో సందిగ్ధాలను సులువు చేస్తుంది గనుక మాత్రమే కాదు, మనుషులకు అది ఒక అసాధారణ భావనను యిస్తుంది. వారు ఈ ప్రంపంచలోనే ముఖ్యం, అన్నింటికయినా అంశం, అది తనదేశం, దానికి చెందినవారము అనుకుంటారు. ఈ రకమయిన ఆలోచనాధోరణి నుంచి వచ్చే భయంకరమయిన ఫలితాలకు రెండవ ప్రపంచయుద్ధం, దాని తరువాతి హోలోకాస్ట్‌లోని ఘాతుకాలు సూచనలు. ప్రజలు ఫాసిజమ్‌లోని లోటులను గురించి ఆలోచించే సందర్భంలో, దురదృష్టం కొద్దీ సరిగా ఫలితం సాధించరు. ఫాసిజమ్‌ను వారు వికారంగా, రాక్షసిగా చిత్రిస్తారు. అయితే మరి అందులో అంతటి ఆకర్షణ ఎందుకుందని మాత్రం వివరించలేక పోతారు. అందుకే ఈ రోజుల్లో ప్రజలు కొన్నిమార్లు, సంగతి అర్థం చేసుకోకుండానే, ఫాసిస్ట్ ఆలోచనలను అనుసరిస్తారు. 'అది వికృతంగా ఉంటుందని చెప్పారు. కానీ నేను అద్దంలో చూస్తే మాత్రం ఎంతో అందమయిన రూపం కనిపించింది, అంటే నేను ఫాసిస్ట్ కాదన్న మాట' అనుకుంటారు జనం.

హోలీవుడ్ మూవీలలో, వోల్డ్‌మోర్ట్, లార్డ్ సారన్, డార్త్ వేడర్, వంటి దుర్మార్గులను వికృతమయిన వ్యక్తులుగా చూపిస్తారు. వారు నీచులు, తరచు క్రూరులు, తమ

విధేయులయిన తొత్తులమీద కూడా తిక్కగా ప్రవర్తిస్తారు. అటువంటి చిత్రాలు చూస్తున్నప్పుడు నాకు అసలు అర్థంకాని సంగతి ఒకటి ఉంటుంది. అంతటి అనాకారి, మొరటువాడు, దుర్మార్గుని వెంట ఉండాలని ఎవరికయినా ఎందుకు మనసు పీకుతుంది?

చెడ్డతనంతో ఒక సమస్య ఉంది. అది అసలు బతుకులో అందవిహీనం కానవసరం లేదు. అది ఎంతో అందంగా ఉండవచ్చు. హాలీవుడ్ కన్నా ఈ సంగతి క్రైస్తవానికి బాగా తెలుసు. సాంప్రదాయ క్రైస్తవ కళాఖండాలలో సాతానును అందమయిన హంక్‌గా చూపించారు. అందుకే అతని ప్రభావాన్ని తట్టుకోవడం చాలా కష్టం. అందుకే ఫాసిజమ్‌తో పెట్టుకోవడం కష్టం. ఫాసిస్ట్ అద్దంలోకి చూస్తే, అందులో కనిపించేది అనాకారం కానేకాదు. 1930 దశకంలో జెర్మన్‌లు ఫాసిస్ట్ అద్దంలోకి చూచారు. అందులో జెర్మనీ అన్నిటికన్నా అందంగా కనిపించింది. ఇవాళ రష్యన్‌లు ఆ అద్దంలోకి చూస్తే రష్యా ప్రపంచంలోకెల్లా అందమయిన సంగతిగా కనబడుతుంది. అందులోకి ఇజ్రాయెల్ వారు చూస్తే, ఆదేశం ప్రపంచంలో అన్నింటికన్నా గొప్పగా కనిపిస్తుంది. ఆ అందంలో తాము కూడా ఏకమయి పోవాలని వారంతా అనుకుంటారు.

ఫాసిజం అనే మాట 'ఫాసిస్' అనే లాటిన్ పదం నుంచి వస్తుంది. దానికి 'చువ్వలకట్ట' అని అర్థం. ఈ ప్రపంచంలోనే భయంకరం, ఘాతుకం అయిన భావజాలానికి అదేమంత తగిన పేరు కాదు, అందంగా లేదు అనిపిస్తుంది. అయితే దానికి లోతయిన, దుర్మార్గం అర్థం ఉంది. ఒక కర్ర, చువ్వ, కడ్డీ బలహీనమయినది. దాన్ని సులభంగా వంచవచ్చు. రెండుగా తుంచవచ్చు. అయితే అటువంటి కర్రలు, చువ్వలు, కడ్డీలను మోపుగాకట్టి ఫాసిస్‌గా మారిస్తే, యిక వాటిని విరవడం ఇంచుమించు అసాధ్యం. అంటే వ్యక్తి ఎందుకూ పనికిరాని అస్తిత్వం. సమూహంగా చేరితే మాత్రం ఎంతో శక్తి అని అందులో అర్థం వస్తుంది. అందుకే ఫాసిస్ట్‌లు వ్యక్తుల ఆశయాలకన్నా, సమూహం ఆసక్తులను గౌరవించాలని నమ్ముతారు. అందుకే ఒక చువ్వ ఏదీ, మొత్తం కట్ట ఐక్యతను పాడుచేసే ప్రయత్నానికి ధైర్యం చేయకూడదు, అంటారు.

అయితే ఒక మనుషుల 'కర్రల కట్ట' ముగిసి, మరొకటి మొదలయేది మాత్రం ఎన్నడూ స్పష్టంగా కనబడదు. ఇటలీని నేను, నాకు సంబంధించిన చువ్వలమోపుగా ఎందుకు భావించాలి? నాకుటుంబం,, ఫ్లారెన్స్ నగరం, లేదా టస్కనీ ప్రావిన్స్, మరి యూరోప్ ఖండం, మొత్తం మానవ జీవజాతి ఆకట్ట ఎందుకు కాకూడదు? జాతీయవాదం కొంత మెత్తనిదయితే, నేను నా కుటుంబం, ఫ్లారెన్స్, యూరోప్, మొత్తం మనుష్యజాతి పట్ల గూడా బాధ్యతలు గలిగి ఉండవచ్చునంటుంది. అయితే

ఇటలీపట్ల ప్రత్యేక బాధ్యతలుండాలి. ఉంటాయి. అదే ఇటాలియన్ ఫాసిస్ట్‌లు ఇటలీపట్ల నిశ్శేషవిధేయత కలిగి ఉండాలి అంటారు.

ముసోలినీ, అతని ఫాసిస్ట్ పార్టీ ఎంత ప్రయత్నించినా, చాలా మంది ఇటాలియన్‌లు తమ కుటుంబంకన్నా దేశాన్ని ముఖ్యం అనడానికి అంతగా యిష్టపడలేదు. జెర్మనీలో నాజీ ప్రచారయంత్రం మరింత పూర్తిగా పనిచేసింది. అయినా హిట్లర్ కూడా మనుషులు మిగతా కథలను మరిచేట్లు చేయలేకపోయాడు. నాజీ కాలంలోని అంధకార భాగంలో కూడా, ప్రజలకు ప్రభుత్వ కథలతోబాటు మరికొన్ని వెనుకదన్నుగా ఉండేవి. ఈ సంగతి 1945లో పూర్తిగా బయటపడింది. పన్నెండు సంవత్సరాలు నాజీ బ్రెయిన్ వాషింగ్ తరువాత చాలామంది జెర్మన్‌లకు యుద్ధానంతర జీవితాల అర్థం, అంతుపట్టదని ఎవరయినా అనుకుని ఉండవచ్చు. తమ విశ్వాసాన్ని మొత్తంగా ఒకే కథలో పెట్టిన తరువాత, ఆ కథ పేలిపోతే ఏం చేయాలి? అయినా చాలామంది జెర్మన్‌లు ఆశ్చర్యకరమయిన వేగంతో తేరుకున్నారు. మెదడు మూలల్లో ఎక్కడో వారు, ప్రపంచం గురించిన ఇతరకథలను దాచుకుంటూ వచ్చారు. హిట్లర్ తన తలలోనుంచి బులెట్ పేల్చుకున్న మరుక్షణమే, బెర్లిన్, హాంబుర్గ్, మ్యునిచ్ ప్రజలు కొత్త గుర్తింపులను అందుకున్నారు. బతుకులకు కొత్త అర్థాలు తెలుసుకున్నారు.

నాజీ పార్టీ ప్రాంతీయ నాయకులు 20 శాతం మంది ఆత్మహత్యలు చేసుకున్నారు అన్నది నిజం. పదిశాతం జెనరల్స్ కూడా అదే పనిచేశారు. అంటే మిగిలిన 80 శాతం నాయకులు, 90 శాతం జనరల్స్, ఇంకా బతకడానికి సంతోషంగా ఉన్నారు. గుర్తింపుగల నాజీలు, ఎస్ఎస్‌లోని ముఖ్యులు ఎవరూ పిచ్చెత్తిపోలేదు. తమనుతాము చంపుకోలేదు. తరువాత వారంతా మంచి రైతులుగా, పంతుళ్లుగా, వైద్యులుగా, బీమా ఏజెంట్‌లుగా హాయిగా బతికారు.

ఆత్మహత్య చేసుకున్నంతమాత్రాన ఒకే ఒక కథకు సంపూర్ణంగా అంకితమయినట్లు లెక్క కాదు. 13నవంబర్ 2015 ఇస్లామిక్ స్టేట్ వారు పారిస్‌లో ఆత్మహత్య దాడులు నిర్వహించారు. అందులో 130 మంది హతులయ్యారు. సిరియా, ఇరాక్‌లలో ఇస్లామిక్ స్టేట్ కార్యకర్తల మీద జరిగిన బాంబుదాడికి ప్రతీకారంగా, ఈ చర్య చేపట్టినట్లు ఉగ్రవాదులు ప్రకటించారు. భవిష్యత్తులో అటువంటి దాడులు జరపకుండా ఫ్రాన్స్ వెనుకకు తగ్గుతుందని వారు నమ్మారు. అదే మాటలో ఫ్రెంచ్ విమానదాడులకు గురయిన ముస్లిమ్‌లను మార్టిర్స్(అమరవీరులు)గా వర్ణించారు. వారిప్పుడు స్వర్గంలో శాశ్వతసుఖం అనుభవిస్తున్నారు, అన్నారు.

ఇక్కడ ఏదో అర్థంలేని వ్యవహారం కనబడుతుంది. ఫ్రెంచ్ విమానాలు చంపినవారు నిజంగా స్వర్గంలో ఉంటే, అందుకు ప్రతీకారం ఎందుకని అవసరం? నిజానికి ప్రతీకారం సూటిగా దేనికి? మనుషులను స్వర్గానికి పంపినందుకా? మీ

తమ్ముడు టాలరీలో పదిలక్షల డాలర్‌లు గెలిచాడు అన్న వార్త తెలిస్తే, ప్రతీకారంగా లాటరీ టికెట్ స్టాల్స్ మీద దాడి చేసి పేల్చేస్తారా? ఫ్రెంచ్ విమానాలు మీ సోదరులకు స్వర్గానికి వన్-వే టికెట్ యిచ్చారంటే, పారిస్‌లో ఈ దాడులు దేనికి? సిరియాలో మరిన్ని దాడులు చేయకుండా వారిని ఆపితే అంతకన్నా అన్యాయంగా ఉంటుంది. ఆ సందర్భంలో ముస్లిమ్‌లు తక్కువ మంది స్వర్గం చేరతారు.

అమరవీరులు స్వర్గం చేరుకుంటారని ఇస్లామిక్ స్టేట్ కార్యకర్తలు నిజంగా నమ్మరు అనడానికి మనకు కొంత అవకాశం ఉంది. అందుకే బాంబ్ వేసి వారిని చంపినందుకు కోపం. అయితే మరి వారిలో కొందరు పేలుడు పదార్థం బెల్ట్‌లలో బిగించుకుని, తమను తాము ఎందుకని ముక్కలుగా పేల్చుకుంటారు? ఎన్నిరకాలుగా చూచినా వారు రెండు విరుద్ధ కథలను పట్టి వేలాడుతున్నారన్నది జవాబు. ఆ విభేదాల గురించి వారు అంతగా ఆలోచించడం లేదు. కొన్ని నాడీకణాలు ఒక దానితో ఒకటి సంధానం లేనివి, పరస్పరం మాట్లాడవు అని ముందే గమనించాము.

ఫ్రెంచ్ వైమానికదళం, సిరియా, ఇరాక్‌లలో ఇస్లామిక్ స్టేట్ వారి గట్టి కేంద్రాల మీద దాడి చేసిన ఎనిమిది దశాబ్దాలకు ముందు, మరొక ఫ్రెంచ్ సైన్యం మధ్యప్రాచ్యం మీద దాడి చేసింది. దానికి 'ఏడవ క్రూసేడ్' అని పేరు. దానికి పూజ్యమతగురువు వంటి పదకొండవ లూయీ అగ్రభాగంలో నాయకుడు. పవిత్రయుద్ధంలో నైలులోయ వశమవుతుంది, ఈజిప్ట్ ఇక క్రైస్తవరాజ్యం అవుతుంది అనుకున్నారు. కానీ మన్సూరా యుద్ధంలో వారు ఓటమి పాలయ్యారు. చాలామంది క్రూసేడర్‌లు బందీలయ్యారు. క్రూసేడర్ నైట్‌యోధుడు, జాడీ జాయిన్‌విల్ తన జ్ఞాపకాలలో, 'యుద్ధం ఓడినప్పుడు లొంగి పోదాము అనుకున్నాము, కానీ అతని సైనికులలో ఒకతను 'ఆ నిర్ణయాన్ని నేను అంగీకరించలేను. అందరమూ మనలను చంపనివ్వాలి. అలాగయితే మనం వీరస్వర్గం చేరుతాము' అన్నాడు. 'అతనిమాట ఎవరూ చెవినబెట్టలేదు' అని ఆనైట్ యోధుడు పొడిగా రాస్తాడు.

ఎందుకు కాదన్నారని మాత్రం జాయిన్‌విల్ వివరించలేదు. ఈ మనుషులు ఫ్రాన్స్‌లో సుఖవంతమయిన తమ దుర్గాలను వదిలి, అపాయకరమయిన సాహసయాత్రకు బయలుదేరినవారు. వారు మధ్యప్రాచ్యం మీద దాడికి రావడం, శాశ్వతముక్తి అనే హామీమీద వారికి గల విశ్వాసం. అయితే స్వర్గమనే శాశ్వతానందానికి ఒక క్షణం దూరంలో ఉండి కూడా, ముస్లిమ్‌లకు బందీలు కావడానికి ఎందుకు అంగీకరించారు? పవిత్రయుద్ధంలో పాల్గొంటున్న క్రూసేడర్‌కు ముక్తి, స్వర్గం మీద నమ్మకం ఉందిగానీ, సత్యమయిన ఆ క్షణంలో మాత్రం వారు తమ పందెం చుట్టు కంచె వేసుకున్నారు.

ఎల్సినోర్‌లో సూపర్‌మార్కెట్

చరిత్ర మొత్తంలోనూ ఇంచుమించు అందరు మానవులు, ఒకేసారి ఎక్కువ కథలను నమ్మారు. అయినా ఏనాడూ వారికి, ఏ ఒక్క కథలోని సత్యం గురించి సంపూర్తి సమ్మతం కలగలేదు. ఈ అనిశ్చితస్థితి చాలా మతాలను కలవరపరచింది. అందుకే వారు విశ్వాసం అంటే అత్యుత్తమ సద్గుణం, అనుమానం మాత్రం వీలయిన పాపాలలో అథమం అనుకున్నారు. సాక్ష్యం లేకుండానే విషయాలను నమ్మడంలో ఏదో అంతర్గతంగా మంచి ఉన్నట్టు. నవీన సంస్కృతి వచ్చింది. సంగతి తలకిందులయింది. విశ్వాసం అంటే మానసిక బానిసత్వంగా, అనుమానం స్వతంత్రానికి మొదటి అత్యవసరంగా కనిపించసాగాయి.

1599 నుండి 1602 మధ్యన విలియం షేక్స్‌పియర్ హామ్లెట్ అనే నాటకం రాశాడు. అది లయన్ కింగ్‌కు అతనిచ్చిన రూపం. అయితే సింబాలా కాక హామ్లెట్ జీవనవలయాన్ని పూర్తి చేయడు. చివరిదాకా, అనుమానంతో, ఇటు అటు తేల్చకుండా ఉండి పోతాడు. జీవితమంటే ఏమిటి అన్నది తెలుసుకోడు. టుబి, ఆర్ నాట్ టు బి, ఉండడమా, అవసరం లేదా అన్న ప్రశ్నకు తన మెదడునుంచి జవాబు నిర్ణయించలేకపోతాడు. ఈ రకంగా, హామ్లెట్ అసలయిన ఆధునిక నాయకుడు. ఆధునికత గతం నుంచి తనకు వారసత్వంగా అందిన లెక్కలేని కథలను తిరస్కరించలేదు. అందుకు బదులు వాటికొరకు ఒక సూపర్ మార్కెట్ తెరిచింది. ఆధునిక మానవుడు స్వేచ్ఛగా వాటన్నింటిని రుచిచూడవచ్చు. వారి వారి అభిరుచులకు తగినట్టు ఎంపిక చేసుకోవచ్చు.

అయితే చాలామంది ఇంతటి స్వతంత్రం, అనిశ్చితతలను భరించలేరు. ఫాసిజమ్ వంటి ఆధునిక నిరంకుశ ఉద్యమాలు అనుమానాస్పదమయిన ఆలోచనల సూపర్ మార్కెట్ పట్ల తీవ్రంగా స్పందించాయి. ఒకే కథను సంపూర్తిగా నమ్మమని గట్టిగా ఆదేశించి, సాంప్రదాయ మతాలను కూడా తలదన్నాయి. ఆధునిక జనం, చాలామందికి ఈ సూపర్‌మార్కెట్ యిష్టంగా మారింది. జీవితం అంటే ఏమిటి తెలియనప్పుడు ఏం చేయాలి? ఏ కథను నమ్మాలి? ఈ ఎంపిక సామర్థ్యానికి పవిత్రత ఆపాదించాలి. ఎంతకాలమ యినప్పటికీ సూపర్‌మార్కెట్ అరల మధ్యన నిలబడి ఉండాలి. నచ్చిన వాటిని ఎంచుకునే స్వతంత్రం శక్తి మీకు ఉంటుంది. ముందుగల సరుకులను పరీక్షించే స్వతంత్రం కూడా ఉంటుంది. ఇక సినిమా ఫ్రేం ఫ్రీజ్ అవుతుంది. కట్ చేస్తే శుభం కార్డ్!

ఉదారవాద కల్పన ప్రకారం, ఆ పెద్ద సూపర్‌మార్కెట్‌లో చాలాకాలం నిలిచి ఉంటే, ఎప్పుడో తప్పక ఒక చక్కని సందర్భం ఎదురవుతుంది. ఇక మీకు జీవితానికిగల

అసలు అర్థం తెలిసిపోతుంది. షెల్ఫ్‌ల మీద ఉన్న కథలు మొత్తంగా నకిలీలు. జీవితానికి అర్థం, సిద్ధంగా తయారయి దొరికే సరుకు కాదు. దానికి దైవికమయిన ముందుంచిన ప్రతి లేదు. ఇక నాలోకంటే వెలుపల ఉన్నది ఏదీ నా బతుకుకు అర్థాన్ని ఇవ్వజాలదు. ప్రతి అంశంలో అర్థం కలిగించేది నేనే. అది నేనే చేసే స్వేచ్ఛాయుతమయిన ఎంపిక తరువాత నా స్వంత భావాల ఆధారంగా జరుగుతుంది.

విల్లో అని ఒక అభూతకల్పన ఫిల్మ్ ఉంది. అది జార్జ్ లూకాస్ తరహా ఫెయిరీటేల్. అందులో హీరో పేరు విల్లో. అతను మరుగుజ్జు. తాను గొప్ప మాంత్రికుడు కావాలని, ఉనికి రహస్యాలను హస్తగతం చేసుకోవాలని కలలు గంటుంటాడు. ఒకనాడు ఒక మాంత్రికుడు ఈ మరుగుజ్జుల గ్రామంలోకి వస్తాడు. అతను అప్రెంటిస్‌ల కొరకు చూస్తుంటాడు. విల్లో, మరొక యిద్దరు మరుగుజ్జులు ఆయన ముందుకు పోతారు. అభ్యర్థులకు మాంత్రికుడు చిన్న పరీక్ష పెడతాడు. అతను తన కుడిచేతిని ముందుకు చాచి ఉంచి, వేళ్లను విస్తరిస్తాడు. చిత్రమయిన గొంతుతో, ప్రపంచాన్ని నడిపించగల శక్తి ఏ వేలిలో ఉంది?' అని అడుగుతాడు. మరుగుజ్జులు ముగ్గురు తలొకవేలు పట్టుకుంటారు. అయితే వారు ముగ్గురు తప్పు వేళ్లనే పట్టుకుంటారు. అయినా మాంత్రికుడు విల్లోలో ఏదో చూడగలుగుతాడు. 'నేను వేళ్లు ముందుకు పెట్టాను. అప్పుడు మొట్టమొదలు నీకు ఏమనిపించింది?' అని అతడిని అడుగుతాడు. 'అదా, అర్థంలేని మాట' అంటాడు విల్లో బెంబేలుగా. 'నా వేలు నేను పట్టుకోవాలి అనిపించింది' అంటాడు తరువాత. 'ఆహా! అది సరయిన సమాధానం. నీమీద నీకు నమ్మకం లేదు' అంటాడు మాంత్రికుడు గెలిచినట్టు. ఉదారవాద పురాణాలు ఈ కథను విసుగు లేకుండా చెపుతుంటాయి.

ఈ మన మనిషి వేళ్లే బైబిల్ రాశాయి. ఖురాన్, వేదాలను రాశాయి. మన మెదళ్లే ఈ కథలకు శక్తినిచ్చాయి. కథలు చక్కనివి, అందులో అనుమానం లేదు. అయితే వాటి చక్కదనం చూసేవారి కళ్లలో ఉంది. జెరూసలేం, మక్కా, వారణాసి, బోధ్‌గయా అన్నీ పవిత్రస్థలాలు. ఎందుకని? మనుషులు అక్కడికి వెళ్లినపుడు అనుభవించే భావాల కారణంగా! తనంతతానుగా ఈ విశ్వం అణువుల అర్థం లేని అమరిక. అందులో అందం, పవిత్రం, సెక్సీ అంటూ ఏవీ లేవు. కానీ మానవుల భావనలు వాటిని అట్లా మారుస్తాయి. మనుషుల భావనలు మాత్రమే ఎర్రని ఆపిల్ పండును ప్రలోభకరంగానూ మరొకదాన్ని అసహ్యంగానూ చేస్తాయి. అక్కడినుంచి మానవ అనుభూతులను పక్కకు తీయండి. మీకు మిగిలేది అణువుల సమాహారం మాత్రమే.

విశ్వం గురించి ఇప్పటికే సిద్ధంగా ఉన్న ఒక కథలోకి మనల్ని మనం ఇమిడ్చి అర్థం తెలుసుకోవాలని అనుకుంటాము. కానీ ప్రపంచానికి ఉదారవాదం చేసిన

వ్యాఖ్యానం ప్రకారం, సత్యం అందుకు పూర్తిగా విరుద్ధం. విశ్వం నాకు అర్థాన్ని యివ్వదు. నేనే విశ్వానికి అర్థాన్ని యిస్తాను. ఇది నా కాస్మిక్ కార్యక్రమం. నాకు స్థిరమయిన భవిత, ధర్మం లేవు. నేను సింబా, అర్జునుని పరిస్థితిలో ఉంటే, నేను ఒక రాజ్యపు కిరీటం కొరకు పోరాడాలని ఎంచుకోవచ్చు. అయితే నేను ఆపని చేయనవసరంలేదు. నేను దేశం మీద తిరుగుతుంటే సర్కస్‌లో చేరవచ్చు. నాటకంలో పాడడానికి బ్రాడ్‌వే వెళ్లవచ్చు. సిలికాన్ వ్యాలీకి పోయి స్టార్ట్ అప్ కంపెనీ పెట్టవచ్చు. నా ధర్మాన్ని సృష్టించుకునే స్వతంత్రం నాకుంది.

ఆ రకంగా, మిగతా అన్ని కాస్మిక్ కథలలాగే, ఉదారవాదకథ కూడా సృష్టి వివరణతో మొదలవుతుంది. సృష్టి ప్రతిక్షణం జరుగుతుంది, నేనే సృష్టికర్తను అంటుంది. అయితే, మరి నా జీవితధ్యేయం ఏమిటి? అనుభూతులు, ఆలోచనలు, ఆకాంక్షలు, ఆవిష్కరణల ద్వారా అర్థం సృష్టించడం. అనుభూతికి, ఆలోచనకు, కోరికలకు, ప్రయోగాలకు గల మానవస్వేచ్ఛను అవధులు ఏర్పరచేది ఏదయినా, విశ్వం అర్థాన్ని కూడా అడ్డుకుంటుంది. కనుక అటువంటి హద్దులు లేకుండా స్వేచ్ఛ అన్నింటిని మించిన ఆదర్శం.

ప్రయోగాత్మకంగా చెబితే, ఉదారవాద కథను నమ్మేవారంతా, రెండు నిర్దేశాల కింద కొనసాగుతారు. సృష్టించు, స్వతంత్రం కొరకు పోరాడు అంటాయి ఆదేశాలు. సృజన, ఒక కవిత అల్లడంలో, నీ లైంగికతను గమనించడంలో, కొత్త అప్లికేషన్ తయారీలో, తెలియని రసాయనాన్ని కనుగొనడంలో, బయట పడుతుంది. ఇక స్వేచ్ఛకొరకు పోరాటంలో ప్రజలను సాంఘిక, జైవిక, భౌతిక బంధనాల నుంచి విడిపించే అన్నింటినీ చేర్చవచ్చు. పాశవిక నియమాలకు ప్రతిగా ప్రదర్శన, ఆడపిల్లలకు చదువు నేర్పించడం, క్యాన్సర్‌కు ఒక చికిత్స కనుగొనడం, అంతరిక్షనౌక నిర్మించడం లాంటివన్నీ అందులోకి వచ్చేవే. లిబరల్ మహామహుల శ్రేణిలో రోజా పార్క్స్, పాబ్లో పికాసో ఉంటారు. లూయీ పాశ్చర్, రైట్ బ్రదర్స్ ఉంటారు.

ఇది సిద్ధాంతపరంగా, ఎంతో ఉత్తేజకరంగా, గంభీరంగా కూడా కనబడుతుంది. మానవస్వేచ్ఛ, మానవసృజన రెండు, ఉదారకథ ఊహించిన విధంగా లేకపోవడం దురదృష్టం. మనకున్న ఉన్నత వైజ్ఞానిక అవగాహనకు కూడా మన ఎంపికలు, సృష్టి కింద వచ్చేవాటి వెనుక ఎటువంటి మాయాజాలం లేదు. కోట్లాది నాడీకణాలు జీవరసాయన సంకేతాలను ఇచ్చిపుచ్చుకునే తీరునుండి అవి పుడుతున్నాయి. మానవులను కాతలిక్ చర్చ్ అనే కాడినుంచి, సోవియెట్ యూనియన్ నుంచి స్వతంత్రులను చేసినా, వారి ఎంపికలు ఇంకా జీవరసాయన అల్గోరిదంల వల్లనే జరుగుతాయి. అవి కూడా ఇన్‌క్విజిషన్, కేజీబీం లాగే కఠినంగా ఉంటాయి.

భావ ప్రకటన, నన్ను నేను తెలుసుకోవడం కొరకు స్వేచ్ఛ అడగమని ఉదారకథ నన్ను ఆదేశిస్తుంది. అయితే ఈ 'స్వయం', స్వాతంత్ర్యం రెండూ రంగులు మార్చే కల్పనలు. వాటిని పాతకాలం ఫెయిరీ టేల్స్ నుంచి అరువు తెచ్చుకున్నాము. ఫ్రీ విల్ అంటే స్వేచ్ఛ విషయంగా ఉదారవాదానికి తికమకమాత్రమే ఉంది. మనుషులకు కోరిక ఉందన్నది తెలిసిన విషయం. వారికి కోరికలున్నాయి. కొన్ని సందర్భాలలో వారికి ఆ కోరికలు తీర్చుకునే స్వతంత్రం ఉంటుంది. స్వేచ్ఛ అంటే నీవు కోరిందంతా చేయడం అయితే, అవును మరి, మనుషులకు స్వేచ్ఛ ఉంది. కానీ స్వేచ్ఛ అంటే ఏం కోరాలని ఎంచుకోవడం అయితే మాత్రం, మనుషులకు ఆ స్వతంత్రం లేదు.

నాకు లైంగికంగా పురుషుల పట్ల ఆకర్షణ కలుగుతుంది. నా కలలను సాకారం చేసుకునే స్వేచ్ఛ నాకు ఉండవచ్చు. అంతేగాని, అందుకు బదులు అమ్మాయిలపట్ల ఆకర్షణ అనుభవించే స్వతంత్రం నాకు లేదు. కొన్నిచోట్ల నేను నా లైంగికవాంఛలను అదుపుచేసుకోవచ్చు. అలా నిర్ణయించుకోవచ్చు. లేదంటే లింగమార్పిడి, చికిత్స ప్రయత్నించవచ్చు. కానీ నా లైంగిక ఆకర్షణ తీరును మార్చుకునే కోరిక మాత్రం, అది నాడీకణాల నామీద రుద్దిన విషయం. అందులో సాంస్కృతిక, మతసంబంధ నిషేధాలకు పాత్ర ఉండవచ్చు. ఎవరయినా తనకున్న లైంగికత గురించి సిగ్గుపడవలసిన అవసరం ఏమి? దాన్ని మార్చడానికి ఎందుకు ప్రయత్నించాలి? అటుపక్కన మరొకవ్యక్తి అదే రకమయిన లైంగిక వాంఛలను ఏమాత్రం దోషభావం లేకుండా గొప్పగా చెప్పుకుంటుంటే, నాకు ఈ శిక్ష ఎందుకు? ఈ రెంటిలోని మొదటి పరిస్థితిలో మతభావాలు ఎక్కువ అనవచ్చు. మతభావాలు బలంగా లేదా బలహీనంగా ఉండడాన్ని, ప్రజలు స్వేచ్ఛగా ఎంచుకోగలుగుతారా? మళ్లీ, ఒకవ్యక్తి ప్రతినిత్యం చర్చ్‌కు తప్పక పోవాలని నిర్ణయించుకుంటాడు. అది తనకున్న బలహీన మత భావాలను మరింత బలపరచడానికి తెలిసి చేస్తున్న ప్రయత్నం. అయితే మరింత మతపరంగా ఉండాలని ఒక వ్యక్తి ఎందుకు కోరుకుంటాడు? మరొక వ్యక్తి నాస్తికుడుగా ఏవిధంగా పూర్తి సంతోషంగా ఉంటాడు? ఈ లక్షణాలు ఎన్నో సాంస్కృతిక, జన్యులక్షణాల ఫలితాలు కావచ్చు. అంతేగానీ ఏనాడూ అవి స్వేచ్ఛగా చేసిన నిర్ణయాలు మాత్రం కావు.

లైంగికవాంఛ విషయంలో నిజమయినది, అన్ని కోరికల విషయంలోనూ నిజమే అవుతుంది. అన్ని అనుభూతులు, ఆలోచనల విషయంగా కూడా. మీ మెదడులో వచ్చే తదుపరి ఆలోచన గురించి గమనించండి. అది ఎక్కడ నుంచి వచ్చింది? దాని గురించి ఆలోచించాలని మీరు స్వేచ్ఛగా ఎంచుకున్నారా? అప్పుడు ఆ ఆలోచన చేశారా? లేదు గాక లేదు. స్వయంపరిశీలన తతంగం మామూలు విషయాలతో మొదలువుతుంది. రానురాను కష్టతరం అవుతుంది. మొట్టమొదట మనం మన వెలుపలి

ప్రపంచాన్ని అదుపు చేయడం లేదని అర్థం చేసుకుంటాము. వర్షం ఎప్పుడు కురవాలని నేను నిర్ణయించను. అప్పుడిక మన స్వంత శరీరంలో జరుగుతున్న వాటిని కూడా అదుపుచేయడం లేదని తెలుసుకుంటాము. నా రక్తపు పోటును నేను అదుపు చేయలేను. ఆ తర్వాత మన మెదడు మీద మనకు అధికారం లేదని అర్థం చేసుకుంటాము. నాడీకణాలకు ఎప్పుడు ఫయర్ కావాలని నేను చెప్పను. చివరగా మనం అర్థం చేసుకోవలసింది, మనం మన కోరికలను అదుపుచేయము, ఆ కోరికల విషయంగా జరిగే ప్రతిక్రియలను కూడా అదుపు చేయము అన్న సంగతులు.

ఈ విధంగా అర్థమయితే, మన అభిప్రాయాలు, అనుభూతులు, ఆశయాల విషయంగా మరీ పట్టుదలగా ఉండకూడదని ప్రయత్నించడం సులభమవుతుంది. మనకు స్వతంత్రమయిన నిర్ణయాలు చేసే శక్తి అదే స్వేచ్ఛ లేదు. అయినా మన ఇచ్ఛ సృష్టించే దౌర్జన్యంనుంచి మరికొంచెం స్వేచ్ఛ కలిగి ఉండవచ్చు. మానవులు తరుచుగా, తమ కోరికలకు చాలా ప్రాముఖ్యం యిస్తారు. ఆ కోరికల ప్రకారం మొత్తం ప్రపంచాన్ని అదుపుచేసి రూపుపోసేందుకు ప్రయత్నం చేసేంతన్నమాట. ఈ కోరికల కొరకు మానవులు చంద్రుని మీదకు పోతారు, ప్రపంచ యుద్ధాలు చేస్తారు. మొత్తం పర్యావరణ వ్యవస్థను అతలాకుతలం చేస్తారు. మన కోరికలు మన స్వేచ్ఛలో నుంచి మాయాజాలం వలె రూపుపోసుకోలేదని, అవి కేవలం జీవరసాయన క్రియల ఫలితాలని వాటిమీద కొంత ప్రభావం చూపిన సాంస్కృతిక విషయాలు కూడా మన అదుపు వెలుపలివని అర్థమయితే, మనం వాటి వెంట బహుశా కొంత తక్కువగా పడేవీలుంది. మన తలలో తలెత్తిన ఊహలన్నింటిని వాస్తవాలు చేయాలని ప్రయత్నించే బదులు, మనలను మనం, మన మనసును, మనకోరికలను అర్థం చేసుకోవడం మంచిది.

స్వేచ్ఛమీద గల విశ్వాసాన్ని వదులుకుంటే, మనం పూర్తిగా పట్టిలేనితనం, ఉదాసీనతలోకి పోతామని ప్రజలు కొన్ని సందర్భాలలో భావిస్తారు. అప్పుడు మనం ఒక మూలన ముడుచుకు పడుకుని, తిండికిమాడి చస్తాము. వాస్తవానికి ఈ భ్రమను విడనాడితే, లోతయిన జిజ్ఞాస దీపం వెలుగుతుంది. మీ మెదడులో పుట్టిన అన్ని ఆలోచనలను మీరు గట్టిగా మీకే అనుకున్నంతకాలం, మీ గురించి మీరు తెలుసుకోవడానికి అంతగా ప్రయత్నం చేయనవసరంలేదు. మీకు సరిగా ఎవరో అదివరకే తెలుసు అనుకుంటారు. 'ఏయ్, ఈ ఆలోచనలు నేను గాను, అవి కేవలం బయోకెమికల్ ప్రకంపనలు' అని అర్థం చేసుకుంటే, మీరంటే ఎవరు? లేదా ఏమిటి? అనే సంగతే తెలియదని కూడా మీరు అర్థం చేసుకుంటారు . అదిక ఏ మానవుడయినా చేపట్టగల అత్యంత ఉత్తేజ కరమయిన అన్వేషణ ప్రయాణానికి ఆరంభం అవుతుంది.

ఈ ప్రయాణంలో 'సెల్ఫ్ లేదా స్వయం' గురించిన సత్యాన్ని అంగీకరించడం చాలా కీలకమయిన అడుగు. ఈ స్వయం, ఆత్మ, లేదా వ్యక్తిత్వం ఒక కల్పిత కథ

అనీ, మెదడులోని జటిలమయిన విధానాలు నిరంతరంగా దాన్ని ఉత్పత్తి చేసి, తిరగరాసి, నిత్యనూతనంగా ఉంచుతాయి. అని అంగీకరించాలి. నా మెదడులో ఒక కథకుడున్నాడు. అతను నేనెవరిని. ఎక్కడి నుండి వస్తున్నాను, ఎటువేపు వెళుతున్నాను. ఇక ఈ క్షణంలో ఏం జరుగుతున్నది లాంటి అన్నీ చెపుతుంటాడు. ప్రభుత్వం తరఫున కొంతమంది ఇటీవలి రాజకీయ పర్యవసానాలును వివరిస్తూ ఉంటారు. అదేవిధంగా ఈ లోని కథకుడు ఎప్పుడూ సంగతులను తప్పుగా చెపుతుంటాడు. అప్పుడప్పుడు అరుదుగా, కుదిరితే, సంగతి అంగీకరిస్తాడు. ప్రభుత్వాలు తమ జెండాలు, గుర్తులు, కవాతులతో ఒక జాతీయకల్పనను సృష్టించినట్టే నా అంతరంగంలోని ప్రచార యంత్రాంగం వ్యక్తిగా నా గురించి ఒక కల్పనగాథను సిద్ధం చేస్తుంది. అందులో గొప్ప సంతోషకర జ్ఞాపకాలు, శోకక్షణాలు పొందుపరిచి ఉంటాయి. అయితే వాటికి సత్యం పోలికలు కూడా ఉండవు.

ఫేస్‌బుక్, ఇన్‌స్టాగ్రామ్ వచ్చిన ఈ కాలంలో ఈ కథాసృష్టి విధానాన్ని, ఎన్నడూ లేనంత వివరంగా చూడవచ్చు. అందులో చాలా భాగం మెదడులోనుంచి కంప్యూటర్‌లోకి అవుట్‌సోర్స్ అవుతుంది గనుక ఆ సులువు. ప్రజలు గంటలకాలం అంతులేకుండా గడిపి ఒక ఆన్‌లైన్ 'స్వయం'ను నిర్మిస్తారు. దానికి రంగులు అద్దుతారు. పర్‌ఫెక్ట్‌గా మారుస్తారు. తాము సృష్టించిన దానికి తామే అభిమానులవుతారు. అది తమ గురించిన సత్యం అని పొరబడతారు. ఇదంతా గమనించడం ఆశ్చర్యకరంగా, భయంకరంగా కూడా ఉంటుంది. ఒక కుటుంబం అంతా కలిసి హోలిడే అని బయలుదేరతారు. ట్రాఫిక్ జామ్‌తో మొదలు అర్థంలేని వివాదాలు, అందరూ మాట్లాడకుండా ఉండటం అన్నీ జరుగుతాయి. కానీ అది ఆన్‌లైన్‌గా మాత్రం అందమయిన పనోరామాలు, చక్కని భోజనాలు, చిరునవ్వు ముఖాలుగా మిగిలిపోతుంది. మనం అనుభవించిన వాటిలో 99 శాతం సెల్ఫ్ గురించిన కథలో కనిపించదు.

మనం కల్పించుకున్న ఈ సెల్ఫ్ చాలా కనిపించే రకంగా ఉంటుంది. (విజువల్) కానీ అసలు అనుభవం మాత్రం మరోరకంగా ఉంటుంది. ఈ సంగతి చాలా గుర్తించదగినది. ఫాంటసీలో మీరు ఒక దృశ్యాన్ని మెదడు కంటిలో గానీ, కంప్యూటర్ తెరమీదగానీ చూస్తారు. మీరు మిమ్మల్ని ఉష్ణమండలంలోని ఒక బీచ్‌లో నిలబడి ఉన్నట్టు చూస్తారు. వెనుక నీలి సముద్రం ఉంటుంది. మీ ముఖం మీద గొప్ప చిరునవ్వు ఉంటుంది. ఒక చేతిలో కాక్‌టెయిల్ డ్రింక్, మరో చెయ్యి మీ ప్రేమికురాలి నడుంమీద ఉంటుంది. అది స్వర్గం. అయితే బొమ్మలో కొన్ని సంగతులు కనిపించవు. ఒక పురుగు మీ కాలిని కుడుతూ ఉంటుంది. దరిద్రంగా ఉన్న చేప సూప్ తాగినందుకు కడుపులో చాలా అసౌకర్యంగా ఉంటుంది. లేని చిరునవ్వు ముఖం మీద

పులుముకున్నందుకు మీ దవడ నొప్పి పెడుతూ ఉంటుంది. అంతకుముందే అందమయిన జంట అసహ్యంగా వాదులాడి ఉంటుంది. ఫోటోలలోని వ్యక్తుల మనసులలో ఏముండేది కనబడితే ఎలాగుండేది?

కనుక మీరు మిమ్మల్ని నిజంగా అర్థం చేసుకోదలిస్తే, మిమ్మల్ని ఫేస్‌బుక్ అకౌంట్‌గా చూడగూడదు. అందుకు బదులు వాస్తవంగా మీ శరీరం, మెదడుకు సంబంధించిన ప్రవాహాలను గమనించాలి. అక్కడ మీకు ఆలోచనలు, ఆశయాలు కనబడతాయి. అంతగా కారణం లేకుండానే, మీ నుంచి ఎటువంటి ఆదేశం లేకుండానే అవి మాయమవుతాయి. అది అటునుంచి, ఇటునుంచి వేరువేరు గాలులు వీచి మీ జుట్టును చిందరవందర చేసినట్టు ఉంటుంది. ఆ గాలులు మీరు కాదు. అదేవిధంగా ఆలోచనలు, అనుభూతులు, ఆశయాలు కలగలిపి గజిబిజిగా మారిన అనుభవాలు మీరు కాదు. ఆ శుభ్రం చేసిన కథ మీరు అంతకన్నా కాదు. అయితే, మీరు అన్నింటినీ అనుభవిస్తారు. కానీ వాటిని అదుపుచేయలేరు. అవి మీ స్వంతంకావు. అవన్నీ మీరు కారు. జనులు 'నేనెవరిని' అని అడుగుతారు. జవాబుగా ఒక కథ వినాలి, అనుకుంటారు. మీ గురించి మీరు తెలుసుకొనవలసిన మొదటి విషయం మీరు ఒక కథ కాదు అవి.

కథ లేదు

కాస్మిక్ నాటకాలు అన్నింటినీ కాదని, ఉదారవాదం గట్టి అడుగువేసింది. కానీ, మానవునిలోనే మరొక నాటకాన్ని తిరిగి సృష్టించింది. విశ్వానికి ఒక కథాంశం లేదు. కనుక దాన్ని తయారు చేయడం మనిషి చేతిలో ఉంది. ఇదే మనకుగల పని, ఇదే జీవితానికి అర్థం అన్నది. మన ఉదారవాదకాలం కన్నా వేలసంవత్సరాలక్రితం ప్రాచీన బౌద్ధం మరింత ముందుకు వెళ్లింది. కాస్మిక్ నాటకాలను మాత్రమేగాక, మానవుని సృష్టి అయిన లోనినాటకాన్ని కూడా అది కొట్టిపడేసింది. ఈ విశ్వానికి అర్థం లేదు. మానవుల భావనలు కూడా మహత్తర కాస్మిక్‌కథలో అంశాలు కావు. అవి అనుభవ ప్రకంపనలు. ఏ ఉద్దేశ్యం లేకుండా కనబడతాయి. మాయమవుతాయి. అది సత్యం. అర్థం చేసుకోవాలి.

బృహదారణ్యక ఉపనిషత్తు చెప్పిన కథను ఇదివరకే గమనించాము. 'బలిగుర్రం తల సూర్యోదయము. దాని కన్నులే సూర్యుడు.... దాని శరీరభాగాలు రుతువులు, కీళ్ళు, నెలలు, పక్షాలు. దాని కాళ్ళు రాత్రింబగళ్ళు. దాని ఎముకలు నక్షత్రాలు. మాంసము మబ్బులు.' ఇక మహాసతిపత్తన సుత్త అనే ముఖ్యమయిన బౌద్ధగ్రంథంలో మరొక రకమయిన వివరం ఉంది. మానవులు ధ్యానంలో ఉంటే, ఆ వ్యక్తి ఆడగానీ, మగగానీ, తమ శరీరాన్ని జాగ్రత్తగా గమనిస్తారు. 'ఈ శరీరంలో తలవెంట్రుకలు

ఉన్నాయి. చర్మం మీద వెంట్రుకలున్నాయి. గోళ్ళు, పళ్ళు, చర్మం, మాంసం, నాడులు, ఎముకలు, మూలుగ, కిడ్నీ, గుండె... లాలాజలం, ముక్కులో మ్యూకస్, సైనోవియల్ ద్రవం, మూత్రం అన్నీ ఉన్నాయి' అని గమనిస్తారు. ఆ రకంగా శరీర పరిశీలన సాగుతుంది... ఇక అవగాహన స్థిరమవుతుంది. 'ఇది శరీరం!' వెంట్రుకలు, ఎముకలు మూత్రం దేనికీ ప్రతినిధులు కావు. అవి, అవి మాత్రమే.

వరుసబెట్టి ఆ పాఠంలో వివరణ సాగుతుంది. శరీరంలో, మెదడులో మాధ్యముడు ఏమి గమనించినా అతను దానిని చూచినంతవరకు మాత్రమే అర్థం చేసుకుంటాడు. ఆ రకంగా భిక్షువు శ్వాస పీల్చినప్పుడు, ఒక లోతయిన శ్వాస ఉచ్ఛ్వాసంగా తీసుకుని 'నేను లోతుగా శ్వాసిస్తున్నాను' అని అతను సక్రమంగా అర్థం చేసుకుంటాడు. దీర్ఘశ్వాస రుతువులకు ప్రతినిధి కాదు. ఇక హ్రస్వశ్వాస దినాలకు ప్రతినిధిగా నిలిచి చూపదు. అవి కేవలం శరీరంలోని ప్రకంపనలు మాత్రమే.

బుద్ధుడు విశ్వానికి గల మూడు మౌలిక సత్యాలను బోధించాడు. అన్నీ అదే పనిగా మారుతుంటాయి. ఎందులోనూ నిలవగలిగే సారం లేదు. ఇక ఏదీ సంపూర్తిగా సంతృప్తికరం కాదు, అన్నాడు. మీరు గెలాక్సీ చివరి అంచులను తరచి చూడవచ్చు. మీ శరీరం, మెదడులను అదే తీరుగా పరీక్షించవచ్చు. మార్పు లేనిది ఏదీ మీకు ఎదురురాదు. దేనికీ నిరంతర సారం కనబడదు. ఏదీ మిమ్ము సంపూర్తిగా సంతృప్తి పరచదు.

ఈ సంగతి అర్థం కానందుకు బాధలు పుట్టుకువస్తాయి. ఎక్కడో కోరిక శాశ్వతంగా సాగే సారం ఉందని వారు విశ్వసిస్తారు. వారి దానికి కనుగొని, దానితో అనుసంధింప గలిగితే, సంపూర్ణ సంతృప్తి అందుతుంది. ఈ శాశ్వత సారాన్ని కొన్నిచోట్ల దేవుడు అన్నారు. కొన్నిచోట్ల అది నేషన్ (జాతి, దేశం). మరికొన్నిచోట ఆత్మ, కొన్నిసార్లు సాధికార ఆత్మ, మరిన్నిసార్లు నిజమయిన ప్రేమ. ఎంత ఎక్కువమంది దానితో సంబంధం పెట్టుకుంటే, అంత ఎక్కువగా నిరాశకు గురయి దీనస్థితికి పడిపోతారు. ఆది అందదు కనుక ఆ పరిస్థితి పుడుతుంది. మరింత అన్యాయంగా, బంధం ఎంత ఎక్కువయితే, అటువంటి వారిలో ఏవగింపు అంత ఎక్కువ అవుతుంది. అది వ్యక్తులు, వర్గాలు, సంస్థల మీద కనిపిస్తుంది. అవన్నీ వారికీ, వారు కోరుకుంటున్న గమ్యాలకు మధ్య అవరోధాలుగా ఉన్నట్టు తోచినందుకు ఆ ఏవగింపు.

అందుకే జీవితానికి అర్థం లేదు, అంటాడు బుద్ధుడు. ప్రజలు ఎటువంటి అర్థాన్ని సృష్టింపనవసరం లేదు, అంటాడు. అర్థం లేదని వారు అర్థం చేసుకోవాలి, అంతే. మన బంధనాలు, అర్థంలేని విశేషాలతో మనం పొందుతున్న ఏకీభావం కారణంగా పుట్టే బాధలన్నిటినుంచి ఆ రకంగా విముక్తి దొరుకుతుంది. 'ఏం చేయాలి?' అని జనం అడుగుతారు. 'ఏమీ అవసరం లేదు. అసలు ఏమీ అవసరంలేదు' అది బుద్ధుని

సలహా. అయితే మనం నిరంతరంగా ఏదో చేస్తూ ఉంటాము. అదే మొత్తం సమస్య. మనం గంటలపాటు, కళ్ళు మూసుకుని కదలకుండా కూర్చోవచ్చు. అది శరీరస్థాయి. మానసిక స్థాయిలో మనకు విరామం ఉండదు. కథలు, గుర్తింపులను సృష్టించడం, యుద్ధాలు చేయడం, విజయాలు సాధించడం, ఎన్నో పనులు. ఏమీ నిజంగా చేయకపోవడం అంటే మనసు కూడా ఏమీ చేయగూడదు.

ఇది కూడా సులభంగా ఒక వీరగాథగా మారడం దురదృష్టం. మీరు కళ్ళు మూసుకుని కూర్చుంటారు. ముక్కు పుటాలనుంచి శ్వాస వెలికి రావడం, లోనికి పోవడాన్ని గమనిస్తారు. ఇక వాటిగురించి కథ కట్టడం మొదలుపెట్టే వీలుంది. 'నా శ్వాసలో కొంత బలం ఉంది. మరింత ప్రశాంతంగా శ్వాసిస్తే, నా ఆరోగ్యం పెరుగుతుంది' అని, లేదా 'నేనిలా నా శ్వాసను గమనిస్తూ ఉండిపోతే, మరేమీ చేయకుండా ఉంటే, నాకు జ్ఞానోదయం కలుగుతుంది, అందరికన్న తెలివయిన వాడిని అవుతాను. ప్రపంచంలోనే అందరికన్న ఆనందం గలవాడిని అవుతాను' అనుకునే వీలుంది.ఇక ఇతిహాసం పెరగసాగుతుంది. ప్రజలు తమను తాము తమ బంధనాలనుంచి విముక్తులను చేసుకునే ప్రయత్నం మాత్రమే గాక, ఇతరులను కూడా అదే చేయమని నమ్మించడానికి ఉద్యమిస్తారు. జీవితానికి అర్థం లేదని అంగీకరించిన తరువాత, ఈ నిజాన్ని ఇతరులకు వివరించడంలో నాకు అర్థం కనబడుతుంది. ఆ విశ్వాసులతో వాదం, అనుమానం గలవారి ముందు ఉపన్యసించడం, ఆశ్రమాలు కట్టడానికి దానాలు యివ్వడం, యింకా ఎన్నింటిలోనో అర్థం కనబడుతుంది. కథ లేదు అన్న పరిస్థితి సులభంగా మరొక కథగా మారుతుంది.

కనిపించే అన్ని విషయాలు కూడా అశాశ్వతాలు, ఖాళీలు అని, బంధనాలు లేకుండా ఉండడంలోని ప్రాముఖ్యాన్ని నమ్మిన జనులు, ఇక దేశపు ప్రభుత్వం గురించి వివాదపడి పోరాడటం, ఒక భవనాన్ని స్వంతం చేసుకొనడం, చివరకు ఒకమాట అర్థాన్ని నాది అనడం గురించిన వేలాది ఉదాహరణలు బౌద్ధం చరిత్ర మనకు అందిస్తుంది. ఒక అనంత దేవుని వైభవాన్ని నమ్మినందుకు మీరు మరొకరితో పోరాటానికి దిగితే అర్థం చేసుకొనవచ్చు. కానీ అది దురదృష్టం. ఇక అన్ని దృగ్విషయాలలోని ఖాళీని నమ్మినందుకు, మీరు యితరులతో పోరాటానికి దిగితే, అంతకన్నా అన్యాయం లేదు. అయితే అది మానవ సహజం.

'పదునెనిమిదవ శతాబ్దంలో బర్మా, సయాం దేశాల రాజవంశాలు బుద్ధుని శ్రద్ధగా పూజించాయి. అవి పొరుగుదేశాలు. తమ బుద్ధభక్తి గురించి గొప్పగా చెప్పుకున్నాయి. బౌద్ధధర్మాన్ని పరిరక్షించినందుకు న్యాయసమ్మతి పొందాయి. ప్రభువులు ఆశ్రమాలను పోషించారు. పగోడాలు కట్టించారు. పండిత భిక్షువుల ప్రసంగాలను వారం వారం విన్నారు. ఆ భిక్కులు ప్రతి మానవుడు పాటించవలసిన అయిదు నీతి నియమాల

గురించి లోతుగా వివరించేవారు. హత్య, దొంగతనం, లైంగిక అత్యాచారాలు, మోసం, మత్తు పదార్థాల సేవనం నిషిద్ధాలు, ఇవి అయిదు సూత్రాలు. అయినప్పటికీ రెండు రాజ్యాల మధ్యన నిరంతరంగా పోరాటాలు జరిగేవి. 7 ఏప్రిల్ 1767న బర్మా ప్రభువు సింబ్యూషిన్ స్వయంగా సయామ్ రాజధాని మీద దాడి చేశాడు. ఆక్రమించుకున్నాడు. గెలిచిన సేనలవారు ఎందరినో చంపారు. లూటీ చేశారు. మానభంగాలు చేశారు. అక్కడక్కడ బహుశా తాగి ఉంటారు కూడా. తరువాత వారు నగరంలో చాలా భాగాన్ని తగలబెట్టారు. రాజభవనాలు, మతసంస్థలు, పగోడా గుడులు అన్నింటినీ కాల్చేశారు. వేలాదిగా బానిసలను వెంట తీసుకుపోయారు. బండ్లనిండా బంగారం, నగలు తరలించుకు పోయారు.

అలాగని రాజు సింబ్యూషిన్ బౌద్ధాన్ని చిన్నబుచ్చాడని లేదు. అతని మహావిజయం తరువాత ఏడేళ్ళకు, రాజు ఇరావద్దీ నదిమీద యాత్రగా వెళ్ళాడు. దారిలోని పగోడాలు అన్నింటిలో పూజలు చేశాడు. మరిన్ని విజయాలు తన సేనలకు కలిగేలా ఆశీర్వదించమని బుద్ధుని వేడుకున్నాడు. సింబ్యుషిన్ రంగూన్ చేరుకున్నాడు. దష్వేడగాన్ పగోడా, అంటే బర్మాలోనే అతి పవిత్రమయిన నిర్మాణం. దాన్ని అతను విస్తరించి పునర్నిర్మించాడు. తన ఎత్తు బంగారంలో కొత్త భవనం గోడలకు మలాము చేయించాడు. పగోడా మీద బంగారు గోపురం నిలబెట్టాడు. దానిమీద విలువయిన రత్నాలు (బహుశా సయామ్ నుంచి కొల్లజేసినవి) తాపించాడు. అదే సందర్భంలో అతను బందీ అయిన పెగూ ప్రభువును, అతని తమ్ముని కొడుకులను ఉరి తీయించాడు కూడా.

జపాన్‌లో 1930 దశకంలో ప్రజలు బౌద్ధ నిర్దేశాలను, జాతీయవాదం, మిలటరీవాదం, ఫాసిజమ్‌లతో కలపడానికి మార్గాలను ఊహించారు. బౌద్ధంలోని మౌలిక చింతనాపరులు నిషో ఇనువే, ఇక్కీ కిటా తనాకా చిగాకూ వంటివారు వాదిస్తూ, తమ అహంకారపూరిత బంధనాలను తొలగించడానికి, ప్రజలు పూర్తిగా చక్రవర్తి ముందు లొంగిపోవాలి, అన్నారు. స్వంత ఆలోచనలన్నీ తెంచుకుని, జాతి (దేశం)కి సంపూర్ణ విధేయత కనబరచాలి అన్నారు. చాలా అల్ట్రా జాతీయవాద సంస్థలు ఈ ఆలోచన నుంచి ప్రేరణ అందుకున్నాయి.హత్యల ఉద్యమంతో జపాన్ కన్సర్వేటివ్ రాజకీయవిధానాన్ని కూలదోయదలచిన ఒక వెర్రి మిలటరీ బృందం కూడా అందులో ఒకటి. వారు ఒకప్పటి ఆర్థికమంత్రిని, మిత్సుయి సంస్థ డైరెక్టర్ జెనరల్‌ను, చివరకు ప్రధానమంత్రి, ఇనుకై త్సుయోషీని చంపివేశారు. ఆరకంగా వారు జపాన్ దేశాన్ని మిలిటరీ నియంతృత్వంగా మార్చే తీరును వేగవంతం చేశారు. మిలిటరీ, యుద్ధానికి బయలుదేరింది. బౌద్ధప్రీస్ట్‌లు, జెన్‌ధ్యానం మాస్టర్‌లు స్టేట్ (దేశ) అధికారం ముందు నిస్వార్థ విధేయత కనబరచాలని ప్రవచించారు. యుద్ధంలో ఆత్మాహుతిని పాటించమని

ప్రోత్సహించారు. బౌద్ధంలోని దయ, అహింసలను ఏదో రకంగా వారు మరిచిపోయారు. వారిప్రభావం, జపాన్ సేనల మీద, నాన్‌జింగ్, మనిలా, సోల్‌లలో ఎటువంటి మార్గంలోనూ కనబడలేదు.

బౌద్ధాన్ని అనుసరించే మ్యాన్మార్‌లో ఇవాళ మానవహక్కుల పరిస్థితి ప్రపంచంలోనే హీనంగా ఉంది. ఆషిన్ విలాతూ అనే బౌద్ధభిక్షువు దేశంలో ముస్లిమ్ వ్యతిరేక ఉద్యమానికి నాయకుడు. అతను మ్యాన్మార్ దేశాన్ని బౌద్ధాన్ని ముస్లిమ్ జిహాదీ కుట్రలనుంచి కాపాడడం ఒకటే తన ధ్యేయం అంటాడు. అతని ప్రవచనాలు, రచనలు నిప్పులు చెరుగుతుంటాయి. చివరకు 2018లో ఫేస్‌బుస్ అతని పేజీని హేట్ స్పీచ్ మీద నిషేధం అంటూ, తొలగించేసింది. గార్డియన్ పత్రికకు 2017లో ఇచ్చిన ఒక ముఖాముఖిలో పక్కనున్న దోమమీద కూడా జాలికలిగి ఉండాలని బోధించాడు. కానీ ముస్లిమ్ వనితలను మ్యాన్మార్ మిలిటరీ వారు మానభంగాలకు గురిచేసిన ఫిర్యాదు ఎదురయినప్పుడు, అతను నవ్వాడు. 'అసాధ్యం. వాళ్ళ శరీరాలు అన్యాయంగా ఉంటాయి' అన్నాడు.

8 బిలియన్‌ల మానవులు క్రమం తప్పకుండా ధ్యానం మొదలుపెడితే, ప్రపంచశాంతి, విశ్వవ్యాప్త సామరస్యం వస్తాయన్న అవకాశాలు చాలా తక్కువ. నీ గురించిన సత్యాన్ని పరిశీలించడం ఎంతో కష్టం. మీరు ఏదోరకంగా చాలమంది మానవులచేత ఆ పని చేయించగలిగినా, ఎదురయే సత్యాన్ని మనలోని చాలామంది మార్చి పడేస్తారు. హీరోలు, విలన్‌లు, శత్రువులు గల కథగా దాన్ని మార్చేస్తారు. యుద్ధం చేయడానికి ఎంతో చక్కని సాకులను కనుగొంటారు.

వాస్తవం పరీక్ష

ఈ పెద్ద కథలన్నీ మనస్వంత మెదళ్ళు పుట్టించిన కల్పనలు అయినప్పటికీ, నిరాశ పడనవసరంలేదు. వాస్తవం ఇంకా నిలిచి ఉంది. ఆధారం లేని, నమ్మించడానికి ప్రయత్నించే నాటకంలో మీరు పాత్ర పోషించలేరు. అయినా ఆ పని ఎందుకని చేయడం? మానవులు ఎదురుకుంటున్న పెద్ద ప్రశ్న. 'జీవితం అర్థం ఏమిట'ని కాదు. 'ఈ బాధలనుండి బయట పడడం ఎట్లాగని! కల్పన కథలన్నింటిని మీరు వదిలిపెడితే, అంతకు ముందుకన్నా శుభ్రంగా వాస్తవాన్ని చూడగలుగుతారు. నిజంగా మీకు మీ గురించి ప్రపంచం గురించిన నిజం తెలిస్తే, ఇక మిమ్మల్ని బాధపెట్టేది ఏదీ ఉండదు. కానీ, ఆపని అన్నంత సులభం కాదు.

కథలను కల్పించగలం, నమ్మగలం, కనుకనే మానవులు అనే మనం ప్రపంచాన్ని జయించాం. అందుకే మనకు కల్పన, వాస్తవం మధ్యన తేడా తెలుసుకోవడం నిజంగా చేతకాదు. ఈ తేడాను పట్టించుకోక వదడమే మన మనుగడ విషయంగా మారింది.

అయినా తేడా తెలుసుకోవాలి అంటే ప్రారంభం బాధపడడంతో వీలవుతుంది. ఈ ప్రపంచంలో అన్నిటికన్నా సత్యమయిన సంగతి ఈ బాధ ఒకటే.

ఒక గొప్ప కథ మీకు ఎదురవుతుంది. అది వాస్తవమా, ఊహాజనితమా, తెలుసుకోవాలని మీరు అనుకుంటారు. అప్పుడు అడగవలసిన ప్రశ్నలలో కీలకమయినది ఒకటి ఉంది. ఆ కథలో కేంద్రమయిన నాయకునికి బాధ తెలుసునా? ఉదాహరణకు మీకెవరయినా పోలిష్ నేషన్ కథ చెపుతారు. ఒక్క క్షణం ఆగి ఈ పోలాండ్ బాధలకు గురి కాగలుగుతుందా అని ప్రశ్నించాలి. గొప్ప రొమాంటిక్ కవి, ఆధునిక పోలిష్ జాతీయ వాదానికి తండ్రి ఆడం మికియెవిచ్ పోలాండ్ దేశాన్ని 'దేశాలలో క్రీస్తు, క్రైస్ట్ ఆఫ్ నేషన్స్' అన్నాడు. రష్యా, ఆసియా, ఆస్ట్రియాల మధ్య పోలాండ్ విభజన జరిగినప్పుడు, అంటే 1832లో ఆ కవి కొన్ని సంగతులు చెప్పాడు. అంతకుముందే 1830లో పోలాండ్ తిరుగుబాటును రష్యావారు అమానుషంగా అణగదొక్కారు. మికియెవిచ్ అప్పుడు, పోలాండ్ పడిన భయానకమయిన బాధలు మొత్తం మానవాళి తరఫున అని, వాటిని క్రీస్తు త్యాగంతో పోల్చవచ్చుననీ, క్రీస్తులాగే పోలాండ్ కూడా తిరిగి లేస్తుందనీ అన్నాడు.

కవి రాసిన మాటలు కింది విధంగా ఉన్నాయి.

> పోలాండ్ (యూరోప్ జనులతో) అన్నదిగదా; 'నీ వద్దకు ఎవరు వచ్చినా స్వతంత్రులవుతారు. సమానులవుతారు. నేనే స్వతంత్ర్యాన్ని మరి. కానీ రాజులు ఈ సంగతి విన్నప్పుడు వారి గుండెల్లో భయపడిపోయారు. ఇక వారు పోలాండ్ జాతిని శిలువ వేశారు. సమాధిలో దాచారు. 'మేము స్వతంత్రాన్ని చంపి పాతేశాము' అని అరుస్తూ అట్లా చేశారు. అయితే వారు తెలివి తక్కువగా అరిచారు. మరి పోలిష్ దేశం మరణించలేదు. మూడవనాడు, ఆత్మ శరీరం వద్దకు తిరిగి వస్తుంది; ఇక జాతి పైకి లేస్తుంది. యూరోప్ జనులందరినీ బానిసతనం నుంచి విడిపిస్తుంది'.

నిజంగా ఒక దేశం బాధకు గురవుతుందా? నేషన్, జాతి, దేశానికి, మనిషికి వలె కళ్ళు, చేతులు, జ్ఞానేంద్రియాలు వాటి స్పందనలు, ప్రేమ, అభిమానం ఉన్నాయా? దాన్ని కుచ్చితే రక్తం వస్తుందా? ఏదీ జరగదు. అది యుద్ధంలో ఓడితే, ఒక ప్రాంతాన్ని పోగొట్టుకుంటే, లేక స్వతంత్రతను విడనాడుకుంటే, కూడా దానికి కష్టం తెలియదు. దుఃఖంగానీ మరేరకంగా బాధగానీ తెలియవు. మరి దానికి శరీరం లేదు. మెదడు, భావనలు లేనేలేవు. వాస్తవానికి అదొక అలంకార శబ్దం. ఏదో కొందరు మనుషుల ఊహలలో మాత్రమే, పోలాండ్, బాధ అనుభవించగల ఒక వాస్తవ విశేషం. ఈ మానవులు తమ దేహాలను దానికి అరువు యిస్తారు గనుక పోలాండ్ భరించి

మనగలుగుతుంది. అది పోలిష్ సైన్యంలో సోల్జర్స్‌గా చేరికాదు ఈ మనుషులు చేసేది. జాతి సుఖదుఃఖాలను తమవిగా చూచి వారు దేశం అవుతారు. 1831లో మే మాసంలో ఓస్ట్రోలేకా యుద్ధంలో పోలాండ్ ఓటమి వార్త వార్సాకు చేరింది. అప్పుడు బాధతో మనుషుల కడుపుల్లో తిరిగింది. వారి గుండెలు బాధతో కుంగాయి. మనుషుల కళ్ళలో నీరు నిండింది.

ఇదంతా రష్యన్ దాడిని సమర్థించేది కాదు. ఒక స్వతంత్రదేశం స్థాపించి, తమ చట్టాలను, నియమాలను నిర్ణయించే హక్కు, విషయంగా పోలాండ్ వారికి మద్దతు కూడా కాదు. పోలిష్ దేశపు కథగా, వాస్తవం ఉండజాలదని, దానికి ఉనికి కొరకు పోలాండ్ మనుషుల మెదడులలోని చిత్రాల మీద ఆధారపడాలని అర్థం.

మరొకవేపున, దాడిచేస్తున్న రష్యన్ సైనికులు, దోచుకుని, మానభంగం చేసిన వార్సా ఆడమనిషి స్థితిని గమనించండి. పోలాండ్‌దేశం అనుభవించిన బాధ అలంకారాత్మకం. ఈ స్త్రీ అనుభవం అసలయిన వాస్తవం. అది రష్యన్ జాతీయ వాదం, సనాతన క్రైస్తవం, మగతనపు శక్తి, వంటి రకరకాల కథలమీద మానవుల విశ్వాసం వల్ల పుట్టి ఉండవచ్చు. అవన్నీ కలిసి రష్యన్ నాయకులకు, సైనికులకు ప్రేరణనిచ్చాయి. అయినా సుతంగా పుట్టిన బాధమాత్రం నూటికి నూరుపాళ్ళు నిజం.

రాజకీయనాయకులు మార్మికధోరణిలో మాట్లాడితే జాగ్రత్త. వారు అసలయిన బాధలను అర్థంకాని మాటలలో చుట్టి మరో రకంగా చూపడానికి, క్షమాపణ కోరడానికి ప్రయత్నిస్తుండవచ్చు. ముఖ్యంగా, త్యాగం (బలిదానం), శాశ్వతత్వం, శుద్ధత, విముక్తి వంటి మాటలతో మరింత జాగ్రత్తగా ఉండాలి. అవి వినిపిస్తే అలారం మోగించండి. 'వారి త్యాగం, మన నిరంతరమయిన దేశాన్ని స్వతంత్రం చేస్తుంది' లాంటి మాటలను మామూలుగా అనగలిగిన నాయకులు గల దేశం మీది గనుక అయితే, మీరు లోతయిన సంకటంలో ఉన్నారని తెలుసుకోండి. ఇటువంటి అర్థంలేని మాటల వెనుకగల నిజమయిన అర్థాలను గమనించండి. బాధతో ఏడుస్తున్న ఒక సైనికుడు, దుర్మార్గానికి గురయిన ఒక స్త్రీ, భయంతో వణికిపోతున్న ఒక శిశువు, ఇవి ఆ అర్థాలు.

కనుక మీరు విశ్వం గురించిన సత్యం తెలుసుకోవాలి, అనుకుంటే, జీవితం యొక్క అర్థం, మీ స్వంత గుర్తింపు గురించి తెలుసుకోదలిస్తే, సారంభం చేయవలసినది బాధను పరిశీలించడం, అదేమిటో తరచి చూడడంతో జవాబు కథ మాత్రం కాదు.

21
చింతన

చూస్తూ ఉండండి

ఇన్ని కథలు, మతాలను, భావజాలాలను విమర్శించాను. ఇక నన్ను నేను ఫయరింగ్ లైన్‌లో పెట్టడం సమంజసం. ఇంతగా అనుమానాలు గలవ్యక్తి, ఏ రకంగా పొద్దున్నే నిద్దుర లేవగలుగుతున్నాడు. వివరించాలి. నా గురించి చెప్పడం గనుక ఈ పనికి కొంచెం జంకుతున్నాను. తప్పుడు అభిప్రాయాలు ఇవ్వదలుచుకోలేదు గనుక మరింత జంకు. నాకు సరియయినది, అందరికీ అట్లాగే ఉండదు గదా. నా జన్యువులు, నాడీకణాలు, వ్యక్తిగత చరిత్ర, ధర్మం అన్నీ చిత్రంగా అందరికీ ఉన్నవే కాదు. అయితే నేను ప్రపంచాన్ని చూచే గ్లాసెస్ ఏ రంగు, చాయలలో ఉన్నది పాఠకులకు కనీసం తెలిస్తే బహుశా మంచిది. అవి నా దృష్టిని అస్తవ్యస్తం చేసి, నా రాతల తీరును మార్చే తీరు కూడా వారికి తెలిస్తే మంచిది.

టీనేజర్‌గా నేను సందేహాలు గలవాడిని. శాంతిలేని ప్రాణిని. ఈ ప్రపంచం నాకు అర్థవంతంగా కనిపించలేదు. జీవితం గురించి నాలోగల ప్రశ్నలకు జవాబులు అందలేదు. ముఖ్యంగా ఈ ప్రపంచంలో, నా బతుకులో ఇంత బాధ ఎందుకున్నది అర్థం కాలేదు. దానిగురించి చేయగలిగింది తెలియలేదు. నా చుట్టున్న మనుషులనుంచి, చదివిన పుస్తకాల నుంచి దొరికినదంతా, విస్తృతమయిన కల్పనలు: మతం, దేవతలు, స్వర్గం గురించిన మిథ్యాకల్పనలు, దేశం కథలు, మాతృభూమి, దాని చారిత్రాత్మక కార్యక్రమం, ప్రేమ, సాహసం గురించిన రొమాంటిక్ గాథలు, ఆర్థిక ప్రగతి గురించిన కథలు, సరుకులు వాడినందుకు నేను సంతోషపడే తీరు మాత్రమే. ఇవన్నీ బహుశా కల్పనలు అది తెలుసుకునే బుద్ధి తగినంతగా ఉండేది. కానీ సత్యం తెలుసుకునే దారి మాత్రం తెలియలేదు.

యూనివర్సిటీలో చదువు మొదలుపెట్టాను. ఆది జవాబులను కనుగొనడానికి ఆసలు స్థలం అనుకున్నాను. నిరాశ ఎదురయింది. మానవులు సృష్టించిన అన్ని మిథ్యలను విడగొట్టగల గట్టి పరికరాలను అకడమిక్ ప్రపంచం నాకు అందించింది. అయినా జీవితం గురించి పెద్ద ప్రశ్నలకు సంతృప్తికరమయిన సమాధానాలను మాత్రం అందిస్తాను అనలేదు. పైగా అది నన్ను మరింత ఇరుకు ప్రశ్నలు అడగడానికి ప్రోత్సహించింది. చివరకు ఆక్స్‌ఫర్డ్ విశ్వవిద్యాలయంలో, మధ్యయుగపు సైనికుల ఆత్మకథలను గురించి పిఎచ్.డి సిద్ధాంత వ్యాసం రాసే చోటికి చేరాను. హాబీగా మరొకపక్క ఫిలాసఫీ పుస్తకాలు చాలా చదివాను. తాత్విక చర్చలు విన్నాను. ఇదంతా బౌద్ధికంగా అంతులేని ఆనందాన్ని అందించింది. అయితే అంతర్‌దృష్టిని మాత్రం అందించలేదు. మళ్ళీ అంతులేని నిరాశ.

చివరకు నామిత్రుడు రాన్ మెరోమ్ పుస్తకాలు, తెలివిగల చర్చలను కొన్నిరోజుల పాటు పక్కన పెట్టమని సలహా యిచ్చాడు. విపశ్యన ధ్యానం కోర్సు తీసుకొమ్మన్నాడు. (ప్రాచీన భారతీయ భాష పాలీలో విపశ్యన అంటే లోనికి చూడడం). అది అర్థంలేని, కొత్తయుగం మాట అనిపించింది. మరో మైతాలజీ వినే ఆసక్తి లేదు. వెళ్ళను, అన్నాను సంవత్సరం పాటు ఓపికగా పొడిచి, ఏప్రిల్ 2000లో ఒక పదిరోజుల విపశ్యవ రిట్రీట్‌కు నన్నతను తీసుకుపోయాడు.

అంతకుముందు నాకు ధ్యానం గురించి ముక్క తెలియదు. అందులో రకరకాల మార్మిక సిద్ధాంతాలు గజిబిజిగా కలిసి ఉంటాయి. అనుకున్నాను. అయితే బోధన తీరు నన్ను ఆశ్చర్యపరిచింది. కోర్స్‌లో గురువు ఎస్.ఎన్. గోయెంకా, విద్యార్థులను పద్మాసనంలో కళ్ళు మూసుకుని కూర్చొనమన్నాడు. ముక్కులనుండి లోనికి బయటికి వచ్చే ఊపిరి మీద ధ్యానమంతా కేంద్రీకరించమన్నాడు. 'ఏమీ చేయకండి' అతను చెపుతూనే ఉన్నాడు. 'శ్వాసను అదుపుచేసే ప్రయత్నం చేయకండి. ఏదో ఒక పద్ధతిలో శ్వాసించే ప్రయత్నం చేయకండి. ఈక్షణం యొక్క వాస్తవికతను గమనించండి. అదెట్లాగయినా ఉండనీ, శ్వాస బయటకు వస్తుంది. ఇప్పుడు శ్వాస బయటకు వస్తున్నది, అని మాత్రం మీకు తెలుస్తుంది. ఇక అది లోపలికి పోతుంది. ఆ సంగతి మీకు తెలుస్తుంది. మీ కేంద్రీకృత దృష్టి చెదిరి, మనసు జ్ఞాపకాలు, కల్పనలలోకి చరిస్తుంది. అది కూడా మీకు తెలుస్తుంది. 'ఇప్పుడు నా మనసు శ్వాసను పట్టించుకోక మరెక్కడికో తప్పిపోయింది. నాకు ఎవరయినా చెప్పిన సంగతులు అన్నిటిలోకీ అత్యంత ప్రధానమయినది అది.

జనం బతుకుగురించి పెద్ద ప్రశ్నలు అడుగుతారు. అయితే శ్వాస వారి ముక్కు రంధ్రాలలోకి ఎప్పుడు వస్తున్నది, బయటకు ఎప్పుడు వస్తున్నదన్న సంగతి మాత్రం వారికి తెలియదు. బదులుగా వారు మరణం తరువాత ఏమయ్యేది తెలుసుకోవాలి

అనుకుంటారు. జీవితంలో నిజంగా అర్థంకానిది చావు తరువాత ఏమవుతుందని కాదు. చావకముందు అయ్యేది అర్థం కాదు. మీరు మరణాన్ని అర్థం చేసుకోదలిస్తే, జీవితాన్ని అర్థం చేసుకోవడం అవసరం.

'నేను చనిపోతే, పూర్తిగా మాయమయిపోతానా? స్వర్గానికి పోతానా? కొత్త శరీరంలో తిరిగి పుడతానా? అంటూ ప్రజలు అడుగుతారు. పుట్టుకనుంచి చావువరకు స్థిరంగా నిలదొక్కుకునే 'నేను' అని ఒకటి ఉందన్న ఊహ మీద ఈ ప్రశ్నలన్నీ ఆధారపడివున్నాయి. ఈ నేను, మరణం వద్ద ఏమవుతుంది? అని ప్రశ్న. అయితే పుట్టుకనుంచి చావు వరకు నిలిచి ఉండడానికి ఏముంది? శరీరం అనుక్షణం మారుతూ ఉంటుంది. బాగా పరిశీలిస్తే మీలో ఏదీ, ఈ క్షణంనుంచి మరొక క్షణంవరకు నిలకడగా ఉండదని తెలిసిపోతుంది. అయితే మరి మొత్తం బతుకును పట్టి ఉండేది ఏమి? దానికి జవాబు మీకు తెలియదంటే, మీకు జీవితం అర్థం కాదు. ఇక మరణం గురించి అర్థం చేసుకునే అవకాశం అసలే లేదు. బతుకును పట్టి ఉంచే శక్తిని గురించి మీరుగాని కనుగొనగలిగితే, మరణం గురించిన పెద్ద ప్రశ్నకు జవాబు కూడా తెలిసి పోతుంది.

ఆత్మ పుట్టుకనుంచి చావువరకు మనగలుగుతుంది. ఆ రకంగా అది బతుకుని పట్టి ఉంచుతుంది, అని జనులు అంటారు. కానీ అది కేవలం ఒక కథ. ఎన్నడయినా ఆత్మను చూడగలిగారా? దాన్ని ఎప్పుడయినా తరచిచూడవచ్చు. ఒక్క మరణం సమయంలోనే కాదు. ఒక క్షణంముగిసి మరొకటి మొదలయేసరికి జరిగేదాన్ని మీరు అర్థం చేసుకోగలిగితే, మరణం సమయంలో మీకు జరిగేది కూడా అర్థం చేసుకుంటారు. మీరు మిమ్మల్ని నిజంగా ఒక శ్వాసకాలం పాటు పరిశీలించగలిగితే, – మీకు అంతా అర్థమవుతుంది.

నేను చదివిన పుస్తకాలన్నింటినీ పక్కనపెట్టి, యూనివర్సిటీలో వెళ్ళిన అన్ని క్లాస్‌లను పక్కనపెట్టి నాకు, నా శ్వాసను పరిశీలించినప్పుడు మొట్టమొదట బోధపడిన అంశం ఒకటి ఉంది. నాకు నా మెదడు గురించి ఇంచుమించు ఏమీ తెలియదు. దాని మీద నాకు ఉన్న అదుపు చాలా తక్కువ. ఎంత బాగా ప్రయత్నించినా, నా ముక్కులోనుంచి లోపలికి, బయటకు వచ్చిపోతున్న శ్వాస అనే వాస్తవాన్నిన పది సెకండ్ల కన్నా ఎక్కువసేపు పరిశీలించలేక పోయాను. అంతలో మెదడు మరెక్కడికో వెళ్ళిపోతుంది. సంవత్సరాలుగా నేను నా జీవితానికి మాస్టర్‌ని అనీ, నా వ్యక్తిగత బ్రాండ్‌కు సిఇఓ ను అనీ భావిస్తూ బతికాను. నామీద నాకు ఏ మాత్రం అదుపులేదని అర్థం చేసుకొనడానికి కొన్నిగంటలపాటు ధ్యానం సరిపోయింది. నేను ప్రధాన కార్యనిర్వహణాధికారిని కాదు. కనీసం గేట్‌కీపర్‌ను కూడా కాదు. నన్ను నా శరీరం ద్వారం వద్ద నిలబడమని అడిగారు. అదేమిటో తెలుసా? ముక్కుపుటాలు అక్కడనుంచి

లోనికి వచ్చే, బయటకు పోయే వాటిని గమనించాలి. అయితే కొన్ని క్షణాల తరువాత నా ధ్యాస పక్కకుపోయింది. తన స్థానాన్ని వదిలిపోయింది. అది నాకు కళ్ళు తెరిపించిన అనుభవం.

కోర్స్ ముందుకు సాగింది. విద్యార్థులకు ఒక్క శ్వాసను పరివీలించడమే గాక మొత్తం శరీరం లోని సెన్సేషన్‌లను పరిశీలించడం నేర్పించారు. మహదానందం, పారవశ్యం వంటి ప్రత్యేక ఇంద్రియానుభవాలనే గాక చాలా ప్రాపంచికమయిన మామూలు వేడి, ఒత్తిడి, నొప్పి వంటి అనుభవాలను కూడా అనుసరించమన్నారు. మెదడు, ప్రవాహం శరీరంలోని ఇంద్రియానుభవాలతో దగ్గరగా సంబంధం కలిగి ఉంటుంది. అన్న అవగాహన మీద, విపశ్యన విధానం ఆధారపడి ఉంటుంది. నాకు, ప్రపంచానికి మధ్యన ఎప్పుడూ శరీర అనుభూతులు ఉండి తీరతాయి. బయట ప్రపంచంలో జరిగే సంఘటనలకు నేను ఎప్పుడూ స్పందించను; శరీరంలోని ఇంద్రియానుభవాలకు మాత్రం ఎప్పుడూ స్పందిస్తాను. ఆ అనుభవం అసహ్యంగా ఉంటే, నా స్పందన వ్యతిరేకంగా ఉంటుంది. అది ఆనందదాయకంగా ఉంటే, మరింత కావాలన్న తీరులో స్పందిస్తాను. మరొక వ్యక్తి చేతలకు మనం స్పందించాము అనుకుంటున్నప్పుడు కూడా ప్రెసిడెంట్ లేటెస్ట్ ట్వీట్‌కు, లేదా సుదూర బాల్యంలోని ఒక జ్ఞాపకానికి, స్పందిస్తే, మనం ఎప్పుడూ వెంటనే కలిగిన శరీర అనుభూతికి స్పందించినది నిజం. ఎవరో మన దేశాన్ని మన దేవుడిని అవమాన పరిచినందుకు కోపం బాగా వచ్చింది. ఆ అవమానం దుర్భరంగా మారడానికి కారణం కడుపులోపల కలిగే మంటవంటి భావన. గుండెను పిండిన నొప్పి భావన. మనదేశానికి అనుభూతులు ఉండవు. కానీ మనశరీరం మాత్రం నిజంగా బాధపడుతుంది.

కోపం అంటే ఏమిటి, తెలుసుకోవాలని ఉందా? మీకు బాగా కోపం వచ్చినపుడు, శరీరంలో పుట్టి ప్రసరించే ఇంద్రియానుభవాలను పరిశీలించండి. ఈ శిక్షణ రిట్రీట్‌కు వెళ్లినపుడు నా వయసు ఇరవయినాలుగు సంవత్సరాలు. అంతకుముందు కనీసం పదివేలసార్లు నేను కోపభావన వచ్చి నొచ్చుకొని ఉంటాను. అయినా ఆ సమయంలో శరీరంలో అనుభవాలను నిజంగా పరిశీలించాలని ఎన్నడు అనుకోలేదు. కోపం వచ్చినప్పుడంతా, దానికి కారణమయిన అంశంమీద ధ్యాస పెట్టాను. ఎవరో అది చేసి ఉంటారు, అని ఉంటారు. అంతేగాని కోపం గురించిన ఇంద్రియ సత్యాల్ని నేను గమనించలేదు.

అప్పటివరకు గడిచిన నా మొత్తం జీవితంలో నా గురించి, ఇక సాధారణంగా మనుషుల గురించి నేర్చి ఉండని విషయాలు; ఆ పదిరోజులపాటు నా ఇంద్రియా నుభవాలను పరిశీలించి నేర్చుకోగలిగాను, అని నా భావన. అందుకొరకు నేను ఏ

కథనుగానీ, సిద్ధాంతం, పురాణాలను అంగీకరించవలసిన అవసరం రాలేదు. కేవలం వాస్తవికతను యథాతథంగా పరిశీలిస్తే సరిపోయింది. నా బాధలకు కారణమయిన అన్నింటికన్నా లోతయిన అంశం, నా స్వంత మెదగు తీరులోనే ఉందని, నేను అర్థం చేసుకున్నాను. అటువంటి అవగాహనలలో అది అన్నిటికన్నా ముఖ్యమయినది. నేను ఏదో కోరుకుంటాను. అది జరగదు. ఇక నామెదడు బాధను పుట్టించి ప్రతిక్రియ చూపుతుంది. బాధకు గురికావడం విషయాత్మక పరిస్థితి కాదు. అది వెలుపలి ప్రపంచంలో లేదు. అది నామెదడు పుట్టించిన మేధాప్రతిక్రియ. మరింత బాధ పుట్టించకుండా ఉండాలంటే, ఇది నేర్చుకోవడం మొదటిమెట్టు.

మొదటి కోర్స్ 2000 సంవత్సరంలో జరిగింది. ఆ తరువాత ప్రతినిత్యం రెండుగంటలపాటు ధ్యానం, (చింతన) ప్రారంభించాను. ప్రతి సంవత్సరం ఒకటి, రెండు మాసాలపాటు సుదీర్ఘకాలం రిట్రీట్ తీసుకుంటున్నాను. అది వాస్తవంనుంచి తప్పించుకునే ప్రయత్నం కాదు. వాస్తవంతో సూటిగా సంబంధం పెట్టుకోవడం. ప్రతినిత్యం కనీసం రెండుగంటలపాటు, నేను వాస్తవాన్ని ఉన్నది ఉన్నట్టు గమనిస్తాను. మిగతా ఇరవయి రెండు గంటలు నేను ఈ మెయిల్స్, ట్వీట్స్, కుక్కపిల్ల వీడియోలలో మునిగితేలుతుంటాను. ఈ కార్యాచరణ కలిగించిన నిశితదృష్టి కేంద్రీకరణ, స్పష్టత లేకుండా నేను సేపియన్స్ లేదా హోమోవుస్ రాయగలిగి ఉండేవాడిని కాను.

అయితే ధ్యానం, ఈ ప్రపంచంలోని సమస్యలు అన్నింటినీ మంత్రదండం వంటి సమాధానం అని నేను ఎంతమాత్రం భావించడం లేదు. ఈ ప్రపంచాన్ని మార్చాలి, అంటే, ఏదో చేయాలి. అంతకన్నా ముఖ్యంగా నిర్వహణ అవసరం. ఎవరికి వారు ఒంటరిగా పనిచేస్తున్న అయిదువందల మందికన్నా, ఒక సంస్థలో సహకారపద్ధతిలో పనిచేస్తున్న యాభయిమంది, ఎక్కువ సాధించగలుగుతారు. మీరు దేనిగురించయినా నిజంగా పట్టింపుగల వారయితే, అందుకు తగిన సంస్థలో చేరండి. ఈ వారమే ఆ పని చేయండి.

మానవ మేధస్సును, మీ స్వంత మెదడును, మీ లోపలి భయాలను, పక్షపాతాలను, కాంప్లెక్స్ భావనలను పట్టించుకోవలసిన తీరును మీరు అర్థం చేసుకుంటే, పని చేయడం, చేసేవారితో సహకరించడం మరింత ప్రభావవంతమవుతుంది. అదంతా చేయడానికి అవసరమయే ఏకైక స్థితికి మార్గానికి ధ్యానం ఎంతో దూరం. కొంతమందికి, చికిత్స, కళ క్రీడలు మరింత ప్రభావం అందించవచ్చు. మానవమేధస్సులోని రహస్యాలతో తలపడుతున్నప్పుడు, ధ్యానాన్ని మనం, అంతిమమార్గంగా భావించకూడదు. మనకున్న వైజ్ఞానిక పరికరాలలో దాన్ని మరొక వెలగల పనిముట్టుగా భావించాలి.

రెండు చివరల నుంచి తప్పడం

మనసు మర్మాలను వివరించేందుకు విజ్ఞానశాస్త్రం కష్టపడుతుంది. అందుకు తగిన పనిముట్లు లేకపోవడం ప్రధానంగా కారణం. చాలామంది ప్రజలు, శాస్త్రజ్ఞులతో సహా, మైండ్, బ్రెయిన్ (మనసు, మెదడు) మధ్య తికమక పడేతీరులో ఉంటారు. అవి రెండు పూర్తి వేరు వేరు విషయాలు. బ్రెయిన్ అనే మెదడు ఒక పదార్థం. నాడీకణాలు, వాటి కలయికలు, జీవరసాయనాల నెట్‌వర్క్. ఇక మైండ్ (మనసు), (ఈ మాటగురించి తెలుగులో సందిగ్ధం ఉందనుకోండి), అంటే నొప్పి, సంతోషం, కోపం, ప్రేమవంటి విషయాత్మక అనుభవాల ప్రవాహం. మెదడు ఏదోరకంగా మనసును పుట్టిస్తుందని జీవశాస్త్రజ్ఞులు భావిస్తారు. నాడీకణాలలోని జీవరసాయన చర్యలు ఏదోరకంగా బాధ, ప్రేమ వంటి అనుభవాలను ఉత్పత్తి చేస్తాయి అంటారు. అయితే ఇప్పటివరకు బ్రెయిన్ నుంచి మైండ్ వెలువడే విధానం గురించి ఎటువంటి వితరణ కూడా లేనేలేదు. కోట్లాది నాడీకణాలు విద్యుత్తు సంకేతాలను ఒక రకమయిన తీరులో ఫయర్ చేస్తే, నాకు నొప్పి తెలుస్తుంది. నాడీకణాలు మరొక తీరుగా ఫయర్ అయితే, నాకు ప్రేమభావన కలుగుతుంది. అది ఎట్లా? ఎవరికీ తెలియదు. అంటే మనసు నిజంగా మెదడునుంచి పుడుతున్నప్పటికీ, కనీసం ప్రస్తుతానికి, వాటిగురించి పరిశీలించడం ఒకటికాదు, మైండ్‌ను స్టడీ చేయడం అంటే బ్రెయిన్ పరిశీలన కాదు.

మైక్రోస్కోప్‌లు, బ్రెయిన్‌స్కానర్‌లు, శక్తిగల కంప్యూటర్‌లు వచ్చిన తరువాత మెదడు పరిశోధన అంచెలుగా, వేగంగా ముందుకు సాగుతున్నది. కానీ మైక్రోస్కోప్, బ్రెయిన్ స్కానర్‌లలో మనం మైండ్‌ను చూడలేము. ఈ పరికరాల ఆధారంగా బ్రెయిన్‌లోని జీవరసాయన విద్యుత్ చర్యలను పరిశీలించగలుగుతాము. కానీ ఈ చర్యలవలన విషయాత్మకంగా కలిగే అనుభవాల గురించి మాత్రం దారి దొరకదు. కనీసం 2018 వరకు నేను నేరుగా చూడగల మైండ్ నా మైండ్ మాత్రమే. నేను మిగతా జీవుల అనుభవాలు తెలుసుకోవాలి, అనుకుంటే, సెకండ్‌హ్యాండ్ రిపోర్ట్స్ ద్వారా మాత్రమే అది నాకు వీలవుతుంది. అప్పుడు వాటిలో సహజంగా, అంతులేని మార్పులు, హద్దులు ఉండక తప్పదు.

మనం చాలామంది మనుషుల నుంచి సెకండ్ హ్యాండ్ రిపోర్ట్‌లు సేకరించ గలుగుతాము. అనుమానం లేదు. గణాంక పద్ధతులను వాడి, అందులో చాలాసార్లు కనిపించే తీర్లను గుర్తించ గలుగుతాము. ఇటువంటి పద్ధతులతో మనస్తత్వ శాస్త్రవేత్తలు, బ్రెయిన్ సైంటిస్ట్‌లు మనసుగురించి చాలా అర్థం చేసుకోగలిగారు. అంతేగాక లక్షలాది మంది జీవితాలను మెరుగుపరిచారు. కొందరిని ప్రాణాపాయం నుంచి రక్షించగలిగారు. కానీ సెకండ్‌హ్యాండ్ రిపోర్ట్‌లను మాత్రమే వాడి, కొంతవరకు కన్నా ముందుకు

సాగడం కష్టమవుతుంది. సైన్స్‌లో ఒక విషయం గురించి పరిశోధిస్తున్నప్పుడు, దాన్ని నేరుగా చూడగలగడం ఉత్తమ విధానం. ఉదాహరణకు ఆంత్రొపాలజీ పరిశోధకులు విస్తృతంగా రెండవ అంచె వనరులను వాడుకుంటారు. కానీ సమోవన్ సంస్కృతిని మీరు నిజంగా అర్థం చేసుకోదలిస్తే ఏదో ఒకప్పుడు మీరు సంచి సర్దుకుని సమోవాకు వెళ్ళకతప్పదు.

అలాగని అక్కడికి వెళ్ళినంత మాత్రాన సరిపోదు. సమోవాలో తిరుగుతున్న ఒక బ్యాక్‌ప్యాకర్ సందర్శకుడు రాసిన బ్లాగ్ వైజ్ఞానిక ఆంత్రోపాలజీ పరిశీలనకింద లెక్కింపబడదు. వారికి తగిన శిక్షణ, పరికరాలు అందలేదు మరి. వారి పరిశీలనలు అరకొరగా, అస్తవ్యస్తంగా మాత్రమేగాక పక్షపాతవైఖరిలో ఉంటాయి. మానవ సంస్కృతులను పద్ధతిగా, పదార్థదృష్టితో పరిశీలించే విధానాలు మనకు తెలిసి ఉండాలి. వాటిలో అభిప్రాయాలు, అభిమానాలకు చోటు ఉండగూడదు. ఆంత్రొపాలజీ అనే విభాగంలో మీరు నేర్చుకునేది అదే. దానివల్లనే ఆ రంగంలోని పరిశోధకులు వివిధ సంస్కృతుల మధ్య వారధులు కట్టడంలో ప్రధానమయిన పాత్రలు పోషింపగలిగారు.

మైండ్ గురించిన వైజ్ఞానిక పరిశోధన ఈ ఆంత్రొపాలజీ నమూనాను ఎన్నడూ పాటించదు. ఆంత్రొపాలజీ పరిశోధకులు సుదూర ద్వీపాలను, రహస్యమయదేశాలను సందర్శించి తీరును తమ నివేదికలను అందజేస్తారు. చేతనను పరిశోధించే పండితులు మాత్రం మనసు రాజ్యాలలోకి ఇటువంటి వ్యక్తిగత ప్రమాణాలు సాగిస్తారు. నేను పరిశీలించగలిగిన ఒకే ఒక మైండ్ నాది మాత్రమే గనుక, పదార్థపరంగా నా మనసు పరిశీలించడం సమొవా సంస్కృతిని పక్షపాతం, పూర్వాభిసాయాలు లేకుండా పరిశోధించడంలాగా కష్టం కావచ్చు. మైండ్ పరిశోధనను ఆ పద్ధతిలో సాగించడం అంతకన్నా కష్టం. ఆంత్రొపాలజీ వారు శతాబ్దంకన్నా ఎక్కువకాలం కష్టపడాలి. ఇప్పుడు వారికి సూటిగా పరిశోధనలు చేయడానికి అవసరమయిన శక్తిగల విధానాలు అందుబాటులోకి వచ్చాయి. అటుపక్కన మైండ్ పరిశోధకులు సెకండ్‌హ్యాండ్ రిపోర్ట్‌లను సేకరించి, విశ్లేషించడానికి ఎన్నో పరికరాలను అభివృద్ధి చేశారు. కానీ మన స్వంత మైండ్ పరిశోధన వద్దకు వస్తే మాత్రం పైపొరను కూడా యింకా గోకినట్టు కనబడదు.

సూటిగా మైండ్ పరిశోధన చేయడానికి ఆధునిక విధానాలు లేవు. కనుక ఆధునికానికి ముందు కాలంవారు తయారు చేసిన కొన్ని పరికరాలను మనం వాడి చూడవచ్చు. స్టడీ ఆఫ్ మైండ్ గురించి ఎన్నో ప్రాచీనసంస్కృతులు చాలా కృషి చేశాయి. అయితే వారు సెకండ్ హ్యాండ్ నివేదికల మీద ఆధారపడలేదు. వారు ప్రజలకు తమ మనసులను తామే పద్ధతిగా పరిశీలించడంలో మంచి శిక్షణ అందించారు. వారు అభివృద్ధి చేసిన విధానాలను, ఒక చోట చేర్చి, నాటికి 'మెడిటేషన్'

(ధ్యానం, చింతన, మననం) అని ఒక పేరు పెట్టారు. అయితే ప్రస్తుతం ఈ మాటను మామూలుగా మతం, మార్మికతలతో కలిపి చూస్తున్నారు. కానీ సూత్రప్రాయంగా మాత్రం మెడిటేషన్ అన్నది స్వంతమైండ్‌ను నేరుగా పరిశీలించే ఏ విధానానికయినా వర్తించే మాట. చాలా మతాలు, విస్తృతంగా ధ్యానపద్ధతులను వాడుకున్నాయి. మతాలు పుస్తకాలను కూడా విస్తృతంగా వాడుకున్నాయి. అంతమాత్రాన పుస్తకాల వాడకాన్ని మతపరమయిన చర్య అనలేము.

వేలాది సంవత్సరాలమీద మానవులు వందలాది ధ్యాన విధానాలను సిద్ధం చేశారు. వాటివాటి సూత్రాలు, ప్రభావాల మధ్య తేడాలున్నాయి. నేను విపశ్యన అనే ఒక పద్ధతి గురించి వ్యక్తిగతంగా అనుభవం కలిగి ఉన్నాను. కనుక ఆ ఒక్క పద్ధతి గురించి మాత్రమే సాధికారంగా మాట్లాడగలుగుతాను. మిగతా ఎన్నో ధ్యానపద్ధతులలాగే, విపశ్యనను ప్రాచీన భారతదేశంలో కనుగొనబడింది అంటారు. దాన్ని బుద్ధుడు రూపొందించాడు అంటారు. శతాబ్దాల వెంట ఎన్నో సిద్ధాంతాలు, కథలను, బుద్ధునికి సంబంధించినవిగా చూపించారు. తరుచు వాటికి తగిన ఆధారాలు మాత్రం దొరకలేదు. అయితే ధ్యానం చేయాలంటే వాటిలో దేనినీ నమ్మనవసరం లేదు. నేను గోయెంకా అనే గురువునుంచి విపశ్యన విధానం నేర్చుకున్నాను. ఆయన ఎంతో ప్రయోగాత్మకమయిన మార్గదర్శనం చేసేరకం. మనను పరిశీలిస్తున్నప్పుడు విద్యార్థులు అన్ని సెకండ్‌హ్యాండ్ వర్ణనలను, మతసంబంధ వివాదాలను, తాత్విక సందిగ్ధాలను తప్పక పక్కన పెట్టాలన్నాడు. ఇక తమ స్వంత అనుభవాలు, వాస్తవంగా వారు ఎదురుకునే సత్యాలమీద మాత్రమే మానసికదృష్టి కేంద్రీకరించాలన్నారు. ప్రతినిత్యం ఎంతోమంది విద్యార్థులు ఆయన గదికి వచ్చి ప్రశ్నలు అడుగుతారు. మార్గదర్శనం అర్థిస్తారు. గది ముందు ఒక పలకమీద యిలా రాసి ఉంది. 'నాటకీయమయిన, తాత్త్వికమయిన చర్చలను పక్కన పెట్టండి. మీ నిజమయిన ప్రాక్టీస్‌కు సంబంధించిన అంశాలపై ప్రశ్నల మీద కేంద్రీకరించండి.'

నిజమయిన కార్యాచరణ, ప్రాక్టీస్ అంటే స్పందనలకు ప్రతిక్రియగా కలిగే శరీర అనుభవాలు, మానసిక అనుభవాలను పద్ధతిగా, క్రమంగా, ఆబ్జెక్టివ్‌గా పరిశీలించడం. తద్వారా మైండ్ యొక్క ప్రాథమిక ప్యాటర్న్‌ను, తీరును విప్పిచూపడం. జనం కొన్నిసార్లు ధ్యానాన్ని, పరమానందం, తాదాత్మ్యం వంటి ప్రత్యేక అనుభవాల అన్వేషణగా మారుస్తారు. వాస్తవానికి చేతన అన్నది ఈ విశ్వంలోనే అన్నింటిని మించిన రహస్యం. ప్రాపంచికమయిన వేడి, దురద వంటి అనుభవాలు కూడా అమందానందం, విశ్వైక్యత వంటి భావనలకులాగే రహస్యమయినవి. ప్రత్యేకమయిన అనుభవాల అన్వేషణ ఎప్పుడూ కూడదని, ఆ వాస్తవం ఎట్లున్నాసరే, వారి మనసులోని వాస్తవాలను అర్థం చేసుకోవడం మీద కేంద్రీకరించాలని విపశ్యన ధ్యానపరులను హెచ్చరిస్తుంటారు.

ఇటీవలి సంవత్సరాలలో ఇటువంటి ధ్యానవిధానాల మీద మైండ్, బ్రెయిన్ పరిశోధకులు ఎక్కువ ఆసక్తి కనబరుస్తున్నారు. కానీ చాలామంది పరిశోధకులు యిప్పటివరకు, ఈ పరికరాన్ని పరోక్షంగా మాత్రమే వాడుకున్నారు. మామూలు పరిశోధకులు తమంతతాము వాస్తవంగా ధ్యానానికి పూనుకోరు. అందుకు బదులు వారు అనుభవంగల ధ్యానపరులను తమ పరిశోధనశాలకు ఆహ్వానిస్తారు. అక్కడ మెదడు గురించిన ఎన్నో ఆసక్తికరమయిన అంశాలు బోధపడవచ్చు. కానీ మైండ్‌ను అర్థం చేసుకోవడం లక్ష్యమయితే, మనకు కొన్ని అతిప్రధానమయిన అంశాలు అందకుండా ఉండిపోతాయి. మీరు ఆ వ్యక్తి వద్దకు వెళతారు. ఒక మైక్రోస్కోప్ అందిస్తారు. 'దీన్ని వాడిచూడు. అంతకంటే బాగా కనబడుతుంది' అంటారు. అతను సూక్ష్మదర్శిని అందుకుంటాడు. తాను నమ్మిన భూతద్దాన్ని పైకెత్తుతాడు. సూక్ష్మదర్శినిని నిర్మించిన పదార్థాన్ని తీవ్రంగా పరిశీలిస్తాడు... ధ్యానం, మనసు (మైండ్)ను నేరుగా పరిశీలించడానికి ఒక పరికరం. మీరు ధ్యానం చేయడానికి బదులు, మరొకరు చేస్తుంటే వారి మెదడులో విద్యుత్తు కదలికలను చూస్తామంటే, ధ్యానం అనే పరికరంలోని శక్తి మీకు అందదు.

ప్రస్తుతం మెదడు పరిశోధనలకు వాడుతున్న పద్ధతులు, పరికరాలను పక్కనపెట్టమని నేను ఎంతమాత్రం అనడంలేదు. మెడిటేషన్ వాటి బదులు వాడదగినది కాదు. అది బహుశ వాటికిపనికి తోడు నిలవగలుగుతుంది. ఒక పెద్ద కొండలోనుంచి ఇంజనియర్లు సొరంగం తవ్వుతున్న వంటి పరిస్థితి యిది. ఒకవేపు నుంచే ఎందుకు తవ్వాలి? ఒకేసారి రెండు వేపుల నుంచి తవ్వితే మేలుగదా? బ్రెయిన్, మైండ్ రెండు నిజంగా ఒకటే అయితే, రెండు సొరంగాలు కలిసి తీరాలి. మరి ఆ రెండు ఒకటి కావు అంటే? అప్పుడు ఒక్క మెదడులోకి మాత్రమే గాకుండా మైండ్‌లోకి తవ్వడం మరింత ముఖ్యం.

కొన్ని విశ్వవిద్యాలయాలు, పరిశోధనశాలలు, మెడిటేషన్‌ను కేవలం, మెదడు పరిశీలనలో ఒక అంశంగా మాత్రమే గాక, పరిశోధనపరికరంగా కూడా వాడడం మొదలుపెట్టాయి. అయితే విధానం యింకా ప్రారంభంలోనే ఉంది. పరిశోధకులు ఆ విషయంగా అసాధారణమయిన పెట్టుబడి పెట్టవలసి రావడం కొంతవరకు అవరోధం. గంభీరంగా ధ్యానం చేయాలంటే అంతులేని క్రమశిక్షణ అవసరం. మీరు మీ జ్ఞానేంద్రియ అనుభవాలను గుణాత్మకంగా పరిశీలించ దలిస్తే ముందు మనసులోని ఆటవికత, అసహనం ఎదురవుతాయి. ముక్కులోపలికి, బయటికి వస్తున్న శ్వాసవంటి, స్ఫుటమయిన అనుభవాన్ని పరిశీలించ దలచినప్పటికీ, మీ మైండ్ దాన్ని కొన్ని క్షణాలకన్నా ఎక్కువ కొనసాగనీయదు. ధ్యాస తప్పుతుంది. ఆలోచనలు, జ్ఞాపకాలు, కలల్లోకి కదలడం మొదలవుతుంది.

మైక్రోస్కోప్ ఫోకస్ చెడితే, ఒక చిన్న మరను తిప్పితే చాలు. ఆ మరపాడయిందంటే, టెక్నిషియన్‌ను పిలవవచ్చు. మరమ్మతు జరుగుతుంది. కానీ మనసు ధ్యాస చెడితే, అంత సులభంగా బాగుపరచడం వీలుగాదు. మనసును ప్రశాంతపరిచి, కేంద్రీకరింపజేయడం కొరకు, ఎంతో శిక్షణ అవసరం. అది జరిగితే గాని తిరిగి పరిశీలన వీలుగాదు. బహుశా భవిష్యత్తులో ఒక మాత్ర మింగి, వెంటనే ధ్యాస కేంద్రీకరణ సాధించగలమేమో? ధ్యానం మైండ్ మీద కేంద్రీకరించడం మాత్రమే గాక దాన్ని తరచి చూడడానికి ప్రయత్నిస్తుంది. కనుక అటువంటి అడ్డదారులవల్ల హాని జరుగుతుందేమో? మాత్ర మనలను చురుకుగా, ధ్యాస కేంద్రీకరించేట్లు చేయవచ్చు. అదే సమయంలో అది, మొత్తం మెదడును తరచి చూడకుండా నిషేధిస్తుంది కూడా. ఇవాళ కూడా టీవీమీద మంచి థ్రిల్లర్ చూచి సులభంగా మనసును కేంద్రీకరించవచ్చు. అప్పుడది మూవీమీద కేంద్రీకరించి ఉంటుంది. తన స్వంత కదలికలను పట్టించుకోదు.

ఇటువంటి సాంకేతిక పరికరాల మీద ఆధారపడలేము. అట్లాగని పోనిమ్మని కూడా అనలేము. ఆంత్రొపాలజిస్టులు, జువాలజిస్టులు, ఆస్ట్రొనాట్‌ల నుంచి మనం ప్రేరణ పొందగలము. మనిషి గురించి, జంతువుల గురించి పరిశోధించే వారు మారుమూల ద్వీపాలమీద సంవత్సరాలు గడుపుతారు. అంతులేని వ్యాధులు, ప్రమాదాలు అక్కడ పొంది ఉంటాయి. అంతరిక్షయాత్రికులు కష్టతరమయిన శిక్షణ తీసుకుంటారు. విశ్వాంత రాళంలోకి విపత్తులుగల విహారయాత్రగా, వెళ్లడానికి సిద్ధమవుతారు. విదేశీ సంస్కృతులు, వింత జంతుజాతులు, సుదూర గ్రహాల గ్రహాలను అర్థంచేసుకోవడానికి అంతటి ప్రయత్నాలు చేసేందుకు యిష్టపడితే, అంతగానూ కష్టపడి మన అంతరంగాన్ని అర్థం చేసుకోవడం అంత విలువ గలదిగానే ఉంటుందేమో! అల్గోరిదంలు వచ్చి మన కొరకు ఆలోచనలు అందించే లోపల మన మనసులను మనం అర్థం చేసుకుంటే బాగుంటుంది.

స్వయం పరిశీలన ఎన్నడూ సులభంగా ఉండలేదు. కాలం గడిచినకొద్దీ అది కష్టతరం కావచ్చు. చరిత్ర సాగినకొద్దీ మానవులు తమగురించి మరిన్ని క్లిష్టమయిన కథలు సృష్టించుకున్నారు. ఇకమనం నిజంగా ఎవరమని తెలుసుకోవడం మరింత కష్టమయింది. ఈ కథలు పెద్దసంఖ్యలో గల మనుషులను కలపడానికి పుట్టించినవి. అప్పుడే అధికారం, పోగవుతుంది, సామాజిక సామరస్యం వీలవుతుంది అనుకున్నారు. ఆకలిగొన్న కోట్లాది జనులకు తిండి అందించడంలో అతికీలకంగా నిలిచాయి. వారు ఒకరిగొంతు మరొకరు కోయకుండా అడ్డుకున్నాయి. మనుషులు తమను తాము పరిశీలించదలిస్తే, ఈ సిద్ధంగా ఉన్న కథలు మాత్రమే కనిపించాయి. ఏమి

దొరుకుతుందని నిశ్చయం లేని వెదుకులాట చాలా అపాయకరమయినది. అది సామాజికక్రమాన్ని అణగదొక్కుతానని భయపెట్టింది.

సాంకేతికశాస్త్రం పెరిగిన కొద్దీ, రెండు విషయాలు జరిగాయి. మిణుగురు కత్తులు నెమ్మదిగా అణుమిసైల్స్‌గా పరిణమించాయి. సాంఘికక్రమాన్ని అస్థిరంచేయడం మరింత ప్రమాదకరంగా మారింది. అది మొదటి అంశం. ఇక రెండవదిగా, గుహలలోని గోడల మీది బొమ్మలు, టీవీ ప్రసారాలుగా పరిణతి చెందాయి. ప్రజలను మోసగించడం సులువయింది. ఈ కార్యక్రమాన్ని భవిష్యత్తులో అల్గోరిదంలు బహుశ పూర్తి చేస్తాయి. ఇక ప్రజలకు తమగురించిన వాస్తవాన్ని పరిశీలించడం అసాధ్యమవుతుంది. మనం ఎవరము?, మన గురించి మనకు తెలియవలసింది ఏమి? అన్న విషయాలను మన పక్షాన అల్గోరిదంలు నిర్ణయిస్తాయి.

మరికొన్ని సంవత్సరాలు, దశాబ్దాల వరకు మనకింకా ఎంచుకునే అవకాశం ఉంది. ప్రయత్నిస్తే, ఇంకా మనం, నిజంగా మనం ఎవరిమి అని పరిశోధించవచ్చు. కానీ ఈ అవకాశాన్ని వినియోగించుకో దలిస్తే, ఇదే మంచి సమయం.

కృతజ్ఞతలు

వ్రాయడంలోనూ, అనవసరమయిన మాటలను తొలగించడంలోనూ నాకు సాయం చేసినవారందరికీ–నా కృతజ్ఞతలు తెలియజేసుకోవాలి అనుకుంటున్నాను.

యునైటెడ్ కింగ్‌డమ్‌లోని పెంగ్విన్ రాండమ్ హౌజ్‌లో నా ప్రచురణకర్త మిచెల్ శావిత్‌కు, మొదట ఈ పుస్తకం గురించిన ఆలోచన నా ముందుంచినందుకు, రాయడంలో గడిచిన దీర్ఘకాలంలో నాకు మార్గదర్శనం చేసినందుకు, అలాగే చాలా శ్రమకోర్చి నాకు తోడ్పడిన మొత్తం పెంగ్విన్ రాండమ్ హౌజ్ బృందానికి,

వ్రాతప్రతిని ఎప్పటిలాగే సరిచేసిన డేవిడ్ మిల్నర్‌కు కృతజ్ఞతలు. నేను రాసిన తరువాత పడవలసిన మిగతా శ్రమను మొత్తంగా తలకెత్తుకున్న డేవిడ్ ఏమంటాడు అన్న ఆలోచన మాత్రమే నా వంతుగా మిగిలేది. పుస్తకం జాకెట్ విషయంగా తన ప్రతిభను కనబరచిన పెంగ్విన్ రాండమ్ హౌజ్ క్రియేటివ్ ఎడిటర్ సూజాన్ డీన్‌కు,

రయట్ కమ్యూనికేషన్స్ ప్రీణాగఢీర్, సహచరులు అందరికీ, అద్భుతమయిన ప్రజాసంబంధ ప్రణాళికకుగాను ష్పీగెల్ అండ్ గ్రావ్‌కు చెందిన సిండీ ష్పీగల్, తన ఫీడ్‌బ్యాక్, అలాగే అట్లాంటిక్ తరువాతి ప్రాంతంలో ఏర్పాట్లన్నీ చేసినందుకు,

(ఒక్క అంటార్కిటిక్ తప్ప) ప్రపంచంలోని అన్ని ఖండాలలో నాయందు నమ్మకముంచి, అంకితభావంతో కృషిచేసిన నా ఇతర ప్రచురణకర్తలందరికీ,

నా రిసెర్చ్ అసిస్టెంట్ ఇదాన్ షెరెర్‌కు, ప్రాచీన సినగాగ్‌లు మొదలు ఆర్టిఫిషియల్ ఇంటెలిజెన్స్ దాకా అన్నింటినీ పరిశోధించి సమాచారం సేకరించినందుకు,

నిరంతరంగా సాయం, పరామర్శ అందించిన ష్మూయెల్ రోజ్‌నర్‌కు,

యీగల్ బోరోషాన్‌స్కీ, సరామ్ అరోనీలు ఇద్దరూ ప్రతిని చదివి, పొరపాట్లు దిద్దినందుకు, విషయాలను కొత్తకోణం నుంచి చూడగల శక్తిని నాకు అందించినందుకు,

డైనీ ఆర్బాష్, యూరీ సబాక్, యోరామ్ యొవేల్, రాన్ మేరమ్‌లు కమికాజే, మనస్తత్వశాస్త్రం, ఆల్గొరిదంల గురించి లోతయిన జ్ఞానాన్ని అందించినందుకు,

అంకితభావంతో పనిచేసిన నా బృందంలోని సభ్యులు ఇదో అయాల్, మాయా అర్బాష్, నామా వార్టన్ బర్గ్, ఇలోనా ఎరియెల్‌లకు, వీళ్లంతా నా ఈమెయిల్ అకౌంట్ అనే నరకంలో ఎంతో కాలం గడిపారు.

నాకు గొప్ప ధైర్యాన్ని, మైత్రిని అందించిన అందరు స్నేహితులు, కుటుంబ సభ్యులందరికీ,

మా అమ్మ ప్నీనా, అత్తగారు హెన్నాలకు, నాకు వారి సమయాన్ని, అనుభవాన్ని అందించినందుకు,

నా జీవిత భాగస్వామి, మేనేజర్ ఇత్సిక్‌కు, అతను లేకుండా ఇదంతా వీలయి ఉండేదే కాదు. నాకు తెలిసింది పుస్తకం రాసే తీరు మాత్రమే. మిగతాదంతా అతని బాధ్యతే.

ఇక చివరకు నా పాఠకులందరికీ, వారు ఆసక్తి కనబరచి, సమయం వెచ్చించి, వ్యాఖ్యానాలు చేసినందుకు పుస్తకం షెల్ఫ్‌లో ఉండి, దాన్నెవరూ చదవలేదంటే, దానివల్ల ప్రభావమేమయినా ఉంటుందా?

*

పుస్తకం ప్రవేశికలో చెప్పినట్టే, ఈ రచన ప్రజలతో జరిగిన చర్చల ఆధారంగా రూపుపోసుకున్నది. నన్ను పాఠకులు, పాత్రికేయులు, నా సహోద్యోగులు అడిగిన ప్రశ్నల ఆధారంగా ఇందులోని చాలా అధ్యాయాలు రాయబడ్డాయి. కొన్ని అంశాలలోని మొదటి భాగాలు పుస్తకంకన్నా ముందే వ్యాసాలుగా, రచనలుగా అచ్చయినయి. వాటికి వచ్చిన ప్రతిక్రియల ఆధారంగా, నా వాదనలను మరింత నిశితం చేసే వీలు కలిగింది. ఆ విధంగా అచ్చయిన అంశాలు, కొన్ని కింద యిచ్చిన వాటిలో ఉన్నాయి.

Printed in the USA
CPSIA information can be obtained
at www.ICGtesting.com
LVHW091104151123
763986LV00069B/1852

9 789390 924974